या पुस्तकावरची आमची अगदी योग्य प्रतिक्रिया म्हणजे आमचा उफाळून आलेला राग.

– डेव्हिड रोज, ऑब्झरव्हर

ही धक्कादायक कथा वाचल्यानंतर 'गिटमो' हा उपलब्ध असलेला सर्वात चांगला पर्याय आहे. असं अजूनही ज्यांना वाटतंय, त्यांचे डोळे कदाचित आतातरी उघडतील.

– ख्रिस्तिना लँब, संडे टाइम्स

गवगवा न करता सुद्धा भीतिदायक परिस्थिती जशीच्या तशी पोचवणारं..
बुश, ब्लेअर आणि त्यांचं गलिच्छ राजकारण ढवळून काढत त्यांच्यावर दोषारोपण करणारं पुस्तक.

– यास्मिन अलिभाय-ब्राऊन, इंडिपेंडंट

'ग्वांटानामो बे' इथल्या तुरुंगात वर्षानुवर्ष चौकशीविना डांबून ठेवलेल्या ब्रिटीश नागरिकानं तिथे केलेल्या छळाची आणि त्याच बरोबर अनेकदा पोलिसी खाक्या वापरुन केलेल्या चौकशीची हकिकत या पुस्तकात दिलीय. ती अतिशय भेदक असून मुळापासून हादरवून टाकणारी आहे. वास्तविक मुआझ्झम बेग हे एक अतिशय कुटुंब वत्सल गृहस्थ. गांजलेल्यांना मदत करणारे सश्रद्ध मुस्लीम, ते श्रद्धाळू मुस्लीम असल्यामुळेच त्यांना ताब्यात घेतलं गेलं. युद्धाचं स्पष्टीकरण देण्यासाठी धर्माचा वापर करणं किती धोकादायक आहे याचा इशारा देणारचं हे पुस्तक आहे.

– टोनी बेन

'वर्डस्वर्थ आणि शेक्सपिअरच्या काळापासून दहशती विरुद्ध बेकायदेशीर, अमानवी असं युद्ध खेळलं जात आलय. या सगळ्याला जबाबदार असणाऱ्यांनी आमच्या नावाचा वापर करत प्रत्यक्षात काय करुन ठेवलंय नि त्यांना काय भोगायला लागलय या संदर्भातलं त्यांनी एखादं पुस्तक वाचायचं ठरवलं तर हे पुस्तक वाचणं त्यांच्यासाठी अपरिहार्य आहे.'

— जॉन स्नो

''बुशनं 'वाईट माणसं' असा शिक्का ज्यांच्यावर मारला ते एकजात सगळेच्या सगळे माथेफिरू धर्मवेडे आहेत आणि त्यांना कसंही करुन पाश्चात्य संस्कृती धुळीला मिळवायची आहे याबद्दल तुमची खात्री पटली असेल तर हे पुस्तक तुमच्यासाठी नाही. या पुस्तकात काही पहारेकऱ्यांशी अत्यंत आपलेपणानं वागणारा एक जीव आहे. यात भावूकता आहे आणि विनोदाची डूब सुद्धा आहे. एक द्रष्टेपण आहे आणि त्याच बरोबर संयमही आहे. लेखकाच्याच शब्दात सांगायचं तर त्याला तिथे 'अन इव्हेंटफूल ट्रीटमेंट' मिळाली. या गोष्टीचा विचार करता अधून मधून त्याच्या रागाचा होणारा उद्रेक तसा मामुली आहे. ९/११ ला घडलेल्या घटनेवर जी प्रतिक्रिया उमटली ती निश्चितपणे जंगली तसंच अतिशय बेफिकीरपणाची होती. या उलट 'एनिमी कॉंबॅटंट' हे पुस्तक फार ताकदीनं उभं रहातं.''

— फिलीप सँडस्, गार्डियन

तारांच्या कुंपणापलिकडचं जगणं कसं असतं याचं प्रत्ययकारी दर्शन पहिल्यांदाच घडतय... खरं तर हे सगळं वाचणं फार कठीण जातं पण त्याहीपेक्षा जो देश 'स्वातंत्र्याचे रक्षणकर्ते आम्हीच' अशी शेखी मिरवत असतो त्यानंच आमच्या नावाचा वापर करत हे सगळं घडवून आणलं हे पाहून लाजेनं मान खाली न जाणं

हे त्याहूनही कठीण आहे. अशा तऱ्हेची वागणूक मिळाली तर कुणीही पाश्चात्यां विरुद्ध उभं राहील ना? ...आणि तरीही श्रीयुत बेग कुठल्याही प्रकारे कडवटपणा दाखवत नाहीत. त्यांनी जे भोगलं ते फारच भयंकर आहे. हे पुस्तक वाचताना तिथे डांबून ठेवलेल्यांना दिल्या जाणाऱ्या वागणुकीमुळे मी अधिकाधीक अस्वस्थ होत गेले.'

– ख्रिस्तीना लॅब, संडे टाइम्स

एकेकाळी कायद्याचा अभ्यास करणारा विद्यार्थी असलेला आणि मग दाढी राखणारा बर्मिंगहॅमचा हा 'बर्मी' यानं लिहीलेला दस्तावेज जसजसं वाचत जावं तसतसं जाणवतं याच्यात भंग न पावणारं आध्यात्मिक सामर्थ्य आहे. शिवाय असंही वाटत रहातं कि या माणसाचं स्वागत करायला हवं आणि याचं हे पुस्तक उचलून धरायला हवं. तसंच त्याला त्रास देणाऱ्यांना शिक्षा व्हायला हवी. मग बेग आणि तिथे डांबून ठेवलेल्या इतरांसाठी राग यायला लागतो... तुमचं मन करुणेनं भरुन येतं. भावनेच्या ओघात वाहून न जाता परिस्थितीच यथायोग्य दर्शन घडवत पुस्तक लिहीणं तसं दुर्मिळच. मी तर असं सुचवेन की प्रत्येक वाचकानं या पुस्तकाची एक प्रत विकत घेऊन ती नैतिकतेचं अधिष्ठान मानणाऱ्या आपल्या पंतप्रधानांना पाठवायला हवी. जेणे करुन टेन डाऊनिंग स्ट्रीटवर बेग यांच्या या पुस्तकाच्या थप्याच्या थप्या लागल्या पाहिजेत 'एक ठोस विचार' तिथवर पोचला पाहिजे.''

– यास्मिन अलिभाय- ब्राऊन, इनडिपेंडंट

हे पुस्तक जर नुसतंच चित्तथरारक असतं तर लोक म्हणाले असते, असं घडणं केवळ अशक्य आहे. पण दुर्दैवानं हे सगळं निखालस सत्य आहे.

– आयरिश टाइम्स

''बेग यांच्या 'एनिमी कॉंबॅटंट' या पुस्तकाची मांडणी प्रतिक्रियात्मक असली तरीही कमालीची मवाळ आहे. त्यात कडवटपणाचा लवलेश नसणं ही पुस्तकाची जमेची बाजू आहे. दिवास्वप्न प्रत्यक्षात आल्यानं बसलेला जबरदस्त धक्का, त्यातून आलेलं सततचं झपाटलेपण आणि त्यामुळे वाटणाऱ्या दुःखाची अंतर वीण या लिखाणाला आहे.''

– ग्लासगो हेरल्ड

'या पुस्तकाची सगळ्यात मोठी जमेची बाजू ही आहे कि तिथे डांबून ठेवलेल्या विषयी लेखकानं सहृदयतेनं केलेलं लेखन.'

– स्टिफन फिडलर, फायनान्शियल टाइम्स

'ग्वांटानामो मधील परिस्थिती विषयी अधिकारवाणीनं लिहीलेला हा पहिलाच दस्तावेज. त्यांनी दिलेली माहिती एकदम पटणारी आणि म्हणूनच अत्यंत अस्वस्थ करुन सोडणारी आहे. लिखाणात कुठेही आतल्याआत डूख धरुन बसणं नाही हे विशेष वाटतं.'

– स्पेक्टॅटर

इतकं सरळ सोपं लेखन कि ते एकदम बांधून घालतं.

– ॲग्रेस्टी

'झपाटून टाकणारं आणि तरीही विलक्षण अस्वस्थ करणारं पुस्तक'.

– संडे हेरल्ड

'Enemy Combatant' या इंग्रजी पुस्तकाचा मराठी अनुवाद

शत्रूशी दोन हात

ग्वांटानामोत डांबलेल्या ब्रिटिश नागरिकांची थरारक सत्यकथा.

मूळ लेखक
मोआइझम बेग

सह लेखिका
व्हिक्टोरिया ब्रिटन

अनुवाद
योगिनी वेंगुर्लेकर

मेहता पब्लिशिंग हाऊस

Mehta Publishing House, 1941, Madiwale Colony, Sadashiv Peth, Pune 411030.
✆ +91 020-24476924 / 24460313
Email : info@mehtapublishinghouse.com
production@mehtapublishinghouse.com
sales@mehtapublishinghouse.com
Website : www.mehtapublishinghouse.com

ENEMY COMBATANT by MOAZZAM BEGG

Translated in Marathi Language by Yogini Vengurlekar

शत्रुशी दोन हात / अनुवादित सत्यकथा

अनुवाद : योगिनी वेंगुर्लेकर
मातृकृपा, कमलेश हाऊसिंग सोसायटी, कोथरूड, पुणे २९.
✆ ०२०-२५४३३२४४

प्रकाशक : सुनील अनिल मेहता, मेहता पब्लिशिंग हाऊस,
१९४१, सदाशिव पेठ, माडीवाले कॉलनी, पुणे ४११०३०.

मुद्रक : मुद्रा, ३८३ नारायण पेठ, पुणे ३०.

मुखपृष्ठ : चंद्रमोहन कुलकर्णी

प्रथमावृत्ती : नोव्हेंबर, २०११

किंमत : ₹ ४००/-

ISBN 978-81-8498-300-5

بسم الله الرحمن الرحيم

माझे वडील, झैनाब आणि माझ्या मुलांना अर्पण!

लेखकाचे दोन शब्द

पुस्तकात जे संवाद लिहिलेले आहेत ते माझ्या स्मरणाप्रमाणे लिहिले आहेत. तरीही माझ्या वकिलांनी आणि मी, काढलेली सविस्तर टिपणं आणि ज्या व्यक्तींना मी आधी भेटलो होतो त्या व्यक्तींबरोबर बोलून, त्यांच्याशी झालेल्या संभाषणातील मुद्दे मी पुन्हा एकदा तपासून घेतले. हे सगळं फार महत्त्वाचं होतं, यातील काही संवाद शब्दश: तंतोतंत आहेत. विशेषत: अलीकडील काळातील संवाद तसे आहेत, परंतु बरेचसे संवाद हे नंतर तयार केलेले आहेत.

माझा असा समज आहे की, गुप्तहेर खात्यातील अधिकाऱ्यांनी व कायदाविषयक विभागातील अधिकाऱ्यांनी मला जी वेगवेगळी नावं दिली होती, ती पूर्णपणे काल्पनिक होती, म्हणून मी ती तशीच ठेवली आहेत. कायदेशीर बाबींसाठी, तसंच पुस्तकाचा विषय संवेदनशील असल्यामुळे या पुस्तकातील काही नावं मात्र बदललेली आहेत.

पूर्वेकडील अनेक भाषांना स्वत:ची अशी स्वतंत्र लिपी आहे, या भाषांमधील शब्द तंतोतंतपणे रोमन लिपीत लिहिणं जवळजवळ अशक्य आहे. नावं, जागा, सर्वसामान्य संभाषण या गोष्टींसाठी त्या त्या भाषांमधील शब्दांच्या उच्चारांनुसार मी शब्दयोजना केलेली आहे. अरेबिकमधून इंग्लिशमध्ये भाषांतर करताना अलीकडील काळात हीच पद्धत सर्रास रुढ झालेली आहे. उदाहरणार्थ : अरेबिक भाषेत 'इ' हा स्वरच नाहीये, शिवाय स्त्रीलिंगी नामांच्या शेवटी 'एच'चा अस्पष्ट उच्चार आहे. त्यामुळे सर्वसामान्यपणे मक्का, मदिना असं जे लिहिलं जातं त्याऐवजी मक्काह्, मदिनाह्, अल-कायदाह् असं लिहिलंय याची नोंद घ्यावी.

११ सप्टेंबरला हवाई हल्ला झाला
आणि बदल्याची आग चेतवून मोकळा झाला.
याला विस्मरण नाही आणि क्षमा तर नाहीच नाही.
काय म्हणता, आम्ही त्यात नव्हतो! पण बुवा आता तर
तुम्हीच वाहायचा याचा भार!

मनोदेवता ज्यांची जागृत, त्यांचे हाल अपरंपार,
काहीजणांचे गुणच असे की त्यांना डांबलंय तुरुंगात
कशात काय नि फाटक्यात पाय, त्यांचे कसले हक्क नि बिक्क,
अहो! कागदावरच्या कायद्यांची ऐशी की तैशी आणि दमनला मिळते
मुक्त माफी!

'द डॅगर्स हिल्ट'
जानेवारी २००४, ग्वांटानामो

अनुक्रमणिका

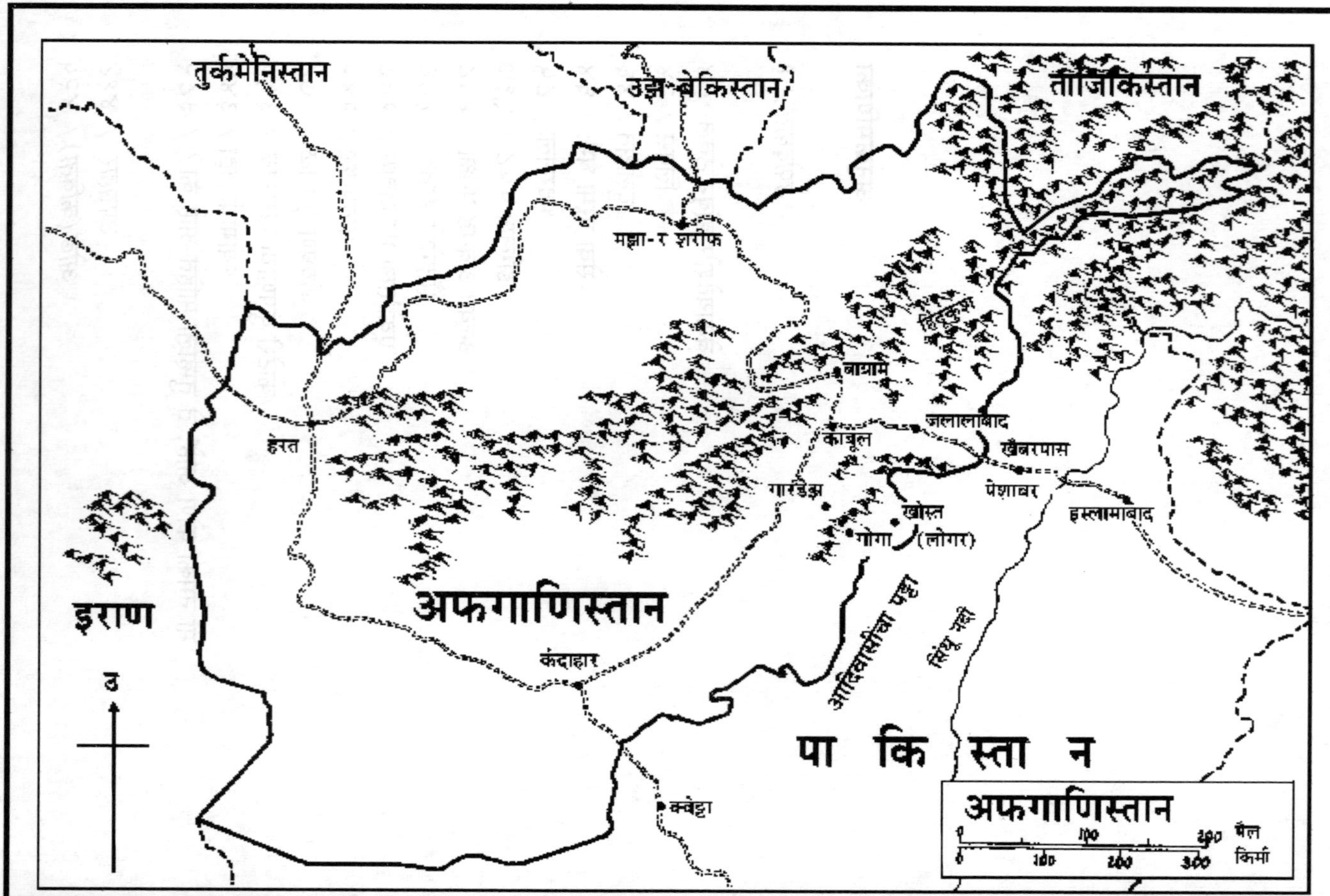
तुर्कमेनिस्तान
उझ्बेकिस्तान
ताजिकिस्तान
मझा-र शरीफ
हिंदुकुश
बाग्राम
जलालाबाद
खैबरपास
काबूल
हेरत
गारडेझ
खोस्त
गोगा
(लोगर)
पेशावर
इस्लामाबाद
इराण
अफगाणिस्तान
कंदाहार
आदिवासींचा पट्टा
सिंधू नदी
क्वेट्टा
पा कि स्ता न
उ
अफगाणिस्तान
0 100 200 मैल
0 100 200 300 किमी

उपोद्घात

तंतुवाद्याचा स्वर माझ्या स्मृतीत खोल कोरला गेलाय. कुंपणाजवळून सहज म्हणून आम्ही फिरत असताना टेहळणी बुरजांवर बसवलेले कॅमेरे मशीनगन्ससकट रोखलेले होते. सैनिकी गणवेशातले पहारेकरी आमच्या प्रत्येक हालचालीवर नजर ठेवून होते. परिस्थिती भलतीच हाताबाहेर गेली होती. कारण या सगळ्याचा शेवट दृष्टिक्षेपात येतच नव्हता. रोजच्या जगण्यातला एकसूरीपणा सहनशीलतेपलीकडचा होता आणि भविष्याविषयीची अनिश्चितता उरात धडकी भरवतेय.

माझ्याप्रमाणेच डांबून ठेवलेल्या माझ्या बरोबरच्या माणसाच्या कानात मी कुजबुजलो, "हे असलं अजून किती काळ आपण सहन करू शकू? दिवसेंदिवस सगळंच भलतंच असह्य होत चाललंय. आताच जर आपण कुठलीही भूमिका घेतली नाही तर मात्र आपण आपला आत्मसन्मान गमावून बसू आणि त्याच्या जोडीला आपलं स्वातंत्र्यही जाईल." माझ्या साथीदारानं गंभीरपणे उत्तर दिलं, "सबुरी! दोस्ता, आपण सबुरीनं घ्यायला हवं."

आणि त्यानंतर ते सुरू झालं, शिट्ट्या वाजू लागल्या आणि अंदाधुंद गोळीबार सुरू झाला, माझ्या आजूबाजूला मृतदेह कोसळू लागले. माझ्या जोडीदाराकडे मी मागे वळून पुटपुटलो, "पळ..." तसंच काहीतरी बडबडलो मी, पण तो आधीच जमिनीवर कोसळला होता. इतरांसारखाच ठार झाला होता तो. मी सोडून सगळ्यांना बंदुकीच्या गोळ्यांनी टिपलं होतं. काहीही करणं आपल्याला शक्य नाही असं मला वाटलं पण मी ते केलं. जगानं ऐकावं म्हणून शक्य तेवढ्या मोठ्यानं मी अथान म्हटली. ती यथावकाश सगळ्यांच्या कानी पडलीच.

हे सगळं घडत असताना मनाच्या कोपऱ्यात एक जाणीव सतत होती. ती म्हणजे, माझी पत्नी माझ्या बाळाची आई होणार होती आणि माझ्या मनात आशेचा किरण अजूनही होता. तिच्या बाळंतपणाच्या वेळी, माझं मूल या जगात येत असताना मी तिथे नक्की नसेन. पण त्याच वेळी कुंपणापलीकडून कोणीतरी

ओरडल्याचं मी ऐकलं, "बाळ या जगात आत्ताच येतंय!" त्या जन्मवेळी त्याच्या वडिलांना पकडून काटेरी तारांच्या पलीकडे डांबून ठेवलंय. मला माहीत होतं, मी जरी त्या भीषण कत्तलीमधून वाचलो असलो, तरी माझ्या कुटुंबाशी माझं पुनर्मीलन व्हायला बराच अवकाश आहे. या विचारासरशी मला माझ्या आजूबाजूच्या भीषण वास्तवाची जाणीव झाली. कडव्या मुसलमानांसारखे मी माझे हात आकाशाच्या दिशेनं उंचावले.

आणि माझ्या डोळ्यांतून आसवं गळू लागली. माझ्या मस्तकात अनेक आवाज घुमू लागले. 'अल्लाला शरण जाऊन त्याची दया मिळव,' असं ते आवाज कुजबुजत होते. माझे हात सतत आकाशाच्या दिशेनं ढगांच्या पलीकडे पोहोचण्याइतके उंचावले होते आणि तरीही मी धाय मोकलून रडत होतो....

मी खडबडून जागा झालो. पत्नी शेजारी झोपलेली होती. पण माझ्या हुंदक्यांमुळे तिला आधीच जाग आली होती आणि मी इतका अस्वस्थ का झालो आहे असं हळुवारपणे ती विचारत होती. त्या दुःस्वप्नाविषयी मी तिला सांगितलं. ते साल होतं १९९५. कितीतरी आधी जे दिसलं होतं, त्याचा अर्थ मला बरोब्बर सात वर्षांनंतर समजला.

अफगाणिस्तानातल्या अमेरिकन हवाई दलाच्या कैद्यांना डांबून ठेवण्यासाठी उभारलेल्या बाग्राम इथल्या मुख्य छावणीत पहाऱ्यावर असलेल्या अमेरिकन सैनिकाला मी माझ्या या स्वप्नाविषयी सांगितलं होतं, तो २००२ सालातला हिवाळा होता. किती हा विरोधाभास, मी लिहिणार असलेल्या पुस्तकाची सुरुवात या स्वप्नानं करावी असं त्या वेळी त्यानं सुचवलं होतं. बाग्राममध्ये मला १० महिने डांबून ठेवण्यात आलं होतं. मला पडलेलं स्वप्न आणि सध्याची परिस्थिती यातला सारखेपणा मी त्या स्त्री सैनिकाला सांगितला. कंदाहार आणि बाग्राम दोन्ही ठिकाणी परिस्थिती, अगदी मी स्वप्नात पाहिली तशीच होती.

१९९९ च्या सुमाराला, बोस्निया आणि अफगाणिस्तान या ठिकाणी जाऊन आल्यावर, बर्मिंगहॅममध्ये असताना आपल्या आयुष्यावर पुस्तक लिहावं असं माझ्या मनानं घेतलं होतं. तोवर माझ्याजवळ विविध अनुभव जमा झाले होते; खरंतर त्यामुळेच मी माझ्या आजच्या या अवस्थेपर्यंत येऊन पोहोचलो होतो.

क्युबातील, ग्वांटानामो समुद्रधुनीतील एका शिबिरात, एकांतवासात असताना, 'एनिमी कॉम्बटण्ट' हे पुस्तक लिहिण्यासाठी काही टिपणं काढायला सुरुवात केली. माझी चौकशी करणारे सीआयए, एफबीआय व एम १५ या गुप्तहेर संघटनांचे अधिकारी किंवा हस्तक तसंच अल्-कायदाच्या ज्या सभासदांबरोबर मी राहत होतो, त्या सगळ्यांनी, मी इंग्लंडला परत आलो तेव्हा, पुस्तक लिहावं असा आग्रह धरलेला होता.

हे पुस्तक लिहिण्यामागचं एक महत्त्वाचं उद्दिष्ट हे आहे की, दहशतवादाविरुद्ध सुरू झालेल्या या नव्या युद्धात दोन्ही बाजूंच्या लोकांना काही गोष्टी, ज्या दोन्ही बाजूंनी सारख्याच आहेत, त्या समजाव्या. हे काय घडतंय, त्याची जी कारणं आहेत, तो आवाज, जो वारंवार द्वेषभावना आणि असहिष्णुतेच्या मोठ्या आवाजापुढे दाबला जातोय, तो सगळ्यांना समजायला हवा.

माझ्या आयुष्यात मी काही निर्णय धाडसाने घेतले, या निर्णयांपैकी काही निर्णय मी अतिशय आनंदाने घेतले तर काही नाइलाजानं... दुःखानं, पण काही असलं तरी त्यांच्याबद्दल लिहिणं खचितच योग्य ठरेल. या निर्णयाचे जे परिणाम झाले, त्यामुळे माझं जग वाचकांच्या जगापेक्षा नक्कीच वेगळं घडलंय. पुस्तक वाचताना ही सगळी प्रक्रिया जर वाचकांना समजली, तर मी नक्कीच काहीतरी मिळवलं असं मला वाटेल. जर यदाकदाचित तसं नाहीच घडलं, तरीही त्या दिशेनं प्रयत्न करणं महत्त्वाचं आहेच ना...

– मोआइझम बेग

१

बेकायदेशीर डांबून ठेवलं

३१ जानेवारी २००२, इस्लामाबाद, मध्यरात्र

घरात अगदी चिडीचूप शांतता होती. झैनाब आणि मुलं शांत झोपली होती. काबूलहून आलेल्या आमच्या स्नेही आणि त्यांची दोन मुलं इथंच राहिली होती. त्यामुळे अख्खा दिवस भलताच धावपळीत सरला होता. मी मात्र अजून जागा होतो. माझ्या संगणकावर मी एक पत्र टाईप करून टाकलं. मग गेम्स खेळायला लागलो. दारावरची घंटी वाजली तेव्हा मी घड्याळात पाहिलं. त्याक्षणी मला वाटलं कोणीतरी चुकून आमच्या दारावरची घंटी वाजवली असणार किंवा शेजाऱ्यांना अचानक अडचण आल्यामुळे त्यांनी येऊन घंटी वाजवली असणार.

अगदी अवेळी घंटी वाजली होती हे खरं. पण त्यामुळे मला फार काळजी मात्र मुळीच वाटली नाही. मी दार उघडलं अन् आश्चर्यचकित होऊन उभाच राहिलो. कारण माझ्यासमोर माणसांचा एक घोळका उभा होता अन् त्यातल्या एकानं सरळ माझ्यावर बंदूक रोखलेली होती. उघड्या दारातून त्यांनी मला थेट आत ढकललं आणि बैठकीच्या खोलीत आणलं. या खोलीत माझी कालची संध्याकाळ किती मजेत गेली होती, पण त्या दिवसाचा शेवट मात्र विलक्षण थरारक आणि धक्कादायक होत होता. माझी भीती क्षणाक्षणाला वाढायला लागली. मला त्यांनी गुडघ्यांवर वाकायला भाग पाडलं. माझ्यासमोर अनोळखी माणसांचा जो घोळका उभा होता, त्यांच्या अंगावर पोलिसांचा गणवेश नव्हता. त्यांच्यापैकी काहीजणांचा पेहराव स्थानिक लोकांसारखा तर काहींचा पेहराव पाश्चात्त्य पद्धतीचा होता.

कोणीही एक शब्दही बोलत नव्हतं. एवढंच नाही तर त्यांनी मला माझ्याबद्दलही काही विचारलं नाही. मी त्यांच्या लेखी कोणीही ऐरागैरा असू शकत होतो. मी गुडघ्यांवर वाकलो असताना डोळ्यांच्या कोपऱ्यातून पाहिलं, तेव्हा माझ्या लक्षात

आलं की त्यांच्यापैकी काही जण पार आतल्या खोल्यांकडे, जिथे माझी पत्नी आणि इतर कुटुंबीय झोपले होते, तिथे वळले आहेत. माझ्या कुटुंबीयांचं रक्षण व्हायलाच हवं, ह्या प्रतिक्षिप्त क्रियेप्रमाणे निर्माण झालेल्या भावनेतून मी म्हणालो, ''तिथे माझी मुलंबाळं आणि माझे इतर कुटुंबीय झोपले आहेत. तिकडे जाऊ नका.'' मी एवढं बोललो, पण त्यानंतर काय झालं हे मला समजणं शक्य नव्हतं. कारण त्यांनी माझ्या डोक्यावरून कपडा टाकून माझं तोंड पूर्णपणे झाकून टाकलं. माझे हात पाठीमागे खेचले, बेड्या ठोकल्या आणि पायात प्लॅस्टिकच्या अगदी घट्ट बसतील अशा एक प्रकारच्या बेड्याच ठोकल्या. (हे एक प्लॅस्टिकचं वापरून फेकून देण्याजोगं उपकरण होतं.) मग त्यांनी माझं मुटकुळं उचलून दाराबाहेर उभ्या असलेल्या एका वाहनात टाकलं. माझे शेजारीपाजारी जागे झाले असते तरी त्यांना तिथे काही वावगं चाललंय असं वाटलंच नसतं. कारण ते घर इतरांपासून वेगळं उभं होतं आणि घराभोवती उंच भिंती होत्या. शिवाय माझ्या घराचा दरवाजाही बंद होता.

मला त्यांनी गाडीच्या 'चार बाय चार'च्या मागच्या भागात फेकून दिलं अन् गाडी सुरू झाली. मी अगदी निपचित पडलो असताना कोणीतरी माझ्या डोक्यावर टाकलेलं कापड थोडं वर उचललं, ते इतपत वर उचललं होतं की मला जेमतेम दिसू लागलं होतं. इतक्यात कॅमेऱ्याचा फ्लॅश माझ्या चेहेऱ्यावरून उडाला आणि त्या क्षणी मला तिथे पाकिस्तानी माणसाप्रमाणे पेहराव केलेला एक अमेरिकन दिसला. त्यानं डोक्याभोवती अशा तऱ्हेनं रुमाल गुंडाळला होता की तो पाकिस्तानी वाटावा. पण तो नक्कीच तसा दिसत नव्हता. मी अगदी विचित्र परिस्थितीत सापडलो होतो, तरीही त्या अमेरिकनला त्या स्थितीत पाहून मला हसूच कोसळलं. तो अमेरिकन भलताच विनोदी दिसत होता. त्यानं एक शब्दही न उच्चारता फक्त फोटो तेवढा काढला. माझ्या दुसऱ्या बाजूला बसलेल्या अमेरिकननं जरा बरे कपडे घातले होते, पण त्याच्या डोक्यावर अफगाणी टोपी होती आणि तो हातात बेड्या नाचवत होता. पाठीमागे बांधलेल्या माझ्या हातात बेड्या आधीच ठोकलेल्या होत्या, पण तरीही माझ्यासमोर बेड्या नाचवत तो म्हणाला, ''या बेड्या मला कुठे मिळाल्या ते तुला माहीत आहे का?''

''मला काहीच कल्पना नाहीये आणि तसं पाहिलं तर तुम्हाला या बेड्या कुठे मिळाल्या हे मला माहीत असण्याचं कारण तरी काय?''

''११ सप्टेंबरला जो हल्ला झाला, त्यात बळी गेलेल्या एकाच्या बायकोनं त्या मला दिल्यात.''

'चुकीच्या माणसाला बेड्या ठोकणारे तुम्ही महामूर्ख आहात, असा विचार ती बाई आता नक्कीच करेल.' हे वाक्य त्याला सांगण्याइतपत माझं डोकं मी शांत ठेवलं होतं. त्यानंतर त्यानं माझ्या हातात बेड्या असतानासुद्धा पुन्हा त्यावर त्याच्या

जवळच्या बेड्या ठोकल्या. जे काही चाललं होतं ते अविश्वसनीय होतं. हे असं खरोखर घडत होतं का?

स्थानिक लोकांप्रमाणे उर्दूत मी त्या पाकिस्तान्यांना माझी बाजू पटवून देऊ लागलो. हे असं बोलणं कुठल्याही अमेरिकन माणसाला शक्य नव्हतं. मी त्यांना म्हणालो, "हे पहा, मी जर एखादी गोष्ट चुकीची केली असेल तर तुम्ही ते मला नीट समजावून सांगा, मला ब्रिटिश वकिलातीमधल्या अधिकाऱ्याशी संपर्क साधू द्या किंवा मला एखादा वकील गाठायला हवा. आणि मला माझ्या कुटुंबाबरोबर संपर्क साधायचा आहे, फोन करून मला त्यांची हालहवाल तपासू दे, ती सगळी ठीक आहेत हे मला समजायला हवं." प्रवास चालू असताना मी सतत माझी बाजू त्यांच्यासमोर मांडत राहिलो. ते माझ्याकडे संपूर्ण दुर्लक्ष करताहेत यावर माझा विश्वासच बसत नव्हता. पण जवळजवळ दहा मिनिटांनी आम्ही थांबलो.

अमेरिकन्ससमोर पाकिस्तानी अगदी गप्प होते. त्यांनी सुरुवातीला आपली कोणतीही प्रतिक्रिया दिली नाही. ते मुखस्तंभासारखे उभेच होते. आपले काका किंवा तशाच प्रकारच्या वडिलधाऱ्या माणसांशी जसं अदबीनं बोललं जातं, तसं उर्दूतून मी त्यांच्याशी बोलायला सुरुवात केली, पण त्यांचा प्रतिसाद भलताच थंड होता. पाकिस्तानी माणसाच्या बाबतीत असं घडणं शक्य नव्हतं. पण ते एक गुप्त विश्व होतं आणि सरकारच्या संमतीनंच त्यांनी माझं अपहरण केलं होतं. त्यामुळे त्यांनी माझ्या बोलण्यावर कुठलीही प्रतिक्रिया न देणं हे अगदी स्वाभाविकच होतं. ते सगळेच विलक्षण दबावाखाली होते आणि वातावरणातही विलक्षण ताण होता.

त्यांनी मला गाडीतून बाहेर काढलं आणि मला वाटतं, माझ्या हातातल्या हातकड्या काढून घेऊन अमेरिकन्स तिथून निघून गेले. मी त्यांना पुन्हा कधीही पाहिलं नाही. कुठल्यातरी गुप्तहेरांच्या संघटनेनं मला उचललंय आणि आता ते मला तुरुंगात टाकणार, असं मला वाटत होतं. परंतु तसं न होता पाकिस्तान्यांनी मला एका बऱ्यापैकी खोलीत आणून टाकलं. तिथे जमिनीवर चटई पसरलेली होती. शिवाय एक सोफा व खुर्चीसुद्धा होती. एक रजई, उशी हे तर होतंच, शिवाय त्या खोलीला एक खिडकीसुद्धा होती. मला बाहेरचं काही दिसू नये म्हणून त्यांनी ती खिडकी लगेच बंद करून टाकली. त्यानंतर जवळजवळ ४५ मिनिटांनी, ज्या पाकिस्तानी माणसाला मी माझ्या काकाप्रमाणे सन्मान दिला होता, तो माणूस माझ्या जवळ येऊन बसला आणि त्यानं मला सर्वसाधारण माहिती विचारायला सुरुवात केली. जसं की, माझं नाव, पत्ता, मी कुठे कुठे गेलो आहे त्या जागा, मी पाकिस्तानात काय करीत असतो. सगळे मिळून त्यानं मला १० प्रश्न विचारले. A-4 आकाराचा एक कोरा कागद त्याच्याजवळ होता. तो त्या कागदावर नेहमीची माहिती भरून घ्यावी तसं सगळं लिहून काढत होता. जसं काही यात विशेष असं

काही घडलंच नव्हतं. पण ज्या तऱ्हेनं मला माझ्या कुटुंबापासून तोडून माझ्या घरातून उचलून आणलं होतं, त्या सगळ्याच गोष्टींचा आलेला ताण मला त्या माणसाच्या चेहऱ्यावर स्पष्ट दिसत होता. त्याचा जणू स्वत:शीच काही झगडा सुरू होता. तो अतिशय अस्वस्थ होता.

तो माझ्याशी पहिल्यांदा बोलला ते हे, ''मुला, मला खरंच तू नेमकं काय कृत्य केलंयस हे माहीत नाही. तसंच अमेरिकन्सना तू एवढ्या तातडीनं का हवा आहेस, हेही मला माहीत नाही. पण तुझ्या हे लक्षात आलं असेल की, मी तुला तुरुंगात न टाकता इथे, या खोलीत ठेवलंय. तू पाकिस्तानात तरी काहीही गैर कृत्य केलेलं नाहीस, हे मला माहीत आहे. आम्ही तुझ्या घरी मध्यरात्री आलो होतो याबद्दल मला वाईट वाटत आहे. मी तुझं घर कसं आहे ते पाहिलंय, तुझे कुटुंबीय पाहिले आहेत. भानगडी करणाऱ्या लोकांपैकी तू दिसत नाहीस.'' तो पुढे सांगू लागला, ''आम्ही हे जे काही करतो आहोत, ते फक्त त्या अमेरिकनांमुळे.''

मी त्या पाकिस्तानी माणसाला विचारलं, ''मी जे काही केलं, असं त्यांना वाटतंय, ते मी केलेलं नाही असं तुम्हाला वाटतंय, तर तुम्ही त्या अमेरिकनांसाठी हे सगळं का करताय? तुम्ही माझ्याशी असे का वागताय? आणि त्या अमेरिकनांना खूश करण्यासाठी त्यांच्यापुढे एवढं का वाकताय?''

''आम्ही जर या अमेरिकनांच्या म्हणण्याप्रमाणे केलं नाही तर हे अमेरिकन्स आम्हाला चांगलाच चोप देतील. राष्ट्राध्यक्ष बुश त्यांच्या सैन्यामार्फत ते घडवून आणतील. तुला त्यांनी केलेलं ते विधान माहीत आहे, 'एकतर तुम्ही आमच्या बाजूने आहात किंवा आमच्या विरोधात आहात,' आम्हाला काहीतरी बाजू घ्यायलाच हवी.'' आता माझ्या असं लक्षात आलं होतं की ही आय.एस.आय.ची म्हणजेच इंटर सर्व्हिस इंटेलिजन्सची माणसं – पाकिस्तानी गुप्तहेर संघटनेची माणसं आहेत. अमेरिकन्सच्या पाठिंब्यानं यांच्याशिवाय माझं असं अपहरण करण्याची कोणाची हिंमत होती?

त्यांच्यापैकी एका पहारेकऱ्याने माझ्या हातातल्या बेड्या काढल्या होत्या आणि दुसऱ्या घातलेल्या प्लॅस्टिकच्या बेड्या तोडून टाकल्या होत्या. या गोष्टी करायला त्याला थोडा वेळ लागला, कारण त्याच्याजवळ अगदी बेताची धार असलेली फक्त कात्री होती. त्या खोलीत इमारतीच्या दुरुस्तीचं काही काम सुरू होतं. एका भिंतीला भोक पडलं होतं आणि तिथल्या काही विटा गायब झाल्या होत्या; त्या भोकातून मला बाहेरचं दिसू शकत होतं. आमचं बोलणं संपल्यानंतर पहारेकऱ्यानं त्या रात्रीपुरता माझा हात खुर्चीला एका कड्यात अडकवून टाकला. त्यानंतर तो चकार शब्दही बोलला नाही. त्यानं तसं वागण्याचं कारण अगदी उघड होतं. खरंतर ते कडं एवढं मोठं होतं की, त्यातून आरामात माझा हात बाहेर निसटून येत होता. तो एकदाचा खोलीतून बाहेर गेल्यावर मी माझा हात त्या कड्यातून बाहेर काढून

घेतला आणि त्या रात्री जेव्हा दुसरं कोणी आलं तेव्हा पुन्हा मी माझा हात त्या कड्यात सरकवून दिला. मला खरोखरीच असं वाटत होतं की कोणाच्यातरी चुकीमुळे हे घडलं असल्यानं, काही दिवस, कशाला, काही तासांतच हा भयंकर प्रकार संपून जाईल. त्यामुळे तोपर्यंत पळून जाण्याचा विचारसुद्धा मी केला नाही.

मी खुर्चीत मागे रेललो आणि माझा हात माझ्या खिशापाशी गेला. माझ्या बोटाला माझ्या खिशातल्या मोबाइलचा स्पर्श झाला. माझ्या खिशात नेहमीप्रमाणे माझा मोबाइल होता. संगणकावर काम करताना तो नेहमीसारखा माझ्या खिशातच राहिला होता आणि महत्त्वाचं म्हणजे त्यांनी माझी झडती घेतली नव्हती. मी आत्तापर्यंत माझ्या खिशात नेहमी असणाऱ्या फोनबद्दल विसरूनच गेलो होतो, पण आता त्या स्पर्शाची मला जाणीव झाली आणि हेही जाणवलं, आता हीच आपली आयुष्यरेखा आहे. त्यानंतर मी पहिली ही गोष्ट केली की घराजवळ राहणाऱ्या माझ्या मित्राला मी ताबडतोब फोन केला. त्या वेळी पहाटेचे दोन वाजले होते. त्यानं जेव्हा माझा फोन उचलला तेव्हा त्याचा आवाज फार पेंगुळलेला होता. मी माझ्या फोनवरून कुजबुजलो आणि आश्चर्य म्हणजे तो देखील तसाच कुजबुजला. मी त्याला घडलेलं सगळं सांगितलं आणि मग त्याला माझ्या घरी प्रत्यक्ष जाऊन सगळी माणसं व्यवस्थित आहेत ना ते बघून ये असं म्हणालो. शिवाय ही हकिकत पाकिस्तानात राहाणाऱ्या माझ्या काकांना व मावशांना कळवायलाही सांगितलं आणि त्याशिवाय माझे जे काही इतर नातेवाईक होते, त्यांच्याशी संपर्क साधता आला तर पहा असंही मी त्याला म्हणालो. त्यानंतर बर्मिंगहॅमला राहाणाऱ्या माझ्या वडिलांना फोन केला. तुरुंगातल्या त्या खोलीतून मी परदेशात फोन करू शकलो, या माझ्या भाग्यावर क्षणभर माझा विश्वास बसला नाही. मी पुन्हा हलकेच फोनवर कुजबुजलो. मी त्यांना घडलेली हकिकत सांगितली. शिवाय आत्तापर्यंत मला जे माहीत झालं होतं तेही सांगितलं. मला त्यांनी उचललं तेव्हा अमेरिकन्स तिथे होते. त्यांच्या हुकमावरूनच माझं अपहरण करण्यात आलं, हेही मी सांगून टाकलं. माझे सॉलिसिटर गारेथ पेयर्स यांना हे सगळं त्यांनी सांगावं, असंही मी म्हणालो. शिवाय त्यांनी पाकिस्तानात असलेल्या इतर नातेवाइकांशी संपर्क साधावा आणि झैनाब आणि मुलांना सुरक्षित ठिकाणी हलवावं, असंही सुचवलं. हे सगळं ऐकल्यावर त्यांना किती भयंकर काळजी वाटेल, या विचारांनी माझा थरकाप झाला. कारण काही दिवसांपूर्वीच त्यांच्या हृदयावर शस्त्रक्रिया करण्यात आली होती. पण माझाही नाइलाजच होता.

हे सगळं ऐकून माझ्या बाबांना धक्का बसणं अगदी स्वाभाविक होतं. तरीही ते माझ्यासारखेच फोनवर हळू आवाजात कुजबुजले. त्यामुळे त्या वेळी त्यांची स्थिती नेमकी कशी झाली होती हे समजणं जरा अवघड होतं. त्यानंतर मात्र मोबाइलमधली बॅटरी संपत आली. त्यानंतर फोनची घंटी एकदा वाजली. माझ्या

मोबाइलवर नंबर आला नाही, याचाच अर्थ तो फोन परदेशातून आलेला होता. मी फोन उचलला आणि बोलू लागलो, तोवर मोबाइलची बॅटरी पूर्णपणे संपून गेली होती. खोलीत काही प्लग पॉईंटही होते, मी जमिनीवर पसरलेलं जाजम वर उचलून पाहिलं. तिथे काही वायर्स देखील दिसल्या. या तुरुंगाबाहेर असलेल्या माझ्या रोजच्या आयुष्यातल्या लोकांशी संपर्क साधायला मी कमालीचा उत्सुक झालो होतो. मी त्या वायर्स प्लगला जोडण्याचा प्रयत्न केला. परंतु माझ्याजवळ आवश्यक ते उपकरण नसल्यामुळे माझ्या मोबाइलची बॅटरी चार्ज झाली नाही आणि मला असं वाटतं, या सगळ्या धडपडीत माझा मोबाइल नादुरुस्त झाला.

एवढं सगळं केल्यानंतर मी झोपण्याचा प्रयत्न केला. मी जमिनीवर पसरलेल्या जाजमावर पांघरूण घेऊन झोपलो, परंतु माझा डोळ्याला डोळा लागला नाही. माझ्या मनात वेगळंच चाललं होतं. पुढे काय वाढून ठेवलं असेल या विचारांनी मी पुरता घाबरून गेलो होतो. त्याच वेळी मी तर्कसुसंगत असा विचारही करू लागलो होतो आणि शेवटी मला न्याय मिळेलच मिळेल, अशी मी स्वत:ची समजूत घातली. मी स्वत:लाच बजावलं, 'तुला माहीत आहे की, तू गैर असं काहीही केलेलं नाहीस. तुला तुझ्यावर खटला भरला जाण्याची काळजी करण्याचं काहीच कारण नाही किंवा जे कृत्य तू कधीच केलेलं नाहीस, त्यासाठी तुला नक्कीच डांबून ठेवलं जाणार नाही.'

खोलीत वेगळाच कोणीतरी माणूस आला, तेव्हा डोक्यात या विचारांचं काहूर माजलं असताना अर्धवट झोपेतच मी उठलो. सकाळ झाली होती आणि त्या माणसानं माझ्यासाठी चहा व पराठा आणला होता आणि झिजलेल्या सपातांचा जोडही. त्या माणसानं मला हेही सांगितलं की, मला जर कुठल्याही गोष्टीची गरज वाटली तर मी दरवाज्यावर थाप मारली, की पहारेकरी आत येईल. थाप मारल्यावर पहारेकरी आत येतही, परंतु माझ्या असं लक्षात आलं की त्यांना काहीच माहीत नाहीये. म्हणून मग मी कोणी अधिकारी भेटेल का त्याची चौकशी करायला लागलो.

दुसऱ्या दिवशी त्यांनी मला खोलीबाहेर काढलं. पण त्या आधी त्यांनी माझ्या हातात बेड्या ठोकल्या व माझ्या डोक्यावरून फडकं टाकून संपूर्ण चेहरा झाकून टाकला. त्यामुळे ही काही फक्त प्रातर्विधी उरकण्यासाठी केलेली तयारी नव्हे हे माझ्या लक्षात आलं. ते माझा चेहरा झाकून टाकण्यापूर्वी दारात एक सशस्त्र पहारेकरी उभा असल्याचं मी पाहिलं होतं. त्याच्या जवळ कलाश्निकोव्ह रायफल होती. तो माझ्याबरोबर चालू लागला. त्यानं मला वाहनात मागच्या बाजूला बसायला मदत केली. आम्ही गाडीतून बराच वेळ जात होतो. आजूबाजूने जाणाऱ्या वाहनांचे आवाज कानी पडत होते त्यावरून आम्ही अजून हायवेला लागलेले नसून इस्लामाबादमध्येच आहोत हे माझ्या लक्षात आलं. माझा चेहरा एका साध्या

कापडाने झाकलेला असल्यामुळे काही गोष्टी मला समजत होत्या जसं की या कारच्या खिडकीच्या काचा गडद होत्या.

एका पाकिस्तानी अधिकाऱ्याला कोणाशी तरी इंग्लिशमध्ये बोलताना मी ऐकलं. पाकिस्तानी लोक आपसात इंग्लिशमधून बोलत नाहीत. त्यामुळे तो अधिकारी अमेरिकन किंवा ब्रिटिश माणसाशी बोलला असावा असं मी गृहीत धरलं. त्याच्या बोलण्यात जी-१० चा उल्लेख आलेला मी ऐकला. हे इस्लामाबादमधल्या एका जिल्ह्याचं नाव होतं, जिथे माझा एक मित्र राहात होता. ज्या घरात मला नेलं गेलं ते घर फारच सुरेख, जे जी-१० जिल्ह्याला शोभेसं होतं.

या घरात चार वेळा माझी चौकशी करण्यात आली. पण दर वेळी त्यासाठी नवी खोली वापरण्यात आली होती. ते घर नक्कीच वापरातलं होतं आणि नक्कीच ते चांगल्यापैकी श्रीमंत असामीचं असलं पाहिजे. तिथे भलामोठा सोफा होता आणि मोठा पडदा असलेला दूरदर्शन संच होता. त्यांनी मला शयनगृहापासून भल्या मोठ्या बैठकीच्या दिवाणखान्यापर्यंत वेगवेगळ्या वेळी थांबवून ठेवलं असल्यामुळे मी हे सगळं पाहिलं. भारतीय उपखंडातल्या अनेक लोकांना पाश्चात्त्यांसमोर जो एक न्यूनगंड वाटत राहतो, तोच प्रकार दुर्दैवानं मला या पाकिस्तानी लोकांत आत्ता आढळून आला. ते त्यांच्या पाश्चात्त्य मित्रांना जेवढा म्हणून ऐषाराम देता येईल तेवढा देत असल्याचं दाखवतात. व्हिक्टोरियन शैलीच्या काही रेस्टॉरंट्समध्ये जसे वेटर्स हातांवर टॉवेल्स टाकून उभे असतात, तसे ते हातांवर टॉवेल्स टाकून उभे काय राहतील, उत्तमात उत्तम खाद्यपदार्थ आणि पेयं आपल्या मित्राला पेश करतील.

पहिल्या भेटीच्या वेळी तिथे पन्नाशीला आलेले, साध्या कपड्यातले दोन अमेरिकन हजर होते. त्यांनी त्यांची स्वत:ची ओळख सांगितली नाही, तसंच त्यांनी ते कुठल्या संस्थेचे आहेत त्याबद्दलही सांगितलं नाही. आम्ही जेवणाच्या टेबलाभोवती बसलो होतो, हातात बेड्या असलेल्या अवस्थेत मी एका बाजूला बसलो होतो तर ते दुसऱ्या बाजूला बसले होते. खोलीबाहेर एक सशस्त्र पाकिस्तानी पहारेकरी उभा होता. मी पार चक्रावून गेलो होतो. हे सगळं कशासाठी चाललं होतं? पाकिस्तानात अशा स्वरूपाचं अपहरण झाल्याचं मी कधीच ऐकलं नव्हतं. पण मी इस्लामाबादमध्ये असताना जेव्हापासून अमेरिकन्स अफगाणिस्तानमध्ये आले आहेत तेव्हापासून अशा अनेक घटनांविषयी मात्र मी ऐकलं होतं. नंतर मात्र मी डांबून ठेवलेल्या अनेकांकडून त्यांना छापा घालून उचलून आणून कसं डांबण्यात आलं ते ऐकलं आणि कहर म्हणजे काहींना तर ते रस्त्यावर असतानाच उचलण्यात आलं होतं.

माझं अपहरण केल्याच्या घटनेला आता चोवीस तास होऊन गेले होते. त्यांच्यापैकी एका अमेरिकनानं मला माझ्या बायकोची पर्स, त्यात असलेलं तिचं ड्रायव्हिंग लायसेन्स आणि तिचा मोबाइल फोन दाखवला. जेव्हा त्यांनी माझ्या

पत्नीच्या खाजगी गोष्टी माझ्यासमोर ठेवल्या तेव्हा मी खरोखरच घाबरून गेलो. त्यांनी तिच्या या वस्तू का बरं घेतल्या असतील? काहीतरी वाईट असं तिच्याबाबतीत घडलं तर नसेल? माझी कमजोरी त्यांनी केव्हाच शोधून काढली होती. मी जेव्हा जेव्हा माझ्या बायकोचा व मुलांचा विचार करीत असे, तेव्हा माझी होणारी बैचेन अवस्था मी त्यांच्यापासून लपवून ठेवू शकलो नव्हतो. नंतर मात्र मी त्यांच्या या अशा वागण्यामागचं कारण शोधू लागलो. पण मग माझ्या लक्षात आलं, त्यांनी हे जे काही चालवलं होतं ते मला अडकवण्यासाठी चाललेला खटाटोप होता. मला नंतर हेही समजलं की त्यांनी माझ्या घरातून इतरही गोष्टी उचलल्या होत्या. माझा संगणक आणि इंग्लंडमधून माझ्या स्नेह्यांनी आणि कुटुंबीयांनी पाठवलेले आणि मी बचत करून ठेवलेले ८,००० पाऊंडही त्यांनी घेतले होते.

मी पाकिस्तानात काय करीत होतो? मी अफगाणिस्तानला जाऊन आलो का? असे प्रश्न त्यांनी मला विचारले, पण मी त्यांच्या एकाही प्रश्नाचे उत्तर दिले नाही. उलट मी हेच म्हणत राहिलो की एकतर मला माझ्या वकिलांशी बोलू दे किंवा ब्रिटिश वकिलातीशी संपर्क साधू दे. त्यावर ते असं म्हणाले की याबाबतीत ते मला काहीच मदत करू शकणार नाहीत. त्यानंतर त्यांनी धमक्या द्यायला सुरुवात केली आणि त्यातून मला असं सूचित केलं की ते मला कुठेतरी आणखी वाईट ठिकाणीही पाठवू शकतात.

दुसऱ्या दिवशी त्यांनी मला खोलीत परत आणलं, पण यावेळी खोलीत वेगळी माणसं होती. त्यामध्ये स्त्रीसुद्धा होती. तिनं मला आमचे ब्रिटिश पासपोर्ट्स कुठे आहेत म्हणून विचारलं. मला माझं स्वत:चं घर मिळेपर्यंत मी ज्या कोणाकडे तरी राहात होतो, त्यांच्याकडे मी आमचे पासपोर्ट्स ठेवलेले होते. माझ्या काही वैयक्तिक वापराच्या वस्तू सुद्धा अजून त्यांच्याकडेच होत्या. ही अमेरिकन बाई आमचे पासपोर्ट्स कुठे आहेत हे जाणून घेण्यासाठी फारच उत्सुक होती. मी तिला म्हणालो की तुम्ही अगदी काळजी करू नका, ते अगदी सुरक्षित जागी आहेत.

त्यांनी माझ्या घरी असलेला माझा पाकिस्तानी पासपोर्ट घेतला होता. तो मला दाखवून ते म्हणाले, 'तुझं दुहेरी नागरिकत्व आहे हे आम्हाला माहीत आहे.' या गोष्टीकडे माझं लक्ष वेधून त्यांना नेमकं काय सुचवायचं आहे ते समजून घेण्याचा मी प्रयत्न करू लागलो. पण माझ्या हाती तेवढ्यावरून काहीच धागेदोरे लागेनात. मी अफगाणिस्तानमध्ये असताना जर मला पाकिस्तानमध्ये प्रवास करायची वेळ आलीच तर हाताशी असावा म्हणून मी तो बर्मिंगहॅममधून फक्त एक वर्षापूर्वीच काढला होता, तेव्हा मला असं वाटलं होतं की माझ्या ब्रिटिश पासपोर्टपेक्षा तो मला जास्त उपयोगी पडेल.

मला पहिल्यांदा भेटलेल्या त्या दोन अमेरिकन माणसांपैकी एक जण आणि त्याच्या जोडीला ब्रिटिश गुप्तहेरखात्यातले दोन अधिकारी, ज्यांनी स्वत:ची ओळख एम-१५ मधून आलेले अशी करून दिली, ते त्या दिवशी तिथे होते. त्यांच्यापैकी

एक अगदी तरुण स्त्री होती आणि दुसऱ्यानं त्याचं नाव इयान म्हणून सांगितलं.खरं तर मी त्याच्याबद्दल तसं ऐकून होतो. माझं अपहरण होण्यापूर्वी काही दिवस आधी जेव्हा मी बर्मिंगहॅममधील शकील नावाच्या माझ्या मित्राशी बोललो होतो, तेव्हा तो मला म्हणाला होता की, एम-१५ मधील इयान नावाचा एक माणूस 'इस्लामिक बुकशॉप' मध्ये आला होता. तेव्हा तो असं म्हणाला होता की 'त्याला तुला भेटण्याची आणि तुझ्याशी बोलण्याची तीव्र इच्छा आहे. तेवढ्यासाठी तो पाकिस्तानला येणार आहे आणि तुला भेटण्याचा प्रयत्न करणार आहे.' त्या वेळी मी शकीलला म्हणालो होतो की 'तू त्याला माझा टेलिफोन नंबर दे. तो जेव्हा पाकिस्तानला येईल तेव्हा त्यानं मला फोन केला की आम्ही दोघं भेटू.' शकीलनं त्याचं वर्णन 'ढब्बू-ढोल, चश्मीश' असं केलं होतं. आणि ते इतकं तंतोतंत होतं की, या माणसानं त्याचं नाव सांगण्यापूर्वीच मी त्याला ओळखलं होतं.

एम-१५ ला माझ्याशी बोलावंसं वाटण्याची माझ्या आयुष्यातली ही तिसरी खेप असल्यामुळे मला त्यात काही धोका जाणवला नाही. त्या वेळी मला असं वाटलं की त्याचे इतर सहकारी जसे येऊन चहा वगैरे पिऊन थोडी काळजी व्यक्त करून गेले, तशाच पद्धतीनं मी याचीही बोळवण करीन. मी काहीही बेकायदेशीर कृत्य केलेलं नव्हतं आणि मी कोणापासूनही काहीही लपवलेलं देखील नव्हतं. अमेरिकनांना पाहून मला जे काही वाटलं होतं, त्यापेक्षा इयानला पाहून नक्कीच खूप वेगळं वाटलं. खरंच इयानला बघून मला एकदम सुटल्यासारखं वाटलं. तो ब्रिटिश आहे एवढं समजल्यामुळेच माझा ताण हलका झाला होता. "या इतर लोकांपासून दूर, फक्त तुझ्याशीच, असं मी बोलू शकतो का?"

"नाही, तू तसं करू शकत नाहीस." त्यानं सांगितलं आणि त्यानंतर माझ्या लक्षात आलं की हा सगळा प्रकार म्हणजे ब्रिटिश व अमेरिकनांची 'मिली भगत' आहे.

"ठीक आहे, तुम्ही तशी जबाबदारी घेऊ शकत नसाल तर निदान मला ब्रिटिश वकिलातीशी संपर्क तरी जोडून द्याल का?" मी विचारलं.

"मी तसंही करू शकत नाही, मी काही कोणी सामाजिक कार्यकर्ता नव्हे."

"एका ब्रिटिश नागरिकानं दुसऱ्या ब्रिटिश नागरिकाला सांगावं तसं तरी तुम्ही मला सांगाल का, माझे कुटुंबीय ठीक आहेत ना? मला तेवढी तरी माहिती द्या."

"सॉरी! मी हे सगळं करण्यासाठी इथे आलेलो नाही आणि त्या हुद्यावरही नाही." मी एक ब्रिटिश नागरिक असूनही त्याला माझ्याबद्दल तसं काहीच वाटत नाही हे पाहून मी दिङ्मूढच झालो.

मी काबूल कुठल्या परिस्थितीत सोडलं आणि मी माझ्या कुटुंबीयांना पुन्हा कसा भेटलो, ती सगळी हकिकत डोळ्यात आसवं आणून त्याला सांगून सुद्धा त्याचं वागणं तसं होतं. त्यामुळे मी त्याला विचारलं, "मी काय करावं अशी तुझी

अपेक्षा आहे? तू इथे कशासाठी आला आहेस?"

"मला असं वाटतं की तुला अजून एक संधी मिळालेली आहे. किती लोकांना अशी संधी पुन्हापुन्हा मिळत असते? मला एवढंच करायचंय की तू अमेरिकनांना सहकार्य करावंस. तेच तुझ्यासाठी सर्वांत चांगलं ठरेल."

त्यानंतर इयाननं मला काही प्रश्न विचारले. सर्वांत प्रथम त्याला मी अफगाणिस्तानमध्ये कशासाठी गेलो होतो, तिथे मी नेमकं काय करीत होतो आणि मी तिथे कोणाला भेटलो यासंबंधी माहिती हवी होती. त्यानंतर त्यानं माझ्या बोस्निया भेटीसंबंधी सगळं काही विचारलं आणि मग १९९९ मध्ये मी टर्कीला गेलो होतो त्यासंबंधी विचारलं. मी त्याला मला अफगाणिस्तानला का जावं लागलं, तिथे मी कोणत्या भूमिकेत होतो आणि मी तिथे नेमकं काय केलं हे अगदी तपशीलवारपणे व्यवस्थित सांगितलं. त्यानंतर त्यानं विचारलेल्या सर्व प्रश्नांची उत्तरं मी दिली. माझ्याजवळ लपवण्यासारखं काही नव्हतं, त्यामुळे मला घाबरण्याचंही काही कारण नाही असं मला वाटत होतं.

माझ्या असं लक्षात आलं की, मी हे सगळं सांगत असताना अमेरिकन्स काही नोंदी करत होते. एका क्षणाला तर असं घडलं की त्यांच्यापैकी एक जण सरळ उठला आणि त्यानं कुठेतरी फोन लावला. फोनवरून चाललेलं त्याचं सगळं बोलणं काही माझ्या कानी पडलं नाही, पण त्यातलं काही माझ्या कानी पडलं आणि पडलं ते मनात खोलवर रुतून बसलं. ते वाक्य असं होतं, 'कंदाहारसाठी आमच्याजवळ दुसरा एक जण आहे.' मी त्या महिला अधिकाऱ्याकडे पाहिलं अन् क्षणात मला हे सगळं एकदम निरर्थक असल्याची जाणीव झाली. तिनं एकदा माझ्याकडे वळून बघितलं अन् ती माघारी वळली. त्यानंतर जसे ते माझ्या खोलीत अचानक आले होते तसेच ते – म्हणजे इयान आणि एम-१५ चा दुसरा अधिकारी – दोघंही एकदम उठून खोलीबाहेर निघून गेले. ब्रिटिश माणसाच्या व्यक्तिमत्त्वाची ही दुसरी बाजू, मी कधीच अनुभवली नव्हती. त्यांना मी म्हणजे फक्त पाकिस्तानी वाटलो असणार, निदान मला तरी तसं वाटलं. जर मी त्यांच्या लेखी फक्त पाकिस्तानी होतो, तर मग ते का म्हणून माझी काळजी करतील? मी त्यानंतर त्यांच्यापैकी कोणालाही पुन्हा कधीही पाहिलं नाही.

मी माझ्या खोलीत विचारांच्या मोहोळात एकटाच सापडलो असताना, परिस्थितीचं गांभीर्य लक्षात न आल्यामुळे मी माझ्या कुटुंबीयांना कुठल्या भीषण परिस्थितीत लोटलंय, या विचारानं मला विलक्षण अपराधी वाटायला लागलं. ११ सप्टेंबरचा अफगाणिस्तानबरोबर कसा अन् काय संदर्भ लावला जात होता, ते माझ्या लक्षातच येत नव्हतं. मागे काय घडलं त्याचा विचार करून स्वत:च्या मनाला जखमा करून घेणं आणि स्वत:ला अपराधी वाटून घेणं मी थांबवलं; तसंच भविष्यात काय घडेल याचा विचारही करणं

मी सोडून दिलं. गेले दोन महिने अमेरिकेने केलेल्या बॉम्ब वर्षावामुळे मला, मी काबूलमध्ये करीत असलेलं काम थांबवून, तिथे नुकत्याच घेतलेल्या घरातून पळ काढावा लागला होता. त्या भयंकर आठवणी अजून माझ्या मनातून पुसल्या गेल्या नव्हत्या.

माझ्या चौकशीची दुसरी फेरी फक्त अमेरिकनांबरोबर झाली. त्यांच्यापैकी एक जण पॉल, मी त्याच्याशी न बोलता ब्रिटिशांबरोबर बोललो म्हणून नाराज झालेला दिसत होता. तो म्हणाला, "तुला फक्त तुझ्याच माणसांशी बोलायचं होतं हे तू दाखवून दिलंस. पण लक्षात ठेव, ब्रिटिशांनी तुला खुशाल वाऱ्यावर सोडून दिलंय. तू त्यांना पुन्हा कधीही भेटू शकणार नाहीयेस, त्यामुळे आमच्याशी सहकार्य करणं, एवढीच आता तुला मिळालेली संधी आहे. आम्ही पूर्वी काही लोकांना सोडूनही दिलेलं आहे." त्याच्या या बोलण्यानंतर काही क्षण पूर्ण शांततेत गेले. त्यानंतर तो म्हणाला, "आम्ही तुझं आयुष्य एकदम सोपं बनवू शकतो किंवा अत्यंत कटकटीचं, त्रासदायकही बनवू शकतो. तू आम्ही विचारलेल्या प्रश्नांची उत्तरं आत्ता इथे देऊ शकतोस किंवा कंदाहारमध्ये किंवा ग्वांटानामोमध्ये देखील देऊ शकतोस."

मी त्याला पुन्हा म्हटलं, "तुम्ही मला माझे कुटुंबीय सुरक्षित असल्याची हमी देऊ शकता का?" ब्रिटिश ती गोष्ट माझ्यासाठी करणार नव्हते हे अगदी उघडच होतं. त्यामुळे यांना तो प्रश्न विचारण्याशिवाय माझ्यासमोर दुसरा पर्यायच नव्हता. पण माझ्या लक्षात आलं की या बाबतीत या अमेरिकनांनाही काडीचाही रस नव्हता. मग तोंडातून 'ऊह्...! ओह्...' असले काहीतरी उद्‌गार काढून ते शेवटी म्हणाले, त्याबाबतीत आम्ही काही करू शकत नाही. त्यानंतर आम्ही जी-१० हे घर सोडलं.

त्यानंतर तुरुंगातल्या माझ्या खोलीत परत आल्यानंतर मी माझ्या पाकिस्तानी पहारेकऱ्यांशी बातचीत केली. परंतु ज्याला मी माझ्या काकाएवढा मान दिला होता आणि त्याच्याबरोबर माझा थोडातरी स्नेहबंध जुळला होता, तो आज पहाऱ्यावर नव्हता. मी त्या पहारेकऱ्यांची विनवणी केली. गयावया करून त्यांना म्हणालो, "कृपा करून तुम्ही माझ्या घरी जा अन् माझी माणसं कशा अवस्थेत आहेत, ती तिथं नेमकं काय करताहेत ते पहा आणि माझ्या बायकोला मला पत्र पाठवायला सांगा."

त्यांच्यापैकी एक अधिकारी हे सगळं करायला तयार झाला. तो मला म्हणाला, "मी तुझ्या घरी जाईन आणि सगळं काही ठीकठाक आहे ना ते बघून येईन, शिवाय मी तुझ्यासाठी जमलं तर बदलायला तुझे कपडे आणि काही इतर वस्तूसुद्धा तुझ्या घरातून घेऊन येईन." त्यानंतर एक दिवस त्यानं मला सांगितलं की तो माझ्या घरी गेला होता, पण दाराला भलं मोठं कुलूप लावलेलं दिसलं. त्यानं शेजाऱ्यांकडे चौकशी केल्यावर त्याला समजलं की मला उचलून नेल्यावर लगेच दोन-तीन दिवसांतच माझी माणसं तिथून निघून गेली होती.

ते सगळं ऐकल्यावर मी भलताच संभ्रमात पडलो. माझी पत्नी झैनाब आणि

मुलं यांचं नेमकं काय झालं असेल, ती कुठे गेली असतील, याबद्दल विचार करणं मी आता बंद करून टाकलं.

दिवस नुसतेच सरत राहिले, त्या मधल्या काळात काहीच घडलं नाही. सकाळ-संध्याकाळ जेवायला चपाती आणि आमटी असे. मी सोमवार-गुरुवार उपवास करू लागलो. अशा तऱ्हेनं आध्यात्मिक शुद्धीसाठी उपवास करणं मुसलमान लोकांत सर्रास चालतं. उपवास सोडण्यासाठी मग आय.एस.आय.चे अधिकारी माझ्यासाठी अन्न विकत आणू लागले. त्या दिवसांत मी पूर्ण धार्मिक बनलो आणि कधी नव्हे तेवढ्या तीव्रतेनं अल्लाची माझ्यावर कृपादृष्टी व्हावी अशी इच्छा करू लागलो. माझे उपवास आणि कुराणाचं पठण जसजसं वाढू लागलं, त्या प्रमाणात माझ्या प्रार्थनाही वाढू लागल्या आणि माझ्या नम्र विनंत्याही वाढू लागल्या.

सर्वसाधारणपणे मी फक्त पहारेकऱ्यांशीच बोलत असे आणि मला असं आढळून आलं की, त्या बिचाऱ्यांना खरोखरच काही माहीत नव्हतं. मी माझ्यावर नेमलेल्या अधिकाऱ्याला सतत प्रश्न विचारीत असे. दर दहा किंवा पंधरा मिनिटांनी दारावर धडका मारून मी पहारेकऱ्याला एकच प्रश्न सतत विचारीत असे, "हे पहा, नेमकं काय चाललंय मला सांगता का? मला माझ्या कुटुंबीयांशी संपर्क साधायचा आहे." त्या पहारेकऱ्यांची सहानुभूती होती. माझ्या प्रश्नांची उत्तरं त्यांच्यापाशी नव्हती म्हणून त्यांना खेदही वाटत असे. कारण मला तिथे नेमकं कशासाठी आणलंय हे त्यांना खरोखरच माहीत नव्हतं. त्यांना तिथे खुनी, बलात्कार करणारे, चोर किंवा अतिरेक्यांना पहायची सवय होती. त्यामुळे मला तिथे नेमकं कशासाठी डांबून ठेवलंय हे त्यांना खरोखरच माहीत नव्हतं. मी तिथल्या वरिष्ठ अधिकाऱ्यांशी देखील बोललो. तो अधिकारी उत्तम इंग्लिश बोलत होता. माझी खात्रीच पटली, तो नक्कीच बराच वरिष्ठ अधिकारी असला पाहिजे.

पहिल्या दिवशी तो प्रौढ पहारेकरी जसं बोलला होता, तसंच या अधिकाऱ्यानंही सांगितलं, 'मी तिथे फक्त अमेरिकनांमुळे आणला गेलो होतो.' त्यांच्यापैकी कोणीही मला त्यांची नावं सांगितली नाहीत आणि जेव्हा मी त्याबद्दल विचारलं तेव्हा ते म्हणाले, "तुला आमची नावं माहीत नाहीत हेच चांगलं आहे." त्यांनी ते आय.एस.आय.चे लोक आहेत किंवा नाहीत याबद्दलही काही सांगितलं नाही.

ज्या ज्या वेळी मला कशाचीही गरज भासत असे, त्या त्या वेळी मी दरवाजा वाजवत असे. दरवाजा वाजवल्याबरोबर लगेच कोणी ना कोणी माझ्यासमोर येऊन हजर होत असे. जर क्वचित कोणी फिरकलंच नाही तर मग मी दारावर जोरात धडका देत असे. परंतु सर्वसाधारणपणे मी दारावर थाप मारताच कोणीतरी आत येऊन मला काय हवं-नको ते विचारत असे. जर मला पाणी हवं असेल तर ते पाण्याची बाटली भरून माझ्यासमोर आणून ठेवत असत. मला जर लघवीला

जायचं असेल तर ते माझं तोंड झाकलं जाईल अशा बेतानं माझ्या डोक्यावरून एक फडकं टाकत असत आणि मगच मला व्हरांड्यातून इमारतीच्या दुसऱ्या बाजूला जिथे बराकी होत्या, तिकडे नेत असत. तिथल्या मोऱ्या अंधाऱ्या आणि अत्यंत घाणेरड्या होत्या. तिथे नळाला पाणी असे, पण साबण मात्र ठेवलेला नसे. मध्य पूर्वेकडे असतात तशा प्रकारच्या त्या मोऱ्या होत्या. मोऱ्या म्हणजे जमिनीला एके ठिकाणी भोक असे. वर छपराला छोटा झरोका असे, त्यातूनच प्रकाशाची तिरीप दिवसा आत येत असे. तिथे जाताना मला तुरुंगातल्या बराकी दिसत.

मी मोरीकडे जाताना एकदा अरेबिक भाषेत चाललेली बोलणी माझ्या कानावर पडली. मी पहारेकऱ्याला विचारलं, ''तू मला त्यांच्याशी बोलू देशील का?''

''मी दार बंद करून घेईन, तू प्रत्येकाशी पटापट बोल.'' तो म्हणाला आणि त्यानं मला पाच मिनिटांचा वेळ दिला. मी प्रत्येक बराकीपाशी गेलो त्यांची ती अवस्था पाहून माझं आतडं अक्षरशः तुटलं. तिथे सूर्यप्रकाशाचा एक किरणही पोहोचत नव्हता. तिथे भयंकर ओल आलेली होती. गेले तीन ते चार महिने त्यांच्यापैकी काही लोक त्या तसल्या अवस्थेत राहात होते. ते सगळे अरब होते. त्यांच्यापैकी तिघंजण इस्लामाबाद विद्यापीठाचे विद्यार्थी होते. त्यांच्या देशाच्या वकिलातीमधून कोणीतरी यावं आणि इथल्या वरिष्ठांशी बोलावं, अशी त्यांची तीव्र इच्छा होती. पण तिथे एक गोष्ट शक्य होती, ती म्हणजे ते एकमेकांशी बोलू शकत होते आणि एकत्र प्रार्थनाही करू शकत होते.

अमेरिकन्सना भेटल्यानंतर त्यांनी कंदाहारला आणि कदाचित ग्वांटानामोला जाण्याची भाषा केली होती. शिवाय त्यांनी मला वकील मिळवून देण्याचंही नाकारलं होतं. माझ्या कुटुंबीयांशी माझा संपर्क प्रस्थापित होत नव्हता. ब्रिटिश माझ्याबाबतीत केव्हाच हात झटकून मोकळे झाले होते. या परिस्थितीत मी आता इथून पळून जाण्याचा विचार करू लागलो. मी सर्व बाजूंनी विचार करू लागलो... पहारेकऱ्यांशी झटापट करून त्यांचं हत्यार काढून घ्यायचं अन् मग माझ्या मार्गात आडव्या येणाऱ्यांबरोबर दोन हात करत इथून सटकायचं किंवा इथून वर चढून उडी मारून बाहेर पडायचं. माझ्या कुटुंबाचं काय झालं असेल हा विचार जेव्हा जेव्हा मला पछाडत असे, तेव्हा तेव्हा माझ्या मनात इथून पळून जाण्याचे विचार उचल खात असत. जर माझ्या कुटुंबीयांना काही झालं तर जन्मभर मी त्याबद्दल अमेरिकनांना जबाबदार धरेन, असा विचार माझ्या मनात घर करून राही.

माझ्या खोलीला असलेली खिडकी, जी त्यांनी टेप मारून बंद करून टाकली होती, ती वरून काही इंच उघडी होती. बाहेरचं बघायचं असेल तर मला सोफ्यावर उभं राहून बाहेर डोकवावं लागत असे. असं डोकावल्यावर मला भिंतीपलीकडे रस्त्यावरून जाणाऱ्या मोटारगाड्या दिसत. एकदा असं बघत असताना माझ्या लक्षात

आलं की, त्या खिडकीला अगदीच फडतूस सळ्या बसवण्यात आलेल्या आहेत. मग माझ्या कमरेला जो बेल्ट होता तो मी हिसका मारून काढला. त्या बेल्टला असलेल्या बक्कलला, पुढच्या बाजूला आलेलं दातेरी असं काहीतरी होतं. ज्याचा उपयोग मी स्क्रू-ड्रायव्हरसारखा करू शकत होतो. पुढचे काही दिवस खिडकीच्या सळ्यांना ठोकलेल्या बिजागऱ्या मी थोड्या थोड्या करून काढून टाकल्या. मग एक दिवस संपूर्ण खिडकी उचकटून टाकण्याइतकी सैल झाली. त्यानंतर जेव्हा जेव्हा मी लघवीसाठी मोरीत जात असे तेव्हा त्यातला थोडा थोडा भाग मी मोरीच्या भोकात फेकून देत असे. सरकत्या दरवाज्याची खिडकी होती ती मी आता संपूर्ण उघडली होती.

रात्री ११ नंतर इथून पोबारा करण्याचा माझा बेत होता. कारण त्यानंतर पहारेकरी खोलीत येत नसत व दिवा देखील बंद केला जाई. जिथून गाड्या येत असत तिथे प्रवेशद्वाराजवळ उभ्या केलेल्या चौकीत एक पहारेकरी उभा असे, तो झोपलेला पहारेकरी मला सहज दिसत असे. यातली सगळ्यात धोकादायक गोष्ट म्हणजे खिडकीतून बाहेर पडून भिंतीवरून तिथवर पोहोचणं ही होती. पण मला असं वाटलं की उंच उडी मारून मी ती गोष्ट सहज पार पाडू शकेन. भिंतीवर विजेरी तारा घातलेल्या नव्हत्या किंवा इतरही काही धोकादायक ठेवलेलं नव्हतं. शिवाय त्या पलीकडे मला मुख्य रस्ता स्पष्ट दिसत होता.

मुख्य अडचण ही होती की माझ्याजवळ पैसे नव्हते आणि रोज रात्री झोपताना ते माझ्या सपाता काढून घेत असल्यामुळे मी अगदीच अनवाणी होतो. मला अनवाणी पायांनी रस्त्यावरून पळत जाऊन एखाद्या टॅक्सीत उडी मारून बसावं लागलं असतं. पण खरा प्रश्न असा होता की, मी तिथून कुठे जाणार होतो? मला फक्त माझं घर पक्कं माहीत होतं. बाकी काहीच नाही. (आम्ही नोव्हेंबरमध्ये पाकिस्तानात आलो होतो.) आणि असं पळून जाण्यामुळे माझ्या कुटुंबाला अधिक त्रास झाला असता का? पण खरं तर आता माझे कुटुंबीय तिथे राहतच नव्हते. आणखी एक पर्याय म्हणजे, माझं अपहरण झाल्यानंतर मी ज्या माझ्या मित्राला फोन केला होता, त्याच्या घरी जाणं. मी त्याचं घर नक्कीच ओळखलं असतं, पण तिथवर नेमकं कसं पोहोचायचं ते मला माहीत नव्हतं. माझ्या मनात निरनिराळ्या कल्पना घोळू लागल्या. टॅक्सीवाल्याला मला मित्राच्या घराजवळच्या परिसरात घेऊन जायला सांगायचं. पण जेव्हा टॅक्सीवाल्याला पैसे द्यायची वेळ येईल, तेव्हा मला अनवाणी पायांनी रस्तोरस्ती पळ काढावा लागला असता.

परंतु माझ्या या सगळ्या 'कटकटींमधून' दुसऱ्या दिवशीच माझी सुटका झाली. एक पहारेकरी खोलीत आला. त्यानं खिडकीची ती अवस्था पाहिली. त्यानंतर थोड्याच वेळात मला दुसऱ्या खोलीत हलवण्यात आलं. परंतु त्या खिडकीबद्दल कोणी चकार शब्दही काढला नाही. कदाचित ते लोक त्या खोलीचा

उपयोग दुसऱ्या कुठल्यातरी कारणासाठी करणार असतील किंवा मी त्या खिडकीच्या बिजागऱ्यांचं काय केलं ते पहारेकऱ्याच्या कदाचित लक्षात आलं असावं. पण मी अडचणीत येऊ नये म्हणून त्यानं त्याचा बभ्रा केला नसावा. माझ्या तिथून पळून जाण्याच्या योजनेचा हा असा शेवट झाला होता.

माझ्याशी कोणीतरी बोलावं असं मी त्यांना सतत म्हणत राहिलो. शेवटी एकदाचं त्यांनी कोणालातरी माझ्या खोलीत आणून ठेवलं. तो एक अफगाण निर्वासित होता आणि तो थोडं उर्दू बोलू शकत असे. त्यामुळे आमच्यात थोडी का होईना बोलाचाली सुरू झाली. आम्ही आपापसांत बोलत असताना त्यानं मला तो रशियनांशी कसा लढला ते सांगितलं. त्याच्याबद्दलचं माझं मत एकदम चांगलं बनलं. परंतु त्यानंतर मला असं लक्षात आलं की, त्याला इथे दुसऱ्याच कुठल्यातरी कारणासाठी आणण्यात आलं आहे. तो हजच्या यात्रेला जाणाऱ्यांकडून पैसे गोळा करत असे आणि सौदी अरेबियाची काबूलमधली वकिलात बंद करण्यात आली असल्यामुळे पाकिस्तानातल्या सौदी अरेबियाच्या वकिलातीकडून या लोकांसाठी व्हिसा मिळवत असे. त्यानं असंही सांगितलं की सौदी अरेबियाच्या वकिलातीतल्या काही अधिकाऱ्यांशी संधान साधून त्यानं त्यांना काही अफगाण्यांना व्हिसा देण्याविषयी सांगितलं होतं. पण या अधिकाऱ्यांपैकी एक जण उलटला अन् व्हिसासाठी दिलेल्या पैशातले नव्वद हजार डॉलर्स घेऊन पसार झाला. या प्रकरणात हात असल्याच्या आरोपावरून त्याला इथे आणण्यात आलं होतं. दर वेळी तो असं म्हणत असे की या पैशाच्या अफरातफरीत तो नव्हता आणि शेवटी असंही म्हणत असे की शेवटी इन-मीन पंचेचाळीस हजार डॉलर्सचा तर मामला होता!

हे सगळं ऐकल्यानंतर पाकिस्तानी संरक्षण अधिकारी काय करू शकतात हे माझ्या लक्षात आलं आणि याआधी त्यांनी काय काय उद्योग केले होते हे आठवून मला अगदी हादरून गेल्यासारखं झालं. एका रात्री मला दारावर कुठेतरी धडका मारल्याचा आवाज ऐकू आला. काहीतरी पडल्याचा पुसटसा आवाज होता तो. मला वाटलं कुठेतरी माणसं काम करीत असतील. त्यानंतर एका रात्री ते आले नि माझ्या खोलीतल्या जोडीदाराला घेऊन गेले, तेव्हा मला पुन्हा एकदा तो धडकांचा आवाज ऐकू आला. त्यांनी जेव्हा त्याला परत खोलीत आणलं तेव्हा काय घडलं असेल ते माझ्या लक्षात आलं. येणारे ते आवाज काम करणाऱ्या माणसांचे नव्हते, तिथे केल्या जाणाऱ्या छळामुळे होणारे आवाज होते ते. खोलीतल्या माझ्या जोडीदाराला मारण्यासाठी त्यांनी रबरी नळीचा उपयोग केला होता. त्यानं मला स्वत: ते सांगितलं. त्याची पाठ वळांनी, जखमांनी भरून गेलेली होती. त्यांनी त्याचा डोळ्याला डोळा लागू दिला नाही. तो सतत जागा राहावा म्हणून पहारेकरी आत-बाहेर करत राहिले. त्यानं मुळीच खाली बसता कामा नये असंही त्यांनी त्याला

बजावलं. तो संपूर्ण वेळ उभाच राहील याची ते मोठ्या दक्षतेने काळजी घेत राहिले. त्याला उभं ठेवायचं कारण, त्यांना त्याच्याकडून 'ते नव्वद हजार डॉलर्स होते' असं वदवून घ्यायचं होतं पण त्यानं तसं एकदाही म्हटलं नाही. दुसऱ्या दिवशी त्याच्या जखमांवर उपचार करण्यासाठी ते एका डॉक्टरला घेऊन आले आणि त्यांनी त्या जखमांवर मलमासारखं काहीतरी लावलं. परंतु दुसऱ्या दिवशी रात्री ते त्याला पुन्हा घेऊन गेले आणि त्यांनी तोच सगळा प्रकार पुन्हा केला. तो खोलीत परत आला, परंतु त्याला सक्तीनं जागं ठेवण्यात आलं होतं.

एका क्षणी माझं सारं धैर्य एकवटून मी त्यांच्यापैकी एका पहारेकऱ्याला म्हणालो, "तुम्ही हे सगळं कशासाठी करताय? तुम्ही हे जे काही करताय ते अत्यंत गैर आहे."

त्यावर त्या पहारेकऱ्यानं उत्तर दिलं, "जर तू तुझं थोबाड बंद ठेवलं नाहीस तर तुझीसुद्धा अशीच गत केली जाईल."

खरं तर माझ्याशी अशा तऱ्हेनं क्वचितच कोणी पहारेकरी बोलत असे. कारण पाकिस्तानात तुम्ही जर उत्तम इंग्लिशमधून बोललात, तर त्याचा अर्थ तुम्ही चांगले शिकले सवरलेले आहात आणि तुम्ही श्रीमंत, खानदानी, बड्या घरातून आलेले आहात असं समजलं जात असे. जर त्यांनी माझ्याशी फाजीलपणा करायला सुरुवात केली तर मी मुद्दाम इंग्लिशमधून बोलायला सुरुवात करीत असे, ज्यातलं एक अवाक्षरही त्यांना समजत नसे. तिथे असताना माझी हीच एक जमेची बाजू होती; ती म्हणजे, मला पक्की खात्री होती, ते माझ्याशी वाट्टेल तसं वाईट कधीच वागणार नाहीत.

एकदा त्याची चौकशी करण्यासाठी आय.एस.आय.चा एक माणूस खोलीत आला. त्यानं माझ्याशी हस्तांदोलन केलं नि तो म्हणाला, "तुझं कसं चाललंय? आम्हाला वाटतं लवकरच आम्ही तुझ्याबाबतीत काही एका निर्णयापर्यंत येऊन पोहोचू आणि तुझ्यासाठी काहीतरी चांगलं घडेल."

त्याचं ते बोलणं ऐकून मला खरंच खूप आनंद झाला पण त्यानंतर तो जेव्हा माझ्या खोलीतल्या माझ्या सोबत्याकडे वळला तेव्हा त्याचा चेहरा नि आवाज संपूर्णपणे बदललेला होता. त्या अफगाण्याला अजूनही झोपू देण्यात आलं नव्हतं. आय.एस.आय.चा तो माणूस त्याच्याशी उर्दूतून बोलू लागला. तो अगदी त्याच्यासमोर जाऊन उभा राहिला अन् त्यानं विचारलं, "तुला आता तरी बोलावंसं वाटतंय का?"

तो अफगाणी गयावया करत बोलू लागला, "कृपा करून समजून घ्या, मी तुम्हाला सत्य तेच सांगतोय आणि सतत सत्यच सांगत राहिलोय, मला खरंच माहीत नाहीये, तुम्ही का माझा..."

पाकिस्तानी गुप्तहेरखात्यातल्या अधिकाऱ्याने अचानक त्याच्या तोंडावर एक जबरदस्त ठोसा लगावला आणि त्यानंतर तो एका पाठोपाठ एक ठोसे लगावतच राहिला. मी मात्र थिजल्यासारखा एकदम गप्प उभा होतो. तो गर्रकन माझ्याकडे

वळला आणि त्यानं माझ्याकडे अशा काही नजरेनं पाहिलं की जणू त्याला म्हणायचं होतं, 'तू यात मुळीच लक्ष घालू नकोस.'

त्यानंतर त्यानं त्या अफगाण्याची गचांडी पकडून त्याला खाली पाडलं आणि त्याच्या गुप्तांगावर वारंवार लाथा मारायला सुरुवात केली.

त्या अधिकाऱ्याच्या तोंडून मी ऐकलेले शेवटचे शब्द असे होते, ''मी पुन्हा परत येईपर्यंत जर तू तुझं थोबाड उचकटलं नाहीस तर मी तुला अशा भाषेत बोलायला शिकवीन, जी तू बापजन्मात ऐकली नसशील.''

माझ्या मते त्यांना सत्य नकोच होतं, त्यांना फक्त त्याच्या तोंडून त्यांना हवं होतं ते वदवून घ्यायचं होतं. शारीरिक छळ करून माणसाकडून काय करून घेतलं जातं, त्याची ती माझ्यासाठी तोंडओळख होती. शिक्षेचा एक टप्पा ओलांडल्यानंतर कशाचंच काही वाटेनासं होतं. खूप छळ सहन केल्यानंतर त्यानं शेवटी ती रक्कम नव्वद हजार डॉलर्स असल्याचं कबूल केलं. वेगवेगळ्या वेळी माझ्या खोलीत इतर माणसं सुद्धा येत असत, त्यांच्यापैकी प्रत्येकाला जबर मारहाण करण्यात आलेली होती.

गुप्तहेरखात्याचे ते लोक त्यांना, 'तुम्ही 'ईद'साठी घरी जाऊ शकाल.' असं तोंड भरून सांगत असत. परंतु प्रत्यक्षात तसं कधीच घडलं नव्हतं. थोड्या दिवसांवर ईद येऊन ठेपली होती. थोड्याच दिवसात काहीजण तिथून गेले. त्यामुळे माझ्या मनाला आशेची पालवी फुटली. मी अजूनही तिथेच होतो. मी चौकशी केली, ''ईदसाठी मी घरी जाणाराय का?''

जो अधिकारी माझ्याशी सकारात्मक बोलत असे त्यानं उत्तर दिलं, ''नाही, तू ईदला घरी जाऊ शकणार नाहीस, पण कदाचित ईदनंतर थोड्याच दिवसात जाऊ शकशील. मुळीच काळजी करू नकोस, सगळं काही ठीक होईल.''

पाकिस्तानी माझ्याबरोबर नेहमीच असं बोलत असत. ''सगळं ठीक होईल... काळजी करू नका... गोष्टी तुमच्या बाजूने घडताहेत, फक्त त्यात काही तांत्रिक अडचणी आहेत एवढंच. त्या अडचणी सोडवल्या पाहिजेत, बाकी सगळं ठीकच आहे.''

अमेरिकनांच्या हाती मला सुपूर्द करेपर्यंत ते असंच म्हणत राहिले होते. हे सगळं असं बोललं जात होतं तरीही मला अमेरिकनांच्या हाती सुपूर्द करण्यापूर्वी दोन दिवस आधी माझ्याच खोलीत मला विलक्षण बेचैनी आली होती. मी भयंकर अस्वस्थ झालो होतो. त्यापूर्वी एवढी बेचैनी मला कधीच आली नव्हती. खरं तर मी अगदी थंड डोक्याचा माणूस आहे आणि कितीही अवघड परिस्थितीत सापडलो तरी मी शांतपणे त्यातून मार्ग काढू शकतो. पण तिथे मला कोलमडून टाकणारी एकच चिंता लागून राहिली होती, ती म्हणजे, माझ्या कुटुंबाची मला वाटणारी भयंकर काळजी. अफगाणिस्तानात असताना अमेरिकेनं केलेल्या बॉम्बवर्षावातून वाचल्यावर, आता हे असं माझ्या नाहीशा होण्यामुळे माझ्या कुटुंबीयांची अवस्था

काय झाली असेल, त्याची मी कल्पनाच करू शकत नव्हतो आणि त्यामुळेच मी कणाकणानं मरत होतो. माझा माझ्यावर ताबा राहात नव्हता. मी अगदी वेडापिसा झालो होतो. मी माझ्या जवळच्या पांघरुणाच्या चिंध्या करायला, इतर वस्तू इकडेतिकडे फेकायला लागलो होतो. मी असा बेफाम झालो की पहारेकरी आत येई नि मला शांत करायचा प्रयत्न करी. एकदा मी त्याच्या थोबाडीतच मारली. त्याचा हा खरोखरच मोठेपणा होता की त्या मारण्याची प्रतिक्रिया म्हणून त्यानं मला उलटं मारलं नाही. मी त्याच्याशी बोलत राहिलो, "माझ्या माणसांचं काय झालंय हे मला माहीत नाहीये आणि माझ्यावर कुठलाही आरोप न ठेवता तुम्ही मला इथे असं कसं काय डांबून ठेवता, शिवाय ते देखील कुठल्याही प्रकारे कसलीही कायदेशीर कारवाई सुरू न करता! तुम्ही हे असं माझ्याशी कसे वागू शकता?"

जवळजवळ दोन तासांनंतर मी ठाकठीक आहे ना हे पाहण्यासाठी माझ्या खोलीत एक डॉक्टर येऊन गेला. त्यानं माझी संपूर्ण शारीरिक तपासणी केली. त्यानंतर दोन तासांनी ज्या माणसाला मी काका असं म्हणत असे तो प्रौढ माणूस आत आला आणि म्हणाला, "तुला इथून जावं लागेल, कारण त्यांना तुला भेटायचंय."

आत्ता जे काही घडलं त्यामुळेच त्यांना मला भेटण्याची इच्छा झाली की काय याबद्दल मी आश्चर्य करीत राहिलो. कदाचित त्यांच्या आता हे लक्षात आलेलं दिसतंय की ते गोष्टी फारच ताणताहेत. त्यांनी मला पुन्हा जी-१० या घरात आणलं. तो जो अधिकारी होता, मी त्याला ग्वांटानामोत पुन्हा पाहिल्यावर मला समजलं की तो एफ.बी.आय.चा हस्तक होता आणि त्याचं नाव माईक होतं.

त्या दिवशी आम्ही आधी बसलो होतो तसेच जेवणघरात बसलो, या वेळी माझ्या हातात बेड्या होत्या अन् तो माझ्यासमोर बसलेला होता. पहिल्यांदाच तिथे एक पाकिस्तानी अधिकारी हजर होता. पण त्यानं फारच थोडं तोंड उघडलं. माईकनं मला त्याच्याजवळ असलेला छोटासा संदेश सांगितला. त्यानं माझ्यासमोर असा देखावा निर्माण केला की, जे काही घडतंय ते त्याला मुळीच आवडत नाहीये, पण ते त्याला केवळ कर्तव्यापोटी करावं लागतंय.

"मी तुला हे सांगायला इथे आलोय की, आम्ही तुला आधी कंदाहारला अन् मग क्युबाला पाठवण्याचा निर्णय घेतलाय. तिथे लष्कराचं आधिपत्य असेल आणि इथल्यापेक्षा ती परिस्थिती खूपच कठीण असेल. आम्हाला सहकार्य न करण्याचं तुझं धोरण जर तू असंच पुढे चालू ठेवलंस, तर तिथे तुला दीर्घ काळ राहावं लागेल. तू आम्हाला सहकार्य कर अथवा करू नकोस, पण तू जर सत्य सांगितलं नाहीस, तर तुला तिथे नक्कीच खूप काळ राहावं लागेल."

तोपर्यंत ग्वांटानामोमधली दृश्यं माझ्या डोळ्यांसमोर मला दिसायला लागली होती. मी त्याच्याकडे एक दृष्टिक्षेप टाकला, त्या वेळी माझ्या डोळ्यांत आसवं

उभी राहिली होती...

"यात वर्षानुवर्षंसुद्धा जातील का?"

"नाही फक्त काही महिने..."

मी विचार केला कदाचित हे काही घडणारसुद्धा नाही. पण प्राप्त परिस्थितीचं भान राखून मी त्याला विचारलं, "इथून जाण्यापूर्वी मी माझ्या पत्नीला एक पत्र पाठवू शकतो का?"

"होय." असं म्हणत त्या अधिकाऱ्याने मला काही कागद आणि लेखणी दिली. ते पत्र लिहिणं अत्यंत कठीण होतं कारण त्या पत्रात मी लिहिणार होतो... 'आपण पुन्हा कधी भेटू शकू की नाही ते मला माहीत नाही.' मी तिला त्रास होईल असं पूर्वी कधी वागलो असेन, तर तिनं मला क्षमा करावी असं मला पुढे लिहायचं होतं आणि हे असं दूर होण्यापूर्वी मला तिला काही सल्लाही द्यायचा होता... माझ्या पिल्लांना देखील मला काही सांगायचं होतं. माईक तेवढ्यात म्हणाला, "आम्ही काही समाजसेवक नाही, पण मी हे पत्र त्यांच्यापर्यंत पोहोचवेन." मी जेव्हा त्याला विचारलं की, तो नक्की त्यांना शोधून काढेल का? तर तो म्हणाला, "हात्तिच्या! आम्ही तुला नाही का ताब्यात घेतलं!..." झैनाबला ते पत्र कधीच मिळालं नाही.

पाकिस्तानी अधिकाऱ्यांना उर्दूतून मला मदत करण्याची मी विनंती करत असतानाच आमची ती भेट संपली. मी त्या अधिकाऱ्याच्या सदसद्विवेकबुद्धीला आव्हान दिलं... त्याच्या राष्ट्राभिमानाला जागवण्याचा प्रयत्न केला. मी तिकडे काही गुन्हा केल्यामुळे मला त्यांच्या ताब्यात देण्याचाही काही प्रश्न नव्हता... त्यामुळे तो माझ्याबाबतीत असं कसं घडू देऊ शकत होता? मी त्याला विचारलं. तो पुढे वाकला त्यानं एका कपात थोडं पाणी ओतलं आणि ते माझ्या पुढे करत तो म्हणाला, "मी तुझ्यासाठी फक्त एवढंच करू शकतो." त्या क्षणी मला ते पाणी तसंच घेऊन त्याच्या थोबाडावर फेकावंसं वाटलं.

"मोआझ्झम..." त्यांच्यापैकी एक पाकिस्तानी अधिकारी उद्गारला, त्या वेळी आम्ही विमानतळाच्या दिशेनं चालल्याचं माझ्या लक्षात आलं होतं, तो पुढे म्हणाला, "मित्रा, मी आत्ता जे काही करतोय त्यासाठी मी माझं हे आयुष्य आणि पुढचा जन्मसुद्धा देऊन टाकलाय..." त्यानं कुराणातलं एक वचन म्हटलं- तिथे एखादं पानसुद्धा गळून पडत नाही, पण त्याला हे माहीत आहे की, पृथ्वीच्या गडद अंधारात धान्याचा कणही नसतो...

मी काहीही बोललो नाही.

"मी एक ना एक दिवस या सगळ्याचं उत्तर देईनच..."

वाहन थांबायला लागलं तेव्हा तो म्हणाला, "सर्व काही ठीक होईल. काळजी करू नकोस. मला इथेच थांबायचंय, पण तुझा प्रवास मात्र आता सुरू होणार आहे."

२

लिंक्स

माझ्या लहानपणाच्या आठवणी जास्त करून माझे वडील अझमल आणि एक वर्ष सात महिन्यांनी मोठा असणारा माझा भाऊ आझम यांच्याबद्दलच्या आहेत. माझी आई शकिला मी सहा वर्षांचा असताना मरण पावली. तिच्या आठवणींनी आम्हाला सगळ्यांनाच घेरून टाकलेलं आहे. मला तिच्याबद्दल फारच थोडं आठवतं. त्यापैकी एक गोष्ट पक्की आठवते, ती म्हणजे मी तिच्याबरोबर परदेशात पहिल्यांदा गेलो होतो तो प्रवास. दिल्लीत, तिच्या जन्मगावी, तिच्या काही नातेवाइकांना भेटायला आम्ही गेलो होतो. आम्हा मुलांना भारत हे एक वेगळंच विश्व वाटलं. आम्ही जिथे जन्मलो होतो त्या बर्मिंगहॅमपेक्षा खूपच वेगळं. भारतात असलेली भयंकर गर्दी, धूळ, वातावरणातले विविध वास आणि दिल्लीत कोणाच्याही सहज नजरेला पडेल असं दारिद्र्य, तसं ते मुंबईतही होतं आणि माझ्या वडिलांच्या जन्मगावी आग्र्यालाही होतं. आग्रा... तिथला तो भव्य ताजमहाल... पूर्वेकडील आमच्या सांस्कृतिक वारशाच्या आठवणी... ती दृश्यं माझ्या मनात खोलवर रुतून बसली होती.

माझ्या आईबद्दलची एक आठवण अजून माझ्या मनात आहे, ती म्हणजे मला झालेलं तिचं शेवटचं दर्शन. दवाखान्यात बिछान्यावर ती शांतपणे पडली होती. तिचा चेहरा निस्तेज आणि पिवळसर दिसत होता. तिच्या डोक्यावरचे पुष्कळसे केस गळलेले होते. तिनं आम्हाला जवळ घेतलं आणि माझं शेवटचं चुंबन घेतलं. तिच्या मृत्यूपूर्वी पुढे येणाऱ्या कठीण प्रसंगासाठी वडिलांनी आम्हाला तयार केलं होतं. ती दवाखान्यात इतके दिवस होती की पुढे काय घडणार हे आम्हाला कळून चुकलं होतं.

ब्रेस्ट कॅन्सरनं ती जेव्हा शेवटी मरण पावली, तेव्हा वडील आम्हाला बागेत घेऊन गेले अन् त्यांनी सांगितलं, "तुमची आई आता या जगात नाही, ती

अल्लाकडे गेली.'' ते ऐकून आम्ही सगळे ढसाढसा रडलो. माझ्या वडिलांनी त्या वेळी आमची समजूत घालताना म्हटलं होतं, ''आपण सगळेच प्रवासी आहोत आणि पुढील मुक्कामी घेऊन जाणाऱ्या आगगाडीची आपण वाट बघत आहोत. लोकं सर्वसाधारणपणे त्या गाडीत ज्या वेळी चढतात, त्याच्या खूप आधी तुमची आई त्या गाडीत चढली. पण कधी ना कधी आपल्या सगळ्यांनाच त्या गाडीत चढायचं असतं.'' त्यांनी पुढे सांगितलं, 'आम्ही मुलं तिचं सर्वस्व होतो. तिची शेवटची इच्छा अशी होती की आम्ही मुलांनी मोठं होऊन जगात चांगलं नाव मिळवावं.'

जसजसे दिवस जाऊ लागले तसतशा तिच्याबद्दलच्या आठवणी फिकट होऊ लागल्या. आता ती फक्त फोटोच्या अल्बम्समध्ये आणि धुळीची पुटं चढलेल्या तिच्या मानसशास्त्राच्या पुस्तकांमध्येच उरली होती. तिचं जिथे दफन केलं होतं, तिथं तिच्या थडग्याजवळ आम्ही वारंवार जात असू. फुलं वाहत असू आणि प्रार्थना करीत असू. पण घरात तिचा उल्लेख क्वचितच होत असे. आमच्या आयुष्यात आता आमची नानीच तिच्या आठवणी काढणारी उरली होती. आम्ही तिला 'आपा' म्हणत असू. ती अतिशय धार्मिक वृत्तीची बाई होती आणि वारंवार हजच्या यात्रेला जात असे. ती आमच्यासाठी मौल्यवान भेटवस्तू आणत असे आणि जिथे इस्लाम धर्म उदयाला आला, त्या भूमीची छायाचित्रं ती आम्हाला दाखवत असे. ती माझ्या आईपेक्षा दहा वर्षं जास्त जगली, पण त्यानंतर ती गेली आणि तिचंही दफन केलं गेलं. तिनं काही हजार पाऊंड संपत्ती मागे ठेवली होती. माझे वडील आणि भावाला मी ती घ्यायला सांगितली आणि माझ्या वाट्याला जे काही आलं होतं ते मी इथिओपियातल्या दुष्काळग्रस्तांना जकात म्हणून पाठवायला सांगितलं. (जकात म्हणजे गरिबांचा वाटा, इस्लाम धर्माचा हा महत्त्वाचा भाग आहे. एक वर्षाच्या काळात जी काही संपत्ती मिळवली जाते, त्याचा ठरावीक हिस्सा सर्व जबाबदार मुसलमानांनी जकात म्हणून द्यायचा असतो. सदाकार (sadaqar) म्हणजे सार्वजनिक दानधर्म. पौगंडावस्थेत पहिल्यांदा पैसे कमवायला लागल्यापासून मी असा दानधर्म करू लागलो होतो. खरं तर जरी मला जकात द्यावी लागत नव्हती, तरीही मी हे करतच होतो.) पुढे माझ्या प्रौढ वयात ही दानधर्म करण्याची प्रवृत्ती ही एक महत्त्वाची बाजू ठरली.

काही काळ बर्मिंगहॅममध्ये मी, माझे वडील आणि माझा भाऊ असे आम्ही तिघंच राहत होतो. माझ्या आत्या आणि आमच्या कुटुंबाचा मित्रपरिवार या सगळ्यांनी आमच्या वाढीच्या काळात खूप मदत केली. बँकांचे व्यवहार सांभाळण्यासाठी माझ्या वडिलांना लंडन, झुरीच किंवा ल्युझेंबर्गला वारंवार जावं लागायचं. पण ते जेव्हा घरी असत तेव्हा आमचं तिघांचंच एक जग असे. झोपायच्या वेळी वडील

आम्हाला गोष्टी सांगत. कधी यात कुराणातल्या गोष्टी असत तर कधी इस्लाम धर्म उदयाला आला त्या काळातल्या गोष्टी असत किंवा ब्रिटिशांची सत्ता भारतात होती तेव्हाच्या हकिकती ते सांगत. या हकिकतींमुळे भारतापर्यंत पसरलेल्या एका वेगळ्या जगाचं दर्शन आम्हाला घडत असे आणि या जगापलीकडच्याही काही गोष्टी समजत. आमच्या भारतीय मुस्लीम वारशाबद्दल त्यांनी आम्हाला सांगितलं, एवढंच नव्हे तर एकदा त्यांच्या बोलण्यात असंही आलं होतं की, 'टॉवर ऑफ लंडन' मध्ये ठेवलेला अमूल्य कोहिनूर हिरा हा खरं तर आपल्या वाड-वडिलांच्या मालकीचा होता, तो या ब्रिटिशांनी पळवून आणला. आपलं आडनाव बेग आहे. बेग म्हणजे नेता. त्यांनी आम्हाला पुढे हेही सांगितलं की चीनपासून युगोस्लाव्हियापर्यंत हे आडनाव आढळून येतं. ज्यांनी मोठं साम्राज्य उभं केलं ते मोगल, ऐतिहासिक कालखंडात हे आडनाव वापरत असत. आपण मंगोल वंशाच्या तार्तारांचे वंशज आहोत– ज्यांनी भारतात मुघल साम्राज्य उभारलं. आमच्या घरात चेंगीजखान आणि तैमूरलंग यांची नावं जरा आदरानंच उच्चारली जात. कधीकधी तर माझे वडील मला बड्या खानाच्या खऱ्या नावानं म्हणजे 'तेमुजीन' अशा नावानं हाक मारत असत. काही वर्षांनंतर खानेसुमारीची माहिती लिहिण्यासाठीच्या कागदावर मूळचा वंश लिहिताना, या सदरात असलेले कुठलेही पर्याय त्यांना योग्य न वाटल्यामुळे, त्यांनी स्वतंत्रपणे तिथे 'मुघल' असं लिहिलेलं मी पाहिलं.

माझे वडील अनेकदा आम्हाला त्यांच्या लहानपणातल्या हकिकती सांगत असत. ते त्यांच्या शाळेतले त्या काळातले सर्वांत उत्तम धावपटू असल्याचं आवर्जून सांगत. शाळकरी वयात त्यांनी बऱ्याच मारामाऱ्या केल्या होत्या, पण त्या सर्व वेळी त्यांनी त्यांची सगळी ताकद आणि चपळपणा गरीब, कमकुवत मुलांच्या बाजूने गुंडांविरुद्ध लढण्यात वापरली होती असं ते म्हणत. दुसऱ्याला मदत करण्याचं अन् न्यायबुद्धीनं वागण्याचं बीज त्यांनी माझ्यात पेरलं. एक मार्गदर्शक तत्त्व म्हणून पुढे आयुष्यभर ते मला उपयोगी पडलं आहे.

आम्ही लहान असताना वडिलांनी आम्हाला ज्यूंच्या प्राथमिक शाळेत घातलं. त्यांनी आम्हाला अशा तऱ्हेनं वेगळ्या शाळेत घालणं हे त्यांच्या व्यवहारीपणाचं निदर्शक होतं. 'किंग डेव्हिड'मधल्या शिक्षणाचा असणारा उत्तम दर्जा, धार्मिक व नैतिक मूल्यांवर तिथे दिला जाणारा भर, आमच्याप्रमाणेच असलेल्या ज्यूंच्या जेवणाखाण्याच्या नियमांबद्दल (कोशर लॉज) तिथे पाळला जाणारा काटेकोरपणा, या सगळ्यामुळे त्यांनी केलेली शाळेची निवड सर्वोत्तम होती. माझ्या वडिलांमधील स्वातंत्र्यवादी वृत्ती आणि सर्व संस्कृतींमधील उत्तम ते घेण्याची इच्छा या निवडीतून व्यक्त होत होती. वाढत्या वयाबरोबर धार्मिक गोष्टीत माझी रुची वाढत गेली. त्याचा पाया हा असा इथे घातला गेला. शाळेत तोराह सांगत असे त्या 'मिरर स्टोरीज'

आणि घरी सांगितल्या जाणाऱ्या कुराणातल्या गोष्टी मला अतिशय आवडत. आमचे शिक्षक आम्हाला ज्या ज्यू कथा सांगत असत, त्यातल्या काही कथा इतक्या अविस्मरणीय होत्या, त्या अगदी मक्केतल्या बंडखोर जुडाच्या वीरश्रीयुक्त कथांसारख्या वाटत. जुडासुद्धा कधी कोणा माणसापुढे नमला नव्हता. हे सगळं मला वडिलांनी इस्लामी जगताबद्दल सांगितलेल्या गोष्टींमधून समजलं होतं.

हनुक्काह (Hanukkah) साजरा करताना ज्यूंच्या इतिहासावर आधारित नाटकांमध्ये मी आनंदानं भूमिका करीत असे. तसंच पेसाच, पुरीम आणि योम किप्पूर साजरा करतानाही नाटकांमधून भाग घेत असे आणि माझ्या ज्यू मित्रांसारखीच हिब्रूमधून मी व्यासपीठावरून प्रार्थना देखील म्हणत असे. त्यांच्यापैकी एकाने, मिशा मोसेल्लीने तर माझं टोपणनाव 'मोझांबिक' असं ठेवलं होतं.

मी दहा वर्षांचा होतो तेव्हा माझा भूगोल हा आवडता विषय होता. जगातल्या सर्व राष्ट्रांची व त्यांच्या राजधान्यांची नावं मी पाठ करून टाकली होती. यापैकी काही देशांना मी नक्कीच भेट देईन अशी इच्छा त्या वेळी माझ्या मनात होती.

माझ्या शाळेच्या गणवेशावर डेव्हिडचा तारा चिकटवलेला होता. तसाच तो माझ्या टोपीवर आणि कोटावरही होता. शाळकरी वयात शाळेत जाताना मी तो मोठ्या अभिमानानं मिरवत असे. इतर मुलांसारखा सुट्टीच्या दिवशी मी इस्रायली झेंडा सगळीकडे मिरवीत राही आणि दुपारच्या वेळी शाळा सुटल्यावर मी कुराण पठणाच्या माझ्या अभ्यासासाठी जात असे.

आम्हा मुलांत कडवा धार्मिकपणा कधीच नव्हता. तरीही एकदा मी माझा सर्वांत जवळचा मित्र मिशा याच्याबरोबर वाद घातला होता आणि इस्लाममध्ये दानधर्मांवर भर दिलेला असल्यामुळे तो इतर सर्व धर्मात श्रेष्ठ धर्म आहे, असं म्हटलं होतं.

शाळेतल्या आमच्या वर्गाच्या दरवाज्यावर वळलेल्या मुठीचं चित्र रेखाटलेलं होतं आणि त्याच्या जोडीला काही लिहिलेलंही होतं. पण ते काय लिहिलं होतं ते मला समजलं नव्हतं. त्यातला एक शब्द 'झिओनिस्ट' असा होता. त्यानंतर जवळजवळ दहा वर्षांनी त्याचा अर्थ मी शोधून काढला.

माझ्या वडिलांची पुस्तकाची कपाटं बँकिंग, फायनान्स, कायदा व इतिहास या विषयांवरील पुस्तकांनी भरलेली होती. त्या कपाटात इंग्रजीतल्या काही अभिजात साहित्यकृती देखील होत्या. माझे वडील इंग्रजाळलेले होते असं म्हणता यायचं नाही, तरीही त्यांना ब्रिटिशांचा इतिहास आणि साहित्यात रुची होती. ते आम्हाला शेक्सपियरचं जन्मस्थळ स्ट्राटफोर्डला, तसंच लेक डिस्ट्रिक्टमध्ये असलेल्या वर्डस्वर्थच्या गावी वारंवार नेत असत. तसंच आम्ही वारविकच्या राजवाड्याला व ब्लेनहेममधील राजवाड्याला सुद्धा भेट देत असू. माझ्या आजोबांचा सिनेमा बघण्याला

जाम विरोध होता. पण आमचे वडील मात्र आम्हाला अनेकदा सिनेमा दाखवायला घेऊन जात असत. त्यांच्या आवडत्या सिनेमांच्या यादीत क्लिओपात्रा, व्हेअर इगल्स डेअर आणि अ ब्रिज टू फार हे सिनेमे होते. ते आम्हाला बर्नार्ड शॉच्या 'आर्म्स ॲन्ड द मॅन', 'चॉकलेट्स क्रीम सोल्जर्स'मधल्या महत्त्वाच्या घटना देखील मोठ्या उत्साहाने सांगत असत आणि या सगळ्या वाचनामुळे त्यांच्या घराण्यात असलेली सैन्यात जाण्याची परंपरा तोडून वेगळं काही करण्याचं त्यांनी कसं ठरवलं, तेही ते सांगत असत.

जरी त्यांनी पारंपरिक ब्रिटिश जीवनशैली आत्मसात केलेली होती, तरीही आत कुठेतरी त्यांची, अत्यंत कडवी नसली तरी, इस्लामवर श्रद्धा होती. ही गोष्ट शुक्रवारचा नमाज अदा करण्यातून आणि दफनविधीच्या वेळी त्यांनी मनापासून म्हटलेल्या प्रार्थनांमधून तसंच त्यांच्या जेवणाच्या पद्धतींमधून (हलाल फूड) आणि दारूला स्पर्शही न करण्यातून व्यक्त होत असे. इस्लामशी साधर्म्य असलेली व्हिक्टोरियन जीवनमूल्यं होती ती त्यांनी स्वीकारली होती. आई-वडील, शिक्षक यांचा आदर करणं ही गोष्ट अगदी रोजच्या रोज आमच्यावर बिंबवली जात असे. जर आम्ही त्यांना उलटून उत्तर दिलं किंवा त्यांनी सांगितलेलं ऐकलं नाही, तर 'इंग्रज लोक आता जसं वागायला शिकल्येत तसं तुम्ही वागायला लागलात की' असं ते म्हणत. आमच्या वडिलांना त्यांच्या वडिलांनी जसं लहानाचं मोठं केलं होतं, तसंच ते आमच्या बाबतीत करत. त्यांनी आम्हाला केलेली शिक्षा अतिशय कठोर असे. ते शिक्षा म्हणून आम्हाला भिंतीशी उभं करून ठेवत. त्या वेळी त्यांचे हुकूम आमच्या कानी पडत... 'डोळे बंद... झापड मिटा, डोकं मागे... ताठ उभे राहा... छाती पुढे... हात-पाय ताठ ठेवा... मुळीसुद्धा हलायचं नाही...' आणि जर आम्ही हललो तर ते कधी आम्हाला त्यांच्या कमरेच्या बेल्टनं फटकावत. कधीतरी याहून जास्त पिटाई होई. खरंतर माझ्यापेक्षा माझ्या भावानं जास्त मार खाल्ला, पण अनेकदा त्याला चोप मिळाला की मलाही तो प्रसाद मिळत असे. मी माझ्या भावापेक्षा वेगळं पडू नये म्हणूनच चोप दोघांनाही दिला जाई.

उर्दू भाषेच्या प्रगतीसाठी स्थापन केलेल्या संघटनेचे बाबा अध्यक्ष होते. शिवाय ते स्वत: उर्दूत कविता देखील करीत असत. त्यांच्या या सांस्कृतिक वारशाचं जतन करण्याची बांधिलकी जणू त्यांनी पत्करली होती. समारंभांमधून आम्ही त्यांच्या मित्रपरिवाराला भेटत असू, त्यांच्या या मित्रात डॉक्टर्स, प्रोफेसर्स, व्यापारी अशी मंडळी असत. बहुतेक सगळी मंडळी मुस्लीम होती आणि त्यांची मुलं आमच्याप्रमाणेच भारत-पाकिस्तान या प्रदेशातली होती. असं होतं तरीही त्यांच्या अगदी निकटच्या मित्रपरिवारात हिंदू, शीख आणि इंग्रज मंडळींचाही समावेश होता.

माझ्या आईच्या मृत्यूनंतर बँकेत मॅनेजर असलेले माझे विधुर वडील विवाहोत्सुकांच्या

दृष्टीनं उत्तम स्थळ होतं. एकीनं तर आमची सावत्र आई बनण्याचा चंगच बांधला होता. इंग्लिश कुटुंबातून आलेली जोसेफाईन, जिला आम्ही 'ज्यो' म्हणत असू, ती दर शुक्रवारी 'सबाथ'साठी आमची शाळा लवकर सुटत असल्यामुळे येऊन आम्हाला शाळेतून घेऊन जात असे. दुपारभर आणि रात्रीसुद्धा आम्ही तिच्याकडे राहात असू. आमच्या दृष्टीनं आमच्यापेक्षा कितीतरी वेगळ्या असलेल्या अस्सल ब्रिटिश समाजाची ओळख त्या वेळी आम्हाला होत असे. या समाजाच्या चालीरीती आणि रूढी अगदी वेगळ्या होत्या. आम्ही साजरे करत असलेल्या पासोव्हर किंवा ईदपेक्षा ख्रिसमस वेगळा साजरा होई. नाताळबाबासाठी ठेवलेले ते मोजे... त्या भरभरून ठेवलेल्या भेटवस्तू, ख्रिसमससाठी म्हणून केलेलं ते खास सिल्व्हर सिक्स पेन्ससकटचं पुडिंग किंवा सॅलडमध्ये केला जाणारा एका उग्र वासाच्या वेगळ्याच पदार्थाचा वापर. आम्हाला मुळीच माहीत नसलेल्या अनेक गोष्टी तिनंच आम्हाला दाखवून दिल्या– जसं की, तिच्याबरोबर सहलीला गेल्यावर कॉट्सवल्ड्स किंवा मालव्हर्नच्या टेकड्यांवरून फुलं गोळा करून आणायची आणि ती फोटोंच्या संग्रहांच्या पानांमध्ये ठेवून द्यायची. ती आम्हाला इंग्रजी वाङ्मयातल्या अभिजात साहित्यातल्या अनेक गोष्टी झोपण्याच्या वेळी वाचून दाखवायची. यात अभिजात साहित्याबरोबरच ग्रीम बंधू आणि हॅन्स ख्रिश्चन अँडरसन यांचाही समावेश असायचा. मला वडिलांनी भारताबद्दल सांगितलेल्या गोष्टींइतक्याच याही गोष्टी आवडत. ज्यो आमची फार प्रेमानं काळजी घेत असे आणि आम्ही दर आठवड्याला तिच्यासोबत सुट्टी घालवण्यासाठी आतुरतेनं वाट बघत असू.

या काळात काका आणि आत्या या व्यक्ती आमच्यासाठी फार महत्त्वाच्या होत्या. मी आठ वर्षांचा असताना आमचे काका – घझनफर – पाकिस्तानमधून आमच्याकडे आले आणि त्यांचं लग्न होऊन वेगळे होईपर्यंत ते आमच्याकडेच राहिले होते. ते पीएच.डी. करत असताना त्यांनी आमच्या शिक्षणाकडे चांगलं लक्ष दिलं. मोकळ्या वेळात ते आम्हाला गणित आणि शास्त्र हे विषय शिकवत असत. अनेक पौर्वात्य गोष्टी माझ्या वडिलांनी मागेच सोडून दिल्या होत्या. परंतु काकांना जेव्हा असं आढळून आलं की आम्हा दोघांनाही अरेबिक मुळीच वाचता येत नाही, तेव्हा त्यांना त्याचा विलक्षण खेद वाटला आणि त्यांनी आम्हाला कुराणाचं वाचन करता येण्यासाठी व्यवस्था केली. मला ते तसलं काही आवडत नसल्यामुळे मी त्या वर्गाला जाण्यास अळमटळम करीत असे. पण तरीही ते शिकवणाऱ्या शिक्षिकेनं, मदरशांमधून शिकवणारे शिक्षक जसं करत तसं, म्हणजे कडक शिक्षा किंवा कठोर शब्दांत निर्भत्सना करणं, असलं काही कधीच केलं नाही. पाकिस्तानमध्ये जसे उर्दू ढंगात उच्चार होत तशा तऱ्हेने आम्ही अरेबिक शब्दांचे उच्चार करीत असू, ते खरं तर कानांना चांगलंच खटकत असे. त्यानंतर मी माझ्या पद्धतीनं अरबी

शिकण्याचा प्रश्न सोडवून कुराण समजून घेतलं.

माझ्या वडिलांनी दुसरं लग्न केलं, पण ते जोसेफाईनशी न करता त्यांना बँकेत भेटलेल्या मुलीशी केलं, तिचं नाव गुलबहार. आम्ही तिला नंतर गुल आत्या असं म्हणायला लागलो. ती एका मोठ्या आशियाई कुटुंबातून आलेली होती आणि तिचा जन्म ब्रिटनमध्ये झाला होता. आम्हाला पारंपरिक पद्धतीनं वाढवण्यासाठी त्यांनी हा निर्णय घेतला असं आमचं मत झालं. घरात नव्यानं आलेल्या या स्त्रीबद्दलची नवलाई संपल्यानंतर, आम्ही जसजसे मोठे होऊ लागलो, तसतसा आमचा वांडपणा वाढू लागला आणि तिला ते जड जाऊ लागलं. आम्ही आमच्या पौगंडावस्थेत असताना फारच व्रात्य बनलो होतो; पण त्याबद्दल कधीही थयथयाट न करता तिनं शांतपणे सगळं काही सांभाळून घेतलं. ती खरंच फार मोठ्या मनाची होती, तिनं त्या काळातल्या आमच्या उद्धट वागण्याकडे दुर्लक्षच केलं आणि एखाद्या प्रेमळ आईसारखी ती आमच्यासाठी साऱ्या खस्ता खात असे. कपडे धुणं, स्वयंपाक, स्वच्छता सगळं काही ती आमच्यासाठी करी. मी मात्र सुरुवातीपासूनच स्वत:ची कामं स्वत:च करण्याचा प्रयत्न करू लागलो होतो. मी स्वत:चे कपडे स्वत: धुऊन त्याला इस्त्री करीत असे आणि मी स्वत: माझी खोली स्वच्छ करीत असे. तिच्या नेहमीच सबुरीनं वागण्यानं तिनं आम्हाला जिंकून घेतलं.

मी अकरा वर्षांचा असताना 'ऊझमा', माझी बहीण जन्माला आली. आम्हा दोघांनाही तिचा भलताच लळा लागला होता. पण एक दिवस भल्या सकाळीच वडील आमच्या खोलीत आले. त्या वेळी ते भलतेच हादरलेले दिसत होते. ते हलकेच म्हणाले, ''ऊझमा आपल्यात राहिली नाही. तिला ब्राँकायटिस होऊन सारं संपलं.'' ते ऐकून मी माझ्या बिछान्यातून ताडदिशी उठलो अन् जमिनीवर लोळण घेऊन रडू लागलो. जरा वेळानं मी वडिलांच्या खोलीत गेलो. पाळण्यात ती होती. या घटनेचा माझ्या सावत्र आईवर फार परिणाम झाला. त्यानंतर खूप वर्षांनी तिला दुसरं मूल झालं, तो म्हणजे माझा भाऊ असद.

किंग डेव्हिडमधलं प्राथमिक शिक्षण संपवून आम्ही आमच्या जवळच्या शाळेत जाऊ लागलो. त्या शाळेत दीडशे मुलं गोऱ्या साहेबांची, वीस आशियाई आणि दहा निग्रो मुलं होती. इथे मात्र माझ्या मित्र परिवारात क्वचितच एखादा ज्यू असला तरी बाकीचे हिंदू, शीख आणि ख्रिश्चन होते.

मोझेलीक माध्यमिक शाळेची इमारत १९ व्या शतकातल्या गोथिक वास्तुरचनेनुसार बांधलेली होती, तिथल्या बाकांना शाईची दौत ठेवण्यासाठी खड्डे केलेले होते. सर्वसमावेशक अशी औपचारिक शिक्षण देणारी ती एक माध्यमिक शाळा होती. शाळेत पश्चिमेच्या भागातले फलक, दुसऱ्या महायुद्धात कामी आलेल्या शाळेच्या माजी विद्यार्थ्यांच्या नावांनी भरून गेलेले होते. शाळेतले अनेक शिक्षक अजूनही

अंगावर काळ्या रंगाचे डगले चढवत असत आणि गैरवर्तन केले तर कडक शिक्षा करीत असत. रोज सकाळी सगळे विद्यार्थी एकत्र जमत, त्या वेळी गिडन बायबलमधल्या काही उताऱ्यांचे वाचन केलं जाई, तसंच काही गायनही केलं जाई. शाळेचं वैशिष्ट्य असलेल्या ख्रिश्चन धर्माशी हा माझा पहिलाच परिचय होता. परमेश्वराची करुणा भाकण्यासाठी काही वाचन करण्यात किंवा देवाची स्तुती करणारी कवनं म्हणण्यात मला कधीच अडचणी आल्या नाहीत. पण माणसाला देवत्व चिकटवण्याची कुठलीही गोष्ट मात्र मला पटत नसे. ते म्हणणं मला मुळीच मान्य नसे. इस्लाम व ज्यू धर्माच्या निष्ठा देवाच्या अमूर्तत्वाबद्दल होत्या. परमेश्वर हा माणूस, पशू, मूर्ती, आकृती यापैकी काहीही नव्हे. ईश्वर एकच आहे, त्याची अनेक रूपं नाहीत. माझ्या दृष्टीने जीझस हा अगदी वेगळा असा देवदूत होता. पृथ्वीवर अवतरल्यावर त्यानं अनेक चमत्कार केले. तरीही तो देवपुत्र किंवा पृथ्वीवरचा परमेश्वर नव्हता. मला असं वाटतं की त्याचा खून झाला नाही किंवा त्याला क्रूसावरही चढवलं गेलं नाही. परमेश्वरानं त्याची तो स्वर्गात पोहोचण्याएवढी प्रगती केली आणि मग शेवटचा दिवस येण्याआधी त्याला पृथ्वीवर परत पाठवलं.

मला आठवतंय एकदा आर.इ.च्या तासाला ख्रिस्ताच्या जन्माबद्दलचा अभ्यास आम्ही करत होतो. एका कुमारी मातेच्या पोटी येशू ख्रिस्ताचा जन्म हाच एक चमत्कार असल्यामुळे तो नक्कीच देवाचा पुत्र होता. शिक्षिकेनं असं विधान केल्यावर मी तिला विचारलं, "जीझसला निदान आई तरी होती. पण ॲडम... त्याचं काय? त्याला तर आई तसंच वडील दोन्हीही नव्हते. तेव्हा त्याचा जन्म हा तर मोठाच चमत्कार नाही का?" माझ्या त्या प्रश्नांमुळे बाई फारच अस्वस्थ झाल्या आणि त्यामुळे त्यांनी पटकन विषयच बदलून टाकला. मोझेली शाळेतल्या पूर्वापार चालत आलेल्या काही गोष्टींमध्ये अभिजात गोष्टींचा अभ्यास (Classical Studies) व लॅटिन हे विषय होते. दुसऱ्या वर्षी वर्गात बराच वरचा नंबर पटकावल्यानंतर मी लॅटिन हा विषय अभ्यासासाठी निवडला. इतिहास व अभिजात गोष्टींच्या अभ्यासाबरोबरच हा देखील माझ्या आवडीचा विषय होता.

मी चौदा-पंधरा वर्षांचा असताना अनेक गोष्टी बदलू लागल्या. माझा भाऊ रस्त्यावरच्या मुलांच्या एका गटात अगोदरच सामील झालेला होता. या गटात कर्मठ पाकिस्तानी तरुण मुलंच बहुसंख्येनं होती. ते इस्लाम धर्माच्या अनेक गोष्टींचं काटेकोरपणे पालन करीत नसत, परंतु काश्मिरी रीतीरिवाजांचं मात्र पालन करीत. त्यांच्या बंडखोरीचा एक भाग म्हणजे ही पोरं शाळेला दांडी मारत, पोरी फिरवत, सिगरेटी फुंकत; एवढंच नव्हे तर त्यांची मजल ड्रग्ज घेण्यापर्यंत गेली होती. ती पोरं छोट्या मोठ्या मारामाऱ्या करीत, भुरट्या चोऱ्या करीत आणि मौजमजेसाठी गाड्याही चोरत. मी त्यांच्या या गुन्हेगारी उद्योगांपासून कटाक्षानं

स्वत:ला नेहमीच दूर ठेवलं होतं. पण वेगवेगळ्या गटांच्या मारामाऱ्या जेव्हा होत, तेव्हा मी स्वत:ला दूर ठेवू शकत नसे. त्या दिवसांत ब्रिटनमध्ये दक्षिण आशियाई लोक अत्यंत नम्र आणि खालमानेनं अभ्यासात गढून गेलेले, असं समजलं जायचं त्यांच्यावर कोणी हल्ला जरी चढवला, तरी गप्प बसणारे अशीही त्यांची ख्याती होती.

बर्मिंगहॅमच्या काही भागांमध्ये ब्रिटिश चळवळ आणि नॅशनल फ्रंटला जबरदस्त पाठिंबा होता. आयुष्यातल्या एका टप्प्यावर आमच्यापैकी अनेकांना 'पाकिस्तान्यांनो, आपल्या घरी परत जा' असं सांगितलं गेलं होतं आणि काही जणांना तर सकृतदर्शनी काहीही ठोस कारण नसताना चांगलं बडवून काढण्यात आलं होतं. आम्ही शाळेतून परत येत असताना एक दिवस स्किनहेडच्या गटातल्या पोरांनी माझ्या सावत्र मामावर हल्ला चढवला. त्यांनी त्याचा जबडाच निखळून ठेवला. त्यामुळे पुढे काही दिवस त्याला साधं खाताही येईनासं झालं होतं. या गटानं माझ्या वडिलांवर सुद्धा एक दिवस हल्ला चढवला होता. त्या वेळी मी लहान होतो आणि वडीलांनी कसंतरी करून तो हल्ला तेव्हा परतवून लावला होता. याहून भयंकर गोष्ट म्हणजे आशियाई स्त्रियांवर ते हल्ले करीत. आशियाई स्त्रियांचं दिसणं, त्यांचा हिजाब, त्यांचं सलवार-कुर्ता घालणं किंवा साडी नेसणं आणि सगळ्यात महत्त्वाचं म्हणजे त्यांची सहनशीलता, या सगळ्यामुळे 'त्या' हल्ल्याचं लक्ष्य बनत असत.

ऐंशीच्या दशकात बर्मिंगहॅममधील भिंतीवर वंशभेदावर घोषणा लिहिणं हेही सर्रास चालत असे. स्कीनहेड्सच्या दंडावर, मानेवर आणि कपाळावर द्वेषमूलक मजकूर गोंदवलेला असे. मला आठवतंय ए.पी.एल. (अॅन्टी पाकी लीग), एन.एफ. (नॅशनल फ्रंट) पाकिस्तान्यांनो परत जा... 'वॉग्ज् आऊट' अशा घोषणा द्यायला लागले होते. (वॉग्ज म्हणजे सुसंस्कृत पौर्वात्य व्यक्ती हे मला समजल्यावर माझी चांगलीच करमणूक झाली होती.)

या अनुभवामुळे वंशवादाविरुद्ध कठोर भूमिका घेणाऱ्या गटात सामील होण्याची कल्पना प्रबळ होऊ लागली. मी माझ्या भावापेक्षा लहानच होतो, अवघा पंधरा वर्षांचा, पण तरी सुद्धा लवकरच एका गटात सामील झालो. या गटाला रानमांजर किंवा लिंक्स म्हणत. माझे दोस्त आणि आमच्या या गटाचे सभासद इंग्रज, आयरिश, भारतीय आणि अॅफ्रो-कॅरेबियन्स होते, तरीही त्यांच्यात काश्मिरी युवकांचा भरणा जास्त होता.

याच सुमाराला माझ्या सावत्र आईनं माझ्यासाठी पुस्तकांचा संच विकत आणला. त्या मालिकेचं नाव होतं 'द हिरोज ऑफ इस्लाम'. त्यांच्याबरोबर आणलेली होमरचं 'इलियड' आणि 'ओडिसी' ही माझी आवडती पुस्तकं झाली.

त्यावेळेला पहिल्यांदाच मी प्रेषित महंमद व त्याचे सहकारी यांच्याविषयी वाचलं. पण खरं सांगायचं तर अँथनी क्वीनच्या 'मेसेज' या इस्लामवरील चित्रपटानं मला अक्षरशः झपाटून टाकलं. या अजरामर पुस्तकांमधून चितारलेल्या महानायकांच्या गुणांनी मला वेड लावलं, त्याचबरोबर ती माझी माणसं आहेत या भावनेनं माझा ऊर अभिमानानं भरून येऊ लागला, हा माझा इतिहास होता. हे सगळे महानायक विनम्र, शूर, शिस्तशीर, तत्त्वनिष्ठ आणि यशस्वी होते. पण हे सगळे महानायक अरब मुस्लीम होते. आजवर शाळेत शिकवल्याप्रमाणे किंवा दूरदर्शनवर नेहमी दिसणारे अलबियन ख्रिश्चन सरदार नव्हते. मी त्या भागात कधीच गेलो नव्हतो, त्यामुळे एक दिवस मी ठरवून टाकलं आणि माझ्या जुन्या इटालियन आर्मी जॅकेटच्या उजव्या बाहीवर पाकिस्तानचा ध्वज चितारून ठेवला. त्यामुळे मला शाळेत जरा त्रास झाला. त्यावर्षी असलेल्या आमच्या प्रमुखानं तो मला काढून टाकायला सांगितलं आणि बोधचिन्ह मिरवण्याचं शाळा हे स्थान नव्हे असं तो म्हणाला. पण मी त्यासाठी इतके श्रम घेतले होते आणि इतका वेळ खर्च केला होता की, मी तो ध्वज काढून टाकायचा नाही असं ठरवलं आणि कसं कोण जाणे काही दिवसांनी तो प्रमुखही ते सगळं विसरून गेला. माझे आईवडील भारतीय असले तरी माझ्या दृष्टीनं मी पाकिस्तानी असल्याची खूण दाखवण्याचा माझा आग्रह होता. आमच्या गटातले बहुसंख्य 'लिंक्स' पाकिस्तानच्या ताब्यात असलेल्या काश्मीरच्या भागातले होते आणि आम्ही बोलत असू त्यापेक्षा पूर्णपणे वेगळी भाषा ते बोलत. ते ज्या देशाबद्दल बोलत असत, त्या देशाशी मी माझं नातं प्रस्थापित करू शकलो नव्हतो. माझा पाकिस्तान वेगळाच मुलूख होता. तो माझ्या वडिलांच्या कवितांमधला काव्यात्मक प्रदेश होता, तल्लख, सुशिक्षित, लष्कराच्या ताब्यातला देश होता.

त्या वर्षीच्या सर्वांत हुशार मुलांच्या वर्गात मी होतो आणि आमच्या वर्गातला प्रत्येक जण (अर्थात वर्गात मुलींची संख्या खूप जास्त होती) खूपच अभ्यासू होता. परंतु जसा अभ्यास करायला हवा तसा अभ्यास मी करीत नव्हतो. परिणामी माझी श्रेणी घसरू लागली होती. हे सगळं त्या गटात सामील झाल्यामुळे घडत होतं. शाळेच्या दिवसांत कित्येक तास मी शैलेलाघ कॅफेभोवती घुटमळण्यात घालवले होते. स्पेस इनव्हेडर, पिनबॉल किंवा पूल असले खेळ मी तिथे खेळत असे आणि त्या जोडीला मायकेल जॅक्सनचं 'बीट इट' हे गाणं ज्यूकबॉक्सवर ऐकत असे.

एका समानधर्मी लोकांच्या गटाशी जोडलेला असल्याची भावना मला फार सुखाची वाटे. मात्र हे नैसर्गिक विकासासारखं नव्हतं. माझे सुरुवातीचे मित्र ज्यू होते. त्यातले बहुसंख्य मित्र त्या औपचारिक शिक्षण देणाऱ्या शाळेतले होते आणि अँड्र्यू हा मोझेली शाळेतला पोलिश मुलगा त्या काळात माझा सर्वांत जवळचा मित्र

होता. नंतरच्या काळात त्याची जागा केनियन-एशियन असलेल्या अंजूमनं घेतली, हा मुलगा कधीही कुठल्याही गटाशी बांधिलकी असलेला नव्हता.

आमच्या गटातले बहुसंख्य लिंक्स हे बर्मिंगहॅममधल्या निम्नस्तरीय वस्त्यांमधल्या शाळांमधून जाणारे होते. त्यांना खरंच माझ्याशी काही देणंघेणं नव्हतं. वंशभेदाबद्दलचे त्यांचे अनुभव, ज्याची मला अजून ओळखही झाली नव्हती, असे भयंकर होते. त्यांच्यापैकी अनेकांना वंशभेद मानणाऱ्यांनी इतकं बेदम मारलं होतं की त्यांना दवाखान्यात ठेवावं लागलं होतं. काही मोठ्या गोऱ्या टग्या मुलांनी हे सगळं सुरू केलं होतं, कारण त्यांना दिवसेंदिवस वाढत जाणाऱ्या आशियाई किंवा काळ्या तरुण विद्यार्थ्यांच्या संख्येला, नापसंतीनं का होईना, सामोरं जावं लागत होतं. ती टगी पोरं शाळेतून बाहेर पडली तरी मारामाऱ्या चालूच होत्या. ही मुलं शाळा सुटण्याच्या सुमाराला शाळेच्या गेटबाहेर पाकिस्तान्यांना ठोकून काढण्यासाठी गोळा होत असत. स्थानिक आशियाई मुलांनी बरेच दिवस हे सहन केल्यानंतर लिंक्स हा गट तयार केला.

माझी ही दोन्ही विश्वं एकदा अगदी आमने-सामने एकमेकांवर आदळली. मी त्या वेळी जेमतेम १५ वर्षांचा होतो, पण परिस्थिती बिघडत चालल्याचं माझ्या नजरेत आलं. एकास एक या प्रमाणात क्वचितच मारामाऱ्या होत असत. अनेक वेळा एखादा गट किंवा टोळी एकट्या दुकट्यावर अगदी तुटून पडत असे. जर एखाद्या कोणाची मारामारी झाली तर त्याचे मित्र धावून येत आणि दुसऱ्याला चांगलं रिंगणात घेऊन फुटबॉल तुडवावा तसं त्याचं तोंड फाटेपर्यंत त्याला बुकलून काढत. त्याचा परिणाम असा झाला की काही जण लिंक्सचा गट सोडून गेले. या सोडून जाणाऱ्यांत माझा भाऊही होता. शाळेबाहेर त्याला एवढी बेदम मारहाण करण्यात आली होती, शेवटी त्याला दवाखान्यात पोहोचवावं लागलं, या सगळ्यात पुढे कित्येक दिवस त्याची शाळा बुडली. ज्या मुलांनी माझ्या भावाला मारलं होतं, ते बहुतेक सगळे गोरे किंवा मिश्र वंशाचे होते. शाळेबाहेर माझा भाऊ एका टोळीमध्ये सामील झालेला आहे हे त्यांना माहीत होतं, तेही पाकिस्तानी टोळीत! रणभूमी आखली गेली आणि आता 'पाकिस्तान्यांना बदडून काढायचं', असं म्हणत युद्ध सुरू झालं...

मी स्वच्छतागृहातून बाहेर पडत होतो तेव्हा, जी पाच मुलं मला शाळेबाहेर अडवत असत, ती तिथे आली. त्यांच्यापैकी एक जण पुढे येऊन माझा हात धरत म्हणाला, "साल्या, अंगावर पाकी जॅकेट आणि लिंक्सच्या टोळीमध्ये सामील आहेस म्हणून जास्त रुबाब करतोस? तुझ्या भावाला अस्मानातले तारे मोजायला लावलं तशी तुझीही गत करू." माझं काळीज अक्षरशः लकलकायला लागलं, त्या मुलांकडे बघताना आता इथून बाहेर कसं पडायचं हा एकच विचार डोक्यात

घुमू लागला. ज्या शिक्षकांविषयी माझं मत फारसं बरं नव्हतं, नेमके तेच त्या वेळी तिथे आले, त्याक्षणी परिस्थितीचा फायदा घेऊन मी तिथून धूम ठोकली. परंतु एकूणच शाळेत माझी पाठराखण करणारं कोणी नव्हतं, त्या मुलांशी दोन हात करण्याएवढा तगडा होईपर्यंत मला सतत मान वळवून आपल्या मागे कोणी लागलेलं नाही ना याची खातरजमा करून घ्यावी लागत असे. अंजूमशिवाय मला मदत करायला कोणीही तयार नव्हतं. लिंक्सच्या टोळीमधली पोरं राडा करायला मी अजूनही आणू शकेन अशी माझी खात्री होती.

दुसऱ्या दिवशी शाळेतून बाहेर पडत असताना मी त्या पाच जणांना पाहिलं, ते मारामारीच्या तयारीत होते. त्यांच्या बाहेरच्या बाजूला लिंक्सनी दबा धरलेला मी पाहिलं होतं. जिथे आजवरच्या सर्व मारामाऱ्या झाल्या होत्या तिथे म्हणजे स्प्रिंगफिल्ड रस्त्याच्या सुरुवातीलाच बोन्स, चिको, ब्लॉब, बुड्डा, हॅक, खान, सॅम आणि सिगी एका ओळीत उभे होते. मी अंगात घातलं होतं तसं म्हणजे, 'एक्स इटालियन आर्मी कॉबॅट जॅकेट' त्या सगळ्यांनी घातलं होतं. हा आमचा गणवेश असल्यासारखंच होतं. जॅकेटच्या डाव्या हातावर लाल गरुड काढलेला होता. आम्ही कोणालाही भीक घालत नाही याचं ते प्रतीक होतं. त्या प्रत्येकाजवळ काही ना काही सहज लपवता येण्याजोगं हत्यार होतं. कोणी चेन, कोणी बेसबॉलची बॅट, तर कोणी लोखंडी सळई नाही तर गुप्ती लपवलेली होती. मी जरा लवकरच शाळेतून बाहेर पडलो अन् त्यांच्या रांगेत जाऊन उभा राहिलो. आमच्या टोळीमधली खरं तर फक्त आठच पोरं आली होती. पण त्या संपूर्ण परिसरात कोणीतरी असं पसरवलं की शाळेबाहेर मारामारी करण्यासाठी बाहेरून लोकं आली आहेत. त्यांच्यासाठी हा शाळेच्या इभ्रतीचा प्रश्न होता, लवकरच तिथे पन्नासहून जास्त मुलं गोळा झाली. त्याक्षणी मी किती मोठी चूक केलीय ते लक्षात आलं. मोठमोठ्यांदा बाचाबाची सुरू झाली आणि ओरडून बोलल्यामुळे माझा घसा पार सुकून गेला. आमच्यापैकी एक जण सिगी नावाचा जो जर्मन पाकिस्तानी होता, तो भलताच तरतरीत व शूर होता. त्यानं चटकन परिस्थितीचा ताबा घेतला. गोळा झालेल्या त्या सर्वांबरोबर एकट्यानं भांडणं करायची त्याची तयारी होती. बाकीच्यांनी आपापली हत्यारं परजली. जरी आपलीही राडा करायची तयारी आहे असा भाव त्यांनी चेहऱ्यावर आणला होता, तरी खरं तर तसे ते मनातून टरकले होते. पण मला माहीत असलेला आमच्या शाळेतला एक मुलगा माझ्या जवळ आला अन् म्हणाला, "आता तू जर काही केलं नाहीस तर परिस्थिती हाताबाहेर जाईल." त्याचं म्हणणं बरोबर होतं, पण सिगी पेटलाच होता.

तो आव्हान देत म्हणाला, "हे बघ, तुला इथून जायचं असलं तर खुशाल जा, आम्ही यांना बघून घेऊ, आम्ही सगळे मिळून इथे भयंकर राडा घालू." बोलताबोलता

तो त्यांच्यासमोर जाऊन उभा राहिला आणि म्हणाला, "इथं राडा घालण्याऐवजी, भडव्यांनो तुम्ही येत्या शनिवारी रात्री स्पार्कहिल पार्कला का नाही भेटत? तुमची सगळी पोरं गोळा करून आणा. तिथे त्या वेळी कोणी मास्तर किंवा पोरंढोरं नसतील, तसंच बाकीच्या कटकटी पण नसतील."

त्यांनी ते मान्य केलं. खुल्लमखुल्ला सगळ्यांसमोर होणाऱ्या त्या मारामारीबद्दल सगळ्यांनाच जाम चिंता लागून राहिली होती. सिगीनं नुसतंच आम्हाला वाचवलं नव्हतं, तर त्यानं आमची लाजही राखली होती. शाळेतल्या मुलांनी सिगीचं आव्हान स्वीकारलं खरं, पण मला माहीत होतं. बाहेरच्या कुठल्याही टोळीबरोबर या पोरांचं कसलंच साटंलोटं नव्हतं. साहजिकच ते तिथे मुळीच फिरकले नाही. मी मिळवलेला हा मानसिक विजय होता. रस्त्यावरचा माझा वट भलताच वाढला आणि शाळेत मंडळींना चांगलंच समजलं की मला दांडगा पाठिंबा आहे. त्यामुळे तिथून पुढे मला कधीही त्रास झाला नाही.

पुढे ज्या दोन टोळ्यांमध्ये भीषण हाणामाऱ्या झाल्या, त्यांची माझ्यासाठी ही एक चुणूक होती. काही वेळा फक्त खुन्नस म्हणून मारामारी केली जात असे आणि मग त्याच्या मित्रांपुढे बढाया मारण्यासाठी रसभरीत कथा बनवल्या जात. कधीकधी अशा मारामाऱ्यांच्या वेळी मी फक्त तिथे हजर असे, अगदी क्वचित मी मारामारीत भाग घेतला, कारण त्या सगळ्यांमध्ये मी सगळ्यात लहान आणि अगदीच किरकोळ अंगकाठीचा होतो.

'क्वाड्रोफेनिया' या सिनेमात जशी भन्नाट मारामारी आहे, तशाच स्टाईलनं कायमचं लक्षात राहाण्याजोगे एक टोळीयुद्ध झालं. हॅकच्या मालकीच्या दुकानात एक दिवस लॅम्ब्रेटा मोटारसायकलींवरून 'गँग ऑफ मोड्स' आले आणि त्यांनी दुकानात धुडगूस घालून खूप नासधूस केली. त्या वेळी हॅकने त्यांना, "तुमच्यात काही दम असेल तर पुन्हा या, आपण हिसाब-किताब एकदम साफ करून टाकू." असं म्हटलं. "ठीक आहे, अक्करमाश्या पाकिस्तान्या, आज रात्रीच आम्ही मरमेडसमोर येतो. होऊन जाऊ दे." असं त्यांनी उत्तर दिलं. सिगीचं घर हा आमचा नेहमी भेटण्याचा अड्डा होता. तिथे हॅकनं आम्हाला ती सगळी हकिकत सांगितली. आणि त्या रात्रीच ती पोरं पुन्हा येतायत असं तो म्हणाला.

त्या दिवशी संध्याकाळच्या सुमाराला 'मरमेड पब'च्या मागच्या बाजूच्या कार-पार्क मधे आम्ही सगळे जमलो. राडा करायचा आहे ही बातमी वाऱ्यासारखी पसरली. त्यामुळे स्पार्कहिल वॉरियर्स, ड्रॅगन अशा इतर आशियाई मुलांच्या टोळ्या त्या ठिकाणी हजर झाल्या. पण हे अध्याहृत होतं की, ती जागा आम्ही निवडली होती. हा राडा आम्ही घालणार होतो आणि हे सगळं आमचंच कारस्थान होतं. सिगी, सॅम आणि मी त्यांना लालूच दाखवून मरमेडपासून दूर नेणार होतो आणि

सापळ्यात अडकवणार होतो. इतर पोरांनी कार-पार्कच्या भिंतीच्या आडोशानं आपापल्या लाठ्या-काठ्या आणि विटा पकडून जागा घेतल्या. या खेपेला मोड्सची गँग लॅम्ब्रेटावरून आली नाही. ते व्हॅनमधून आले. त्यांनी रिकाम्या कार पार्ककडे न्याहाळून पाहिलं आणि ते पुढे निघून गेले. ज्या क्षणी आम्ही त्यांच्या नजरेला पडलो, त्या क्षणापासून आम्ही त्यांच्याशी जी पैज मारली होती, त्यावरून आम्ही त्यांना तिरकस बोलायला लागलो आणि कार पार्कच्या दिशेनं पळायला लागलो. त्यांनी त्यांची व्हॅन एका पबजवळ रस्त्याच्या कडेला उभी केली आणि मग व्हॅनमधून उड्या मारून ते आम्हा तिघांच्या पाठलागाला सुरुवात करणार, इतक्यात आमच्या मुलांनी त्यांना कोपऱ्यात दाबलं आणि त्यांच्यावर दगड-विटांचा वर्षाव केला आणि मग मारामारीला सुरुवात झाली. सगळीकडे भयानक गोंधळ माजला. हॉकी स्टिक्स, बेसबॉलच्या बॅट्स आणि लोखंडी सळ्या यांचा मुक्त वापर झाला. खरं तर मला मोड्सच्या गँगच्या एका पोराला ठोकायचं होतं पण रागाच्या भरात मी चुकून ड्रॅगनच्या गँगच्या पोरालाच मारलं. काठ्यांच्या तडाख्याच्या आवाजाच्या मागोमाग विव्हळण्याचे आवाज ऐकू येऊ लागले. काही मिनिटांत मोड्सची गँग, जी तिथून हालण्याचं मुळीच लक्षण नव्हतं, ती तिथून धूम पळत सुटली. तरीही त्यांच्यातला एक जण मात्र तिथे ठाम उभा राहिला होता.

मार्शल आर्टमध्ये निष्णात असलेला धिप्पाड बूट एकटा उभा होता. मोडक्या हॉकी स्टिकनं त्याला चोपून त्याचा पार खिमा करण्यात आला, पण तेवढ्यात पोलीस आले. आम्हाला तिथल्या गल्लीबोळांची एवढी माहिती होती की आम्ही त्या बोळांमधून पसार झालो. मोड्सच्या गँगमधल्या अनेकांना पोलिसांनी पकडलं.

आम्ही मिळवलेला हा मोठाच विजय होता. बर्मिंगहॅममधल्या काळ्या, गोऱ्या, आशियाई सगळ्या प्रकारच्या टोळ्यांमध्ये ही बातमी पसरली. या प्रसंगामुळे लिंक्स ही अतिशय ताकदवान टोळी आहे, स्वतःच्या बळावर, स्वतःच्या मर्जीनुसार ते रस्त्यावर न्यायाचं राज्य प्रस्थापित करू शकतात, अशी आमच्या टोळीची ख्याती झाली.

मात्र या लौकिकाची, बर्मिंगहॅम सिटी सेंटरमध्ये झालेल्या मारामारीत बऱ्यापैकी वाट लागली. सुरुवातीपासून ते प्रकरण आम्हाला जरा जडच गेलं. नॅशनल फ्रंटच्या गँगचे असंख्य लोक सिटी सेंटरला जमले होते. आमच्या दृष्टीनं ती स्किन हेड्सचीच गँग होती. आमच्या एका अड्ड्याजवळ शहरातल्या बहुतेक सर्व टोळ्या जमल्या होत्या. ही जागा म्हणजे सेंट्रल लायब्ररी, इथे मारामारी व्हायची होती. शनिवारची दुपार असल्यामुळे तिथे अनेक लोक फिरायला आले होते. पोलिसांची गस्त चालू होती. थोडे लिंक्स, पँथर्स, स्पार्कहिल वॉरियर्स तसंच काही ट्रोजन्स (या टोळीत बरेचसे काळे सामील झालेले होते) आम्ही सगळे एका ओळीत उभे राहिलो.

खरं तर यातल्या काही टोळ्यांमध्ये पूर्वी आपापसात मारामाऱ्या झालेल्या होत्या. तरीही या निओ-नाझींविरुद्ध लढायला आम्ही एकत्र आलो होतो.

कशावर तरी बडवण्याचा आवाज मोठा-मोठा होऊ लागला. ते दृष्टिपथात येऊ लागल्यावर आम्ही पाहिलं– त्यांच्याजवळ धातूच्या कचराकुंडीची झाकणं होती आणि बेसबॉलच्या बॅटींनी ते ती बडवत होते. मध्ययुगीन कालखंडात लढाईला प्रारंभ होण्यापूर्वी त्या लोकांना नेमकं काय वाटत असेल ते मला त्या दिवशी समजलं. शेकडो जण ओळी-ओळीनं चाल करून येत होते. पुढे येताच त्यांनी एक साथ उजवा हात उंचावला आणि नाझी सॅल्यूटप्रमाणे कपाळाजवळ नेला. 'सेज हाईल' त्यांच्या आरोळीने आकाश दुमदुमून गेलं आणि त्यानंतर त्यांनी हल्ल्याला सुरुवात केली.

आमच्यापासून जवळ, अगदी पन्नास फुटांवर आलेलं मी त्यांना पाहिलं. एकतर पोलिसांनी मध्ये पडायचं टाळलं किंवा त्यांना ते शक्य नव्हतं. माझ्या टोळीतल्या पोरांकडे मी मोठ्या विश्वासानं मागे वळून पाहिलं, पण त्यांच्यातले बहुतेक जण मागच्या मागे पळाले होते. माझ्या बाजूला दंडात बेटकुळ्या असलेला, कमावलेल्या शरीराचा एक काळा, हातात चेन फिरवत ठामपणे उभा होता. तो चटकन काही बोलेल या आशेनं मी त्याच्याकडे पाहिलं. "मॉझ पळ, आत्ता या क्षणी पळऽ" तो म्हणाला. सुदैवानं त्या दिवशी काहीही दुखापत न होता आम्ही तिथून सटकलो, पण पुढच्या एका प्रसंगी आम्हाला नशिबानं तशी साथ दिली नाही.

मरमेडच्या पुढे रात्रीच्या वेळी एकदा मी माझ्या मित्रांबरोबर रमतगमत चाललो होतो. शैलेलाघच्या समोर पिण्यासाठी म्हणून स्किन हेड्स आणि पंक-रॉकर्स जमले होते. आम्ही त्या वेळी निश्चितच मारामारी करण्याच्या मूडमध्ये नव्हतो. शिवाय आम्ही अंगात तसे कपडे देखील घातलेले नव्हते. त्या वेळी पबबाहेर मी माझ्या एका मित्राला पंक-रॉकर्स मधल्या एकाशी वाद घालताना पाहिलं. अचानक त्यानं त्या पंकच्या डोक्यावर प्रहार केला. माझ्या मित्रानं तो प्रहार त्याच्याजवळ असलेल्या काठीनं केला होता आणि या काठीला बाहेर आलेल्या लोखंडाचा अणकुचीदार खिळा होता. तो खिळा त्या माणसाच्या डोक्यात घुसला. तो माणूस ओरडतच पबमध्ये पळाला. काही क्षणात त्याचे असंख्य मित्र आतून बाहेर आले. त्यांच्या हातात बियरचे ग्लासेस आणि गिनीजच्या बियरच्या बाटल्या होत्या. आम्ही सगळेच पुढचं सगळं टाळण्यासाठी रस्त्यापासून दूर असलेल्या मशिदीच्या दिशेने पळालो, पण या पळापळीत बूट आमच्या मागे राहिला. तो तिथे एकटाच उभा राहिला.

मी पळतापळता मागे वळून पाहिलं तेव्हा तो बंदुकीतून गोळ्या सुटाव्यात तशा थडाथडा लाथा झाडत असल्याचं मला दिसलं. पण नंतर त्यांनी त्याला घेरलं.

तो जमिनीवर पडला होता आणि ते त्याच्यावर तुटून पडले होते.

मी क्षणात निर्णय घेतला. मी पळायचं थांबलो आणि माघारी वळलो. त्यानंतर मी त्या पंक्स आणि स्किन्सच्या घोळक्यात शिरून त्यांना त्याच्यापासून दूर करू लागलो. मी त्या सगळ्यांना त्याच्यापासून दूर करण्यात यशस्वी झालो आणि आता त्यांनी माझी धुलाई करायला सुरुवात केली होती. माझ्या डोक्यावर बियरच्या बाटल्या आणि बुटाच्या लोखंडी सोल्सचा तडाखा बसलेला मला जाणवला, तसेच तडाखे माझ्या पाठीवर, पायांवर, गुप्तांगावर बसू लागले होते. ते सगळं थांबण्याची काहीच चिन्हं दिसत नव्हती. त्यांनी जेव्हा माझ्या जबड्यावर लाथ हाणली तेव्हा माझ्या जिभेचा तुकडा पडला. माझ्या तोंडातून रक्त वाहू लागलं. मी आता मरणार असं मला खरोखरच वाटू लागलं. त्या काही क्षणात एक मुस्लीम मरतेवेळी काय म्हणत असेल हा विचार माझ्या डोक्यात चमकून गेला... 'ला, इल्लाह... इल्लीलाह.. मुहम्मदला अररसुल्लाह' एका अल्लाशिवाय जगात दुसरा देव नाही आणि मुहम्मद त्याचा प्रेषक आहे. मी खवळून ओरडलो. निदान मी मशिदीसमोर तरी मरून पडत होतो. माझ्या मनात येऊन गेलं आणि अचानक ते सगळं थांबलं. लाथा घालणं थांबलं, यातना थोड्या कमी झाल्या आणि माझ्यावर हल्ला चढवणारे पळून गेले. मला वाटलं मी ज्याचा उच्चार केला होता त्याचाच हा परिणाम होता. पण मग मी पोलिसांची गाडी वळणावरून येताना पाहिली, ती माझ्यासमोर थांबली.

त्या गाडीत फक्त एक पोलीस होता. त्यानं माझ्याकडं पाहिलं आणि मला मुकाट्यानं त्याच्या गाडीत बसायला सांगितलं. तो म्हणाला, ''मी तुला पोलीस स्टेशनमध्ये घेऊन जाणार आहे, कारण शांततेचा भंग झाल्याची तक्रार आलेली आहे.'' त्यानंतर तो त्याच्या रेडिओवर बोलला. तो गाडी काढत असतानाच पंक्स तिथे परत आले होते. त्यांना त्या वेळी जास्त काही करता आलं नाही. ते गाडीच्या अवतीभोवती घोटाळत राहिले. त्याचं कारण म्हणजे जर त्या पोलिसानं मला सोडून दिलं आणि मी गाडी बाहेर आलो, तर त्यांचा मला पुन्हा बदडून काढायचा बेत होता. मी मुद्दामच त्यांच्यावर शेरेबाजी करायला सुरुवात केली. त्यांनी कारला वेढा घातला अन् टपावर बडवायला सुरुवात केली. गाडीत एकटाच असलेला पोलीस जाम टरकला असावा. त्याने तिथून गाडी काढली अन् वेगानं दूरवर नेली आणि मग मला त्यानं गाडीतून उतरायला सांगितलं. मी अक्षरशः रक्तात न्हाऊन निघालो होतो, माझं थोबाड जागोजागी झालेल्या जखमांनी एकदम भप्प सुजलं होतं, तरीही मी बेहद्द खूश होतो, कारण मला अटक झाली नव्हती.

मी जेव्हा घरी परत आलो तेव्हा दहा वाजायला आले होते. माझ्या वडिलांनी दार उघडलं. त्यांना बघताच बुटाची लेस बांधत असल्याचा बहाणा करून मी तोंड फिरवलं. मी घरात केव्हा शिरतो ते बघत ते तिथेच उभे राहिले. तेव्हा मी त्यांना

म्हणालो, ''बाबा, तुम्ही आत जा, मी एक मिनिटात आलोच...'' मी पुन्हा वळताच त्यांनी माझी अवस्था पाहिली, तेव्हा त्यांना विलक्षण धक्का बसला.

''काय झालं?'' त्यांनी विचारलं.

''विशेष काही नाही.'' मी पुटपुटलो अन् त्यांना म्हणालो, ''मी एकदम ठीक आहे. तुम्ही आत चला.''

''काहीतरी मूर्खासारखं बडबडू नकोस, आपण आत्ताच्या आत्ता 'ॲक्सिडेंट हॉस्पिटल'मध्ये जायचं.'' ते म्हणाले.

आम्ही हॉस्पिटलमध्ये पोहोचलो तेव्हा आमच्या आधी तिथे तेच पंक्स व स्किन्स पोहोचलेले होते. त्यांच्याबरोबर ज्याच्या डोक्यात खिळा घुसला होता तो तिथे आलेला होता, शिवाय एकाच्या नाकाचं हाड मोडलं होतं, तो देखील तिथे आला होता. त्यांची माझ्यावर नजर पडताच बडबड करत, ते मी व माझ्या वडिलांवर धावून आले आणि ओरडले, ''हाच तो पाकिस्तानी अक्करमाश्या...'' त्यांच्या बोलण्यातला महत्त्वाचा मुद्दा मी माझ्या सफाईसाठी चटकन उचलला. तेवढ्यात पोलीस आले.

माझ्या वडिलांना भयंकर धक्काच बसला होता. मला हातात बेड्या घालून नेण्यात आलं, तसंच त्या पंक्स आणि स्किन्सनाही नेण्यात आलं. मी हेतुपूर्वक जखमा केल्याचा आरोप माझ्यावर ठेवण्यात आला. डोक्यात खिळा भोसकून त्या माणसाला मीच ठार मारण्याचा प्रयत्न केलाय असं त्यांना वाटलं. खरं काय घडलं होतं ते मी त्यांना सांगून टाकलं, पण ज्या कोणी ते कृत्य केलं होतं त्याचं नाव मात्र मी त्यांना सांगितलं नाही. पण त्यामुळे ती केस कोर्टापुढे उभी करण्यात आली.

कोर्टातल्या प्रत्येक सुनावणीच्या वेळी मी स्वत: कोर्टात हजर राहात असे; पण पंक्स मात्र एकदाही तिकडे फिरकलेसुद्धा नाहीत आणि ते जेव्हा कोर्टात आले, तेव्हा त्यांचे ते कपडे आणि एकूण अवतार बघून मॅजिस्ट्रेट उघडपणे नाराज झालेले दिसले. माझ्यावरचा तो खटलाच मग काढून टाकण्यात आला.

त्या काळात मी करत असलेल्या उद्योगांबद्दल माझ्या वडिलांना फारशी माहिती नव्हती. शाळेत मी कसाबसा तगून राहिलो होतो. मला फारच थोड्या विषयांत उत्तम श्रेणी मिळाली होती, पण सर्वसामान्यपणे मी अगदी काठावर पास होत होतो. या माझ्या अधोगतीसाठी माझ्याव्यतिरिक्त मला कोणालाही बोल लावायचा नव्हता.

पौगंडावस्थेच्या काळात बाबांचे इतर मित्र जसे त्यांच्या मुलांना दबावाखाली ठेवत तसं त्यांनी आम्हाला कधीच ठेवलं नाही. माझ्या बाबतीत तर ते अगदी सबुरीनं वागत. आम्ही अभ्यासात उत्तम यश मिळवावं अशी त्यांची इच्छा होती. पण त्यांनी अगदी सहजपणे आम्हाला अनेक गोष्टी करायला परवानगी दिली होती आणि आम्ही याचाच फायदा घेतला होता.

वेळप्रसंगी जरी त्यांनी आमची चांगलीच धुलाई केली होती, तरी हळूहळू काळाच्या ओघात ते सगळं मागे पडलं आणि पुढे पुढे तर मी आणि माझे वडील एकत्र बसून अनेक गोष्टींबद्दल सखोल चर्चा करू लागलो. यात त्यांच्या भूतकाळाचाही समावेश असे. कधीकधी ते पौगंडावस्थेत असताना काय घडलं होतं, त्याची माझ्या या कालखंडाशी तुलना केली जाई. पण एक मात्र नक्की, की त्यांचं तारुण्यातलं आयुष्य माझ्यापेक्षा निश्चितच फार वेगळं गेलं होतं.

मी त्यांच्यापेक्षा किती उत्तम परिस्थितीत आहे हे मला सांगताना, ते लहान असताना भारतात त्यांनी कसे दिवस काढले त्याबद्दल सांगितलं, रात्री कंदिलात घालायला रॉकेल विकत घेणं त्यांना परवडत नसे, म्हणून मग त्यांनी रस्त्यावरच्या दिव्यांच्या प्रकाशात अनेकदा अभ्यास केलेला होता. उत्तर हिंदुस्थानातून अत्यंत अस्थिर अशा पाकिस्तानात त्यांनी केलेल्या स्थलांतराची हकिकत एकदा मला सांगितली होती. पाकिस्तान – मुस्लिमांची भूमी! त्यांना फाळणीच्या वेळी मृत्यूनं घातलेल्या थैमानाची आठवण येत असे. तशीच आठवण होती मुसलमान प्रवाशांनी भरून गेलेली रेल्वे हिंदू बहुसंख्य असलेल्या प्रदेशावरून जात असताना, प्रवाशांच्या झालेल्या कत्तलीची. ही गाडी जेव्हा इच्छित स्थानकावर पोहोचली, तेव्हा त्या गाडीत फक्त प्रेतांचा खच होता. याची परतफेड मुसलमानांच्या वस्त्यांमधून राहणाऱ्या हिंदूंना मारून करण्यात आली होती. हिंदुस्थानातून आलेल्या मुसलमानांना पाकिस्तानात 'मुहाजिर' म्हणत – मुहाजिर म्हणजे स्थलांतरित. खरंतर मुसलमानांच्या स्वदेशात स्थलांतरित होण्याचा योग माझ्या पुढच्या आयुष्यात आला. पण त्या वेळी असं काही घडेल याची मला कल्पना नव्हती.

शाळा संपल्यावर महाविद्यालयात मी संगणकशास्त्र शिकलो आणि त्यानंतर मी माझ्या वडिलांबरोबर बेग अॅन्ड सन्स लिमिटेड कंपनीमध्ये काम करू लागलो. १९८४ मध्ये बँकेतली नोकरी सोडल्यानंतर त्यांनी 'इस्टेट एजन्ट्स अॅन्ड बिल्डिंग सोसायटी' सुरू केली होती. मी कायद्याचा अभ्यास सुरू करण्यापूर्वी हे सगळं घडलं. त्या काळची सळसळत्या रक्ताची पोरं जसजशी प्रौढ होत गेली, तसतशी लिंक्सदेखील थंडावत गेली. निओ-नाझी रस्त्यावर दिसण्याचं बंद झाल्यावर लिंक्स दुसऱ्या इतर टोळ्यांबरोबर मारामाऱ्या करू लागली होती, यातल्या बहुसंख्य टोळ्या आशियाईंच्या होत्या. सुरुवातीला आमच्या परिसरातल्या स्थानिक आशियाईंच्या टोळीबरोबर त्यांनी मारामाऱ्या केल्या. पण नंतर मात्र इतर भागातल्या गटांबरोबरही ते भिडू लागले. निओ-नाझींबरोबर लढण्यात जी एक न्यायबुद्धी मला वाटत असे, ती पुढे मुळीच वाटेनाशी झाली आणि त्याबरोबरच लिंक्सबरोबरचा ऋणानुबंधही संपून गेला.

त्यांच्यामधले अनेक जण पुढे लग्न वगैरे करून आयुष्यात स्थिरावले आणि

व्यापारउदीम बघू लागले. काही जणांना बराच काळ कच्च्या कैदेत राहावं लागलं, तर काहींची रवानगी सरळ तुरुंगात झाली होती. तर काही जणांना व्यसनमुक्ती केंद्रात ठेवण्यात आलं होतं. काही जण मारामारी करताना मेले किंवा अतिमद्यपानामुळे काहींनी मृत्यू ओढवून घेतला. काहींचा मृत्यू ड्रग्जमुळे झाला तर काहींनी इस्लाम धर्म आचरायला सुरुवात केली होती.

माझ्या आयुष्यातलं लिंक्स प्रकरण साधारण तीन वर्षं चाललं. पुढे मला माझ्या आयुष्यातल्या या कालखंडाचा कधीच अभिमान वाटला नाही. कारण त्यामुळे मी माझ्या शैक्षणिक प्रगतीच्या वाटेवरच्या काही संधी गमावल्या होत्या. काही टोळ्यांची आता जी अवस्था झाली होती, ती मला बिलकूल पसंत नव्हती. माझ्या वडिलांना हे सगळं माहीत होतं आणि अनेक वेळा आमच्या या विषयावर चर्चाही झाल्या होत्या. आशियाई समाजात आमच्या सारख्या तरुण मुलांना थोरा-मोठ्यांकडून मान मिळणं फारच अवघड होतं. कारण गोऱ्या पोरांसारखं आम्ही पबमध्ये जातो आणि पोरींबरोबर डेटिंग करतो म्हणून ते खरंतर नेहमीच आमची कानउघडणी करीत असत. पण आम्ही त्यांच्या मुलांना, मुलींना आणि त्यांच्या घरातल्या स्त्रियांना अनेक वेळा मदत केली. ते अडचणीत सापडले तेव्हा त्यांच्या मदतीला धावून गेलो. हे त्यांना समजल्यावर त्यांचा आमच्याकडे बघण्याचा दृष्टिकोन बदलला. माझ्या मते, वंशद्वेषानं आंधळ्या झालेल्यांपासून आम्ही आमच्या भागातले रस्ते मुक्त केले, अगदी आजतागायत लिंक्सनी मिळवलेला हा नावलौकिक कायम आहे.

कामगार वर्गातले आशियाई सहसा कोणाच्या रक्षणासाठी धावून जात नसत. एकदा मी माझ्या झोपण्याच्या खोलीत असताना बाहेर रस्त्यावर खूप मोठा आवाज झालेला ऐकला. मी चटकन खिडकीतून पाहिलं. रस्त्यापलीकडच्या एका घरात राहणाऱ्या एक स्कॉटिश विधवेच्या घरात काही जण जबरदस्तीने घुसण्याचा प्रयत्न करीत असल्याचं मला दिसलं. मी धावतच तिच्या घरी गेलो. पण मी पोहोचलो तोपर्यंत ती मुलं जिना चढून वर गेली होती. घाबरून तिने मारलेल्या किंकाळ्या मला ऐकू आल्या. ती त्यांना विनवत होती, "कृपा करून मला काही करू नका... मला अगदी एकटं राहू दे.." मी जोरात ओरडलो, "भडव्यांनो? तुम्ही तिथे काय राडा घालताय?" चोरी करायला आलेली ती माणसं ते ऐकून क्षणभर स्तंभित झाली. मग घाईनं त्यांनी पळायला सुरुवात केली. वाटेत उभ्या असलेल्या मला ढकलून ते थेट रस्त्यावर आले. मी रस्त्यावर दूरवर त्यांचा पाठलाग केला अन् एकाला पकडलं. तो मागे वळला व गपकन त्यानं चाकू काढला.

त्याक्षणी मी त्याला ओळखला अन् त्यानंही मला ओळखलं. तो लिंक्सच्या

सभासदाचा धाकटा भाऊ होता. "मूर्खा, फेक ते खेळणं." मी ओरडलो आणि पुढे म्हणालो, "काळजी करू नको. मी आत्ता लगेच काहीही करणार नाहीये."

तो काहीतरी फालतू बडबडायला लागला व म्हणाला, "घरात खरंच कोणी असेलसं मला माहीत नव्हतं."

मी मग थेट त्या बाईच्या घरात गेलो अन् तिचं मोडलेलं दार पुन्हा बसवायला तिला मदत केली. त्यानंतर एक दिवस तिनं मला चहाला येण्याचं निमंत्रण दिलं. मी तिच्या घरी गेल्यावर तिनं मला अल्बम उघडून तिच्या नवऱ्याचा फोटो दाखवला. दुसऱ्या महायुद्धात तो एक सैनिक होता. ते सगळं सांगतासांगता पटकन ती म्हणाली, "त्याकाळी गोष्टी किती वेगळ्या होत्या, नाही का?" त्यानंतर ती बाई तिचं घर विकून टाकून स्कॉटलंडला परत जाण्याचा निर्णय घेईपर्यंत मी तिच्या घरी जात राहिलो. ती घटना घडल्यामुळेच त्या म्हाताऱ्या असहाय बाईनं तिथून जाण्याचा निर्णय घेतला अन् ती निघून गेली. आता कदाचित ती आशियाई लोकांचा रागराग करीत असेल, या विचारानं माझं मन अस्वस्थ होई, पण आशियाईंचा राग करणाऱ्यातली ती नव्हती. तिनं मला स्कॉटलंडला तिच्या घरी बोलावलं. तिथून जाण्यापूर्वी तिनं मला तिच्या घरी बोलावलं अन् ब्रिटिश पौंडाची जुनी नोट भेट म्हणून दिली. ती मी अगदी जपून ठेवलीय.

चोरीच्या उद्देशानं आलेल्या त्या लोकांबद्दल पोलिसांनी मला तक्रार करायला सांगितलं, तेव्हा मी पोलिसांना ते शक्य नसल्याचं सांगितलं. पण मी एकदा जाऊन त्या मुलाच्या मोठ्या भावाच्या कानावर सर्व प्रकार मात्र घातला. त्या वेळी तो म्हणाला की, तो सगळं व्यवस्थित बघून घेईल. त्या मुलाला मी नंतर परत बघितलं तेव्हा त्याच्या तोंडावर ओरखडे होते. बहुधा भावाने त्याच्याकडे 'बघितलं' असावं.

जेव्हा मी लिंक्सच्या टोळीमध्ये सामील होऊन त्यांच्याबरोबर काम करत होतो, तेव्हा सुद्धा मी बाबांबरोबर काम करीत असे. आमचे संबंध अगदी उत्तम होते. त्यांनी विश्वासानं माझ्यावर काही जबाबदाऱ्या सोपवलेल्या असत. त्यामध्ये ऑफिसमधल्या लोकांवर लक्ष ठेवण्यापासून ते घरांची खरेदी-विक्री करण्यापर्यंत आणि गहाणवट गोष्टींची व्यवस्था करण्यापर्यंत काहीही असे. १९८९ मध्ये वडील इस्टेट एजंटचा धंदा बंद करेपर्यंत मी त्यांच्याबरोबर इस्टेट एजंट म्हणून जवळजवळ चार वर्षं काम करीत होतो. त्यानंतर त्यांनी 'सुलतान' नावाचं एक इंडियन रेस्टॉरंट सुरू केलं. तिथे देखील मी माझ्या वडिलांबरोबर राबत असे. त्यात सगळ्या गोष्टींची व्यवस्था बघण्यापासून वेळप्रसंगी वेटर, स्वच्छता कामगार आणि कधी स्वयंपाकी म्हणून सुद्धा काम करीत असे. आमच्या सगळ्यांचं सगळं नीट रांगेला लागेपर्यंत आम्ही तसे राबत राहिलो आणि मग १९९१ मध्ये माझ्या वडिलांनी तिथून निवृत्ती घेतली.

आता मी काय करायचं हा माझ्यापुढे प्रश्नच होता. माझ्या वडिलांजवळ अजून एका धंद्याची योजना होती, पण मला आता वेगळं काहीतरी करायचं होतं.

मला सैन्यात जावंसं वाटत होतं. त्याचं एक कारण म्हणजे माझ्या बाबांनी आम्हाला त्यांच्या अख्ख्या खानदानातल्या इतक्या पिढ्यांमध्ये फक्त त्यांच्याच पिढीतलं कोणी सैन्यात गेलं नव्हतं हे इतके वेळा सांगितलं होतं, की ते माझ्या मनावर बिंबलं होतं, त्यामुळे माझ्या मनात ती इच्छा तीव्र होती. भारतात ज्या बाबरनं मुघल साम्राज्याची मुहूर्तमेढ रोवली, त्या बाबराबरोबर १६ व्या शतकात काबूलमधून आमचे पूर्वज आले होते, ते त्याच्या सैन्यात होते. त्यांनी गाजवलेल्या पराक्रमाच्या कथा माझे वडील आम्हाला सांगत. आमच्या वंशावळीत असं नोंदलेलं होतं की १७ व्या शतकात शेवटचा मुघल बादशहा औरंगजेब याच्या कारकिर्दीत त्याच्या सैन्यात रहिम बेग नावाचा आमचा पूर्वज वरिष्ठ अधिकारी म्हणून काम करीत होता. त्यानंतरच्या काळात सातत्यानं आमच्या पूर्वजांनी ब्रिटिश सैन्यात अधिकारी म्हणून नोकऱ्या केल्या होत्या. मी असं ऐकलं होतं की आमच्या खापर-खापर पणजोबांनी तर भारताच्या १९५७ च्या बंडातही भाग घेतला होता (ते नेमके कोणाच्या बाजूनी लढले ते मात्र मला माहीत नाही.) तसंच प्रसिद्ध बोअर वॉर आणि दोन्ही महायुद्धांमध्ये त्यांनी भाग घेतलेला होता. माझ्या वडिलांचे एक काका युद्ध कैदी म्हणून युरोपमध्ये पकडले गेले होते, तर त्यांच्या दुसऱ्या काकांचा मृत्यू अफगाणिस्तानच्या सीमेवर डाकूंशी लढताना झाला होता. आमच्या खानदानाला सैन्यात जाण्याची थोर परंपरा लाभलेली होती. त्यामुळेच सैन्यात जाण्यासाठी माझ्या मनानं जबरदस्त उचल खाल्ली होती. दुसऱ्या महायुद्धात माझ्या आजोबांनी मिळवलेल्या पदकांकडे मी मोठ्या अभिमानानं पाहत राही. आमच्या खानदानाच्या परंपरेला अनुसरून मी सैन्यात जायचं ठरवलं. याचाच अर्थ माझ्या वडिलांच्या काळात ही परंपरा सोडून काही जण डॉक्टर, इंजिनियर, शिक्षक, बँकर वगैरे झाले, तसं मी होणार नव्हतो.

मी जेव्हा माझ्या या योजनेबद्दल वडिलांशी बोललो तेव्हा ते म्हणाले, "मी तरुण असताना पाकिस्तानच्या हवाई दलात जाण्याचा विचार मांडला, तेव्हा मला सांगण्यात आलं की आता युद्ध धैर्यानं अन् प्रामाणिकपणानं खेळली जात नाहीत. म्हणून मी हवाईदलात जाऊ नये." आणि तेच कारण सांगून बाबांनी माझी ती योजना धुडकावून लावली. आजोबा त्या काळात वडिलांना म्हणाले होते, "कोणीही भित्रं हजारो फूट उंचीवरून बॉम्ब फेकून हजारो निरपराध्यांचे जीव घेईल, तसंच सैनिकांना... सामान्य नागरिकांना मारून टाकू शकतं. यात कुठलं आलंय शौर्य?" माझ्या आजोबांना त्यांच्या प्रशिक्षणाच्या सुरुवातीच्या काळात घोड्यावर स्वार होण्याचं अन् तलवारीनं लढण्याचं शिक्षण मिळालेलं होतं. ते शिक्षण पुढे त्यांनी माझ्या वडिलांना दिलं व मग माझ्या बाबांनी ते मला दिलं.

मी खरं तर माझी तीव्र इच्छा असूनही सैन्यात जायला तसा थोडासा घाबरतच होतो. हे काही ब्रिटिश इंडियन सैन्य नव्हतं. ते होतं इंग्लंडचं ब्रिटिश सैन्य. तिथे गेल्यावर मला वंशद्वेष व्यक्त करणारी शेरेबाजी ऐकून घ्यावी लागणार होती किंवा त्याहूनही बरंच काही सहन करावं लागणार होतं. त्यामुळे मला 'रॉयल मरिन्स' किंवा 'पॅरॅशूट रेजिमेंट' मध्ये प्रवेश घ्यावासा वाटत होता. पण त्यानंतर नेपाळच्या उंच डोंगरांवर लढणाऱ्या लढवय्या गुरखा रेजिमेंटच्या सान्निध्यात मी आलो. त्या वेळी मला वाटलं ही लोकं काही 'गोरे साहेब' नाहीत, उलट ते पुष्कळसे माझ्यासारखे दिसतात. त्यामुळे कदाचित ते मला त्यांच्यात सामावून घेतील. त्यानंतर मी सरळ सैन्य भरतीच्या कचेरीत गेलो व तिथे मानसिक कल चाचणी (अॅप्टिट्यूड टेस्ट) दिली. जेव्हा मला माझी गुन्हेगारी पूर्वपीठिका (क्रिमिनल रेकॉर्ड) आहे का असा प्रश्न विचारला, तेव्हा मी त्यांना स्किन हेड्सबरोबर झालेल्या कोर्टातल्या माझ्या केसबद्दल सांगितलं. त्यानंतर त्यांनी ती केस संपल्यानंतर येण्याविषयी सांगितलं.

मधल्या काळात सैन्यात वंशभेदाचा त्रास झालेल्या एका शीख तरुणाने आत्महत्या केली होती. ते प्रकरण खूपच गाजत होतं. वंशद्वेषाची भीती माझ्या मनात भरून राहिल्यामुळे मी पुन्हा सैन्य भरतीसाठी गेलो नाही. जवळजवळ वर्षभरानंतर सैन्यात भरती होण्याचा विचार माझ्या मनात पुन्हा डोकावला, पण मी त्या वेळी सुद्धा मागचं काही विसरू शकलो नव्हतो. आखातात पहिल्या युद्धाला सुरुवात झाली. त्या वेळी एका मुस्लीम राष्ट्राशी युद्ध करण्याची गोष्ट मी सहनच करू शकलो नाही.

३
दुर्लक्षित!

बर्मिंगहॅम बाहेरच्या जगाचा मला पहिल्यांदा जो अनुभव आला तो मी थोडा मोठा झाल्यावर एकदा इटलीला सहलीसाठी गेलो असताना. माझी सावत्र आई व तिचे वडील सौदी अरेबियाला जायला निघाले असताना, माझ्या वडिलांनी मला त्यांच्यासोबत पाठवण्याची व्यवस्था केली होती. उमराहला यात्रेकरू म्हणून आम्ही जाणार होतो. तिथून पुढे मी एकटाच पाकिस्तानात असलेल्या माझ्या आत्यांकडे जाणार होतो. त्या दोघींपैकी एक जण कराचीत राहत असे तर दुसरी पंजाबमध्ये. त्यांच्याकडे पुढे काही महिने मी राहणार होतो. मी वडिलांना त्यांच्या इस्टेट एजन्सीच्या धंद्यात मदत करत असे, त्याबद्दलचं हे जणू बक्षीसच त्यांनी मला दिलं होतं. माझ्या लहान वयात मला वेगवेगळ्या देशांचं अन् तिथल्या वेगवेगळ्या संस्कृतींचं भारीच आकर्षण होतं.

आम्ही यात्रेसाठी सौदी अरेबियात आलो, तेव्हा तिथे गेल्यावर नेमकी कोणती कर्मकांडं करायची असतात याची आम्हाला काहीच कल्पना नव्हती. तसंच आमच्यापैकी कोणालाच अशा यात्रेचा आधी अनुभवही नव्हता, एवढंच नव्हे तर आमच्यापैकी कोणालाही अरेबिक भाषेचा एक शब्दही येत नव्हता. पण मी इतिहासात यासंबंधी बरंच काही वाचलं असल्यामुळे सगळ्यांचा वाटाड्या बनलो आणि इतरांना याचंच मोठं आश्चर्य वाटलं.

मला माहीत असलेल्या जगापेक्षा ही जागा कितीतरी वेगळी होती. माझ्या अनुभवापेक्षा कितीतरी मोठं मुस्लीम जग मी पाहत होतो. इथे इतक्या विविध ठिकाणांहून लोक येत होते– कोणी चीनमधून तर कोणी घाना, मलेशिया, दक्षिण आफ्रिका, टर्कीसारख्या देशातून आले होते. त्याचबरोबर काही जण अरब देशांतूनही आलेले होते. ही अशी सगळी जमलेली मांदियाळी मुस्लीम धर्मावरील श्रद्धेने एकत्र आली होती. एवढंच नव्हे तर मी तिथे ब्रिटनमधून आलेल्या काही गोऱ्या मुस्लिमांनाही

भेटलो आणि तिथे आपण कुठल्या विशिष्ट वर्गाचे आहोत हे लक्षात घेऊन माणसं एकमेकांना कशी वागवतात, तेही मी पाहिलं. इथे सर्वांत वरच्या स्तरावर सौदीतल्या मुस्लिमांना स्थान होतं तर आफ्रिकेतले मुसलमान या उतरंडीत सर्वांत खालच्या पायरीवरचे मानले जात होते आणि त्याच्या जरा वरच्या स्तरावर भारतीय उपखंडातल्या मुसलमानांना स्थान होतं. परदेशी मुसलमानांशी सौदी अरेबियातले अधिकारी अत्यंत उर्मटपणे वागताना मी पाहिलं, ते त्यांना अगदी तुच्छतेनं वागवत होते आणि मला हेही माहीत होतं की, इस्लाममध्ये हे असं वागवणं मुळीच बसत नाही.

ऐतिहासिक काळात आधीच्या खलिफाची गादी मदिनाला होती आणि तिथेच प्रेषित महमंदाचाही दफनविधी केलेला होता. या जागी गेल्यावर मला बरंच काही मिळाल्यासारखं वाटलं. १४०० वर्षांपूर्वी या जागी नेमकं काय झालं असेल ते आठवून मी अक्षरश: आंतर्बाह्य हललो नि माझ्या डोळ्यांत आसवं उभी राहिली. सर्वांत प्रथम झालेलं स्थलांतर– हिजरा... याच वेळी मुस्लिमांच्या कालगणनेला सुरुवात झालेली आणि शेवटही. त्यानंतरची इतर स्थळं म्हणजे अल-क्युबा – इस्लाम धर्माचं पहिलं प्रार्थनास्थळ. बदर व ऊहुद (Badr and Uhud) इथे इस्लामिक इतिहासातल्या झालेल्या निर्णायक लढाया आणि प्रेषिताचं प्रार्थनास्थळ. या वास्तूवरील हिरवा चकाकता घुमट! इस्लाम धर्मीयांसाठीची ही दुसऱ्या क्रमांकाची अति पवित्र जागा.

आपल्याकडे खेचून घेण्याची विलक्षण अशी शक्ती त्या जागेत होती. मक्केला आल्यावर मी 'का-बा' पाहिले, अब्राहम आणि त्याचा मुलगा इस्माईल या दोघांनी मिळून बांधलेली ही वास्तू! या इमारतीशी निगडित असलेल्या अगणित आध्यात्मिक आठवणींनी माझं मन भरून गेलं आणि मुस्लिमांसाठी ही वास्तू किती पवित्र आहे या भावनेने मी अगदी भारावून गेलो. इस्लाम धर्माशी झालेली माझी एकरूपता या स्थळी आल्यावर मला प्रकर्षाने जाणवली.

सौदी अरेबियातून बाहेर पडून मी पाकिस्तानमध्ये कराचीला माझ्या आत्याकडे आलो, तेव्हा तिथलं विश्व काही वेगळंच होतं. त्यामुळे मला अक्षरश: सांस्कृतिक धक्काच बसला. विमानतळावर उतरलो तेव्हा तिथे जमलेल्या लोकांच्या गर्दीत मी तिला कशी शोधून काढणार असा प्रश्न मला पडला होता. पण आम्ही क्षणात एकमेकांना ओळखलं अन् दुसऱ्याच क्षणी भावनातिरेकानं एकमेकांना मिठ्या मारल्या. माझी आई गेली तेव्हा तिनं मला पाहिलं होतं. मी या आत्याजवळ काही आठवडे राहिलो व मग पंजाबमध्ये राहणाऱ्या माझ्या डॉक्टर आत्याकडे गेलो.

माझ्या आत्याचा मुलगा नजीब, त्यानं दोन आठवडे काराकोरम या भागात मला सहलीला घेऊन जाण्याची व्यवस्था केली. काराकोरमजवळचा महामार्ग पूर्वी 'सिल्क रूट' या नावानं प्रसिद्ध होता व तो चीनच्या सरहद्दीपर्यंत पोहोचलेला होता.

माझ्या आत्तापर्यंतच्या आयुष्यातला हा सर्वांत संस्मरणीय प्रवास होता. इथल्या ग्रामीण भागाचं दर्शन केवळ अवर्णनीय होतं. डोंगररांगांमधलं आमचं तिथलं आयुष्य रोजच्या जगण्यापेक्षा कितीतरी निराळं होतं. आम्ही जसजसे घाट माथ्याच्या दिशेनं जाऊ लागलो, तसतसे रस्ते अरुंद होऊ लागले नि बसेसचा आकार छोटा. प्रवास करताना कधीकधी आम्ही खोल दरीपासून काही इंचांवरून जात असायचो. दरीतून वाहणारी एखादी नदी आम्हाला दिसे, तर कधी खाली कोसळलेली बसही दिसे.

एका ठिकाणी भलीमोठी दरड कोसळल्यामुळे पुढचा रस्ता बंद झाला होता आणि बर्फाचं वादळ घोंगावत, रोरावत पुढे सरकत होतं. त्यामुळे एकतर धोका पत्करून आम्हाला तिथून पुढे तरी जावं लागणार होतं किंवा माघारी तरी फिरावं लागणार होतं. आम्ही धोका पत्करून एकामागे एक उभं राहून पलीकडे जायचा निर्णय घेतला. आम्ही पलीकडे पोहोचलो तेव्हा तिथे एक मिनी बस उभी होती. गिलगीट नंतर आम्ही डोंगराळ भागातल्या इतर खेड्यांकडे वळलो, ती गावं म्हणजे हुंझा व करीमाबाद. चीनच्या सिंकियाँग प्रांताच्या सीमारेषेपर्यंत आम्ही पोहोचलो होतो. तिथली माणसं जणू दुसऱ्या कुठल्यातरी जगातली भासत होती, ते बोलत असलेली भाषा 'ब्रुशुस्की' होती आणि त्यापुढे दिसणारी हिंदुकुश पर्वतांची रांग अक्षरशः श्वास रोखून धरत पाहत राहावं इतकी अवर्णनीय सुंदर दिसत होती. आम्ही आमच्या कॅमेऱ्यांनी भराभर फोटो काढत राहिलो. जगातला तिसऱ्या क्रमांकाचा 'नंगा पर्वत' पाहिला. तिथे सुळक्यांवर बुद्धाच्या आकृती कोरलेल्या होत्या आणि आता डोंगरदऱ्यांत छोट्या वस्त्या होत्या. ही सुट्टी... हा प्रवास कधी संपूच नये असं मला वाटत राहिलं.

हा प्रवास संपत आला असताना मी माझ्या आतेभावाला अफगाणिस्तानला जाण्याविषयी विचारलं. रशियनांविरुद्ध पुकारलेल्या जिहादमध्ये तिथे काय घडतंय ते पाहण्याची मला जाम उत्सुकता होती, पण तिथे भयंकर धोका असल्याचं त्यानं मला सांगितलं. अफगाणिस्तानपासून अगदी जवळ असलेल्या पेशावरच्या माझ्या काकांच्या नातलगांकडे आम्ही गेलो.

यानंतर मी जेव्हा बर्मिंगहॅमला परत आलो तेव्हा माझं उर्दू आधीपेक्षा किमान दहापट तरी सुधारलेलं होतं आणि केलेल्या दोन्ही प्रवासांच्या आठवणी मनात दरवळत होत्या. मी इंग्लंडला परत गेल्यावर तिथल्या रस्त्यांवरून फिरताना मी कधीही पाकिस्तानी पोशाख, म्हणजे सलवार-खमीज घालू शकणार नाही असं माझ्या आत्या मला चिडवत असत. मी इंग्लंडला परत आल्यावर सुरुवातीला त्यांचं म्हणणं खरं झालं होतं, पण काही वर्षं गेल्यानंतर मी त्यांचं म्हणणं सपशेल खोटं ठरवलं.

बर्मिंगहॅमला घरी परत आल्यावर मात्र वडिलांशी आणि त्यांच्या कवी मंडळातल्यांशी होणारा इंग्लिश व उर्दू भाषेतले संवाद, आपण मुघल आहोत हे वडिलांचं सतत बजावणं, या सगळ्यामुळे माझं मन विलक्षण गोंधळून गेलं होतं, त्यात भर पडली ती माझ्या धर्म भावनांची! मी त्या वेळी खरंच फार गोंधळून गेलो होतो.

माझ्या वडिलांनी रेस्टॉरंट सुरू करून त्यात मला भागीदार बनवलं, तेव्हा खूप वेळ काम करावं लागत असे. शिवाय मला लोकांत मिसळताही येत नसे. पण या परिस्थितीत एकच जमेची बाजू होती. ती म्हणजे ज्या मुलीशी मी लग्न करणार होतो, ती मुलगी काऊंटर सांभाळायला मदत करीत असे. ती शिया मुस्लीम होती आणि आम्ही सुन्नी. अर्थात त्यामुळे मला किंवा माझ्या घरच्यांना काहीच फरक पडत नव्हता. पण त्यामुळे या मुलीला मात्र अडचण आली होती. कारण तिला तिच्या वडिलांना दुखवायचं नव्हतं, त्यांनी तिच्यासाठी वर शोधला होता, पण तिला बंडखोरी करायची नव्हती आणि म्हणून साधारण एक वर्षाच्या आत तिनं ते सगळं संपवून टाकलं. मला या सगळ्याचा खूप त्रास झाला. त्या काळात खूप एकटं आणि गोंधळून गेल्यासारखं वाटत होतं.

त्यानंतर मला दुसरा धक्का बसला. आमच्या रेस्टॉरंटच्या वरच्या माळ्यावर सिगी त्याच्या मैत्रिणीबरोबर राहात असे. तो आनंदात राहात होता, पण नंतर ती मुलगी त्याच्याशी एकनिष्ठ नव्हती, ते त्याच्या लक्षात आलं व तो उद्ध्वस्त झाला. त्यानंतर त्यानं थोडे दिवस एका मित्राबरोबर सुट्टीसाठी माजोर्काला जायचं ठरवलं. तिथेच तो पुढे काय करायचं ते ठरवणार होता. तो तिथून परत कधीही आला नाही. एका रात्री दु:खात चूर असताना तो प्यायला बसला आणि त्यानं इतकी दारू ढोसली की त्यानंतर त्याच्या घशात उलटी अडकली, त्याचा जीव गुदमरला व त्यातच त्याचा अंत झाला.

त्याच्या कुटुंबीयंना तसंच त्याच्या मित्र परिवाराला हा मोठाच धक्का होता. ते कधीच भरून न निघणारं असं नुकसान होतं. त्याच्या मित्र परिवारातले अनेक जण लिंक्सचे सभासद होते. त्याच्या कुटुंबियांबरोबर त्याचं शव आणायला मी विमानतळावर गेलो होतो. शवाच्या चेहऱ्याकडे बघणं भीतिदायक होतं. खरं तर सिगी अत्यंत देखणा होता, पण आता त्याचं तोंड सुजून भप्प झालेलं होतं. त्याच्या शरीरभर जांभळट डाग पडलेले होते आणि अंगावर लहानलहान जखमादेखील होत्या. कातडी वेडीवाकडी फाटलेली होती. त्याचा तो भप्प सुजलेला चेहरा आणि एकूणच घडलेल्या घटनेचा माझ्या मनावर तीव्र परिणाम झाला. सिगीचा असा मृत्यू आमच्यापैकी अनेकांच्या आयुष्याला कलाटणी देणारी घटना ठरला. आमच्यातल्या प्रत्येकानं सिगीवर अपार प्रेम केलं होतं. मला फक्त माझा एक जवळचा मित्र गमावल्याचंच दु:ख झालं नव्हतं, तर त्याच्या मृत्यूमुळे मला असंख्य प्रश्न पडले

होते. तो आता कुठे असेल? मृत्यूनंतर आत्मा कुठे जातो? आयुष्य क्षणभंगुर आहे तर मृत्यू मात्र शाश्वत आहे. रोजच्या नुसत्या जगण्यापेक्षा आयुष्याला नक्कीच काहीतरी वेगळा अर्थ असला पाहिजे.

आम्ही आमचं रेस्टॉरंट विकून टाकल्यावर लगेचच मला सामाजिक सुरक्षा विभागात नोकरी मिळाली. त्याच वेळी मी विद्यापीठात अर्धवेळ कायद्याचा अभ्यास करू लागलो. आखातात झालेल्या पहिल्या युद्धाचा तो काळ होता. त्या वेळी राजकीयदृष्ट्या मी चांगला जागरूक झालो होतो. त्याचं एक कारण म्हणजे इराकमध्ये मुसलमानांची जी हालत केली जात होती, ते मी पाहिलं होतं. मुसलमानांच्या सध्याच्या ज्वलंत प्रश्नांशी मी अगदी एकरूप झाल्याचं दाखवून देण्यासाठी पॅलेस्टिनियन स्कार्फ विकत आणून गळ्याभोवती गुंडाळून टाकला.

माझा कायमचा आवडता चित्रपट 'ब्रेव्ह हार्ट' हा आहे. जे वंचित आहेत त्यांना पाठिंबा द्यायचा हा माझा स्वभावच आहे. ज्यांना कोणाचा फारसा पाठिंबा नसतो त्यांनाच नेमका मी पाठिंबा देतो. इंग्लंडमध्ये पाकिस्तानी क्रिकेट संघाला माझा पाठिंबा होता, तर इंग्लंडची टीम पाकिस्तानात गेली तेव्हा तिथे मात्र मी इंग्लंडच्या संघाला पाठिंबा दिला होता. त्यांनी जिंकावं असं तेव्हा मला वाटत होतं. पाश्चात्त्य अभिजात कलाकृतींमध्ये जेव्हा अमेरिकनांना रानटी-असंस्कृत अशा स्वरूपात दाखवलं जात असे, तेव्हा अगदी लहानपणीसुद्धा मला मूळच्या अमेरिकनांबद्दल सहानुभूती वाटे पण हे सगळं 'डान्सेस विथ द वुल्फ्स' मध्ये त्यांना फॅशनेबल दाखवण्यापूर्वीचं होतं. मी जेव्हा व्हिएतनाममधील युद्धाबद्दल सविस्तर वाचलं तेव्हा मात्र मला हो चि मिन्ह यांच्याबद्दल सहानुभूती वाटली. मला फिडेल कॅस्ट्रोबद्दल जेवढी सहानुभूती वाटली, तेवढी त्याच्या त्या अमेरिकन शत्रूबद्दल वाटली नाही. मंडेलांना माझा संपूर्ण पाठिंबा होता आणि पॅलेस्टाईनची जी जमीन इस्त्राइलनी बळकावली होती, त्याविरुद्ध पॅलेस्टिनी जो स्वातंत्र्य लढा देत होते, त्या लढ्याला अगदी उघडपणे माझा पाठिंबा होता. १९९१ मध्ये सद्दामनं इराकमध्ये काय काय केलं त्याबद्दल मला फारसं माहीत नव्हतं, पण त्यानं जे काही चुकीचं केलं होतं ते त्याच्याविरुद्ध साठत चाललं होतं, हे मात्र मला माहीत होतं आणि आणि माझ्या वडिलांनाही नेमकं तसंच वाटत होतं.

आशियाई समाजात ऑपरेशन डेझर्ट स्टॉर्मला पाठिंबा देणारं कोणी माझ्यातरी माहितीत नव्हतं. कामाच्या ठिकाणी तर मला असं आढळून आलं की, काही शीख आणि हिंदू तर माझ्यापेक्षा कितीतरी अधिक चिडलेले होते. घरीदेखील हीच परिस्थिती होती. मी आणि माझे वडील आम्हा दोघांनाही हे नितांत ढोंगीपणाचं प्रदर्शनच वाटत होतं, स्वतःच्या स्वार्थासाठी अशी वर्तणूक पाश्चात्त्य राष्ट्रं अनेकदा करीतच असतात. माझ्या आजवरच्या आयुष्यात देश किंवा सदसद्विवेकबुद्धी

यापैकी एका कशाची तरी निवड करण्याची वेळ माझ्यावर आली होती आणि दर वेळेप्रमाणे याही वेळी माझ्या सदसद्‌विवेकबुद्धीनं बाजी मारली होती.

आमच्यापैकी कुणालाही इराकनं कुवेत ताब्यात घेणं आवडलं नव्हतं, यामुळे कुवेत दडपलं गेलं होतं. खरं तर कुवेत हा महत्त्वाचा प्रश्नच नव्हता. आत्तापर्यंत पॅलेस्टाईन, काश्मीर, दक्षिण लेबॅनॉन हे प्रदेश जबरदस्तीनं पादाक्रांत केले आहेत असं जाहीर करणारे अनेक ठराव संयुक्त राष्ट्रसंघाने पास केलेले आहेत. इस्त्राइलनं पॅलेस्टाईनची जी भूमी पादाक्रांत केलेली आहे, त्याला अमेरिकेचा सज्जड पाठिंबा आहे. इराणी पद्धतीचं इस्लामी बंड तिकडे पसरू नये म्हणून इराकला शस्त्र पुरवठा करणारे अमेरिका, इंग्लंड आणि फ्रान्स हेच देश आहेत. इराणमधील 'शाट अल अरब' (Shatt al-Arab) हा जलमार्ग इराकनं पादाक्रांत केला तेव्हा पाश्चात्त्यांनी काय केलं? त्यांनी सद्दामला रासायनिक शस्त्रास्त्रं पुरवली, त्या वेळी झालेली इराणी नागरिकांची सामुदायिक हत्या माझ्या चांगली स्मरणात राहिलेली आहे. १९८८ मध्ये पर्शियाच्या सामुद्रधुनीत अमेरिकेच्या युद्धनौकेने, इराणचे जवळजवळ ३०० नागरिक असलेल्या विमानाला जलसमाधी दिली होती. या घटनेचं समर्थन 'आम्हाला वाटलं आमच्यासाठी एफ-१४' येत आहे अशा शब्दांत अमेरिकेनं केलं होतं. ते सगळं ऐकून माझ्या मनात घृणा दाटून आली होती. प्रवासी असलेलं असं एखादं अमेरिकेचं जेट विमान इराणच्या हातून पडलं असतं तर अमेरिकेनं काय केलं असतं? पहिलं आखाती युद्ध?

गायक-वादकांशी मैत्री असल्याने कामाच्या ठिकाणी मला अनेक वेळा नाचाचे कार्यक्रम ठरवायला सांगितलं जात असे. मी अनेक वर्षांत आमच्या प्रार्थनास्थळी (मास्क) गेलो नव्हतो. माझी राजकीय मतं जिहादी किंवा मशिदीतल्या मुल्ला-मौलवींच्या इस्लामी मूलतत्त्ववादी भाषणांमुळे तयार झालेली नव्हती. मला युबी ४० गलोरिया इस्तेफान ऐकायला आवडत असे, तसंच मी खूप वाचतही असे. प्रसारमाध्यमं आणि त्यांनी वार्तांकन केलेल्या घटना, यांच्यामुळे जगाबद्दलचं माझं मत बनलं होतं.

कामाच्या ठिकाणी एकदा एका मुलीनं मला विचारलं की मी तिला अरब पद्धतीचा छानसा पोशाख करायला मदत करेन का? मी तिला त्या वेळी माझा पॅलेस्टिनियन स्कार्फ तसंच सौदी अरेबियाहून आणलेली डोक्यात अडकवायची एक वस्तू (head-dress holder) देऊ केली. त्या वेळी मला या गोष्टीची सुतराम कल्पना नव्हती की तो अरब पोशाख घालून ती मुलगी इराकच्या पराभवाचा आनंद साजरा करण्यासाठी पबमध्ये जाणार आहे. त्यापूर्वी कधी मी माझी मतं तिला ऐकवली नव्हती याचं मला वाईट वाटलं. पण त्यानंतर मात्र कामाच्या ठिकाणी मी माझी मतं सगळ्यांपर्यंत पोहोचतील अशा तऱ्हेनं वेळोवेळी बोलून दाखवू लागलो.

पण परिस्थिती अशी होती की त्यातल्या अनेक जणांना कुवेत आणि इराक कुठे आहेत ते सुद्धा माहीत नव्हतं. तसंच ब्रिटिश फौजा तिथे काय करण्यात गुंतलेल्या आहेत, हे देखील त्यांना माहीत नव्हतं. त्या मुलीचं ते विजय साजरा करणं, हे फक्त शुक्रवारची संध्याकाळ मौजमस्तीत घालवण्यासाठीचं एक निमित्त होतं.

साधारण वर्षानंतर मला प्रसारमाध्यमांनी केलेल्या वार्तांकनांमधून बोस्नियासंबंधी ऐकू येऊ लागलं. मी अलीकडे सेंट्रल मास्कमध्ये अधूनमधून जात असे. तिथे देखील असंच काहीसं ऐकू येई. इंग्लंडमधल्या मशिदींबद्दल मला नेहमीच वाईट वाटत आलं आहे. त्याचं एक कारण म्हणजे तेथे असलेले लांब दाढी वाढवलेले आणि अगदीच जुजबी इंग्रजी बोलू शकणारे अत्यंत कडक स्वभावाचे म्हातारे हे होय! पण मी जेव्हा बोस्नियातून मशिदीत आश्रयासाठी नुकत्याच आलेल्या निर्वासितांविषयी ऐकलं, तेव्हा मात्र माझ्या मनातली ही सगळी नाराजी मी बाजूला सारली. या युरोपियन मुसलमानांबद्दल माझ्या मनात अतिशय कुतूहल होतं. मी स्वत: काही पांघरुणं व किराणा घेऊन मशिदीत गेलो आणि ते त्यांना दिलं. ते देताना माझ्या लक्षात आलं की, ते तर गोरी कातडी असलेले गरीब निर्वासित आहेत. त्या क्षणी मी त्यांच्याकडे फक्त मुस्लीम म्हणून पाहू शकलो नाही. त्या बायका हिजाबमध्ये नव्हत्या आणि ते पुरुष आयरीश मजुरांसारखे दिसत होते. त्यांच्यातले बरेचसे तर कॅथलिक क्रोएशियन्स होते. मी थोडे सर्बो-क्रोएट शब्द आत्मसात केले नि त्यांच्याबरोबर संपर्क साधण्याचा प्रयत्न केला.

मी लवकरच त्यांच्यातल्या काही जणांना भेटलो. त्यांच्यापैकी काही जणांना कुठेही बूड टेकायलासुद्धा जागा नव्हती, मी माझ्या वडिलांना त्यांच्यासाठी आपण एखादी खोली देऊ शकू का असं विचारलं, कारण वडील नेहमीच घरातली एक खोली विद्यार्थ्यांना भाड्यानं देत असत. वडिलांनी माझ्या सांगण्यानुसार त्या निर्वासितांना ताबडतोब एक खोली दिली.

त्या निर्वासितांपैकी एकानं मला एकदा भेटायला बोलावलं. तिथे मी कितीतरी इतर निर्वासितांना देखील भेटलो. एकजात ते सगळे तरुण होते. त्यामुळे माझ्या मनात एकसारखा एक विचार येत राहिला, हे लोक त्यांच्या माणसांसाठी लढायचं सोडून इथे काय करतायत?

आमचं संभाषण चालू असताना मी इदीन नावाच्या एकाला विचारलं, कि तो तिथे लढायला परत जाणार आहे का? त्यानं त्याच्या अंगातला शर्ट वर केला अन् म्हणाला, ''मी तिथे लढलोय नि अनेकांना यमसदनाला पाठवलंय आणि अनेकांना जबर जखमी केलंय. मी परत लढायला बोस्नियात जात नाहीये त्याचं हे कारण आहे.'' असं म्हणत त्यानं जे दाखवलं तिकडे मी पाहिलं. तिथे काहीतरी आत घुसलं असल्याची खूण होती. तो म्हणाला, ''इथे लागलेली गोळी आतच आहे.

तिकडे जायचं तर ती आधी बाहेर काढावी लागेल.''

आम्ही असे बोलत बसलेलो असताना इस्लामबद्दलची त्यांची कल्पना मला फारच आकर्षक, भलतीच मजेशीर वाटली. माझ्या कल्पनेपेक्षा ती खूपच वेगळी होती. आम्ही असे गप्पा मारत बसलेलो असताना, माझ्या अगदी शेजारी बसलेला एक जण, समीर त्याचं नाव, तो एकदम फारच अस्वस्थ झाला आणि मग त्यानं हलकेच त्याच्या एका पायावरची पँट गुंडाळून वर सारली आणि पटकन तिथून त्यानं त्याचा पाय उपटून काढला. मग त्यानं दुसऱ्या पायावरची पँटही तशाच पद्धतीनं गुंडाळून वर सारली नि तोही पाय त्यानं उपटून काढला आणि मग शांतपणे तो पुटपुटला, ''आता मला खूपच मोकळं वाटतंय.'' आणि मग त्यानं पुन्हा गप्पा मारायला सुरुवात केली. ते सगळं पाहून मी इतका थक्क झालो होतो की मला माझं उघडं पडलेलं तोंड मिटायचंही भान राहिलं नाही. त्याच्या त्या कृत्रिम पायांबद्दल काय बोलावं हे मला काही सुचेना.

पण मी काही बोलण्यापूर्वीच त्यानं बोलायला सुरुवात केली.

''...रणगाड्याने फेकलेल्या आगीच्या गोळ्यांमुळे माझे पाय निकामी झाले. डोक्यावरून हे असे जाणारे आगीचे गोळे बघणं मोठं मजेशीर असतं.''

''तुझे पाय निकामी झाल्यावरसुद्धा तू असं कसं बोलू शकतोस?''

''कारण ते आता माझ्यावर कोसळणार नाहीयेत.'' तो म्हणाला. समीरचं इंग्लिश खूपच चांगलं होतं. त्यानं साराजेव्हो विद्यापीठातून पदवी मिळवली होती.

कम्युनिस्टांच्या राजवटीत मार्शल टिटोंच्या आधिपत्याखाली असतानाच्या युगोस्लाव्हियाचा इतिहास समीरनं मला सांगितला. मार्शल टिटो यांच्या मृत्यूनंतर जवळजवळ दहा वर्षांच्या आत युगोस्लाव्हियाचं विघटन होऊन त्यातून स्लोव्हेनिया व क्रोएशिया बाहेर पडले, राहिले ते सर्बिया व बोस्निया. त्यांनाही तेच करायचं होतं. बोस्नियात तीन मुख्य गट होते – ते सगळे जरी स्लाव्ह होते तरी त्यांच्यात तीन धर्म प्रमुख होते पुराणमतवादी सर्ब्ज, कॅथॉलिक क्रोएशियन्स आणि बोस्नियन मुस्लीम! कम्युनिस्ट युगोस्लाव्हियाचं विघटन झाल्यावर त्या प्रत्येक गटानं आपला धर्म व आपलं असं राष्ट्रीयत्व जोरजोरात मांडायला सुरुवात केली. त्यावेळी सर्बज व क्रोएशियन्सच्या ते अगदी जवळचे होते. विशेष करून माझ्याबाबतीत तर असं होतं की, तो पुढे बोलू लागला, ''माझे शेजारी सर्ब्ज होते. आम्ही सर्ब्ज मुलींबरोबर डेटिंग करीत असू, तसंच तेही आमच्या जमातीच्या मुलींबरोबर डेटिंग करीत असत...''

...पण जेव्हा युद्ध सुरू झालं तेव्हा सगळंच बदलून गेलं. तो पुढे म्हणाला, ''बोस्नियात सर्ब्ज व क्रोएशियन्स अशा दोघांनाही स्वतंत्र अशी सर्बिया व क्रोएशिया शेजारी राष्ट्रं होती. ती त्यांना सैन्य व इतर वस्तूंचा पुरवठा देखील करीत असत.

बोस्नियन्सना मात्र अशी मदत करणारे शेजारी नव्हते. त्यांना सहानुभूती होती ती फक्त अज्ञानी, निष्क्रिय, थंड अशा मुसलमान जगताची.''

त्यामुळे मला असं वाटलं की बरेच जण जरी बोस्नियाच्या प्रश्नाबद्दल बोलत असले तरी त्यातले फारच थोडे क्रियाशील होते. मी दिल्या जाणाऱ्या मदतीबद्दल ऐकलं होतं, पण मला वाटत होतं तशीच ती मदत फारच तोकडी असल्याची टीका त्यावर झाली होती.

माझं वारंवार मशिदीत जाणं हे तिथे होणाऱ्या पाचही प्रार्थनांमध्ये भाग घेण्यासाठीच होत होतं. तिथे जमावात त्या पाचही प्रार्थना करणं फारसं अवघड जात नसे, मला घरी एकट्याला मात्र ते जमत नसे. जोवर इस्लामवर हल्ला होत आहे हे मला पटलेलं नव्हतं, तोवर मला ते जमत नव्हतं. पण जसजसं मी मुस्लीम जगताबद्दल आणि तो ज्या उलाघालीतून जात आहे त्याबद्दल जाणून घेऊ लागलो, तसतशी माझ्या मनातली ही भावना वाढीस लागली.

१९९३ च्या ख्रिसमसच्या सुटीत मला काहीतरी बदल हवासा वाटू लागला म्हणून मी माझ्या काही मित्रांबरोबर पाकिस्तानला गेलो.

कराचीमध्ये आम्ही जमाते इस्लामी या संघटनेच्या काही सभासदांना भेटलो. (पाकिस्तानमधली ही सर्वांत मोठी इस्लामी संघटना असून तो तीन क्रमांकाचा राजकीय पक्ष सुद्धा आहे.) त्यांनी आम्हाला त्यांच्या लाहोरमधील केंद्रात येण्यासाठी निमंत्रित केलं. हे ऐकायला जरा गंमतीशीरच वाटेल, पण त्या वेळी आम्हाला खरंच असं वाटलं की, हे असं त्यांचं कार्यालय आम्हाला दाखवण्याचा घाट त्यांनी घातला तो केवळ, आम्ही ब्रिटिश आहोत म्हणून. त्यांना आमच्यासमोर तिथल्या थाटामाटाचं जणू प्रदर्शनच करायचं होतं. तिथे गेल्यावर त्यांनी आम्हाला सांगितलं की त्यांचं स्वत:चं इथे विद्यापीठ आहे, एक रुग्णालय आहे, शाळा आहे, लोकांना राहाण्यासाठी इमारती बांधलेल्या आहेत, नाट्यगृह आहे, वाचनालय आहे आणि कराटेसाठी एक व्यायामशाळा देखील आहे. हे सगळं ऐकून मी भलताच प्रभावित झालेलो होतो. पाश्चात्त्य देशात त्या काळात मार्शल आर्ट जेवढं लोकप्रिय झालं होतं, तेवढं ते त्या वेळी पाकिस्तानात नव्हतं. त्यामुळे कराटेसाठी ही अशी व्यायामशाळा सुरू करणं म्हणजे पाकिस्तानात मार्शल आर्टची मुहूर्तमेढ रोवण्यासारखंच आहे असं त्या वेळी मला वाटलं. मी शाळेत असताना वयात येण्याच्या सुमाराला 'विंग-चून' (wing chun) शिकलो होतो आणि त्यानंतर ताय-क्वांदो (Tae-Kwan-Do) शिकून त्यात ब्लू-बेल्ट देखील मिळवला होता, शिवाय जुजित्सु (Jujitsu) शिकून त्यात ग्रीन-बेल्ट मिळवला होता. ब्रिटनमधली वस्तुस्थिती लक्षात घेऊन आशियाई वंशाच्या पहिल्या पिढीतल्या ब्रिटिश तरुणांनी वंशद्वेषाला यशस्वीपणे

तोंड देण्यासाठी स्वसंरक्षण करण्याची कला शिकून घेतली होती. हे शिकून घेतलेल्या काही जणांनी तर त्यांच्या सांस्कृतिक किंवा धार्मिक गोष्टी लक्षात घेऊन यात स्वत:ची शैली निर्माण केली होती, जसं की बौद्ध तत्त्वज्ञान अंतर्भूत करून मार्शल आर्टसची एक आगळी शैली तयार करण्यात आली होती. ताय-क्वांदोची पाच तत्त्वं– नम्रता, एकात्मता, स्व-नियंत्रण, सातत्य आणि अजिंक्य असण्याची जिद्द आणि त्याचबरोबर आवश्यक असणारी शारीरिक क्षमता, या सगळ्या गोष्टी पुढील काळात माझ्या आंतरिक ताकदीचा मूळ स्रोत ठरल्या.

जमाते इस्लामियाचं मनसुरा हे केंद्र जवळजवळ लाहोर शहरापासून अलग होऊन या शहरातलं अजून एक छोटं शहरच बनलं होतं. मध्ययुगात असायची तशी इथे सर्व बाजूंनी भिंत होती आणि दरवाजावर पहारेकरी नेमलेले होते. मशिदीमध्ये वेगवेगळ्या प्रकारच्या पार्श्वभूमीतून आलेले लोक आम्ही पाहिले. तिथे जरी बहुसंख्य पाकिस्तानी असले, तरी भारतातल्या काश्मीरमधून, तसंच मध्य आशियातल्या देशांमधूनही लोक तिथे आलेले होते. तिथलं रुग्णालय मुख्यत: काश्मीर व अफगाणिस्तानमधून आलेल्या जखमींसाठी होतं, शिवाय बोस्नियातून आलेल्या काहींना देखील इथे ठेवण्यात आलेलं होतं.

आम्ही रुग्णालयात प्रवेश केल्यानंतर दिसलं की, समोरच्या भिंतीवर काही भयानक तऱ्हेनं जखमी झालेल्यांचे फोटो लावलेले होते. प्रत्यक्षात ते सगळं किती भयंकर दिसत असेल या विचाराने मी भलताच हडबडून गेलो. मी ज्या पहिल्या माणसाला भेटलो त्याच्या डोळ्यात गोळी घुसली होती आणि त्याचा चेहरा संपूर्णपणे वेडावाकडा फाटून विद्रूप झालेला होता. त्यानं आम्हाला सांगितलं की तो काश्मीरमध्ये भारतीय सैन्याशी मुकाबला करीत असताना त्यांनी गोळी मारून डोळा फोडला. आपण इथे फक्त माझ्या जखमा भरून येईपर्यंत थांबून मग भारतात परत जाणार आहे असं तो म्हणाला.

आम्ही ब्रिटनहून आलेलो आहोत हे ऐकून त्याला एवढा आनंद झाला की, तो त्याच्या खाटेवरून उठला आणि त्यानं त्याचं जेवण आम्हाला देऊ केलं. त्याची ही कृती माझ्या अंत:करणाला स्पर्शून गेली, पण त्याच वेळी कुठेतरी काहीतरी कमतरताही जाणवली.

त्यानंतर आम्ही रशियनांशी दोन हात केलेल्या काही पराक्रमी लोकांनाही भेटलो. त्यांच्यातल्या एकाने त्याच्यासमोर त्याच्या मुलाला मारलं असल्याचंही सांगितलं. काही जणांनी काही अद्‍भुत घटना अनुभवल्याचंही सांगितलं, आजूबाजूचा भाग अत्यंत खडकाळ, रूक्ष, कित्येक दिवस जवळच्या एके-४७ रायफलशिवाय जवळ दुसरं काहीही नाही, अशा अवस्थेत ते चालत होते. घशाला कोरड पडलेली. आता पाण्यावाचून आपण तडफडून मरणार असं वाटत असतानाच चमत्कार

व्हावा तसं अचानक काळ्याकभिन्न खडकाच्या फटीतून पाणी वहायला लागलेलं दिसलं. काही जणांनी याहूनही अद्‌भुत कथा ऐकवल्या. युद्ध ऐन भरात असताना त्यांनी नंग्या तलवारी घेऊन पांढरे शुभ्र अंगरखे घालून आकाशातून अवतरून शत्रूंवर तुटून पडलेले देवदूत पाहिले असल्याचं सांगितलं. त्या सगळ्यांनी ही गोष्ट मात्र अगदी ठामपणे सांगितली की, धर्मावरील दृढ विश्वासच त्यांना त्या परिस्थितीत पुढे जायला आधार देत होता.

ब्रिटनला परत यायला दोन आठवड्याहूनही थोडा कमी काळ उरला असताना माझ्यासमोर दोन पर्याय आले. एक म्हणजे आधी ठरवल्याप्रमाणे पंजाबमध्ये माझ्या काकांना जाऊन भेटणं आणि दुसरं म्हणजे ज्यांच्याशी माझी नव्यानंच मैत्री झाली होती त्यांनी मला अफगाणिस्तानमधली त्यांची प्रशिक्षण केंद्रं बघायला येण्यासाठी गळ घातली होती, तिथे जाणं. माझ्या मनात स्थलांतरित मुसलमान राहात असलेल्या त्या भागातली अस्पष्टशी चित्रं येत असत. तिथे मातकट, पिवळसर वाळू पसरलेली दिसे. हे अतिशय शूर मुजाहिदीन, ज्यांनी शक्तिशाली रशियाला देखील आव्हान देऊन खडे चारले होते. माझ्या मनात तिथे जाण्याची इच्छा अनेक दिवस होती आणि आता तशी संधी आयतीच चालून आलेली होती.

पाकिस्तानमधल्या माझ्या नातेवाइकांना मी माझा इरादा कळविला, तेव्हा त्यांना खूपच काळजी वाटली. पण त्या काळात या अशा गोष्टी घडणं फारसं नवीन नव्हतं. हजारो पाकिस्तानी तिथे जाऊन आले होते. आम्ही पेशावरला गेलो आणि तिथून पाकिस्तानच्या सीमेपाशी आलो. माझी अशी कल्पना होती की हा प्रवास अगदी सहज होईल आणि आम्ही ठरवलेल्या ठिकाणी अगदी सहज पोहोचू. आम्ही ब्रिटिश असल्याने त्या पद्धतीचा पोशाख अंगात घातलेला होता. आमच्या पायात बूट होते, पाठीला सॅक्स होत्या अन् जवळ सूटकेसेस होत्या. पण आम्ही जेव्हा सीमेवरील विश्रांतीगृहात पोहोचलो, तेव्हा तिथले स्थानिक लोक आम्हाला बघून हसूच लागले. त्यांनी आम्हाला जुने फाटके सलवार-खमीस दिले. तशीच अफगाणी टोपी आणि एक झोळणा दिला आणि ते म्हणाले, ''पाठीवर पिशव्या टाकून तुम्ही काही सुट्टी मनवायला जात नाही आहात. तुम्ही यापेक्षा जास्त काहीही बरोबर नेऊ शकत नाही आणि तुम्ही जास्त ब्रिटिश दिसूनही उपयोगाचं नाही.''

आम्ही कित्येक तास डोंगरदऱ्यांतून आणि धुळीच्या फुफाट्यातून चालत राहिलो. वाटेत कुठेही थोडंसुद्धा हिरवं गवत उगवलेलं दिसत नव्हतं. पण अफगाणिस्तानला पोहोचेपर्यंत जे राकट सौंदर्य दिसलं, त्यानं मी अगदी भारावून गेलो. जेव्हा जेव्हा आम्ही एखाद्या झऱ्याजवळ थांबत असू तेव्हा तेव्हा एखाद्या अधाशासारखे आम्ही तिथलं पाणी पीत होतो. रशियनांबरोबर झालेल्या लढायांच्या हकिकती आमचा वाटाड्या आम्हाला प्रवास करताना सांगत असे. त्यानं आम्हाला

एके ठिकाणी जे दाखवलं ते खडकांची रास असल्यासारखं दिसत होतं. पण वास्तविक ती एक शहीदांची स्मशानभूमी होती. तिथे हुतात्मे चिरविश्रांती घेत पहुडलेले होते. तिथे जळलेल्या रणगाड्यांचे अवशेष मोडूनतोडून टाकलेली युद्धातली वाहनं, रिकामी काडतुसं अन् वापरलं न गेलेलं इतर युद्ध साहित्यही पडलेलं होतं.

मी आजवर जे अनुभवलं होतं त्यापेक्षा हे सगळं कितीतरी वेगळं, खूप दूरचं वाटावं असं होतं. खांद्यावर हत्यार (कलाश्निकोव्ह) लटकवून जाणारा अफगाण एक डोंगर उतरून दुसरा डोंगर चढून जाताना दिसला. हा माणूस कुठून आलाय अन् कुठे जाणार आहे देव जाणे. मीही असाच कुठेतरी भरकटत आहे असं मला वाटू लागलं. मला माहीत असलेल्या जगापासून मी त्याक्षणी पूर्णपणे अलग पडलो होतो. आमच्यापैकी काही जण शिबिरार्थींना प्रशिक्षण देण्यासाठी चालले होते, तर मी त्यांच्याबद्दल मनात नितांत आदर बाळगून विलक्षण कुतूहलानं चाललो होतो.

आम्ही आमच्या इच्छित स्थळाजवळ पोहोचलो आहोत असं आम्हाला वाटत असतानाच गोळीबाराचे व स्फोटांचे आवाज मला ऐकू आले. मी चटकन मागे वळून इतरांकडे पाहिलं. मला एवढीच खात्री करून घ्यायची होती की, माझ्या मनात आत्ता जो विचार आला तोच विचार त्यांच्याही मनात आला आहे का? त्यांच्या चेहऱ्यावर उमटलेले भाव हेच सांगत होते की मी इथे लढायला आलेला नसून मी इथे फक्त भेट द्यायला आलो आहे. माझे पाय मला जरी पुढे नेत होते, तरी माझी बुद्धी मात्र मला थांबायला सांगत होती.

जसजसे आम्ही त्या स्फोटांच्या आणि गोळीबारांच्या आवाजांजवळ जाऊ लागलो, तसतसे मला खडकांवर रात्रीच्या वेळी मार्गदर्शन करण्यासाठी पांढरे बाण चितारलेले दिसले. आम्ही चौकी पार करून पुढे आलो, तिथे बाहेरच्या बाजूला पायदळाच्या रिकाम्या पडलेल्या सुरुंगाच्या वेष्टनांमधून काहीतरी ओळीत लावून ठेवलेलं होतं. थोड्या वेळातच आम्ही खाली शिबिराच्या जागी पाहिलं, त्या जागेचं नाव होतं 'अल-फझर'. तिथली घरं कुडामेडाची दिसत होती आणि डोंगरावरून वाहणारा एक झरा त्या जागेतूनही वाहत होता. आम्ही आधी चटकन त्या झऱ्याचं पाणी पिऊन घेतलं आणि मग शिबिराच्या प्रमुखाला भेटायला गेलो.

आम्ही आत बसल्यानंतर आमची ओळख 'ब्रिटनहून आलेले आमचे खास मित्र' अशी करून देण्यात आली आणि या ठिकाणी आमची ही ओळख आम्ही तिथे असेपर्यंत कायमच राहिली. आमची खास बडदास्त ठेवली जात असल्याची आम्हाला जाणीव होती. त्यांना वाटत होतं की आम्ही उठून जाऊन प्रत्येकाशी काही ना काही बोलावं. पण त्यांच्याशी नेमकं काय बोलायचं ते आमच्यापैकी कोणालाच माहीत नव्हतं. विलक्षण कुतूहल वाटल्यामुळे आम्ही इथे आलो होतो, त्यामुळे तिथल्या लोकांना काय विचारायचं, त्यांच्याशी कसं बोलायचं याची खरंच कल्पनाच

येत नव्हती.

अंधार पडू लागला तसं आम्ही त्यांच्याबरोबर जेवण घेण्यासाठी म्हणून एकत्र बसलो. गवताच्या चटईवर आम्ही बसलो होतो, तिथे भारतातून आलेल्या काश्मिरींची व पाकिस्तानी मंडळींची संख्या बरीच जास्त होती. चौघांत मिळून आम्हाला एका वाडग्यात पालेभाजीचं सूप देण्यात आलं आणि त्याच्याबरोबर खाण्यासाठी भाकरीचे काही तुकडे देण्यात आले. आम्ही पाहुणे होतो म्हणून आम्हाला प्रत्येकाला भाकरीचा अर्धा तुकडा जास्त देण्यात आला होता. भाकरी शिळी आणि थंडगार होती. त्यानंतर त्यांनी बर्फासारख्या थंडगार पाण्यानं भरलेला जग आमच्यात फिरवला. त्याला तोंड लावून प्रत्येक जण पाणी प्यायला. त्यानंतर आम्हाला प्रत्येकाला स्वतंत्र पेल्यात 'ग्रीन-टी' देण्यात आला. माझ्यासाठी हा फार मोठा सांस्कृतिक धक्का होता. हे लोक मूठभर शेंगदाणे, थोडा भाजीपाला, वाटाणे, शिळ्या गारढोण भाकऱ्या आणि चहावर आपली गुजराण करत होते. त्यांची ती साधी राहणी पाहून मी अगदी प्रभावित झालो. मला असं वाटलं की या सगळ्याची एकतर त्यांना सवय झालेली होती आणि दुसरं म्हणजे डोंगरदऱ्यांत लढाया करण्यासाठी त्यांना दिल्या जाणाऱ्या प्रशिक्षणाचा तो एक भाग होता. कारण डोंगरदऱ्यांत लढताना अनेकदा अन्नाची टंचाई असते आणि मिळालेलं अन्न आपापसात वाटून घ्यावं लागतं, म्हणून हे सगळं असं असावं.

हिवाळा सुरू झाला होता तरी दिवसा भयंकर उकडत असे पण रात्र पडू लागली की हुडहुडी भरत असे. सकाळच्या प्रहरी प्रार्थनेसाठी दिली जाणारी बांग हाच आम्हाला बिछान्यातून बाहेर पडण्याचा इशारा असे. डोंगरकड्यावरून अंधारात खाली गोठलेल्या झऱ्याजवळ तोंड धुवायला जाताना मी अडखळलो, तिथे गेल्यावर पाणी मिळवण्यासाठी मला वरचं बर्फ फोडावं लागलं. जसजसा दिवस वर येऊ लागला तशी त्या शिबिरार्थींची दिनचर्या माझ्या दृष्टीस पडू लागली. सकाळची प्रार्थना, मग कुराणाचं पठण, मग कवायत.... धावायचं आणि थोडा व्यायाम करायचा. तिथे माहिती देण्यासाठी किंवा सिद्धांत समजावून सांगण्यासाठी वर्ग भरत असत. तसंच हत्यारं हाताळणीचं प्रत्यक्ष ज्ञान देण्यासाठी काही वर्ग चालवले जात होते. शिबिराचे नियम न पाळणाऱ्यांना तिथे शिक्षा देखील दिल्या जात होत्या. या शिक्षा १००/१०० जोर-बैठका काढण्यापासून तीन-तीन डोंगर चढून जाणं किंवा बर्फासारख्या गार पाण्यात कपड्यांसकट उडी मारणं किंवा सरळ शिबिरातून हकालपट्टी या स्वरूपाच्या होत्या.

शिबिराचा प्रमुख भलताच व्यग्र माणूस होता. तरीही त्यानं आमची बडदास्त चांगली ठेवली होती. त्याच्या चेहऱ्यावर नेहमीच हसू विलसत असे. तो जरी अति महत्त्वाच्या गोष्टींबद्दल बोलत असला तरीही त्याचा चेहरा हसराच असे. त्याच्या

ध्येयाविषयी त्याला स्वच्छ जाणीव होती.

"माझ्या मते जिहाद हे अशा मादक पदार्थासारखं आहे, जे घेण्याची मला पूर्ण परवानगी आहे आणि मला ते पुन्हापुन्हा घ्यावंसं वाटलं." सावधपणे तो नेता बोलत होता. "दबलेल्यांच्या संरक्षणार्थ मी आलो त्यामुळे माझ्या आयुष्याचं उद्दिष्ट गाठलं आहे असं मला वाटतं. परक्यांनी व्यापून टाकलेली ही मुसलमानांची भूमी मुक्त करीपर्यंत लढत राहाण्याची मी शपथ घेतलीय. एक माणूस... एक सच्चा मुसलमान... आणि एक पाकिस्तानी म्हणून हे माझं कर्तव्य आहे असं मला वाटतं. मी निवडलेल्या या मार्गावरून जाताना मला मृत्यूचं भय शिवतसुद्धा नाही, पण जर तो आलाच तर मी आनंदानं मृत्यूला कवटाळेन. आमचा एक भाऊ या डोंगराळ भागात रशियनांशी लढताना शहीद झाला. त्या वेळी तो जे म्हणाला ते मी उभ्या जन्मात कधी विसरणार नाही. "बहुसंख्य माणसांनी मृत्यूकडे वाटचाल करणारं आयुष्य पत्करलेलं असतं. पण मी मात्र मृत्युपंथावरून आयुष्याची वाट चालत आहे."

तो पुढे अल्-फाजर या जागेचा असलेला इतिहास सांगत राहिला, रशियनांनी अफगाणिस्तानचा कब्जा घेतला होता, तेव्हा या शिबिरातच शेकडो मुजाहिदीनांना लढण्याचं प्रशिक्षण दिलं गेलं. पण सुरुवातीला त्यांना लढण्याचा काहीच अनुभव नव्हता. रशियन स्पेशल फोर्सची एका रात्री त्यांची इथे धाड पडली व त्यांनी जवळजवळ सगळ्यांना मारून टाकलं. त्यानंतर त्यांनी इथल्या ओढ्याचं नि विहिरींचं पाणी विषारी करून टाकलं होतं. तरीही इथे पुन्हा शिबीर भरवलं गेलं, पण आता त्यांच्या युक्त्यांना कसं तोंड द्यायचं ते आम्हाला चांगलं समजलं होतं. त्यानंतर आम्ही शत्रूच्या हालचाली समजण्यासाठी डोंगरघळ्यांमधून खबरे पाठवू लागलो. दुसऱ्या वेळी त्यांनी जेव्हा धाड घातली तेव्हा ते आश्चर्यानं थक्क झाले, कारण ते इथे पोहोचण्यापूर्वीच आम्ही आमची छावणी दुसरीकडे हलवलेली होती. त्यामुळे इथे सगळं साफ झालेलं होतं आणि मग ते असे आश्चर्यचकित झाले असताना अचानक आम्ही त्यांना घेरलं आणि एकतर त्यांचे सपासप मुडदे पाडले, नाही तर त्यांना कैदी बनवलं. त्यातल्या काही थोड्याजणांनी इस्लाम धर्माचा स्वीकार केला अन् मग आमच्यात सामील होऊन ते आता रशियनांशीच लढू लागले. तुम्ही त्यांना कदाचित मनसुरामध्ये बघितलं असेल. त्यांच्यातले काही कैदी तर अजूनही हिकमतीयार[१]च्या ताब्यात आहेत. (गनिमी काव्याने लढणाऱ्या सात अफगाण नेत्यांपैकी एक असलेल्या व स्वतःची संघटना असलेल्यांचा तो नेता असा उल्लेख करत होता.)

---

१. या डोंगरदऱ्यांमध्ये नव्या अफगाण सरकार विरुद्ध गुलुबुद्दीन हिकमतीयार अजूनही गनिमी काव्याने नव्या अफगाण सरकारबरोबर लढत आहे.

''आता युद्ध संपून इतकी वर्षं झाल्यावर सुद्धा ते कैदेतच आहेत?'' मी विचारलं.

''अरे बाबा, हे रशियन्स अजूनही आमच्या भानगडींमध्ये नाक खुपसताहेत.'' नेत्याने उत्तर दिलं.

संध्याकाळी शिबिरार्थींना मोकळा वेळ मिळत असे, तेव्हा आम्ही काही भारतीयांशी बोललो, त्यांच्यातले बरेचसे श्रीनगरहून आलेले होते. त्यांनी सांगितलेल्या हकिकती महाभयानक होत्या, तरीही मला वाटलं की त्या बोस्नियातून आलेल्यांनी सांगितलेल्या हकिकतींपेक्षा जास्त भयानक नव्हत्या. माझ्या असंही लक्षात आलं की ही मंडळी तशी प्रौढ होती, काहींचे तर केस पिकायला सुरुवातही झालेली होती. त्यामानानं पाकिस्तानी लोक बरेच तरुण होते. त्यांच्यातल्या एका काश्मिरी माणसानं मला सांगितलं की सैन्यातले लोक त्यांच्या मुलीबाळींवर बलात्कार करत असताना त्यांनी सक्तीनं त्यांना ते उघड्या डोळ्यांनी बघायला भाग पाडलं होतं. एका माणसाला तर त्यांनी स्वत:च्या मुलीबरोबर झोपायला भाग पाडलं. आणखी एकानं सांगितलं की भारतीय सैनिक जेव्हा घराघरातून झडती घेत, तेव्हा ते पवित्र कुराण फाडून त्यावर खुशाल लघवी करीत असत. साहजिकच सर्वसामान्य लोकांनी या सगळ्याला विरोध केल्यामुळे काश्मिरी तरुणांच्या प्रेतांनी तिथली स्मशानभूमी एकतर व्यापून गेली किंवा या तरुणांनी तिथले तुरुंग भरून गेले. प्रौढ लोकांवर त्यांनी या सगळ्याला विरोध करावा म्हणून दबाव वाढू लागला. माझ्या लक्षात आलं, या प्रौढांचं इथे येणं हे त्यांनी निषेध नोंदवण्याचा एक प्रकार होता.

दूर अंतरावर आम्हाला दुसरी छावणी दिसली. मला असं सांगण्यात आलं की तिथे काही ताजिकीस्तानमधून आलेले 'ताजिक' होते, तर काही अरब होते आणि बाकीचे पाकिस्तानातल्या विविध गटांमधून आलेले होते. तो सर्व प्रदेश जागोजागी भरलेल्या अशा छावण्यांनी व्यापून गेलेला होता. आम्ही त्यांना विचारलं, ''आम्ही अजून एखाद्या छावणीला भेट देऊ शकतो का?'' एमीरनं उत्तर दिलं की त्याला तिथे जाऊन त्यांच्याशी तसं बोलावं लागेल. मग तो म्हणाला, ''आमचा तसा एकमेकांशी संबंध नसतो. लोक अतिशय संशयी असतात, विशेषत: अरब. त्यांना त्यांचा स्वत:चा असा कार्यक्रम आहे आणि आम्हाला सुद्धा आमचा असा स्वतंत्र कार्यक्रम आहे. यातले काही गट तर अक्षरश: एकमेकांची तोंडसुद्धा पाहू इच्छित नसतात.'' कालांतरानं एमीर या शिबिराच्या नेत्याबरोबर अरब असलेल्या छावणीला भेट देण्याची परवानगी मिळाली. आमच्या पहिल्या छावणीत अंदाजे शंभर ते दीडशे जण होते तर इथे जेमतेम बारा जण होते. इथली व्यवस्था जास्त पक्क्या स्वरूपाची होती. इथे विटांच्या पक्क्या इमारती बांधलेल्या होत्या आणि रणगाड्यासकट अनेक वाहनं होती.

त्यांनी आम्हाला जेवायला बोलावलं. त्या वेळी आम्हालाही तो मोह आवरला नाही. अरबांच्या जेवणात रुचकर सूप होतं, शिजवलेलं मटण आणि चिकनसुद्धा होतं. एवढं सगळं संपल्यावर फळं आली. या तुलनेत पाकिस्तानी चालवत असलेलं शिबीर अगदीच सर्वसामान्य होतं आणि ते पुरवत असलेलं जेवण एखाद्या गरीब शेतकऱ्याच्या घरच्या जेवणासारखं होतं.

मला अरेबिक भाषा मुळीच समजली नाही. पण त्यांच्या संभाषणातले पॅलेस्टाईन, काश्मीर आणि बोस्निया हे शब्द मात्र समजले. त्यामुळे त्यांचा नेता एमीर, जे जे म्हणत राहिला ते नेमकं काय आहे हे न समजतासुद्धा मी त्याच्या बोलण्याला मान हलवून होकार भरत राहिलो. अरब पाहुणचार अनुभवून आम्ही जेव्हा परत जायला निघालो तेव्हा ते आम्हाला म्हणाले, ''तुम्हाला इथलं जे काही हवं असेल ते नि:संकोचपणे घेऊन जा.'' आम्ही ब्रिटिशांनी पडत्या फळाची आज्ञा घेऊन आमचे खिसे सफरचंद व केळ्यांनी भरून घेतले.

मी त्या पाकिस्तानी छावणीत फारच थोडे दिवस होतो, पण त्या काळात मी ते लोक देत असलेल्या प्रशिक्षणाचा नमुना पाहिला. हे शिक्षण फारच मूलभूत स्वरूपाचं होतं आणि त्यात फारशी झकपक नव्हती. डोंगराभोवती ते एकमेकांवर रिकाम्या काडतुसांनी गोळीबार करत राहात. तिथे ताहिर-अल्-इन्किलाबी (क्रांतिकारक) नावाचा प्रशिक्षक दारूगोळा, हत्यारं हाताळण्याचे वर्ग घेत असे, तोच या विभागाचा प्रमुख होता. क्वचित मी त्याला एके-४७ रायफल, स्निपर रायफल्स, आर.पी.जी.-७ तसंच विमान विरोधी बंदुका चालवण्याचं शिक्षण देताना पाहिलं होतं. त्यांच्याकडची बहुतेक सगळी हत्यारं रशियन बनावटीची होती, तरीही अपवाद म्हणून तिथे अमेरिकन बनावटीचं एम-१६ फैरी उडवण्याची शक्यता नसलेल्या अवस्थेतलं होतं. तसंच ब्रिटिशांच्या राजवटीतलं एक अगदी जुनं पुराणं 'ली एनफिल्ड ३०३' ही त्यांच्याकडे होतं. त्याच्याजवळचं युद्ध साहित्य आम्हाला दाखवताना ताहिर आम्हाला म्हणाला, ''ही सगळी हत्यारं खूपच जुनी आहेत, पश्चिमेत दुर्मीळ वस्तू म्हणून ती विकून हजारो रुपये, म्हणजे पाऊंड कमावता येतील.''

युद्धसामुग्री ठेवण्याच्या खोलीत जाऊन ताहिरनं एक मोठी लाकडी पेटी बाहेर आणली. त्यानं ती पेटी उघडली आणि आतून एक जुनी झालेली प्लॅस्टिकची बाहुली, फुलपाखराच्या आकाराची एक डबी बाहेर काढली आणि त्याच्या जोडीला एक पवित्रा घेतलेला माणूसही काढला. ''रशियनांनी इथून जाताना आमच्या मुलांसाठी ही भेटवस्तू मागे ठेवली होती. या बाहुलीच्या मुंडक्याच्या खालील शरीरात आत सी-४ स्फोटकांनी भरलेला दारूगोळा होता.'' ताहिर म्हणाला.

एका रात्री दक्षतेचा इशारा देण्यात आला. छावणीवर हल्ला होण्याची शक्यता होती, त्या वेळी आम्हा तिघांना हत्यारं देण्यात आली. ती आम्हाला चालवता

येण्याची शक्यताच नव्हती, तरीही ती देण्यात आली. स्थानिक 'कुच्छिस' (Kuchees) नावाच्या आदिवासी टोळीकडून हल्ला होण्याची शक्यता होती. ते अचानक हल्ला करून एकदम नाहीसे होत असत. युद्धकाळात यांच्यापैकी अनेक जण रशियनांना जाऊन मिळालेले होते, त्यांच्यावर कोणीही विश्वास ठेवत नसे. परंतु त्या रात्री धोक्याचा इशारा मिळण्याचं कारण आमच्यातला एक ब्रिटिशच होता. त्याची थैली चोरीला गेलेली होती. शिबिरातून ती थैली सापडवून आणण्यासाठी माणसांच्या तुकड्या पाठवल्या गेल्या. ती थैली कोणी पळवलीय ते त्यांना शोधून काढायचं होतं. काही वेळात एकाला पुढे घालून ते परत आले. त्या माणसाला काढण्या लावून जखडून टाकण्यात आलं होतं, तो अत्यंत भ्यायलेला दिसत होता.

मला त्या माणसाची अक्षरशः दया येत होती. या माणसाचं आता पुढे काय होणार या विचारानं मी अस्वस्थ झालो होतो. त्याचं मुख्य कारण म्हणजे त्या माणसाजवळ हातात नंगी तलवार घेऊन प्रशिक्षक उभा होता.

ते आदिवासी या माणसाला पकडून आणल्याचा बदला घेण्याची शक्यता होती आणि म्हणून तो धोक्याचा इशारा देण्यात आला होता. आम्हाला बाहेरच्या बाजूला झोपण्यास सांगण्यात आलं, कारण झोपड्यांना आगी लावल्या जाण्याची शक्यता होती. पण दुसऱ्या दिवशी पंचायत बोलावली असल्याचा निरोप त्यांच्याकडून मिळाला, तेव्हा आम्हाला असं सांगण्यात आलं की आदिवासींची एक पंचायत असते, दोन गटातले प्रश्न सोडवण्यासाठी ती बोलावली जाते. आम्हाला तिथे जायला परवानगी मिळाली नाही, पण कित्येक तास बोलणी चालल्यानंतर काहीतरी निर्णय झाला. त्या माणसाला ठोकून काढल्याबद्दल छावणीतल्या लोकांना त्याची भरपाई करण्याचे आदेश देण्यात आले, तर त्या माणसानं ती थैली परत करून पुन्हा कधीही छावणीत पाऊलही न टाकण्याचं त्याला बजावण्यात आलं. बर्मिंगहॅममध्ये मॅजिस्ट्रेटच्या कोर्टापुढे उभं करणं किंवा इस्लामच्या कायद्यांपेक्षा ही गोष्ट कितीतरी वेगळी होती, तरीही मला त्यात न्याय आढळला.

त्या छावणीतले आमचे दिवस आता संपत आले होते. शेवटच्या रात्री मी झोपलो असताना एकदम असंख्य स्फोटांच्या आणि किंचाळण्याच्या आवाजानं मी जागा झालो. आमच्यावर आदिवासींकडून हल्ला झालेला होता. कोणीतरी आमच्या खोलीत घुसलं अन् ओरडलं, "उठाऽऽ उठाऽऽ कुच्छिसकडून हल्ला झालाय." ते ऐकून मी इतका अवाक झालो की मला भीतीही वाटली नाही. त्यांनी जसं सांगितलं तसं करून मी मोकळा झालो. माझे जोडे शोधण्यासाठी त्या अंधारात मी थोडा धडपडलो व मग खोलीबाहेर धूम ठोकली. माझ्या डोक्यावरून लाल आणि हिरवे प्रकाशझोत जात होते आणि डोंगराच्या बाजूनं हातबॉम्ब फेकले जात होते. 'मान खाली घाल' कोणीतरी ओरडलं, 'जर जमलं तर पोटावर सरपट... काहीही कर पण

सतत हालचाल करत राहा.' माझ्या आजूबाजूच्या लोकांप्रमाणे मीही माझ्या पोटावर झोपलो. बाकीचे कितीतरी इकडेतिकडे पळत होते. स्वत:च किंचाळून गोंधळ घालत होते. एका माणसानं जमिनीवर फतकल मारली अन् हुंदके देत तो म्हणू लागला, "आईऽऽ मला क्षमा कर. मी तुझं ऐकायला हवं होतं आणि इथे कधीही पाऊलही टाकायला नको होतं." एका माणसाच्या चेहेऱ्याला बँडेज बांधलं जात असताना तो विव्हळत होता, "अरेऽऽ देवा, माझा चेहरा...." त्यानंतर मात्र मी विलक्षण घाबरलो.

सरपटत असताना मी विचार करायला लागलो, त्यांनी हे असं आम्हाला एका जागी कशाला गोळा केलंय? जर आमच्यावर हल्ला झालाय तर हे असं एकत्र गोळा होणं आत्मघातकी नाही का? थोड्या लोकांनी एकत्र येऊन इतरांना हत्यारं वाटणं केव्हाही जास्त श्रेयस्कर नाही का? जे काही चाललं होतं ते का कोण जाणे मला खटकत होतं. पण मग थोड्या वेळाने क्षीण आवाजात भोंगा वाजवत एक जुनाट रशियन रुग्णवाहिका कुठून तरी आली. तोपर्यंत सगळ्यांनी ज्या ठिकाणी एकत्र जमायचं होतं त्या ठिकाणी मी येऊन पोहोचलो होतो. आता गोळीबार आणि स्फोट थांबले होते. थांबलेल्या रुग्णवाहिकेतून मलमपट्टी केलेले काही लोक आणि त्यांच्याबरोबर शिबिराचा नेता, ज्याला एमीर म्हणत, तोही बाहेर आला. सगळ्यांच्या नजरा त्याच्यावर खिळलेल्या होत्या. त्याच वेळी त्यानं आपल्या मलमपट्ट्या सोडायला सुरुवात केलेली होती. सगळ्या मलमपट्ट्या सोडून झाल्यावर मग आमच्याकडे तोंड करून तो म्हणाला, "तुमच्यापैकी बरेच जण या परिस्थितीला साजेसं असं योग्यच वागले, पण तुमच्यातले काही जण मात्र लाजेनं खाली मान घालावी असं वागलेले आहेत. या छावणीत यापुढे त्यांनी राहायचं नाही, कारण तेवढी त्यांची लायकी नाही. हा एक तुमच्यासाठी घडवून आणलेला पूर्वनियोजित असा धडा होता. या हल्ल्यात कोणीही जखमी झालेलं नाही, पण जे काही घडवून आणण्यात आलं त्यामुळे तुम्ही जन्मात कधी विसरणार नाही असा धडा तुम्हाला देण्यात आलेला आहे."

परंतु परतीच्या प्रवासात मला जाणीव झाली की, मी मुस्लीम धर्माचं कसोशीनं पालन करणारा असा आहे. अफगाणिस्तानमधला अनुभव माझं अवघं जीवन बदलून टाकणारा होता. इतक्या थोड्या दिवसांत माझ्यावर एवढा खोल परिणाम यापूर्वी कधीही झालेला नव्हता. आदर्श वाटावीत अशा माणसांना मी इथे भेटलो होतो. या माणसांनी त्यांच्या धर्मासाठी अतुलनीय असा त्याग केलेला होता. मी इथे असं जग पाहिलं होतं की त्यामुळे मी भारावून गेलो आणि मला एक वेगळीच स्फूर्ती मिळाली होती.

४

सेवा परमो धर्मः

बर्मिंगहॅमला घरी आल्यावर मी लग्न करण्याचा निर्णय घेतला. माझ्या वडिलांनी तर हे मला केव्हाच सांगितलं होतं आणि त्याप्रमाणे वेगवेगळ्या मुली मला दाखवायला व त्यांच्या पालकांना भेटायलाही सुरुवात झालेली होती. मी काही मुलींना भेटलोसुद्धा, पण वडिलांनी सुचवलेल्या या पद्धतीनुसार माझं लग्न जमेलसं मला वाटत नव्हतं. म्हणून मग मी माझ्या मित्राला याबाबतीत मदत करण्याची गळ घातली. त्यानं माझी माझ्या भावी मेहुण्याशी ओळख करून दिली. तो केंब्रिज विद्यापीठातून पदवी घेऊन नुकताच बाहेर पडलेला खुशालचेंडू ब्रिटिश पॅलेस्टिनियन होता. त्याच्या बहिणीला भेटण्यासाठी त्यानं मला त्याच्या घरी बोलावलं.

मी जेव्हा त्या भल्यामोठ्या घरासमोर येऊन उभा राहिलो, तेव्हा ते त्याचं घर असेल यावर माझा विश्वासच बसेना. कारण मला भेटलेला तो किती सर्वसामान्य असा दिसत होता. साशंक मनानं मी जेव्हा त्या घराचा दरवाजा ठोठावला, तेव्हा मला वाटलं होतं की आता लगेचच मला इथून परत निघावं लागणार. आत शिरल्यावर मला जाणवलं, तिथलं सगळंच भलतंच वैभवशाली होतं. त्यामुळे खरं तर मला एकदम बिचकायलाच झालं, पण समीरनी मात्र मला एकदम सांभाळून घेतलं आणि मला मोकळं वाटेल असा तो वागला. आम्ही एकत्रच जेवण घेतलं अन् मग थोडा वेळ गप्पा मारत बसलो. त्या वेळी झैनाब तिथे आली. इस्लामी पद्धतीनं समीर सगळ्या गोष्टी हाताळत होता. आशियाई पारंपरिक पद्धतीपेक्षा लग्न ठरवण्याची त्याची रीत नक्कीच वेगळी होती. आम्ही भेटलो तेव्हा झैनाबनं हिजाब घातलेला नव्हता. ती आत आल्या क्षणापासून मी तिच्याकडे खेचला गेलो होतो. ती आमच्या तिथे बसली आणि काही वेळ आम्ही गप्पा मारत राहिलो. समीर आम्हाला दोघांना एकटंच सोडून मध्येच कुठेतरी गायब झाला. काही वेळाने आम्ही एकमेकांना आवडल्याचं आमच्या लक्षात आलं. तरीही तिथल्या एकूण वातावरणामुळे

मी तसा बावचळूनच गेलो होतो. मला तिच्याशी माझ्या पद्धतीनं बोलायचं होतं.

तिच्या मैत्रिणीच्या घरी आम्ही दोघांनी पुन्हा भेटायचं ठरवलं. त्या मैत्रिणीचा नवरा माझ्या परिचयाचा होता. त्यामुळे तिथे भेटणं आम्हाला दोघांनाही सोयीचं होतं. जेवणानंतर एकमेकांशी मोकळेपणानं बोलण्यासाठी आम्हाला एकांत देण्यात आला. पुढचे काही महिने आम्ही एकमेकांना फोन करत राहिलो आणि आमच्या भेटीगाठीही होत राहिल्या. या भेटीगाठी चालू असताना माझ्या बोस्नियाला जाण्याच्या ओढीबद्दल मात्र मी तिला विचारपूर्वक समजावून सांगितलं, असं समजवताना तिथे माझं काहीही होऊ शकतं हेही सांगितलं. अर्थात यातलं तिला कितपत उमजलं देव जाणे, कारण त्या वेळी तिच्या डोळ्यांसमोर एकच गोष्ट होती, ती म्हणजे आमचं लग्न! आजवर गुडघ्याला बाशिंग बांधून असलेल्या अनेक युवकांना ती भेटली होती, पण तिला नेमका मी आवडलो होतो. त्यामुळे आम्ही दोघांनी मिळून लग्नाचा निर्णय घेतला. लग्न अतिशय साधेपणानं तिच्या घरी झालं. हा इस्लामी पद्धतीचा लग्नाचा करार करण्यात आला. समीरनी व मी मिळून लग्नाला फक्त माझे वडील, भाऊ आणि आमचा एक मित्र एवढ्यांना साक्षीदार म्हणून बोलावलं आणि तिथे लग्नविधी पार पाडायला एक इमामही हजर होता.

लग्नानंतरचा पहिला महिना आम्ही माझ्या वडिलांच्या घरात राहिलो. त्यांनी तिचं इतक्या आपलेपणानं स्वागत केलं की मी अगदी खूश होऊन गेलो. त्यांना कधीही न लाभलेल्या मुलीच्या रूपात त्यांनी आपल्या सुनेला पाहिलं होतं. ती जणू या घरात आलेली त्यांची मुलगीच होती. त्यानंतर ती आमच्या घरात आमच्या कुटुंबाचा एक भाग होऊन राहिली. त्यानंतर झैनाबच्या आईवडिलांनी लग्नाची भेट म्हणून तिला एक घर दिलं. आम्ही या घरात आमच्या संसारी आयुष्यातली पहिली काही वर्षं काढली. लग्नानंतर माझं आयुष्यच बदलून गेलं. आवडलेल्या व्यक्तींबरोबर आयुष्य वाटून घेताना मला आजूबाजूचं खरं जगच फार मनोहारी वाटायला लागलं. तरीही दूरदर्शनच्या पडद्यावर वारंवार दिसणाऱ्या अन्यायकारक घटना व माझ्या कानी पडलेल्या अन्यायाच्या कहाण्या, या कशाकडेही मी दुर्लक्ष करू शकत नव्हतो.

माझा बोस्नियन मित्र इदीन, त्याला एकदा मी बोस्नियन खाद्यपदार्थांविषयी विचारलं, तर त्यानं मला पारंपरिक बोस्नियन जेवण जेवण्यासाठी त्याच्या मित्राच्या घरी निमंत्रित केलं. त्याची ती दोस्त म्हणजे बोस्नियातून निर्वासित म्हणून बर्मिंगहॅममध्ये राहायला आलेली एक तरुण मुस्लीम मुलगी होती. तिला फारसं इंग्रजी येत नसल्यामुळे ती जे बोलत होती त्याचं इदीननं माझ्यासाठी भाषांतर केलं. तिचा चेहरा एकदम ताठरलेला होता अन् डोळे दूर कुठेतरी अंतराळात लागले होते. तिथून बाहेर पडल्यावर इदीननं मला तिची हकिकत सांगितली. मी आजवर ऐकलेल्या, तसंच

ज्याची कधीही कल्पना करू शकणार नाही अशा स्वरूपाची तिची हकिकत होती. सर्व सैनिकांनी तिच्या घरावर छापा मारला होता अन् तिच्या नवऱ्यासमोर तिच्यावर त्यांनी बलात्कार केला होता. त्यांचं तीन महिन्यांचं मूल रडत, किंचाळत असताना त्या कशाचीही पर्वा न करता तिच्यावर सामूहिक बलात्कार चालूच राहिला होता. जोवर ते मूल रडत होतं तोवर ते जिवंत आहे हे तिला समजत होतं. पण रडण्याचा आवाज थांबला तशी तिनं अजीजीनं त्या सैनिकांना विचारलं, "माझं बाळ कुठे आहे? तुम्ही त्याचं काय केलंत?" तेव्हा एक सैनिक आत आला. त्यानं बाळाचं मुंडकं तिच्या शेजारच्या टेबलावर ठेवून पुन्हा एकदा तिच्यावर बलात्कार केला. इंग्लंडमध्ये तिच्यावर मानसोपचार करण्याची व्यवस्था केली जात होतीच, शिवाय तिच्या समाजाचे लोक तिच्यासाठी नवरा शोधण्याच्या तयारीत होते. तिच्यावर बलात्कार केल्यावर त्यांनी तिच्या नवऱ्याला मारून टाकलं होतं.

बोस्नियन लोकांना मदत करण्याविषयी मला इतर कोणी सांगायची गरज नव्हती, पण इतरांनी या लोकांना मदत करावी असं सांगण्याची संधी मला मिळाली. एक नवोदित ब्रिटिश चित्रपट निर्माता बोस्नियाला गेला होता व त्यानं बोस्निया व क्रोएशियातल्या हत्याकांडावर एक चित्रपट बनवला होता. आजवर मी पाहिलेल्या प्रत्यक्ष घटनांवर आधारित चित्रपटांपेक्षा हा चित्रपट फारच भयंकर घटनांनी भरलेला होता. यात जाळून टाकलेल्या मानवी देहांचे अवशेष, शहरं तसंच खेड्यांवर विखरून टाकलेले दाखवण्यात आले होते. बोस्नियाच्या समृद्ध ग्रामीण भागावर पसरलेली क्रौर्याची छाया चित्रपटात दिसत होती. निवेदक सांगत होता, गर्भार बाईच्या पोटातलं बाळ मुलगी आहे की मुलगा आहे यावर सैनिकांमध्ये पैजा लागत. या सैनिकांच्या हातात संगिनी असत आणि त्यानंतर त्यात मेलेल्या स्त्रिया आणि त्यांची पोटं फाडून बाहेर काढून त्यांच्याच शेजारी फेकलेल्या गर्भाची दृश्य दाखवली जात. त्यात एक दृश्य असंही होतं, एक अंदाजे सहा वर्षांचा छोटा मुलगा. त्याचा गळा चिरलेला दिसत होता. सर्व सैनिकांना, इतरांना दाखवण्यासाठी तो गळा राखून ठेवायचा होता. चित्रपटासाठी एका म्हाताऱ्या बोस्नियन स्त्रीची मुलाखत घेतली गेली तेव्हा ती म्हणाली, "तुम्ही आम्हाला फक्त अन्नच का पाठवत होतात? त्यामुळेच लठ्ठ डुकरांना कापून काढावं तसं त्यांनी आम्हाला कापून काढलं. आमच्या लोकांना शस्त्रास्त्रं पुरवा म्हणजे आम्ही त्यांना योग्य ते प्रत्युत्तर देऊ." यानंतर मी बोस्नियाला जाण्याचं पक्कं केलं.

छावण्यांमधून आश्रयाला आलेल्या मुस्लीम स्त्रियांवर सर्ब्ज अगदी पद्धतशीरपणे बलात्कार करत असल्याच्या बातम्या कानावर पडल्यामुळे मी संतापानं वेडापिसा झालो होतो. युरोपसमोर बोस्नियात झालेला वंशविच्छेद मी पाहिला. माझ्यासमोर उपलब्ध असलेले मदतीचे पर्याय फारच मर्यादित होते. प्रत्यक्ष बोस्नियातून नव्हे,

तर क्रोएशियातून तिथल्या लोकांना मदत करणाऱ्या संस्थेला देणगी देणं आणि इंग्लंडपर्यंत पोहोचलेल्या निर्वासितांना मदत करणं एवढंच माझ्या हातात होतं. कित्येकांना तेवढंसुद्धा करणं जड वाटत होतं. निर्वासितांना फक्त अन्न आणि वस्त्र पुरवणं एवढं पुरेसं नाहीये. विशेषत: जे संपूर्ण उद्ध्वस्त झालेले आहेत त्यांच्यासाठी तर मुळीच नाही.

मदत देणाऱ्या अनेक सेवाभावी संस्थांना मी अगदी नियमितपणे पैसे देऊ लागलो. माझ्या आठवड्याच्या उत्पन्नाचा काही भाग नियमितपणे एवढ्याचसाठी खर्च होऊ लागला होता. त्याच्या जोडीला खूप वर्षं माझ्या हातात असलेली सोन्याची अंगठीसुद्धा मी एकदा देऊन टाकली. ज्यांचे मुडदे पडत होते त्यांच्यासाठी हे सगळं काहीच नव्हतं. या प्रश्नाची सोडवणूक करण्यासाठी देशभर वेगवेगळ्या ठिकाणी भरवल्या जाणाऱ्या परिषदांना मी जाऊ लागलो. भांडणात गुंतलेल्या सर्वच पक्षांसाठी युरोपियन युनियनजं, तसंच ब्रिटननंसुद्धा हत्यारांनी भरलेलं जहाज पाठवायचं ठरवलं, तेव्हा मी जाम वैतागलो. कारण सर्ब्ज व क्रोएट्स या दोघांकडे त्यांच्या शेजारील राष्ट्रामधून हत्यारं येतच होती फक्त बोस्नियाजवळ हत्यारं नव्हती. जनतेपुढे ठासून सांगणारा महत्त्वाचा आवाज होता बॅरोनेस थॅचरबाईंचा. त्या एकट्या फक्त बोस्नियाला हत्यारांची गरज आहे हे सांगत होत्या.

पाकिस्तान आणि अफगाणिस्तानला जाऊन आल्यापासून मी दोन्ही देशांबद्दल अगदी वेड लागल्यासारखा विचार करत होतो. बोस्निया ब्रिटनच्या अगदी जवळचा देश म्हणून आणि अफगाणिस्तानातला प्रतिकार मी स्वत: पाहिला होता. म्हणून मी अफगाणिस्तानमध्ये अशा काही लोकांना भेटलो होतो की ज्यांनी बाहेर पडून होणाऱ्या अन्यायाविरुद्ध काही केलं होतं. पैसे घेऊन परक्या देशात लढणाऱ्या लोकांव्यतिरिक्त मला असा एक माणूस भेटला, जो बोस्नियाला मदत देण्याच्या फक्त गप्पाच मारत नव्हता, तर त्याला आणखीही काही करायचं होतं. तिथून परत आलेल्या ब्रिटिश सैनिकांनी दिलेल्या मुलाखती, मी दूरदर्शनवर ऐकल्या होत्या. आलेले अहवाल वाचले होते, पैशासाठी लढण्याचा व्यवसाय असणाऱ्या सैनिकांचंही बोलणं मी ऐकलं होतं, ते सगळे बाल्कनमध्ये घडलं होतं. पण बोस्नियासाठी त्यांनी फार काही केलं नव्हतं. पैसे घेऊन लढणाऱ्या सैनिकांच्या रूपानं मिळणारी मदत त्यांना नको होती.

'कॉन्व्हॉय ऑफ मर्सी' असं नाव धारण केलेल्या संघटनेविषयी मी ऐकलं होतं. ही संघटना ब्रिटनमधून बोस्नियाला मदत पाठवत असे. या संघटनेचा संघटक असिफ हा ब्रिटिश पाकिस्तानी होता. मी त्याला भेटायला गेलो तेव्हा तो मला म्हणाला, ''बोस्नियातल्या गरजूंसाठी मी मदत घेऊन जात असतो. माझ्याबरोबर कोणी आलं तर त्याला तिथे कठोर परिश्रम करावे लागतील, शिवाय नियमांचं

पालनही करावं लागेल. ही काही मौजमस्ती करण्यासाठी काढलेली सहल नव्हे. तू माझ्याबरोबर ये, मी सांगेन ते ऐक आणि तिथे कामंही कर. जर तुला इथून बाहेर पडून बोस्नियाच्या सैन्यात भरती व्हायचं असेल तर तू तसं कर... तुझं तू ठरव काय करायचं ते. हे करायला मी तुला प्रोत्साहनही देणार नाही तसंच अडवणारही नाही. एकदा जाऊन त्यांना थोडीशी सहानुभूती दाखवायची एवढंच माझं काम नाहीये. मला त्यांना सातत्यानं मदत पुरवायची आहे. दर पंधरा दिवसांनी मी तिकडे वाहनांचा ताफा घेऊन जात असतो. जर तुला तिकडे यायचं असलं तर तुझ्याजवळ कसली तरी बांधिलकी असायला हवी.''

सोशल सिक्युरिटी विभागातल्या व्यवस्थापकाला मी मला काही महिने बिनपगारी रजा हवी असल्याचं सांगितलं. मला मी तिथून परत आल्यावर माझी नोकरी परत हवी होती. पण तो त्या गोष्टीला तयार झाला नसता तरी माझा तिकडे जाण्याचा विचार पक्का होता. मी तसं त्याला सांगितलंसुद्धा आणि त्याचा मोठेपणा असा की, त्यानं मला पाठिंबा तर दिलाच, पण त्याशिवाय माझी नोकरी जाणार नाही हेही सांगितलं. मी तिथे बोस्नियन सैन्यात दाखल होणार आहे हे अर्थातच त्यांना माहीत नव्हतं. शिवाय खरं तर तोपर्यंत सैन्यात शिरण्याचा माझा विचार फारसा पक्का झालेला नव्हता.

मी अतोनात उद्दिपित तर झालो होतोच, पण मला चिंता वाटत होती. मी तिथे जाणार म्हटल्यावर माझ्या वडिलांना प्रचंड काळजी वाटत होती. बोस्नियाला मदत केली पाहिजे या माझ्या विचाराला त्यांनी सर्वसाधारणपणे पाठिंबा जरी दिला होता, तरी मी तिथे प्रत्यक्ष जाण्याची कल्पना त्यांना आवडलेली नव्हती.

बोस्नियाला जाण्यासाठी मी प्रस्थान ठेवलं ते उत्तर लंडनमध्ये असलेल्या असिफच्या घरापासून. मी जेव्हा त्याच्या घरी गेलो तेव्हा माझ्या वडिलांसारखीच त्यानी ब्रिटिश जीवनशैली आत्मसात केल्याचं दिसत होतं.एवढंच नव्हे तर त्याच्या वाहनावर ब्रिटिशांचा युनियन जॅक फडकत असे. घरात शिरल्यावर थोड्या वेळात तो मला म्हणाला, ''आत्ता लगेच माझ्याबरोबर गोदामात चल आणि तिथे माल भरायला लाग.'' आम्ही पाच तास सामान भरत होतो. देशातल्या विविध भागांतून सामान गोळा झालेलं होतं. त्यात हवाबंद अन्नाच्या डब्यांनी भरलेल्या पेट्या होत्या, खूप काळ टिकणारी पेयं, पेट्या भरभरून कपडे आणि रजया, औषधं व इतर वैद्यकीय वस्तूंनी ती खोली भरली होती. या सगळ्या मालानं दोन व्हॅन पुरत्या भरून गेल्या.

व्हॅन्सची अवस्था चांगली नव्हती, तरीही आम्ही त्या चालवत १५०० किलोमीटरचा प्रवास करणार होतो. आम्ही पार करत चाललेल्या जवळजवळ प्रत्येक देशात ही वाहनं नादुरुस्त झाली. फ्रान्स, लुक्झेंबर्ग, जर्मनी, ऑस्ट्रिया,

स्लोव्हेनिया, क्रोएशिया पार करून आम्ही बोस्नियात पोहोचलो. एका व्हॅनमध्ये दोन माणसं होती आणि बाकीचे चौघंजण दुसऱ्या व्हॅनमध्ये होतो. यातले काही मुस्लीम होते तर काही मुस्लिमेतर होते. मी बसलो होतो ती व्हॅन असिफ चालवत होता.

मध्यरात्री आम्ही 'ब्लॅक फॉरेस्ट'च्या मध्यावर पोहोचलो असताना समोरच्या बर्फाच्छादित रस्त्यावर असिफनं वाहन थांबवलं अन् तो मला म्हणाला, "आता इथून पुढे तू गाडी चालवायचीस." तो त्यानंतर झोपणार होता. त्याचं हे वागणं अगदी अनपेक्षित होतं. आमच्या दोन व्हॅन्सच्या काफिल्यामध्ये मी पुढच्या वाहनात होतो आणि उभ्या जन्मात मी एकतर कधी व्हॅन चालवली नव्हती आणि त्यातून उजव्या बाजूनं तर (right hand drive) मुळीच कुठलंही वाहन चालवलं नव्हतं, मला रस्तासुद्धा माहीत नव्हता. माझ्याजवळ फक्त एक कागदाचं चिठोरं होतं. त्यात आम्ही ज्या शहरांवरून व खेड्यांवरून पुढे जाणार होतो, त्यांची नावं खरडलेली होती.

असिफ कुठेही हॉटेलपाशी थांबायला तयार नव्हता. कारण त्याचं म्हणणं असं होतं की, त्याच्याजवळ होता तो जनतेचा विश्वासानं दिलेला पैसा, त्यातल्या पैन्‌पैचा हिशोब त्याला द्यावा लागणार होता. त्यानं मला सांगितलं की, जर तुला एखाद्या हॉटेलमध्ये जायचं असेल तर त्याचा खर्च तुझा तू करायचा आहे आणि मी तुझ्यासाठी थांबणार नाही. मी मात्र या व्हॅनमध्येच झोपणार आहे आणि रस्त्याच्या कडेला जे मिळेल ते खाणार आहे. लजुब्लजानाला (Ljubljana) गेल्यावर पिझ्झा घेऊन देईन. आपण जेव्हा व्हॅनमध्ये इंधन भरण्यासाठी किंवा दुसऱ्या कुठल्यातरी कारणासाठी थांबू, तेव्हा जर तू व्हॅनमधून उतरलास आणि वेळेत परत आला नाहीस, तर आम्ही कोणासाठीही न थांबता तसेच पुढे जाऊ. गेल्या वेळी आम्ही वाहनांचा ताफा घेऊन क्रोएशियाला गेलो होतो, तेव्हा मी तसं एकाला मागे ठेवलं होतं. त्याला तो मजा करायला आलाय असंच वाटत होतं. त्यामुळे तसं करावं लागलं. मी असिफसारख्या माणसाबरोबर कधीही काम केलं नव्हतं आणि करणारही नव्हतो.

स्लोव्हेनिया मागे टाकल्यावर आम्ही युद्धप्रवण क्षेत्राजवळ पोहोचलो. आम्ही क्रोएशियात पोहोचल्यावर वातावरणातला ताण मला जाणवायला लागला. त्यांना बऱ्याच कागदपत्रांची तपासणी करायची होती आणि त्यांनी वाहनांची देखील कसून तपासणी केली. सरहद्दीवर असिफचं वागणं वेगळंच होतं, एखाद्या ब्रिटिशाप्रमाणे इथे तो तोंड मिटून होता, त्रास देणाऱ्या सीमारक्षकांशी फार मुत्सद्देगिरीनं वागत होता. यापूर्वी तो जेव्हा क्रोएशियात आला होता तेव्हा त्याला ताब्यात घेऊन मारण्याची धमकी देऊन क्रोएशियनांनी बेदम बदडून काढला होता, पण या कशाचाच परिणाम त्याच्यावर झाला नव्हता. खरंतर त्याला कोणीच थांबवू शकणार

नव्हतं. इथे जी भाषा बोलली जात होती, ती भाषा त्याला चांगली अवगत झाली होती. या प्रवासात मी ती शिकलो, शिवाय मी स्वतंत्रपणे केलेल्या प्रवासातही अधिक शिकलो.

आम्ही आता डालमेटियाच्या किनाऱ्यावर 'स्प्लिट' इथे पोहोचलो. ही एक नितांत सुंदर जागा होती. आम्ही इथे थांबलो आणि सगळे जण समुद्रस्नानाला गेलो. लवकरच संयुक्त राष्ट्रसंघाची पांढऱ्या रंगाची वाहनं दिसू लागली. आपण युद्धभूमीवर आहोत याची अधिक तीव्र जाणीव आम्हाला झाली. आम्ही सतत प्रवास करत समुद्र किनाऱ्यानं खाली मकारस्काला (Makarska) पोहोचलो. तिथे संयुक्त राष्ट्राचा पाकिस्तानी प्रतिनिधी डेरा टाकून होता. असिफचे त्या मंडळींशी उत्तम संबंध होते हे माझ्या लक्षात आलं. या आधी त्याच्या जवळच्या वाहनांपैकी एक वाहन नादुरुस्त झाल्यामुळे त्यांनी त्याला जास्तीचं अन्न न्यायला परवानगी दिली होती. आम्ही त्यांच्याबरोबर थोडा वेळ थांबलो होतो, त्या वेळी अगदी भिन्न परिस्थितीत भिन्न संदर्भात पाकिस्तानी इसम तिथे असणं मला जरा विचित्रच वाटलं. मी त्यांना तिथे बघून मुळीच प्रभावित झालो नाही, कारण इतरांप्रमाणे ते देखील इथे मुस्लिमांवर होणाऱ्या अत्याचारांकडे काणाडोळा करीत होते.

आम्ही सरहद्द पार केल्यावर असिफ म्हणाला, ''आता आपण बोस्नियात आहोत त्यामुळे आता आपण अतिशय दक्ष राहिलं पाहिजे. इथे काही विभाग असे आहेत, जे इकडून तिकडे केव्हाही हस्तांतरित होत असतात. मित्र राष्ट्रांचं संघटन जसं बदलेल तसे ते विभाग हस्तांतरित होत राहतात. आता इथे मुस्लीम-क्रोएट्स फेडरेशन आहे, पण भूतकाळात ते जोरकसपणे एकमेकांविरुद्ध दंड थोपटून उभे राहिलेले होते.'' आम्ही बोस्नियातून जात असताना त्यानं आम्हाला पडदे ओढून घेऊन खाली पडून राहायला सांगितलं. ही आता बोस्नियन-क्रोएशियन यांच्या आधिपत्याखाली असलेली जमीन होती. बॉम्बच्या रिकाम्या पेट्यांनी रस्ते भरून गेले असल्यामुळे, या रस्त्यावरून प्रवास करताना रस्त्यावरील उंचसखलपणामुळे हाडं अगदी खिळखिळी होत होती.

या भागातलं आम्ही पाहिलेलं पहिलं शहर मोस्तार! ते शहर पूर्णपणे उद्ध्वस्त झालेलं होतं. या शहरात मला एकही घर किंवा इमारत अशी दिसली नाही की ज्यावर बॉम्बवर्षाव झालेला नव्हता. त्या सुंदर नदीवरच्या ऐतिहासिक पुलाची अवस्थाही त्या इमारतींसारखीच होती. मोस्तरकडे जाणाऱ्या रस्त्यावरच्या एका कॅथिड्रलकडे असिफनं बोट दाखवलं. त्या कॅथिड्रलच्या टॉवरवर एक भलामोठा क्रूस होता. तिकडे बघत असिफ म्हणाला, ''काही महिन्यांपूर्वी त्यांनी एका अरब स्वयंसेवकाला या क्रूसावर लटकावला. या असल्या प्रदेशात तो आला आहेस.''

मैलोनमैल प्रदेशात बॉम्ब फेकून उद्ध्वस्त केलेली घरं आणि नष्ट झालेली

त्यांची छपरं मी पाहिली. तसंच मी पाहिलेल्या प्रत्येक घराच्या इंचाइंचावर बंदुकीच्या छऱ्यांनी पडलेली भोकं मी पाहिली. विध्वंस करण्याच्या कैफात रस्त्यावरच्या खुणादेखील सापडलेल्या होत्या. माझ्या अवतीभोवती मी जी काही थोडी माणसं पाहिली, ती जणू निर्विकार चेहऱ्यानं वावरणारी भुतं होती. आम्ही त्यांच्यासमोरून जात असताना त्यांनी आमच्याकडे ढुंकूनसुद्धा पाहिलं नाही. आणखी एक गोष्ट माझ्या लक्षात आली ती म्हणजे दफनभूमी, बघावं तिकडं प्रेतं पुरलेली होती.

आमच्या ताफ्यातला एक जण बोस्नियन होता. मुस्तफा आपल्या मुलीला घेऊन ब्रिटनला आला होता आणि जवळजवळ वर्षभर तो तिथेच राहात होता. त्यानं सैन्यात शिरकाव करून घेतला होता अन् तो सर्ब्जविरुद्ध लढणार होता. या प्रौढ माणसाबद्दल आम्हा सगळ्यांनाच खूप कौतुक वाटत होतं. आम्ही त्याला एका एकाकी पडलेल्या खेड्याजवळ सोडलं आणि पुढे वर्षभर मला तो दिसला नाही. पुढच्या वर्षी तो मला पुन्हा जेव्हा भेटला, तेव्हा त्यानं मला युद्धाची हकिकत सांगितली. त्यानं सुद्धा आता भलीमोठी दाढी वाढवली होती.

मोस्तारनंतर आम्ही जब्लानिकाला आलो, इथे आमच्या ताफ्याभोवती लोकांनी ताबडतोब गराडा घातला. इथल्या बोस्नियन्सना आम्हाला बघून विलक्षण आनंद झाला होता. "मेऱ्हबा, असिफ काको स्ते व्ही?" ते ओरडले, "मेऱ्हबा ब्राक, काको स्ते बी?" (बंधूंनो, तुमचे स्वागत असो, तुम्ही कसे आहात?)

"दोब्रा, आका बोगदा. मालो नोव्ही ब्राक." (देवाच्या इच्छेनं इथे काही नवे लोक-बंधू आले आहेत.)

आमच्याशी असिफ जणू आम्ही त्याचे कामगार असल्याप्रमाणे अतिशय कठोरपणे वागत होता. बोस्नियन्सनी मात्र त्याची दुसरी बाजू बघितलेली होती. त्यामुळे ते त्याच्यावर प्रेम करीत होते. ते त्याला त्यांच्या घरी वारंवार कॉफी प्यायला किंवा जेवायला बोलावत असत, तेव्हा त्याच्याबरोबर आम्हीही तिथे जात असू व ते लोक कसं जगतात ते पाहत असू. त्यांचं आयुष्य इतकं दुःखी आणि संकटांनी भरलेलं होतं की, त्यातल्या कित्येकांनी पश्चिम युरोपकडे पलायन केलं याचं मला मुळीच आश्चर्य वाटलं नाही.

लवकरच आमच्या असं लक्षात आलं की, असिफचा अनेक प्रकल्पांमध्ये हात होता. कुक्कुटपालनापासून पुनर्वसन केंद्रं, रुग्णालयं आणि शाळा अशा अनेक कामांमध्ये तो गुंतलेला होता. जब्लानिकातून बाहेर पडल्यावर लगेचच आम्ही ओस्ट्राझाक या खेड्यात आलो, इथे असिफनं उघडलेलं मुख्य केंद्र होतं. या केंद्रासमोर एक सुंदर तळं होतं. दुसऱ्या वर्षी उन्हाळ्यात मी पुन्हा जेव्हा इथे आलो तेव्हा मी या तळ्यात मस्तपैकी पोहलो. या तळ्याभोवती असलेली बर्फाच्छादित हिमशिखरं फारच विलोभनीय दिसत होती. जिथे जाऊ तिथे जनता आमचं मनापासून

स्वागत करी. जाताना आम्ही त्यांच्याजवळून पुढे जात असू, तेव्हा तेव्हा आम्हाला बघून मुसलमान ज्या तऱ्हेनं आपल्या उजव्या हाताची तर्जनी वर करीत, त्याप्रमाणे तिथली लहान मुलं त्यांच्या उजव्या हाताची तर्जनी उंचावून दाखवत असत. याचा अर्थ शहादा! मुस्लीम असल्याबद्दल विश्वास व्यक्त करणं.

आम्ही पहिल्यांदा जेव्हा इथे आलो तेव्हा इथे इतकं काम करणं बाकी होतं की, आम्हाला विश्रांतीसाठी थोडीसुद्धा फुरसत मिळाली नाही किंवा आम्ही थांबलो होतो त्या जागेची देखभाल करणंही आम्हाला जमलं नव्हतं. सगळं सामान जागच्या जागी लावल्यावर व थोडा लाकूडफाटा तयार करून ठेवल्यावर असिफनं मला तळघरातून जवळच्या झाडांमध्ये सांडपाण्याची एक पाईपलाईन टाकण्यासाठी खणायला सांगितलं.

पुढे दोन आठवडे सतत तिथल्या निर्वासितांना अन्नाचं वाटप केल्यानंतर माझ्या मनाला थोडं समाधान मिळू लागलं होतं. परंतु मी जेव्हा जेव्हा त्या निर्वासितांच्या चेहऱ्यांकडे बघत असे, तेव्हा तेव्हा यांच्या तुलनेत मी ब्रिटनमध्ये माझ्या घरी किती ऐषारामात जगत असतो, या विचारानं मला विलक्षण अपराधी वाटायला लागलं होतं. शिवाय इथून पुन्हा परत मी तिथे जाणार होतो याची बोच होतीच. त्यामुळे त्यांना फक्त बीन्स असलेले टिन पुरवून हात झटकून टाकणं पुरेसं नव्हतं.

त्यांची भाषा मी थोडीफार शिकलो अन् त्यांच्या हकिकती ऐकू लागलो. इजिप्तमध्ये इस्लामच्या तत्त्वप्रणालीचं प्रशिक्षण घेतलेल्या मुआलीमनं (शिक्षक) चालवलेल्या बोस्नियन सैनिकांच्या एका केंद्राला आम्ही भेट दिली. सर्ब्जबरोबर दोन हात केल्यामुळे या व्यक्तींबद्दल बराच आदर होता, शिवाय ते शिक्षकही शिस्तीचे. मी तिथे काही सैनिकांच्या अत्यंत भयानक कहाण्या ऐकल्या. तापमान उणे २५ अंशापर्यंत खाली गेलं असताना, सर्वत्र बर्फ साचलं असताना हे सैनिक त्याही परिस्थितीत शौर्यानं लढले होते. अति थंडीमुळे गोठून काही सैनिकांना त्यांचे पाय गमवावे लागले होते.

झेनिकाला जाताना वाटेत ट्रावनिक या ठिकाणी आम्ही थांबलो. बर्फात वापरले जातात ते साखळदंड आमच्या वाहनं चाकांवर लावून आम्ही या डोंगरावर वरपर्यंत गेलो. आता आम्ही प्रत्यक्ष युद्धभूमीजवळ पोहोचलो होतो. बॉम्ब पडून उद्ध्वस्त झालेली वाहनं आणि घरं, त्याच्या जोडीला भकास चेहऱ्याचे निर्वासित, हे सगळं ओलांडून आम्ही पुढे चाललो होतो. मूठभर बोस्नियन सैनिक व अरब मुजाहिदीन यांनी मिळून शत्रूच्या अख्ख्या बटालियनला कसे खडे चारले होते आणि शहराचं रक्षण कसं केलं होतं, याच्या कथा आम्हाला ऐकायला मिळाल्या.

ट्रावनिक हे शहर नितांत सुंदर होतं. इथे ऑटोमान वास्तुकलेचे नमुने मशिदी व मदरशांच्या इमारतींच्या रूपात उभे असलेले दिसत होते. डोंगरांच्या बाजूनं

डोकावणारे तुर्की पद्धतीचे उंच मनोरे थोडे थोडे स्कड क्षेपणास्त्रासारखे दिसत होते. एकदा या मनोऱ्यांबाबत 'सन'नं असं म्हटलं होतं की वास्तवात ती क्षेपणास्त्रंच होती, पण बोस्नियन लोकांनी त्यांना गैरसमज करून देण्यासाठी मिनाराचं रूप दिलं होतं. शहरात आम्ही काही अरब व्यक्तींना भेटलो. त्यांच्यापैकी एक जण डॉक्टर होता आणि तो इथे बरीच वर्षं काम करीत होता. युद्ध सुरू होण्यापूर्वी देखील तो इथे राहात होता. बोस्नियन सैन्यात, विविध विभागात नुकत्याच सामील झालेल्यांनाही आम्ही भेटलो. मी सैन्यात जाण्याचा अजूनही विचार करत होतो, पण आम्ही जसजसे युद्धप्रवण क्षेत्राजवळ जाऊ लागलो तसतसे, माझी या सगळ्याशी कितपत बांधिलकी आहे हा विचार मला अस्वस्थ करू लागला. नेमकं काय करावं याबद्दल मी फारच साशंक होतो. माझ्या मनात झैनाब आणि आमच्या पहिल्या येऊ घातलेल्या बाळाबद्दल विचार येऊ लागले आणि असं वाटायला लागलं की सैन्यात जाण्याचा धोका आत्ता पत्करणं योग्य नाही.

आम्ही झेनिकाला जाऊ का असं आम्ही तिघाही ब्रिटिशांनी असिफला विचारलं, कारण तिथे बोस्नियाच्या सैन्याची आंतरराष्ट्रीय कचेरी होती. आम्ही असं ऐकलं होतं की मुस्लिम जगतातून अनेकजण इथे गोळा झालेले होते आणि त्यांनी त्यांची निष्ठा बोस्निया व हरझ्गोविनाचा अध्यक्ष अलिजा इझेतबेगोविक याच्या नेतृत्वाखाली असलेल्या तिसरा कॉर्पस् अरमिजा बोझान्क्का किंवा कतीबतुल्ला मुजाहिदीन यांच्यापाशी वाहिलेल्या होत्या. आम्ही त्यांच्याबद्दल असंही ऐकलं होतं की ते मोठ्या धैर्यानं सर्ब्जशी लढत होते.

"तुला झेनिकाला जायचं असलं तर मी स्वत: तिथवर नेऊन सोडतो." असं असिफ मला म्हणाला, पण तो त्यानंतर असंही म्हणाला की, 'पण एकदा तिथे सोडल्यावर तुझं तुला एकट्याला परत यावं लागेल. तू तुझं तिथलं काम संपेपर्यंत तिथे राहू शकतोस, पण इथे परत आल्यावर मात्र आम्ही सर्व इंग्लंडला परत जायला निघेपर्यंत तुला इथे राहावं लागेल.'

इतर दोघा ब्रिटिशांबरोबर मी झेनिकाला गेलो. आम्ही या गावाबद्दल आधी इतकं ऐकलं होतं की आमची उत्सुकता पार शिगेला पोहोचली होती. पण त्याबरोबर आम्हाला थोडी भीतीही वाटत होती. बोस्नियन सैन्यदलाच्या तिसऱ्या विभागाच्या किंवा अरब ज्याला कटीबाह बटालियन असे म्हणतात, त्या मुख्य कचेरीत आम्ही येऊन पोहोचलो.

नव्यानं सैन्यात भरतीसाठी येणाऱ्यांची जबाबदारी ज्याच्यावर होती, त्या माणसाशी बोलणी करण्यासाठी आम्हाला पाठवण्यात आलं. तो एक इजिप्शियन होता आणि कोणाशीही लगेच मैत्री करण्याचा त्याचा स्वभाव नव्हता. त्यानं विचारलं, "तुम्ही इथे कशासाठी आलात?"

''मी इथे काय चाललंय ते...''

''तू वार्ताहर किंवा तसाच कोणी आहेस?''

''नाही.'' मी पटकन म्हणालो आणि मग पुढे स्वत:चं समर्थन करीत म्हटलं, ''मी एक सर्वसामान्य माणूस आहे. मला इथे घडणाऱ्या गोष्टींबद्दल काळजी वाटली आणि कशा प्रकारे मदत करू शकेन हे पाहायला मी आलो आहे.''

''जे लोक इथे येतात ते परदेशातून आलेले स्वयंसेवक असतात, मुजाहिदीन, ते वर्षातले सहा महिने इथे राहातात, प्रशिक्षण मिळवण्याचा निश्चय करून मगच ते वेगवेगळ्या आघाड्यांवर जातात. त्यांच्यापैकी काही परत येतात, काही जखमी होतात तर काही शहीद! तू या सगळ्यासाठी तयार आहेस का?'' त्या इजिप्शियनानं विचारलं.

ते सगळे प्रश्न मी वारंवार स्वत:ला विचारले, 'या कारणासाठी माझा बळी गेला तर ते मला चालणार आहे का? या कारणासाठी मी माझं बलिदान द्यायला तयार आहे का?'

मी काही उत्तर देण्यापूर्वी तो म्हणाला, ''आता हिवाळा निम्म्यावर आलाय त्यामुळे फारशी लढाई होणार नाही. तू इथे काही आठवडे राहू शकतोस. इथे राहिलास तर जगातल्या इतर सैन्य दलांपेक्षा आम्ही किती वेगळे आहोत आणि काय करतो ते देखील तुला समजेल. तू आमच्या शिबिराला पाहुणा म्हणून भेट देऊ शकतोस आणि तिथे इतर बांधवांबरोबर राहू शकतोस. परंतु प्रशिक्षण घेतल्याशिवाय मी तुला आघाडीवर मात्र पाठवू शकत नाही.''

इतर दोघा ब्रिटिशांपैकी एकाच्या पक्कं लक्षात आलं की, त्याला सैन्यात नक्कीच जायचं नाहीये, म्हणून मग दोन दिवसांत तो परत गेला. ''मला वाटलं होतं त्यापेक्षा हे सगळं भलतंच कठीण आहे.'' एक दिवस तो मला म्हणाला, ''मी शारीरिक किंवा मानसिकदृष्ट्याही या सगळ्यासाठी तयार नाहीये.'' त्यानं पुढे सांगितलं, आणि ''मला माझ्या बायकोची फार आठवण येतेय.'' असंही तो म्हणत राहिला. त्यानं क्रोएशियाला जाणारी गाडी पकडली अन् तो पुन्हा कधी इकडे फिरकलाच नाही. दुसऱ्यानं मात्र सैन्यात जाणं पसंत केलं नि तो तिथे पुढे सहा महिने राहिला.

मी पहिल्या छावणीत तीन आठवडे काढून झेनिकाला परत आलो. जगातल्या विविध देशांतून तिथे लोक जमलेले होते. त्यांचं एकमेकांशी चांगलं सख्य असलेलं दिसत होतं. तिथे मला एक मुसलमान धर्म स्वीकारलेला सर्ब भेटला. त्यानं बोस्नियाच्या बाजूनं लढण्याचा निर्णय घेतलेला होता, परंतु त्याला कधीही युद्धआघाडीवर पाठवण्यात आलेलं नव्हतं.

ओराकसला दिल्या जाणाऱ्या सैनिकी प्रशिक्षणावर युरोपची छाप होती आणि अफगाणिस्तानात जे पाहिलं होतं त्याच्या ते नेमकं उलट होतं. इथले शिक्षण देणारे

प्रशिक्षक जास्त व्यावसायिक होते. तसंच इथे अचूकता, तत्परता व वक्तशीरपणाला महत्त्व देण्यात आलं होतं. अफगाणिस्तानमध्ये मंडळी बऱ्यापैकी सुस्त होती. ते गोळीबार करीत, मग चहाचा एखादा घोट घेऊन मग परत गोळीबार करू शकत असत. इथे सैनिकांजवळ हिवाळ्यात, तसंच उन्हाळ्यातसुद्धा हातघाईची लढाई करण्यासाठी शस्त्रास्त्रं व इतर सामुग्री होती. इथे सैनिकांच्या जेवण्यासाठी टेबल-खुर्च्या, चांदीची पॉलिश केलेली भांडी अशी उत्तम व्यवस्था होती आणि त्यांच्या विशिष्ट पद्धतीची हुद्द्यांची उतरंडसुद्धा होती. सगळ्यांकडून भरपूर शारीरिक कष्ट करून घेतले जात. यांच्या जवळची बरीचशी हत्यारं पूर्व युरोपातून आलेली होती. पण एका सैनिकानं मला त्याच्याजवळची रायफल दाखवली ती त्यानं एका क्रोएशियन शस्त्रास्त्र व्यापाऱ्याकडून घेतलेली होती. मी पहिल्यांदाच ब्रिटिश एस.ए. ३० रायफलला स्पर्श केला होता. त्यानं सांगितलं, ब्रिटिशांनी अशा हजारो संगिनी क्रोएट्सना दिलेल्या आहेत.

तिथले बहुतेक सगळे प्रमुख अरब होते हे पाहून मला विशेष वाटलं. तिथे अरबांशिवाय तुर्की, गँबियन, पाकिस्तानी, फ्रेंच, फिलिपिनो, मलेशियन्स व बोस्नियन्स होते. पण इथे विशेष प्रभाव मात्र सौदी अरेबियाचा होता. आखातातल्या अनेक देशांनी इथे मदतकेंद्रं सुरू केलेली होती. तसंच शैक्षणिक संस्थादेखील सुरू केलेल्या होत्या. त्या सगळ्यांचा संबंध कटीबाहशी होता. या विविध मदत केंद्रांचे प्रमुख बोस्नियन इजिप्शियन होते आणि त्यांनी स्थानिक स्त्रियांशी लग्नं केलेली होती. सर्ब्जविरुद्ध खेळल्या गेलेल्या युद्धाविषयी त्यांनी सांगितलं. एकूण परिस्थिती पाहता माझ्या असं लक्षात आलं होतं की, अफगाणिस्तानमध्ये जसं गनिमीकाव्याने युद्ध खेळलं गेलं तसं इथे झालेलं नाही, इथे युद्ध आघाडीवर आमनेसामने लढाई जुंपली होती. इथे पद्धतशीरपणे खंदक खणण्यात आले होते आणि त्यांच्याजवळ बरीच शस्त्रास्त्रंदेखील होती.

साहजिकच त्यांना आपण मिळवलेल्या विजयाच्या गाथा सांगण्यात विलक्षण रस होता. त्या युद्धात इतर राष्ट्रांचे अनेक सैनिक मारले गेले होते. त्यात ब्रिटनचे पाच सैनिक होते. अगदी अलीकडे झालेल्या लढाईत त्यांची वीस माणसं मारली गेली होती. एवढी किंमत देऊन त्यांनी त्यांचं उद्दिष्ट साध्य केलं होतं. जखमींना भेटण्यासाठी मी रुग्णालयात गेलो तेव्हा तिथे भयंकर जखमी अवस्थेतल्या ब्रिटिश सैनिकाला बघून मला अतिशय आश्चर्य वाटलं. त्यानं युद्धात त्याचे डोळे गमावले होते, तसंच खांद्याचा काही भागही गमावला होता. मी त्याला त्याच्या जखमांबद्दल तसंच त्याच्या प्रेरणेबद्दल विचारलं तेव्हा त्यानं मला सांगितलं, ''जर तुम्ही हाती घेतलेल्या गोष्टीशी तुमची बांधिलकी असेल तर केलेला त्याग योग्यच होता असंच तुम्हाला वाटेल.''

माझी राहण्याची मुदत संपल्यावर मी ट्रावनिकला परत गेलो. झेनिकात असताना माझी एकाशी दोस्ती जमली होती. काही दिवस मी इथे त्याच्याबरोबर राहिलो. मी त्यानंतर केंद्रात परत गेलो नाही, तर गाडी पकडून थेट म्युनिच गाठलं आणि तिथून इंग्लंडला परत गेलो.

इंग्लंडला परत आल्यावर मी असिफला जाऊन भेटलो. मला मनापासून असं वाटत होतं की, त्यानं मला बोस्नियाला नेलं हे माझ्यावर त्याचे उपकारच होते. कारण फार काळापासून तिथे जाण्याचं स्वप्न मी उराशी बाळगून होतो. शिवाय त्यानं माझ्याविषयी चार बरे शब्द बोलावेत अशी माझी इच्छा होती, कारण त्याच्या स्वयंसेवकांपेक्षा जास्त बोस्नियन भाषा मी तेवढ्या थोड्या वेळात शिकलो होतो किंवा त्याच्याशी वादविवाद न घालता तो सांगेल ते मी त्याचं ऐकलं होतं. (असं वागणारे फारच थोडे होते.)

बोस्नियातून परत आल्यावर मी माझ्या जुन्या नोकरीत परत गेलो. जे काही मी तिथे बघितलं होतं, अनुभवलं होतं त्यामुळे मी ऑफिसात माझ्या जागी स्वस्थ बसणं कसं शक्य होतं? मी इस्लाम धर्माचं काटेकोरपणे पालन करायला सुरुवात केल्यापासून, ऑफिस सुटल्यावर 'पब' मध्ये जाणं बंद करून टाकलं होतं. तसंच मी नाईट क्लबमध्ये जाणं सुद्धा थांबवलं होतं. सुरुवातीला मी माझ्या सहकाऱ्यांबरोबर अनेक सामाजिक उपक्रमांमध्ये भाग घेत असे, हळूहळू या सगळ्याच गोष्टी बंद पडल्या. मी माझ्याच एका वेगळ्या जगात प्रवेश केल्यासारखं मला वाटायला लागलं होतं. असं वेगळं जग खरोखरच अस्तित्वात होतं आणि माझी वाट पाहत होतं.

पुढच्या दोन ते अडीच वर्षांत मी सात ते आठ वेळा मदत घेऊन जाणाऱ्या तांड्याबरोबर बोस्नियाला जाऊन आलो. मी पुन्हा एकदा कटीबाह इथल्या बराकींना भेट दिली. पण आता बोस्नियन सैन्यात जाण्याचं माझं दिवास्वप्न संपून गेलं होतं. ज्या लोकांना मी तिथे आधी भेटलो होतो त्यातले कित्येक जण मारले गेले होते.

ब्रिटनमध्ये 'कॉन्व्हॉय ऑफ मर्सी'साठी आर्थिक निधी उभा करणाऱ्या व वस्तू जमवणाऱ्या विविध प्रकल्पांमध्ये एक साधा स्वयंसेवक म्हणून मी काम केलं होतं. १९९५ मध्ये अधिकृतरित्या युद्ध संपल्याचं जाहीर झाल्यानंतर सुद्धा आम्ही तिथे जातच राहिलो. १९९५ मध्ये डायटन शांतता करारानुसार सर्व परदेशी युद्धखोरांची पाठवणी करण्याची मागणी करण्यात आली होती. १९९७ मध्ये मी शेवटचा बोस्नियाला गेलो तेव्हा कटीबाहमधल्या बहुतेक सर्व नेत्यांची शांतता करारानंतर एक तर हत्या करण्यात आली होती किंवा हातघाईच्या लढाईत त्यांना मारून टाकण्यात आलं होतं.

१९९५ मध्ये बर्मिंगहॅममधल्या फुटबॉल मैदानाजवळच्या आमच्या नव्या

घरात मी आणि झैनाब राहायला गेलो. त्यावर्षी पाच मे रोजी आमचं पहिलं बाळ जन्माला आलं. आम्ही तिचं नावं 'उम्मामाह्' ठेवलं (उम्मामाह् म्हणजे छोटी आई) पण माझ्या वडिलांना तिचं नाव 'मरियम' ठेवायचं होतं म्हणून मग ती झाली मरियम उम्मामाह्. आम्हा उभयतांना अतिशय आनंद झाला होता. ती एखाद्या बाहुलीसारखी दिसत असे. माझी बहीण उझमा गेल्यानंतर बेग घराण्यात जन्माला आलेली ही पहिली मुलगी. माझ्या बायकोच्या पुढच्या तिन्ही गर्भारपणांच्या वेळी मी माझ्या पत्नीला मदत करण्यासाठी तिच्यासोबत होतो. फक्त तिच्या एका गर्भारपणाच्या वेळी मात्र मी तिच्याजवळ नव्हतो. मुलं तान्ही असताना मी त्यांच्यासोबत होतो.

पुढच्या उन्हाळ्यात माझ्यावर पडलेल्या नव्या जबाबदाऱ्या आणि त्याचं गांभीर्य याची पहिली जबर जाणीव मला झाली. एक दिवस दुपारी मी घरी आलो असताना झैनाब भयंकर घाबरलेली आणि अस्वस्थ दिसली. तिनं मला सांगितलं की ती खरेदी संपवून उम्मामाह्ची बाबागाडी ढकलत घरी येत असताना गोरी तरुण मुलं असलेली एक कार बराच वेळ तिच्या अगदी जवळून हळूहळू येत राहिली. त्यांनी गाडीच्या खिडकीच्या काचा खाली घेतल्या होत्या अन् अतिशय जहाल वर्णद्वेषी शेरे मारत होते. त्याचं एक कारण तिनं घातलेला हिजाब हे होतं. थोड्या वेळानं ती भुतावळ वेगानं गाडी चालवत निघून गेली. त्यांच्याकडे दुर्लक्ष करून ती चालत राहिली. ती जशी मुख्य रस्त्याच्या वळणावर आली तशी ती मुलं व ती कार तिच्या मागून पुढे आली. त्या वेळी अर्धी कार पदपथावरून चालवली जात होती. ज्या क्षणी ती कार तिच्या खूपच जवळ आहे अशी तिला जाणीव झाली, त्या क्षणी तिनं बाबागाडीसकट वेगानं पळायला सुरुवात केली. जेव्हा ती मुख्य रस्त्यावर पोहोचली आणि तिनं मागं वळून पाहिलं, तेव्हा ती कार थांबली होती व तिच्यातून उडी मारून एक तरुण तिच्याकडे येताना तिला दिसला. त्यानंतर तिनं तिथून जी धूम ठोकली, ती घरी पोहोचेपर्यंत कुठे थांबलीच नाही. ते सगळं ऐकून मी रागानं लालबुंद झालो. तान्हं लेकरू जवळ असलेल्या एखाद्या बाईबरोबर ते इतका क्रूर व्यवहार कसा करू शकतात? मी ताबडतोब गाडी काढली व त्या रस्त्यावरून त्यांना शोधत फेऱ्या मारल्या, त्या वेळी जरी ते सापडण्याची शक्यता फारच कमी होती, तरी ते मी केलं. ते मला सापडले असते तरीही मी त्यांचं असं काय करू शकणार होतो? लिंक्स असते तर ते याचा वचपा काढल्याशिवाय कधीच राहिले नसते.

१९९७ च्या उन्हाळ्यात झैनाब आणि उम्मामाह्ला घेऊन मी हजच्या यात्रेला गेलो. चौदा-पंधरा वर्षांचा असताना मी पहिल्यांदा इथे आलो असताना जसा भारून गेलो होतो, तसं या वेळी झालं नाही. उलट या वेळी तर भीषणच घडलं. या वर्षी अराफतमध्ये भयानक आग लागली. मक्केजवळच्या मैदानावर जवळजवळ १,५००

लोक मेले. आगीच्या ज्वाळांपासून बचाव करण्यासाठी सैरावैरा धावणाऱ्या जमावातल्या चेंगराचेंगरीपासून बचाव करण्यासाठी आम्ही तिथून धावत सुटलो. आगीच्या लवलवत्या ज्वाळा आणि रणरणतं ऊन यामुळे तिथली परिस्थिती भलतीच बिकट झाली होती.

यात्रेसाठी तिथे लाखो लोक जमलेले होते. पण अधिकाऱ्यांचं उद्धट आणि उद्दाम वागणं बघून आमची निराशा झाली आणि कधी एकदा तिथून बाहेर पडतो असं आम्हाला होऊन गेलं. परतीच्या वाटेवर झैनाबचे काका जिथे राहात होते आणि जे झैनाबचं जन्मगाव होतं, त्या दमास्कसमध्ये काही दिवस राहिलो. एक दिवस झैनाब व उम्मामाह्बरोबर पाय मोकळे करायला म्हणून सहज बाहेर पडलो अन् पुरातन बैझंटाईन कोर्ट्स व उमायाद मशिदीजवळ आलो, तर तिथे आम्हाला ज्योन ऑफ बॅप्टीस्टचं थडगं दिसलं. त्यानंतर मी ज्या थडग्याशी अडखळलो ते तर इस्लाम धर्मातल्या फारच मान्यवर अशा आध्यात्मिक व्यक्तीचं थडगं होतं. माझ्या बालवयात मला या व्यक्तीचं भलतंच वेड लागलं होतं. ती व्यक्ती म्हणजे 'सलाह-अद-दीन-इब्न-अल-अयुब-सलादिन' (Salah ad-Deen-Ibn-al-Ayyub-Saladin).

आम्ही ब्रिटनला परत आल्यावर लवकरच, म्हणजे २७ जून १९९७ रोजी आमचं दुसरं मूल जन्माला आलं. तो अब्दुर-रहमान (दयाळू ईश्वराचा चाकर) परंतु माझ्या वडिलांना या मुलाचं नाव उमर ठेवायचं होतं. उमर हा इस्लाममधला दुसरा खलिफा; म्हणून मग त्याचं नाव उमर-अब्दुर-रहमान असं ठेवण्यात आलं. हा माझा पहिला मुलगा. झैनाब आणि मी गेले काही दिवस एखाद्या मुस्लीम देशात राहायला जायचा विचार होतो. आम्हाला आमची मुलं मुस्लीम वातावरणात वाढवण्याची इच्छा होती. त्या वातावरणात एकतर आम्ही वेगळे पडलो नसतो आणि दुसरं म्हणजे तिथले लोक आमच्यासारखेच दिसायला-वागायला असणार होते. त्या धार्मिक आणि सांस्कृतिक वातावरणात आपल्या मुलांची पाळं-मुळं घट्ट रुजावीत अशी माझी इच्छा होती आणि माझ्यासाठी हा एक आत्मशोधाचा भाग होता.

मध्यपूर्वेला असलेल्या अनेक ठिकाणांचा मी विचार केला, परंतु मला सगळ्यात जवळीक वाटली ती पाकिस्तानविषयी. मी अभिजात अरेबिक भाषा शिकत होतो, पण अरब देशात कोणाही पहिल्या भेटलेल्या अरबाशी बोलल्यावर मी परदेशी आहे हे कोणाच्याही लक्षात आलं असतं. बर्मिंगहॅममध्ये मी काही लोकांना भेटलो ते पाकिस्तानात स्थलांतरित झाले होते व त्यांनी तिथे त्यांची स्वतःची घरं सुद्धा बांधलेली होती. त्यांच्यापैकी कोणाकडे तरी जाऊन राहायचा मी निर्णय घेतला. मला पॅलेस्टाईनचा खालीद माहीत होता. तो पेशावरमधल्या एका मुलीशी लग्न

करणार होता आणि तिथेच आपलं बिऱ्हाड मांडणार होता. पेशावरमध्ये एक छोटा पॅलेस्टाईन समुदाय राहात होता. त्यामुळे मला वाटलं की झैनाबला त्या लोकांत मिसळून राहाणं सोपं जाईल. १९९८ च्या सुरुवातीलाच आम्ही आमचं घर भाड्यानी दिलं अन् इंग्लंड सोडलं.

खालिदबरोबर आम्ही एक घर भाड्याने घेतलं. पेशावरमध्ये असं राहणं आम्हाला खूपच आवडलं. तिथे आम्ही जवळजवळ पाच महिने होतो. बर्मिंगहॅमपासून इतके दिवस दूर राहण्याचा हा पहिलाच अनुभव होता. तिथल्या अरब समाजात झैनाब सहज सामावून गेली. परंतु पाकिस्तानी समाजात सामावून जायला मला मात्र वेळ लागला. हे दोन गट तसे कधी फारसे आपापसात मिसळत नसत याचं मला आश्चर्य वाटलं. खालिदचे मित्र अधूनमधून घरी चक्कर टाकत. ते एकजात सगळे अरेबिक बोलणारे होते. त्या घोळक्यात मला भाषिक, तसंच सांस्कृतिकदृष्ट्यासुद्धा अगदी एकटं पडल्यासारखं वाटे. पण झैनाब मात्र अरबांच्या त्या घोळक्यात साहजिकपणेच मिसळून जात असे.

खालिदला अरब व पश्तुन असे दोन्ही समाजातले खूप मित्र होते आणि अफगाणिस्तानात त्यांनी रशियनांबरोबर दोन हात केलेले होते. त्यांच्यातले काही कुर्द होते. एक दिवस ते घरी आले. आपण पुन्हा इराकला परत कसे गेलो अन् सद्दाम हुसेन विरुद्ध कसे उभे राहिलो त्याबद्दल ते बोलत होते. रशियनांबरोबरच युद्ध संपल्यानंतर त्यांनी ते केलं होतं. त्यांच्यापैकी मोहम्मद नावाच्या एकानं मला तिथल्या भीषण अत्याचारांच्या हकिकती सांगितल्या. सामूहिक अटक सत्र, यमयातना आणि खून हे सगळं तिथे चाललं होतं. सद्दाम हुसेन ही काय चीज आहे त्याबद्दल प्रथमच मी, प्रत्यक्ष अनुभव घेतलेल्या माणसाकडून ऐकत होतो. तोपर्यंत मला असं वाटत होतं की तो बिचारा दबला गेलेला आहे. पाश्चात्त्यांनी त्याच्यावर आक्रमण केलंय त्यामुळे सद्दाम हुसेनला मी पाठिंबा देत होतो. परंतु मोहम्मदनं मला सांगितलं की १९८८ मध्ये हलाब्जावर रासायनिक हत्यारांनी हल्ला चढविण्यात आला, त्यात त्याच्या स्वत:च्या कुटुंबातले अनेक जण मरण पावलेले आहेत. शहरातले सर्व लोक चेहरा जमिनीला टेकून मैदानावर विद्ध चेहऱ्यानं कसे पडून राहिले होते त्याचं वर्णन त्यानं माझ्यापाशी केलं. त्यानं मात्र त्या वेळी डोंगराचा आश्रय घेतला होता व तो सद्दामच्या फौजेविरुद्ध लढत राहिला होता. त्यानंतर तो त्याच्या कुटुंबीयांना बरोबर घेऊन तिथून बाहेर पडला अन् अफगाणिस्तानला आला आणि इथे रशियन लोक सत्तेत असतानाच जलालाबादला कुर्द लोकांनी उभ्या केलेल्या छावणीत जाऊन राहिला.

माझं त्याच्याशी एकदम झकास जमलं, तसंच ते अब्दुल्लाय-अल्-कुर्दिशशीही जमलं. त्यानं एकदा मला विचारलं की मला त्याच्याबरोबर अफगाणिस्तानला

जायला आवडेल का? (तीन वर्षांनंतर अमेरिकेनं अफगाणिस्तानवर बॉम्बवर्षाव केल्यानंतर, माझ्या कुटुंबाला त्यातून वाचवण्यासाठी तो आणि त्याच्या कुटुंबीयांनी जी मदत केली, त्या उपकाराचं ओझं त्यानंतर माझ्यावर राहिलं.) त्यांची छावणी खैबर खिंड ओलांडल्यावर लगेच सीमेलगत पेशावरपासून जेमतेम दोन तासांच्या रस्त्यावर होती. डोंगरांनी वेढलेल्या एका भव्य तळ्याकाठी ती असल्याचं त्यानं मला सांगितलं होतं. मला ते सगळं फार अद्भुत, सुंदर वाटलं, तिथे मुजाहिदीनांनी रशियनांबरोबर खेळलेल्या लढायांचा इतिहासही होता. मी त्याचा प्रस्ताव मान्य करायचं ठरवलं. आयुष्यात पहिल्यांदाच मी खैबरखिंड ओलांडून आलो होतो. त्या परिस्थितीत कित्येक वर्षांपूर्वी पश्तुनी टोळ्यांनी इथेच ब्रिटिशांशी दोन हात केले होते ही गोष्ट माझ्या मनात वारंवार येत राहिली. आपण नागरी कायदेकानून अस्तित्वात नसलेल्या प्रदेशात आलो आहोत ही भावनाच चमत्कारिक होती. इथे कोणाचंही केव्हाही अपहरण केलं जातं, पाठलाग केला जातो, फसवणूक केली जाते, इथे खूनसुद्धा पडतात नि इथे कोणाजवळही बंदूक असते.

आम्ही छावणी पाहायला जाण्याआधी अब्दुल्लानं त्याच्या झोपडीत मला साधंसं जेवण दिलं. इथे आजूबाजूला असंख्य छावण्या होत्या. पण तिथे जायची आम्हाला परवानगी नव्हती. कुर्द लोकांनी इथे तीन इमारती बांधलेल्या होत्या, त्या तशा छोटेखानी होत्या. त्यांचा उपयोग ते हत्यारं चालवण्याचं प्रशिक्षण देण्यासाठी करीत असत. असाच प्रकार काश्मीरी लोक त्यांच्या छावणीत करत असल्याचं मी पूर्वी तिथे भेट दिल्यावर माझ्या लक्षात आलं होतं. पण इथे ते प्रमाण खूपच छोटं होतं.

तळ्यात पोहणं हा इथल्या अनेकांचा फावल्या वेळातला उद्योग होता. परंतु जेव्हा धरणातलं पाणी, वीज निर्मितीसाठी वापरलं जात असे, तेव्हा तळ्यातल्या पाण्यात धोकादायक असे जोरदार विजेचे प्रवाह असत. मी एकदा तळ्यात असतानाच तळ्याकडे दुर्लक्ष करून तालिबानींनी त्यांच्या चौकीवरून तोफगोळे फेकायला सुरुवात केली. मला वाटलं ते माझ्यावरच नेम धरून फेकतायत, कारण काही तोफगोळे माझ्या आजूबाजूला पाण्यात पडले होते आणि त्यांचे होणारे स्फोट माझ्यापासून अगदी जवळ होत होते. कुर्द लोकांनी तालिबान्यांवर ओरडायला सुरुवात केली. आमची माणसं तळ्यात उतरलेली असताना तुम्ही हे काय करताय? तालिबान्यांनी झाल्या कृत्याबद्दल ओरडून क्षमा मागितली. त्यांना भयंकर कंटाळा आल्यामुळे त्यांनी हे केलं असं त्यांचं म्हणणं होतं.

मला असं वाटे की, त्यांच्या देशातल्या इतर लोकांप्रमाणेच या कुर्दांनी सुद्धा एखाद्या पाश्चात्त्य देशात निर्वासित म्हणून आश्रय घेतला असता तर त्यांना तिथे सहज सुरक्षितता मिळाली असती. शिवाय त्यांना भौतिक सुख-स्वास्थ्यदेखील सहज मिळवता आलं असतं. हे सर्व नाकारून या कुर्दांनी सद्दामला आव्हान देण्याचं

ठरवलं, आपणहून विजनवासातलं आयुष्य पत्करलं. या आयुष्याचा शेवट कदाचित तुरुंगात खितपत पडण्यात किंवा मृत्यूतही होऊ शकतो. एकदा मी मोहम्मदला विचारलं, ''तुम्ही अमेरिकनांकडून मदत का मिळवत नाही? आता तुमच्या दोघांचाही शत्रू एकच आहे.''

मोहम्मदनं उत्तर दिलं, ''आमच्या इतिहासानं दिलेला एक धडा आम्ही पक्का शिकलोय आणि तो म्हणजे आम्ही कधीही परक्यांवर विश्वास ठेवू शकत नाही. जरी ते आमच्या अंतर्गत शत्रूविरुद्धच्या लढाईत आम्हाला मदत करण्यासाठी आले तरीही. सलाह-उद्दिनसुद्धा आमच्याप्रमाणेच कुर्द होता. त्यानं त्याच्या अतुलनीय पराक्रमानं अंतर्गत शत्रूंचा बिमोड केला, तसंच धर्मासाठी कडवेपणे लढणाऱ्यांनाही नामोहरम करून मुस्लीम जगत वाचवलं. याच्या आधीचे प्रचंड पराक्रमी होते, तरीही त्यांनी आपली भूमी गमावली कारण अंतर्गत शत्रूंविरुद्ध लढण्यासाठी परकीयांची मदत घेण्यात त्यांनी कमीपणा मानला नाही. अमेरिकनांनी इराकवर हल्ला चढवला तेव्हा ते आमच्या मदतीला धावून आले, परंतु ते तेवढ्यासाठी तिथे आलेले नव्हते. इराकच्या या भागात तेलसाठे नाहीत. सगळ्यात महत्त्वाचं म्हणजे सद्दामनं आमचं हत्यासत्र सुरू केलं तेव्हा इतरांप्रमाणेच अमेरिका फक्त बघ्याची भूमिका बजावत होती. सद्दामला शस्त्रास्त्रं कोणी पुरवली असं तुला वाटतं? फ्रान्स, इंग्लंड आणि अमेरिका! सद्दाम अतिशय वाईट आहे हे आम्हाला माहीत आहे. म्हणूनच आम्ही त्याचा सर्वनाश करणार आहोत, पण त्याच्या वाईटपणाचं मूळ कशात आहे हे आम्ही व्यवस्थित जाणतो. सद्दामच्या जागी त्याच्याहून वाईट कोणी आलं तर काय होईल? विशेषत: ज्याच्याबद्दल आम्हाला काडीइतकी माहिती नाही, असा कोणी त्या जागी आला तर?''

आम्ही पाकिस्तान सोडण्याच्या बेताला असताना माझी ही अफगाण भेट झाली. तिथून परत जाताना आम्हाला वाईट वाटलं. तिथलं ते वातावरण, ती माणसं, खरं तर झैनाबचा जीव तिथे रमला होता. तिथे असताना अनेकदा आम्ही संध्याकाळचे कुठे ना कुठे जात असू, कधी एखाद्या स्नेह्याकडे नाहीतर एखाद्या बागेत. या बागेत एक जण फारच खमंग कबाब बनवायचा. आम्ही माझ्या आत्याकडे कराचीला गेलो, तसंच लाहोरला माझ्या काकांकडे देखील जाऊन आलो. त्या सगळ्यांना झैनाब फारच आवडली होती. माझी मुलं त्या वेळी खूपच लहान होती, त्यामुळे त्यांना शाळेत घालण्याचा प्रश्न नव्हता. पण त्या वेळी तिथल्या एका शाळेत उत्तम अरेबिक शिकवत असत. ती शाळा मला फारच आवडली होती. आमच्या घराजवळच्या या शाळेत मी एकदा गेलो अन् त्यांना आर्थिक मदतीचं आश्वासन दिलं. यामागे हेतू असा होता की मुलं मोठी झाल्यावर मी इथे परत येईन व मुलांना त्या शाळेत घालेन.

इथली जी गोष्ट माझ्या मुळीच पचनी पडली नाही, ती म्हणजे इथलं दारिद्र्य. मी इंग्लंडहून आलोय असं जेव्हा आसपासच्या लोकांना कळलं, तेव्हा त्यांना आमच्याशी मैत्री करण्यात फारच रस होता. अर्थात त्यामागचा त्यांचा उद्देश मात्र अत्यंत गैर होता.

जवळजवळ पाच महिन्यांनी आम्ही ब्रिटनला परत आलो. इथे पुस्तकाचं एक दुकान टाकण्याची योजना माझ्या डोक्यात होती आणि असं वाटत होतं की, हे दुकान जर चांगलं चाललं तर आम्हाला परदेशात जास्त काळ राहता येईल आणि या मधल्या काळात पाकिस्तानात घर वगैरे विकत घेऊन तिथे राहायला जागा होईल.

बर्मिंगहॅममधलं मदत घेऊन जाणाऱ्या तांड्याबरोबरचं माझं काम आता संपलं होतं. त्यामुळे काही काळ तरी मी बेरोजगार होतो. या काळात मी संगणक क्षेत्रातलं काही ज्ञान पदरात पाडून घेतलं. माझा मित्र शकील आणि मला पुस्तकाचं दुकान उभं करायला कित्येक महिने लागले. आपापल्या कुटुंबांचा चरितार्थ चालवण्यापुरता पैसा यातून मिळावा हा या धडपडीमागचा आमचा उद्देश होताच; शिवाय मदत करणाऱ्या संस्थांना आणि सामान्य माणसांना इस्लामबद्दल पद्धतशीर ज्ञान देता यावं हा हेतूही होताच.

सर्वांत प्रथम भाड्यानं घेण्यासाठी आम्ही एक जागा पाहिली. मग तिथे अंतर्गत सजावट केली. आम्हाला आमचं दुकान एकदम आधुनिक दिसायला हवं होतं, तरीही त्याच्या सजावटीवर इस्लामी छाप असायला हवी होती. आमच्या दुकानासाठी पुस्तकांची पहिली मागणी पुरवठादारांकडे नोंदवायलाच कितीतरी महिने लागले. सुरुवातीला आमच्या दुकानात विक्रीसाठी आम्ही शैक्षणिक पुस्तकं अन् इस्लाम धर्माविषयीची पुस्तकं ठेवली. पुस्तकांव्यतिरिक्त आम्ही दुकानात इतरही अनेक गोष्टी ठेवल्या होत्या. त्यामध्ये पुरुष व महिलांसाठी इस्लामी पद्धतीचे परंपरागत पद्धतीचे कपडे, अत्तरं, धूप, उदबत्त्या, हस्तकलेच्या वस्तू, ऑडिओ-व्हिज्युअल भाषणं, तसंच काही चित्रपटांच्या सीडीजसुद्धा विकायला ठेवलेल्या होत्या. हे सगळं साहित्य जगाच्या कानाकोपऱ्यात पसरलेल्या इस्लामी प्रदेशांमधून गोळा केलेलं होतं. पाकिस्तानातल्या माझ्या ओळखीपाळखीच्या लोकांमार्फत मी तिथून पुस्तकं, कापड, मध वगैरे मागवत असे. या वस्तूंमुळे पुढच्या काळात मला त्रास झाला.

कामात जरा स्थैर्य आल्यावर आम्ही अरेबिकमधून इंग्रजीत भाषांतर केलेली काही पुस्तकं स्वत:च प्रकाशित केली. या कामात मी अगदी मनापासून रमून गेलो. अरेबिक भाषा न बोलणाऱ्या मुलांसाठी अरेबिक भाषा शिकण्याच्या दृष्टीने मी अरेबिक मुळाक्षरं असलेला एक तक्ता तयार केला. हा तक्ता खूपच लोकप्रिय झाला. आमच्या इथे अनेक प्रकारची पुस्तकं होती, त्यातला एक विभाग कुराण व

त्यासंबंधीची शास्त्रं यांनी भरलेला होता. धर्म, कायद्याचे तत्त्वज्ञान, इतिहास, आत्मचरित्रे, स्त्रिया, विविध धार्मिक गट, राजकारण, जिहाद, वेगवेगळ्या धर्मांतर्गत चर्चा, विविध भाषा व मुलं अशा विविध विषयांवरची पुस्तकं आमच्या दुकानात विक्रीला होती. अरेबिक तसंच उर्दू भाषांमधल्या पुस्तकांसाठी स्वतंत्र विभाग होते. एवढं सगळं होतं तरीही विशिष्ट विभागातल्या पुस्तकांना जास्त मागणी होती. मुस्लीम तसंच मुस्लीम नसलेल्यांनाही त्याने सारखंच आकर्षून घेतलेलं होतं. वाचकांच्या पसंतीला पडलेलं एक पुस्तक म्हणजे तेराव्या शतकातलं, एका कराराचं केलेलं भाषांतर, त्या पुस्तकाचं शीर्षक होतं, 'साईन्स बिफोर द डे ऑफ जजमेंट'.

मला दुकानात काम करायला खूपच आवडत असे. त्यामुळे पहिले काही दिवस तर माझ्या कुटुंबासाठी असलेला वेळही दुकानात जात असे. दरम्यान, मी अरेबिक भाषेतल्या अनेक परीक्षा देऊन इतकं अरेबिक शिकलो होतो की, आता मला अगदी सफाईदारपणे ती भाषा बोलता येऊ लागली होती. इस्लामबद्दल माझं ज्ञान वाढल्यावर मी माझ्या दुकानात साप्ताहिक अभ्यास मंडळ सुरू केलं. या आधी मी कधीही आध्यात्मिक नव्हतो. परंतु इस्लाम धर्माचा अभ्यास करताना मी स्वत:च स्वत:ला अनेक प्रश्न विचारू लागलो.

मला असं वाटू लागलं की इस्लामी धर्माचं पद्धतशीर शिक्षण – जे पूर्णपणे धर्मग्रंथावर आधारित आहे आणि संस्कृती किंवा अंधश्रद्धेला थारा देत नाही, अशा शिक्षणातूनच एक प्रकारचं निरोगी कुतूहल निर्माण होईल आणि आजूबाजूच्या लोकांचं शिक्षणही होईल. यामुळे फक्त माझंच ज्ञान तावून सुलाखून निघणार नव्हतं, तर त्यामुळे वेगवेगळ्या विषयांवरच्या चर्चेला एक व्यासपीठ मिळणार होतं.

माझ्यापेक्षा वेगळा दृष्टिकोन असलेल्या इतर मुसलमानांबरोबर चर्चा करायला मला आवडत असे, त्यातूनच मला त्यांच्या श्रद्धेतली गुंतागुंत व मानसिकता समजायला मदत झाली होती. परंतु वेगवेगळ्या धर्माच्या लोकांशी चर्चा करताना या सगळ्याला एक वेगळीच धार चढत असे. विशेषत: जेहोबा तसंच ख्रिश्चन धर्ममार्तंडांबरोबर फारच धार चढे. या चर्चेत मला माझ्या धर्माचं सखोल ज्ञान असल्याचा फायदा होई. तसंच बायबल व इतर ख्रिश्चन प्रणालीची मला माहिती असल्यामुळे त्यांच्याशी प्रतिवाद करणं मला सोपं जाई.

मला असं आढळून आलं की काही लोक त्यांना जाणवत असलेली आध्यात्मिक पोकळी भरून काढण्याची केविलवाणी धडपड करत होते आणि तरीही ही माणसं धार्मिक एकात्मतेला नावं ठेवत होती. जे त्यांनी नाकारलं होतं. तरी मला दिसत होतं की मूळच्या ब्रिटिश असलेल्या अनेक व्यक्तींना इस्लाम धर्माचं जबरदस्त

आकर्षण वाटत होतं. आमच्या पुस्तकाच्या दुकानात माझ्यासमोर अनेक ब्रिटिशांनी त्यांचा धर्म बदलला. या ओघात जे मुस्लीम धर्मापासून दूर गेले होते ते पुन्हा परत येऊ लागले, ते देखील मोठ्या संख्येनं. स्त्रियांच्या वापरात असलेल्या हिजाबची तडाखेबंद विक्री होऊ लागली होती आणि सगळ्यात महत्त्वाचं म्हणजे जवळजवळ दहा वर्षांपूर्वी आमची लिंक्सची जी टोळी पुरती मोडून गेली होती, त्या टोळीतले लोक तसंच इतर टोळ्यांमधले लोकसुद्धा इस्लामचा अभ्यास करण्यासाठी दुकानात येऊ लागले.

अनेक तरुण मुलं इस्लाम धर्ममध्ये रस घेऊ लागली होती. नव्वदच्या दशकाच्या सुरुवातीला मीसुद्धा असाच रस घेऊ लागलो होतो. मुस्लिमांच्या सध्याच्या दुरवस्थेबद्दल वारंवार आपली निराशा ही मुलं बोलून दाखवत असत, तसंच मुस्लिमांची जगभर होणारी नाचक्की आणि त्यांचा जगभर घसरलेला दर्जा याबद्दल ही मुलं पोटतिडकीनं बोलत. ब्रिटनमध्ये मोठ्या प्रमाणात आझाद काश्मीरमधून आलेले पाकिस्तानी होते. सरहद्दीनजीकच्या काही गावांमधून काश्मीर लढ्यासाठी प्रशिक्षण देणारी केंद्रं होती. ही केंद्रं पाकिस्तान सरकारच्या कृपाप्रसादाने चालत असत. तसं त्यांना तिथल्या सैन्यदलांचा व गुप्तहेर विभागाचा पाठिंबा असे. या काश्मीरी तरुणांपैकी काही जण या केंद्रांमधून काश्मीरमध्ये लढण्यासाठीच प्रशिक्षण घेण्यासाठी गेलेले होते. तर काहींनी जगभर चालणाऱ्या जिहादमध्ये भाग घेतलेला होता. काही जण त्यांच्या घरी कधीही परत जाऊ शकले नव्हते, कारण त्यांचा मृत्यू होऊन कुठल्यातरी अज्ञात थडग्यांमध्ये त्यांना पुरण्यात आलेलं होतं. त्यांच्यातले काही जण अजूनही लढाया करतच आहेत.

५

भेदरलेला!

१९९८ च्या हिवाळ्यात मला एम-१५ संबंधी पहिला अनुभव आला. एके दिवशी पहाटे पाच वाजता कोणीतरी माझ्या घराचा दरवाजा ठोठावला. मी दार उघडलं तेव्हा माझ्यासमोर एक बाई आणि दोन पुरुष उभे होते. आपण स्थलांतरितांसाठीच्या खात्यातून (immigration department) आलो आहोत असं त्यातला एक जण म्हणाला. बाकीचे एम-१५ चे आहेत असं कळलं. मी पुरता गोंधळून गेलो. त्यांच्यातल्या एकानं त्याचं नाव अँड्र्यू म्हणून सांगितलं. हा माणूस पुढे पाच वर्षं माझी पाठ धरून होता. आलेल्या त्या बाईनं अवाक्षरही उच्चारलं नाही. त्यांची अशी कल्पना होती की ते येऊन त्या भल्या पहाटे मला झोपेतून उठवतील. पण मी अगोदरच जागा झालेला होतो. मी माझी फर्ज (पहाटेची प्रार्थना) नुकतीच संपवली होती. मी त्यांना त्यांच्या पायातली पायताणं बाहेरच काढून आत यायला सांगितलं. आमच्या बैठकीच्या खोलीत सोफा नव्हता. होती ती अरेबिक पद्धतीची जमिनीवर बिछायत पसरून केलेली बैठकीची व्यवस्था. मी त्यांना बसायला सांगितलं अन् म्हणालो, ''मिनिटभरात मी माझा चष्मा वरच्या खोलीतून घेऊन आलीच.''

''आम्ही इथेच उभे राहतो.'' त्यांच्यातला एक जण म्हणाला. त्यावेळी मला असं वाटलं की, एक तर जमिनीवर मांडी घालून बसणं आणि त्याच वेळी कदाचित त्यांच्या पायातल्या मोज्यांना असलेली भोकं झाकून घेणं ही तारेवरची कसरत करणं त्यांना अवघड वाटत असणार. मी जेव्हा वरून खाली आलो तेव्हा एम-१५ चा माणूस सोडून बाकीची दोघं खाली बसलेली होती. या सगळ्याचा वैताग त्यांच्या चेहऱ्यावर स्पष्ट दिसत होता. एम-१५ चा माणूस मात्र अगदी आरामात उभा होता.

त्यांनी काही फोटोग्राफ्स माझ्यासमोर धरले आणि त्या फोटोंमधल्या एकाबद्दल विचारायला लागले. त्यांनी पुढे हेही सांगितलं की, त्या इसमाला दुबईत दहशतवादाच्या

संशयावरून अटक झाली होती. तो ट्युनिशियन होता. त्याचं नाव आदम. सहा महिन्यांपूर्वी मी त्याला ब्रिटनमध्ये भेटलो होतो.

जे अगोदरच माहीत होतं ते त्यांनी मला पुन्हा एकदा सांगितलं ते असं, ''तो ब्रिटनमधून सौदी अरेबियात उमराहला गेला होता आणि तिथून पुढे पाकिस्तानला गेला होता. तिथे त्याला बनावट पासपोर्ट बाळगल्याबद्दल अटक करण्यात आली आणि मग त्याची रवानगी त्यांनी दुबईला केली होती. त्यांनी ते तसं का केलं हे मला माहीत नव्हतं. दुबई विमानतळावर तो त्यांच्या तावडीतून पळाला अन् गल्लीबोळात फिरत दिवस कंठू लागला. काही काळानं साहजिकच त्यांना तो परत सापडला, पण त्यांच्या हातावर तुरी देऊन दुसऱ्यांदा तो त्यांच्या ताब्यातून पळाला होता. त्यांनी त्याला अजून अटक केली नव्हती. मधल्या काळात तो मुक्त असताना त्यानं मला इथे ब्रिटनमध्ये फोन करून सांगितलं होतं की, माझ्या इथल्या पत्त्यावर तो काही कागदपत्रं पाठवणार आहे. या कागदपत्रांमध्ये पोलिसांनी त्याच्यावर ठेवलेल्या आरोपासंबंधीची प्रत आणि एक स्वत:च्या हस्ताक्षरातलं पत्र एवढं होतं. पत्रात म्हटलं होतं. 'तू माझं शेवटचं आशास्थान आहेस हे मला माहीत असल्यामुळे मी हे लिहीत आहे... मला पाकिस्तानात अटक करण्यात आली आणि दुबईतल्या अधिकाऱ्यांच्या ताब्यात देण्यात आलं. त्यांच्या ताब्यात देण्याचं एक कारण म्हणजे पाकिस्तानी अधिकाऱ्याला असं वाटलं की, दुबईचे अधिकारी माझे हालहाल करून माझ्याकडून गुन्ह्याची कबुली घेतील. त्यांना माझ्याकडून हे वदवून घ्यायचं होतं की मी जी.आय.ए.चा सभासद आहे. (जी.आय.ए. म्हणजे मुस्लिमांचं सशस्त्र दल) मी बिन लादेनच्या संघटनेतल्या सभासदांपैकी एक आहे... त्यांनी मला त्यांच्या पायातल्या, सोल असलेल्या बुटांनी लाथा घालून अत्यंत वाईट वागणूक दिली. मी कमालीचा थकलोय, जखमी झालो आहे. कृपा करून माझ्यासाठी एखाद्या वकिलाची सोय करशील का?.... कृपया मला मदत कर...'

त्यानं पाठवलेली कागदपत्रं घेऊन मी गारेथ पेअर्सकडे गेलो. मी माझ्या एका वकील मित्राशी इथे बर्मिंगहॅममध्ये बोललो. त्यानंच मला गारेथ पेअर्सकडे पाठवलं. इंग्लंडमधली ती सर्वांत जास्त मूल्य जपणारी वकील होती आणि तिनं मुस्लिमांच्या केसेस घेतलेल्या आहेत. त्या वेळी पहिल्यांदा मी गारेथला भेटलो पण त्यानंतर माझ्या आयुष्यातली ती एक अत्यंत महत्त्वाची व्यक्ती ठरली. गारेथ म्हणाली की, दुबईत चालणाऱ्या खटल्याच्या संदर्भात आपण विशेष असं काहीही करू शकणार नाही, पण तिथे एखाद्या वकिलाशी संपर्क साधू शकते का ते ती नक्की बघणार होती. परंतु त्यानंतर मला आदमकडून काहीच समजलं नव्हतं. पण आता अँड्र्यूनं त्याला परत अटक करून आत टाकल्याचं सांगितलं नाही.

माझी आदमची भेट कशी झाली ते सुरक्षितता विभागातल्या लोकांना समजून

घ्यायचं होतं. शिवाय त्यानं माझ्याशी कशासाठी संपर्क साधला होता असंही ते विचारत होते. मी त्याला काही पैसे पाठवले का असंही त्यांनी विचारलं. आपण रस्त्यावर झोपत असल्याचं त्यानं मला सांगितलं, तेव्हा मी त्याला वेस्टर्न युनियनमार्फत पैसे पाठवले असं सांगितलं. त्यानं मला पत्र पाठवल्याचं मी त्यांना सांगितलं, पण या माझ्या सांगण्यात त्यांना रस नव्हता. कदाचित त्यांनी ते आधीच वाचलं असण्याची शक्यता होती. त्यांनी मला सांगितलं की तो अल्जेरियाच्या सशस्त्र मुस्लीम गटाचा सभासद आहे याची त्यांना खात्री आहे. तेव्हा उलट तो ट्युनिशियन असल्याचं मीच त्यांना सांगितलं, तेव्हा ते म्हणाले, ''हा इसम अत्यंत धोकादायक आहे.'' तो इंग्लंडला परत येणार नाही हे बरंच आहे हेही त्यांनी सांगून टाकलं.

तरी मला माझ्या प्रश्नाचं उत्तर मिळालं नाही. मी सतत एकच प्रश्न त्यांना विचारत राहिलो. त्यानं चुकीची कोणती गोष्ट केलेली आहे? अर्ध्या तासानंतर ते उठले अन् निघून गेले. मी त्यांना कपभर चहा पिण्याचा आग्रह केला, पण त्यांनी तो मानला नाही. घरातून बाहेर पडण्यापूर्वी अँड्र्यू मला म्हणाला, ''तुला जर काही समजलं तर कृपा करून आम्हाला सांग. काही झालं तरी हा तुझा देश आहे.''

तो आमच्याकडे येऊन गेल्यावर एक विचित्र भावना माझ्या मनात होती. ते पोलीस नव्हते, खरं तर त्यांनी मला कसलाही धाक दाखवला नव्हता. फक्त माहिती विचारली होती. भल्या सकाळी पाच वाजताच येऊन मला प्रश्न विचारण्याइतका आदम त्यांच्यासाठी खरोखर धोकादायक होता का? आणि त्यानं विशेष असं काय केलं होतं?

त्याच दिवशी मी घरात सगळ्यांना अन् मित्रांना सुद्धा या भेटीबद्दल सांगितलं. खरं बोलायचं तर जगप्रसिद्ध एम-१५ मला भेटायला येऊन गेले म्हणून मी जरा जास्तच प्रभावित झालो होतो; पण त्या लोकांनी आदमच्या लंडनमधल्या जवळच्या मित्रांच्या घरीदेखील भेट दिलेली होती. झाईद ट्युनिशियन होता आणि त्याला लंडनमध्ये अजून थोडे दिवस राहायचं असल्यामुळे तो त्याची सुटी वाढवून मागत होता. त्यांनी माझ्याप्रमाणेच त्याच्या निवासस्थानालाही भेट दिली होती आणि त्यामुळे तो खरोखरच चिंतेत होता.

१७ जुलै १९९९ रोजी माझी दुसरी मुलगी नस्याबाह् जन्माला आली. प्रेषित मुहम्मदांच्या एका आत्याचं नावच आम्ही आमच्या मुलीसाठी निवडलं होतं. आमच्या पहिल्या दोन मुलांना दोन-दोन नावं होती, पण यावेळी वडिलांनी काहीच वेगळं असं न म्हटल्यामुळे आम्ही आमच्या मुलीचं दुसरं नाव झैनाब असं ठेवलं.

आमच्या दुकानात चालणाऱ्या चर्चेमध्ये ज्या विषयावर चर्चा अतिशय तापत असे, तो विषय म्हणजे इस्लाममधील जिहाद. प्रार्थना करणं, उपास करणं यासारखी जिहाद ही देखील वैयक्तिक जबाबदारी होती का? जर असेल तर ती कशी, केव्हा

आणि कुठे पार पाडायची, ही जबाबदारी पार पाडल्याबद्दल काय बक्षीस मिळणार असतं, या संदर्भातले नियम काय आहेत याबाबतीत कोणकोणते मतभेद आहेत? मला आता कुराणातल्या आयता, प्रेषित मुहम्मदांनी सांगितलेली वचनं आणि गेल्या काही वर्षांत या संदर्भातली कायद्याची बाजू, या सर्व गोष्टी चांगल्या माहीत झाल्या होत्या.

जिहादचा शब्दश: अर्थ संघर्ष. काही विद्वानांनी या शब्दाचा शब्दश: अर्थ जसाच्या तसा पकडून ठेवायचा अट्टाहास केला. त्यांचं असं म्हणणं होतं की हा सगळा व्यक्तींच्या अंतर्मनात असतो, नफस! हे अर्धसत्य आहे. मी मात्र असंच शिकत आलोय की, प्रेषित मुहम्मदांच्या आणि पहिल्या खलिफापासून ते आजपर्यंतच्या आधुनिक कालखंडापर्यंत बहुसंख्य मुसलमान (मुस्लिमेतरसुद्धा जिहाद हा शब्द याच अर्थाने वापरतात) जिहाद म्हणजे युद्ध असंच समजतात.

या विषयावरचं सर्वांत जास्त विक्री झालेलं आमच्या दुकानातलं शेख अब्दुलाह आझम यांचं 'डिफेन्स ऑफ द मुस्लीम लँड्स' हे पुस्तक! ते त्यांनी रशियानं अफगाणिस्तान पादाक्रांत केलं त्या वेळी लिहिलं होतं. त्यात त्यांनी असं म्हटलं होतं की प्रत्येक मुसलमानाची प्रार्थना व उपवास ही जशी जबाबदारी असते, तशीच जिहाद हीसुद्धा प्रत्येक मुसलमानाची व्यक्तिगत जबाबदारी आहे. विशेषत: जोरजबरदस्तीनं जर कोणी मुसलमानांची जमीन बळकावत असेल तर नक्कीच. त्यांचं हे म्हणणं १३ व्या शतकात अतिशय विद्वान असलेल्या इब्न तैमियाह (Ibn Taymiyyah) यांच्या म्हणण्यावर आधारित आहे. तेराव्या शतकात मंगोल लोकांनी झुंडीनं येऊन इस्लामची भूमी उद्ध्वस्त केली होती आणि या अशा आक्रमक शत्रूबद्दल, ज्यानं धर्म आणि माणसं दोन्हीचा नाश केला होता, या संदर्भात त्यांनी म्हटलं होतं, 'धर्म उखडून टाकण्याइतकं भयानक दुसरं काहीही नाही.'

पण याहूनही प्रभावी मुद्दा मी वाचला होता तो असा की, 'जरी कुराणात जिहादला जोरदार प्रतिबंध केलेला असला तरी ज्याप्रमाणे एखादा मुसलमान अन्नावाचून मरत असेल तर एरवी निषिद्ध मानलेलं डुकराचं मांसही तो खाऊ शकतो, तसंच जिहादलाही गरजेनुसार मान्यता मिळायला हवी आहे. स्वत:च्या कुटुंबाच्या रक्षणार्थ कोणाला फतवा लागतो? आत्मरक्षणाचा हक्क प्रत्येकाला आहे.'

हा प्रश्न निर्माण झाला तो जिवावर उदार झालेले मुजाहिदीन मूर्खासारखे कोणाचीही हत्या करत सुटल्यामुळे किंवा त्यांच्या नावावर अशी कृत्यं परस्परच कोणीतरी करत असल्यामुळे खरं तर त्यांच्या मूळ हेतूलाच हरताळ फासला गेलाय. काश्मीर आणि इजिप्तमध्ये प्रवाशांवर अंदाधुंद गोळीबार करणं, त्यांची मुंडकी छाटून धडावेगळी करणं किंवा अल्जेरियात केलेले बलात्कार व आम

नागरिकांची कत्तल, या अशा आंधळ्या दडपशाहीमुळेच पुढे असले वेडे चाळे घडले.

आणि या सगळ्याच्या जोडीला बिन लादेन हे एक मोठंच प्रश्नचिन्ह होतं! ज्या पॅलेस्टिनी विद्वान आणि अभ्यासू शेख अब्दुल माजिद यांच्याशी इस्लाम धर्माविषयी मला पडणाऱ्या प्रश्नांबद्दल मी चर्चा करीत असे, त्यांच्याशी मी बिन लादेन या व्यक्तीविषयी बोललो. ऐंशीच्या तसंच नव्वदच्या दशकात ते पाकिस्तानमध्ये राहिले होते शिवाय त्यांनी तिथे अभ्यासदेखील केला होता आणि मग अफगाणिस्तानमध्ये रशियनांविरुद्ध ते प्रत्यक्षात लढले होते. ते हिज्राविषयीसुद्धा बोलले. हिज्रा म्हणजे मुस्लिमेतर भूप्रदेशातून मुस्लीम भूमीत स्थलांतरित होणं. ते अभ्यासासाठी म्हणून लंडनमध्ये काही वर्षांसाठी राहायला आले होते. परंतु त्यांनी त्यांच्या कुटुंबीयांबरोबर पाकिस्तानला अन् मग अफगाणिस्तानला परत जाण्याची योजना आखली होती.

अब्दुल माजिद एकदा म्हणाले होते, "बिन लादेन अमेरिकेबरोबर उगाचच, इतर मुस्लीम राष्ट्रांच्या जोरावर पंगा घेतोय. शिवाय जे लोक आपापल्या देशातल्या जुलमी राजवटीविरुद्ध लढा देतायत, त्यांनाही यानं वापरलंय." असं म्हणणाऱ्या अब्दुल माजिदला अमेरिकेबद्दल जराही प्रेम नाहीये. त्याचं म्हणणं असं आहे की खरा प्रश्न अमेरिका हा नाहीच. प्रश्न आहे तो आपल्याच असलेल्या मुस्लीम देशांनी इस्लामला व त्या देशाच्या नागरिकांना फसवल्याचा!

त्यांच्या दैनंदिन जीवनात त्यांनी आपल्या दृष्टिकोनातला समतोल राखून ठेवला होता. एकदा त्याला विचारलं गेलं, जर मुसलमानांचा ब्रिटिश सैन्य दलात जायची परवानगी दिली तर? त्यावर ते म्हणाले, सैन्यात गेल्यावर या मुसलमानांना त्यांच्याच माणसांशी लढावं लागणार असेल तर अशी परवानगी देणं योग्य ठरणार नाही. परंतु त्याच वेळी तो असंही म्हणाला की, जर परकीयांनी ब्रिटनवर हल्ला केला तर देशाच्या रक्षणार्थ मुस्लिमांना सैन्यात जाण्याची परवानगी देणं हे आपलं कर्तव्य ठरेल आणि अशा परिस्थितीत त्यांनी सैन्यात जायलाच हवं. त्या वेळी मी त्यांना हे विचारायचं विसरून गेलो की जर ब्रिटनवर आक्रमण करणारे मुस्लीम असतील तर?

आम्ही सगळे रशियनांविरुद्ध पुकारलेल्या जिहादबद्दल जरा अभिमानानंच बोललो. पॅलेस्टिनियन विद्वान शेख अब्दुल्ला आझम यांच्या प्रोत्साहित करणाऱ्या भाषणांबद्दल मी ऐकलं होतं. त्यांनी ऐंशीच्या दशकात अफगाणिस्तानात जिहाद पुन्हा सुरू केला होता. त्यांचा खून करण्यात आला होता. मी बोस्नियात असताना पडद्यावर लावून ठेवलेली आघाडीवरील हल्ल्यांची चित्रं पाहिली होती. चेचेन्यात जनतेनं त्यांची भूमी बळकावण्याविरुद्ध दिलेला लढा आणि त्यांची अत्यंत दयनीय परिस्थिती याची माहिती मी वेगवेगळ्या संकेतस्थळांवर वाचली होती. चेचेन्यात

रशियनांनी हजारो निरपराध चेचेन नागरिकांना जे कंठस्नान घातलं त्यावरचे चित्रपट पाहिले होते. या माहितीपटांपैकी एक होता 'बबितस्कायज् वॉर'[१]. ऐतिहासिक नेतृत्वाखाली मुजाहिदिनांनी चेचेन्यात जे केलं, त्याची प्रत्यक्ष चित्रफीत पाहिली होती. मुस्लीम जगतात ज्याला अत्यंत सन्मानानं संबोधलं जात असे, तो चेचेन्यातला इब्न् अल्-खताब, ज्याने रशियन सैन्यावर विलक्षण धैर्यानं हल्ले चढवले होते. चेचेन्यात चाललेल्या झगड्यात, चेचेन नागरिकांना मदत करण्यासाठी ब्रिटनमधून काही जण गेल्याचं मी ऐकलं होतं.

हे सगळं ऐकल्यावर १९९९ च्या हिवाळ्यात मी एक मोहीम ठरवली. आम्ही टर्की, जॉर्जिया पार करून चेचेन्यात जाणार होतो. माझा मित्र अमीर याला टर्कीतल्या काही लोकांची माहिती होती. ते आमची ती सहल आयोजित करणार होते. बोस्नियाप्रमाणेच तिथे गेल्यावर नेमकं काय करायचं याविषयी मी साशंकच होतो. मला एवढं समजत होतं की तिथे माणसं मदतीसाठी आक्रोश करत असल्याने मी तिथे जाणं आवश्यक होतं. मला शक्य होईल त्या सर्व मार्गांनी तिथे मदत करायला मी तयार होतो. मला प्रशिक्षण नसूनसुद्धा गरज पडली तर तिथे दोन हात करायचीही माझी तयारी होती. बोस्नियात जाताना जी परिस्थिती होती, तीच इथेही होती. मी कदाचित जिवंत परत आलोही नसतो. प्रसारमाध्यमातल्या बातम्या, इंटरनेटवरून मिळवलेली माहिती, तसंच माहितीपर चित्रपट या सगळ्यांतून मी जी माहिती गोळा केली होती, तिच्यावरून असं दिसत होतं की, बोस्नियापेक्षा इथला लढा अधिकच खडतर होता. याबाबतीत संयुक्त राष्ट्रसंघानेही दुर्लक्षच केलं होतं. मला तिथे कदाचित जीवदेखील गमवावा लागेल या भीतीनं झैनाब भयंकर बेचैन झाली होती. माझं मन दुरवस्थेत असणाऱ्या चेचेन नागरिकांकडे ओढ घेत होतं तसंच ते माझी मुलं आणि झैनाब यांच्याकडेही घेत होतं. थोडक्यात काय तर माझ्या मनाची विलक्षण रस्सीखेच सुरू झाली होती. बर्मिंगहॅममधले काही लोक तिथे मदत कार्यासाठी जाणार होते. त्यांना आम्ही मदत करण्याचा तोडगा शेवटी निघाला. आम्ही त्यांना चेचेन्यात भेटायचं अन् मदत वाटण्यात त्यांना मदत करायची असं ठरलं. तेथे धोका असला तरी मी घरी परत येईन असं आश्वासन मी झैनाबला दिलं.

मुस्लीम समाजात चेचेन लोकांबद्दल प्रचंड सहानुभूती होती. जेव्हा मी स्वत: तिथे जाऊन मदत करणार असल्याचं ऐकलं, तेव्हा त्यांनी मुक्तहस्ताने मदत दिली. चेचेन्यातल्या लढ्याला वेगवेगळ्या संकेतस्थळांवर विशेष महत्त्व देण्यात आलं होतं. तसंच ती माहिती विविध भाषांतून भाषांतरित करण्यात आली होती. त्यामुळे

---

१. अँड्राई बबितस्काय – रशियन आकाशवाणीचा वार्ताहर. चेचेन बंडखोरांना पाठिंबा देत असल्याचा आरोप ठेवून रशियन सत्ताधाऱ्यांनी त्याला अटक केली होती.

मुस्लीम नसलेल्यांनी सुद्धा उदार अंत:करणानं पैशाच्या रूपात मदत दिली.

मला नेहमीच असं वाटत आलंय की कुठल्यातरी मध्यस्थामार्फत काही देण्यापेक्षा आपण स्वत: मदत पोहोचवावी आणि तीसुद्धा पैशाच्या स्वरूपात! असिफकडून मी हे शिकलो होतो. मला माझ्या दुकानासाठी टर्कीतून इस्लाम धर्माशी निगडित अशा खास सजावटीच्या वस्तूही विक्रीसाठी खरेदी करावयाच्या होत्या. अर्थात मी 'परत आलो तर'च्या या गोष्टी होत्या.

बर्मिंगहॅम विमानतळावर मी इमिग्रेशन पार करून पुढे गेल्यावर मला एका अधिकाऱ्यानं अडवलं. तो अधिकारी मला म्हणाला, "मिस्टर बेग, एका माणसाला तुमच्याशी बोलायचंय, तुम्ही जरा माझ्यामागून या." मला या गोष्टीचा भयंकर राग आला, कारण मला असं वाटलं की तिथे आसपास मी एकटाच आशियाई असल्यामुळे त्यांनी मला थांबवलंय.

एका स्वतंत्र खोलीत ते मला घेऊन गेले, तिथे त्यांनी मला मी कुठे चाललो आहे, कोणाला भेटायला चाललो आहे आणि माझ्या बॅगेत काय आहे असे अगदी प्राथमिक स्वरूपाचे प्रश्न विचारल्यावर ते तिथून निघून गेले आणि मग एम-१५ अँड्र्यू आत आला. हे जरा विचित्रच होतं, तरीपण त्याला तिथे पाहून मला तसं बरंच वाटलं. मी आता विचार केला की अनोळखी राक्षसापेक्षा ओळखीचा दैत्य बरा! त्यादिवशी पहाटे पाचला माझ्या घरी आलेल्या त्या तिघांमध्ये मला अँड्र्यूच तसा बरा वाटला होता.

"मिस्टर बेग, तुम्हाला भेटून गेल्यापासून मी देखील दाढी वाढवायला सुरुवात केलीय, तुमच्या लक्षात आलंच असेल." तो म्हणाला.

उत्तरादाखल थोडं उपरोधिक, थोडं मनापासून मी म्हणालो, "मुस्लीम समाजात घुसखोरी करण्यासाठी तुम्हाला याहूनही जास्त असं बरंच काही करावं लागेल." यावेळी मला असं वाटलं की त्याला माझ्याशी नुसत्याच गप्पा मारायच्या आहेत. फिडेल कॅस्ट्रो आणि गॅरी ॲडम्स यांच्याबद्दलची माझी मतं काय आहेत, तसंच मुस्लीम जगताची सध्याची हालहवाल कशी काय आहे याबद्दल त्याला जाणून घ्यायचं होतं किंवा तो जाणीवपूर्वक मला उशीर करत होता. मी एकसारखा घड्याळाकडे बघत होतो. माझं विमान आता चुकणार या काळजीनं मी अस्वस्थ झालो होतो. शेवटी मी त्याला म्हणालो, "जर मी चुकीचं काही केलं असेल तर तू तसं मला सांग, आपण पोलीस स्टेशनला जाऊ आणि जर मी चुकीचं वागलो नसेल तर मला जाऊ दे. मला माझी फ्लाईट गाठायची आहे."

त्यावर अँड्र्यू म्हणाला, "तू टर्कीला कशासाठी चालला आहेस आणि तिथे तुझा काय करण्याचा बेत आहे एवढंच मला जाणून घ्यायचंय. मानवी हक्क रक्षणासंबंधीचा टर्कीचा नावलौकिक किती वाईट आहे ते तुला माहीत आहे.

'मिडनाईट एक्सप्रेस' हा चित्रपट तू नक्कीच पाहिला असशील आणि....''

''हो, मी तो चित्रपट पाहिलाय. पण मी माझ्याबरोबर अमली पदार्थ किंवा शस्त्रास्त्रं घेऊन जात नाहीये आणि माझी खात्री आहे की तुम्ही माझ्या सामानाची अगदी कसून तपासणी केलेली आहे. मी सुटी घालवण्यासाठी टर्की आणि जॉर्जियाला चाललोय. मी तिथे जाऊन काहीतरी वेडंवाकडंच करीन या निर्णयापर्यंत तुम्ही लोक कसे येऊन पोहोचलात तेच मला समजत नाहीये.''

जे प्रश्न मला अतिशय महत्त्वाचे वाटत होते त्यांच्याबद्दल अँड्र्यूनं नक्कीच भरपूर वाचन केलेलं होतं अन् बरीच माहिती देखील गोळा केलेली होती. आम्ही त्यावर जवळजवळ तासभर गप्पा मारल्या त्यानंतर तो म्हणाला, ''मिस्टर बेग तुमच्याशी बोलायला मला नेहमीच आवडतं; पण एक लक्षात ठेवा टर्कीत जर तुम्ही काही गडबड केलीत तर हे सरकार तुमच्यासाठी काहीही करणार नाही.''

''मिस्टर अँड्र्यू, तुम्ही माझ्याबद्दल जी आपुलकी दाखवलीत त्याबद्दल मी तुमचा आभारी आहे. तुमचे शब्द मी लक्षात ठेवेन. विशेषत: पुढच्या खेपेला मी हेरॉईन माझ्या छातीलगत करकचून बांधून घेऊन जाईन ना, तेव्हा तुम्ही उच्चारलेले आश्वासक शब्द मी नक्कीच लक्षात ठेवलेले असतील.''

या सगळ्यात माझी फ्लाईट चुकलीच. पण त्यांनी माझ्या सामानाची पुन्हा तपासणी करून पुढच्या फ्लाईटमध्ये मला जागा मिळवून दिली.

मी इस्तंबूलला पोहोचलो तेव्हा अमीर म्हणाला की, ''चटकन कारमध्ये बस.'' तेव्हा मला कमालीचं आश्चर्य वाटलं. एव्हाना कार रस्त्यावरून धावायला सुद्धा लागली होती. विमान प्रवासात मला एकसारखं असं वाटत होतं की माझ्यावर कोणीतरी लक्ष ठेवत आहे. पण मी असा विचार केला की मी नुकताच अँड्र्यूला भेटलो असल्यामुळे हे सगळे माझ्या मनाचे खेळ असतील. कारमध्ये आम्ही बसलो असतानाच अमीरनं आम्ही एका तुर्की मित्राच्या घरी जात असल्याचं सांगितलं. त्यानंतर तो म्हणाला, ''आपल्या कारच्या मागे पाठलागावर एक कार येतेय.'' त्याचं म्हणणं शंभर टक्के खरं होतं, कारण आम्ही जिकडे जात होतो तिकडे आमच्यामागे ती कार सतत येत होती. आमच्या गाडीच्या वाहन चालकानं रस्त्यावरच्या गर्दीतून वेडीवाकडी चालवत गाडी पुढे नेली. चढउताराच्या त्या रस्त्यांवरून त्यानं कार वेगानं वर-खाली कशीही चालवली. तो डावीकडे उजवीकडे कशीही वळणं घेत गाडी चालवत राहिला आणि तरीही ती कार आमच्या पाठी येतच राहिली.

काही वेळानं एकदाचा आमचा पाठलाग थांबला. ती रात्र आम्ही अमीरच्या त्या मित्राच्या घरात घालवली. दुसऱ्या दिवशी आम्ही मित्राचं ते घर सोडण्याचा निर्णय घेतला आणि सुलतान अहमद विभागात अत्यंत भव्य अशा 'ब्लू मास्क' व 'हाजिया सोफिया' समोर एक हॉटेल आम्ही शोधून काढलं. काही दिवस मी तिथली

प्रेक्षणीय स्थळं बघण्यात घालवले. मी रोमनांची पाण्याचा साठा करण्यासाठीची भूमिगत व्यवस्था पाहिली. टॉपकारी राजवाडा पाहिला शिवाय एक वस्तुसंग्रहालय देखील मी पाहिलं. हा सर्व वेळ अमीर हॉटेलातच व्हिडिओ गेम खेळत राहिला होता, कारण त्यानी ही स्थळं पूर्वीच पाहिली होती.

जिथे जिथे आम्ही दोघं बरोबर गेलो, तिथे तिथे कोणीतरी आमच्या पाळतीवर असल्याचं अमीरनं मला सांगितलं. तरीही मला खरोखरच असं वाटत होतं की ते सगळे त्याच्या मनाचे खेळ आहेत. पण त्यानं जेव्हा मला पांढऱ्या केसाचा एक गलेलठ्ठ माणूस दाखवून म्हटलं की, 'याच्यावर लक्ष ठेव!' तेव्हा मी त्याच्याकडे पुन्हा एकदा नीट पाहिलं. आम्ही टॅक्सी करून फतेहला गेलो आणि तिथे एका कुर्दिश रेस्टॉरंटमध्ये कुर्दिशांचं पारंपरिक जेवण जेवलो. थोड्या वेळानं आम्ही तिथून बाहेर पडण्याच्या तयारीत असताना अमीरनं रस्त्यापलीकडे हातात वर्तमानपत्र धरून उभ्या असलेल्या एका माणसाकडे बोट दाखवलं आणि तो म्हणाला, "बघ, मी तुला सांगत नव्हतो, तो बघ तिथे उभा आहे." तोच पांढऱ्या केसांचा लठ्ठंभारती तिथे उभा होता. त्यानंतर मी त्याला अनेक ठिकाणी ओळखलं. तो आपण संशयास्पद दिसू नये म्हणून काही प्रयत्न करताना दिसत नव्हता.

आम्ही राहात होतो ते हॉटेल बदलायचं ठरवलं. म्हणून मग आम्ही अक्सराय भागातल्या हॉटेलमध्ये राहायला गेलो. ज्या हॉटेलमध्ये आम्ही आता उतरलो होतो, त्या ठिकाणी अनेक परदेशी व्यक्ती राहत होत्या, त्यात अरबांची संख्या जास्त होती. त्यातल्या बऱ्याच जणांकडे जॉर्जियात जाण्यासाठी लागणारा व्हिसा होता, तरीही जॉर्जियाच्या सीमेवरून बऱ्याच जणांना परत पाठवलेलं होतं. त्यांच्यापैकी एक जण तर डॉक्टर होता व तो मदिनाहून आलेला होता. यात चेचेन निर्वासितांसाठी सौदी अरेबियातर्फे बांधल्या जाणाऱ्या रुग्णालयांचा महत्त्वाचा घटक होता. तो इस्तंबूलमध्ये काही रुग्णोपयोगी साहित्य खरेदी करून ते घेऊन विमानानं टिबिलिसीला (Tbilisi) जाणार होता. तसंच तिथे चेचेन्याचा परराष्ट्र मंत्री, 'मोव्हलादि उदुगोव'[२] देखील आलेला होता. तो त्याच्या कुटुंबाची आणि एका मित्राची सुटका करून घेऊन आला होता. त्याचा हा मित्र चेचेन जनतेचा चाललेला लढा सर्व जगापुढे मांडण्यासाठी एक संकेतस्थळ चालवत होता.

काही दिवसांनी एक गाडी घेऊन आम्ही जॉर्जियाच्या सीमेपर्यंत जायचं ठरवलं. गाडी बऱ्याचशा जॉर्जियन आणि थोड्या तुर्की लोकांनी भरलेली होती. त्यांच्यात आम्ही दोघंच वेगळे होतो. आम्ही गाडीत बसल्यावर अमीरनं खिडकीबाहेर डोकावून पाहिलं अन् म्हणाला, "मी जरा जाऊन आलोच, माझं एक काम राहिलंय."

---

२. मेव्हलादि उदुगोव हा चेचेन स्वातंत्र्यामागील मुख्य विचारवंत मानला जातो.

आमच्या पाठलागावर असलेली कार त्यानं पाहिली होती. त्यानं बाहेर काही फराळाचे पदार्थ खरेदी केले व ते घेऊन तो त्यांच्याकडे गेला अन् त्यानं त्या कारच्या खिडकीवर थाप मारल्याचं मी पाहिलं. त्यांनी खिडकीची काच खाली केली, तो त्यांच्याशी काही बोलला नि त्यानं तो ट्रे त्यांना दिला. मग त्यानं त्यांच्याकडे बघून निरोपाचा हात हलवला. तसा त्यांनीही त्याच्याकडे बघून हात हलवला आणि मग ती कार निघून गेली. तो गाडीत परत आल्यावर मी त्याला विचारलं, "काय झालं? तू त्यांना काय म्हणालास?" अमीरनं उत्तर दिलं, 'मी त्यांना सरळ विचारलं, तुम्ही आमच्यावर एवढं लक्ष ठेवून का आहात? ही हेरगिरी कशासाठी? आमच्या हातून काही आगळीक झाली असली तर तसं आम्हाला सांगा आणि तसं जर काही नसेल तर मला वाटतं तुम्ही एवढे कष्ट घेण्याची गरज नाही. या सगळ्याबद्दल मी खेद व्यक्त करू शकतो. तुमचं आदरातिथ्य करण्यासाठी हे फराळाचे पदार्थ आणलेत. तेवढंच मी करू शकतो. थोडीसुद्धा विश्रांती न घेता दिवसभर तुम्ही काम करताय, शिवाय दिवसभरात तुम्ही फारसं खाल्लं देखील नसेल, कारण आम्ही तुम्हाला सतत आमच्या पाळतीवर असलेले बघतोय!' खाद्यपदार्थ घेताना झालेली त्यांची थोबाडं तू खरंच बघायला हवी होतीस."

"तू म्हणजे महा इब्लिस आहेस." मी त्याला म्हणालो. खरंतर मला हसू आवरत नव्हतं. "तू खरंच हे असं वागला असशील यावर माझा विश्वासच बसत नाहीये."

तब्बल सोळा तासांनी जॉर्जियाच्या सीमेपर्यंत आम्ही पोहोचलो अन् एकदाचा तो प्रवास संपला. टर्कीच्या सीमारक्षकांनी फक्त आम्हाला दोघांना सोडून बाकी सगळ्यांना जाऊ दिलं. "आम्ही तुम्हा दोघांची वाटच पाहत होतो." ते म्हणाले, "तुम्ही इथे कशाला आला आहात त्याबद्दल त्यांना काहीच सांगता आलं नाही, पण आता तुमचा हेतू आम्हाला समजलाय." ते पुढे म्हणाले आणि त्यांनी आमच्याकडे बघत आपलं बोलणं पूर्ण केलं. "आमच्यातर्फे तुम्हाला तिकडे जाण्यासाठी शुभेच्छा! पण आमच्या अनुभवानुसार दहाव्या मिनिटाला परत फिरता की नाही ते बघा." आम्ही एकमेकांकडे अतिशय आश्चर्यानं पाहिलं. चेचेन्यात चाललेल्या धडपडीत तुर्की लोक त्यांना भलताच जोरदार पाठिंबा देत होते.

आम्ही जॉर्जियाच्या सीमेपर्यंत चालत गेलो अन् त्यांनी आम्हाला त्या देशात येऊ द्यावं म्हणून त्यांचं मन वळवण्याचे असंख्य प्रयत्न केले. त्यांच्या विनवण्यासुद्धा केल्या. खरंतर या प्रवासात अमीरनं एक जॉर्जियन माणसाशी एवढी दोस्ती वाढवली होती की त्यानं आम्हाला त्याच्या घरी येण्याचं निमंत्रण दिलं. त्यामुळे आम्ही नेमके कुठे जाणार आहोत हे सांगण्यासाठी आता आमच्याजवळ एक अधिकृत पत्तासुद्धा होता. पण एकाही परदेशी व्यक्तीला आत येऊ द्यायचं नाही अशा स्वरूपाच्या अत्यंत कडक सूचना पहारेकऱ्याला देण्यात आलेल्या होत्या. मी

त्याला शेकडो डॉलर्स द्यायची तयारीसुद्धा दर्शवली, पण त्यानं त्या पैशांकडे ढुंकूनसुद्धा पाहिलं नाही. नाइलाजानं आम्ही परत फिरलो तेव्हा तो तुर्की पहारेकरी म्हणाला, ''मी म्हणालो नव्हतो तुम्ही परत याल म्हणून!''

इस्तंबूलला जाणारी परतीची गाडी आम्ही पकडली तेव्हा आम्ही अतिशय निराश झालो होतो. राहून राहून आमच्या मनात येत होतं एवढी धडपड करून चेचेन्याला जाता येणार नाही ते नाहीच.

आम्ही अक्सरायला आमच्या हॉटेलवर परत गेल्यावर तिथे त्या चेचेन मंत्र्याजवळ मी त्याच्या लोकांसाठी गोळा केलेले सर्व पैसे दिले. त्यानंतर मी तिथल्या बायासिद भागातल्या जुन्या बाजारात गेलो आणि तिथून दुकानात विकण्यासाठी भरपूर पुस्तकं, शोभेच्या वस्तू तसंच मुस्लीम संस्कृतीची वैशिष्ट्यं असलेल्या हस्तकलेच्या वस्तू खरेदी केल्या.

टर्की सोडण्यापूर्वी ब्रिटिश तसंच टर्की गुप्तहेर खातं एवढं काळजीत का पडलं होतं त्याचा मला नीट बोध झाला– त्याच सुमाराला इस्तंबूलमध्ये मध्य आशियाई देशांतल्या अध्यक्षांची व बोरीस येलत्सिन आणि बिल क्लिंटन यांची बैठक व्हायची होती.

१९९९ मध्ये कधीतरी पोलीस घरी येऊन गेले होते, त्याच वेळी त्यांनी पुस्तकाच्या दुकानावर, तसंच मित्राच्या घरावरही छापा टाकला होता. आश्चर्य म्हणजे पोलिसांनी माझं दार ठोठावलं व अतिशय नम्रपणे ते म्हणाले, ''तुझ्या घराची झडती घेण्यासाठी आमच्याजवळ आज परवाना (वॉरंट) आहे. तुला चालणार असेल तर आम्ही तुझ्या कुटुंबीयांना एखाद्या हॉटेलमध्ये किंवा ते म्हणतील त्या ठिकाणी घेऊन जाऊ. आम्ही बाहेर थांबतो आणि तुला थोडा वेळ देतो. तू किती वेळात तयार होशील तेवढं आम्हाला सांग.''

जी महिला पोलीस कर्मचारी त्यांच्याबरोबर आली होती, ती झैनाबला व मुलांना माझ्या वडिलांच्या घरी घेऊन गेली आणि इतरांनी मला झडती चालू असताना तिथेच थांबून ते सगळं बघायची परवानगी दिली.

त्या दिवशी घरात इतके पोलीस अधिकारी आले होते, पण ते नेमकं काय शोधताहेत तेच मला माहीत नव्हतं आणि मला वाटतं ते काय शोधायला आले आहेत ते त्यांचं त्यांना सुद्धा माहीत नव्हतं. बऱ्याच तासांनंतर त्यांनी खाद्यपदार्थांवर मिरपूड टाकायची एक छोटी डबी शोधून काढली, जी मी खूप वर्षांपूर्वी आणली होती आणि त्याबद्दल पुढे विसरूनही गेलो होतो. झैनाबनं ते तिच्या रक्षणार्थ बॅगेत ठेवावं म्हणून मी ते आणलं होतं, पण तिनं मात्र ते कधीही तिच्या हँडबॅगेत ठेवलं नव्हतं. त्यांनी मला अटक केली. मग घरातून काही कागदपत्रं आणि माझा संगणक

घेतला अन् ते गेले. त्यांनी मला चौकीत नेलं. आग लागण्यासंबंधीच्या वस्तू (फायर-आर्म) जवळ बाळगल्याचा आरोप ठेवला अन् संध्याकाळी सोडून दिलं. त्या वेळी मी या सगळ्या घडामोडींचा संदर्भ एम-१५ शी लावला नाही. त्यामुळे या सगळ्या प्रकरणाबद्दल मला फारशी काळजी वाटली नाही; परंतु खरंतर ती वाटायला हवी होती.

आमच्या दुकानावर छापा घालण्यात आल्यानंतर थोड्यात दिवसांत शकील पाकिस्तानला गेला. खरंतर माझ्या मत त्यानं त्या वेळी पाकिस्तानला जाणं ही गोष्ट फारशी चांगली नव्हती, पण दुकानासाठी काही खरेदी, तसंच पाकिस्तानातल्या त्याच्या नातेवाइकांच्या भेटी आणि तिथून बायका-मुलांना बर्मिंगहॅमला परत घेऊन येणं एवढं सगळं करायचं होतं.

तो विमानात चढण्यापूर्वी विमानतळावरच एम-१५ च्या लोकांनी त्याला थांबवून काही प्रश्न विचारले अन् सोडून दिलं. मनामा व कराचीमध्ये प्रवासात त्याला चार सुरक्षा अधिकारी भेटले, त्यांनी त्याला स्वतंत्र खोलीत नेलं अन् त्याची कसून तपासणी केली. त्यांनी त्याच्याकडचे सर्व पैसे, शिवाय त्यानं त्याच्या मुलांसाठी म्हणून बरोबर घेतलेल्या भेटवस्तू असं सगळं काढून घेतलं. त्यानंतर त्याच्या अंगावरचे सर्व कपडे काढून त्याला दंडुक्याने चांगलं चोपण्यात आलं. एवढं झाल्यानंतर अंगावरच्या फाटक्यातुटक्या कपड्यांसकट त्यांनी त्याला दुसऱ्या विमानात कोंबलं. इस्लामाबादला पोहोचल्यावर त्यानं मला ते सगळं ई-मेल करून कळवलं. त्या मेलमध्ये त्यानं लिहिलं होतं, "ते माझी इतकी वाईट अवस्था करतील असं कधी स्वप्नातही वाटलं नव्हतं." अजूनही त्याच्या जखमांमधून रक्त ठिबकत होतंच. त्यानं त्या मेलमध्ये पुढे लिहिलं होतं, पाकिस्तान्यांनी सुद्धा त्याला धमकवायला कमी केलं नसतं. ब्रिटिश अधिकाऱ्यांनी त्यांच्याकडे पाठवलेली फाईल त्यांनी त्याला दाखवली, त्यात त्याचे व माझे फोटो होते. त्या फोटोंमध्ये असा एक फोटो होता की, ज्यात आमच्या पुस्तकांच्या दुकानाबाहेर मी पुस्तकांनी भरलेला एक खोका त्याला देत आहे असं दिसत होतं. पाकिस्तानी अधिकाऱ्यांनी त्याला सांगितलं की त्याचं या कशाशीही काहीच घेणंदेणं नाहीये. ब्रिटिश सरकारच हे सगळं घडवून आणत होतं. त्यानं नंतर मला हेही सांगितलं की, तो त्याच्या खेड्यात पोहोचेपर्यंत पाकिस्तानी गुप्तहेरखात्याचा माणूस त्याच्या सतत मागावर होता. तसंच तो जाईल तिथे तिथे हा माणूस त्याचा पाठलाग करत जात होता. सरतेशेवटी तो त्याचं कुटुंब घेऊन त्याच्या खेड्यातून बाहेर पडला नि त्याला परतीचं विमानाचं तिकीट मिळेपर्यंत इस्लामाबादला एका हॉटेलात ते राहिले. तो पाकिस्तानातून बाहेर पडत असल्याचं त्यांनी जेव्हा पाकिस्तानी अधिकाऱ्यांना सांगितलं, तेव्हा त्यानं इथून थेट ब्रिटनला जाणारी फ्लाईट पकडावी असं त्यांनी

त्याला सुचवलं अन् त्यानंही तसंच केलं.

मी लंडनला गेलो अन् मिस गारेथना भेटून सगळं सविस्तर सांगितलं. त्या वेळी त्यांनी या सगळ्याच सरकारी पातळीवर काही स्पष्टीकरण मिळतं का ते पाहण्याचा प्रयत्न केला; पण त्यांना कोणीही प्रतिसाद दिला नाही. मी जेव्हा तिला माझाही प्रवासाला जाण्याचा बेत असल्याचं सांगितलं, तेव्हा आत्ताची वेळ त्यासाठी योग्य नसल्याचा सल्ला तिनं मला दिला. गुप्तहेरखात्यातली माणसं पराचा कावळा करण्यात एकदम वाकबगार असतात असा तिचा अनुभव होता. ती म्हणाली, ''मला खरंच फार वाईट वाटतंय. याआधी आयरिश लोक कशासाठीही जबाबदार धरले जात असत आणि आता ती पाळी मुसलमानांवर आली आहे. परिस्थिती सुधारण्याऐवजी ती बिघडतच चाललीय.''

माझ्या घराची झडती घेतली गेली, त्याच वेळी ज्या माझ्या मित्राच्या घरावरही छापा टाकण्यात आला होता, त्या मित्राला घेऊन पोलिसांनी मला पोलीस स्टेशनमध्ये यायला सांगितलं. या माझ्या मित्राची कर्करोगावरची शस्त्रक्रिया नुकतीच झाली होती. आम्ही जेव्हा पोलीस स्टेशनमध्ये गेलो तेव्हा आम्हाला आश्चर्याचा धक्काच बसला. कारण त्यांनी आम्हाला सांगितलं की, आतंकवाद रोखण्यासाठी केलेल्या कायद्यानुसार आम्हाला तिथल्या तिथे अटक करण्यात येत आहे! आम्हाला अटक करताना आमच्यावर ठेवलेल्या आरोपात 'आतंकवादाला पाठिंबा देणं, त्याची सुरुवात करून देणं, आतंकवाद घडवून आणण्यासाठी पाठपुरावा करणं, तसंच अतिरेकी इस्लामिक संघटनेसाठीही हे सगळं करणं' असे शब्द वापरण्यात आले होते.

आत्तापर्यंत मला असं वाटत आलं होतं की, त्यांची काहीतरी चूक होते आहे किंवा आम्हाला जाळ्यात अडकवण्याचा काहीतरी फालतू घाट घातलेला दिसतोय. पण आता माझ्या लक्षात येऊन चुकलं होतं की, प्रकरण फारच पुढे गेलंय. मी त्यांना म्हणत राहिलो, ''मी असं कोणतं कृत्य केलंय ते तरी सांगा! तुम्ही विचाराल त्या प्रत्येक प्रश्नाचं उत्तर मी देईन.''

हे सगळं विचारायचं टाळून त्यांनी माझ्या बोस्निया आणि पाकिस्तानला जाण्याबद्दल विचारायला सुरुवात केली. तसंच बर्मिंगहॅममध्ये आणि इतरत्र मी कोणाकोणाला भेटलो होतो त्याबद्दल फक्त ते विचारत राहिले. त्यांनी आमच्या पुस्तकाच्या दुकानाबद्दल विचारायला सुरुवात केली. आमच्या दुकानाला कोणी-कोणी भेट दिली. त्यात परदेशी व्यक्तींचा भरणा असायचा का, आम्हाला दुकान सुरू करण्यासाठी कोणी पैसा पुरवला, त्या दुकानात आमच्या बैठका होत असत का, वगैरे प्रश्न ते विचारत राहिले. त्याचबरोबर त्यांनी मला जिहादमागची तात्त्विक भूमिका काय आहे आणि त्याबद्दलचा माझा दृष्टिकोन कसा आहे हेही विचारलं. त्यांनी मला 'नवं कनेक्शन' कसं असतं असं विचारलं आणि स्फोटकांसाठी

वापरला जाणारा तो सांकेतिक शब्द आहे का असंही विचारलं.

माझ्या घरातून जप्त केलेल्या पत्रांमध्ये एक पत्र माझ्या पाकिस्तानी मित्रानी पाठवलेलं होतं. त्या पत्रात त्यानं तालिबानविरुद्ध लढा देणाऱ्या 'नॉर्दन अलायन्स'चा म्होरक्या – मासूदचा – उल्लेख केलेला होता. परंतु माझी चौकशी करणाऱ्या अधिकाऱ्याला मासूदऐवजी 'मोसाद' असं वाटलं... मोसाद ही इस्त्राइलमधली गुप्तहेर संघटना होती. मला त्या अधिकाऱ्याच्या समोरच मोठ्यांदा हसण्याची इच्छा झाली होती. परंतु त्यांनी माझ्यावर विशिष्ट आरोप निश्चित करेपर्यंत एकदम चूप बसायचं मी ठरवलं. त्यानंतर जणू काही काहीतरी पळवाट सापडल्यासारखं, त्या अधिकाऱ्यानं स्पष्टीकरण द्यावं तसं कोर्टाकडून मिळवलेला हुकमाचा कागद नाचवत म्हटलं, ''मी प्रश्नांना उत्तरं देतोय ती केवळ मला तुरुंगात टाकलं जाईल या भीतीपोटी.'' त्यांनी असं सांगता क्षणी आम्ही त्या हुकमाच्याच कायदेशीरपणाला आव्हान दिलं. त्यानंतर माझी आणि माझ्या मित्राची लगेच त्याच दिवशी सुटका झाली.

पोलिसांनी शकीलकडून दुकानाच्या किल्ल्या घेतल्या अन् दुकानात कसून शोध घेतला. फक्त ३०० पौंडाव्यतिरिक्त त्यांनी तिथून काहीही घेतलं नाही. हे ३०० पौंड आठवड्याचं भाडं भरण्यासाठी आम्ही नेहमीच असे राखून ठेवत असू. आम्ही त्याबद्दल पोलीसखात्यातल्या वरिष्ठांकडे रीतसर तक्रार नोंदवली असताना 'आम्ही त्याबद्दल चौकशी करतो आहोत' असं उत्तर आमच्या तोंडावर फेकण्यात आलं. मला वाटतं त्यांची त्याबद्दलची चौकशी अजून चालूच आहे, कारण ते पैसे आम्हाला कधीही परत मिळाले नाहीत.

काही आठवड्यांनंतर मिस गारेथ बर्मिंगहॅमला आली आणि आम्ही त्यांनी दिलेल्या स्पष्टीकरणाविरुद्ध कोर्टात गेलो अन् यशस्वीपणे खटला जिंकलो. परंतु ओळीनं घडत असलेल्या या घटनांमुळे मला नव्वदच्या दशकातल्या ब्रिटनमध्ये घडणाऱ्या बदलांची कल्पना आली. या सगळ्या घटनांमुळे मी पुरता अस्वस्थ होऊन गेलो. पुढे आणखी काय वाढून ठेवलं असेल हा विचार त्रस्त करीत राही. माझ्या सर्व जवळच्या मित्रांकडे एम-१५ चे लोक सतत जात असत. त्यांना माझ्याबद्दल माहिती देण्याबद्दल सतत सांगितलं जाई. मी माझ्या पुढच्या योजनांबद्दल नेहमीच सगळ्यांशीच मोकळेपणानं बोलत असे, कारण मी लपवून ठेवावं असं माझ्याजवळ काहीही नव्हतं. पुस्तकाच्या दुकानात येणाऱ्या अनेकांकडून मला अफगाणिस्तानबद्दल बरंच काही समजत असे, कारण त्यातले अनेक जण अफगाणिस्तानमध्ये एकसारखी जा-ये करणारे होते. त्यांच्यातल्या एकानं मला त्यानं पुढाकार घेऊन काबूलमध्ये तो सुरू करत असलेल्या शाळेच्या प्रकल्पाविषयी सांगितलं. तो ब्रिटनमध्ये राहणारा एक पॅलेस्टिनी होता. मी त्याला या कामी मदत करायला तयार आहे का असं त्यानं मला एकदा विचारलं होतं.

त्यानं त्या प्रकल्पाबद्दल सविस्तर माहिती दिली, शिवाय तिथले काही फोटोही दाखवले त्यामुळे मी भलताच प्रभावित झालो. त्यानं मला माझ्या मित्रमंडळींना व नातेवाइकांनाही दाखवण्यासाठी मी ती माहिती व फोटो माझ्याजवळ ठेवायला सांगितली. सर्वसामान्यांचा असा समज झालेला होता की, तालिबानी मुलींच्या शिक्षणाच्या विरुद्ध आहेत. पण मुलींसाठी खास शाळा सुरू करण्याची त्याच्याजवळ योजना होती. माध्यमांनी तालिबानींची जी भडक काळीकुट्ट प्रतिमा तयार केली आहे, त्यावर हे चांगलं उत्तर आहे असं मला वाटलं.

मी याबद्दल झैनाबशी बोललो. माझ्या या पॅलेस्टिनी मित्राचं नाव रामी, त्याचा शाळेचा हा प्रकल्प मुलं आणि मुली अशा दोघांसाठी होता, मुलींच्या शाळेला पाठिंबा देण्यात झैनाबला विशेष रस होता. आम्ही आमच्या परिवारातून काही हजार पाऊंड गोळा केले. रामी आम्हाला वेळोवेळी माहिती पुरवतच होता. काबूलमधील शाळेच्या मुख्याध्यापकांनी तिथून मुद्दाम फोन करून माझे आभार मानले. मला वाटायला लागलं, मला आतूनच काहीतरी करण्याची पहिल्यापासून ओढ होती.

दुष्काळग्रस्त भागात तिथे पाण्याची तीव्र टंचाई आहे. शिवाय पाण्याचे पंपदेखील खूप महाग आहेत असं रामीनं मला सांगितलं होतं. पाण्याची टंचाई असलेल्या भागात विहिरी व हातपंप बसवण्याची त्याच्याजवळ एक योजना होती. मदतकार्यात गुंतलेल्या अनेक संस्थांसाठी त्यानं आधीच एक पाकिस्तानी कंत्राटदाराची नियुक्ती केलेली होती. या कंत्राटदाराजवळ जमिनीत खोलवर भोक पाडण्यासाठी लागणारी यंत्रसामुग्री होती. एक विंझण विहीर व हातपंपाचा खर्च २०० डॉलर्स होता. हातपंप बसवलेल्या विंझण विहिरीचे फोटो रामीनं माझ्याकडे पाठवले व मला विनंती केली की असेच हातपंप व विंझण विहिरी खोदण्यासाठी त्याला पैशाची मदत मिळवून द्यावी.

अगदी थोड्या कालावधीत तशा दहा विहिरी खोदता येतील एवढा पैसा गोळा करून, मी तो रामीकडे पाठवून दिला. काही आठवड्यांत त्यानं मला विहिरीचे फोटो पाठवून दिले. त्या विहिरींपैकी तीन विहिरींजवळ फलक लावलेले दिसत होते. त्यावर अनुक्रमे उम्मामाह, अब्दुर-रहमान व झैनाब यांची नावं होती.

१९९०च्या मध्याला तालिबाननं ज्या सहजतेनं सत्ता मिळवली, ते कसं घडलं हे समजून घेण्याचे प्रयत्न जगात सगळ्यांनीच केल्याचं दिसून येत नाही. मी असं ऐकलं की मुल्ला उमरनं कुराण शिकणाऱ्या तीस विद्यार्थ्यांचा एक गट केला. ही मुलं त्या भागातल्या युद्धामुळे श्रीमंत झालेल्या एकमेव माणसाशी बोलली. या हैवानानं वेश्या व्यवसायासाठी मुलांच्या एका गटाला पळवून नेलं होतं. कुराण शिकणाऱ्या या मुलांनी जेव्हा या मुलांची सुटका केली, तेव्हा स्थानिक लोक तालिबानींची स्तुती करू लागले.

तिथल्या राहणीमानाचा खर्च माझ्यासारख्याला फारसा जाचक नव्हता. अनेकांनी आम्हाला सांगितलं की, आम्ही काबूलच्या श्रीमंत वस्तीतसुद्धा महिन्याला फक्त १०० पाऊंड खर्च करून राहू शकतो. सगळ्या कुटुंबाला घेऊन तिथे जाऊन राहण्याची कल्पना माझ्या मनात घट्ट मुळं धरत होती आणि मी जेव्हा या कल्पनेबद्दल बोललो, तेव्हा ती कल्पना सगळ्यांनाच अगदी व्यवहार्य वाटली.

त्यामुळे २००१ च्या मध्याला दुकान उत्तम तऱ्हेनं चाललं असताना, शाकरलासुद्धा त्याच्या कुटुंबाला घेऊन तिकडे येण्याची इच्छा असल्यामुळे आम्ही तिकडे गेलो. झैनाब आणि मी मिळून घेतलेला हा खूपच मोठा निर्णय होता. आम्ही आमचं राहतं घर भाड्यानं देण्याची व्यवस्था केली. या भाड्यापोटी येणारं उत्पन्न अफगाणिस्तानात आमच्या तिथल्या चरितार्थासाठी पुरेसं होतं.

जून महिन्याच्या शेवटी आम्ही इंग्लंड सोडलं. आम्ही तिथून बाहेर पडल्यावर शकीलचं काय झालं ते समजण्यासाठी मला पाकिस्तानला जायची जरूर नव्हती. अफगाणिस्तानला जाण्यासाठी थेट फ्लाईटची सोय नव्हती, म्हणून मग आम्ही इराणमार्गे जायचं ठरवलं. आम्ही हिथ्रोच्या विमानतळावर आलो तेव्हा पुढच्या सगळ्या विचारानं मी फारच उद्दीपित झालो होतो आणि त्याच वेळी आता एम-१५ चे लोक येतील आणि सगळाच विचका करतील या विचारानं देखील मी अस्वस्थ झालो होतो. पण तसं काहीच घडलं नाही.

तेहरानच्या विमानतळावर सगळाच सरकारी लाल फितीचा कारभार होता पण तिथले लोक फारच चांगलं वागत होते. विमानात माझी ओळख झालेल्या एका माणसानं तर मला त्याच्या घरी तेहरानला बोलावलं.

आम्ही राजधानीत काही दिवस राहिलो. आम्हाला तिथे खूपच मजा आली. अफगाणिस्तानच्या सीमेलगत असलेल्या, मशहाद या आम्हा शिटे पंथीयांसाठी असलेल्या पवित्र स्थळाला आम्ही भेट दिली.

मी अफगाणिस्तानमध्ये कसा प्रवेश मिळवू शकेन याची मला काहीच कल्पना नव्हती; पण एकदा मी काबूलला पोहोचलो की सगळं काही ठीक होईल याची मला खात्री होती. कारण तिथल्या ज्या काही लोकांना मी ओळखत होतो, ती माणसं माझी वाट पाहत असणार याची मला खात्री होती. रामीनं मला असं सांगितलं होतं की, मी मशहादहून टॅक्सी घेऊन अफगाणिस्तानच्या सीमेपर्यंत यावं अन् मग तिथून हेरत गाठल्यावर विमानानं काबूल गाठावं. मी त्याप्रमाणेच करायचं ठरवलं.

आपलं कुटुंब बरोबर घेऊन सीमेपर्यंत जाणारी फारच थोडी माणसं होती. पण मला शेवटी एक टॅक्सी ड्रायव्हर भेटला. त्याच्याशी उर्दू आणि अरेबिकचं मिश्रण करून बोलल्यामुळे त्याला मी फारसीच्या जवळची भाषा बोलत असल्यासारखं वाटलं आणि त्यामुळे मला त्याला जे काही सांगायचं होतं ते त्याला बरंचसं

समजलं. आम्ही अगदी भल्या पहाटे त्याच्याबरोबर निघालो.

इराणच्या सीमेवरची चौकी भलतीच उदासवाणी होती आणि तिथे फारच तुरळक माणसं होती. माझ्या मनात संशयाचं पिशाच्च नाचायला लागलं. मी स्वत:लाच प्रश्न विचारला, अशा या एकाकी जागी तू तुझ्या बायकोला आणि मुलांना कशाला घेऊन आला आहेस? इथं माणसांचा वावर नाहीये, ते इराणीसुद्धा तुझी मूर्खांत गणना करताहेत.

काही अगदी मोडकळीला आलेल्या बसेस आणि त्या बसेसचे जाम पेंगुळलेले चालक मला तिथूनच दिसत होते. मी त्यांना माझ्या जड बॅगा सीमेपलीकडे घेऊन जायची विनंती केली. थोड्या वेळातच त्यांनी आम्हाला अफगाणिस्तानच्या सीमेपर्यंत नेलं. तिथल्या चौकीतल्या एका म्हाताऱ्या अफगाणी माणसानं एक खडखडणारी ट्रॉली आणली. त्या ट्रॉलीत आम्ही आमचं सामान भरलं अन् मग चालत ती सीमा ओलांडून अफगाणिस्तानात शिरलो.

आता आम्ही अफगाणिस्तानमध्ये होतो आणि इराणपेक्षा इथे खूपच वेगळं वाटत होतं. मला तिथे गेल्यावर धक्काच बसला. मी काही छावण्या पाहिल्या होत्या. तसंच जलालाबादचा काही भाग पाहिला होता. पण इथलं सगळं भलतंच वेगळं होतं आणि अफगाणिस्तानात पोहोचता पोहोचताच हे असं काही असेल याची मी कल्पनाही केली नव्हती. अफगाणी लोक सैन्याच्या मोडूनतोडून टाकलेल्या गाड्यांचे अवशेष कचेरी म्हणून वापरत होते. गंजलेल्या पत्र्याची ती खोकडीच तालिबानींच्या इमिग्रेशन व कस्टमच्या कचेऱ्या होत्या.

पाश्चात्त्य पोशाखातला माझ्यासारखा आशियाई बायको, मुलं सोबत घेऊन आलेला पाहून त्यांना फारच आश्चर्य वाटलं. त्या सगळ्यांनी आमच्याकडे थोडा वेळ अगदी टक लावून पाहिलं आणि मग भानावर आल्यावर त्यांनी मी तिथे कशासाठी आलो आहे आणि माझा नेमका कुठे जायचा बेत आहे ते विचारून घेतलं. तसंच मी तिथे कोणाला भेटणार आहे वगैरेंची स्वच्छ कल्पना मला आहे किंवा नाही याविषयी देखील त्यांनी विचारलं.

त्यांच्याकडे दुर्लक्ष करून झैनाब खाली बसली. शेवटी एक जण आमच्यापाशी आला. तो उत्तम इंग्लिश बोलत होता. त्याची आम्हाला मदत करण्याची तयारी होती. त्यानं मला सांगितलं की तो हेरतपर्यंत आम्हाला घेऊन जाण्यासाठी कारची व्यवस्था करेल. तिथे कुठेही कारच काय, पण साध्या रस्त्याचाही पत्ता नव्हता. मला माझ्या पासपोर्टवर शिक्का मारून हवाय का नको, हे त्यानं मला विचारलं. तो तसा प्रश्न का विचारतोय हे माझ्या खरोखरच ध्यानी आलं नसल्यामुळे, मी त्याला म्हणालो, "मला नक्कीच शिक्का मारून हवाय."

तो अगदी सहजपणे म्हणाला, "इथे येणाऱ्या काही जणांना त्यांच्या पासपोर्टवर

शिक्का मारून नको असतो म्हणून विचारलं.''

हेरतला जाण्यासाठी आम्ही एका मोडक्या जॅपनीज मेकच्या कारमध्ये बसलो. इथे आल्यावर माझ्या मनात पहिली कोणती गोष्ट उमटली असेल, तर ती म्हणजे पाणी! मी तर मुळीच पाणी आणलं नव्हतं. इथल्या वातावरणात प्रचंड उष्मा होता. सगळीकडे धुळीचं साम्राज्य होतं आणि फारच भयाण वाटत होतं. रस्त्यात लागलेल्या खेड्यांमधून जाताना आम्हाला तिथली मातीची अन् गवताची घरं दिसली. बर्मिंगहॅमला असताना मी ज्या एका प्रकल्पावर काम केलं होतं, तो प्रकल्प म्हणजे अशा दुष्काळग्रस्त भागात विंझण विहिरी तयार करणं हा होता.

काही वेळानंतर एका घाणेरड्या पाण्याच्या नदीजवळ आमची कार थांबली. त्या वेळी मी तहानेनं इतका व्याकूळ झालो होतो की, मला वाटलं कसंही का असेना पण मला पाणी प्यायलाच हवं. पण मग वाटलं, मुलंही तहानेनं व्याकूळ झाली आहेत. त्यांनी ते घाणेरडं पाणी पिणं योग्य ठरणार नाही. मी थोडा वेळ तिथे पाय मोकळे केले, पण पाणी मात्र प्यायलो नाही. मी ड्रायव्हरला आम्हाला प्यायला पाणी हवंय असं सतत सांगत राहिलो. शेवटी तो एका हातपंपाजवळ थांबला तेव्हा तिथे आम्ही पाणी प्यायलो.

अनेक ठिकाणी रस्ता म्हणावा असं काहीच नव्हतं आणि जो रस्ता होता त्याची अवस्था भयानक होती. धुळीचा उडणारा खकाणा तर अवर्णनीयच होता. मुलांना तशात उलट्या सुरू झाल्या. अफगाणिस्तानला येण्याचा घाट घातल्याबद्दल, आता सबंध प्रवासात मी मलाच दूषणं देऊ लागलो. मला पश्चात्ताप वाटायला लागला.

दुपार होईपर्यंत आम्ही हेरतला पोहोचलो. तिथे मरणाचं उकडत होतं आणि माझ्याजवळ तर या देशाचं चलन नव्हतं. रस्त्याच्या कडेला बसलेल्या एका पैसे बदलून देणाऱ्या (मनी चेंजर) इसमाकडे घेऊन जाण्याबद्दल मी आमच्या टॅक्सी ड्रायव्हरला सांगितलं. मला सध्याच्या चलन दराची काहीच कल्पना नव्हती. आता मला लुबाडलं जाणार याची कल्पना होती, पण त्याला माझाही नाइलाज होता. एकदाचे आम्ही हॉटेलवर येऊन पोहोचलो. सुरुवातीपासून जो काही त्रास भोगला होता, त्याच्या तुलनेत आता परिस्थिती खूपच चांगली होती. दुसऱ्या दिवशी काबूलला जाण्यासाठी मी फ्लाईटची व्यवस्था केली. मी पाच तिकिटांचे पैसे भरून पाच जागा आरक्षित केल्या होत्या, पण प्रत्यक्षात त्यांनी मला फक्त दोनच जागा दिल्या. त्यामुळे मुलांना मांडीवर घेऊन आम्हाला प्रवास करावा लागला.

काबूलला पोहोचल्यावर आम्ही शहरात आल्याची आम्हाला जाणीव झाली. जरी हे शहर तिसऱ्या जगातलं होतं तरी इथे आधुनिकतेच्या खुणा झळकत होत्या. आम्ही आता जिथून आलो होतो त्यापेक्षा अनेक पटींनी इथलं सगळं खूपच छान होतं.

मला माहीत असलेल्या एकाकडे जाण्यासाठी आम्ही टॅक्सी घेतली. हा माझा मित्र काबूल विद्यापीठात काम करत होता. ज्यांचा संदर्भ ब्रिटनमध्ये चालणाऱ्या चर्चांमधून मी अनेकदा देत असे, ते शेख अब्दुल माजिद. हे विद्वान गृहस्थ आमची वाटच पाहात होते. ते आश्चर्य वाटावं इतके आतिथ्यशील होते. आम्हाला हवे तेवढे दिवस आम्ही त्यांच्याकडे राहू शकतो असं त्या दांपत्याने आम्हाला सांगितलं. साधारणपणे तीन आठवडे आम्ही त्यांच्या घरी राहिलो. आम्हाला आमची जागा मिळाल्यावर आम्ही ते घर सोडलं. संसारासाठी लागणारी भांडीकुंडी थोडी घासाघीस करून विकत आणली.

एका रात्री भला मोठ्ठा स्फोटाचा आवाज झाला. कोणीतरी जोरात दारावर धडक देऊन ते मोडून टाकावं असा भास होत होता. अब्दुल माजिद यांनी आमचा दरवाजा ठोठावून आम्हाला बाहेर बोलावलं. त्यांच्या हातात बंदूक होती. आम्ही प्रत्येक खोलीत डोकावलो, वरच्या मजल्यावर, तळमजल्यावर असे सगळीकडे हिंडलो, पण सगळं अगदी आलबेल होतं. दुसऱ्या दिवशी आम्ही सिटी सेंटरला चाललो असताना एरिना एअरलाईन्सची कचेरी उद्ध्वस्त करून टाकलेली आमच्या नजरेला पडली. नॉर्दन अलायन्सनी बहुतेक हे काम केलं असावं. हा तर उघडउघड अतिरेक्यांनी केलेला हल्ला होता. ते बघून मी अतिशय अस्वस्थ झालो, हे काय चाललंय मला समजेना.

सुरुवातीला आमची खुशाली कळवण्यासाठी मी दर आठवड्याला घरी फोन करीत असे, पण सार्वजनिक बूथवर लोकांची इतकी प्रचंड गर्दी असे की अनेकदा असा फोन करणंही मला जड जाई. तिथे माझा नंबर येण्यासाठी कधी कधी तास तास सुद्धा बसून राहावं लागत असे.

माझ्या लवकरच असं लक्षात आलं की, काबूलमध्ये पाश्चात्त्यांनी अलीकडे बरीच मदतकेंद्रं उघडलेली आहेत आणि हे लोक आपल्या बायकामुलांसह इथे राहायला आलेले आहेत. रस्त्यापलीकडे अमेरिकन लोक, तर अब्दुल माजिद यांच्या शेजारी जर्मन लोक राहायला आले आहेत. त्यामुळे माझ्या असं लक्षात आलं की, इथे मदतीला धावून येणारा असा मी एकटाच चक्रम आदर्शवादी नाही.

मी इथे आल्यावर सर्वांत पहिली कुठली गोष्ट केली असेल तर उम्मामाहला शाळेत घातलं. इथे येऊन प्रत्यक्ष इथली वस्तुस्थिती पाहाणं अतिशय समाधानकारक वाटत होतं. ज्याबद्दल बर्मिंगहॅममध्ये मी नुसती कल्पनाच केली होती, ते आज मी प्रत्यक्ष अनुभवत, पाहात होतो. माझं इथे चांगलं स्वागतही झालं होतं. मी तिथे नियमितपणे जाऊ लागलो. मी मुलांना प्रसिद्ध अफगाणी खेळ, बुझकाशी बघायला घेऊन जाऊ लागलो. हा खेळ थोडासा पोलोसारखा असतो. यात पुरुष घोड्यांवर स्वार झालेले असतात व ते मेलेल्या शेळीसाठी आपापसात झटापट करीत राहातात.

साधारणपणे सहा ते सात आठवड्यांनंतर शाकर आला आणि आम्ही घेतलेल्या मोठ्या घरात आपल्या कुटुंबाबरोबर राहू लागला. तो वरच्या मजल्यावर राहत असे. घरातली सगळी मुलं बेहद्द खूश होती. त्या एवढ्या मोठ्या जागेत एकदम मोकळंढाकळं वाटे.

व्यक्तिगत पातळीवर अनेक अनुभव आल्यानंतर तालिबानबद्दल माझा भ्रमनिरास झाला. यापैकी एक म्हणजे त्यांच्यापैकी एका कमांडरमुळे रस्त्यावरच्या वाहतुकीत मला झालेला अपघात. सुरुवातीला तर तो या अपघाताची जबाबदारी स्वीकारायलाच तयार नव्हता आणि नंतर तर खुशाल खोटं बोलला आणि सर्वांत कडी म्हणजे फुकट इंधन देण्याचं आमिष दाखवून त्यानं मला खरेदी करण्याचा प्रयत्नसुद्धा केला. इथे आलेल्या परदेशी मंडळींनासुद्धा अशाच प्रकारचे वेगवेगळे अनुभव आलेले होते. म्हणून मग मी तालिबानपासून फटकून राहू लागलो अन् माझ्या स्वतःच्या प्रकल्पात कार्यरत राहू लागलो.

आम्ही काबूलमध्ये अगोदरपासूनच काही विंझण विहिरी खोदलेल्या होत्या आणि त्यांचा होणारा प्रत्यक्ष वापर खरोखर अवर्णनीय आनंद देणारा होता. बर्मिंगहॅममध्ये राहून नुसते मदतीसाठी पैसे गोळा करण्यापेक्षा ही भावना खूपच वेगळी होती.

एक दिवस मी शहराच्या अगदी आतल्या भागातून मित्राला घेऊन चाललो असताना, रस्त्यावरच्या मुख्य चौकाला फुटलेल्या चारही वाटा बंद झाल्याचं आम्ही दोघांनी बघितलं. त्यातली एक वाट विमानतळाकडे जाणारी होती. चौकाकडे लोकांचे लोंढेच्या लोंढे चाललेले दिसत होते. तेव्हा आम्ही गाडीतून उतरून काय चाललंय ते पाहायचं ठरवलं. आम्ही जवळ जाऊन बघू लागलो तेव्हा आम्हाला लहान क्रेन्सच्या टोकाला दोरखंडानं बांधलेलं काहीतरी लटकताना दिसलं. ते नेमकं काय आहे ते मला समजलं नाही. मी खूप जवळ जाऊन पाहिलं तेव्हा मला ते ओळखू आलं. ते तर मानवी देह होते. त्या चौफुल्यातल्या प्रत्येक बिंदूवर एक मानवी देह लटकवलेला होता. पूर्वी मी प्रेतं पाहिलेली होती, पण हे असलं यापूर्वी कुठेच, कधीच पाहिलं नव्हतं. मला हे काहीतरी विकृत वाटलं. परंतु मला विचित्र हे वाटलं की स्त्रिया, मुलं, पुरुष त्या लटकावलेल्या प्रेतांकडे नुसते बघत उभे राहिले होते. आणखी तीव्रतेनं जाणवलेली गोष्ट ही होती की त्या प्रेतांची तोंडं उघडी होती अन् त्यांच्या जिभा काळ्या पडलेल्या होत्या. याहूनही विचित्र गोष्ट म्हणजे लोकांनी त्यांच्या मुठीत पैसे घट्ट पकडून ठेवलेले होते. ते बोटांच्या फटीतून दिसत होते. तसंच खिशांमधूनही नोटा डोकावत होत्या. नंतर मला कोणीतरी असं सांगितलं की, अफगाणिस्तानातली ती एक जुनी परंपरा आहे. या सगळ्याचा अर्थ एवढाच की मारल्या गेलेल्यांनी अगदी फडतूस किमतीत स्वतःला विरोधकांना

विकलं होतं. मला मात्र तो सगळाच प्रकार अतिशय धक्कादायक वाटला.

आठवड्यानंतर काबूलच्या मध्यवर्ती परिसरात तालिबानने सैनिकी संचलन घडवून आणलं. ते माझ्या अपेक्षेपेक्षाही भलतंच प्रभावी होतं. रणगाडे, शस्त्रास्त्रं वाहून नेणाऱ्या गाड्या, मिसाईल लाँचर्स, गणवेशातले सैनिक आपापल्या हुद्यानुसार शिस्तीत ओळीनं चाललेले; शिवाय त्यांच्या जोडीला आकाशातून एक फायटर जेट विमानसुद्धा चाललेलं होतं.[३]

काबूलमधली एक गोष्ट मला फारच भावली; ती म्हणजे जगाच्या पाठीवरच्या अनेक देशांतून आलेल्या माणसांशी माझ्या गाठीभेटी होत असत. तिथे चिनी, अरब, उझबेकी तर होतेच, शिवाय काही लोक मलेशियासारख्या ठिकाणाहूनही आलेले होते. यातल्या अनेक जणांनी रशियनांबरोबर युद्ध केलं होतं, तर अनेक जण मदत कार्यासाठी आलेले होते. त्यात पाकिस्तानातून आलेल्यांची संख्या खूपच जास्त होती.

संयुक्त राष्ट्र व तालिबानमधली बोलणी फिसकटल्याचा परिणाम म्हणून, इथल्या ज्या बेकऱ्यांना संयुक्त राष्ट्राने पाठिंबा दिलेला होता, त्या सर्व एकदम बंद झाल्या. ब्रेड हा अफगाण लोकांच्या जेवणातला एक महत्त्वाचा पदार्थ असतो. त्यामुळे पाकिस्तानी संघटनेनं अफगाणिस्तानातल्या सर्व बेकऱ्या ताब्यात घेतल्या व त्यांना आर्थिक मदत दिली. मदतकार्य करणाऱ्या काही पाकिस्तानींची मला चांगली माहिती होती.

एकदा मी तालिबान व नॉर्दन अलायन्सच्या आघाडीवर भेट दिली. त्या वेळी मला असं सांगण्यात आलं की, गेली दोन वर्षं या आघाडीवर अगदी सामसूम आहे त्यामुळे परिस्थितीत सुधारणा होते आहे. लोक परत येऊ लागले आहेत आणि इथे नवी गुंतवणूकसुद्धा होते आहे. ही आघाडी, कारने गेल्यास काबूलपासून एक तासाच्या अंतरावर आहे. त्या जागेला बाग्राम असं म्हणतात.

तिथे काही वापरलेला, तर काही न वापरलेला दारूगोळा पडलेला होता. त्या भागातली अनेक खेडी ओस पडलेली होती. द्राक्षांचे पसरलेले वेल नजर जाईल तिथे दिसत होते. पांढऱ्या रंगाची इथली द्राक्षं एवढी रुचकर असतात की, अशी रुचकर द्राक्षं मी उभ्या जन्मात कधी चाखली नव्हती.

आम्ही युद्धरेषेच्या मागच्या भागात पोहोचलो. तिथे माणसांची ये-जा चालू

---

३. प्रत्यक्ष युद्धभूमीवर ज्या थोड्याजणांना पकडण्यात आलं त्यांना युद्धकैदी म्हणून मान्यता द्यायला अमेरिकन लष्करानं नंतर त्यांना नकार दिला. त्यासाठी त्यांनी पुढे केलेली कारणं म्हणजे पकडले गेले तेव्हा ते गणवेशात नव्हते, त्यांचा लष्करातला हुद्दा दर्शविणारी कोणतीही चिन्ह त्यांच्याजवळ नव्हती. शिवाय त्यांच्या लष्कराची बांधणी देखील धड नव्हती. नॉर्दन अलायन्सकडून लढणाऱ्यांची स्थिती तर तालिबान्यांहून वाईट होती. शिवाय अमेरिकन लष्कराच्या स्पेशल फोर्सचे लोक चटकन ओळखले जाऊ नयेत म्हणून अनेकदा साध्या वेशात वावरत असत तरीही अमेरिकन लष्करानं हा मुद्दा लावून धरला होता.

होती. काही जण तिथे आपल्या हत्याराला तेलपाणी करत होते, तर काही जण जेवत होते तर काही जण मजेनं विश्रांती घेत लोळत होते. सगळं काही फार सोपं वाटत होतं. तालिबानबरोबर लढण्यासाठी आलेल्या पाकिस्तानींचा वेगळा व अरबांचा वेगळा विभाग होता. माझ्या पाकिस्तानी मित्राला काही पाकिस्तानी लढवय्ये माहीत होते. त्यांना खरं तर मी एकदा भेटलो होतो. तालिबान वेगळं पडलं होतं. पाकिस्तानी मंडळींनी तिथे घडलेल्या काही गोष्टींबद्दल सांगितलं आणि त्याचबरोबर आधीची युद्धरेषा कुठे होती आणि आता ती कुठे आलीये तेही त्यांनी दाखवून दिलं. परंतु माझ्यासाठी मात्र तो संपूर्ण प्रदेश एक डोंगराळ वाळवंट होतं. त्यांनी असं सुचवलं की मला जर खरोखरच ती युद्धरेषा बघायची असेल तर अंधार पडायच्या आत मी परत यायला हवं. आम्ही सगळे वाहनात बसून ती युद्धरेषा नजरेखालून घालण्यासाठी लगेच निघालो.

युद्धरेषेला भेट देण्याची कल्पना जरा चमत्कारिक व भीतिदायकच होती. काहीतरी घडणार असं एकसारखं मला वाटत होतं. परंतु जेवणाची वेळ होईपर्यंत सगळीकडे अगदी सामसूम होतं. त्यांनी त्यांच्याबरोबर जेवण आणलं होतं. ते जेवण म्हणजे थोडे बेदाणे टाकलेला भात होता. आम्ही सगळे जेवायला बसलो आणि तेवढ्यात एक तोफगोळा येऊन पडला. त्या पाठोपाठ प्रचंड आवाज झाला अन् मग एका पाठोपाठ तोफगोळे बरसू लागले. मी मनातून जाम घाबरलो होतो. त्यामुळे मला घराकडे ताबडतोब पळत सुटावंसं वाटलं. अर्थातच मी ते तसं बोलून दाखवलं नाही. कारण मी तसं म्हणणं म्हणजे अगदीच भित्रेपणा दिसला असता.

बाकीचे सगळेच शांतपणे आपलं खाणं खात राहिले. धुळीचे लोट त्यांच्या आजूबाजूला उठत होते. मी त्यांच्याकडे बघत राहिलो. मी जसा विचार करत होतो तसा विचार ते खरंच करत नव्हते का? जे लढवय्ये होते त्यांच्यासाठी हे रोजचंच होतं, पण एक जण, जो मदत करणाऱ्या एका संघटनेतून इथे माझ्याबरोबर आलेला होता, त्याच्याकडे मी मुद्दाम पाहिलं. त्याच्या जिवाला थोडा घोर लागलेला आहे असं मला वाटलं.

ते सगळं जेव्हा थांबलं तेव्हा मी म्हणालो, ''मला वाटलं होतं की इथे सारं शांत असेल.''

''होय, इथे खरोखरच सारं शांतच आहे. हे असलं रोजच घडतं, पण इथे तुमच्यावर कोणी प्रत्यक्ष हल्ला चढवलेला नाही आणि तुम्हालाही कोणी लढाईसाठी पुढे ढकललेलं नाहीये. त्यांनी जे आत्ता केलं त्याच्या दुपटीनं आम्ही त्यांना ते परत करत असतो.''

काबूलला परत जायचं म्हटल्यावर माझी कळी एकदम खुलली. काबूल शहर मला अतिशय आवडलं होतं. या शहरात अहोरात्र धावपळ चाललेली असे आणि

माणसांची गर्दी सगळीकडेच असे. म्हणे बायकांना त्यांच्याबरोबर एखादा पुरुष असल्याशिवाय बाहेर पडायला परवानगी नसते. पण इथे काबूलमध्ये तर मी बायकांना फिरताना पाहत होतो, बरोबर एखादा पुरुष घेतल्याशिवाय त्या बिनधास्त फिरत होत्या.

झैनाब व मी आमच्या भविष्याबद्दल सतत चर्चा करत असू. इथे किती काळ राहायचं ते ठरवायलाच हवं होतं. मी तिला ती इथे कितपत रमलीये याबद्दल अनेक वेळा विचारलं. ती इथे मजेत आहे का असंही विचारलं. ती एका अतिशय सधन कुटुंबातून आलेली होती आणि आजवर तिला ती जे मागेल ते सर्व सहज मिळत गेलं होतं. इथे माझ्याबरोबर राहायचं म्हणून तिनं त्या सगळ्याचा त्याग केलेला होता त्यामुळे ती सुखात राहावी अशी माझी इच्छा होती. तिला घर चालवण्यासाठी जे जे लागेल ते ते मिळवून देण्याची माझी इच्छा होती. त्याच वेळी सर्वसामान्य अफगाण ज्या तऱ्हेनं राहात, त्यापेक्षा खूप वेगळं असं आमचं राहणीमान असावं असं मात्र मला वाटत नव्हतं. पण आम्ही त्यांच्यापेक्षा नक्कीच जास्त चांगलं जगत होतो. आम्हीच काय, पण अफगाणी नसलेले सगळेच अफगाणींपेक्षा जास्त चांगलं जगत होते.

काही आठवडे तिथे घालवल्यानंतरही अफगाणिस्तानबद्दलची नवलाई माझ्यापुरती तरी संपलेली नव्हती. तिथे शोधून काढण्यासारखं माझ्यासाठी खूप काही होतं. मला उत्तरेपर्यंत जाऊन अनेक ठिकाणं पहायची होती. तिथे बऱ्यापैकी झाडं आहेत असं कोणीतरी मला सांगितलं होतं. तसंच जिथे अनेक ऐतिहासिक स्थळं होती तिथे मला जायचं होतं.

एकदा मी घरातल्या सगळ्यांना घेऊन प्राणिसंग्रहालय बघायला गेलो तर तिथे सगळीकडे बंदुकीच्या गोळ्यांच्या खुणा होत्या आणि एकमेव सिंह होता. तो सिंहदेखील अफगाण संघर्षाचा एक बळी असावा. त्या सिंहाचं नाव एकाक्ष सिंह असं होतं. एकदा एका माणसानं तो शांत बसलेला पाहून त्याच्या परिघात उडी मारली. त्याबरोबर सिंहानं त्याच्यावर झडप घालून त्याला मारून टाकलं. दुसऱ्या दिवशी त्या मेलेल्या माणसाचा भाऊ हँडग्रेनेड घेऊन आला आणि त्यात त्या सिंहाचा एक डोळा निकामी झाला.

अशा स्वरूपाच्या सुरस आणि चमत्कारिक गोष्टींनी अफगाणिस्तानचं वातावरण सदोदित भरून गेलेलं असे. तिथलं एकूण जगणं सुद्धा तिथल्या माणसांमुळे, शेजाऱ्यापाजाऱ्यांमुळे अतिशय लज्जतदार बनलेलं होतं. भारीच अगत्यशील माणसं होती ती, रोज कोणाकडे तरी आम्हाला जेवायचं आमंत्रण असेच.

या व्यतिरिक्त माझ्याजवळ उरलेला मोकळा वेळ, मी माझ्या मनात बरेच दिवस असलेला प्रकल्प पूर्ण करण्यात घालवत असे. मी काही अभिजात अशी

इस्लामवरची पुस्तकं खरेदी करून आणली होती. या पुस्तकांचा अरेबिकमधून इंग्रजीत अनुवाद करण्याचा माझा मानस होता. मला असं वाटत होतं की, बर्मिंगहॅममध्ये माझ्या पुस्तकांच्या दुकानात ठेवायला छोट्याछोट्या पुस्तिका तयार केल्या तर ते फारच उपयुक्त ठरेल.

नऊ सप्टेंबर २००१ रोजी रात्री, हेलिकॉप्टर्सच्या आवाजानं मी जागा झालो. आमच्या घरावरून ते पुढे जात होतं. त्या आवाजांपाठोपाठ रॉकेट्सचा व बंदुकीच्या फैरी झाडल्याचाही आवाज येत होता. साधारण एक तासाच्या आत ते सगळं थंडावलं. दुसऱ्या दिवशी सकाळी मला समजलं की रात्री जो प्रकार घडला तो, नॉर्दन अलायन्सचा कमांडर अहमदशाह मसूद – पंजशीरचा सिंह, त्याचा खून केल्याबद्दल नॉर्दन अलायन्सने केलेला तो प्रतिहल्ला होता.

काबूलमध्ये वेगवेगळ्या प्रवृत्ती आढळून येत. पश्तुन लोक सर्वसाधारणपणे आनंदी दिसत, फारसी सदाचे रुसलेले, तर हजरा शिटे त्यांचा कशाशीच संबंध नसल्यासारखे एकदम अलिप्त! पण सर्वसाधारणपणे सगळ्यांनाच असं वाटत होतं की आता लढाईची धूम संपली आहे. तालिबानने अगोदरच ९५ टक्के देश ताब्यात घेतलेला होता. शिवाय मसूदलाही संपवण्यात आलेलं होतं. त्याचा मृत्यू अल्-कायदानं घडवून आणल्याची बोलवा होती. या सगळ्या तालिबानसाठी जमेच्या बाजू होत्या, पण फक्त दोन दिवसांनंतर झालेल्या मोठ्या आवाजानं मी भलताच अस्वस्थ झालो. शाकर घरापुढचा लोखंडी दरवाजा जोरजोरानं ठोठावत होता.

तो घाबरलेल्या आवाजात म्हणाला, ''तू अजून ती बातमी ऐकली नाहीस का? संपूर्ण जगात उलथापालथ झालीय. अमेरिकेवर हल्ला झालाय. हजारो लोकं मारली गेलीयेत.''

आमच्याकडे दूरदर्शन संच नसल्यामुळे हल्ल्याला बळी पडलेल्यांची भीतिदायक चलत्चित्रं मी पाहू शकलो नव्हतो आणि त्यामुळेच व्यक्तिगतरित्या माझ्यावर काही बेतेपर्यंत परिस्थितीचं गांभीर्य माझ्या लक्षात आलं नाही.

पुढे काय वाढून ठेवलंय याबद्दल कोणालाच काही सांगता येत नव्हतं. ज्या ज्या लोकांशी आम्ही बोललो, त्यातल्या बऱ्याच जणांना असं वाटत होतं की अमेरिका आता बिन लादेनच्या छावण्या जिथे जिथे आहेत, तिथे तिथे कंदाहारमध्ये हल्ले चढवणार. आमच्यासारख्या बाहेरून आलेल्या बऱ्याच लोकांनी अजून काबूल सोडलं नव्हतं, त्यामुळे आम्ही तिथेच राहाण्याचा निर्णय घेतला.

पुढे अनेक आठवडे काही घडलं नाही. त्यानंतर एकदम १७ ऑक्टोबरला रात्री मला असं वाटलं की जणू पृथ्वीच हादरलीये. आजपर्यंत ऐकलेल्या आवाजांपेक्षा आत्ताचा आवाज प्रचंड मोठा होता. खिडक्यांच्या काचा निखळून रस्त्यावर पडल्याचा आवाज त्यातच भर घालत होता. मी एका दुकानात टोमॅटो खरेदी करीत होतो,

घाबरून जाऊन मी तिथून पळत घरी आलो. अमेरिकेनं फेकलेलं क्रूझ मिसाईल दूर कुठेतरी पडलं होतं, पण त्यामुळे बसलेल्या हादऱ्यानं आमच्या घरांच्या खिडक्या मात्र मोडल्या होत्या. शकीर आणि अब्दुल माजिद हे दोघंही त्यांची कुटुंबं एक दिवसासाठी माझ्या जबाबदारीवर सोपवून बाहेर पडले होते. त्या दिवशी माझ्या घरात एकूण २० माणसं होती आणि त्यात बरीच लहान मुलं होती. मी त्या सगळ्यांना घेऊन तळघरात गेलो आणि खिडक्या सतरंज्या-जाजमांनी झाकून टाकल्या.

बाहेर आकाशात तालिबानच्या विमानरोधक तोफा, तांबडे सर्चलाईट सोडत होत्या, त्यामुळे आकाश पेटल्यासारखं लालभडक दिसत होतं. त्याक्षणी मला जाणीव झाली, आता इथून बाहेर पडायलाच हवं.

मी अब्दुल्लाशी ताबडतोब संपर्क साधला (हा कुर्द १९९८ मध्ये मला भेटला होता) त्याचं कुटुंब, अजून एक ब्रिटिश कुटुंब होतं; ते आणि आम्ही असं सगळ्यांनी मिळून काबूल सोडायचं ठरवलं. आमच्या तीन कार्समधून आम्ही निघालो, पाकिस्तानच्या सीमेवर असलेल्या वाळवंटातल्या लोगर या गावी साधारणपणे एक तासाने आम्ही पोहोचलो. वातावरण निवळेपर्यंत तिथे राहायचं आम्ही ठरवलं होतं. मुलाबाळांना ही एक गंमतजंमत करण्यासाठीची सहल आहे असं वाटलं. त्यांना ग्रामीण भागातला मोकळेपणा फारच आवडला. पण खरं पाहिलं तर तिथे आजूबाजूला फक्त वाळवंट पसरलेलं होतं. तिन्ही कुटुंबांनी मिळून एका मोठ्या आवारात एक घर उभारलं. त्या घरात पाच ते सहा खोल्या होत्या.

थोड्या थोड्या दिवसांनी आमच्या काबूलमधल्या घराची हालहवाल पाहण्यासाठी मी काबूलला खेपा मारत असे. तसं मी तिथून अन्नधान्य वगैरे खरेदी करीत असे आणि एखादी वेगळी बातमी हाती लागते का याचाही शोध घेत असे. दिवसाढवळ्या अमेरिकेची बी-५२ जातीची छोटी विमानं बॉम्ब वर्षाव करत असत. तालिबानजवळ तसं पाहता हवाई हल्ले रोखण्याची क्षमता नव्हती. फेकल्या जाणाऱ्या प्रत्येक बॉम्बनंतर जमीन हादरून जाई. धुळीचे लोटच्या लोट आकाशापर्यंत पोहोचत. एक दिवस बॉम्बफेक चालू असताना सिटी सेंटरजवळ माझ्या डोक्याच्या अगदी जवळून एक धारदार वस्तू गेली. त्यानंतर ज्या ज्या वेळी असं घडे त्या प्रत्येक वेळी माझी भीतीनं पार घाबरगुंडी उडून जाई; पण नंतर माझ्या असं लक्षात आलं की, बहुसंख्य अफगाणी असं काही दिसलं की रस्त्यात नुसते उभे राहत आणि टक लावून बघत बसत. या त्यांच्या वर्तनात घाबरून जाण्यापेक्षा कुतूहलाचा भागच जास्त असे. अशाच एक फेरीमध्ये काबूलमध्ये राहणाऱ्या माझ्या काही पाकिस्तानी मित्रांना भेटायला गेलो असताना, तिथे काबूल पडण्याची बातमी आली. एक तर मी त्याच दिवशी संध्याकाळी परत येईन किंवा फार तर दुसऱ्या दिवशी घरी पोहोचेन असं

मी झैनाबला सांगून आलो होतो.

खरं तर काबूलचा पाडाव झालेला नव्हता, परंतु तालिबान काबूलमधून बाहेर पडल्यामुळे तिथे कोणाचंही शासन उरलं नव्हतं, सगळीकडे नुसती अनागोंदी माजलेली होती. ही परिस्थिती परदेशी नागरिकांसाठी अत्यंत धोकादायक होती कारण अशा परिस्थितीत त्यांना कोणीही लुबाडणं, पळवून नेणं, त्याचा खून करणं सहज शक्य होतं. त्या परिस्थितीत काबूलमधून सरळ बाहेर पडणं अत्यंत धोक्याचं होतं. म्हणून मग माझ्या मित्रांनी मला असं सुचवलं की, ते मला दुसऱ्या मार्गांनी लोगरला घेऊन जातील. परंतु डोंगरदऱ्यांमधून जाणाऱ्या रस्त्यावर अंधारात आम्ही रस्ता चुकलो. अंदाजे बारा तासांनी आम्ही पुन्हा मुख्य रस्त्याला येऊन मिळालो. पण तिथे गावातून बाहेर पडलेल्या निर्वासितांच्या झुंडीच्या झुंडी दिसत होत्या. मी घरातून काहीही घेतलं नव्हतं अन् माझं वाहनसुद्धा मी काबूलमध्येच सोडून आलो होतो. मी कुठे चाललो आहे ते मला समजत नव्हतं. प्रत्येक जण भलताच गडबडून गेलेला असल्यामुळे नुसता गोंधळ घालत होता. कारण नेमकं काय घडतंय याची कोणालाच कल्पना नव्हती किंवा आम्ही नेमके कुठल्या दिशेने चाललोय ते देखील कोणाला समजत नव्हतं. आम्हाला सगळ्यांनाच फक्त त्या बॉम्बच्या वर्षावापासून दूर पळायचं होतं. काबूलच्या रस्त्यावरून जाताना मी माझ्या मित्रांना मला लोगारला सोडण्याविषयी सांगितलं; पण त्यांना ते शक्य नसल्याचं त्यांनी लगेच सांगून टाकलं. ते दक्षिणेकडे जलालाबादमार्गे पाकिस्तानात जाणार होते. त्यांनी मला पुन्हा काबूलमध्येदेखील नेऊन सोडलं नाही, कारण तिथे जाणं परकीय नागरिकांसाठी अत्यंत धोक्याचं होतं. आता तिथे परत कोणीच जाणार नव्हतं. आता मी माझ्या कुटुंबापर्यंत कसा पोहोचणार होतो? आणि आमच्या कारशिवाय तिथून बाहेर तरी कसा पडणार होतो? त्या वेळी एका पाकिस्तानी माणसानं मला दिलासा देत म्हटलं, ''काळजी करू नको.'' मी जर त्याच्याबरोबर गेलो तर तो मला लोगारला घेऊन जाणार होता.

लोगारला जाण्याच्या वाटेवर आम्ही जेव्हा सुरोबीला पोहोचलो, तेव्हा आम्ही लढाईत भाग घेतलेल्या काही लोकांना डोंगरातल्या रस्त्यानं खाली येताना पाहिलं. त्यांनी आमच्यावर रॉकेट लाँचर्स व एके-४७ रोखून धरलेली होती. ते दरोडेखोर होते. पण त्याच वेळी चार जीप्स भरून माघार घेणारे तालिबानी लढवय्ये तिथे आले. ते बघताच त्या दरोडेखोरांनी आपल्या हत्यारांच्या दिशा बदलल्या अन् ते निघून गेले. ते तालिबानी आमच्या शेजारून पुढे गेले, परंतु त्यांना ते दरोडेखोर साधे दिसले सुद्धा नाहीत.

पण मी तिथे लोगारकडे जाणारा मार्ग बंद झाल्याचं ऐकलं. झैनाब आणि मुलांपर्यंत पोहोचण्याचा मार्गच खुंटला होता. त्या क्षणी मला जाणवलं, आता मी

माझं कुटुंब गमावून बसलोय.

त्या दिवशी मी जेवढा रडलो तेवढा त्याआधी कधीही रडलो नव्हतो. स्वत:च्या नाविन्याच्या हव्यासापोटी मी माझ्या कुटुंबाला धोक्यात लोटलं होतं. मी स्वत:ला दूषणं देत राहिलो. माझ्यासमोर आता फक्त एकच पर्याय होता, तो म्हणजे त्या क्षणी अफगाणिस्तानमधून बाहेर पडायचं अन् दुसऱ्या मार्गांनी पाकिस्तानमधून पुन्हा जो जवळचा मार्ग चालू असेल त्या मार्गानं आत शिरायचं.

आम्ही दक्षिणेकडे प्रवास करीत राहिलो आणि काही काळानंतर अशा एका ठिकाणी पोहोचलो की, तिथे रस्ता संपून पुढे फक्त डोंगरांची रांगच सुरू होत होती. अजस्त्र पसरलेली सुनसान डोंगरांची रांग आणि डोंगरमाथ्यावर पडलेलं ते पांढरं शुभ्र बर्फ, भलतंच मोहक सौंदर्य होतं ते! दहा लोक असलेल्या आमच्या गटानं एक स्थानिक वाटाड्या पैसे देऊन मिळवला. हा वाटाड्या आम्हाला त्या डोंगरांमधून वाट काढून पाकिस्तानला पोहोचवणार होता.

आमचा पवित्र महिना रमजान चालू असल्यामुळे आमचे रोजे (उपवास) चालू होते. त्यात भर म्हणजे दोन दिवस सतत आम्ही त्या डोंगरवाटेनं चालत होतो. ते दोन दिवस आजवर घालवलेल्या आयुष्यातले सर्वांत जास्त नाट्यपूर्ण दिवस होते. खूप उंचावरून प्रवास चालू असल्यामुळे व उपास असल्यामुळे माझं डोकं एकदम हलकं झाल्यासारखं वाटत होतं. आम्ही प्रार्थनेसाठी थांबलो तेव्हा जगाच्या माथ्यावर, उंच जागी प्रार्थना करताना मी आध्यात्मिक शांती अनुभवली, त्यामुळे माझं मन एकदम शांत झालं. एवढी शांती मला आजवर कधी अनुभवाला आली नव्हती. आम्ही दगडगोटे भरलेल्या रस्त्यांनी चाललो होतो. आता समोर फक्त बर्फाच्छादित डोंगरमाथे तेवढे दिसत होते. सँडल्स घालून मी बर्फातून मार्ग काढत चालत होतो. एकमेकांची ऊब एकमेकांना मिळावी म्हणून आम्ही झोपताना एकमेकांना चिकटून झोपत होतो. आमच्याजवळ थोडं अन्न आणि पाणी होतं, ते आम्ही सगळ्यांनी आपसात वाटून घेतलं, हे अन्न आम्ही आमच्याजवळचे पैसे एकत्र करून, ज्या वेळी वाटाड्या बरोबर घेतला होता, त्याच वेळी खरेदी केलं होतं.

उंच डोंगरात आम्ही आता एका गोठलेल्या नदीजवळ पोहोचलो. साखळी करून ओळीनं आम्ही ती नदी पार केली. मी त्या साखळीत चौथा होतो. माझ्यामागे येणारा माणूस ती गोठलेली नदी पार करत असताना एकदम त्या बर्फाला तडे गेले अन् तो पाण्यात पडला. आम्ही घट्ट हात पकडून त्याला तिथून वर यायला मदत केली. त्यानंतर त्या माणसाच्या अंगावरचे कपडे गारठून एकदम कडक होऊन गेले तरीही तो चालतच होता. त्याच्या रूपानं सबुरी म्हणजे काय याचा मला जिवंत धडा मिळाला. आमच्यापैकी कोणीही कधी उतावळेपणा केला नाही की कधी तक्रारीचा सूर लावला नाही. मला मात्र एकट्याला सतत वाटत होतं आपण कुठेतरी थांबत

का नाही? थोडी तरी विश्रांती का घेत नाही? अर्थात मी तसं कधी बोलून दाखवलं नाही. मला तसं सतत वाटत असल्याबद्दल अखेरीस माझी मलाच मग लाज वाटायला लागली.

आमचा वाटाड्या खरंच फार वेगळा माणूस होता, त्याला रस्त्याची खडान्खडा माहिती होती. रस्त्यात जागोजागी पेरलेले त्याचे खास खबरे होते ते अचानक कुठूनतरी उगवत असत अन् त्याला माहिती पुरवत असत. एकदा त्यांनी त्याला दरोडेखोरांच्या टोळीबद्दलही सांगून सावध केलं होतं. एका खडकाआड घळीत लपून बसलो असताना आम्ही त्यांना आमच्या जवळून जाताना पाहिलं. त्या वेळी माझ्या मनात विचार आला की ते आम्हाला ओलीस ठेवून घेऊ शकतात किंवा आम्ही त्यांच्या नजरेला पडलो तर आम्हाला मारून सुद्धा टाकतील. त्यानंतर आम्ही सर्वांनी आमच्याजवळ असलेले पैसे मोज्यात घालून टाकले.

त्यानंतर काही वेळाने मी बंदुकीतून झालेला गोळ्यांच्या वर्षावाचा आवाज ऐकला. डोंगरात त्या आवाजाचे प्रतिध्वनी सर्व बाजूंनी येत असल्यामुळे नेमक्या कुठल्या बाजूनी गोळीबार झाला हे ठरवणं अशक्य होतं. सगळे जण एकदम निश्चल बसून राहिलो. माझं हृदय तर इतकं जोरात थाड थाड उडत होतं की, मला वाटलं आता ते छाती फुटून बाहेर पडणार. काही क्षणानंतर पुन्हा गोळीबार सुरू झाला पण यावेळी मात्र तो कुठून होतोय ते मी पाहिलं. एक माणूस एका खडकावर बसून आकाशातून जाणाऱ्या विमानावर बेधुंद गोळीबार करत होता. विमान हजारो फूट उंचावरून उडत होतं. ते पाहून वाटायला लागलं त्या माणसाला जाम कंटाळा आल्यामुळे तो ते करतोय.

साधारण मध्यरात्रीच्या सुमाराला सीमा पार करून आम्ही पाकिस्तानात पोहोचलो. आम्ही दोन आठवडे दिवस व रात्री सतत चालत होतो. आम्ही अत्यंत दमलेले, भुकेले झाल्याने दयनीय दिसत होतो. परंतु मला आतून असं वाटत होतं की माझा प्रवास नुकताच सुरू झालाय. रस्त्यातून येताना माझे मित्र मला सतत सांगत होते की, माझं कुटुंब खोस्तला गेलं असण्याची बरीच शक्यता आहे. मी १९९३ मध्ये ज्या मार्गाने तिथे गेलो होतो, त्याच मार्गाने आताही जाऊन त्यांचा शोध घेऊ शकतो. परंतु मला अजूनही माझं कुटुंब कुठे असेल याची काहीच कल्पना नव्हती.

मी इस्लामाबादहून माझ्या इतर नातेवाइकांशी तसंच मित्रांशी संपर्क साधून त्यांना काही माहिती आहे किंवा कसं याची चाचपणी केली. पण त्यांच्यापैकी कोणीही माझी बायको आणि मुलांबद्दल काहीच ऐकलेलं नव्हतं. मी इंग्लंडला माझ्या वडिलांशी सगळं ठीक असल्याबद्दल बोललो; पण त्यांना झैनाब आणि मुलं हरवली असल्याचं सांगायला माझी जीभ रेटली नाही.

सर्वांत प्रथम माझ्या ज्या मित्रांनी मला अफगाणिस्तानमधून बाहेर पडायला मदत केली होती, त्या माझ्या मित्रांच्या मदतीनं मी वेगवेगळ्या संघटनांशी संपर्क साधला. या संघटना अफगाणिस्तानमधून बाहेर पडायला लोकांना मदत करीत होत्या. जमाते इस्लामियामधील माझ्या जुन्या परिचितांना मी जाऊन भेटलो. खरं तर त्यांच्याबरोबरच मी १९९३ मध्ये ते चालवत असलेल्या छावणीला भेट द्यायला गेलो होतो. १९९५ मध्ये तालिबाननं अल् फजरमधील छावणी बंद करून टाकली होती. सत्तेवर आल्याबरोबर पहिलं त्यांनी हेच काम केलं होतं. कारण जमाते इस्लामिया तालिबानविरुद्धच्या पक्षाला साथ देत होती. पण आता परिस्थिती अशी होती की, त्यांना अनेक मुसलमानी गट विरोध करू लागले होते आणि तालिबानला अनेकांकडून सहानुभूती मिळू लागली होती. कारण रशियनांनी जे केलं त्याच्याच पावलावर पाऊल टाकून अमेरिकेनेदेखील अफगाणिस्तानवर आक्रमण केलेलं होतं. या गटांपैकी काही जण पक्के मुरलेले होते, ते वाटाड्याचं काम करीत असत. मी त्यांच्याशी संपर्क साधला आणि त्यांना मदत करण्याची विनंती केली.

आदिवासी सीमेजवळील बन्नु या गावातल्या एका अतिथीगृहात मी राहात असताना खोस्तमधून बाहेर पडलेले अनेक जण मला भेटले. पण त्यांच्याकडून मला हवी असलेली बातमी मिळाली नाही. मला मदत मिळावी या अपेक्षेने मी अनेकांना माझी हकिकत सांगत असे. ती ऐकून त्यांच्या डोळ्यांत पाणी येई, त्यांच्यापैकी एकानं तर मला असं सुचवलं की, अजूनपर्यंत जर मला माझ्या कुटुंबाबद्दल काहीच समजलं नसेल, तर ते आता अल्लाला प्यारे झाले आहेत आणि तीच त्याची इच्छा होती असं मानून, मी त्यांच्याबद्दल आता सगळं विसरून जावं. मला काही सुचत नव्हतं, पण मी आता नेमकं काय करायला हवं ते मला समजलं होतं.

मी इंग्लंडमध्ये माझ्या वडिलांना आणि माझ्या तिथल्या मित्रांना मला पैसे पाठविण्याविषयी कळवलं. कारण माझ्या कुटुंबाचा शोध घेण्यासाठी मी ज्या वाटाड्याला पाठवलं होतं, त्याला पैसे द्यायला हवे होते. मी त्यांच्याबरोबर जाण्याचा प्रयत्न केला, पण परदेशी व्यक्तीसाठी ते अत्यंत धोकादायक आहे असं सांगून त्यांनी माझं म्हणणं उडवून लावलं होतं. अफगाणिस्तानमधील परदेशी व्यक्तींसंबंधीच्या अत्यंत भीतिदायक गोष्टी मी रोज ऐकत असे. या गोष्टी किंवा बातम्या, त्यांचा खून केल्याच्या, त्यांना पळवून नेल्याच्या किंवा त्यांच्यावर बलात्कार केल्याच्या असत. तसंच अमेरिका करत असलेल्या तुफानी बॉम्ब हल्ल्यांच्या देखील असत. दोन अरब महिलांनी त्यांना स्थानिक गुंडांनी भ्रष्ट केल्यावर आत्महत्या केल्याची बातमी एका स्थानिक वृत्तपत्रात आली होती. काही संधिसाधू मंडळींनी अशा परदेशी व्यक्तींना ताब्यात घेऊन अधिक लाभाच्या आशेनं ओलीस ठेवलं होतं. बी.बी.सी. व सी.एन.एन. या प्रसार माध्यमांतल्या महत्त्वाच्या वाहिन्यांनीही बातम्या

देताना असं म्हटलं होतं की, अफगाणिस्तानमध्ये हजारोंच्या संख्येनं सामान्य नागरिक मृत्यू पावले आहेत. काबूल सोडून निघालेल्यांनी भरलेल्या बसवरच बॉम्ब टाकण्यात आला, कंदाहारजवळ एक अख्खं खेडंच साफ कापून काढण्यात आलं, खोस्तजवळ निर्वासितांचा एक तांडाच नष्ट करण्यात आला, ...खोस्तलाच माझं कुटुंब गेलं असण्याची शक्यता होती.

अत्याचारांच्या ज्या कहाण्या मला इंग्लंडमधील माझ्या सुखासीन आयुष्यातून बाहेर ओढून काढत असत व मदतीच्या कामाला लावत, तसले अत्याचार आता माझ्या कुटुंबाच्या वाट्याला आले असण्याची शक्यता होती. मी स्वत:लाच एक वचन दिलं– माझ्या जिवात जीव असेपर्यंत मी माझ्या कुटुंबीयांचा शोध कधीच थांबवणार नाही.

भीतीनं अन् काळजीनं मी अगदी सैरभैर झालो होतो. मी आधीच पाकिस्तानला का निघून आलो नाही? मी मुळात त्या दिवशी काबूलला तडमडलोच कशासाठी? मी काबूलमधूनच परत फिरण्याची जोखीम का पत्करली नाही? मुळात मी अफगाणिस्तानला कशासाठी आलो?

माझ्या कुटुंबीयांना शेवटचं बघून आता तीन आठवडे होऊन गेले होते.

शेवटी अगतिक अवस्थेत मी इस्लामाबादमधील माझ्या मित्राला म्हणालो की, जर त्यांना आठवडाभरात माझ्याबद्दल काहीही समजलं नाही तर त्यांनी ब्रिटिश वकिलातीशी व माझ्या वडिलांशी संपर्क साधावा. मी आता एकटाच अफगाणिस्तानला जाणार होतो.

"तू कुठेही जायचं नाहीस." तारिक फोनवरच ओरडला. "माझ्याजवळ तुला सांगण्यासारखी एक चांगली बातमी आहे. तुझं कुटुंब इथे इस्लामाबादमध्ये अगदी सुरक्षित आहे. तू आहेस तिथून अगदी थोड्या अंतरावर एका मित्राकडे ते आत्ता राहात आहेत."

माझ्या कुटुंबाबरोबरची ती पुनर्भेट आसवांमध्ये चिंब भिजलेली होती. मनात भावनांचं काहूर माजलेलं. मला त्यांच्या सुरक्षिततेची इतकी काळजी वाटली होती की, डोळे सुजेपर्यंत मी रडलो होतो आणि ते आता अगदी इथे, माझ्या जवळ होते. सुरुवातीला भावनावश होऊन झैनाब रडली, ते अश्रू आनंदाचे तसेच विरहाच्या दु:खाचेही होते, पण एकदाचा तो पूर ओसरल्यावर ती एकदम छान दिसू लागली. मी उम्मामाहला मिठीत घेतल्यावर ती नेहमीसारखंच रडली. अब्दुर-रहमान खुशीत हसत होता आणि पुरती तीन वर्षांची सुद्धा नसलेली नस्याबाह् म्हणाली, "बाबा, माझं चॉकलेट कुठे आहे?" मी काबूलला जाण्यापूर्वी तिच्यासाठी तिथून चॉकलेट आणीन असं म्हटलं होतं. त्या गोष्टीला तीन आठवडे उशीर झाला होता इतकंच.

त्या दुर्दैवी रात्री काय घडलं ते झैनाबनं मला सांगितलं. माझा जुना मित्र

आणि आमच्याबरोबर असलेल्या कुर्दिश कुटुंबातल्या अब्दुल्लाहला काबूलचा पाडाव झाल्याचं समजलं, तेव्हा त्यानं पाकिस्तानला निघून जाण्याचा निर्णय घेतला. पण तोपर्यंत मी परत आलो नव्हतो. त्या वेळी त्याने झैनाब आणि मुलांना त्यांच्याबरोबर चलण्याचा आग्रह केला, कारण त्यांच्याशिवाय अब्दुल्लाह तिथून जाणार नव्हता.

झैनाबला मी तोपर्यंत घरी परत न आल्याबद्दल खूपच राग आलेला होता, पण तिला काहीतरी निर्णय घेणं भागच होतं. संध्याकाळच्या सुमाराला कुर्द आणि एका ब्रिटिश कुटुंबासकट ते सगळे जण सरहद्दीच्या दिशेनं चालू लागले. गोंधळलेल्या त्या अवस्थेत फक्त तिच्या व मुलांच्या कपड्यांची एक बॅग तेवढी बरोबर घेऊन ते निघाले होते. वाहनात त्यांना जेमतेम बसण्यापुरतीच जागा होती.

एका मागोमाग एक खेडी मागे टाकत, हवाई हल्ला चुकवत, मजल दरमजल करत ते चालले होते. वाटेत त्यांना कुठे थांबावं असं सुरक्षित ठिकाण सापडलं नाही. सीमारेषेपर्यंत पोहोचेपर्यंत बॉम्ब पडण्याची भीती, तसंच वाटेत एखादा दरोडेखोर भेटण्याची भीती होतीच. शिवाय जिथे तिथे पैसा चारल्याशिवाय पुढे सरकताच येत नव्हतं. साधारण दोन आठवडे उलटून गेल्यानंतर ते सगळे सुरक्षितपणे इस्लामाबादला पोहोचले. या काळात मी अक्षरश: वेड्यासारखा जलालाबाद जवळच्या डोंगरदऱ्यातून तिचा शोध घेत फिरत होतो याची झैनाबला कल्पनाच नव्हती. त्यांना आता इतक्या दिवसांनंतर सतत असं समजावण्यात येत होतं की, मी त्यांना आता पुन्हा कधीच दिसणार नाही. झैनाब व ते ब्रिटिश कुटुंब इस्लामाबादला पोहोचल्यावर ते सगळे अलीच्या घरी गेले कारण अली आम्हा दोघांचाही मित्र होता.

इस्लामाबादमध्ये पुन्हा एकदा आमचं कुटुंब एकत्रितपणे राहू लागलं. इथे माझ्या आत्या आणि काका राहात होते. तसंच जवळच चुलत भाऊसुद्धा राहात होता. सर्व कुटुंबीयांच्या संपर्कामुळे एक वेगळ्याच प्रकारचा आनंद आम्ही उपभोगू लागलो. त्यातच आम्हाला आमच्या पुढच्या बाळाची चाहूल लागली. मुलं आता शाळेत जाऊ लागली होती, त्या सगळ्यांजवळ आता नवे कपडे होते आणि मी गेल्या तीन महिन्यांत तिसऱ्यांदा घर बदललं. आता नव्या घरात तिनं रमून जावं अन् भीती नि भयानकतेचा तिनं जो अनुभव घेतला होता, त्यातून बाहेर यावं यासाठी हे तिसरं घर झैनाबच्या आवडीनुसार घेतलेलं होतं. आमच्या कुटुंबानं, मित्रांनी आम्हाला इंग्लंडहून आमच्या या कठीण परिस्थितीत मदत करण्यासाठी हजारो पाऊंड पाठवले, काबूलमध्ये आम्ही सर्व काही गमावलं होतं. परंतु मला असा विश्वास वाटत होता की, या भूमीत मी काहीतरी चांगलं करू शकतो.

अफगाणिस्तानात शांतता निर्माण होण्याची आम्ही वाट पाहत होतो. एकदा

तिथली परिस्थिती निवळली की परत तिथे जाऊन मी शाळेच्या[४] देखरेखीच्या कामाला लागणार होतो. मी अरेबिक पुस्तकांचं इंग्रजी भाषांतर करण्याचं ठरवलं. अफगाणिस्तानात असताना सुरू करायच्या अनेक प्रकल्पांपैकी हा एक प्रकल्प होता. तो आता इथे मी पुरा करायचं ठरवलं.

मी माझ्या वडिलांशी जेवढ्यांदा फोनवर बोलत असे, त्या प्रत्येक वेळी मी आता बर्मिंगहॅमला परत यावं असं ते सुचवत असत आणि त्याउलट मी त्यांना त्यांनी इथे आम्हाला भेटायला यावं असं सुचवत असे. आमच्या नव्या घरात भरपूर जागा होती. आम्ही अजून काही दिवस पाकिस्तानातच राहायचं ठरवलं होतं. कारण ज्या लोकांनी माझ्या कुटुंबाला अफगाणिस्तानमधून बाहेर पडायला मदत केली होती, त्यांना इथे राहून मदत करायचा माझा इरादा होता.

मला एकदा ११ सप्टेंबरला अमेरिकेत घडलेल्या घटनेची चित्रफीत बघायला मिळाली, तेव्हा लक्षात आलं की, किती मोठ्या प्रमाणात निरपराध लोकांना आपल्या जिवाला मुकावं लागलं होतं.

पाकिस्तानमध्ये मी व्यतीत करीत असलेलं आयुष्य फक्त दोन महिन्यांत, त्यांनी मला मध्यरात्री उचलून नेण्यानं, असं अचानक संपून जाईल याची मला कधी पुसटशीदेखील कल्पना आली नाही. सी.आय.ए., एफ.बी.आय. व एम-१५ यांनी माझी कसून चौकशी केल्यावर मला पुन्हा अफगाणिस्तानला पाठवण्याचा त्यांचा निर्णय माझं सारं आयुष्यच बदलून टाकणारा होता.

मी पहिल्यांदाच माझ्या कुटुंबापासून दूर राहिलो होतो, तो दुरावा तीन आठवड्यांचा होता. पण आता तीन वर्षं हा दुरावा माझ्या वाट्याला येणार होता.

---

४. अलीकडेच मला असं समजलं की २००२ सालातल्या शेवटच्या काळात अमेरिकेनं केलेल्या बॉम्बहल्ल्यात ही शाळा उद्ध्वस्त झाली होती परंतु त्यात प्राणहानी झाली नाही.

६
इंग्लिश ५५८

आम्ही कंदाहारला जाण्यासाठी भल्या पहाटे पाकिस्तानमधून निघालो. विमानात खाली बसणं भलतंच त्रासदायक होतं. कारण एकतर विमान सारखं हालत असल्यामुळे बसणारे हादरे सरसरत माझ्या पाठीपर्यंत जात होते आणि विमानाच्या सतत होणाऱ्या आवाजामुळे माझं डोकं भणभणायला लागलं होतं. जरी वरच्या कापडामुळे अंधार होता, तरी सैनिक आपल्या कॅमेऱ्यातून फोटो काढत होते, त्या प्रत्येक वेळी उडणाऱ्या फ्लॅशचा प्रकाश माझ्या तोंडावर येत होता.

माझ्या पाठीमागून अरेबिकमधून कोणीसं म्हणालं, ''बंधो, आपण प्रार्थना करू या का?''

इतक्यात एक पहारेकरी आला अन् माझ्या कानापाशी किंचाळला, ''अरे ए, मादरचोद, थोबाड बंद कर! जर थोबाड उचकटलंस तर मी तुला ठार मारीन.''

नंतर मला एका पहारेकऱ्यानं सांगितलं की प्रवासात ते आमच्याभोवती बसले होते अन् त्यांच्या हातात उघडे तळपते चाकू होते. मला ज्यानं प्रार्थना करायला सांगितली होती त्या इसमाला आम्ही विमानात चढण्यापूर्वी इस्लामाबादमध्ये बेड्या ठोकण्यात आल्या होत्या. तो लिबीयन होता आणि त्याला पाकिस्तानात पकडण्यात आलं होतं, हे तो मला जेमतेम सांगू शकला. प्रत्येक मुसलमान, तो कुठल्याही परिस्थितीत असू दे, ठरावीक वेळी आपोआप प्रार्थना करतोच.

माझ्या डोक्यावरून घातलेल्या कापडामुळे मला धड श्वास घेता येत नव्हता. माझ्या प्रत्येक श्वासागणिक ते कापड माझ्या नाकातोंडावरून लपकऽ लपकऽ असं मागे पुढे होत होतं. मला आजूबाजूचं काहीही दिसत नसल्यामुळे मी भयंकर वैतागलो होतो. मला एकसारखं वाटायला लागलं होतं की, आता कुठल्याही क्षणी माझ्या तोंडावर ठोसा बसू शकतो. तीच एक सगळ्यात वाईट गोष्ट घडण्याची शक्यता आहे. विमान जेव्हा जमिनीवर उतरलं तेव्हा आम्हाला बाहेरच्या हवेचा

स्पर्श झाला. तिथे कडाक्याची थंडी होती आणि माझे हातपाय बधीर होऊन गेले होते. माझ्या पायात पादत्राणं नव्हती, होते ते फक्त मोजे. कारण पाकिस्तान्यांनी दिलेल्या रबरी सपाता अमेरिकनांनी काढून घेतल्या होत्या. माझ्याजवळ कोटही नव्हता. अंगात एक पातळसा शर्ट अन् ट्राऊझर्स एवढेच कपडे होते. मी विमानातून उतरून वाकून चालायला लागलो. अमेरिकन सैनिक मला दोन्हीकडून ढोसत असल्याने मी अगदी वाकून चालत होतो.

बेड्या ठोकलेले असे आम्ही एकूण सहा जण होतो हे मला माहीत होतं. आमच्या डोक्यावरून पाकिस्तान्यांनीच कपडा टाकलेला होता. इस्लामाबादमध्येच मी एका पाकिस्तानी अधिकाऱ्याला मला मोकळा श्वास घेता यावा म्हणून तोंडावर टाकलेला कपडा थोडा दूर करण्याची विनंती केली होती. कापड थोडं वर सरकताच मी चटकन आजूबाजूला पाहिलं, तेव्हा खास पाकिस्तानी पेहराव, म्हणजे सलवार-कुडता घातलेले आणि माझ्यासारखंच डोक्यावरून कापड घातलेले काही जण दिसले.

इस्लामाबादच्या विमानतळावर पाकिस्तान्यांकडून अमेरिकन लष्कराच्या ताब्यात मला देण्यात आलं. तेव्हाच या दोन्ही सैन्यदलात असलेला वृत्तीचा आणि मला दिल्या जाणाऱ्या वागणुकीतला जमीन-अस्मानाचा फरक मला जाणवला. मला इकडून तिकडे हलवताना पाकिस्तानी अधिकाऱ्यांनी माझ्या पायात चुकूनसुद्धा बेड्या ठोकल्या नव्हत्या. ते कधीच माझ्या अंगावर खेकसले नव्हते किंवा त्यांनी मला कधीच कुठेही फरफटत नेलं नव्हतं. अमेरिकन मात्र शांतता राखा असं ओरडून सांगत होते. शिवाय त्यांनी माझी पावलं घट्ट अशी साखळदंडानं बांधली होती आणि अगदी गरज नसताना त्यांनी माझ्या डोक्यावरचं फडकं माझ्या मानेभोवती करकचून आवळून मला विमानात फरफटत नेलं होतं. मी स्वतःला बजावलं, आपल्या अपेक्षेपेक्षा खूपच वाईट गोष्टी घडणार आहेत आणि त्यांना तोंड देण्यासाठी मला अतिशय थंड डोक्यानं काम करायला हवं. आमचं विमान जमिनीवर टेकून धावपट्टीवर थांबताच माझ्यावर हातांचा दाब पडला व त्यांनी मला अक्षरशः खाली पार झोपवलं. त्यानंतर मात्र मी जाम घाबरलो. माझं हृदय धडधडत होतं. हवेत विलक्षण गारठा असूनसुद्धा माझ्या डोक्यावरून टाकलेल्या त्या कापडाच्या आत मला माझं डोकं घामानं चिंब भिजल्याचं जाणवत होतं. माझं आता ते काय करणार याविषयी मी भयंकर साशंक होतो. ते मला ठार करतील, की माझा अतोनात छळ करतील, की माझा भयंकर अपमान करतील? कुठल्याही परिस्थितीत मी माझी आत्मप्रतिष्ठा टिकवू शकेन का? हे सगळं सहन करत राहाणं अतिशय अवघड होतं, पण त्यानंतर मी माझ्या कुटुंबाचा विचार करू लागलो. कमकुवत हृदयाच्या माझ्या वडिलांना इथे काय चाललंय हे समजलं, तर ते हे दुःख कसं सहन करू

शकतील? खरं तर मला माझ्या कुटुंबाची मुळीच काळजी करण्याचं कारण नव्हतं. मला त्यांचा विचार या असल्या लांच्छनास्पद स्थितीत करायचा नव्हता. मी अल्लाची करुणा भाकली अन् म्हणालो, माझ्या या अवस्थेत त्यांनी मला कधीही पाहता कामा नये. माझी नेहमीची प्रार्थना म्हणण्यासाठी माझे ओठ हलू लागले. ही प्रार्थना म्हटल्यावर मला खूप बरं वाटत असे. अल्लाचं नाव घेण्यानं कोणालाच, कुठेच, कसलाच त्रास होणार नव्हता. अल्ला सर्वत्र आहे, त्याला सगळं समजतं.

ज्याच्यावर विश्वासही बसणार नाही अशा स्वरूपाच्या अनन्वित अत्याचाराला, क्रौर्याला सामोरं जाण्यासाठी मी स्वत:च्या मनाची तयारी करत होतो. कंदाहारमधल्या कँप ऱ्हायनोमधल्या गोष्टी पाहून मी किती हादरून गेलो होतो ते मला चांगलं आठवतंय. इस्लामाबादमध्ये मोकळा असताना मी ग्वांटानामोतल्या कँप एक्स-रे बद्दल दूरदर्शनवर, तसंच वर्तमानपत्रातून बरंच वाचलं, पाहिलं होतं. इस्लामाबादमधल्या एका छानशा घरातल्या जेवणघरात एफ.बी.आय.चा हस्तक माईक याच्याबरोबर माझी झालेली मुलाखत मला स्पष्ट आठवत होती. ''तुला हे माहीत आहे का की इथल्यापेक्षा कंदाहार व ग्वांटानामोमध्ये सैन्यदलाची हुकमत चालते. त्यामुळे परिस्थिती खूपच वेगळी असेल, कारण तिथे तुला अतिशय कडकपणे वागवलं जाईल.'' आमची मुलाखत चालू असताना त्याचं हे बोलणं मी फारसं मनावर घेतलं नव्हतं किंवा कडक वागणूक म्हणजे नेमकं काय करतील याबद्दल मी विचारसुद्धा केला नव्हता... पण म्हणजे नेमकं काय, डोक्यावरून घट्ट कापड घालणं, जबर मारहाण करणं की सिनेमात पाहिलं होतं तसं विजेचे तीव्र धक्के देणं, वाट्टेल ते खोटेनाटे आरोप लादणं, की मारून टाकण्याची धमकी देणं? नेमकं काय?

उघडपणे होणाऱ्या आक्रमणासाठी मी मनाची आणि शरीराची तयारी केली नव्हती. मी माझ्या डोक्यावरून घातलेल्या त्या कपड्याआडून पाहिलं होतं– वाळवंटात घालतात तसल्या बुटाच्या तपकिरी, अस्सल कातड्याच्या तळानं त्यांनी कैद्यांच्या पाठीवर शिक्के उमटवले होते.

त्या सैनिकांच्या चालण्याबोलण्यावरून तो अधिकारी असावा असं वाटत होतं, त्याला मी विचारलं, ''हातमोजे कशासाठी आहेत? तुम्ही संपूर्ण देहाची तपासणी करणार नाही, खरं ना?''

''छे छे! तसलं आम्ही काहीच करणार नाही.'' तो धडधडीत खोटं बोलतोय हे उघडच दिसत होतं.

विमानाच्या इंजिनातून आवाज येतच होता. ते अजून थंडावलं सुद्धा नव्हतं तोच त्यांनी मला चिखलातून फरपटत नेलं अन् जमिनीवर आदळलं. त्याच्या या हडेलहप्पीमुळे मला यातना झाल्याच, पण त्याहूनही वाईट म्हणजे माझ्या मनात भीतीनं जे ठाण मांडलं होतं ते फारच त्रासदायक होतं. कैदी आणि सैनिकांचं

ओरडणं माझ्या कानी पडत होतं. त्यामुळे तिथे काय घडत असणार हे कोणी वेगळं सांगण्याची गरज नव्हती. अमेरिकन ढंगानं उच्चार करत सैनिक इंग्लिश, अरेबिक आणि उर्दूतून हुकूम देत होते. 'शट अप... उस्कूत... चूप करो, स्टे डाऊन, किफ फी माकानीक, नीचे रहो, डोंट मूव्ह, ला ताताहाराक, हिलना मत.'

एक पहारेकरी अक्षरश: माझ्या अंगावर उपडा पडला होता अन् माझ्या कानात अत्यंत अश्लील असं काहीतरी ओरडत होता. माझे हात अजूनही पाठी बांधलेले होते. डोक्यावरचा कपडा मानेभोवती आवळलेला होता, त्यामुळे मला धड श्वासोच्छ्वासही करता येत नव्हता. मी त्या पहारेकऱ्याला हलकेच म्हणालो, ''मला श्वासही घेता येत नाहीये.'' त्यानं माझ्या डोक्यावरून घातलेल्या कापडाचा तोंडावरचा भाग तेवढा बाजूला केला.

''धन्यवाद.'' मी पुटपुटलो.

डोक्यावरून घातलेलं कापड घट्ट आवळत तो ओरडला, ''मादरचोद, माझे आभार वगैरे मानण्याची मुळीच गरज नाहीये आणि लक्षात ठेव, माझ्या दयाळूपणाला माझा कमकुवतपणा समजण्याचा मूर्खपणा करू नकोस.''

दोन पहारेकऱ्यांनी मला धरून उभं केलं आणि मग मला त्यांनी खेचायला सुरुवात केली. माझ्या पायातले साखळदंड घोट्याला घासत असल्यामुळे आत्यंतिक यातना होत होत्या. तिथून रक्त येत असल्यास त्यात नवल नव्हतं, मी त्यांच्या चालीनं जाऊ शकत नव्हतो कारण ते साखळदंड फारच आखूड होते.

माझ्या पुढे होणाऱ्या 'शोभायात्रे'ची ही तर नुसती सुरुवात होती. मी धक्क्यातून आता सावरत होतो. हे सगळं माझ्याबाबतीत घडतंय यावर माझा विश्वासच बसत नव्हता. आता वेगवेगळे आवाज येऊ लागले. कुत्री भुंकत होती, शिवीगाळ केली जात होती, त्यातच विमानाच्या इंजिनाचाही आवाज येत होताच. जनरेटर्स धडधडत होते आणि कैदी यातनांनी विव्हळत होते. कदाचित मी देखील असाच किंचाळलो असेन. मी जमिनीवर अडखळलो, त्यामुळे पुन्हा एकदा खाली आडवा झालो. या वेळी मला असं वाटलं की माझे गुडघे, माझ्या बरगड्यांचा पार भुगा करताहेत, इतक्या जोरात ते माझ्या छातीवर दाबले गेले आणि माझ्या कवटीचा पार चेंदामेंदा होतोयस मला वाटलं. माझ्यावरच्या वजनाच्या ओझ्यानं मी जमिनीवर खिळून गेलो होतो. माझ्या उरावर बहुदा तिघं जण बसले होते. मी तसूभरही हलू शकत नव्हतो. माझ्या घोट्याजवळचे साखळदंड काढून टाकत असल्याची मला जाणीव झाली. त्याच वेळी माझ्या पायाला धारदार, थंड अशा धातूचा स्पर्श झाला. माझे कपडे फाडून काढण्यासाठी ते सुरी चालवत होते. विवस्त्र स्थितीत मला भयंकर थंडी वाजायला लागली होती. तरीही ते करत असलेली मानहानी फारच मनस्ताप देणारी होती. माझी पँट काढून टाकल्यानंतर माझ्या उघड्या कातडीवर पुन्हा एकदा

साखळदंडाचा स्पर्श झाला. शर्ट काढून टाकल्यावर पुन्हा तेच घडलं. माझे हात त्यांनी पाठीमागे करकचून आवळले होते. साखळदंड पुन्हा घालेपर्यंत ते तसेच ठेवलेले होते. त्यांनी मला ओढून उभं केलं. आता माझ्या डोक्यावरून घातलेलं ते कापड बाजूला करण्यात आलं होतं. असं वाटत होतं की, आता मला पुन्हा खाली पाडण्यासाठी ते पाईप वापरतील. पण त्याऐवजी सैनिकांनी मला गराडा घातला. ते मला मोठ्या आवाजात शिवीगाळ करत होते आणि माझे पुन्हा एकदा फोटो काढत होते. कॅमेऱ्याच्या फ्लॅशमुळे माझे डोळे दिपत होते आणि म्हणून मी डोळ्यांची एकसारखी उघडझाप करीत होतो. माझ्या देहाची अंतर्बाह्य तपासणी करण्यात येईल असं त्यांनी सांगितलं होतं. पण तसं त्यांनी काहीच केलं नाही. माझ्या मनात कल्पनांचा खेळ सुरू झाला. आता याहूनही भीतिदायक यातनामय गोष्टी घडणार आहेत आणि खरोखरच माझ्या मागच्यांची जी छळवणूक होत होती, त्यामुळे होणाऱ्या मरणप्राय यातनांमुळे ते लोक किंचाळत होते. कोणीतरी अरेबिकमध्ये ओरडलं, "बंधूनो, धैर्यानं वागा." आणि मग तोच आवाज कुराणातल्या ओळींचा दाखला देत म्हणाला, "लक्षात असू दे, जे लोक धैर्यानं वागतात, त्यांच्या पाठीशी अल्ला असतो."

आता मला एका लाकडी छपराखाली हलवलं गेलं, मी खाली बसलो. आता ते तयार करत असलेल्या, त्यांनी डांबून ठेवलेल्यांच्या छायाचित्रांच्या संग्रहासाठी ते माझं पोर्ट्रेट काढू शकत होते. एक माझ्या केसांसकट आणि दुसरं डोक्यावरचे व दाढीचे असे सगळेच केस सफाचट केल्यानंतरचं. दुसऱ्याला होणाऱ्या यातनांमधून आनंद मिळवणाऱ्यांपैकी तो होता. तो म्हणजे न्हावी! त्याला तो करत असलेल्या कामातून भलतीच खुशी मिळत होती. यांत्रिक वस्तरा चालवून माझी दाढी काढून टाकल्यानंतर तो म्हणाला, "हे काम करायला मला सर्वांत जास्त आवडतं." तो असं का म्हणाला असेल यावर मी विचार करत असताना माझ्या लक्षात आलं, विशेषत: या प्रदेशात पुरुषानं दाढी राखणं हे मुस्लीम असण्याचं महत्त्वाचं चिन्ह आहे. त्यामुळेच ती काढून टाकण्याचा त्याला सर्वाधिक आनंद होतोय. अशी दाढी काढून टाकताना इतरांनी बरीच कुरकूर केली असणार! त्या तक्रारी त्यानं ऐकल्या असणार. न्हाव्यानं माझा चकोट करण्यासाठी जेव्हा माझी मुंडी इकडून तिकडे वळवली, जेव्हा स्टुलावरून मी पडू नये यासाठी पाय हलवले तेव्हा एका सैनिकाने माझे पाय पुढे ढकलले अन् त्यावर जोरात त्याचे बूट असलेले पाय दाबत आई-माईचा उद्धार करणारी गलिच्छ शिवी हासडत किंचाळला, "तुला पाय हलवायची परवानगी कोणी दिली?"

तिथली सगळ्यात मानहानिकारक गोष्ट कुठली असेल, तर ती ही की, दुसऱ्यांचा छळ होत असताना मुकाट्यानं तो पाहत राहणं आणि त्याच वेळी त्या

सगळ्या प्रकारामुळे त्या व्यक्तीला किती मानहानिकारक वाटत असेल त्याची जाणीव असणं. ही अशी माणसं होती, जी आजतागायत त्यांची पत्नी वगळता विवस्त्र अवस्थेत कधी कोणासमोरही आली असण्याची शक्यता नव्हती. मिशी नाहीतर दाढी आटोपशीर करण्याखेरीज कधी त्यांनी त्यांच्या चेहऱ्यावरील केसांना हातही लावला नव्हता. अश्लीलतेच्या वाट्यालाही ते कधी गेले नसणार. ते सगळं पाहिल्या, भोगल्यानंतर माझी अशी भावना झाली की आजवर मी जे पवित्र म्हणून राखलं ते सगळं आता संपून गेलंय आणि माझी अशी खात्री आहे की माझ्यासारखीच त्यांचीही भावना झाली असणार.

मला तात्पुरत्या उभ्या केलेल्या एका खोलीत नेण्यात आलं तिथे दोन एफ.बी.आय.चे अधिकारी हजर होते. खरंतर त्यांनी घातलेल्या एफ.बी.आय. बेसबॉल कॅप्समुळे ते त्या संघटनेचे आहेत असं म्हणायचं. एरवी ते लोक खूपच वेगळे दिसत होते. त्यापैकी एक जण 'रॉब' होता तर दुसऱ्याचं नाव 'बिल' होतं. त्यांनी माझ्या बोटांचे ठसे घेतले मग तोंडात कापसाचा बोळा घालून एकदा ते पुसून घेतलं नि मला विचारलं, "ओसामा बिन लादेन किंवा मुल्लाह् उमरला तू शेवटचं कधी पाहिलं आहेस?"

हा प्रश्न त्यांनी नक्कीच असंख्य लोकांना विचारला असणार आणि त्यांना अपेक्षित असलेलं उत्तर मात्र त्यांना कोणाकडूनही मिळालं नसणार. माझ्या आधी माझ्यासारखाच सर्व प्रक्रियांमधून गेलेला कैदी होता. त्यालाही हाच प्रश्न विचारल्याचं मी ऐकलं होतं. त्यांनी आमच्याविरुद्ध चालवलेल्या या सर्व गोष्टी किती निष्फळ आहेत याची मला कल्पना आली. मी जेव्हा त्यांना नम्रपणे, या दोघांनाही कधी पाहिलं नसल्याचं सांगितलं, तेव्हा मी इतकं सफाईदार इंग्लिश बोलतोय याचंच त्यांना आश्चर्य वाटत असल्याचं माझ्या लक्षात आलं. मी त्यांच्यासमोर विवस्त्र अवस्थेत, थंडीनं काकडत असताना त्यांच्यातला एक जण मला म्हणाला, "तू राहात होतास तिथून केवळ वीस मैलांवर असलेल्या स्ट्रॅटफोर्ड-अपॉन-अ‍ॅव्हॉनला एकदा तो येऊन गेला आहे." मी भ्यायलो आहे असं समजून पहारेकऱ्यांनी माझी नक्कल सुद्धा केली, "तू जेव्हा शांत होशील तेव्हा आम्ही पुन्हा तुझी नक्कल करू." असं ते मला म्हणाले. पण खरंतर मी थरथर कापत होतो ते भीतीमुळे नव्हे तर थंडीमुळे! त्यानंतर त्यांनी मला ढकलून खाली पाडलं व पुन्हा एकदा साखळदंड घालण्याचं काम सुरू केलं; पण या वेळी ते उलटीकडून काम करत होते. मी आता फिकट निळसर कपड्यात होतो. शिवाय पायात जुने बूटही घालायला मिळाले होते. त्यांनी आतले कपडे, शिवाय बक्कलसुद्धा दिले होते. शिवाय एक अफगाणी टोपीसुद्धा दिलेली होती. ९ सप्टेंबर २००१ रोजी ज्याचा खून झाला, तो नॉर्दन अलायन्सचा नेता अहमद शाह मसूद, त्याचं ते चिन्ह होतं. ती टोपी भलतीच मोठी होती.

माझ्या हातातल्या आणि पायातल्या बेड्या अनुक्रमे दोन्ही मनगटांजवळ आणि दोन्ही घोट्यांजवळ बांधल्या होत्या. त्यामुळे मी फक्त गोगलगाईच्या गतीनेच पुढे सरकू शकत होतो. पहारेकऱ्यांना उगाचच वाटत होतं की मी मुद्दामच हळू चालतोय. त्यांनी माझी गठडी वळली व मला उचललं. आता मी हवेत लटकू लागलो होतो, माझे हात पाठीमागे बेड्यांमध्ये अडकलेले होते. माझ्या खांद्याच्या मागे दोन्ही पहारेकऱ्यांचा एकेक हात माझ्या बेड्यांमध्ये अडकलेला होता. जरी या सगळ्यामुळे मला भयंकर यातना होत होत्या, तरीही मी विव्हळलो नाही, परंतु मी त्यांना मोठ्यांदा ओरडून माझा डावा खांदा आधीच निखळला असल्याचं सांगितलं. त्यांनी चौकशी करण्यासाठीच्या तंबूत मला अशा तऱ्हेनं वाहून नेलं आणि शेवटी माझं मुटकुळं खुर्चीत आदळून माझ्या डोक्यावरून घातलेलं कापड बाजूला केलं.

या वेळी मी सैन्यदलातला एक तरुण अधिकारी पाहिला. त्यानं मला व्यक्तिगत प्रश्न विचारले– माझं नाव, वय, पत्ता, विवाहित की अविवाहित, मुलबाळं आहेत का वगैरे. त्यानंतर त्यानं त्या छावणीतले नियम मला सांगितले. इथे डांबून ठेवलेल्यांशी बोलायचं नाही, अन्न किंवा इतर कुठल्याही वस्तू लपवून ठेवायच्या नाहीत आणि कंपाऊंडच्या तारांपासून दूर राहायचं असं सगळं होतं ते.

त्यानं पुन्हा बजावलं, ''तारांना मुळीच स्पर्श करायचा नाही.''

मी विचारलं, ''या तारांमध्ये वीज खेळवलेली आहे का?''

अधिकारी माझ्या या प्रश्नाचं उत्तर न देताच म्हणाला, ''हुकूम पाळला गेला नाही किंवा हुकमानुसारच्या कार्यवाहीला नकार दिला गेला तर त्याची परिणती शिक्षेत होईल.'' पुढे तो अधिकारी म्हणाला, ''पळून जाण्याचा प्रयत्न केलास तर बंदुकीच्या गोळ्यांचा वर्षाव केला जाईल, एवढं लक्षात ठेव.''

'एनिमी प्रिझनर ऑफ वॉर' असं एक कार्ड माझ्या हातात देण्यात आलं, त्यावर माझा कैदी नंबर '५५८' लिहिलेला होता. शिवाय हाच नंबर माझ्या पाठीवरसुद्धा लिहिण्यात आला. मला असं सांगण्यात आलं की मी 'इंग्लिश' म्हणून आता ओळखला जाणार आहे. माझी ही नवी ओळख मी 'इंग्लिश' (ब्रिटिश) असल्यामुळे नव्हती, तर मी इंग्रजी बोलू शकत असल्यामुळे होती.

आमच्यापैकी कुणालाही आम्ही नेमके कुठे आहोत हे माहीत नाही असंच त्यांना वाटत होतं. 'पैज आपली! तुम्ही कुठे आहात ते तुम्हाला माहीत असणं शक्यच नाही.'' त्यांच्यातल्या एकानं आम्हाला टोला मारला. आम्ही कंदाहारच्या विमानतळावर आहोत हे मला माहीत होतं. कारण इस्लामाबादमध्ये माझी चौकशी करणाऱ्या अधिकाऱ्यांनी मला कुठे घेऊन जाणार आहेत ते सांगितलं होतं. (मी कंदाहार विमानतळाचे फोटो पाहिले होते. हा विमानतळ थोडा थोडा 'सिडनी ऑपेरा हाऊस'सारखा दिसतो हे मला माहीत होतं.) जेव्हा कंदाहारच्या विमानतळावर

अमेरिकेच्या मरिन्सनी कँप ऱ्हायनो उभा केला होता, तेव्हा दूरदर्शनवर मी ते सगळं पाहिलेलं होतं. त्या मंडळींना, ''मी कुठे आहे ते मला माहीत आहे.'' असं उत्तर देऊन छोटा का होईना जो धक्का दिला, त्याचं सूक्ष्म समाधान मला मिळालं.

सुरुवातीचं आमच्या संदर्भातलं सगळं कामकाज आता संपलं होतं. आता त्यांनी आम्हाला गंजलेल्या पत्र्याच्या एका शेडकडे नेलं. तिथली जमीन म्हणजे नुसती माती होती. तारेचं कुंपण घालून तिथे तात्पुरत्या स्वरूपाच्या छोट्या छोट्या बराकी तयार केलेल्या होत्या. तिथे अजिबात खिडक्या नव्हत्या. मला सैन्यदलातल्या दोन पोलिसांनी धरून आणलं आणि अगदी टोकाच्या कोपऱ्यातल्या एका बराकीत सोडलं. त्या बराकीत दोन गोधड्या, एक शाल, एक बादली, पाण्याची एक प्लास्टिकची बाटली आणि अस्थम्याचा त्रास घालवण्यासाठीचं माझं इनहेलर एवढंच सामान होतं. अमेरिकनांनी पाकिस्तानात विमानतळावरच माझा चष्मा काढून घेतलेला असल्यामुळे मला इथे चकणं बघावं लागत होतं. बराकीत माझ्याबरोबर मला एक माणूस दिसत होता, पण त्याच्याशी नियमानुसार मी संपर्क ठेवू शकत नव्हतो. त्या माणसानं स्वत:ला गोधडीत लपेटून घेतलं होतं आणि तो आता झोपण्याच्या तयारीत असावा असं वाटत होतं.

मी जरी प्रचंड दमलो होतो, तरी मला मुळीच झोप येत नव्हती. माझ्या बाबतीत हे असं घडू शकतं, यावर माझा विश्वासच बसत नव्हता. त्यामुळे मला प्रचंड धक्का बसला होता. संपूर्ण छावणीला वीजपुरवठा करणाऱ्या जनरेटरचा आवाज सुद्धा माझं मन स्थिर करू शकत नव्हता.

तंबूच्या माझ्या बाजूच्या कोपऱ्यावर बंदुकीच्या गोळ्यांच्या निशाण्या उमटलेल्या होत्या. तिथे पडलेल्या भोकातून मी बाहेर बघण्याचा प्रयत्न करत होतो जेणेकरून मला इथे असलेल्या लोकांची सर्वसाधारण स्थिती कळू शकेल. मला इथे घेऊन येणाऱ्या त्या दोन पोलिसांपैकी एक जण म्हणाला होता, की मला इथे आवडेल पण आता खूपच अंधार झाला होता, शिवाय माझ्याजवळ माझा चष्मासुद्धा नव्हता. माझ्या कानी अरेबिक, पश्तू, फारसी, उर्दू आणि इंग्लिश या सगळ्याची सरमिसळ असलेलं बोलणं व ओरडणं कानी पडत होतं. मला काहीतरी जळत असल्याचा विचित्र वास आला. मला वाटलं कुठेतरी बार्बेक्यू लावलेलं असेल... कोणीतरी फुटबॉलसुद्धा खेळत असेल. कदाचित सैनिक आणि कैदी परस्परांविरुद्ध खेळत असतील. मला एकदम दुसऱ्या महायुद्धावरच्या 'दी ग्रेट एस्केप' व 'व्हॉन ऱ्हाईन्स एक्सप्रेस' या चित्रपटांची आठवण झाली. त्या वेळी नाझींनी युद्धकैद्यांना खूपच नीट वागवलं होतं. तसंच कैद्यांना तुलनेनं अधिक स्वातंत्र्यही दिलेलं होतं. खरंतर इथं आम्हा सर्वांनाच 'युद्ध कैदी' असं कार्ड देण्यात आलं होतं.

माझ्या बराकीत मी इकडेतिकडे पाहिलं आणि तिथली एकूण परिस्थिती पाहून

थक्क झालो. माझं बादलीकडे लक्ष गेलं. लघवी करण्यासाठी मला तिचा उपयोग करावा लागणार होता. याआधी पाकिस्तानातल्या बराकीत मला लघवीला जायचं झालं तरी आधी पहारेकरी माझ्या डोक्यावरून एक पंचा टाकत असत आणि मग मला एकट्याला घेऊन लघवीसाठी जात. त्याची मला एकदम आठवण झाली. तिथे लघवी करण्याची जागा अत्यंत गलिच्छ होती, पण तिथे गेलं की मला माझा असा एकांत मिळत असे. इथे मात्र मला शाल किंवा रजईत स्वत:ला झाकून घेऊन केवळ स्वत:ची लाज राखत जे काही करायचं ते उरकावं लागणार होतं. या बादल्या रोजच्या रोज रिकाम्या होतात की नाही हे पाहण्याची जबाबदारी अमेरिकन सैनिकांवर होती. त्यांच्यासाठी हे काम काही मोठं हवंसं नव्हतं. साहजिकच या कामासाठी त्यांनी काही डांबून ठेवलेल्यांची नियुक्ती केली. या कैद्यांचे पाय साखळदंडात अडकवलेले असत, पण हात मात्र मोकळे ठेवले जात. स्वत:हून मी हे काम कधीच स्वीकारलं नाही, पण आमच्यातल्या काहींनी मात्र हे काम स्वत:हून पत्करलं. त्यामुळे त्यांना नव्या आलेल्या कैद्यांकडून बाहेरची काही बातमी मिळण्याची शक्यता असे. तसंच काही सैनिकी पोलीस त्यांना कैद्यांशी काही शब्द बोलण्याची परवानगी देत असत. अशा तऱ्हेनं माझ्याशी सर्वांत प्रथम बोललेली व्यक्ती एक कुवेती विद्वान होता असं मला नंतर आढळलं. तो फक्त एवढंच म्हणाला, "अल् फराज करीब", 'लवकरच मदत मिळेल!' मला माहीत होतं हे विधान आशा दाखवण्यासाठी होतं आणि म्हणून मी त्याचे आभार मानले. परंतु त्यामुळे मला एकसारखं वाटायला लागलं, मला जे ठाऊक नाही असं खास काही याला माहीत आहे का?

त्या तंबूत रात्रंदिवस प्रकाश असे. गंजलेल्या पत्र्यांनी त्या तंबूतच निर्माण केलेल्या छोट्या छोट्या बराकी नजरेला पडत. तंबूच्या एका टोकाला एम-१६ गन घेऊन एक सैनिक उभा असे. शिवाय त्याच्याजवळ एक दाब देऊन उडवायची रायफल (pump action shot-gun) सुद्धा असे किंवा मशिनगन (saw) सुद्धा असे. या सगळ्या हत्यारांसकट त्याला कधीकधी पहारेकऱ्याच्या छोट्या चौकीत बसलेला बघण्याची मला सवय झालेली होती. त्या जागेला ते टेहळणी नाका असं म्हणत. त्या जागी ते कित्येक तास बसून राहात. त्यांना त्यांच्या या कामातून थोडीशी मोकळीक सुद्धा मिळे. तर कधी इकडून तिकडे जाणाऱ्या सैनिकी पोलिसांशी ते थोड्या फार गप्पा मारत एवढंच.

एका कंटाळवाण्या रात्री माझं वेळेचं भान पारच सुटलं होतं, पण बहुधा दुसऱ्या दिवशीची पहाट झाली असावी. कारण तारांवर लाथा मारत पोलीस ओरडायला लागले होते, 'उठाऽ उठाऽऽ.' त्यानंतर तारेवरून काहीतरी उडत आलं. एम.आर.इ. (मील रेडी टू इट) म्हणजेच आघाडीवर असताना उघडून ताबडतोब

जेवण्याजोगं अन्नाचं पाकीट. ते खाणं आणि नंतरचा कचरा गोळा करून टाकण्यासकट आम्हाला पंधरा मिनिटं देण्यात आलेली आहेत असं त्यांनी ओरडून सांगितलं. अशा रेडी टू इट प्रकारच्या अनेक तऱ्हा होत्या. पण सुरुवातीला तरी त्यात 'हलाल' हा प्रकार नव्हता. आजपर्यंत मी 'हलाल' किंवा 'कोशर' या प्रकारचं अभक्ष्य भक्षण केलेलं होतं. पण आता एकतर समोर आलेलं मुकाट्यानं पोटात ढकलायचं किंवा शेंगदाणे आणि थोडं काही मिळेल ते खाऊन उपास काढायचा. मी पुढ्यात आलेलं डुकराचं मांस सोडून सगळं खाल्लं. इतरांसारखं मी सुद्धा दातांनी ते पुडकं उघडायला शिकलो. पण कधीकधी ते इतकं कडक असे की, लोक मग नाइलाजानं कुंपणाच्या गंजलेल्या तारेचा उपयोग करून ते उघडत असत. आम्हाला ही खाण्याची पुडकी मिळण्याआधीच इथल्या पोलिसांनी त्यातल्या कित्येक वस्तू लंपास केलेल्या असत. चमच्याचा उपयोग वॉटर हिटरच्या साहाय्यानं अश्रुधुराची नळकांडी करण्यासाठी होण्याची शक्यता होती. मिरपूड कोणाच्याही डोळ्यांत टाकली जाऊ शकेल म्हणून मिळत नसे आणि त्या पुडक्यांमधली चॉकलेट्स खाण्यासारखी चैन करायला आम्ही लायक नव्हतो. आम्हाला चमचे देण्यात येत नसल्यामुळे आमचा आम्हाला मार्ग शोधावा लागे, त्यामुळे मग कोणी हातानी खाई तर कोणी पुडक्याचा तुकडा मोडून त्याचा चमच्यासारखा उपयोग करी किंवा काही महाभाग पुडक्यातलं सगळं नुसतं गिळून टाकत असत. इथे खाणं म्हणजे नुसता अपमान होता. घरच्या प्रेमानं वाढलेल्या सुग्रास अन्नाचा विचार देखील करणं शक्य नसे आणि घरचं प्रेम व घेतली जाणारी काळजी, याच्या केवळ आठवणीने मी माझा शांतपणाच हरवून बसलो असतो आणि मला नेमकं तेच नको होतं.

त्यांनी त्या वेळी आमची एक गोष्ट थांबवली नाही, ती म्हणजे प्रार्थनेसाठी एकमेकांना बोलावणं. मी पहाटेच उठत असे. त्या वेळी नेहमीचा परिचित आवाज कानी पडे. मग मी कोरडीच वजू (प्रार्थनेपूर्वी हातपाय धुणे) करे व पश्चिमेकडे तोंड करून पहाटेची प्रार्थना करीत असे. त्या दिवशी मी ती करायला निघालो; पण तो दिवस 'ईद-अल-अधा', म्हणजेच त्यागाचा देवदूत असलेल्या अब्राहमने स्वत:च्याच मुलाला बळी देण्याचा हुकूम दिला होता, तो होता. मुसलमान बांधव हा दिवस स्मरण दिन म्हणून साजरा करतात. वर्षातला हा सर्वांत महत्त्वाचा साजरा करण्याचा दिवस. हा दिवस कुटुंबात राहूनच साजरा करायचा असतो.

कोणी आमच्या तंबूत येऊन 'ईद मुबारक' म्हणण्याचा स्वप्नवत क्षण त्या दिवशी आला. आंतरराष्ट्रीय रेड क्रॉस समितीबरोबर झालेली ही पहिली भेट. अरेबिकमधून बोलणारा एक माणूस प्रत्येक बराकीत गेला. त्यानं रेड क्रॉसचं चिन्ह असलेला पेला प्रत्येकाला दिला. त्यात मांसाचा तुकडा नि ब्रेड होता. मला वाटलं हे सगळं सदिच्छेपोटी चाललंय. आमच्यासारखा छळ भोगून तारांच्या वेटोळ्यापलीकडे

राहाणाऱ्याला आवर्जून 'सीझन्स ग्रीटिंग' देण्याचा विचार कोण करू शकेल? इथल्या एका पोलिसाचं नंतर टोपणनावच 'रँबो' पडलं होतं. हाच पोलीस माझा उल्लेख नेहमी 'ग्रेट ब्रिटन' असा करीत असे. तो माझ्याकडे आला अन् त्यानं मला विचारलं, ''ईद मुबारक म्हणजे काय?'' मी त्याला उत्तर दिलं, ''ईद मुबारक म्हणजे, 'ईदची ग्रीटिंग्ज!सांस्कृतिकदृष्ट्या 'मेरी ख्रिसमस' इतकंच महत्त्वाचं.''

रेडक्रॉस ऑफिसरबरोबर दिमतीला सैनिक तर होतेच, पण त्याशिवाय आणखीही एक माणूस होता. तो माणूस म्हणजे इंग्लंडहून आलेला पॅट्रिक हॅमिल्टन. त्याला पाहून थोडं हायसं वाटलं. (एम-१५ ना पाहून इस्लामाबादमध्ये क्षणभर का होईना मला असंच हायसं वाटलं होतं) माझ्या शेजारच्या बराकीतल्या माणसाशी तो अस्खलितपणे पश्तुन भाषेत बोलला. त्याच्याशी बोलण्याची माझी पाळी आली, तेव्हा त्यानं पुन्हा एकदा माझी सर्व व्यक्तिगत माहिती लिहून घेतली. त्यानंतर त्यानं मला आंतरराष्ट्रीय रेडक्रॉस समितीचं नोंदणीचं एक कार्ड दिलं आणि विचारलं, ''तुला काही निरोप द्यायचाय का?'' खरंतर जरी माझी बायको नेमकी कुठे आहे हे मला माहीत नसलं, तरीही मला माझ्या बायकोला पत्र लिहावंसं वाटत होतं. मी पहिलं पत्र पाकिस्तानच्या पत्त्यावर लिहिलं. मला त्या वेळी अंधूक आशा वाटत होती की, ती अजून तिथेच राहात असावी. खरंतर ती तिथे राहात नाही असं मला पाकिस्तानी लोकांनी सांगितलं होतं, तरी मला मात्र तसं वाटत होतं. मी तिच्यासाठी दुसरं पत्र माझ्या वडिलांच्या पत्त्यावर पाठवलं. कदाचित ती इंग्लंडला परत गेली असेल असं मला वाटायला लागलं होतं आणि एक पत्र मी माझ्या वडिलांना लिहिलं. या वयात त्यांना माझ्यामुळे जी काळजी लागून राहिली होती, त्यासाठी त्यांची माफी मागण्यासाठीचं ते पत्र होतं. पॅट्रिकनं मला सांगितलं की रेडक्रॉसनं आमचा 'युद्ध कैदी' हा दर्जा मान्य केल्यामुळे आम्हाला खरं तर ते सर्व हक्क मिळायला हवे, परंतु अमेरिकन्स मात्र तुम्हाला युद्ध कैदी न मानता बेकायदेशीर युद्धखोर मानत असल्याने तुम्हाला कुठलेही हक्क नाहीत. ही आंतरराष्ट्रीय संस्था आमच्या हक्कांसाठी, हक्कांविषयी बोलतेय हे बघून मला बरं वाटलं; पण लवकरच ते अमेरिकनांपुढे किती निष्प्रभ आहेत हेही बघायला मिळालं.

मला त्या तंबूत पाच आठवडे ठेवण्यात आलं. इतर कैद्यांपासून मला वेगळं ठेवण्यात आलं होतं आणि चौकशीसाठी अगदी केव्हाही बोलावलं जात असे. कधी रात्री तर कधी दिवसा, अगदी केव्हाही बोलावणं येई. डांबून ठेवलेल्या कैद्याला त्याच्या बराकीतून बाहेर काढण्यासाठी जे सव्यापसव्य करावं लागत असे, त्यातून अमेरिकन सैन्याच्या कार्यपद्धतीची झलक पाहायला मिळाली. दहशतवादाविरुद्ध उघडलेल्या मोहिमेचं ते नेमकं उदाहरण होतं. प्रत्येक खेपेला कोणाला तरी नेस्तनाबूद करण्यासाठी किंवा ठार करण्यासाठी वापरलेली ती प्रचंड ताकद,

त्याबद्दल मला थक्क व्हायला होई. एवढी प्रचंड ताकद त्यांनी वापरल्याबद्दल माझ्या मनात दाटून आलेला राग अजूनही आहेच.

जेव्हा एखाद्या कैद्याच्या उलट तपासणीची वेळ होत असे, तेव्हा त्याची चाहूल मला आधीच लागायची. कारण सैनिकी पोलिसांच्या रेडिओवरून केलेली विनंती मला ऐकू येत असे. 'एस्कॉर्ट एम.आय कृपया ५५८' याचा अर्थ लष्कराच्या गुप्तचर विभागानं एस्कॉर्ट दलाला (त्यांचा उल्लेख मी एस्कॉर्ट एजन्सी असा करीत असे.) ज्यांच्यावर कैद्यांना ने-आण करण्याची जबाबदारी होती, एखाद्या कैद्याला चौकशीसाठी आणायला सांगितलेलं असे. अशा विनंती नंतर एस्कॉर्ट गट एकत्र होऊन जवळ बेड्या बाळगत त्याचा नंबर पुकारत त्याच्या कोठडीकडे जात असत. कधी कधी त्याच्या जोडीला ते त्या कैद्याला म्हणत, ''चल, तुला फिरायला जायचंय.'' या वेळी ही विनंती खुद्द माझ्यासाठी होती.

बराकीला दरवाजा नव्हता. तिथे फक्त तार होती. दर वेळी ती तार दूर करण्यासाठी त्यांना त्यांच्या रक्षणार्थ हातात मोजे घालावे लागत असत आणि मगच ते कैद्याला बराकीतून घेऊन जाऊ शकत असत. टेहळणी बुरुजावरच्या त्या दोन सैनिकी पोलिसांशिवाय एक जण बराकीच्या बाहेर कैद्यावर रोखलेली बंदूक हातात घेऊन उभा राहात असे. या परिस्थितीत कैद्याला पाय दुमडलेल्या स्थितीत जमिनीवर आडवं व्हावं लागे, शिवाय या परिस्थितीत त्याचे हात त्याच्या डोक्याच्या मागे बांधलेले असत. हत्यारबंद नसलेले तिघं जण मग एकतर त्याला पायबेड्या ठोकण्याचं किंवा असलेल्या काढून टाकण्याचं काम करीत. या सर्व प्रक्रियेला बराच वेळ लागे आणि मोजून पाच माणसं लागत.

मी बराकीतून बाहेर आल्यावर मला खूप खाली वाकावं लागे, कारण ते लोक मला खाली ढकलत राहात. त्याच वेळी ते मला पायबेडी ठोकत. ती माझ्या घोट्यांजवळ सतत घासत राही. माझ्या बराकीत एकदा बेड्या काढून टाकल्यावर मग मी पुन्हा माझ्या पूर्वस्थितीला येई आणि मग तत्काळ ते तिथून पळ काढत. सुरुवातीच्या काळात हे असं घडत होतं, पण नंतर हळूहळू सगळ्याच गोष्टींची घडी बसल्यावर सगळं सोपं वाटायला लागलं, अगदी अंगवळणी पडल्यासारखं सोपं!

दुसऱ्या आठवड्यात पोलिसांनी मला चौकशीच्या तंबूत आणलं अन् ते म्हणाले, ''तुला भेटायला कोणी खास आले आहेत.'' एम-१५ बरोबर झालेली अफगाणिस्तानमधली ती माझी पहिली भेट होती. दिवस संपायला थोडे तास उरले होते. बर्मिंगहॅममध्ये मी ज्याला पूर्वी भेटलो होतो, तो अँड्र्यू आणखी कोणाला तरी बरोबर घेऊन आत आला. त्या दुसऱ्या माणसाचं नाव मॅट! तो चांगला उंच होता. त्याच्या डोक्यावर कुरळे तांबडे केस होते आणि अंगात रग्बी शर्ट! पुन्हा एकदा ब्रिटिश माणसाला तिथे पाहून माझी आशा पालवली. हा माणूस मला चांगला

माहीत होता, तो माझ्या घरीसुद्धा येऊन गेलेला होता, मी तेव्हा त्याला चहासुद्धा पाजला होता.

अँड्र्यू अतिशय बुद्धिमान होता. तो वेगवेगळ्या बोलीभाषेत अरेबिक बोलू शकत असे, शिवाय त्याचं वाचनही भरपूर होतं. पण त्यानं इंग्लंडमध्ये जे प्रश्न विचारले होते तेच प्रश्न इथे सुद्धा विचारायला सुरुवात केली... मला माहीत असलेली माणसं, मी कुठेकुठे जाऊन आलो त्या जागांची नावं, माझ्या बायकोच्या माहेरच्यांनी घर विकत घेण्यासाठी दिलेला पैसा... सगळं तेच तेच. मी अक्षरश: भीक मागितल्यासारखं त्याला माझ्या कुटुंबाचं क्षेमकुशल विचारलं. पण त्याबद्दलची माहिती ठेवणं हे त्याच्या कार्यकक्षेत येत नाही, असं उत्तर त्यानं मला दिलं. तो म्हणाला की, 'इथलं सगळं काही अमेरिकन्सच्या ताब्यात आहे आणि आम्ही फक्त त्यांचे पाहुणे म्हणून इथे आलो आहोत. आम्ही फक्त त्यांचे जवळचे सहकारी आहोत. तुला इथे मिळणाऱ्या वागणुकीबाबत मात्र आम्ही काहीतरी करू शकतो. पण माझ्यावर विश्वास ठेव, तू त्यांच्याशी जितकं चांगलं वागशील, तितकी चांगली वागणूक ते तुला देतील.'

तो सगळाच दांभिकपणा होता. माझ्याइतकं चांगलं वागणं इतर कोणालाही जमलं नसतं. माझ्या डोक्यावरून कपडा घातलेला पाहून अँड्र्यू चांगलाच अस्वस्थ झालेला आहे हे माझ्या लक्षात आलं. माझ्या पायातले साखळदंडही त्याला नक्कीच आवडले नव्हते आणि म्हणूनच त्यानं त्या सैनिकी पोलिसाला विचारलं, "हे सगळं खरोखरच आवश्यक आहे का?" शेवटी त्यानं सगळ्या अमेरिकनांना तंबूबाहेर जायला सांगितलं अन् मला चॉकलेट देऊ केलं. अर्थातच ते मी मुळीच घेतलं नाही. त्यानंतर तो तिथून निघून गेला. पण एक क्षणभर 'मॅट' मात्र मागे रेंगाळला आणि मला म्हणाला, "तुझ्याशी आता नेमकं काय बोलायला हवं ते मला माहीत नाही, पण हे सगळं एक दिवस नक्कीच संपणार आहे." एम-१५ कडून काही अपेक्षा करणं त्यानंतर मी कायमचं सोडून दिलं.

मी तासन्तास मांडी घालून बसत असे आणि आम्हाला खाण्याची जी पुडकी दिली जात, त्यावरचा मजकूर वाचत असे. छापलेला तो मजकूर पुडक्यातल्या अन्नात आहारात मूल्य किती आहेत, अन्नात कोणकोणते घटक आहेत याविषयी असे. मी आत्ता किती उष्मांक असलेलं अन्न खाल्लं ते मी वाचे – हे काहीतरी वाचतोय, म्हणजे आपण काहीतरी उपयुक्त असं करतो आहोत, हे वाटणं देखील त्या परिस्थितीत थोडं नसे. आजवर मी जे आयुष्य जगलो होतो, ते सतत अंगावर जबाबदाऱ्या घेऊन. थोड्या वेळात त्या पार पाडण्यासाठी धावपळ करणं, तणावाखाली भराभर कामं उरकणं असं गेलं होतं. अफगाणिस्तानातल्या प्रकल्पांचं काम असू दे, नाहीतर घरी असतानाचं माझं जगणं असू दे, एवढं रिकामपण कधीच नव्हतं. मी

माझ्या बराकीत एकसारखा चकरा मारत राही. आमच्या बराकींच्या ओळीतल्या सर्व बराकींच्या शेवटी मला एखादुसरा माणूस दिसे. त्यांनी त्याला कुराण वाचायला दिलं होतं. मी जेव्हा त्याच्याकडून कुराण मागून घेतलं, तेव्हा आम्ही एकमेकांशी थोडं बोललो. मला अनेक वेळा कैद्यांसाठी, रेडक्रॉस किंवा पोलिसांचं म्हणणं भाषांतर करून सांगावं लागे. त्या वेळी त्यांच्याशी चार शब्द बोलण्याची संधी मला मिळे.

माझ्याशेजारी आधी असलेल्या माणसाच्या जागी जो दुसरा माणूस बदलून आला होता तो तर एक वल्लीच होता! तो इसम रशियन[१] होता. हेरगिरीचा आरोप ठेवून त्याला तालिबान्यांनी पकडला आणि त्यानंतर कंदाहार पडल्यावर नॉर्दन अलायन्सनं त्याला अमेरिकनांच्या ताब्यात दिला. तो अरेबिक, पश्तू, फारसी, उर्दू, मोडकंतोडकं इंग्लिश आणि अर्थातच अतिशय सफाईदार रशियन बोलत असे. रशियासाठी हेरगिरी केल्याच्या आरोपावरून तालिबान्यांनी त्याला कित्येक वर्षं तुरुंगात सडवलं होतं. माझ्या बराकीत असलेला माणूस सिरियन होता. त्यालाही याच आरोपाखाली पकडून तालिबान्यांनी तुरुंगात डांबलं होतं. मी बर्मिंगहॅमला असताना अफगाण न्यूजच्या वेबसाईटवर त्याच्याबद्दल वाचलं होतं. त्यानं कशाचीतरी कबुलीसुद्धा दिली होती. तालिबानींवर हेरगिरी करण्यासाठी सिरियन लोकांकडून त्याच्यावर जबरदस्ती करण्यात आली होती. शिवाय दुबईच्या प्रशासनानं त्याच्यावर अत्याचार करून त्याची चांगली पिटाई सुद्धा केलेली होती. या दोघांना इतर कैद्यांपासून नंतर वेगळं ठेवण्यात आलं. कारण त्यांना वाटत होतं, की या दोघांना इतर कैद्यांपासून धोका आहे. पण एक नक्की की ते देखील अजूनही कैदीच होते आणि त्यामुळेच इतर कुठल्याही सामान्य कैद्याप्रमाणे त्यांनाही तेवढंच वाईट वागवलं जाई.

लवकरच माझ्या एक गोष्ट लक्षात आली, ती म्हणजे अमेरिकन्सना आमची भीती वाटत असल्यामुळे ते आम्हाला घाबरवण्याचा जास्तीतजास्त प्रयत्न करीत होते. इथल्या सैनिकांना प्रशिक्षणाच्या काळात आमच्याबद्दल भीतिदायक गोष्टी सांगितल्या होत्या. आम्ही मुसलमान, अरब, मध्यपूर्वेतून आलेले खुनी, अतिरेकी अशी आमची ओळख त्यांच्या मनात होती. कधीकधी हे सैनिक माझ्या बराकीबाहेर, एका ब्रिटिशाबद्दल वाटणाऱ्या कुतूहलापोटी थांबत असत, तेव्हा मी त्यांच्याशी बोलण्याचा प्रयत्न करी. मी त्या प्रदेशाचा राजकीय व ऐतिहासिक संदर्भ तसंच लोकांच्या प्रवृत्ती, संवेदनशील प्रश्न, वांशिक आणि सांस्कृतिक विविधता, वेगवेगळ्या धर्मातली तत्त्वं विचार आणि भाषिक वेगळेपणा अशा अनेक गोष्टींच्या संदर्भात त्यांच्याशी बोले. खरंतर हे सगळं मला देखील नीटसं समजलं होतं असं म्हणता

---

१. ऐरात वाहिडोव्ह – २००५ मधे सुटका करण्यात आली.

येणार नाही; पण मी अनेक भाषा बोलू लागलो होतो, त्या प्रदेशात फिरलो होतो, शिवाय धर्माचा व इतिहासाचा मी अभ्यास केलेला होता. हे सगळं समजून घेण्यात त्यांना रस आहे असं मला वाटत होतं. खरंतर बऱ्याच जणांना अज्ञानातच सुख वाटतं आणि कुठेही नेमणूक होण्यापूर्वी त्यांना मिळणाऱ्या अगदी कामापुरत्या माहितीवर ते समाधानी असतात, ही गोष्ट मला फार त्रासदायक वाटत होती. मला मात्र सतत असं वाटायचं की, ज्या माणसानं चुकून सुद्धा कधी जॉर्जिया किंवा टेनिसी ओलांडून बाहेरचं जग पाहिलेलं नाही, त्यांना हे सगळं कसं समजावून सांगायचं?

लवकरच माझ्या हे लक्षात आलं की, हे लोक अर्धवेळ सैनिकाची नोकरी करणारे होते. ते नॅशनल गार्ड्स किंवा राखीव सैनिकी दलातले होते. सैन्यदलात पूर्ण वेळ काम करणारे होते त्यांना 'सुट्टीच्या दिवशीचे लढवय्ये' असं म्हणत असत. त्यांना सैनिकी कामाबद्दलचं सहा महिन्यांचं प्राथमिक शिक्षण दिलं जात असे. त्यानंतर दोन आठवडे पूर्ण वेळ व दर वर्षी दर आठवड्याच्या शेवटच्या दिवशी सहा वेळा असं प्रशिक्षण दिलं जाई. हे सगळं ऐकल्यावर मला त्यांची अगदी दया आली. त्यांनी हे काम पत्करलं होतं ते कदाचित पैसा कमवून, हवाई बेटांवर किंवा युरोपला सहलीला जाण्यासाठी किंवा महाविद्यालयीन शिक्षणाचा खर्च भागवण्यासाठी. त्यामुळे जगातल्या सगळ्यात धोकादायक जागी आपल्याला जावं लागेल असा विचार त्यांनी स्वप्नात सुद्धा कधी केला नसणार. शिवाय अशा धोकादायक ठिकाणी जाऊन तिथल्या तुरुंगातल्या अत्यंत धोकादायक कैद्यांवर पहारा द्यावा लागेल. अर्थात हे कैदी धोकादायक आहेत हे त्यांना त्यांच्या वरिष्ठांनी सांगितलेलं, पण काही झालं तरी हे सगळं त्यांच्यासाठी सुद्धा फारच अनपेक्षित होतं!

इथल्या पाच आठवड्यांच्या वास्तव्यात सुरुवातीलाच माझी पोलिसांशी ओळख झाली, तशीच कॅप्टन डॅनरशीही ओळख झाली. नियमितपणे चर्चमध्ये जाणारा असा तो एक आफ्रिकन-अमेरिकन ख्रिश्चन होता. त्याच्याशी मी अनेक वेळा बोलत असे. त्यानं आमच्या 'ग्रिप्स' बद्दल सगळं ऐकून घेतलं होतं आणि हा माणूस दिला शब्द पाळणारा आहे असं वाटत होतं. त्याच्याबरोबर अनेक विषयांवर मी चर्चा करू शकलो असतो.

मी एकदा त्याच्याबरोबर बोललो होतो. त्या वेळी उपोषणाला बसण्याच्या तयारीत असलेल्या रशियनाच्या कैद्यांसाठी अरेबिकमधून भाषांतर करून सांगायचं काम मी करीत होतो. तालिबान्यांनी अगोदरच त्याला तीन वर्षं तुरुंगात ठेवलेलं आहे, हे त्या रशियनाला या सर्व मंडळींना सांगायचं होतं. तालिबानच्या तुरुंगापेक्षा इथे मिळणारी वागणूक फारच वाईट आहे. तालिबान्यांनी त्याला रेडिओ दिला होता

शिवाय ते त्याला रोज शिजवलेलं जेवण, ताजी फळं आणि भाज्या देत असत. त्याच्या श्रद्धेचा आदर करीत आणि त्यांनी त्याला मुतारीपासून दूरच्या बराकीत ठेवलेलं होतं. इथे मात्र या अमेरिकनांच्या तावडीत असल्यामुळे त्याला अक्षरश: मुतारीतच राहावं लागत होतं.

कॅप्टन डॅनर कितीही चांगला असला तरी त्याला त्यानं सांगितलेलं सगळं मुळीच आवडलं नाही. कॅप्टनने थोडं काही बदलायला सुरुवात केली, पण खऱ्या अर्थानं काहीच बदललं मात्र नाही. अमेरिकन सैन्यदल आचरट वाटाव्या अशा साचेबद्ध व्यवस्थेत काम करीत असल्याने, अनेकांना प्रचंड वैताग आलेला होता. सैनिक तसंच कैदीही या सगळ्याला जाम कंटाळलेले होते.

पहाटेनंतरचा माझा बराचसा वेळ कुराणातल्या आयता आठवण्यात जात होता. मी अल्-काहफ (गुहा) हे कुराणातलं प्रकरण नुकतंच पाठ केलं होतं. खरं तर हे प्रकरण दर शुक्रवारी मुसलमानांनी म्हणायचं असतं. तसं त्यांना सांगितलं जातं. मी जेव्हा फेऱ्या मारत नसे तेव्हा मी खाली रजई पसरून त्यावर मांडी घालून बसे किंवा किंचित आडवा होत असे. आज कुठला वार आहे, तारीख कोणती किंवा नेमके किती वाजले आहेत हे समजून घेण्याला तिथे बंदी होती, परंतु तिथल्या लोकांकडून दिवसातून पाच वेळा प्रार्थना म्हणण्यासाठी बांग दिली जाई. ती तशीच हाक प्रार्थनेसाठी म्हणून आमच्यापैकी कोणीतरी इथेही देई. भल्या पहाटे, सकाळी, दुपारी, सूर्य अस्ताला गेल्यावर आणि रात्री प्रार्थनेसाठी हाक देणं हा अमेरिकनांवरचा आमचा छोटा का होईना विजय आहे, असं आम्ही समजत होतो. त्या शिबिरात प्रार्थनेसाठी दिली जाणारी ही हाक म्हणजे पुन्हापुन्हा साधला जाणारा परस्परांमधला आत्मिक संवाद होता. बराकीच्या पत्र्याला छर्रे लागून पडलेल्या भोकातून, मी सुद्धा टक लावून पलीकडचं सामान्य लोकांचं जगणं न्याहाळण्याचा प्रयत्न करीत असे. त्या वेळी मी देखील त्यांच्यातलाच एक असायला हवा होतो अशी इच्छा उराशी बाळगत असे. माझं असं निरीक्षण चालू असताना एकदा मला एका पोलिसानं हटकलं. ते तसं बघणं थांबवलं नाहीतर तो ती भोकं बुजवून टाकेल, अशी तंबीही त्यानं दिली. त्यामुळे मग त्यांचं लक्ष नाही, असं पाहून मगच मी तिथे डोकावू लागलो.

ओळीनं बांधलेली, कॅनव्हासची छतं असलेली अनेक लाकडी घरं दूरवर दिसत. या घरांच्या बाजू उघड्या होत्या. पण तक्तपोशीच्या जागी मात्र छत होतं. इथे प्रत्येक इमारतीत दहा ते वीस यांच्या दरम्यान कैदी ठेवले जात. प्रत्येक कैद्याच्या अंगावर निळा जंपसूट असे. प्रत्येक इमारतीभोवती दुहेरी तारांचं भक्कम कुंपण असे. बाहेर जायला व थोडी पायी चक्कर मारायला तिथे मोकळी जागा होती. पण मी मात्र फक्त तिघांनाच तिथे चालताना बघितलं. नंतर मला समजलं की एका वेळी फक्त तीन लोकच एकमेकांशी बोलू शकत होते. त्यांना तारेजवळ जायची

परवानगी नव्हती. इतर इमारतीतल्या लोकांशी ओरडून बोलण्याची त्यांना परवानगी नव्हती आणि जर कोणी नियम मोडलाच, तर त्याला कोंबडा करून टळटळीत उन्हात पंधरा मिनिटांपासून एक तासापर्यंत शिक्षा म्हणून ठेवलं जाई.

एक दिवस मी ते दृश्य पाहिल्यावर माझं मन एकदम बधिर झालं. अमेरिकन सैनिक एका कैद्यावर बंदूक रोखून उभा होता. कैदी रडूभेकू लागला, गुडघ्यावर बसून त्यांची प्रार्थना करू लागला. त्याचे हात त्याच्या डोक्याच्या मागच्या बाजूला ठेवलेले होते. तो माणूस त्याच्या गुडघ्यांवरच बसलेला होता, तरी सैनिक ओरडत होते, 'गुडघ्यावर... हं गुडघ्यावरच'. मला तर असं वाटायला लागलं की अमेरिकन्स फक्त त्याला भीती दाखवत आहेत. त्यांच्या शक्तीचं प्रदर्शन करत आहेत. स्व-प्रतिष्ठा गमावलेल्या त्या भेदरलेल्या कैद्याची प्रतिमा मला बघवेना.

बराकीत दहापासून वीसपर्यंत संख्येनं कितीही कैदी असले, तरी ते त्यांच्या लघवीसाठी एकच बादली वापरत असत. ते पाहून मला भयंकर किळस आली. शिवाय तो गलिच्छ वास कसला आहे तेही मी शोधून काढलं. तो वास विष्ठा विल्हेवाट लावताना येत होता. माझ्या डोक्यातल्या सुरुवातीच्या त्या बार्बेक्यू, फुटबॉल आणि थोडा चांगला वेळ घालवण्याची मूर्ख कल्पना एव्हाना पार धुळीला मिळाली होती.

सतत चार आठवडे त्या पत्र्याच्या तंबूत काढल्यानंतर मला स्वच्छ मोकळी हवा आणि सूर्यप्रकाशाची तीव्र ओढ वाटू लागली. मला व्यायाम करण्यासाठी बाहेर नेण्यात यावं या मागणीसाठी मी आंदोलन सुरू केलं. आंतरराष्ट्रीय रेडक्रॉस समितीची माणसं पुन्हा जेव्हा आली, तेव्हा आम्ही त्यांच्याकडे रीतसर तक्रारी नोंदवल्या. मुख्यत: या तक्रारी अन्नासंबंधी होत्या. बरेचदा त्या पुडक्यांमध्ये पुरेसं अन्न नसे, कारण त्यातलं बरंच काही आधीच काढून घेतलं जाई. आमच्यापर्यंत फक्त अफगाण ब्रेडचा एक तुकडा येत होता. अनेकदा तेच आमचं 'पूर्ण जेवण' होतं. मी तंबूत पाच आठवडे काढल्याची तक्रार रेडक्रॉसच्या लोकांकडे केली. मी एवढ्या काळात एकदाही सूर्यदर्शन केलं नाही की मोकळी हवा अनुभवलेली नव्हती. उलटतपासणीची खोली वगळता या तंबूबाहेर मी एक पाऊलही टाकलेलं नव्हतं.

या तक्रारींवरचा तोडगा म्हणून अमेरिकनांनी एक मूर्खपणाची पद्धत सुरू केली. त्या प्रकाराला ते 'ऑपरेशन सन-बॉब' असं म्हणत असत. सगळ्या डांबून ठेवलेल्या कैद्यांना ते 'बॉब' म्हणत व आमचा तसा उल्लेख करून 'बॉब' चा अर्थच त्यांनी बदलून टाकला. आमच्यापैकी कोणालाही कधी अंघोळीलाच काय, पण साधं हातपाय धुवायलासुद्धा कधी पुरेसं पाणी मिळालं नव्हतं. त्यामुळे प्रत्येकाच्या अंगाला भयंकर दर्प येत असे. त्यामुळे ते आम्हाला 'बॉब' म्हणत (बॉब हे 'बॅड ओडर बॉईज'चं संक्षिप्त रूप होतं. त्यांनी हे म्हटलेलं मी चोरून ऐकलेलं आहे.)

प्रत्येक लहान कृतीला ते आवर्जून 'बॉब' हे संबोधन जोडत असत. सर्व कैद्यांना सचैल स्नान घालण्याचा प्रकल्प म्हणजेच, 'ऑपरेशन वॉश-बॉब!' हे माझ्याबाबतीत कधीच घडलं नाही. सर्व कैद्यांना ठरावीक वेळासाठी उन्हात घेऊन जाण्याचा प्रकल्प म्हणजेच 'ऑपरेशन सन-बॉब!' आम्ही कैद्यांनी बऱ्याच कालावधीत सूर्य पाहिलेला नाही अशी तक्रार केल्यामुळे हा प्रकल्प त्यांनी हाती घेतलेला.

उलटतपासणीची खोली वगळता कैद्याला ज्या सोपस्कारामधून जावं लागे, तेच अत्यंत वेळखाऊ आणि कटकटीचे सोपस्कार ते लोक प्रत्येक कैद्याला बाहेर नेण्यासाठी करीत असत. ते आम्हाला सगळ्यांना बराकीतून बाहेर काढत असत मग काही वेळ आमच्यावर लक्ष ठेवत असत आणि मग आम्हाला सगळ्यांना एका साखळीत अडकवत असत. आम्ही सगळे हे असे साखळीला जखडून बांधलेल्या अवस्थेत उभे राहात असू आणि त्याच वेळी ते सैनिक आमच्यावर नजर ठेवून तिथेच आसपास वावरत असत. हा सगळा सोपस्कार अतिशय वेळखाऊ होता. आम्हाला सगळ्यांना एका वेळी उभं राहाता येईल अशा जागी आणायचं, जिथे सूर्यप्रकाश असेल तिथे आम्ही दोन मिनिटं उभं राहायचं नि मग परत जायचं. 'ऑपरेशन सन-बॉब'चा तो प्रचंड खटाटोप झाल्यावर पुढच्या वेळी त्यांच्यातला एक जण म्हणाला, "आता पुन्हा सूर्यप्रकाश पाहावासा वाटला तर पत्र्याला पडलेला भोकातून पाहात चला." या सगळ्या प्रकरणात आमची प्रतिक्रिया अशी होती की, साधा नैसर्गिक सूर्यप्रकाश मिळवण्यासाठी जर एवढा आटापिटा करावा लागणार असेल, तर त्यापेक्षा आम्ही आमच्या बराकीतच राहणं पसंत करू.

अमेरिकन्सचं रेडिओवर चाललेलं बोलणं माझ्या कानी पडे. त्यामुळे त्यांच्या कार्यपद्धतीबद्दल मला बराच उलगडा झाला. त्याच वेळी काही स्फोटक माहिती देखील माझ्या हाती लागली. पहारा करणारा करणाऱ्या एखाद्या सैनिकाने त्याच्या जवळच्या रेडिओवरून एस.ओ.जी. ला (एस.ओ.जी. म्हणजे सार्जंट ऑफ द गार्ड) सांगितलं की, क्रमांक २१७ कामाची पूर्तता करू शकला नाही. तेव्हा मला सर्व कैद्यांचे क्रमांक माहीत असल्यामुळे नेमकी कोणाला आज शिक्षा होणार ते मला आधीच समजत होतं. त्याचप्रमाणे उलटतपासणीसाठी बोलावल्या गेलेल्या कैद्याचा क्रमांक मला ऐकू येई. तसंच प्रवेशद्वाराजवळच्या हालचाली आणि वेगवेगळ्या सैनिकी पोलिसांवर सोपवण्यात आलेली कामं सुद्धा मला रेडिओवरून ऐकू येत होती.आपापसात बोलताना ते एखाद्या गोष्टीचा उल्लेख करत; ते नेमकं काय आहे ते मला लगेच समजत होतं आणि मी लगेच तत्परतेनं ते त्यांच्या नजरेला आणून देई. मानवी नातेसंबंध जे खरंतर सहज असतात, ते लादण्याचा तो एक प्रकार होता. मला इतकं उत्तम इंग्रजी येतं हे पाहून लोकांना अचंबा वाटे आणि मी कुठून आलो आहे हे समजलं की त्यांना धक्का बसत असे. इंग्लंड हा शब्द कानी पडताच

त्यांच्यातल्या अनेक सैनिकांच्या मनात माझ्याबद्दल रस निर्माण होत असे. इथे पकडून आणलेला प्रत्येक जण हा महाभयंकर अतिरेकीच असल्याची खात्री असूनही त्यातल्या अनेक जणांना माझ्याशी आवर्जून बोलायचं असे.

अमेरिकन सैन्यदलानं पकडलेला एक ब्रिटिश मुस्लीम म्हणून अनेक वर्षं मी म्हणजे त्यांच्या दृष्टीनं एक प्रदर्शनीय गोष्टच होती. विशेषत: गटागटानं बदलून येणाऱ्या सैनिकी पोलिसांसाठी तरी नक्कीच तसं होतं. या सगळ्यामुळे कधीकधी फायदा होई तर कधीकधी तोटा! माझी बरेच वेळा चौकशी केली जात असे. बहुतेक कैद्यांची चौकशी करताना त्यांना दुभाष्याची गरज पडे, पण माझ्याबाबतीत मात्र दुभाष्या कधीच लागत नसे.

मी ज्या एका सैनिकी पोलिसाशी, कोडीशी वारंवार बोलत होतो तो एक आयरिश अमेरिकन होता. त्याचं सगळं संगोपन नॉर्थ कॅरेलिनात, चेरोकी रिझर्वेशनवर झालं होतं. चेरोकीमध्ये स्वत:ला सन्मान मिळण्यासाठी त्यानं कशी अन् किती धडपड केली होती ते त्यानं एकदा मला सांगितलं होतं. त्यानंतर तो अमेरिकनांपेक्षाही जास्त त्यांच्यात मिसळून गेला होता. तो एकदा मला म्हणाला, "तुम्हा लोकांना इथे असं पाहिलं की, मला माझ्या लोकांची आठवण येते. तुम्हाला आता जसं वागवलं जातंय अगदी तसंच त्यांना वागवलं जायचं. त्यांच्या भूमीवर आक्रमण करण्यात आलं. त्यांची कत्तल केली गेली... त्यांना तुरुंगात टाकण्यात आलं, त्यांचा धर्म, त्यांची भाषा हे काहीही कधी समजून घेतलं गेलं नाही आणि त्यांना रानटी असं लेबल लावलं गेलं." तो असंही म्हणाला, "इथे जर तुला कोणी वाईट वागणूक दिली तर ते तू सरळ मला येऊन सांग, म्हणजे मग मी बरोबर काय ते बघून घेईन."

पण पुढे काही महिन्यांनी कंदाहार आणि तिथून बाग्रामला होणारं आमचं स्थलांतर, या दोन्ही बाबतीत कोडी एकदम निढावल्यासारखा वागला आणि आम्हाला माणसापेक्षा खालच्या दर्जाचं ठरवण्याची प्रक्रिया त्यानं मुकाट्याने स्वीकारली. त्यानं मला नेहमीच चांगली वागणूक दिली. कारण तिथे मीच एकटा असा होतो की, ज्याच्याशी त्याचं चटकन जमू शकत असे. आम्ही मूळच्या अमेरिकन्सच्या इतिहासाबद्दल, तसंच त्यांच्या संस्कृतीबद्दल बोलत असू. या सगळ्या गोष्टींनी मला एकदम झपाटून टाकलेलं होतं. त्याशिवाय शिकार, सैनिकांचा जीवनक्रम, त्याचं अमेरिकेत असलेलं कुटुंब आणि त्याचे भविष्याबद्दलचे बेत, असे आमच्या बोलण्याचे विविध विषय होते. परंतु कुठल्याही सैनिकी पोलिसाबद्दलचं माझं मत, तो सर्वसाधारणपणे इतरांना कसं वागवतो यावरून बनत होतं. विशेषत: जे लोक माझ्यासारखे मनमोकळे, बोलके नव्हते, अशा लोकांना कसं वागवतो, यावर माझं लक्ष होतं. कोडी नंतर माझ्या मनातून पार उतरला याचं कारण, तो इतर कैद्यांना देत असलेली वागणूक. शिवाय एका विशिष्ट कैद्याशी असलेली त्याची क्रूर वर्तणूक.

तिथे इतरही बरेच सैनिक होते. मी विशेष करून ५११ सैनिक पोलीस कंपनीतून आलेल्यांशी बोलत असे. त्यापैकी एक म्हणजे वारनिक. एकदा जेव्हा मी त्याच्या मूळ स्थानाबद्दल विचारलं तेव्हा त्यानं उत्तर दिलं, ''मी तुला एवढंच सांगू शकेन की मी आयर्लंडहून आलोय.'' तो महाकाय अशा एखाद्या रग्बी खेळाडूसारखा दिसत होता!

एकदा वारनिक तंबूत शिरला तेव्हा त्याचं टेहळणी नाक्यावरील पहारेकऱ्याशी झालेलं बोलणं माझ्या कानी पडलं. ''बरं का, सगळीकडे आपली माणसं तैनात केलेली आहेत. आपण जगभर या गाढवांना मस्तपैकी लाथा घालतोय. अफगाणिस्तान, कोरिया, इराक आणि आता अध्यक्ष फिलिपीन्सबद्दल बोलतायत. आपण हिटलरच्या सैन्यासारखं सगळीकडे पसरत चाललोय.'' टेहळणी नाक्यावरचा पहारेकरी थोडं गर्वानं, थोडं कृतक समाधानानं म्हणाला.

त्यावर वारनिकनं मल्लिनाथी केली, ''गप्प बैस! आपण मुळीच हिटलर सारखे नाही आहोत. आपल्याला सगळीकडे लोकशाही व शांतता पसरवायची आहे.''

मी त्याच्याबद्दल असाच विचार करीत होतो. तो एक अतिशय सभ्य आणि रितीभातीत मुरलेला माणूस होता. माझ्यासारखीच नीतिमत्ता व जीवनमूल्यं असलेला! खूप महिन्यांनंतर बाग्राममध्ये आमच्यात धार्मिक आणि राजकीय विषयांवर अनेक चर्चा झाल्या. कायद्याची अंमलबजावणी करणारा तो एक अधिकारी होता. त्यानं याआधी अमेरिकेच्या आरमारात अधिकारी म्हणून काम केलेलं होतं. त्याची बायको जर्मन होती आणि तो स्वत: अतिशय अस्खलितपणे जर्मन बोलू शकत असे. त्याला अतिशय उत्तम विनोदबुद्धी होती आणि तो प्रत्येकाला सन्मानानं वागवी. त्याची चेहरेपट्टी आणि एकूणच देहयष्टी मध्यपूर्वेतल्या लोकांसारखी होती. त्याचं ते एकूण दिसणं, त्याची एकूण वागणूक यामुळे तो कैद्यांमध्ये एकदम प्रिय झाला होता. प्रार्थनेच्या वेळी आम्हाला पाहून तो आमच्याजवळ येत असे व त्याच्या दक्षिणी उच्चारात परमेश्वराला आवाहन केल्यासारखं हात उंचावून पुटपुटत असे, 'अल् हमदू-लिल्लाह्' (अल्लाची स्तुती करा) त्याला जाणवलं नव्हतं, पण तो आता मुसलमान बनला होता. त्याला काही अरेबिक शब्द शिकवताना मी त्याला ती संपूर्ण ओळ म्हणायला लावली, 'ला इल्लाह-इल्ल, मुहम्मद अर्-रसूल उल्लाह' (एका अल्लाशिवाय दुसरा देव नाही, मोहम्मद हा अल्लाचा दूत आहे) हीच इस्लाम धर्माची अधिकृत घोषणा!

वारनिकनं मला युद्धाबद्दलचं माझं मत विचारलं, तेव्हा मी त्याला म्हटलं होतं, ''पेंटॅगॉनवर व ट्विन टॉवर्सवर हल्ला झाल्यानंतरची अमेरिकेची प्रतिक्रिया मी समजू शकतो, ज्यांनी असा हल्ला केला त्यांना अटक करून पुढील हल्ल्यांपासून बचाव करणंही मी समजू शकतो. पण एका सार्वभौम देशावर आक्रमण करून तो

पादाक्रांत करणं, मला मुळीच मान्य नाही. त्यामुळे त्यांचा प्रश्न सुटेलसं मला मुळीच वाटत नाही.''

एवढं बोलून झाल्यावर मी पुन्हा म्हणालो, ''तुमच्या स्वत:च्या देशात अंतर्गत कारणांनी घडलेली ओक्लाहोमामधली आतंकवादी घटना तुला आठवते? ओक्लाहोमा शहरात टिमोथी मॅकविगनं केलेला तो बॉम्बहल्ला? मिशिगनमधल्या अतिरेक्यांनी त्याला प्रशिक्षण दिलेलं होतं. शेकडो लोकांच्या मृत्यूला हा इसम कारणीभूत होता. अशा वेळी त्याच्याशी संबंधित असलेल्या लोकांवर अमेरिकन प्रशासनानं धाड घालून, पकडून त्यांची उलटतपासणी करून अशा लोकांना छळलं का नाही? ते लोक व्यवस्थेला संभाव्य धोका निर्माण करणारे नव्हते का? याउलट अमेरिकन संविधान नागरिकांचा हत्यार बाळगण्याचा हक्क मानते. इथे आम्हाला असं सांगण्यात आलं की आम्ही अमेरिकेच्या रक्षणात संभाव्य धोका उत्पन्न करणारे लोक आहोत, कारण आम्ही झगडा करणाऱ्यांची पाठ राखली. जवळजवळ दहा वर्षांपूर्वी अफगाणिस्तान पादाक्रांत केला गेला, तेव्हा शत्रूविरुद्ध लढणाऱ्यांना आम्ही पाठिंबा दिला, तसाच तो बोस्निया, काश्मीर, चेचेन्या व पॅलेस्टाईनमध्ये झगडा करणाऱ्यांना दिला. या सर्व ठिकाणी अल्-कायदासुद्धा मदत करीत होता. आम्ही एकसंध आहोत, आमचा धर्म एक आहे, आमचं उद्दिष्ट एक आहे, त्यामुळे आम्ही सर्व तुझ्या देशाचे म्हणजे अमेरिकेचे शत्रू असलोच पाहिजे. आणि आमच्यामुळे मुक्त जगाला सुप्त धोका निर्माण झाला आहे अशी जर परिस्थिती असेल, तर तो धोका टाळण्यासाठी खरंतर तुम्ही अजून लाखो लोकांना बंदी बनवायला हवं! हा शुद्ध मूर्खपणा आहे.''

माझ्या या अशा भडिमारानंतर त्याचा चेहेरा अगदी मख्ख असे. जेव्हा त्याच्यातल्या इतर काही बुद्धिवंतांबरोबर मी अशाच स्वरूपाची चर्चा केली, तेव्हा मला जे उत्तर मिळालं ते असं होतं, 'हे बघ मला राजकारण मुळीसुद्धा समजत नाही, शिवाय त्यामुळे मला फार काही फरक पडत नाही. मी इथे फक्त माझ्या सहकाऱ्यांबरोबर आलोय.' तर त्यांच्यातले काही जण म्हणत, 'या इतक्या लोकांना आम्ही इथे कशासाठी गोळा करून आणलंय तेच मला समजत नाहीये. अमेरिकेवर जो हल्ला झाला, त्यासाठी हे एवढे लोक निश्चित जबाबदार नाहीयेत.'

पण तिथे असेही काही लोक होते की ज्यांना या चर्चा, हे असलं बोलणं मुळीसुद्धा आवडत नसे. त्यांना खात्रीपूर्वक असं वाटत असे की आम्ही सगळे अत्यंत धोकादायक अतिरेकी असल्यामुळेच आम्हाला इथे असं डांबून ठेवलं ते अगदी योग्यच झालंय. 'काहीतरी कारण असल्याशिवाय आम्ही तुम्हाला इथे कधीतरी आणलं असतं का? नक्कीच नाही. तुम्हाला इथे आणलंय त्या अर्थी काहीतरी कारण नक्कीच असलं पाहिजे.'

कोडीनं तर मला असं सांगितलं की, ११ सप्टेंबरची ती घटना घडल्यानंतर

तो आपणहून या कामात सामील झाला. चेरोकींबरोबर इतकं मिळून मिसळून गेल्यावर सुद्धा तसा तो पक्का दक्षिणीच राहिला होता. मला इतिहास आणि वेगवेगळ्या संस्कृतींच्या अभ्यासाचं वेड असल्यामुळे दक्षिणींबद्दल जेवढं शक्य होईल तेवढं जाणून घेण्याची माझी इच्छा होती. विशेषत: उत्तरवासियांबद्दलच्या त्यांच्या भावना जाणून घ्याव्यात असं मला फार वाटत होतं. त्यांच्यातल्याच एका सैनिकाबरोबर बोलताना मी त्याला म्हटलं, 'मला जरा, 'रेडनेक', 'गुड ओल्ड बॉईज' व 'हिली-बिलीज' म्हणजे नेमकं काय ते सांग.' 'रेडनेक'च्या वर्णनात कोडी अगदी फिट्ट बसत होता. ट्विन टॉवर्सवर हल्ला झाल्यावर त्याला तो हल्ला अमेरिकेवरच झाल्यासारखं वाटलं. तो पुढे असंही म्हणाला की नॉर्थ कॅरोलिनातल्या काही नागरिकांना आता त्यांच्यावरही हल्ला होणार असं वाटलं. त्याच्या इतर अनेक मित्रांबरोबर तोही अफगाणिस्तानमध्ये तालिबानींबरोबरचे हिशेब चुकते करायला आला होता अन् येऊन तीन आठवडे उलटल्यावर मात्र तो आता आपल्या निर्णयावर पस्तावत होता. त्याची अशी कल्पना होती की, त्याला प्रत्यक्ष रणभूमीवर पाठवतील. खरंतर आधुनिक युद्ध कसं चालतं याची त्याला नीटशी कल्पना नव्हती असं म्हणायला हवं. कंदाहार हे तसं एका बाजूला पडलेलं, वाळवंटातलं स्थळ होतं. इथे प्रत्यक्ष युद्धातला थरार किंवा रोमांचक घटना घडण्याची शक्यता किंवा ज्यायोगे तुमच्या ॲड्रिनलीन ग्रंथी उत्तेजित होतील असं काहीच इथे घडायची शक्यता नव्हती आणि या तरण्याबांड पोरांना तर वाटत होतं आपल्याला काहीतरी रोमहर्षक असं अनुभवायला मिळेल. एखाद्या रोमांचक घटनेचा आपण प्रत्यक्ष भाग असू, पण कशात काय अन् फाटक्यात पाय अशी त्यांची गत झालेली.

काही दिवसांनी अफगाणिस्तान, ग्वांटानामो याच्याबद्दल अशा तऱ्हेचं बोलणारे त्यांच्यातले अनेक जण भेटले. ते अगदी उघडपणे म्हणत, "तुमच्या अन् आमच्या स्थितीत फरक एवढाच आहे की आमचा तुरुंग बराच मोठा आहे."

त्यांच्या बोलण्यावरची माझी ताबडतोबची प्रतिक्रिया सात्त्विक संतापाची होती. मी चिडून म्हणालो, "मला उगाच तुमच्या पंखाखाली घ्यायचा प्रयत्न करू नका. तुम्ही सुटी घेऊन तुमच्या कुटुंबीयांना भेटू शकता, ई-मेल करून नाहीतर सरळ फोन करून तुम्ही त्यांच्याशी संपर्क साधू शकता आणि सगळ्यात महत्त्वाचं म्हणजे तुम्ही इथून घरी परत जाल, तेव्हा एखाद्या हिरोसारखं तुमचं स्वागत होईल. शिवाय या संपूर्ण प्रक्रियेत तुम्ही इथे राहताय म्हणून तुम्हाला पैसा मिळतोच आहे. पण आम्हाला मात्र इथे लोंबकळत ठेवलंय, आमच्यावर अजूनपर्यंत तरी कुठलाही गुन्हा दाखल केलेला नाही. आम्ही कोणाशीही संपर्क ठेवू शकत नाही, आमच्या जिवाभावाची माणसं आम्हाला पारखी झालेली आहेत. आमचं अवघं जीवन उद्ध्वस्त होऊन गेलंय. शिवाय आम्हाला मिळणारी वागणूक एखाद्या जनावरापेक्षाही

खालच्या पातळीची आहे. त्यामुळे कृपया मला तुमच्या रांगेला नेऊन बसवण्याचा शहाजोगपणा करू नका.''

त्यांच्यातले बरेचसे हे सगळं सोडून निघून गेले, तेव्हा या अनुभवाबद्दल फार गोंधळलेले होते. सैन्यदलाच्या इथल्या मुख्य तळावरच राहिल्यामुळे त्यांची खऱ्या अफगाणिस्तानशी कधीच ओळख झाली नाही. दुसऱ्या एखाद्या जागी जाणं ही त्यांच्या कार्यकक्षेपलीकडची गोष्ट होती. खरंतर आपण एका मोठ्या तुरुंगात येऊन पडलो आहोत या त्यांच्या वाटण्यात थोडं तथ्य होतंच.

शाकर आमेर माझा जिवाभावाचा मित्र. तो काबूलमध्ये काही काळ माझ्याबरोबर राहिलेला होता. तो आता कंदाहारमध्येच होता. अनेक सैनिकांनी तो खूपच प्रभावी असल्याबद्दल सांगितलं होतं. माझ्या एका उलटतपासणीच्या वेळी मला त्याच्याबद्दल विचारण्यात आलं, तेव्हा खोलीतल्या एका पोलिसाच्या कानावर त्याबद्दल पडलं. चौकशी करणारा खोलीतून बाहेर पडल्याबरोबर त्यानं मला शाकरविषयी सांगितलं. त्या वेळी मी मला माझ्या बराकीत घेऊन जाणाऱ्या पहारेकऱ्यांसाठी तिथे थांबलो होतो. तेव्हा तो सैनिक मला पुढे म्हणाला, ''शाकर हा एक खरंच फार मस्त माणूस आहे. माझ्या इथल्या वास्तव्यात मला त्याच्यासारखा कोणी भेटेलसं मुळीच वाटलं नव्हतं. तो इथे साखळदंडांनी जखडलेला असताना, त्याच्या डोक्यावरचे सर्व केस भादरून टाकलेले असताना, त्याही स्थितीत मी त्याचा जीवश्चकंठश्च मित्र असल्याप्रमाणे तो माझ्याशी बोलत होता. तो त्याच्या धर्माबद्दल एवढ्या भावुकतेनं बोलत होता की खरंतर मी मुसलमानच होणार होतो, पण थोडक्यात वाचलो.''

बाहीवरच्या अमेरिकन झेंड्याकडे बोट दाखवत त्यानं विचारलं, ''तू तसं का करत नाहीस?'' पण मग मी बराच वेळ त्याच्या त्या वागणुकीचा अर्थ लावत बसलो. त्याला नेमकं काय सुचवायचं होतं? त्याच्या देशानं धर्माविरुद्ध युद्ध पुकारलं असल्याची कबुली तो देत होता का? माझ्या धर्माविरुद्ध युद्ध?

त्या लोकांनी माझ्याआधी इथे आलेल्या ब्रिटिश कैद्यांचा उल्लेख केला परंतु ते सगळे आता ग्वांटानामो खाडीवर हलवण्यात आलेले होते. बर्मिंगहॅम जवळच्या टिपटनहून तीन मुलांना पकडून आणून इथे तंबूत डांबून ठेवण्यात आल्याचं मी ऐकलं होतं. त्यांना 'बीटल्स' असं म्हणत असत.

तेथे असलेल्या आणखी एका ब्रिटिश कैद्याबद्दल ते माझ्यापाशी बोलले. नंतर मी तो कोण आहे ते शोधून काढलं. तो क्रायडनचा फिरोज अब्बासी होता. दोन वर्षांनंतर मी त्याला ग्वांटानामोत भेटलो. ते फिरोज अब्बासला 'सास (SAS) गाय' असं संबोधत. त्याच्याबद्दलच्या काही गोष्टी त्यांनी मला सांगितल्या तेव्हा मला जाणवलं, हिरो आणि खलनायक तयार करण्यापर्यंत अमेरिकनांची डोकी फिरलीयेत. त्यांचा शत्रू किती वाईट आहे याची सगळ्यांना कल्पना यावी म्हणून हे उद्योग. पण

प्रत्यक्षात मात्र तालिबानी सैन्य उत्तम प्रशिक्षण असलेलं, ध्येयनिष्ठ आणि शत्रूला भारी ठरणारं असं होतं. ते फिरोजचा उल्लेख पूर्वाश्रमीचा एस.ए.एस. असा करीत. तोच आता अल्-कायदाचा सभासद झालेला होता. त्यांना तो गनिमी काव्याच्या लढाईचं प्रशिक्षण देत असे. त्याचं वर्णन करताना ते म्हणत, हा माणूस म्हणजे एक वाईट्ट गाढव आहे! तो ज्या तऱ्हेने बघतो आणि वावरतो, त्यावरून तो मार्शल आर्ट आणि स्फोटकं यातला तज्ज्ञ असल्याचं लक्षात येतं. हा असलाच युक्तिवाद वापरून त्यांनी काही निष्कर्ष काढलेले होते.

त्या फालतू गावगप्पा असत्या तर प्रश्न नव्हता; पण त्याचा परिणाम माझी उलटतपासणी घेणाऱ्यांवर झाला होता. त्यांचा असा समज झाला होता की मी कठोर प्रशिक्षण घेतलेला वाकबगार हत्यारा आहे. अफगाण, बोस्नियन व चेचेन जिहादींच्या गटातला अगदी जुना सहकारी आहे. शिवाय जुजित्सुमध्ये ब्लॅक बेल्ट कमावलेला असून मला युरोपियन व एशियन मिळून आठ भाषा येतात. मी ऑक्सफर्ड विद्यापीठातून कृत्रिम बुद्धिमत्ता या विषयात पदवी मिळवलेली आहे.

दिवसांमागून दिवस अत्यंत कंटाळवाण्या पद्धतीनं माझी चौकशी चाललेलीच होती. माझी चौकशी केव्हाही चाले. कधी ती दिवसातून दोन-दोन वेळा किंवा कधीकधी तर तीन-तीन वेळा देखील केली जाई. कधी दिवसचे दिवस चौकशीविना जात. ही चौकशी कधी पाच मिनिटांत तर कधी एका तासात तर कधी त्याच चौकशीला दहा दहा तास सुद्धा लागत. दर खेपेला ताकदीचं जोरदार प्रदर्शन केलं जात होतं. सशस्त्र पहारेकरी कधी खोलीत तर कधी दरवाज्याजवळ उभे करून ठेवलेले असत. सर्वसाधारणपणे एकच माणूस चौकशी करीत असे; पण इथली माणसं वेगवेगळ्या संघटनांकडून, तसंच वेगवेगळी उद्दिष्टं समोर ठेवून आलेली असल्याने पद्धतशीरपणे काहीच होत नसे. यातल्या प्रत्येकाला असं वाटे की, तो एकटा अतिरेक्यांनी निर्माण केलेलं हस्तकांचं जाळं तोडू शकेल किंवा त्यांनी आखलेला डाव उधळून स्वत:साठी नाव कमवू शकेल.

नाथन हा टेक्सासमधून आलेला तरुण अधिकारी. हा सैन्यदलातल्या गुप्तहेरखात्यातून इथे आलेला. त्यानं माझी सर्वाधिक वेळा उलटतपासणी घेतली. कधीकधी त्याच्याबरोबर त्याचा सहकारी 'ली' हा देखील असे. 'ली' हा जॅपनीज-अमेरिकन होता. ते बरेचदा साध्या वेषात येत. जेमतेम विशी ओलांडलेल्या पोरसवदा नाथनजवळ असलेल्या प्रश्नांच्या यादीनुसार त्यानं प्रश्न विचारले. मग इस्लामाबादमध्ये विचारले गेलेले प्रश्न विचारले. कधीकधी चौकशी करताना ते फक्त एकच प्रश्न विचारत, तर कधी ते मला आजवर माझ्या आयुष्यात घडलेल्या प्रत्येक घटनेबद्दल विस्तारानं बोलायला सांगत. माझी प्राथमिक शाळा, माझं कुटुंब, माझे मित्र, आमचे शेजारी, आत्तापर्यंत मी केलेला प्रवास, मी बोस्नियात कुठे कुठे गेलो, तिथे मी

कोणाकोणाला भेटलो, मी टर्कीच्या सहलीवर गेलो असताना तिथे नेमकं काय केलं, तसंच मी अफगाणिस्तानमध्ये काय केलं, या सगळ्याबद्दल ते माझ्याकडून पुन्हा पुन्हा वदवून घेत. खरंतर मी त्यांना ते सगळं केव्हाच सांगितलं होतं, तरीही ते पुन्हा पुन्हा खोदून खोदून तेच तेच विचारत राहात.

कुठल्याही गोष्टीत सहभागी झाल्याचा किंवा एखादी गोष्ट आधीच माहीत आहे असा आरोप त्यांनी केला नाही. त्यांचा सगळा भर माझ्या लोकांशी असलेल्या संपर्कावर होता. माझं नाथनशी चांगलं जमून गेलं, पण अनेकांना नेमकं याच गोष्टीचं खूप आश्चर्य वाटलं. मी माझ्या सहवासात येणाऱ्या प्रत्येक माणसाची चांगली बाजू तेवढी पाही आणि तो माणूस मला आवडायला लागे. माझी ही सवय मी कधीही बदलली नाही.

एकदा नाथननं मला स्पष्टपणे सांगितलं की, चौकशीमागील त्याचा उद्देश लोकांच्या कृतीमागचं त्यांचं नेमकं उद्दिष्ट काय आहे ते जाणून घ्यायचं हा आहे. ''अरे बापरे! हे तू कसं काय हुडकून काढणार? कारण कायद्याचा अभ्यास करताना मी शिकलोय की गुन्हा घडण्यासाठी किमान दोन घटकांची तरी गरज असते. हे दोन घटक म्हणजे मेन्स् रिऊ म्हणजे माणसांचं गुन्ह्याला प्रवृत्त होणारं मन आणि दुसरा घटक म्हणजे ॲक्चुअल रिऊ म्हणजे गुन्हा. तू ऑर्वेलियन विचारसरणीचा पोलीस होऊ बघतोयस का?''

यापुढे जाऊन मी त्याला असंही म्हणालो, ''मी ज्या ज्या व्यक्तींना भेटलो त्या व्यक्ती, ज्या ज्या ठिकाणी मी गेलो ती ती ठिकाणं या सगळ्यांबद्दल मी तुला अनेकदा सविस्तर सांगितलंय. त्यावरून निदान तुला एवढं तरी कळलं असेल की अल्-कायदा या संघटनेत सामील होण्याच्या मला अनेक संधी मिळाल्या होत्या. मला अल्-कायदाच्या शिबिरात प्रशिक्षण घ्यावंसं वाटलं असतं तर माझ्या संपर्कातल्या असंख्य माणसांमार्फत मी ते सहज करू शकलो असतो. पाकिस्तानात, अफगाणिस्तानमध्ये मला अशी अनेक माणसं भेटली सुद्धा होती.''

संदर्भहीन माहितीचा जो साठा त्यानं गोळा केला होता, त्यापेक्षा कितीतरी वेगळ्या विषयांवर आम्ही बोलत होतो. या प्रदेशात नेमकं काय चाललंय हे जाणून घेण्याची त्याची खरंच खूप इच्छा होती. तसंच मुस्लीम जगतातही त्याला डोकावून बघायचं होतं आणि त्याच वेळी तो बढतीसाठीदेखील प्रयत्न करीत होता. त्याला रौप्य किंवा कांस्यपदक मिळवण्याची तीव्र इच्छा होती. ते कितीजणांची चौकशी करतात यावर त्यांची पदकं अवलंबून होती. तसंच तो ग्वांटानामोला किती लोकांना पाठवतो यावरही ते अवलंबून होतं. एक दिवस तो कोणाशी तरी युद्धप्रवण क्षेत्रातली हातघाईची लढाई जिथे चालत असे, त्या विशिष्ट भूप्रदेशांबद्दल बोलत असल्याचं मी ऐकलं. मला ते सगळं बोलणंच मूर्खपणाचं वाटलं. माझी पक्की

खात्री होती की, त्यानं अफगाणिस्तानातली एकही लढाई कधी पाहिलेली नव्हती. पण बाकी काही असो, एक मात्र नक्की, त्यानं मला नेहमीच खूपच चांगली वागणूक दिली. तसंच त्याच्याबरोबर केलेल्या चर्चा नेहमीच खूप रंगत होत्या.

पाच आठवडे असं एकटं राहिल्यानंतर इतर कैद्यांत मिसळण्याची मला तीव्र इच्छा झाली होती. इथून बाहेर पडणं मला आता अत्यावश्यक वाटायला लागलं होतं. आताशी मी मला मिळालेलं 'मिस्टर रिझनेबल' हे बिरूद मोडून वेगळंच तंत्र सुरू केलं. मी बराकीत एकसारखा फेऱ्या मारू लागला. तारेच्या कुंपणाला लाथा मारू लागलो, सैनिकांशी बोलायला नकार देऊ लागलो. त्यांच्याशी माझं चांगलं जमत असे. त्यांच्यातला एक जण माझ्याजवळ आला अन् म्हणाला, "नेमकं काय झालंय ते कृपया मला सांगा." मग मी त्याला स्पष्ट सांगून टाकलं, "मला आता या तंबूत एक क्षणही राहायची इच्छा नाही." मी माझं असमाधान वाढवत होतो. नाथनशी बोलणाऱ्या त्या सार्जंटच्या सांगण्यावरून त्यांनी मला इतर कैदी होते त्या ठिकाणी आणून सोडलं.

मी त्या उघड्या जागेत शिरलो तेव्हा मला वाटलं माझ्या आयुष्यातला हा क्षण अत्यंत सुंदर आहे. पण मी अजूनही पिंजऱ्यात होतो. त्या बराकीतला प्रत्येक माणूस येऊन माझ्याशी हस्तांदोलन करण्यासाठी, मिठी मारण्यासाठी आणि 'अस्सलाम-आलेकुम' म्हणून अभिवादनासाठी आला. मला त्यांच्याकडून मिळालेला आपलेपणा आणि प्रेमाचा ओलावा सुखावणारा होता.त्या बराकीत अठरा किंवा एकोणीस जण होते. त्यांच्यापैकी काही जण इजिप्शियन होते तर काही तुर्की होते. शिवाय तिथे चेचेन्यातून आलेले, पाकिस्तानी, अफगाणी, उझबेकी आणि चिनीसुद्धा होते. सहनशीलता, ताकद आणि सावधानता याचं ते लोक म्हणजे मूर्तिमंत उदाहरण होतं. पण त्या आनंदाच्या क्षणी एक सैनिक आत आला अन् त्याने शिक्षा झालेल्या कैद्यांचे नंबर जाहीर करण्यात आले. त्यात ५५८ हा क्रमांक होता. तो क्रमांक ऐकताच आश्चर्यचकित होऊन मी त्याच्याकडे पाहत राहिलो. तेव्हा तो जोरात किंचाळला, "तुझ्या गुडघ्यांवर वाक."

"मला शिक्षा काय म्हणून? पाच आठवडे तंबूत काढल्यावर मी इथे आलोय." त्यावर तो म्हणाला, तुला नियम ठाऊक आहे. एका वेळी तिघांपेक्षा जास्त लोकांशी बोलता येत नाही. मला अजूनही वाद घालायचा होता पण शिक्षा झालेल्या इतर कैद्यांनी योग्य तो पवित्रा घेतला होता व ते मला म्हणाले, "तूही तसंच कर, म्हणून मग मीही गुडघ्यांवर ओणवा झालो."

पहिल्या रात्री तंबूत असताना माझ्याजवळ ज्या दोन रजया होत्या त्या घेऊन मी इथेही झोपलो. पण इथे माझ्या ओळीत अजून नऊ जण होते. त्यामुळे मला एकदम हुशारी आली होती. अजूनच ताकदवान झाल्यासारखं वाटत होतं. इथे

तंबूतल्यापेक्षा एकच गोष्ट महाभयंकर होती, ती म्हणजे मुतारी. इथे लघवी करण्यासाठी एक किंवा दोन बादल्या ठेवलेल्या असत, त्यातच आम्ही लघवी करीत असू. ही गोष्ट अत्यंत किळसवाणी होती, तिथे हजारो माशा घोंगावत असत आणि विष्ठेत किडे लिडबिडत राहात. मी एकतर सगळे झोपल्यावर किंवा पहाटेची प्रार्थना करण्यापूर्वी विधी उरकून घेण्याची स्वत:ला सवय लावून घेतली. स्वत:वर ताबा ठेवण्याचा तो एक मार्ग होता. शिवाय इतक्या खाजगी गोष्टीविषयी स्वत:चा आत्मसन्मान सांभाळण्याचा प्रयत्न होता. सूर्य आणि सावल्यांवरून आम्ही आमच्या जुन्या पद्धतीप्रमाणे प्रार्थनेच्या वेळा ठरवल्या होत्या.

आम्ही एकच प्रार्थना म्हणत असू. मधल्या काळात इमाम बराच वेळ अल्लाची करुणा भाकत राही. प्रार्थना कोणाच्या नेतृत्वाखाली चालली आहे यावर बऱ्याच गोष्टी अवलंबून असत. इमाम अल्लाची करुणा भाकताना अल्लाकडे विनवण्या करीत असे– 'अमेरिकन लष्कराचा पाडाव व सर्वनाश होवो तसंच आमची आध्यात्मिक उन्नती होवो, आमच्या कुटुंबीयांना परिस्थितीला सामोरं जाण्याची ताकद मिळो.' त्यावर आम्ही 'आमेन!' असं म्हणून या सगळ्याला पाठिंबा देत होतो. व्यायामासाठी आम्ही बराकीतच भराभर चालत होतो. मी व्यायामासाठी रेडक्रॉसच्या समितीकडे परवानगी मागितली असता, त्यांनी फक्त शरीर ताणण्याचे काही व्यायाम प्रकार करायला परवानगी दिली. पण यात जोर काढणे किंवा सीट-अप्स काढणे या गोष्टींना परवानगी देण्यात आली नाही. ज्यायोगे तुमच्यात ताकद निर्माण होईल किंवा तुमचा काटकपणा वाढेल अशा कशालाही कंदाहारमध्ये परवानगी नव्हती.

तंबूतल्या जीवनशैलीपेक्षा इथे खूपच वेगळ्या गोष्टी होत्या. बराकीत आल्यापासून साधारण वीस दिवसांत किती वेगवेगळ्या लोकांच्या आयुष्यभराच्या कहाण्या मी ऐकल्या होत्या. लोकांनी सहन केलेल्या यातना ऐकल्या, कित्येकांची हत्या झालेली, किती माणसं हरवून गेलेली. ते ऐकताना दहा वर्षांपूर्वीचे अफगाणिस्तानमधले दिवस मला आठवले. त्या वेळी काश्मीरमध्ये लढणाऱ्यांनी मला ते कसं जगत होते याविषयी सांगितलं, तेव्हा त्याच बर्मिंगहॅममध्ये मी किती सुखासीन आयुष्य जगत होतो याची मला लाज वाटत होती. कैदी आपल्या कुटुंबीयांविषयीसुद्धा अगदी भरभरून बोलले. विशेषत: ज्यांची लग्न झालेली होती आणि ज्यांना पोरंबाळं होती ते तर खूपच सांगत राहिले. ज्या अमानुष अवस्थेत आम्ही जगत होतो, त्या परिस्थितीत हे असं माणसांनी एकमेकांशी आस्थेनं बोलणं अगदी माणुसकीला धरून होतं.

मी त्यांच्यात राहून जगण्यातल्या काही अति आवश्यक गोष्टींविषयी सुद्धा शिकलो. उदाहरणार्थ, बहारीन, मला वाटत होतं मला तिथे जायलाच हवं, मी एकदा तिथे गेलो की ओळख पटेल. या मंडळींना मी माझ्या बर्मिंगहॅममधल्या हकिकती सांगत असे, त्या त्यांना अतिशय आकर्षक वाटत. शिवाय ब्रिटनमध्ये

मुस्लीम असणं म्हणजे नेमकं काय अन् कसं असतं ते मी त्यांना सांगत असे. इथल्या कोणालाही त्याबद्दल काहीच माहीत नव्हतं. मी त्यांना इंग्लंडमधल्या हिरव्यागार कुरणांविषयी तसंच तिथल्या ग्रामीण भागाविषयीच्या माझ्या उचंबळून येणाऱ्या आठवणींविषयी सांगत असे, तेव्हा माझं मलाच खूप आश्चर्य वाटे. खरंतर मी कधी तिथल्या कुठल्याही खेड्यात राहिलो नव्हतो. तरीही मी त्याबद्दल बोलत होतो. तसंच मी त्यांच्याशी वॉरबिक कॅसल, ब्लेनहीम, बकिंगहॅम पॅलेस, द लेक डिस्ट्रिक्ट, लॉच नेस, स्नोडोनिया, स्ट्रॅटफोर्ड अपॉन ॲव्हॉन आणि स्पार्कहिल्सबद्दलही बोललो. ही एक प्रकारचं प्राप्त परिस्थितीतून काही काळासाठी काढलेली पळवाट होती. पण मी सांगणं आणि बोलणं दोन्हीचा आनंद लुटला.

रेडक्रॉस समितीने आमच्यासाठी बुद्धिबळाचा पट आणला. पण त्यामुळे काही चर्चा आणि काही विवाद उत्पन्न झाले. कोणीतरी असं म्हटलं की, इस्लामला बुद्धिबळ खेळणं मान्य नाही. पण त्याच वेळी कुणीतरी असंही म्हणालं की, त्यानं धर्माच्या थोर विचारवंतांकडून असंही ऐकलंय की बुद्धिबळाला विशिष्ट परिस्थितीत खेळायला परवानगी देता येते. यात जुगारसुद्धा खेळतात, परंतु जुगार खेळण्याला मात्र इस्लामची परवानगी नाही. मी इसा अल बहारिनीबरोबर[२] थोडा वेळ बुद्धिबळ खेळलो. ते खेळताना काही काळ तरी माझं मन इथल्या प्राप्त परिस्थितीपासून दूर गेलं. खेळताना पुढे कोणती चाल खेळायची याचा विचार करण्यात मी अगदी रंगून गेलो आणि त्यामुळे थोडा वेळ तरी आनंदी झालो. आमचं एकमेकांशी दीर्घ काळ चालणारं संभाषण किंवा कुराणाचं पाठांतर करणं या व्यतिरिक्त तिथे दुसरं काही करायला नसेच, बोलण्यात आणि कुराण पठणात वेळ घालवणं शक्य होतं. जेमतेम तासभर घालवू शके, पण त्याहून जास्त वेळ मी त्यात रमू शकत नसे. इथे पश्तुन भाषेतल्या काही पुस्तिका आणि अरेबिकमधलं बायबल होतं.

रेडक्रॉस समितीवरून आमच्यात कधीकधी वादविवाद होत असत. इथल्या काही कैद्यांना रेडक्रॉस समितीची माणसं अजिबातच पसंत नसत. याचं कारण त्यांना हे कैदी धर्मप्रसारक समजत. हे असं समजण्याचं मुख्य कारण म्हणजे त्यांचं चिन्ह, ते त्यांना ख्रिश्चनांच्या धर्मचिन्हासारखं, म्हणजे क्रॉसच वाटत होतं. शिवाय त्यांचा अमेरिकनांशी असलेला संबंधही त्यांना रुचत नसे. एक माणूस म्हणून मला पॅट्रिक आवडला होता. जरी एकूणच रेडक्रॉस समिती तिथे निरुपयोगी झाली होती, तरीही पॅट्रिक छानच होता. रेडक्रॉस समितीच्या लोकांबरोबर काम करण्यात फायदा आहे असं मला वाटे. विशेषत: सैनिकी पोलिसांना ते मुळीच आवडत नाहीत असं आढळून आल्यावर तर फारच!

---

२. इसा अल-मुरबाती – ग्वांटानामोत ठेवलेल्या सहा बहाराइनीज पैकी एक.

आशिया खंडात अतिशय लोकप्रिय असलेला कॅरम बोर्ड, सोंगट्यांसकट रेडक्रॉस समितीच्या लोकांनी आम्हाला एक दिवस तो आणून दिला. हा कॅरमबोर्ड तीन बाय तीन फूट होता. कोणी खेळत नसल्यास तो बोर्ड आम्ही तारेला लटकवून ठेवत होतो. पण लवकरच अमेरिकन्स तो बोर्ड घेऊन गेले आणि त्याचं कारण त्यांनी सांगितलं ते असं, 'हा बोर्ड तारेला अडकवून ठेवला की आम्हाला इथलं नीट दिसत नाही. या बोर्डाचा अडथळा होतो. त्यामुळे इथल्या कैद्यांवर नीट लक्ष ठेवता येत नाही.' पण खरं बोलायचं तर त्यांना आम्ही आनंदात असलेलं अगदी बघवत नव्हतं.

संपूर्ण वेळ अमेरिकन पहारेकरी आमच्या बराकीबाहेर आमच्यावर बंदूक रोखून येरझारा घालत राहत. कधीकधी ते कवायत करत. त्याला ते 'फुल बॅटल रॅटल' असं संबोधत. जणू काही ते कोणावर तरी हल्ला चढवण्याची तयारीच करत राहात. या परिसरात एकूण आठ टेहळणी नाकी होती आणि त्यावरून दुर्बिणीतून हे पहारेकरी आमच्यावर नजर ठेवत असत.

लोकांची संशोधक वृत्ती आणि चिवटपणा, विशेषत: या परिस्थितीत दिसणं, खरोखरच कौतुकास्पद होतं. अरब आणि अफगाणी लोक यांच्यात बरीच चिडवाचिडवी चाले, कधीकधी तर ती फारच बोचक असे; पण तरीही एकूण बरीच मजा येई. एका अफगाणी कैद्यावर तर इसा कायम विनोद करीत असे. तो इतर अफगाणी कैद्यांबरोबर सुद्धा प्रार्थना करीत नसे. त्याचं नाव खैरूल्लाह. सगळ्यांची प्रार्थना म्हणून झाल्यावर तो एकटा प्रार्थना करी. प्रार्थनेपूर्वी तो त्याच्याजवळच्या शालीनं जमिनीवरची धूळ झटकत असे. त्यानंतर एका विचित्र स्थितीत तो प्रार्थनेसाठी बसत असे. इसा त्याच्या त्या स्थितीची जरा जास्तच बढाचढाकर नक्कल करीत असे. तो आधी त्याचा टॉवेल जोरजोरात त्याच्या आजूबाजूला आपटे. त्यानंतर ओणवं होऊन त्याचं ढुंगण बरंच बाहेर खेचे आणि हात इतके आत ओढून घेई की त्याचे खाजगी अवयव जणू तो झाकून टाके. हे दृश्य एखादा फुटबॉल प्लेअर जणू फ्री कीक मारण्यासाठी पवित्रा घेऊन उभा आहे असं दिसत असे. आजूबाजूचे कैदी ते पाहून इतके हसत की बस! रोजच्या रोज पाच वेळा हे घडे. पण मधल्या काळात खैरूल्लाहला इतर अफगाणी कैद्यांनी त्यांच्याबरोबर प्रार्थना करण्यासाठी पटवलं आणि त्यामुळे ती रोजची चालणारी गंमत – ती करमणूक संपुष्टात आली.

एक दिवस तीन अफगाणी कैदी आणि एक उझबेकी कैदी यांनी मिळून अमेरिकन कैद्याला कसं जेरबंद करतात, त्यासंबंधी एक नाटुकलंच करून दाखवलं. ते नाटुकलं भलतंच विनोदी झालं होतं. पण भीतीने पछाडलेल्या अमेरिकनांना मात्र असं वाटलं की, त्यांनी एका पहारेकऱ्याला जेरबंद केलंय अन् ते आता त्याची पिटाई करण्याच्या तयारीत आहेत. क्षणात त्यांनी प्रचंड गदारोळ माजवला. त्यानंतर मोठा हल्ला करावा अशा पद्धतीनं ते आमच्या बराकीत घुसले अन् त्यांनी आम्हाला

ताबडतोब वेगवेगळ्या बराकीत पाठवून दिलं. त्या काही क्षणांमध्ये या अमेरिकन्सची अवस्था किती केविलवाणी आहे याची मला जाणीव झाली. लहानातल्या लहान घटनेमुळे सुद्धा ते एकदम भयंकर अस्वस्थ होत.

आमच्या बराकींपैकी कुठल्याही बराकीवर आम्हाला कसलीही सूचना न देता ते छापे टाकत आणि त्यांच्या मनात असेल ती गोष्ट तिथे आहेच असं मानत. काही झालं तरी आम्ही ज्या परिस्थितीतून जात होतो, तेच एक विलक्षण गूढ होतं एवढं खरं. त्यांच्या मते मनाई केलेली एखादी वस्तू त्यांना सापडत असे, पण प्रत्यक्षात ती म्हणजे आमच्या खाण्याच्या पुडक्यातून आलेला एखादा घट्ट गोळा करून ठेवलेला खाद्यपदार्थ किंवा टॉयलेट पेपरचे तुकडे असत. 'बराकीत मागे जा आणि तुमच्या गुडघ्यांवर बसा.' असं ओरडतच ते बराकीत घुसत. त्या वेळी आम्ही सगळे एका ओळीत बराकीत मागे उभे राहात असू आणि त्याच वेळी तारेजवळ पहारेकऱ्यांच्या संगिनी आमच्यावर रोखलेल्या असत. बराकीतली प्रत्येक गोष्ट अत्यंत बारकाईनं तपासली जाई आणि उलटीपालटी करून मगच ठेवली जाई. त्यानंतर आमच्यातल्या प्रत्येकाला खेचून मध्यावर आणलं जाई आणि प्रत्येकाची झडती घेतली जाई.

एक दिवस भल्या पहाटे आम्ही आमची नेहमीची पहाटेची प्रार्थना करत असताना पहारेकरी विरुद्ध बाजूला आत घुसले. आम्ही आमची प्रार्थना संपवतच होतो, त्या सुमाराला समोरच्या बराकीतल्या कैद्यांना त्यांची प्रार्थना चालू असतानाच त्यांनी जमिनीवर खेचल्याचं आम्ही बघितलं. त्या समोरच्या बराकीत तारिक डेरगुल हा इथे डांबून ठेवलेला आणखी एक ब्रिटिश कैदी होता. मी त्याच्याबद्दल ऐकलं होतं, पण त्याला प्रत्यक्ष कधीच पाहिलं नव्हतं.

कंदाहारमध्ये मी जेवढे दिवस राहिलो, त्या काळात फक्त एकदा बेड्या नसलेल्या अवस्थेत बराकीबाहेर आलो होतो. त्या दिवशी मोठी वावटळ उठली होती. वाळू आणि धुळीचे लोटच्या लोट उठत होते. दुपारच्या वेळेला वादळ सुरू झालं आणि बघताबघता उठलेल्या धुळीच्या लोटांनी सूर्याला पार झाकोळून टाकलं, आकाशाचा रंग नारंगी दिसायला लागला होता. त्यानंतर इतकं सोसाट्याचं वारं वाहायला लागलं अन् मुसळधार पाऊस पडायला लागला की, इथलं लाकूड वापरून उभं केलेलं तुरुंगासाठीचं बांधकाम मुळापासून गदागदा हालायला लागलं. काही ठिकाणी तर ते कोसळलंदेखील! संध्याकाळच्या सुमाराला सगळ्याच पहारेकऱ्याचा धीर सुटला अन् ते गोंधळ घालायला लागले. आम्हाला आता कुठे हालवायचं याची त्यांना चिंता पडली. त्या वेळी त्यांच्याजवळ पुरेसा वेळही नव्हता आणि मनुष्यबळही नव्हतं. म्हणून मग त्यांनी आम्हाला एका वेळी बेड्या नसलेल्या अवस्थेत दोघादोघांना किंवा क्वचित तिघांना धरून बाहेर आणलं. त्यांनी आम्हाला जमिनीवर आडवं होऊन वर्तुळ करायला लावलं अन् मग ते आपल्या संगिनी

आमच्यावर रोखून आमच्याभोवती उभे राहिले. आमच्यातल्या सहा जणांना बाहेर काढून त्यांनी आम्हाला अर्धवर्तुळात मोकळं सोडलं, त्या क्षणी ते आम्हाला ठार करू शकत होते.

माझ्या तिथल्या वास्तव्यातल्या शेवटच्या दिवसात तिथलं वातावरण फारच गढूळलेलं होतं. इथल्या कैद्यांना ग्वांटानामोला हलवलं जाणार अशा जोरदारपणे अफवा उठत होत्या. एक तुकडी आधीच रवाना सुद्धा झाली होती असं कोडीनं मला सांगितलं. नारिंगी कपड्यातली माणसं आजूबाजूला दिसणं म्हणजेच ग्वांटानामो! तिथे कोणालाही जायची इच्छा नव्हती. एक इजिप्शियन कैद्यानं तर मला असं सांगितलं की, तो त्याच्या देशातल्या अत्यंत खतरनाक तुरुंगात जायला तयार आहे पण त्याची क्युबात जायची तयारी नाही.

मला बराकीतून बाहेर काढण्यासाठी ते आले अन् त्यांनी मला खाली आडवं व्हायला सांगितलं, तेव्हा तसं करण्याआधी मी तिथल्या प्रत्येकाला गळामिठी दिली आणि सगळ्यांना 'सलाम' असं म्हणून मगच मी पोझिशन घेतली. त्या दोन-चार क्षणांत माझ्या मनात विचार आला, मला बंदुकीचा धाक दाखवून, इतकी घाई करून अखेर त्यांना एवढं काय साधायचंय?

डोक्यावरून संपूर्णपणे कपडा घातलेल्या स्थितीत विमानात बसताना तिथल्या दोन क्रूर सैनिकांनी माझं डोकं इतकं खाली दाबलं की, माझी छाती माझ्या गुडघ्यांना स्पर्श करू लागली. ही स्थिती अत्यंत यातनामय होती. विमानाच्या पायऱ्या चढताना मी थोडं सरळ होण्याचा प्रयत्न केला. विमानात पाऊल टाकताच त्या दोघांपैकी एकानं मला एक जोरदार ठोसा लगावला. मी त्याला तरीही शांतपणे विचारलं, "हे तुझं काय चाललंय? तुझी अडचण तरी काय आहे? तू हे सगळं कोणासाठी करतोयस? अरे देवा! माझी पाठ! अक्षरश: तिचे तुकडे पडतायत असं वाटतंय मला." दुसरा पहारेकरी अजूनही तसा शांतच असताना पहिला एकदम फॉर्मातच आला अन् 'नो!' असं किंचाळत त्यानं मला ढकलून खाली पाडलं आणि तिथल्या जमिनीवर फेकून माझ्या छाताडावर जबरदस्त लाथ हाणली आणि मग तो म्हणाला, "या सगळ्यामुळे तुझ्यातला प्रतिकार वाढेल."

मी मनातल्या मनात पुटपुटलो, "मी कसा काय प्रतिकार करू शकतो? तुझं डोकंबिकं फिरलंय की काय?" आणि मग माझ्या लक्षात आलं तिथे मी अगदी एकटा होतो.

नाथननं मला सांगितल्याप्रमाणे, विमानानं आकाशात झेप घेताच माझ्या लक्षात आलं की, आम्ही बाग्रामकडे झेपावलो आहोत. मी अतिशय आशावादी असल्यामुळे मला वाटलं, तिथे गेल्यावर ते मला कदाचित पाकिस्तानला परत पाठवतीलही आणि कमीतकमी हे बरं होतं की, आम्ही नक्कीच ग्वांटानामोला जात नव्हतो.

७

अत्यंत अवघड परीक्षा

डोक्यावरून घट्ट बांधलेलं कापड आणि हातापायात साखळदंड, अशा अवस्थेत मी कंदाहारहून बाग्रामला आलो. वाइटात वाईट जे घडेल त्याची मी मानसिक तयारी ठेवली होती असं मला वाटत होतं. आता नेमकं काय घडणार याची मला कंदाहारपासूनच पूर्ण कल्पना होती. आता पुन्हा एकदा अत्यंत अपमानास्पद अशा अंगझडतीला सगळ्या पहारेकरी व वैद्यकीय पथकासमोर तोंड द्यायला लागणार होतं. पण कंदाहारमधला आरडाओरडा आणि यंत्रवत वर्तणुकीपेक्षा इथे खूपच माणुसकीनं वागवलं गेलं. मला उबदार अंतर्वस्त्रं व एक निळ्या रंगाचा जंपसूट दिला गेला. माझ्या पाठीवर त्यांनी १८० आकडा लिहिला– माझा इथला क्रमांक!

इथे आल्याआल्या एक गोष्ट माझ्या लक्षात आली, ती म्हणजे इमारतीभोवती फिरणाऱ्या सोजिरांच्या बुटांच्या आवाजाशिवाय इथे दुसरा कसलाही आवाज नव्हता. तिथे एकदम नीरव शांतता होती. त्यांनी मला बेड्या ठोकल्या पण माझ्या डोक्यावरून कपडा टाकला नाही. त्यानंतर मला चौकशी करण्यासाठी राखून ठेवलेल्या एका खोलीत नेलं. ही पहिल्या माळ्यावरची खोली होती. इमारतीच्या एका बाजूला अनेक पायऱ्या असलेले जिने दिसत होते. त्यांची तोंडं मुख्य तुरुंगाच्या दिशेनं होती. मला इथून सहा खोल्या दिसत होत्या. थोड्याच काळात त्या खोल्या कशासाठी वापरतात ते मी शोधून काढलं. या खोल्यांपैकी काही खोल्या प्रशासकीय कामासाठी वापरल्या जात होत्या किंवा काही वेळा त्यांचा उपयोग अति महत्त्वाच्या कैद्यांना डांबून ठेवण्यासाठी केला जात होता. जसं की तालिबानचा परराष्ट्रमंत्री वकील अहमद मुत्तवकील[१]. बाकीच्या खोल्या पक्क्या

१. मे २००५ मध्ये याला मुक्त करण्यात आलं. अफगाणिस्तानचे अध्यक्ष हमीद करझाई यांनी त्याला निवडणुकीत उमेदवार म्हणून उभं राहण्यासाठी पाचारण केलं होतं.

सिमेंटच्या होत्या आणि या खोल्यांमधल्या खिडक्या खूप उंचावर ठोकण्यात आलेल्या होत्या. त्या खोल्यांमध्ये एक लाकडी मेज व हलक्या प्रतीच्या प्लॅस्टिकच्या खुर्च्या एवढंच सामान होतं. यापैकी एका खोलीत मला ठेवण्यात आलं. त्या वेळी दरवाज्याकडे तोंड करून खाली बैस असं मला सांगण्यात आलं. सुरक्षेसाठी म्हणून इथे अत्यंत प्रखर असा प्रकाशझोत सतत माझ्या डोळ्यांवर टाकण्यात येत होता. पहिल्यांदा चौकशीचं काम थोड्या वेळात उरकण्यात आलं. मला चौकशी करणाऱ्या दोन सामान्य नागरिकांना तोंड द्यावं लागलं. त्यांनी मला फक्त माझी व्यक्तिगत माहिती विचारली. त्या मागचा उद्देशसुद्धा कंदाहारकडून पाठवलेल्या कागदपत्रांतल्या माहितीशी ती जुळते आहे किंवा नाही एवढं पडताळून पाहणं हाच होता. त्याच वेळी त्यांनी हेही सांगितलं की, इथून पुढे अन्य लोकांमार्फत तुमची सखोल चौकशी केली जाईल.

उलटतपासणीच्या खोलीतून बाहेर आल्यावर मला तिथल्या तुरुंगाचं पहिलं दर्शन घडलं. ही एक वापरात नसलेली अशी कारखान्याची जागा होती. पूर्वी इथे आक्रमण केलेल्या रशियनांच्या महत्त्वाकांक्षेचं हे एक चिन्ह होतं. ही जागा रशियन, इस्लामचे अन् पाश्चात्त्यांचे शत्रू असल्यापासून इथे आहे. इथे यंत्रसामुग्रीचे काही टाकून दिलेले तुकडे पडलेले दिसत होते. तसंच रशियन भाषेत लिहिलेल्या काही सूचनाही भिंतीवर चिकटवलेल्या दिसत होत्या.

मी जिना उतरून खाली येऊ लागलो, तशा माझ्या बेड्या खणखणू लागल्या आणि त्याच वेळी माझ्या डोक्यात या वैशिष्ट्यपूर्ण जागेविषयी विचार घोळू लागले. मला आठवलं, रशियाची इथेच 'त्याच्या व्हिएतनामशी' भेट झाली आणि आता या देशाच्या मदतीला अमेरिका धावलीये, आम्ही अफगाणिस्तानच्या हाकेला ओ देण्यासाठी इथे आलो असं रशिया म्हणत होती, त्याचप्रमाणे! जगातल्या सर्वांत गरीब देशावर, जगातल्या दोन महासत्तांनी साधारणपणे दहा वर्षांत कब्जा केला. इतिहासात अगदी दिवा लावून शोधलं तरी असं उदाहरणच सापडायचं नाही. मी आणखी मागे इतिहासात डोकावू लागलो. रशियन झारनं, तसंच ब्रिटिश साम्राज्यानं सुद्धा या एकाकी पडलेल्या राष्ट्राला एका मोठ्या खेळीचा भाग असल्यासारखं आपल्या कब्जात घेतलं होतं. मला कंदाहारमध्ये एका अफगाणीनं सांगितलं होतं त्याची आठवण झाली. तो म्हणाला होता, "रशियनांनी आक्रमण केल्यानंतर सुरुवातीला त्यांना होणारा विरोध अल्प प्रमाणातला नि तुरळक होता पण काही महिन्यांत विरोधाला जी धार चढली ती बघायलाच नको. पॉइंट ३०३ ली एनफिल्ड रायफल्सची संख्या वाढली. ते इतके ताकदवान होते की, त्यांनी विखुरलेले गट एकत्र करून देशावर आक्रमण करणाऱ्यांना चांगला धडा शिकवला. रशियनांना रशियाधार्जिण्या सरकारकडून अफगाणिस्तानमध्ये पाचारण करण्यात आलं होतं.

उलटतपासणी संपवून वेगवेगळ्या बराकींपुढून जाऊ लागलो, तेव्हा मी काही वेगळीच गोष्ट बघितली. इथे प्रत्येक बराकीला नाव दिलं होतं आणि ते पांढऱ्या मार्करनं मोठ्या अक्षरात लिहिलं होतं– सोमालिया, लेबॅनॉन, यूएसएस कोले, नैरोबी, ट्विन टॉवर्स आणि पेंटॅगॉन. मला एका गोष्टीचं अतिशय आश्चर्य वाटलं अन् ते म्हणजे या सर्व नावांमध्ये एक साधर्म्य होतं आणि ते होतं अमेरिकेचा धुमसणारा राग. अमेरिकेने गमावलेल्या प्रत्येक युद्धाचा सूड, अतिरेक्यांनी त्यांच्यावर केलेल्या हल्ल्याचा बदला आणि या सगळ्यांमध्ये समान धागा असलेला मुस्लीम धर्म याच्याबद्दलचा हा राग होता का? काही हल्ल्यांना अल्-कायदा जबाबदार होता हे खरं; पण लेबॅनॉनमध्ये तर ते नव्हते, तिथे काय घडलं (१९८३ साली बैरूतमध्ये अमेरिकेच्या नौदल बराकींवर बॉम्बवर्षाव झाला होता.) किंवा सोमालिया (अमेरिकेचं ब्लॅक हॉक पाडलं त्याचा दशकानंतर बदला घेतला गेलाय का?) मरू दे, मला या सगळ्याशी काय करायचंय म्हणा!

या ठिकाणाबद्दल माझ्या मनावर जी पहिली छाप पडली, त्यावरून मला वाटलं की इथली परिस्थिती जरा बरी असावी. इथे डांबून ठेवलेल्यांची संख्या कमी होती. म्हणजेच पहारेकरी सुद्धा संख्येनं कमी आणि त्यामुळे चौकशीसुद्धा कमी! मला चार क्रमांकाच्या बराकीत नेण्यात आलं आणि मग मला तिथे इतकी भयाण शांतता का आहे याचा उलगडा झाला. दारावरचं कुलूप काढतानाच मला पहारेकऱ्यानं सांगितलं, इथे दुसऱ्या कैद्याशी बोलायला मुळीच परवानगी नाही. त्यानं मला 'एअर लॉक' मध्ये पाऊल टाकायला सांगितलं, त्याबरोबर मी आपोआप बराकीत पोहोचलो. एकत्रितपणे उभं राहाणं, चालणं, प्रार्थना म्हणणं किंवा कंपू करून बसणं यापैकी कशालाही इथे परवानगी नाही. पहारेकऱ्यानं मला बजावलं. लवकरच माझ्या असं लक्षात आलं की, इथले नियम पूर्वसूचनेशिवाय बदलले जातात. परंतु सध्या तरी हे नियम अमलात होते.

"तुम्ही माझ्या बेड्या काढणार नाही का?" मी विचारलं.

"या बेड्या एक आठवडा किंवा सार्जंट सांगेपर्यंत अशाच राहतात. तुला लघवीला जायचं असेल तर तसं ओरड, म्हणजे पहारेकरी येईल नि तुझ्या बेड्या काढेल आणि तू लघवी करून परत आलास की लगेच तो त्या पुन्हा ठोकेल."

मला एक रिकामा कोपरा दिसला, तिथे जाऊन मी बसलो. मला दोन रजया देण्यात आल्या होत्या. त्यातल्या एका रजईचा उपयोग मी उशीसारखा केला व एक अंगावर पांघरून घेतली. कंदाहारप्रमाणेच या संपूर्ण जागेत एकसारखे प्रकाशझोत टाकले जात असत. जेव्हा वीज पुरवठा खंडित होई, तेव्हाच फक्त ते थांबत. मला झोप घेण्यासाठी पांघरूण डोक्यावरून घेणं भागच होतं. हातात बेड्या असलेल्या स्थितीत इकडेतिकडे फिरणं अवघडच होतं. पण मग मला इस्लामाबादची आठवण

झाली. मी लहान चणीचा असल्याचा त्या क्षणी मला आनंदच झाला. मी माझी मनगटं वळवली अन् थोडे प्रयत्न करताच बेड्यांमधून माझे हात मला बाहेर काढता आले. मग रोज रात्री झोपताना मी माझ्या रजईत रिकाम्या बेड्या अडकवून ठेवत असे. माझ्या हातातून त्यांनी बेड्या काढून टाकेपर्यंत हा प्रयोग चालू होता.

तुरुंगाच्या ज्या भागात मी होतो, तिथे सहा बराकी होत्या. त्या तारेनं एकमेकींपासून अलग करण्यात आल्या होत्या. त्यामुळे मला शेजारच्या बराकी स्पष्ट दिसत, शिवाय त्या बराकींसमोरची लांबलचक फरशी सुद्धा दिसे. त्या शिवाय जिथून जिना सुरू होई, त्या जागेपर्यंत मी पाहू शकत असे. त्यामुळे मला तिथून उलटतपासणीच्या खोल्यासुद्धा स्पष्ट दिसत. प्रत्येक बराकीचं प्रवेशद्वार धातूच्या पट्ट्यांनी बनवलेलं होतं. त्यानंतर चार फुटी व्हरांडा असे. त्याचं दुसरं टोक दुसऱ्या बराकीजवळ होतं. हे दार मुख्य बराकीचं होतं. या दुसऱ्या दाराला मागेपुढे करण्यासाठी एक सुतडा बांधलेला होता. समोरचा दरवाजा उघडायच्या वेळी, तसंच कोणा कैद्याला बेड्या ठोकायच्या वेळी पहारेकरी तो दोरखंड ओढून दार ओढून घेत असे. त्यामुळे कैद्यांना एका बाजूला काढल्यासारखं होई. पहारेकरी यालाच 'एअर-लॉक' असं म्हणत. इथली जमीन लाकडी होती आणि त्यावर अतिशय स्वस्तातली अशी जाजमं घातलेली होती. त्यांचा मूळचा रंग लालसर करडा किंवा मातकट होता. बराकीच्या मागच्या बाजूला तेलाचं एक गंजलेलं पिंप अर्धं कापून ठेवलेलं होतं. तीच आमच्यासाठी मुतारी होती. ते पिंप पहारेकरी काही दिवसांनी रिकामं करून ठेवत असत. पहिल्याच दिवशी तिथल्या विलक्षण तीव्र अशा दुर्गंधीनं माझं डोकं ठणकायला लागलं. पुढे कैद्यांच्या संख्येत जसजशी वाढ होत गेली, तसा हा वास असह्य पातळीला पोहोचला.

पहिल्या काही आठवड्यांत इथे वीसपेक्षा जास्त कैदी नव्हते, पण त्यानंतर थोड्या थोड्या दिवसांनी इथे नवे नवे कैदी दिसू लागले. सुरुवातीला मी ज्या चार नंबरच्या बराकीत होतो, तिथे माझ्या व्यतिरिक्त अजून चार लोक होते. त्यातला एक ताजिकीस्तानमधला डॉक्टर होता तर दुसरा इराणी विद्यार्थी होता आणि दोन अफगाणी टॅक्सी ड्रायव्हर होते. आम्ही राहात होतो त्या बराकीच्या डावीकडे एक नंबरची बराक होती, तिथे सहा लोक ठेवण्यात आले होते. थोड्याच दिवसांत मी त्यांच्याबद्दल माहिती मिळवली. त्यांच्यात एक वयस्कर असा अफगाणी होता, एक पॅलेस्टिनी, एक सौदी अरेबियन, एक इजिप्शियन आणि मला वाटतं त्यांच्यातला एक आफ्रिकनसुद्धा होता. पण लवकरच एक ब्रिटिशही तिथे आला. तो होता रिचर्ड बेल्मर. इथे बोलण्यावर निर्बंध होते तरीही मी त्यांच्याशी थोडं बोललोच. शिवाय उर्दूमधून ताजिकीस्तानच्या, तसंच इराणी माणसाबरोबरही मी बोललो. ते तिथे एक आठवड्यापासून असल्याचं त्यांनी मला सांगितलं. मी जसा इथे आल्यावर अनेक

गोष्टींसाठी उत्सुक होतो तसेच तेही थोडे घाबरलेले; पण कितीतरी गोष्टी जाणून घेण्यासाठी उत्सुकच होते. तिकडे सहा क्रमांकाच्या बराकीत चार कैदी आणून ठेवलेले मला दिसत होते.

लवकरच इतर कैद्यांच्या असं लक्षात आलं की, दुभाष्याशिवाय मी अगदी सहजतेनं अमेरिकनांबरोबर संपर्क साधू शकतो. त्यामुळे ते मला त्यांचं म्हणणं पहारेकऱ्यांना व तिथल्या वैद्यकीय अधिकाऱ्यांना सांगण्यासाठी वारंवार गळ घालत असत. त्यांच्यासाठी दुभाष्याचं काम करणं मला मनापासून आवडत असे, कारण त्यामुळे मग इतर कैद्यांशी बोलण्याची संधी मला मिळे व मी त्यांच्याशी कोणत्याही विषयावर बोलत राही. शिवाय असं बोलणं चालू असताना पहारेकऱ्यांसमोर खुशाल एखाद्या बातमीची देवघेवही होई. पण पहारेकऱ्यांना त्याची गंधवार्ताही लागत नसे.

आमच्या उजव्या बाजूच्या तीन व चार क्रमांकाच्या बराकी रिकाम्या होत्या. पण दोन क्रमांकाच्या बराकीत एक महत्त्वाचा कैदी ठेवलेला मला दिसत होता. पाकिस्तानात असताना मला अमेरिकनांच्या ताब्यात देताना, काढून घेतलेला माझा चष्मा, मला अजूनही परत मिळालेला नव्हता; पण तरीही या कैद्यानं अंगात राखाडी रंगाचा सलवार-कमीज घातलेला आहे हे माझ्या लक्षात येत होतं. शिवाय त्यानं काळी दाढी राखलेली होती आणि तो आमच्यातल्या कोणाशी जरी बोलत नसला, तरी स्वत:शीच बोलताना मला दिसत होता.

दोन क्रमांकाच्या बराकीपुढून जाताना पहारेकरी थट्टेने ओरडे 'आऽनिमल!' त्या वेळी त्याचं डोकं मजेशीर हले. तो दोन नंबरच्या बराकीतल्या कैद्याशी बोलत असे. या कैद्याचे ते नाव शिवाय त्याला दिलेला एकांतवास यावरून तो अत्यंत धोकादायक कैदी असला पाहिजे हे आम्ही ओळखलं. पहारेकरी या कैद्याशी बोले. त्याला म्हणे, "काय, आज कसं काय चाललंय? आता कठपुतळीच्या खेळात हालवतात तसं तुझं डोकं हालवून दाखव बघू मला. हं! पुन्हा पुन्हा हलव तुझं डोकं म्हणजे मग मी तुला फळाचा तुकडा देईन." 'ॲनिमल' नाव असलेला तो कैदी पहारेकऱ्याच्या असल्या बोलण्यावरची त्याची प्रतिक्रिया म्हणून तोंडातून कसलेकसले आवाज काढी आणि पश्तू भाषेतून त्याला शिव्याशाप देत असे. पहारेकरी एक दिवस आमच्या बराकीसमोरून जात असताना, या पहारेकऱ्याशी या आधी बोललो होतो म्हणून असेल, पण मी त्याला विचारलं की, "तुम्ही त्या कैद्याला ॲनिमल असं का म्हणता?"

पहारेकऱ्यानं उत्तर दिलं, "हा माणूस इथे कशासाठी आणला गेलाय हे मला माहीत नाही. पण मला वाटतं तो अतिशय चमत्कारिक आहे. तो दात घासायला, अंघोळ करायला सुद्धा नाही म्हणतो. शिवाय नेहमी स्वत:शीच बडबडत असतो. तो 'पपेट शो' मधल्या जनावरासारखा खरंच दिसतो आणि अगदी खरं बोलायचं तर तो चार्ल्स मॅन्सनसारखा बराचसा दिसतो म्हणून ते नाव."

साधारणपणे दर पंधरा दिवसांनी बराकीतल्या कैद्यांची अदलाबदल करण्यात येत असे. त्यानुसार मला जेरबंद करून सहा क्रमांकाच्या बराकीत हलवण्यात आलं होतं. मी माझ्या पातळसर दोन रजया घेऊन जेव्हा आत शिरलो, तेव्हा तिथे आधीच असलेले चार कैदी माझ्याकडे अगदी टक लावून बघताहेत असं मला दिसलं. मी दरवाजाच्या डावीकडे पुढच्या बाजूला मोकळ्या असलेल्या जागेत बसकण मारत म्हटलं, "अस्सलाम आलेकुम!" मला अगदी अस्पष्ट पण एकत्रित उत्तर आलं, "वाऽ आलेकुम-अस्सलाऽम!"

माझ्याशी जो पहिला माणूस बोलला तो, साद, पाकिस्तानी होता; पण तो सौदी अरेबिया व इंडोनेशियात लहानाचा मोठा झाला होता आणि त्याचं शिक्षणही तिथेच झालेलं, शिवाय त्याला अटकही तिकडेच झालेली. साद जरा जाडगेला होता, त्यामुळे तो जेमतेम पंचविशीत असूनही फारच मोठा दिसत होता. त्यानं मला सांगितलं की त्याचे पैगंबरवासी झालेले वडील पाकिस्तानचे सौदी अरेबियातले माजी राजदूत होते. तिथेच त्याचं शिक्षण झालं. तरुणपणीच त्यानं अख्खं कुराण मुखोद्गत केलं. त्याच्या आईच्या मृत्यूनंतर त्याच्या वडिलांनी एका इंडोनेशियन बाईशी लग्न केलं व ते इंडोनेशियात जकार्ताला राहायला गेले.

पहारेकरी बराकीच्या जवळपास नाहीत अशी वेळ साधून त्यानं मला एक भलतीच चमत्कारिक गोष्ट सांगितली. त्या गोष्टीमुळे माझ्या मनात अनंत प्रश्नच निर्माण झाले. त्यानं मला सांगितलं की, त्याची सावत्र आई आणि तो दोघांनाही इंडोनेशियाच्या खुद्द गुप्तहेरखात्यानंच पळवून नेलं. त्यानंतर त्याला एकट्याला त्यांनी इजिप्तला पाठवून दिलं. तिथे त्याला एका अत्यंत छोट्या खोलीत ठेवण्यात आलं होतं आणि अमेरिकनांच्या ताब्यात देण्याआधी तिघांनी त्याची अत्यंत निर्दयपणे कसून चौकशी केली होती. तो इजिप्तमध्ये असताना त्याला त्याच्या शेजारच्या खोलीत ठेवलेल्या माणसाच्या किंकाळ्या ऐकू येत असत. त्या किंकाळ्या त्याच्या मनात रात्रं-दिवस घुमत राहात आणि बाग्रामकडे उड्डाण केलेल्या विमानांच्या कर्कश आवाजावर मात करणाऱ्या, कोणत्याही वेळी ऐकू येणाऱ्या या किंकाळ्यांनी त्याचा जीव अक्षरश: थोडा थोडा होऊन जाई. या सगळ्यामुळे तो विलक्षण घाबरून जाई. एक नंबरच्या माझ्या बराकीतून मला समोरचा एक माणूस दिसे त्याला उभा करून ठेवण्याचा ते वारंवार प्रयत्न करीत पण तो दर वेळी चक्कर येऊन खाली पडे. नंतर मला सादनं सांगितलं की त्याच्या शेजारच्या खोलीतून ज्या किंकाळ्या ऐकू येत असत, त्या, त्या माणसाच्या[२] असत.

---

२. नंतर मला समजलं की तो माणूस 'ममदूह हबीब' असून तो ऑस्ट्रेलियन आहे. जानेवारी २००५ ला त्याची सुटका झाली.

रात्रीच्या सुमाराला पहारेकरी थोडे सुस्त होत, त्यांचं लक्षही कमी असे. त्या वेळी आम्ही बरेच वेळा बोलत असू. इतक्या दिवसांत ओठांची हालचाल न करता बोलण्याच्या कलेत आम्ही पारंगत झालो होतो. पहारेकरी कुठे आसपास असताना मी बोलल्यामुळे त्यांनी अनेक वेळा मला शिक्षा म्हणून उभं करून ठेवलेलं होतं.

सौदी अरेबियाच्या अहमदशीसुद्धा माझं बोलणं झालं. त्यानं मला असं सांगितलं की, त्याला लाहोरमध्ये अटक झाली. खरंतर तो तिथे कित्येक वर्षं राहात होता तरी त्याला पाकिस्तान्यांनी अटक केली अन् चक्क अमेरिकेला विकून टाकलं. अहमदला वारंवार उलटतपासणीसाठी नेलं जात होतं. त्यानं असं सांगितलं की, बाग्राममध्ये मोठा दबदबा असलेल्या मूळच्या इजिप्तच्या अरब अमेरिकनकडून त्याची वारंवार उलटतपासणी होत असे. अशा चौकशीच्या वेळी त्यानं सहकार्य करायला नकार दिला म्हणून त्यांनी त्याला नागवं करून ठेवलं होतं. त्या वेळी सादनं त्यांना धमकी दिली, ''जर तुम्ही पुन्हा मला स्पर्श कराल तर मी तुमचा जीव घेईन.'' पण जसजसे दिवस पुढे सरकले तसतसे चौकशी करणारा अरब मऊ पडला. त्यानं त्याची चौकशीची पद्धत थोडी सौम्य केली.

एकदा त्यानं अहमदला विचारलं, ''तुला जर एखादी बाई मिळाली तर नक्कीच आवडेल, हो ना? बाईच्या स्पर्शाशिवाय तू असा कोरडा किती काळ जगू शकशील असं वाटतं तुला? तू जर आम्हाला सहकार्य केलंस तर मी हे सगळं तुझ्यासाठी अगदी सहज सोपं करून टाकेन.''

हाच वृत्तांत सांगताना अहमद अगदी रंगून गेला होता. हसतहसत तो पुढे म्हणाला आणि मग पँटच्या पुढच्या जागेकडे बोट दाखवत तो म्हणाला, ''किती बाया स्वप्नात येतात, त्यांच्याशी स्वप्नातच संग करताकरता ही पँट ओली होते. मग सांग, मला बाई कशाला हवी!'' त्याची रवानगी ग्वांटेनामोला होण्यापूर्वीच त्याचं अन् माझं, तसंच चौकशी अधिकाऱ्याशी झालेलं त्याचं ते शेवटचं बोलणं होतं.

इथे अन्न हा एक महत्त्वाचा प्रश्न होता. कारण ते जरी दिवसातून दोन वेळा कधीकधी तर तीन वेळा सुद्धा आम्हाला कोशर किंवा हलाल या प्रकारच्या अन्नाची पाकिटं देत होते. त्यात अक्षरश: दहा प्रकारची विविधता असली तरी ते अन्न भयंकर बेचव असे. ते अन्न ताजं किंवा शिजवलेलं नसे. सगळ्यात वरकडी म्हणजे ते ही पाकिटं फोडत, त्यातल्या वस्तू इकडेतिकडे सांडत आणि मग त्यांना आम्हाला जे द्यावंसं वाटे, तेवढंच आमच्यापर्यंत पोहोचे. हे पदार्थ सर्वांत बेचव असत. मी काही फार खादाड माणूस नव्हतो, त्यामुळे माझ्यावर या सगळ्या प्रकाराचा फारसा परिणाम झाला नाही परंतु ज्यांची भूक प्रचंड असे, त्यांच्यावर या गोष्टीचा परिणाम झाला. अन्नाच्या पाकिटासोबत एक अतिशय तकलादू चमचा येत असे; पण पहारेकऱ्यांना तो सुद्धा आम्ही वेळप्रसंगी हत्यार म्हणून वापरू

शकतो असा संशय येत असल्याने, ते प्रत्येक बराकीत चमचे मोजण्याचा निष्फळ प्रयत्न करीत.

बराकीत कपडे धुण्याची सोय नव्हती आणि अंघोळीसाठी म्हणून आठवड्यातून एकदा आम्हाला आमच्या बराकीबाहेर काढलं जाई. अंघोळीच्या वेळी आमच्या हातकड्या काढून आम्हाला मोकळं केलं जाई आणि प्रत्येकाला एक बादली भरून थंड पाणी दिलं जाई. पाणी कितीही थंड असलं तरी मी अंघोळ करत असे. संडासला जाऊन आल्यावर आम्हाला धुण्यासाठी पाणी मिळत नसे, ही गोष्ट मात्र मन उद्विग्न करणारी होती. त्या वेळी पहारेकरी अगदी बजावून सांगत, बाटल्यांमधलं पाणी फक्त पिण्यासाठीच वापरायचं. ते पाणी धुण्यासाठी वापरणाऱ्याला शिक्षा करण्याची धमकी दिली जाई. आमच्याजवळ पिण्याच्या पाण्याच्या ५० मिलीलिटर क्षमतेच्या बाटल्या असत, त्या बरेच वेळा कुवेत, युनायटेड अरब एमिरेट्स, टर्की आणि ओमानसारख्या मुस्लीम देशांमधून आलेल्या असत. या बाटल्यांचं रेशनिंग होतं आणि दिली जाणारी प्रत्येक बाटली नोंद करून दिली जाई. काटकसरीचा कळस झाला की आम्हाला त्या दर दिवशी दोन या प्रमाणात मिळत. एकदा जेवणाच्या वेळी कोणाजवळही पाणी नव्हतं. त्या वेळी एक पहारेकरी म्हणाला, ‘‘पाण्याची भलतीच टंचाई आहे. लेको तुम्ही फार पाणी पिता! सैन्यदलापेक्षासुद्धा तुम्हीच जास्त पाणी पिताय.’’ तो म्हणत होता ते केवळ अशक्य होतं, कारण कैद्यांची तिथली संख्या जेमतेम वीस होती, तर त्या परिसरात शेकड्यांनी सैनिक होते. याखेरीज एकदा मी स्टेक आणि लॉबस्टर जेवायला मिळत असल्याबद्दल आणि त्यांना मिळणारा सोडा अगदी सुमार दर्जाचा असल्याबद्दल तक्रार करताना ऐकलं होतं. ते दिवसाला मिळणाऱ्या फक्त दोन बाटल्या पाण्यावर समाधानी असणं केवळ अशक्य होतं.

‘‘तुम्ही जर मला पाणी देणार नसाल तर मला जेवणही नको.’’ त्यांनी मला दिलेलं अन्नाचं पाकीट परत करत मी म्हटलं.

‘‘म्हणजे तू तुझं जेवण नाकारतोयस?’’ त्यांनी विचारलं आणि मी उत्तर दिलं, ‘‘होय!’’ आणि मग साद व अहमदकडे बोट दाखवत म्हटलं, ‘‘आणि ते सुद्धा नाकारताहेत.’’ या वेळी ती दोघं बराकीच्या अंगच्या कुलपाजवळ आली होती. त्यांनी त्यांची अन्नाची पाकिटं परत केली होती आणि त्यांची तक्रार मी पहारेकऱ्यांना भाषांतर करून सांगावी अशी त्यांची विनंती होती. आता एकाएकी नियम बदलले. मी त्यांना म्हणालो, ‘‘पाण्याशिवाय आम्ही घास गिळावा असं तुम्हाला वाटतं तरी कसं? आणि तसंही आमच्या अन्नाच्या पाकिटांमधले अनेक पदार्थ फेकून देऊन तुम्ही आमच्यापर्यंत एखाद दुसरा पदार्थच येऊ देता, त्यामुळे ते न खाल्ल्यामुळे आमचं असं काय मोठं नुकसान होणार आहे?’’

माझ्या या वक्तव्यानंतर मला पहिल्यांदा शिक्षा ठोठावण्यात आली. नवा आलेला सैन्यदलातला अधिकारी, मी त्याच्यासमोर अस्खलित इंग्लिशमधून माझी तक्रार मांडल्यानंतर एकदम आश्चर्यचकित झाला आणि त्यामुळे माझ्याबाबत विचारविनिमय करण्यासाठी तो आपल्या वरिष्ठांकडे निघून गेला. थोड्याच वेळात आणखी तीन पहारेकरी व सार्जंटला घेऊन तो परत आला. त्यानंतर त्यांनी मला बराकीतल्या अंगच्या कुलपातून (एअर लॉक) आत पाऊल टाकायला सांगितलं आणि मग त्यांच्यापैकी एक जण ओरडला, ''तुझं इथं जे काही गदळ पडलं असेल ते गोळा करून घे. तुला दुसरीकडे हालवलं जातंय.''

तीन नंबरची बराक रिकामी होती आणि इथल्या इतर बराकींच्या मानानं मोठी सुद्धा होती. तिथे मला हलवण्यात आलं. त्यांनी मला तिथे शिक्षा म्हणून कित्येक तास उभं करून ठेवलं होतं. परंतु नंतर एका पहारेकऱ्याकडून मला असं समजलं की आमच्या अन्नत्यागाचा प्रत्यक्ष परिणाम असा झाला होता की त्यांनी आम्हाला दर दिवशी दोनच्या ऐवजी ५० मिलीच्या चार बाटल्या पाणी द्यायला सुरुवात केली. एवढं पाणी तसं पाहिलं तर पुरेसं नव्हतं, पण ठीक आहे. आता आहे त्यात भागवून घेऊ असा विचार मी केला. पण सगळ्यात महत्त्वाचं म्हणजे, या घटनेनं मला शिकवलेला धडा असा की, विशिष्ट उद्दिष्ट ठेवून आक्रमकपणे विरोध नोंदवला तर त्याची नोंद घेतली जाते व त्याचं योग्य ते फळही मिळतं.

रोजचं कंटाळवाणं आयुष्य पुढे ढकलताना संथ गतीनं जगणं चालू होतं. त्या वेळी माझ्या मनात येऊन गेलं, इथला प्रत्येक जीव एवढा अनमोल आहे की त्याला पर्याय मिळणं शक्य नाही. इथे निघून गेलेला काळ, जो मी माझ्या पोराबाळांबरोबर कुटुंबात राहून घालवला असता, तो हा काळ गेलाच हातातून... अगदी कायमचा! रोज रात्री झोपताना डोळे दिपवणाऱ्या फ्लड लाईट्सच्या झोतापासून आडोसा मिळावा म्हणून मी माझ्याजवळच्या जुन्या रजईनं डोकं पार झाकून घेत असे आणि मग आजवर जगलेल्या आयुष्यातली अनेक दृश्यं माझ्या मनःचक्षूंसमोर आणण्याचा खेळ सुरू करी. हा खेळ पुन्हापुन्हा चालत राही. या वेळी मी माझी शाळा, माझं बालपण आठवत होतो. पण वडिलांची आठवण मात्र सहसा काढत नसे. कारण ती आठवण मनात उगवली की मला खूप त्रास होई; तसंच झैनाब आणि मुलांची आठवण, विशेषतः आम्ही एकत्र राहिलेल्या शेवटच्या कालखंडाच्या आठवणी टाळण्याचा मी प्रयत्न करीत होतो. मी इथून सुटल्यावर काय काय करणार आहे हे ठरवण्यासाठी कधीकधी माझं मन मुक्त सोडीत असे. माझ्या मनाच्या तळात असा एक विश्वास भरून राहिलेला होता की, आता जे काही चाललंय ती एक संक्रमणाची अवस्था आहे. त्यानंतर मात्र अगदी लवकर मी माझ्या घरी परत जाणार आहे.

बाग्राममधल्या सैनिकांची एकमेकांशी संपर्क साधण्याची पद्धत काही औरच

होती. त्यामुळे त्यांच्या व्यक्तिमत्त्वाविषयी माझ्या मनात कुतूहल निर्माण झालं. ते एकमेकांची नावं आमच्यापासून लपवण्याचा मुळी सुद्धा प्रयत्न करीत नसत. ते अगदी उघडपणे प्रायव्हेट 'पी', स्पेशॅलिस्ट 'ए' आणि सार्जंट 'एस' असं बोलत, (कंदाहारमधल्या पहारेकऱ्यांचं असं नव्हतं) कारण त्यांनी त्यांना सुपरस्टार, सांगाडा आणि सुपरमॅन अशी टोपणनावं ठेवलेली होती. एकदा 'सुपरमॅन' माझ्या शेजारच्या बराकीत ठेवलेल्या ॲनिमल या कैद्याबद्दल बोलला होता. आमच्या बराकीला लागून असलेल्या बराकीतला हा माझा नवा शेजारी होता.

बराकीत कुठल्याही प्रकारे तोंड उघडायलाच बंदी असल्यामुळे ॲनिमलला शिक्षा करण्याची आयती संधी पहारेकऱ्यांना मिळत होती. माझा हा नवा शेजारी! स्वत:शीच बडबड केल्याबद्दल पहारेकरी त्याला शिक्षा करीत. त्याला एक तासभर उभं करून ठेवण्यात आलं होतं. परंतु तेवढ्या वेळात तो स्वत:शीच बोलत होता... गात होता... हसत होता. काही मिनिटांनंतर त्यानं आढ्याकडे नजर लावली, जणू तिथून कोणीतरी त्याच्याशी बोलतच होतं. त्यानं मान तिरपी करून स्वत:लाच प्रश्न विचारला, "केन्हू?" आणि मग होकारार्थी मान हलवत तो स्वत:च खाली बसला. ते पाहून संतापलेले पहारेकरी त्याच्या बराकीत गेले आणि त्यांनी त्याला सक्तीनं पुन्हा उभं करून ठेवलं. तेव्हा इकडे माझी हसूनहसून अगदी मुरकुंडी वळली. कारण ॲनिमलनं स्वत:लाच खाली बसण्याची आज्ञा पश्तू भाषेत दिली होती.

ॲनिमल याच संबोधनानं ओळखला जाणारा हा कैदी, अफगाणी असल्याची चर्चा होती. त्याच्या त्या अवस्थेवरून त्याला मानसोपचारांची गरज आहे हे अगदी उघडच दिसत होतं; पण त्याच्या त्या अवस्थेत नॉर्दन अलायन्सच्या लोकांनी अगदी थोड्या पैशांसाठी याला अमेरिकन्सच्या हवाली केलं. उलटतपासणीसाठी मी तिथे असेपर्यंत या कैद्याला त्यांनी नेलं नाही हे माझ्या लक्षात आलं होतं. काही दिवसांनंतर त्यांनी त्याला चार नंबरच्या बराकीत हलवलं, पण या वेळी मात्र तो तिथे एकटा नव्हता त्याच्या जोडीला चेचेन्याला सुद्धा तिथे हलवलं होतं, कारण सुपरमॅन असं टोपणनाव असलेल्या पहारेकऱ्याला तो रशियन वाटला होता. कदाचित त्यामुळेच त्यानं रशिया, लेनिन आणि स्टॅलिनबद्दल अनुदार उद्‌गार काढले होते. खरं तर अमेरिकन्सच्या नेहमीच अनुभवास येणाऱ्या अज्ञानीपणाचा सुपरमॅन हा आणखी एक नमुना! चेचेन लोकांनी नाझींना जोरदार प्रतिकार करून सुद्धा स्टॅलिननी त्यांना किती तुच्छतेनं वागवलं हे साऱ्यांना माहीत आहे. किंबहुना रशियनांच्या इतिहासात अशा तऱ्हेचं दुसरं उदाहरण सापडणारसुद्धा नाही आणि इथे तर या अमेरिकन सुपरमॅनला वाटत होतं, की तो या कैद्याला (व्लादिमीरला) आपल्याला रशियन इतिहासाची किती माहिती आहे हे दाखवून देऊन, आश्चर्याचा एक झटका देऊ पाहत होता.

सुपरमॅननं मला जेव्हा पहिल्यांदा बोलताना पाहिलं, तेव्हा त्याला नवलच वाटलं. मग मी नेमका कुठून आलोय त्याची त्यानं चौकशी केली, तेव्हा मी म्हणालो, ''माझ्या उच्चार करण्याच्या पद्धतीवरून काही अंदाज बांधता येतो का पहा बरं!''

''मला माहीत आहे, स्कॉटलंड!'' पहारेकरी उत्तरला आणि ते तेवढ्यावरच थांबलं.

चार नंबरच्या बराकीत अजून एक अतिशय निस्तेज असा तरुण अरब ठेवलेला होता. तो घाबरलेला किंवा दु:खी दिसण्याऐवजी अत्यंत संतापलेला दिसे. त्यानं पहिल्या दिवसापासून उपोषण सुरू केलेलं होतं. जरी आम्ही दोघं वेगवेगळ्या बराकीत होतो, तरी अजूनपर्यंत मी माझ्या बराकीत एकटाच होतो. मी पायपातून त्याच्याशी बोलण्याचा प्रयत्न केला, परंतु त्यानं काहीच प्रतिसाद दिला नाही. पण एक दिवस मात्र सहा क्रमांकाच्या बराकीत नव्याने आणल्या गेलेल्याकडे पाहून तो अरेबिकमध्ये ओरडला, ''तू काय केलंस ते मला माझ्या मालकाकडून समजलंय, मी माझी निष्ठा ओसामा बिन लादेनला वाहिलीय असं तू म्हणालास, हो किनई बोल?''

त्यानं केलेल्या या स्फोटामुळे आणि उपोषणामुळे त्याला एकट्याला पहिल्या बराकीत हलवण्यात आलं. तिथे साखळदंडात अडकवलेल्या अवस्थेत त्याला उभं करून ठेवण्यात आलं होतं. शिवाय त्याच्या डोक्यावरून कपडा देखील टाकण्यात आला होता. त्यानं जोरजोरात डोकं हलवून तो कपडा खाली पाडलेला मी पाहिला. दुसऱ्या क्षणी पहारेकरी आत घुसले त्यांनी तो कपडा पुन्हा त्याच्या डोक्यावरून टाकला आणि आता या खेपेला त्यांनी तो टेपनं असा काही चिकटवून टाकला की तो डोक्यावरून दूर होणार नाही. त्या कैद्यानं तो कपडा काढून टाकण्याच्या उद्देशानं डोकं पुन्हा जोरजोरात हलवलं. मग जमिनीवर आणि वायरवरसुद्धा घासलं. काही वेळानंतर तो हलायचा थांबला आणि त्याच सुमाराला त्याच्या उलटतपासणीसाठी इजिप्शियन अधिकारी त्याच्या बराकीत आला. त्यानं टेप काढून टाकून त्याच्या डोक्यावरून टाकलेलं ते कापड किंचित उचललं अन् तो त्या मुलाशी थोडं बोलला. थोड्या वेळानी पहारेकऱ्यांनी कैद्याच्या डोक्यावरून टाकलेलं ते फडकं उचललं नि ते तिथून निघून गेले.

एक दिवस मी तीन पहारेकऱ्यांना एक भयंकर जड वस्तू दोन क्रमांकाच्या बराकीच्या दिशेनं ढकलत नेताना पाहिलं. दाराच्या धातूच्या चौकटीपर्यंत एअर लॉकमधून आत त्यांना ते धूड उचलून न्यावं लागलं होतं. त्यामुळे सुपरमॅनसकट सगळेच भयंकर दमले होते. त्यानंतर काही वेळानी त्यांनी ते धूड ओढत बराकीच्या मागच्या बाजूला मुतारीपासून काही अंतरावर आणून टाकलं. ते धूड म्हणजे स्टीलचं बनवलेलं गोलाकार असं सांगाड्यासारखं काहीतरी होतं. रशियनांच्या

कारकिर्दीत याचा उपयोग तेलाच्या किंवा पाण्याच्या पाईप लाईन्ससाठी करीत असत. त्यानंतर त्या पहारेकऱ्यांपैकी एकानं चांगली जड अशी पोलादाची साखळी तिथे आणली. मग त्या साखळीचं एक टोक त्यांनी त्या सांगाड्यात गुंतवलं अन् दुसरं टोक एअर लॉकमधून बराकीत सोडलं. काही वेळानंतर त्यांनी दोन नंबरच्या बराकीत एक नवा कैदी आणलेला मी पाहिला. त्याला साखळदंडांनी बांधलेलं तर होतंच, शिवाय त्यांनी त्याला ओणवं करून स्टीलचा सांगाडा आणि मुतारीच्या मध्ये ढकललं. त्यांनी आता ती जाडजूड पोलादाची साखळी त्याच्या कमरेभोवती अडकवलेली होती. या सगळ्या बंदोबस्तामुळे तो कैदी एअर लॉकमधून पहारेकरी ती साखळी काढेपर्यंत साधं मुतारीमध्ये सुद्धा जाऊ शकणार नव्हता. त्यामुळे एरवी ज्या जागेत तो झोपला असता, त्याच जागेत त्या कैद्यानं लघवी करून स्वत:ला तणावमुक्त करून घेतलं. येणारी दुर्गंधी अगदी असह्य होती पण त्याहून असह्य वाटलं ते त्या माणसाच्या अपमानित जिण्याचं आपण साक्षीदार होणं. मी याबद्दल ताबडतोब तक्रार केली आणि नंतर तशीच तक्रार इतर कैद्यांनी केल्याचं माझ्या कानी आलं. शेवटी त्यांनी त्याची ती साखळी थोडी सैल केली, पण अजून त्यांनी त्याला पुरेसं सोडलं नव्हतं.

मी पहारेकऱ्यांबरोबर वाटाघाटी करून आम्हाला व्यायामासाठी काही वेळ देण्यात यावा असा प्रस्ताव मांडला होता. परिणामी व्यायामाचा माझा पहिला दिवस हातापायात बेड्या असलेल्या स्थितीत व्यायाम करून पार पडला. त्याही परिस्थितीत व्यायाम करायला मिळाल्यामुळे आम्ही एकदम खूश झालो. तसं पाहिलं तर इथल्या अनेक कैद्यांना शारीरिक शिक्षणाचा फारच थोडा अनुभव होता. त्यामुळे त्यांचं ते उड्या मारणं अन् विचित्र पद्धतीनं जोर काढणं अगदीच विनोदी दिसत होतं. पहारेकरी त्यावर शेरेबाजी करीत होते 'जरा हळूऽ!' असं ओरडणाऱ्या सैनिकाला तर येणारं जबरदस्त हसू आवरत नव्हतं. परंतु हा साधा शारीरिक व्यायाम शिक्षा म्हणून सुद्धा वापरला जात होता. साखळदंडांनी जेरबंद केलेला एक कैदी, मला वाटतं तो उइघर (तो पश्चिम चीनमधल्या तुर्कस्तानचा होता) होता. जोर, बैठका, स्टार जंप व बटरफ्लाय किक्स करण्याचा हुकूम सुटल्यावर तासन्तास किंचाळत होता. अशा ढोर मेहनतीनंतर एकदा तो यातनांनी जमिनीवर निपचित पडला. तो असा पडल्यावर ते त्याला स्ट्रेचरवर घालून घेऊन गेले आणि त्यानंतर मी त्याला पुन्हा कधी पाहिलं नाही.

अडथळे आणणाऱ्या माझ्या स्वभावामुळे तीन नंबरच्या बराकीत इतर कैद्यांपासून मला वेगळं काढण्यात आलं आणि त्यानंतर उलटतपासणीसाठी म्हणून मला वरचेवर वरच्या मजल्यावर ते घेऊन जाऊ लागले. पाण्याचं प्रकरण झाल्यापासून साधारण आठवड्याने गॅरी नावाच्या माणसानं मला सांगितलं की, इतरांपासून मला

वेगळं काढण्यात आलं, कारण मी म्हणे त्यांना उपोषण करण्यासाठी उचकावलं होतं. त्या वेळी त्याला मी म्हटलं, ''तो प्रसंग तर आठवड्यापूर्वीच घडून गेलाय. त्याचं आत्ता काय?'' तो म्हणाला, ''इथे माणसं उशिरा प्रतिसाद देतात; पण देतात हे नक्की.''

यानंतर थोड्याच दिवसांनी, न्यूयॉर्कमधला आयरिश अमेरिकन, एफ.बी.आय.चा हस्तक असलेल्या रायनने, कंदाहारला त्याच्या सोबत्यांनी ज्या प्रकारे प्रश्न विचारले होते, त्याच धर्तीवर मला प्रश्न विचारले.

ही उलटतपासणी चालू असताना मी माझ्या भावना अनावर होऊन म्हणालो, ''तुम्हाला सगळ्यांना माहीत आहे की मी कुठलाही गुन्हा केलेला नाही किंवा मी कुठल्याही गुन्ह्यात चुकूनसुद्धा अडकलेलो नाही. मी एकाही अमेरिकनला त्रास होईल असं कधीही काहीही केलेलं नाही आणि तरीही तुम्ही माझ्या कुटुंबातल्या माणसांचं आयुष्य व मलासुद्धा उद्ध्वस्त केलंत.''

मी अजूनही माझ्या निर्दोष असण्याची पाठराखण करण्यावर विश्वास ठेवून होतो. आणि मी कुठला गुन्हा केलाय असं त्यांना वाटत होतं त्याबद्दल त्यांनी आजतागायत मला काहीच सांगितलं नव्हतं.

''मला कुठल्या गुन्ह्यात अडकवायचा तुमचा विचार आहे?'' मी विचारलं.

''अतिरेकी कारवायांना पाठिंबा देणं अन् अतिरेकी कारवायांसाठी सोई-सुविधा उपलब्ध करून देणं.''

''काश्मीरच्या स्वातंत्र्यासाठी लढणाऱ्यांना काहीशे पाऊंड्स पाठवणं किंवा त्यांच्या प्रशिक्षणासाठीच्या छावण्यांना भेट देणं, हे अमेरिकेविरुद्ध केलेलं कटकारस्थान किंवा आततायी कृत्य कसं ठरू शकतं?'' अफगाणिस्तानच्या सीमेवर वर्षानुवर्षं हजारो लोकांना प्रशिक्षण दिलं जातंय. यातली काही शिबिरं नक्कीच अल्-कायदानं चालवलेली आहेत; पण तिथली इतर अनेक शिबिरं स्वतंत्रपणे चालवण्यात आलेली होती हेही तितकंच खरं आहे. १९९३ मध्ये मी ज्या छावणीला भेट दिली होती, तिथले लोक कालांतराने तालिबानविरुद्ध कारवाई करू लागले होते. जेव्हा तालिबानी सत्तेवर आले तेव्हा त्यांनी हे शिबिर बंदच करून टाकलं. हे सगळं अमेरिकेबरोबर झगडा सुरू होण्यापूर्वीच घडलेलं होतं. या शिबिरांना आर्थिक मदत देणाऱ्या, तसंच तिथे भेटी देणाऱ्यांना इथे आणण्याचं ठरवलंत, तर ती संख्या कित्येक लाखात जाईल आणि ग्वांटानामो काय, अख्खा क्युबा व्यापून टाकायचं ठरवलं तरी आम्हा सगळ्यांना ठेवायला जागा पुरणार नाही.''

या गोष्टीच्या आधारावर खटला चालवू शकेल असं अमेरिकेत किंवा इंग्लंडमध्ये एकही न्यायालय आजमितीला अस्तित्वात नाही. इंग्लंडमध्ये मला या कारणाने अनेक प्रश्न विचारले गेले आणि मुक्तही करण्यात आलं. कारण, यात कुठलाही

गुन्हा घडलेला नव्हता. यात फक्त अंदाज वर्तवले जात होते आणि काही शक्यता पडताळून पाहिल्या जात होत्या.

मुद्यावर परत येत एफ.बी.आय.चा हस्तक रेयान म्हणाला, ''मोआइझम, ११ सप्टेंबरच्या घटनेनंतर नियम बदलले आहेत. आम्ही नवीन कायदे तयार केले आहेत आणि या नव्या कायद्यांनुसार तू अगोदरच गुन्हा केलेला आहेस. अमेरिकेनं तिच्याविरुद्ध युद्ध करणाऱ्यांना आता साफ जेरबंद करून टाकलंय. आता तुम्ही आम्हा अमेरिकनांकडे नीट बघा. आम्ही थेट तुमच्या अंगणातच येऊन ठाकलो आहोत. काही दिवसांपूर्वी तुमच्या तालिबानी दोस्तांबरोबर हातघाईची लढाई जुंपली, त्या वेळी आम्ही त्या सगळ्यांना थेट अल्लाकडे पाठवलं. जे थोडे हाती लागले त्यांना तू आता थोड्याच वेळात प्रत्यक्ष बघशील.''

मी माझ्या बराकीत परत आलो तेव्हा पहारेकरी मोठ्या प्रमाणात हातकड्या गोळा करत होते. माझ्या बराकीत मी एकटाच होतो. तिथे त्यांनी मी आत येण्यापूर्वीच रजयांचे अनेक जोड ओळीनं मांडून ठेवले होते. थोड्याच वेळात नव्या कैद्यांना आत आणण्यात आलं. त्यांच्यापैकी काही जणांच्या स्वागतासाठी सलाम करत मी पुढे झालो. त्या झाडून सगळ्यांचे साफ चमनगोटे करण्यात आले होते. आता मागे शिल्लक उरल्या होत्या त्या फक्त त्यांच्या दाढ्या. इतक्या दिवसांत अमेरिकनांच्या एवढं नक्कीच लक्षात आलं होतं की, कोणाचीही, विशेषत: बुढ्या अफगाण्यांची दाढी काढून टाकली तर तो जाम पिसाळतो आणि या नव्या कैद्यांमध्ये अनेक बुड्ढे अफगाणी होते. पश्तुमध्ये त्यांचा उल्लेख 'स्पिन गिर' (Spin-girre) म्हणजेच रुपेरी केसवाले असा केला जात असे.

पुढच्या वेळी मी जेव्हा रेयानला पाहिलं तेव्हा मी त्याला म्हणालो, ''हार्दिक अभिनंदन! तुम्ही अल्लाकडे उरले-सुरले अफगाणी पाठवले आहेत ते वृद्ध, खडूस तालिबानी आहेत तर!'' खरंतर माझं ते बोलणं ऐकून रेयान संतापानं एकदम लालेलाल झाला, पण त्यानं तोंड उघडलं नाही. मग तो म्हणाला, ''कोणा नव्या माणसाला तुझ्याशी बोलायचंय.''

त्या माणसाचं नाव मार्क होतं. तो साध्या वेशात होता. त्यानं चांगली घोटून दाढी केलेली होती अन् डोक्यावरचे केस बारीक कापलेले होते. तो साधारण माझ्या वयाचा असावा. चौकशीच्या खोलीत फक्त आम्ही दोघंच होतो. हे काहीतरी वेगळं घडत होतं. पुढे काय घडणार याचा मला अंदाजच बांधता येईना. त्यानं तो सी.आय.ए.चा असल्याचं व तो यापूर्वी सिरियात असल्याचं सांगितलं. मी त्यांच्यासाठी काही करू शकेन का हे विचारण्यासाठी तो इथे आला होता. कंदाहारमध्ये असताना एफ.बी.आय.चे हस्तक रॉब व बिल यांनी मला तिथे त्यांचा हस्तक बनण्याविषयी विचारलं होतं. सरकार विरुद्ध जाईल असा पुरावा उलटवायचा आणि साक्षीदाराच्या

संरक्षणाच्या कार्यक्रमात तसंच एखाद्या खटल्यात बाजू मांडायची वगैरे. हे सगळं हॉलिवूड सिनेमा स्टाईल भंकस वाटत होतं. त्या वेळी त्यांच्यातला एक जण म्हणाला होता, ''आम्ही तुझ्या कुटुंबाला अमेरिकेला पाठवू, शिवाय तुझ्या मुलांना तिथल्या मुस्लीम शाळेतसुद्धा पाठवू.''

''आणि तुम्ही माझ्यासाठी 'लोंबार्‌दिनी' सुद्धा खरेदी कराल.'' मी म्हणालो होतो.

''नाही!'' थाडकन उत्तर आलं.

प्रतिष्ठेचं लक्षण असलेल्या कारचं एक सोडा, पण मंडळी एकूणच फार गंभीरपणे विचार करत होती.

आणि इथे त्याच घटनेची पुनरावृत्ती होत होती. जगातल्या सर्वोत्तम गुप्तहेर संघटनेचा माणूस, माझे कुटुंबीय परत दिसावेत म्हणून मला माझ्या आयुष्याचा, माझ्या जगण्याचा सौदा करायला सांगत होता. माझा आत्मा विकायला सांगत होता.

''तू बुद्धिमान आहेस, सुशिक्षित आहेस, तुला अनेक भाषा उत्तम तऱ्हेनं बोलता येतात. तू शारीरिकदृष्ट्या चांगला सक्षम आहेस, खूप प्रवास केलेला आहेस आणि आम्हाला ज्या माणसात विशेष रस आहे, अशांबरोबर तू संबंध ठेवून आहेस. तुझ्यासारखा एखादा इसम आमच्यासाठी काम करायला लागला असता तर आम्ही अल्‌-कायद्यामध्ये शिरून त्यांचा कुठलाही पूर्वनियोजित हल्ला चुटकीसरशी परतवून टाकला असता.'' तो म्हणाला.

त्याला मी उत्तर दिलं ते असं, ''मला वाटतं तुमच्यासाठी अगोदरच खूप माणसं काम करताहेत. तुमचे स्वत:चेच हितसंबंध गुंतलेले असल्यामुळे तुम्ही तुमच्या देशावरचा हल्ला रोखलेला नाही. जगातली सर्वांत मोठी अर्थव्यवस्था हाताशी असूनही सी.आय.ए., अल्‌-कायदा या संघटनेला भगदाड पाडू शकले नाहीत, यावर मला विश्वास ठेवणं जरा जड जातंय. सी.आय.ए.ची माणसं सगळीकडे कारस्थानं करताहेत, शिवाय जगातला सर्वांत ताकदवान माणूस तुमच्या संस्थेचा या आधी प्रमुख होता. असं असताना विश्वास ठेवणं खरंच अवघड आहे.''

''मी या असल्या कटकारस्थानांच्या कथा आजवर फार ऐकल्या आहेत. त्यावर चर्चा करण्यासाठी मी इथे आलेलो नाही. मी तुझ्यासमोर सरळ प्रस्ताव ठेवलाय. तू आमच्यासाठी काम कर, आम्ही तुझ्यासाठी डोंगर हलवायला तयार आहोत. मी तुझ्यासाठी काम करेन, कदाचित काही वर्षांनी ही परिस्थिती राहणारही नाही. आपल्या दोघांची अगदी क्वचितच भेट होईल. आम्ही तुला सांगू त्या लोकांबद्दल आणि घडणाऱ्या घटनांबद्दल आम्हाला माहिती द्यायचीस. तू आणि तुझे कुटुंबीय यांची तहहयात काळजी घेतली जाईल. आम्ही आमच्या माणसांची चांगली काळजी घेत असतो. मोआइझम, एक गोष्ट लक्षात घे, आम्ही आमच्याच माणसांना

फसवल्याची गोष्ट जर कोणाच्या कानी पडली, तर आमच्यासाठी कोण काम करेल? म्हणून आमच्यासाठी जे काम करतात त्यांची आम्ही काळजी घेत असतो. आम्ही तुझी इथून पळून जाण्याची व्यवस्था करू आणि वर्तमानपत्रात तशी बातमी छापून आणू. त्यानंतर आमची खात्री आहे की, अल्-कायदाचे लोक नक्की तुझ्याशी संपर्क साधतील अन् तुझ्या पळून जाण्याच्या घटनेचा प्रचार करतील किंवा फायदा उठवतील. आम्ही त्यांच्या पकडलेल्या माणसांबद्दल ते तुला विचारतील. पण मी तुला हेही स्पष्टपणे सांगतो की, जर तू खरोखरच पळालास तर मात्र आम्ही तुला जगाच्या कानाकोपऱ्यातून सुद्धा शोधून काढू. तुझे कुटुंबीय कुठे राहतात ते मला माहीत आहे. शिवाय त्यानंतर तुला शोधून काढणं हेच माझ्या आयुष्याचं ध्येय असेल. यावर आता मी तुला पुन्हा भेटेपर्यंत विचार कर.'' तो म्हणाला.

हे सगळं ऐकून माझ्या मनात विचारांचं नुसतं काहूर माजलं! इथून बाहेर पडण्यासाठी माझ्यासाठी चालत आलेली ही एक संधी आहे का? या संधीचा फायदा घेऊन मी पळून जाऊ शकेन का? पण जर पळालोच तर पळणार तरी कुठे? ब्रिटन... पाकिस्तान... इराक... नॉर्थ कोरिया... क्युबा... कुठे जाणार मी? जर मी इंग्लंडला गेलो तर ते मला पुन्हा अमेरिकन्सच्या ताब्यात नक्की देणार नाहीत, असं होईल? ब्रिटन त्यांच्या मूल्यांना आणि न्यायव्यवस्थेला जपत, ती त्यांच्यासाठी प्रतिष्ठेची बाब आहे म्हणून मग ते मला अमेरिकन्सच्या ताब्यात देणार नाहीत असं खरंच घडेल? पण आता नवीन कायदे अस्तित्वात आले आहेत. हे कायदे काय उद्देशानं केले आहेत कोणाला माहीत? मी तिथून निघण्यापूर्वी त्यांनी माझी चौकशी चालवली होती आणि आता हे म्हणजे... आगीत तेल ओतणंच! कदाचित मी माझ्या कुटुंबीयांसोबत पाकिस्तानात लपून बसू शकेन? छे... मी माझ्या जिवलगांना यात ओढू शकत नाही. दोन मुखवटे असलेलं अत्यंत दांभिक पाकिस्तान सरकार! आपल्या आयांनासुद्धा सहज विकणाऱ्यांची ही जात! त्यांनी मला जसं विकलं तसं ते माझ्या जिवाभावाच्या कुटुंबीयांनासुद्धा विकतील! पण तसं तर मला इतर ठिकाणचं फारसं कोणी माहीतसुद्धा नाहीये.

...आणि जर मी खरोखर त्यांचा प्रस्ताव मान्य केला तर? जर मी सी.आय.ए. साठी काम करायला सुरुवात केली तर काय होईल? ते नक्कीच मला सामावून घेतील. तो... तो तर म्हणाला, 'तू बुद्धिमान, सुशिक्षित, अनेक भाषात पारंगत, सक्षम, चाणाक्ष, उत्तम निरीक्षणशक्ती असलेला... वगैरे वगैरे आहेस.' मी माझं आयुष्य... माझी जिंदगी विकावी का? ज्या माझ्या आजवरच्या जगण्यातून, माझ्या आजवर केलेल्या प्रवासाला प्रेरणा मिळाली ते आयुष्य विकायचं? या परिस्थितीत मी माझ्या कुटुंबीयांना... समाजाला तोंड दाखवू शकेन का? आणि मग, चिकाटी आणि कोणालाही शरण न जाणारा निर्धार या माझ्या तत्त्वांचं काय? मी काहीएक

चुकीचं वागलेलो नाही, कोणालाही दुखावलेलं नाही, कोणाचा खून केलेला नाही किंवा तसा प्रयत्नसुद्धा केलेला नाही किंवा कोणाच्या खुनाची योजनासुद्धा आखलेली नाही आणि म्हणूनच मला न्याय मिळेलच यावर मी विश्वास ठेवला पाहिजे. आत्ताची परिस्थिती बदलेल, पण मग झैनाब आणि मुलांचं काय? या माणुसकीशून्य लोकांनी जर कधी काळी माझी सुटका केलीच, तर कदाचित इतक्या काळानंतर मी त्यांच्यासाठी कोणी एक अनोळखी व्यक्तीसुद्धा ठरू शकेन...

त्या परिस्थितीत मी स्वत:ला बजावलं, आहे ही परिस्थिती अशी आहे, तुला तुझ्यावर चालणाऱ्या चौकशांना, खटल्यांना तोंड दिलं पाहिजे. अल्लावरच्या तुझ्या विश्वासाची ही परीक्षा आहे. या परीक्षेत तू पास हो म्हणजे मग इथून तू मुक्त झालास म्हणून समज... पण जर या परीक्षेत नापास झालास तर तू स्वार्थानं लुटला जाशील... तुझं कुटुंब, तुझी प्रतिष्ठा, तुझं स्वत्व, स्वत:बद्दलचा अभिमान आणि तुझं त्यानंतरचं आयुष्य, सगळं सगळं साफ धुळीला मिळेल.

कुराणात असं म्हटलंय की, तुम्ही जिथे कुठे असाल तिथे मृत्यू तुम्हाला सामोरा येईल. कुराणातला हा भाग मी रोज वाचत असे. यातून मिळणारा संदेश असा की जीवन नश्वर आहे... या आयुष्यात तुम्ही जी जी कर्मं कराल, त्यातूनच तुमच्या पुढच्या जन्माची तयारी होणार आहे. कुराणातल्या ज्या आयता माझ्या मनात गुणगुणल्या गेल्या होत्या, त्या अल्-मुमताहिनाह् (द टेस्ट) या अध्यायातल्या होत्या. त्या क्षणी मला जाणवलं, या आयतांनीच मला योग्य दिशा दाखवली आहे.

'तू आस्तिक आहेस! अल्लावर तुझा पूर्ण विश्वास आहे. हा माझा शत्रू, तो तुझा शत्रू असं तू तुझ्या मित्रांसाठी कधीच म्हणणार नाहीस. शिवाय तुला आत्ता ज्या सत्याची जाणीव झालीय, ते सत्यच जर कोणी नाकारत असतील, तर अशा लोकांना तू तुझा मित्र समजशील का?... आणि यापुढे तू कोणत्या गोष्टी झाकून ठेवणार आहेस अन् कोणत्या गोष्टी मिरवणार आहेस... हे मला माहीत आहे.

'जर तू त्यांना या अवस्थेत सापडलास, तर ते नक्कीच तुझे शत्रू बनतील... आणि तू त्याच्यावर (अल्ला) मुळीच विश्वास ठेवू नयेस अशीच त्यांची तीव्र इच्छा असेल. पुनरुत्थानाच्या दिवशी अल्लासमोर तुझे नातेसंबंध... तुझी मुलंबाळं या कशाचाही तुला फायदा होणार नाहीये...' विचारांच्या कल्लोळानं माझं डोकं भणभणल्यासारखं वाटायला लागलं.

माझ्या मनात विचारांचं हे असं द्वंद्व चाललं असताना मला परत माझ्या बराकीत आणण्यात आलं. मी सी.आय.ए.नं दिलेल्या प्रस्तावावर उत्तर दिलं नव्हतं. मी त्यानंतर मार्कला कधीही पाहिलं नाही की, त्याच्या त्या प्रस्तावाबद्दल पुन्हा कधीही ऐकलं नाही. मी या घटनेवर विचार केला आणि मला वाटायला लागलं, मला अडकवण्यासाठी रचलेला हा सापळा तर नव्हता? संधी मिळताच मी त्यावर

झडप घालतो की ती नाकारतो हे बघण्याचा? मला वाटायला लागलं की, कदाचित त्यांना माझ्याकडून उत्तराची अपेक्षाच नसावी. दुसऱ्या वेळी मी त्या खात्याच्या कोणाबरोबर तरी बोललो, पण या वेळी अटी बदलल्या होत्या.

बाग्राममध्ये बुचकळ्यात टाकणारी आणखी एक गोष्ट होती. ती म्हणजे तिथे साध्या कपड्यात इतके अधिकारी हिंडत असत की, शेवटी इथलं प्रशासन नेमकं कोण चालवतंय असा प्रश्न पडे. अर्थातच सैन्यदलातल्या लोकांसाठी ही सवलत होती आणि आमच्यावर पहारा करणारे पहारेकरी मात्र सदैव गणवेशात असत. पण आम्हाला असं वाटत असे की, हे पहारेकरी जास्त करून, आमची चौकशी करायला येणाऱ्या निरनिराळ्या खात्यातल्या अधिकाऱ्यांची चमचेगिरीच करीत असत. सैन्यदलातल्या चौकशी अधिकाऱ्यांना जरी साधे कपडे घालण्याचा पर्याय उपलब्ध असला तरी हे लोक लगेच ओळखू येत; कारण साधारणपणे ते खूप तरुण असत आणि बरेच वेळा वाळवंटात वापरण्यासाठी असणाऱ्या पँट्स ते वापरत. तसंच त्यांचे बूटदेखील या वातावरणास अनुरूप असे असत आणि या सगळ्या सरंजामाच्या सोबतीला त्यांच्या कमरेच्या पट्ट्यात अनेक गोष्टींसाठी उपयोगी पडेल असा चाकू असे.

मे महिन्यात एफ.बी.आय. व सी.आय.ए.च्या चौकशी अधिकाऱ्यांशी माझी भेट झाली. त्यांच्यापैकी कोणीच मला फारसं आवडलं नाही. एफ.बी.आय.च्या दोन चौकशी अधिकाऱ्यांनी सुरुवातीला मला प्रश्न विचारायला सुरुवात केली. मी कुठल्यातरी अत्यंत गुंतागुंतीच्या कटकारस्थानात नक्कीच अडकलो आहे याची त्यांना अगदी खात्रीच पटली होती. या कट कारस्थानांच्या जंत्रीत पोपच्या खुनाचा कट रचण्यापासून ते अल्-कायदाच्या युरोपातील पैशाच्या व्यवस्थापनापर्यंत आणि अफगाणिस्तानातल्या प्रशिक्षणासाठी चालवल्या जाणाऱ्या शिबिरात प्रशिक्षक म्हणून काम करण्यापर्यंत मी कुठेही सहभागी असण्याची त्यांच्या मते शक्यता होती. माझ्याबद्दल त्यांच्या मनात हे असलं काहीतरी होतं आणि त्या अनुषंगानं मला अडकवण्याचा ते प्रयत्न करीत होते. त्यांना माझ्या तोंडून त्या स्वरूपाचं काही वदवून घेऊन मला अडकवायचं होतं.

आत्तापर्यंत त्यांनी माझी प्रतिमा, जेम्स बाँड प्रकारच्या एखाद्या गुंडासारखा मी आहे, अशी केलेली होती. त्यांचा असा समज झाला होता की, मी ब्रिटनमधल्या एखाद्या अत्यंत प्रतिष्ठित अशा महाविद्यालयातून पदवी मिळवलीय. मला अनेक भाषा अवगत आहेत, मी संगणक तज्ज्ञ आहे तसंच मार्शल आर्टच्या अनेक प्रकारात मी निष्णात आहे वगैरे वगैरे.

परिस्थिती विपरित नसती तर माझी एवढी स्तुती ऐकून मी जाम खूषच झालो असतो. माझ्याबद्दलचे त्यांचे हे सगळे झालेले समज ऐकून मी एकदा त्यांना

म्हणालो की खरं तर नोकरीसाठी तुम्हीच माझी माहिती लिहून अर्ज तयार करायला हवा, म्हणजे मला कुठेही नोकरी मिळेल.

इतक्या भयानक परिस्थितीत अडकलो नसतो तर या एकूणच विनोदी प्रकाराची मला खूपच गंमत वाटली असती. पण इथे आमच्यावर अशा लोकांची सत्ता चालत होती की, ज्यांचा त्यांच्या कल्पनाविलासावरच भयंकर विश्वास होता. त्यांच्या या कल्पनाविलासावर विश्वास ठेवण्याच्या प्रवृत्तीचा एक भाग म्हणजे त्यांनी इस्लामाबादमधील माझ्या घरातून जप्त केलेला माझा लॅपटॉप. या लॅपटॉपची त्यांनी अगदी कसून तपासणी केली होती. त्यांनी, लॅपटॉपमधल्या पुसून न टाकलेल्या अनेक फाईल्समधून चित्रं काढून ती छापली होती.

त्यांनी मला विचारलं, ''ही चित्रं म्हणजे तुझ्यालेखी नेमकं काय आहे? ही चित्रं मुळात तुझ्या कॉम्प्युटवर का आहेत?''

त्यांचे ते प्रश्न ऐकून क्षणभर माझ्या मनाचा भलताच गोंधळ उडाला. ही चित्रं इथे कुठून बरं आली असावीत? मी ती माझ्या हार्ड-ड्राईव्हमध्ये कशासाठी साठवली होती?

पण मग काही वेळानं माझं मन शांत झाल्यावर, मी विचार करायला लागल्यावर मला आठवलं, खरंतर स्वतःच्या कॉम्प्युटरवर साठवलेल्या प्रत्येक आकृतीबद्दल कोणालाच सांगता येत नाही. चौकशी करणाऱ्या या अधिकाऱ्यांपैकी कोणाला संगणकाचं थोडं जरी ज्ञान असतं, तरी त्यांनी असा मूर्खासारखा प्रश्न विचारला नसता. कारण कुठल्याही वेबसाईटला व्हिजिट केलं तर आपोआप तिथली अनेक चित्रं, आकृती तुमच्या संगणकावर चित्रित केली जातात. तशीच ती आपोआप काढूनही टाकली जातात. डिस्क क्लिनअपमुळे अनावश्यक फाईल्स पुसून टाकल्या जातात.

त्यांनी मला काही चित्रं दाखवली. या चित्रांमध्ये, बीबीसीचा एक प्रतिनिधी, केट क्लार्क आणि पोपची चित्रं होती. ती दाखवून ते म्हणाले, ''पुसून टाकलेली ही चित्रं आम्ही पुन्हा स्क्रीनवर आणली. पोपचं चित्रं तुझ्या संगणकाच्या स्क्रिनवर असण्याचा काय संबंध?'' त्यांच्यातल्या एकानं विचारलं.

'महामूर्ख मेजर!' मी हलकेच स्वतःशीच पुटपुटलो. कारण तो मला म्हणत होता, ''हे बघ, सांगून ठेवतो मी कॅथलिक आहे. पोपच्या केसाला जरी धक्का लागला आणि तू त्यात भाग घेतलेला आहेस असं जर माझ्या लक्षात आलं, तर मी तुझ्या दोन्ही हातांची सगळी बोटं मोडून ठेवीन.''

त्यांचा चाललेला हा सगळा महामूर्खपणा मनावर घेणं केवळ अशक्य होतं, म्हणून मी त्यांना म्हणालो, ''तुम्ही मला उगाच घाबरवून सोडताय, माझी भलतीच गंमत करताय, खरं ना?'' मी त्यांचं बोलणं हसण्यावारी नेलेलं त्यांना मुळीच

आवडलं नाही. त्यामुळे ते त्याचा राग माझ्यावर काढण्याच्या तयारीला लागले.

त्यानंतर त्यांनी मला माझ्या आर्थिक उलाढालींविषयी विचारायला सुरुवात केली. "ब्रिटनमध्ये तुझ्या बायकोच्या खात्यावर जर्सीतून ५० हजार पौंड पाठवले गेले आहेत. ही एवढी मोठी रक्कम कशासाठी ट्रान्सफर केली गेली?"

"आमच्या लग्नानंतर नवं घर घेण्यासाठी माझ्या सासुरवाडीच्या लोकांनी ते पैसे ट्रान्सफर केले होते, जा हवंतर चौकशी करा." मी म्हणालो.

"हा पैसा अफगाणिस्तानला पाठवला गेला नाही याची तुला खात्री आहे?"

या असल्या मूर्ख प्रश्नांना कशी उत्तरं द्यावीत ते मला खरोखरच माहीत नव्हतं. घराच्या खरेदीबद्दलची प्रत्येक गोष्ट अधिकृतपणे नोंदवलेली होती आणि अफगाणिस्तानात बँकिंग व्यवस्थाच मुळात उपलब्ध नाही, हे त्यांना माहीत नाही का? ५० हजार पौंड ट्रान्सफर करता येतील अशी एकही बँक अफगाणिस्तानात नाही.

त्यानंतर त्यांनी मला विचारलं, अफगाणिस्तानच्या प्रशिक्षण देण्यासाठी उघडलेल्या शिबिरामध्ये मी प्रशिक्षक म्हणून होतो का? अल् फारूक इथल्या प्रशिक्षण शिबिरात पाकिस्तानमधला अबू उम्मामाह् माझा प्रशिक्षक असल्याचं इथे डांबून ठेवलेल्या एका कैद्यानं सांगितलं, म्हणून त्यांनी मला हा प्रश्न विचारला असं ते म्हणाले. (अरेबिकमध्ये अबू म्हणजे वडील आणि उम्मामाह् हे माझ्या मुलीचं नाव होतं.) त्यांनी हे अगदी ठासून सांगितलं की अल्-कायदामधल्या एका जबाबदार अधिकाऱ्यानं शपथेवर सांगितलंय की अल्-फारूक इथे प्रशिक्षक असलेल्या मला त्यानं ओळखलंय.

ग्वांटानामोत आल्यावर एक वर्षानंतर त्याच्या त्या खोडसाळ विधानामागचं सत्य मी हुडकून काढलं. ते माझ्या आयुष्याशी खेळत होते ही गोष्ट खरोखरच धडकी भरवणारी होती. त्यांच्या सुमार बुद्धीच्या जोरावर ते असला पुरावा उभा करू पाहत होते. मी कधी काफ्का वाचलं नव्हतं. पण मला काफ्कास्कवीचा अर्थ माहीत होता. आता माझ्याबरोबर तसंच सगळं चाललेलं होतं.

सी.आय.ए.च्या माणसानं त्याची ओळख मार्टिन म्हणून सांगितली होती. माझ्याकडे एकटक बघत तो तिथे नुसता बसून होता. त्याचे निळे डोळे भलतेच भेदक होते. माझ्याकडे एकटक बघताना जणू तो माझ्या मनाचा वेधच घेत होता. त्या उलटतपासणीच्या सत्रावर एखादा चित्रपट बेतता आला असता, पण ते सगळं माझ्याबाबतीत घडत होतं. फ्लडलाईटचा झोत थेट माझ्या तोंडावर टाकण्यात आला होता. एफ.बी.आय.चे दोन हस्तक मार्टिनच्या दोन्ही बाजूला बसलेले होते. त्यांनी टेबलावर एम-१६ चं चिन्ह ठेवलं होतं. अजून दोघं, त्यातला एक मघाचाच मेजर इडियट आणि ॲलेक्स नावाचा दुसरा थेट माझ्यामागे बसले होते.

एफ.बी.आय.च्या हस्तकांपैकी असलेला एक जण, नेअल त्याचं नाव, मला म्हणाला, "मोआइझम, तुझा काय बेत होता ते आम्हाला सांग."

"उत्कृष्ट असं अरेबिकमधलं एक पुस्तक इंग्रजीत भाषांतरित करायचं."

"नाही, तो तुझा बेत मुळीच नव्हता." एफ.बी.आय.चा एजंट मार्टिन माझ्या अंगावर ओरडला, "आम्ही कशाबद्दल बोलतोय ते तुला चांगलं माहीत आहे. मुकाट्यानं ते कबूल कर. तुझा आत्मघातकी हल्ला करण्याचा डाव होता की विषारी वायूच्या मदतीनं हल्ला करण्याचा बेत होता? तू खुनाचा बेत आखला होतास...?"

"तुम्ही काय मूर्खासारखे बरळताय? मला वाटतं तुम्ही फारच जास्त प्रमाणात सिनेमे बघत असणार..."

माझ्यामागून ॲलेक्सचा आवाज आला, "अमेरिकन व ब्रिटिश सैन्याविरुद्ध सीमेवर तू लढलास?"

मी मागे वळून म्हणालो, "एक मिनिट, मी त्या भागाला फक्त भेट दिल्याचं तुम्हाला आधीच सांगितलंय."

नेअल खच्चून ओरडला, "या गलिच्छ गोष्टींची मला अगदी किळस आलीय." त्या त्याच्या ओरडण्यानं मी गर्रकन मागे वळलो. त्या वेळी आपल्या जवळच्या फोल्डरमधून एक छापील चित्र काढत मार्टिननं मला विचारलं, "तुला तुझी पोरंबाळं पुन्हा नजरेला पडावीत असं वाटतंय ना?" त्याच्या जवळचा फोटो उम्मामाह् दोन वर्षांची असतानाचा होता. त्या फोटोत तिच्याबरोबर आणखी कोणीतरी मूल उभं होतं. "या फोटोवरून तू तुझ्या कुटुंबाची फारशी पर्वा करतोयस असं वाटत नाही. तू भयंकर स्वार्थी माणूस आहेस, पण तुझ्याशिवाय त्यांचे काय नि किती हाल होतील याचा जरा विचार कर... तुझी बायको... तुझी मुलं..."

"थांबवा! हे सगळं ताबडतोब थांबवा! कृपा करून माझ्या कुटुंबाला यात ओढू नका. आजतागायत मी कोणालाही दुखावलेलं नाही. मी जे काही केलं त्यामुळे कुणाही अमेरिकनाचं काहीही नुकसान झालेलं नाही आणि मी कधीही कसलाही बेत आखलेला नाही."

माझ्या मुलीचा विचार मनात येऊन माझं हृदय अक्षरशः विदीर्ण झालं. दुःख आणि संतापानं माझं मन भरून आलं आणि मला माझ्या भविष्याची काळजी वाटू लागली. मला मरावंसं वाटत होतं. मला त्यांनीसुद्धा मरावं असं वाटत होतं. माझ्या मनातल्या माझ्या बायकोच्या अन् मुलांच्या आठवणी विस्कटून टाकण्याचा त्यांना काय अधिकार होता? आठवणीतल्या त्या निष्पाप जीवांना या अक्करमाशांनी पार नेस्तनाबूत करून टाकलं होतं.

अचानक त्यांच्यातल्या एकानं माझी खुर्चीच ओढून घेतल्यामुळे मला उभं राहणं भाग पडलं. "आपलं बूड हलवून उभा राहा! खुर्चीवर बसण्याची लायकी आता तुझ्यात उरलेली नाही. आमच्याशी बोलताना ती तू गमावून बसलायस." मेजर म्हणाला.

त्यानंतर सी.आय.ए.चा हस्तक असलेल्या मार्टिनला माझ्यापाशी खोलीत

सोडून बाकी सगळे तिथून बाहेर पडले. अजूनही तो माझ्याकडे टक लावून बघतच होता. त्यानं बोलायला तोंड उघडण्यापूर्वी बराच वेळ तो आपला माझ्याकडे बघत बसला होता.

रागानं हाताची मूठ वळवून त्यातून अंगठा बाहेर काढून पालथ्या मुठीचा अंगठा जमिनीकडे वळवत तो म्हणाला, "मोआइझम बेग...!" त्या वेळी त्यानं 'सिझर स्टाईल' 'साल्याला मरू दे.' असा भाव चेहऱ्यावर आणला होता. या वातावरणात माझ्या मनाच्या तळात मला खरोखरच भयंकर भीती वाटली आणि काळजीसुद्धा!

त्यानंतर तो म्हणाला, "मी तुला कैरोला पाठवायचा निर्णय घेतलाय. तिथे तू नक्कीच तोंड उघडशील." त्यानंतर त्यानं मला सांगितलं की, 'इब्न उर्फ शेख अल् लिबी[३] हा अल्-कायदाच्या संघटनेत म्होरक्या होता. फारच वरच्या स्तरावर काम करणारा हा माणूस अमेरिकेच्या तावडीत सापडला. आत्ता जिथे मी बसलो होतो तिथेच तोही, मी इथे येण्यापूर्वी काही आठवडे आधी बसला होता. मी जसा वागलो तसाच तो या अधिकाऱ्यांशी वागला होता आणि म्हणून त्याला कैरोला पाठवण्यात आलं. तिथे गेल्यावर केवळ दोन तासांत तो पोपटासारखं बोलायला लागला. तू सुद्धा त्याच्यासारखंच करशील."

मला आठवलं, खूप वर्षांपूर्वी मी, शेखला अमेरिकनांनी पकडल्याची बातमी ऐकली होती आणि त्यांचा, आतंकवादाविरुद्ध त्यांनी सुरू केलेल्या युद्धात त्यांच्या हाती लागलेलं हे मोठंच घबाड असल्याचा दावा होता. तो नेमका कोण आहे ते मला माहीत नव्हतं. पण कंदाहारमध्ये असताना मी तिथल्या काही कैद्यांना भेटलो होतो. हे कैदी प्रशिक्षण शिबिरातून राहिलेले होते, परंतु त्यांच्या बोलण्यातून मला समजलं होतं, की या लिबीचा अल्-कायदाशी काहीही संबंध नव्हता.

इतक्या सखोल चौकशीनंतर त्यांनी मला दुसऱ्या खोलीत नेलं आणि तिथेच सोडून दिलं. त्यानंतर पहारेकऱ्यांनी माझे हात पाठीमागे बांधले. मला अशा तऱ्हेनं वाकवलं की, त्यांनी आधीच साखळदंडात अडकवलेल्या माझ्या पायात माझे हातही बेड्या घालून अडकवता यावे. त्यानंतर त्यांनी माझ्या डोक्यावरून कापड टाकलं. त्यामुळे इतकं गुदमरायला होत होतं की, मला श्वासोच्छ्वास करणंही जड जाऊ लागलं. मला दम्याचा ॲटॅक येतो की काय अशी परिस्थिती निर्माण झाली.

---

३. सी.आय.ए.नं तिथे लिबीकडून वदवून घेतलं की 'सद्दाम हुसेननं अल्-कायदाच्या लोकांना डब्ल्यू.एम.डी.साठी प्रशिक्षण दिलं होतं.' या माहितीचा उपयोग त्यांनी पुढे अमेरिकेनं इराकवर केलेल्या हल्ल्याचं समर्थन करण्यासाठी केला होता. २००४ मधे आपल्याला धाकदपटशा दाखवून ते निवेदन वदवून घेतल्याचं लिबीनं सांगितलं अन् ते विधान मागे घेतलं... : ब्रिगेडियर जनरल आर. डेव्हिड आयर्विन, अल्टरनेट, नोव्हेंबर २००५

वाढता अंधार भीतीनं गाळण उडवणारा होता. माझ्या डोक्यावर अन् पाठीवर लाथांचा वर्षाव होत होता. पाठीची कमान करून मी जमिनीवर पडलो होतो, माझी मनगटं नि घोट्यांजवळ बेड्या घासत होत्या. त्यामुळे आत्यंतिक वेदना होत होत्या. क्षणभर सुद्धा मी या कुशीवरून त्या कुशीवर होऊ शकत नव्हतो. सिमेंटच्या जमिनीवर एक अगदी पातळसं जाजम पसरलेलं होतं आणि उबेसाठी म्हणून एक शाल देण्यात आली होती. खरंतर दोन्हीही अपुरं होतं. माझ्यासाठी रात्र आणि दिवस यातला फरक संपला होता. कारण केव्हा रात्र सुरू होते अन् केव्हा उजाडतं हे मला समजतच नव्हतं, कारण जेवणासाठी म्हणून ते जेव्हा माझ्या डोक्यावरून घातलेलं कापड उचलून वर करत असत, तेव्हा खोलीतल्या अगदी उंचावरच्या खिडकीला असणाऱ्या झरोक्यातून जो काही प्रकाश झिरपत होता, तो नैसर्गिक प्रकाश आहे किंवा कृत्रिम ते मी सांगू शकत नव्हतो. काही वेळानं कुणीतरी आत आलं. त्यानं डोक्यावरून घातलेलं कापड बाजूला सारलं अन् माझ्या समोर माझ्या हातापायांतल्या बेड्या पुन्हा एकदा ठाकठीक केल्या.

मी तिथे एकांतवासात साधारणपणे एक महिना किंवा थोडा जास्त काळ होतो. एकदा तर त्यांनी मला सलग दोन दिवस झोपूच दिलं नाही. खोलीत सतत पहारेकरी येत असे अन् मला जरा जरी डुलकी लागली की, लगेच हलवून जागं करीत असे. त्यानंतर मात्र माझी ताकद संपली आणि एखाद्या भ्रमिष्टासारखी माझी अवस्था झाली. पुढे काय वाढून ठेवलंय त्याची मला कधीच कल्पना आली नाही. कधी कधी ते मला लघवीसाठी बाहेर नेत असत, कारण या मजल्यावर मुतारीची सोयच नव्हती. बाहेरची मुतारी सैनिक वापरत असत. मुतारीत जाताना तेवढ्यापुरतं माझ्या डोक्यावरचा तो कपडा काढला जाई. मुतारीतल्या भिंतीवर मोठ्या मोठ्या अक्षरात काळ्या रंगात शब्द लिहिलेले होते, 'फक इस्लाम!'

एकांतवासात असताना एक दिवस ते आले अन् त्यांनी पुन्हा तेच सगळं सुरू केलं. पुन्हापुन्हा तेच प्रश्न, प्रशिक्षणाची शिबिरं, प्रशिक्षणातील माझा सहभाग, अल्-कायदातलं माझं स्थान आणि ११ सप्टेंबरच्या घटनेसाठी पैसा पुरवण्यात माझा असलेला हात वगैरे. याच मुद्द्यांवर वारंवार चौकशीचा तमाशा केला जाई. तो कधी सी.आय.ए.कडून तर कधी एफ.बी.आय.कडून कधीकधी तर चौकशी करणारे नेमके कोण आहेत ते मला समजतही नसे. जी गोष्ट कधी घडलीच नव्हती, नेमकी तीच त्या सगळ्यांना माझ्याकडून हवी होती.

त्या परिस्थितीत मला नेमकं काय वाटत असे ते सांगायला माझ्याजवळ शब्दच नाहीयेत आणि आता ते सगळं मला आठवावं असं देखील वाटत नाहीये.

मी उलटतपासणीच्या खोलीत आलो तेव्हा सैन्यदलाच्या गुप्तहेर विभागातल्या नाथनला तिथे पाहून मला आश्चर्यच वाटलं.

"तुला हे असं एवढं सगळीकडून जखडून का टाकलंय, एवढं काय केलंस तू?" त्यानं मला पाहून विचारलं.

मी म्हणालो, "माझा अधिक छळ करण्यासाठी ते मला इजिप्तला पाठवण्याची धमकी देताहेत."

"मोआइझम, तुलाही माहीत आहे की ते जे म्हणतात ते तसं खरोखरच घडेल. ती गोष्ट कितीही वाईट असली तरीही घडेलच घडेल." नाथान म्हणाला.

कितीही विचित्र वाटलं तरी हे खरं होतं की, आमचा एकमेकांशी थोडातरी परिचय होता. त्यामुळे मी त्याच्यावर थोडा का होईना विश्वास ठेवू शकत होतो. नाथन अतिशय तरुण होता. कंदाहारला असताना अनेक विषयांवर आमचं बोलणं होत असे. सिनेमा, इतिहास, विशेषत: स्पार्टन्सचा कालखंड, ज्युलियस सीझरच्या मोहिमा तसंच अरब आणि इस्त्राइल दरम्यानचा संघर्ष याबद्दल आम्ही बोलत होतो. टेक्सासमध्ये आजूबाजूला राहणाऱ्या गोऱ्या शेजाऱ्यांच्या सहवासात मिश्र वंशाचा नाथन वाढला, त्या अनुभवांनी तो बोलत असे. आधी घडलेल्या गोष्टींविषयी त्यानं त्या वेळी जे जे सांगितलं होतं ते सगळं नेहमीच घडत होतं. त्या दिवशी त्यानं कशाबद्दल तरी मला सांगितलं, ते ऐकून मी अक्षरश: गोठून गेलो. ते सगळं मी आयुष्यात कधी विसरू शकलो नसतो असं होतं.

'एका माणसाला अमेरिकेत उचलण्यात आलं आणि सिरियात पाठवण्यात आलं. तिथे त्याचा अनन्वित छळ[४] झाला. अर्थातच असल्या कुठल्याही गोष्टीत आम्ही अमेरिकन कधीही भाग घेत नाही. आम्ही फक्त तिथे निरीक्षण करत राहतो.' नाथननं सांगितलं.

माझा त्याच्या सांगण्यावर पूर्ण विश्वास बसला.

मला वाटलं नाथन माझ्याशी सगळं सत्य बोलतोय पण तो एक खालच्या दर्जाचा अधिकारी होता अन् तो सी.आय.ए. मधल्या आपल्या वरिष्ठांना खूश करण्याच्या प्रयत्नात होता. सी.आय.ए. मधल्या बड्या धेंडांवर छाप टाकण्यासाठी मला भिववण्यासाठी म्हणून तो हे असं काही सांगण्याची एक शक्यता होती. शिवाय त्याला या सगळ्यामागे अशीही आशा वाटत असावी की, या सगळ्यामुळे मी कदाचित काही गोष्टी सांगून टाकेन.

एम-१५ च्या अँड्र्यूपेक्षा सी.आय.ए.च्या मार्टिनचा खाक्या वेगळा होता. चौकशी करणारा हा अधिकारी मला अतिशय बुद्धिमान आणि ज्ञानी वाटला. त्याच्याजवळ भरपूर माहिती होती. तो अरेबिक भाषा अतिशय सफाईदारपणे बोलत होता. त्याला इस्लाम धर्माच्या पूर्वपीठिकेविषयी माहिती होती. शिवाय त्याला या भूप्रदेशाची देखील माहिती होती. अरेबिक भाषा बोलणाऱ्या देशातल्या विविध

---

४. हा माणूस म्हणजे अब्दुलाह् अल-मल्की– उपसंहारमधली तळटीप पाहावी.

समाजात असणाऱ्या मतभेदांची त्याला कल्पना होती. पण अँड्र्यूप्रमाणेच हाही अतिशय धोकादायक होता. त्याच्या धमक्या अनेक वेळा नि:शब्द असत. मार्टिनशी मात्र खरोखर सामना करावा लागत होता आणि इतर बाजारबुणगे फक्त चौकशा करणारे किंवा एफ.बी.आय.चे हस्तक होते. त्यांच्याशी बोलणं म्हणजे मार्टिनच्या तुलनेत नुसती फुकटची करमणूक होती.

मार्टिन आला अन् माझ्या बराकीत बसला. त्यानं त्याच्या त्या आरपार जाणाऱ्या नजरेनं मला एकदा न्याहाळलं अन् तो म्हणाला, "तुला इजिप्तला पाठवायचं नाही असं मी ठरवलंय. तू तुझ्या संगणकाबद्दल जी हकिकत सांगितलीस ती आम्ही पडताळून पाहिली, तेव्हा त्यात तथ्य असल्याचं आम्हाला आढळून आलं." एफ.बी.आय.वाल्यांचं जरी समाधान झालं नव्हतं तरी मला जाणवलं होतं की, या माणसानं भलेपणा दाखवून स्वत:च्या हिमतीवर तो निर्णय घेतलेला होता. या लोकांना खरोखरच संगणकाविषयी काहीही माहिती नव्हती. एकदा त्यांनी संगणकावर तयार केलेलं कोणाचंतरी चित्र मला दाखवण्यासाठी म्हणून आणलं. ते चित्र तसं धूसर होतं. ते चित्र बघून मी जेव्हा त्यांना सांगितलं की, 'चित्र पिक्सलेटेड[५] आहे म्हणून ते धूसर आहे' त्या वेळी मेजर इडियट म्हणाला, "अरेच्या, पिक्सलेटेड... हा शब्द आम्हाला माहीतसुद्धा नाही. तुला या सगळ्याबद्दल खूपच माहिती दिलेली दिसतेय."

"माफ करा, पण एक सांगतो मला यातली फार माहिती आहे असं नाही. पण मेजर तुम्हाला याविषयी घोर अज्ञान आहे एवढं मात्र खरं." मी म्हणालो आणि मी पुढे असंही म्हणालो की, "पिक्सेल म्हणजे काय हे माझ्या सात वर्षांच्या मुलीलाही माहीत आहे आणि मी जिथून आलोय तिथल्या प्राथमिक शाळेत जाणाऱ्या सगळ्या लहान मुलांना ते माहीत आहे." मला हा मुद्दा ठासून मांडायचा होता. संगणकाविषयीच्या त्यांच्या अज्ञानामुळे त्यांनी मला एखादे वेळेस इजिप्तला छळ करण्यासाठी पाठवलं असतं. माझ्यासमोर संगणकावरून छापलेला एक फोटो धरत अॅलेक्सनं विचारलं, "हा माणूस कोण आहे ते तुला माहीत आहे का?"

आश्चर्यानं मी उद्‌गारलो, "हा फोटो इब्न-अल्-खताबचा आहे?" त्याच्या चित्रात तर त्याचा मृतदेह दिसत होता. शिवाय जोडीला काही रशियन शब्द सुद्धा तिथे दिसत होते. चेचेन्यात आत्ता अमेरिकन्स होते?

"होय हे चित्र त्याचंच आहे. तुझे साथीदार चिलटांसारखे खलास होताहेत."

"आम्ही सारे त्या अल्लाकडून इथे आलो आहोत आणि आपल्या सगळ्यांनाच तिथे शेवटी परत जायचं असतं." मी पुटपुटलो. मृत्यूसंबंधी कुराणात सांगितलेलं

---

५. पिक्सलेटेड – बिंदूच्या स्वरूपातील चित्र.

हे एक तत्त्व होतं. मी त्याला कधीही भेटलो नाही परंतु मुस्लीम जगतातला तो एक साक्षात हिरो होता. "तुम्हाला त्याच्याविरुद्ध काय सापडलं? त्यानं अमेरिकन्सविरुद्ध काही केलं होतं का?"

"मी कबूल करतो की मला त्याबद्दल फारशी माहिती नाही. त्याला कदाचित तशी संधी मिळाली नसेल, पण मला एक पक्कं माहीत आहे की, तो एक अतिरेकी होता."

"ओह्! रशियन्स त्याला तसं समजत असत हे मला माहीत आहे. परंतु तो एक मुजाहिदिनांचा नेता होता. त्यानं फक्त लष्करी गोष्टींवरच हल्ले चढवले. चेचेन्यातले लोक त्याच्यावर बेहद्द प्रेम करत असत. तुला रशियन भाषा बोलता येते का?"

ॲलेक्सनं कागद आता काढून घेतला होता.

काही दिवसांनंतर मला असं समजलं की, खताब विषबाधेमुळे मेला आणि त्या गोष्टीचा अमेरिकनांशी काहीही संबंध नव्हता.

काही काळासाठी माझी चौकशी जरा सौम्य पद्धतीनं करण्यात येत होती. आता ते माझ्यासमोर निरनिराळे प्रस्ताव ठेवू लागले होते. या प्रस्तावांमध्ये एखाद्या कैद्याविरुद्ध साक्ष देणाऱ्याला संरक्षण देण्याच्या कार्यक्रमांपासून ते कोणाही कैद्याविरुद्ध साक्ष देणाऱ्याला संरक्षण देण्याच्या कार्यक्रमाचा अंतर्भाव होता. त्याच्या मोबदल्यात ते इथल्यापेक्षा अधिक मोकळ्या वातावरणात मला ठेवू शकले असते, जिथे मला माझ्या कुटुंबीयांना भेटता आलं असतं. कदाचित हे स्थळ अमेरिकेतलं किंवा असंच कुठलंतरी असू शकलं असतं. तिथे मला घरात नजरबंदीत राहावं लागणार होतं. ते सगळं ऐकल्यावर मी त्यांना म्हणालो, "जर माझ्यासमोर एखादा गुन्हा घडला असेल किंवा मी एखाद्या गुन्ह्यात भाग घेतला असेल – जे खरंखुरं काहीतरी घडायला हवं – ज्या गुन्ह्यासाठी ते माझ्यावर खापर ठेवू शकतील, असं काही झालं तर मी नक्की तुमचा प्रस्ताव मान्य करेन. पण तसं काही नसेल तर तुम्ही मला असं सांगू शकत नाही की कुठल्यातरी माणसाविरुद्ध तू साक्ष दे!"

"सरतेशेवटी तुला आम्हाला नाइलाजानं आता ग्वांटानामोला पाठवावं लागणार आहे. तिथे तू अनिश्चित काळापर्यंत सडत राहशील, तुझ्या कुटुंबीयांना तू पुन्हा कधीही पाहू शकणार नाहीस." त्यांनी मला धमकावलं आणि त्या एकाच झटक्यात माझ्यासमोर टेलिफोन उचलत मार्टिन म्हणाला, "फक्त टेलिफोन करण्याचाच अवकाश आहे. हा सॅटेलाईट फोन आहे. यावरून जगात कुठेही तुम्ही बोलू शकता. तुला त्यांना फोन करून त्यांच्याशी बोलायचं असेल, डोळे भरून एकदा त्यांना सगळ्यांना पाहायचं असेल, तर तुला आमचा प्रस्ताव मान्य करावा लागेल." पण तो प्रस्ताव म्हणजे वास्तवात एक मृगजळच होतं. आता परिस्थिती अधिकच बिघडली होती.

शेजारच्या बराकीतल्या एका स्त्रीच्या किंकाळ्या मला आजकाल ऐकू येत असत. त्या ऐकल्या की माझ्या पाठीच्या मणक्यातून एक बर्फासारखी थंडगार

शिरशिरी यायची. त्या किंकाळ्या मनात प्रश्न जागा करीत आणि त्याचबरोबर एक द्वंद्व सुरू होई. त्या प्रश्नाचं उत्तर शोधावं का? आणि त्या प्रश्नाचं अमुक एक उत्तर असलं तर? नुसत्या विचारानं सुद्धा जीवाचा थरकाप उडे. हे असं जर... माझ्या बायकोच्या बाबतीत झालं तर? हे सगळे विचार माझ्या चेहऱ्यावर कोणालाही वाचता यावं इतके स्पष्ट दिसत होते. त्यामुळे त्या मंडळींनी त्यांच्या अहवालात माझ्या या हळव्या कोपऱ्याबद्दल नक्कीच कळवलं असणार. 'या माणसाचं कुटुंब हा त्याचा अति संवेदनशील मुद्दा आहे, हा धागा ओढून या माणसाला ताब्यात घेता येईल किंवा त्याच्यापर्यंत पोहोचता येईल.'

मी नेहमीच माझ्या कुटुंबाची चौकशी करीत होतो. त्यांच्यातल्या एखाद्याजवळ तरी माणसाबद्दल सहानुभूती, दया असणारं हृदय आहे का, याचा मी नेहमी शोध घेई. मी नेहमी प्रार्थना करी– एक दिवस तरी मला असं सांगणारं कोणीतरी भेटू दे, जो म्हणेल, 'ठीक आहे या माणसाचं काय करायचं ते आपण करू, पण याचे कुटुंबीय ठीक आहेत हे सांगून आपण त्याच्या मनाला शांती देऊ.' पण इतकी साधी गोष्ट त्यांच्यापैकी कोणीही केली नाही.

अखंड दोन दिवस त्या किंकाळ्या मला ऐकू येत राहिल्या. मला वाटलं आता माझं मन विदीर्ण होऊन जाणार. माझ्या मनात भलतेसलते विचार यायला लागले.

ज्या वेळी त्या किंकाळ्या वाढायला लागल्या तेव्हा माझ्या मनात विचार आला, आता मी माझे हात या बेड्यांमधून बाहेर काढून बाहेरच्या पहारेकऱ्याला एक ठोसा मारून त्याच्याकडचं हत्यार काढून घेईन आणि तडक शेजारी जाऊन तिथे जे काही चाललं असेल ते थांबवीन. पण दुसऱ्या क्षणी माझ्या मनात विचार येई, "त्यांना जे काही हवंय ते एकदाचं देऊन टाकावं या बाईनं!"

या भीतीचा नि दुःखाचा शेवट करण्याचा एकच मार्ग आहे, तो म्हणजे मी कुठल्यातरी अतिरेक्यांच्या कारवाईत भाग घेतल्याचं ढोंग करायचं. पण मी जे काही सांगेन त्यात थोडीतरी वास्तविकता असली पाहिजे. मी खरंच त्यांना असलंच काहीतरी नक्कीच आधीच सांगायला हवं होतं. ज्या बाजारात अमेरिकन्स वारंवार जातात, तिथे गाढवावरून स्फोटकं पाठवण्याची योजना मी आखली होती अशा प्रकारचं काहीतरी! भयंकर आचरट कल्पना... माझं मन मग त्या कल्पनेशीच खेळू लागलं. गाढवाच्या आत्मघातकी हल्ल्याची योजना! पण एकूणच मी अशीच एखादी अफलातून गोष्ट तयार करीपर्यंत, त्यांनी त्यांचा विचार बदलला होता.

थोड्याच वेळात ते जे काय म्हणतील त्याला होकार द्यायची मानसिक तयारी मी केली होती. तसंच ते म्हणतील ते करायची माझी तयारी होती. हे सगळं मला एकदाचं संपवून टाकायचं होतं. गाढवावर बॉम्ब लादून स्फोट घडवून आणण्याची कहाणी जर त्यांना पसंत पडली नाही, तर ते सांगतील त्यासाठी साक्षीदार म्हणून

काम करण्याची माझी तयारी होती.

हे सगळं संपतासंपता मी त्यांना एक प्रश्न विचारला, "त्या बाईला तुम्ही माझ्या शेजारच्या खोलीत कशासाठी आणून ठेवलंय?"

त्या भयानक किंकाळ्या माझ्या दु:स्वप्नांमध्ये मला बराच काळ ऐकू येत राहतात. ग्वांटानामोत आल्यानंतर इतर कैद्यांनी मला असं सांगितलं की, त्यांनीसुद्धा त्या किंकाळ्या ऐकल्या होत्या आणि त्यांना त्या किंकाळ्या माझ्या बायकोच्याच आहेत असं वाटलं होतं. ते विचारमुक्त होण्यासाठी प्रार्थना करत राहिले.

त्या वेळी माझ्या मनात फक्त माझ्या बायकोचेच विचार आले नव्हते तर अख्ख्या कुटुंबाबद्दल माझं मन टाहो फोडत राहिलं होतं. माझ्या मुलांचं काय झालं असेल? ती कुठे असतील? ही माणसं कशी आहेत ते मला माहीत होतं, ते आधीच माहीत असतं तर पुरुषांकडून हवी ती उत्तरं काढून घेण्यासाठी ते जसा त्यांच्या बायकामुलांचा छळ करतात, तसा छळ कधीही होऊ दिला नसता. या माणसांनी ते करत असलेल्या कृत्याचं स्पष्टीकरण स्वत:च्या मनाला दिलं असेल– खूप मोठी गोष्ट साध्य करण्यासाठी हे असं करावं लागणार... ते आवश्यक आहे असं स्वत:ला समजावलं असेल... निष्पाप अमेरिकन जिवांसाठी हे केलं जातंय... जगासमोर हाच मुखवटा त्यांनी धारण केलाय. जसं काही या निष्पाप अमेरिकन्सशिवाय अलम दुनियेत वाचवण्यासारखे... त्या लायकीचे दुसरे जीव नाहीतच.

शारीरिक बळापेक्षा त्या किंकाळ्यांमुळे जास्त यातना होत राहिल्या. ही गोष्ट नग्नावस्थेत ठेवण्यापेक्षा आणि जबरदस्त मारहाण होण्यापेक्षाही जास्त वाईट होती. माझ्या शारीरिक जखमा जसजशा भरू येऊ लागल्या, तसतशा त्यांनी केलेल्या हल्ल्यांच्या आठवणी मी विसरून जायचा प्रयत्न करू लागलो. मी अशी कल्पना करू लागलो की, ते चौकशी अधिकारी मानसिक तंत्र म्हणून स्वत:च स्वत:च्या पाठीवर धपाटे मारून घेता घेता म्हणत राहताहेत, "आम्ही त्याला तसं फारसं बेदम मारलेलं नाही, आम्ही त्याला तशी खरं तर फारशी दुखापतही केलेली नाही."

८

सैतानाचे हस्तक

जेव्हा मला बराकीत परत आणण्यात आलं, तेव्हा माझ्याबरोबर नवीन कैद्यांचा एक गट होता. त्यातले बहुतेक सगळे अरब होते. त्यांना वेगवेगळ्या ठिकाणी पकडण्यात आलेलं होतं. मॉरिशस, लिबिया, इजिप्त, अल्जेरिया, सुदान या ठिकाणांहून या मंडळींना आणण्यात आलं होतं. त्यांच्यातला एक तर रशियन होता. माझी त्यांच्यातल्या ज्या एकाशी जवळीक साधली गेली होती तो एक अतिशय धिप्पाड तरीही सौजन्यशील असा सुदानी होता. त्याचं नाव आमिर. बराकीत मी त्याच्या अगदी शेजारी होतो. पहारेकऱ्यांना चुकवून जेव्हा आम्ही एकदा बोललो, तेव्हा त्यानं मला सांगितलं की त्याला पाकिस्तानात अटक करण्यात आली. अमेरिकेनं अफगाणिस्तानवर आक्रमण केल्यानंतर तिथून आलेल्या अफगाणी लोकांना मदत करण्यासाठी तो तिथे आला होता. त्याला वाटलं, जिथून मिळेल तिथून त्यांना मदत हवी आहे. मी एका ब्रिटिश इसमाला[१] देखील भेटलो, तो आमिरबरोबर तिथे आणलेला होता. पण तो माझ्या बराकीत फक्त दोन रात्री राहिला, त्यामुळे त्याच्याशी सविस्तर बोलण्याची संधी मला मिळाली नाही.

आमिरनं मला त्याच्या चौकशी सत्रांविषयी सांगितलं तेव्हा मला आमिर काय चीज आहे हे लक्षात आलं. नाथन त्याला प्रश्न विचारत असे. आमिर वारंवार विचारी, ''मी नेमकं काय करावं रे? इथे मी कुठल्या कारणानं आलोय हे सांगावं का त्यांना?''

''कुठल्याही सामान्य परिस्थितीत सत्य सांगून टाकणं हा सगळ्यात योग्य पर्याय असतो असं मी नेहमीच म्हणालो असतो. पण सध्याच्या या परिस्थितीत

---

१. जमाल कियैबा– पुस्तकाचं काम चालू असताना तो ग्वांटानामोतच होता. त्याला युगांडाला पाठवण्याची शक्यता होती.

सत्य सांगितल्यावर त्यांची प्रतिक्रिया काय असेल, पुढे काय घडेल याबद्दल काहीच सांगता येत नाही. त्यामुळे तुला नेमकं काय उत्तर द्यावं हे मला सांगता येत नाहीये. इथे तू सांगितलेल्या सत्याचा वापर न्यायालयात करणार नाहीत, पण कदाचित ते तुझ्याविरुद्ध वापरतील आणि आपली बाजू मांडण्याची संधी आपल्याला कधीही न मिळण्याची शक्यता आहे.''

तरीही आमिरनं त्यांना सत्य सांगून टाकलंच. त्याला ग्वांटानामोत पाठवण्यात आलं. त्या वेळी मी मात्र बाग्राममध्येच राहिलो होतो.

अजून ज्या व्यक्तीशी मी वारंवार बोलत असे, तो लिबियन होता. कर्नल गडाफींनी चडशी जे युद्ध आरंभलं होतं, त्या वेळी सुरुंगावर पाय पडून त्याचा एक पाय निकामी झालेला होता. तो त्याच्या आयुष्यातल्या अत्यंत कठीण कालखंडातून जात होता. अमेरिकनांनी त्याचा कृत्रिम पाय काढून घेतल्यामुळे त्याला त्याच्या गुडघ्यांवर फिरावं लागत होतं आणि जेव्हा आमच्या पाण्याच्या रिकाम्या बाटल्या सैनिकी पोलीस बदलून देत, तेव्हा बराकीतल्या एका कैद्याजवळ त्या बराकीत असलेल्या इतर कैद्यांच्या पाण्याच्या बाटल्या देत नसत. प्रत्येक कैद्याला एअर लॉकपर्यंत स्वत: जाऊन आपली रिकामी झालेली बाटली बदलून घ्यावी लागत असे. त्या लिबियन माणसासाठी आमच्यापैकी कोणीतरी एअर लॉकपर्यंत जाऊन पाण्याची बाटली घेत असे; पण त्यांना ते चालत नसे. त्यांनी त्या लिबियन कैद्याला एअर लॉकपर्यंत येऊन स्वत:ची बाटली घेऊन जायला फर्मावलं होतं. तो लिबियन आश्चर्य वाटावं, इतका नम्र आणि विनयशील होता. थोड्या दिवसांनी त्याला त्याचा कृत्रिम पाय त्यांनी परत दिला आणि त्यानंतर लगेच त्याची ग्वांटानामोला रवानगी करण्यात आली.

एक दिवस, काबूलमध्ये राहात असताना, आमच्या जवळच्या ज्या वाण्याकडून मी वाणसामान खरेदी करीत असे, त्या वाण्यानं आमच्या बराकीत प्रवेश केला होता. माझा माझ्या डोळ्यांवर विश्वासच बसला नाही. आम्ही सगळ्यांनी काबूल सोडण्यापूर्वी या दीन मुहम्मदला, त्याच्याकडून वाणसामान खरेदी करताना मी शेवटचं पाहिलं होतं.

दीननं मला सांगितलं, त्याच्या दुकानात येणारं बरंचसं गिऱ्हाईक हे परदेशी होते. या एकाच गोष्टीवरून तो अल्-कायदाबद्दल सहानुभूति बाळगणारा आहे असं सांगून त्याला अटक करण्यात आली आणि पाकिस्तानात विकून टाकण्यात आलं. मी इथे अनेक लोकांना सांगितलं की, हा त्यांचा नेहमीचा शिरस्ता होता. अनेक अधिकाऱ्यांनी हे मान्य केलं. दीन अनेकदा अतिशय अस्वस्थ असे. अनेकदा त्याच्या डोळ्यांतून आसवं ओघळत. त्यानं जेव्हा त्याच्या कुटुंबात असणाऱ्या सगळ्याच कच्च्याबच्च्या आणि अर्धवट वयाच्या माणसांबद्दल सांगितलं, तेव्हा

त्याच्या अश्रूंचं कारण मला समजलं. ते सगळे अफगाणिस्तानमध्ये युद्ध सुरू झाल्यामुळे निर्वासित होऊन पाकिस्तानात आले होते, दीनशिवाय त्यांचं घर कसं चालणार होतं?

मी पहिल्यांदा जेव्हा बाग्राममध्ये आलो तेव्हा इथे जशी प्रत्येकाला दिली जाते तशी कुराणाची एक प्रत मलाही देण्यात आली. पण जेव्हा दीन आणि इतर कैद्यांची तुकडी इथे आली आणि त्यांनी कुराणाची प्रत मागितली, तेव्हा मात्र इथल्या पहारेकऱ्यांनी नखरे करायला सुरुवात केली.

"हे आता अतिच होतंय... तुमच्या सगळ्या पवित्र ग्रंथांमधला सगळ्यात पवित्र ग्रंथ... कुराण, या आणि घ्या एकदाचा... शिका त्यातून अमेरिकन्सना कसं मारायचं ते!.." दीनला कुराणाची प्रत त्याच्या हातात देण्याऐवजी पहारेकऱ्यांनी ती एअरलॉकमध्ये फेकली. त्या क्षणी खूप आरडाओरडा झाला. पहारेकऱ्यांवर सगळे जण किंचाळू लागले. मला पूर्णपणे शक्तिहीन झाल्यासारखं वाटायला लागलं. मुसलमानांची अशी श्रद्धा आहे की, प्रत्यक्ष परमात्म्यानं दिलेली भाषणं कुराणात जशीच्या तशी उतरवलेली आहेत. ते कशाचा अपमान करीत आहेत हे सैनिकांना समजत नव्हतं. या अशा द्वेषाचा उगम कुठे अन् कसा झाला असावा? मला खरोखर समजू शकत नव्हतं. त्यांच्या पवित्र बायबलच्या बाबतीत आमच्यापैकी कोणी असं वागू शकेल अशी मी स्वप्नातही कल्पना करू शकत नाही.

मी जेव्हा या घडलेल्या प्रकाराचं विश्लेषण करू लागलो तेव्हा ते मला अधिकाधिक स्वच्छ समजत गेलं... एका सैनिकाच्या दृष्टीनं कुराण म्हणजे फक्त कागद आणि शाईचं एक पुस्तक! जर आम्ही माणसं असूनही आमच्यावर करत असलेल्या अत्याचारांचं समर्थन ते मनातल्या मनात करू शकतात, तर त्यांच्या लेखी एक पुस्तकच असलेल्या कुराणाचं काय महत्त्व असणार?

माझी एकदा एका पहारेकऱ्याशी चर्चा झाली होती. दक्षिणेकडचा जन्मलेला अन् वाढलेला तो पक्का बॅप्टिस्ट ख्रिश्चन होता. एका क्षणी त्याच्या लक्षात आलं की, त्याच्या ख्रिश्चनिटीच्या धर्मकल्पनांनुसार हे युद्ध म्हणजे आता काहीतरी वेगळं, चुकीचं घडतंय, तेव्हा तो म्हणाला, "दर दिवशी मी माझ्या मनाला पटवत राहतो, तुम्ही सगळे एकजात शुभुमान (Subhuman) म्हणजे सैतानाचे हस्तक आहात आणि म्हणून मला माझं नोकरीचं कर्तव्य बजावलं पाहिजे. हे असं मी स्वत:ला बजावलं नाही तर मला तुम्हाला माणसांसारखं वागवावं लागेल... आणि... तुम्हाला जसं आम्ही वागवतो तसं त्या भागात माणसांना वागवत नाहीत."

जेवणापूर्वी निदान एक तास तरी आम्हाला व्यायाम करण्यासाठी मिळायला हवा म्हणून मी पहारेकऱ्यांबरोबर बोलणी केली होती. मी माझा व्यायाम माझ्या बराकीत, तसंच माझ्या शेजारच्या बराकीत जाऊन करीत असे, जेणेकरून इतर

लोक मला बघतील. इतर बराकीतून सुद्धा एखाद्या अनुभवी व्यक्तींच्या पुढाकाराने व्यायाम केला जात असे. रिचर्ड बेल्मर हा त्यापैकी एक होता. मी माझ्या व्यायामाची सुरुवात शरीर ताणण्याच्या व्यायाम प्रकारांनी करीत असे. त्यानंतर जोर, बैठका वगैरे व्यायाम करी. शरीराची ताकद व चपळता वाढवण्यासाठी मी जो व्यायाम करी, तो खूप ताकद लागणाराच व्यायाम होता. तरीही मी पळण्याचाही व्यायाम करू लागलो. त्या काळात मी जर कशाची वाट पाहत असेन तर ती व्यायाम करण्याच्या तासाची!

रेडक्रॉस समितीच्या सदस्यांची बाग्रामला क्वचितच भेट असे; पण रोजच्या रहाटगाडग्याच्या आयुष्यात काहीतरी बदल म्हणून त्यांचं स्वागत केलं जाई. शिवाय ते आले की घरच्यांसाठी पत्र पाठवण्याची संधी मिळे. मी झैनाबला पत्र लिहिलं खरं, तिला ते मिळेल का अन् मिळाल्यास कधी ते मला ठाऊक नव्हतं. मी कंदाहारमधूनही तिला पत्रं लिहिली होती, पण ती तिला मिळाली असतील का? कंदाहारमधून पाठवलेल्या पत्रात मी एकदा तिला लिहिलं होतं, 'मी आता अधिकच तंदुरुस्त झालो आहे.' जर ते पत्र तिला मिळालं असेल तर ते वाचून तिला आश्चर्यच वाटलं असेल. सगळ्यांना व्यायाम करता यावा म्हणून मी पुढाकार घेतला आणि वर्षांनी इथून जाईपर्यंत सगळ्यांना त्याचा लाभ मिळालाय याचं मला समाधान होतं. दुसरीकडे कुठेतरी मन रमवण्याचं व्यायाम हे उत्तम साधन होतं. त्यामुळे इतर कारणांनी येणारं औदासिन्य, तासाभरापुरतं का होईना झटकून टाकण्यास मदत होत असे. ते सगळं तासभर टिके आणि त्यानंतर मात्र पुन्हा येरे माझ्या मागल्या चालू होई.

मिळणारा मोकळा वेळ मी स्वत:चाच शोध घेण्यात घालवी. लोकांना नियमितपणे सोडून दिलं जात असे. अर्थात ते सगळे अफगाणी असत. त्या एकूण परिस्थितीतही मी घडणारा विनोद शोधून काढत होतो.

कैद्याला त्याच्या सुटकेची सूचना साधारणपणे एखाद-दुसरा दिवस आधी किंवा फार फार तर काही तास आधी सांगितली जात असे. माझ्या बराकीतल्या एका अफगाणी कैद्याला तो तिथे आल्यापासून दोन महिन्यांनी त्याची सुटका होणार असल्याबद्दल सांगण्यात आलं. सुटकेच्या बातमीच्या अशा भावुक क्षणांच्या वेळी माझं मन माझ्या स्वत:च्या सुटकेच्या विचारांच्या झुल्यावरून उंच जाई आणि खाली आदळे. त्या अफगाणीला त्याच्या सुटकेची बातमी देण्यात आल्यावर लगेच त्यानं आपलं सामान गोळा केलं आणि मग बराकीतल्या प्रत्येक कैद्याची गळाभेट घेऊन आम्हा सगळ्यांचा निरोप घेऊन तो निघून गेला. तो एअर लॉकपाशी थांबला असताना पहारेकरी त्याला बेड्या घालून दुसऱ्या बराकीत घेऊन गेले आणि त्यांनी त्याला तिथेच सोडलं. तो बिचारा त्यामुळे भयंकर गोंधळून, तसंच घाबरूनही गेला. त्याची ती अवस्था पाहून पहारेकरी तसंच अन्य कैदीदेखील हसू लागले. तिथे तो

एक मोठा विनोदच होऊन बसला होता. खरंतर तो घरी जाणारच होता, पण या पहारेकऱ्यांनी त्यातल्या त्यात त्याची थोडी गंमत करून मगच त्याला जाऊ दिलं होतं.

अफगाणी नसलेल्या सगळ्यांना ग्वांटानामोला पाठवण्यात आलं. ही गोष्ट मला फार जड गेली. कारण दोन-तीन महिन्यांत मी ज्यांच्याशी दोस्ती जमवली होती ते सगळे तिकडे गेले; पण मी एकटाच बाग्राममध्ये मागे राहिलो होतो. माझी चौकशी होऊन काही महिने लोटले तरी माझ्यासाठी त्यांनी काय योजून ठेवलंय याची मला कल्पना नव्हती.

याबद्दल मी जेव्हा विचार करू लागलो तेव्हा मला वाटलं, एफ.बी.आय.चा प्रस्ताव तत्त्वत: मान्य केलेला असल्यामुळे ते माझी रवानगी अमेरिकेला तर करणार नाही ना! मला माहीत होतं, ज्या घटनेविषयी मला काहीही ठाऊक नाही अशा घटनेबाबत, एखाद्या माणसाविरुद्ध मी साक्षीदार नसलो तरी मी साक्षीदार आहे असं खोटं सांगणं मला या जन्मात जमलं नसतं. त्याच वेळी मला हेही माहीत होतं की, मला जर न्यायालयात आणलं गेलं तर मी फक्त सत्य आणि सत्यच बोलेन. सत्य उघडकीस आणण्यास न्यायालय हे उत्तम व्यासपीठ होतं.

जसजसा काळ जाऊ लागला तसतसा मी पहारेकऱ्यांशी संबंध वाढवू लागलो. संबंध वाढण्यामागे एक कारण असं होतं की, इतरांच्या तुलनेनं मी तिथे बराच जास्त राहिलो होतो. शिवाय तसा मी त्यांच्या उपयोगाचाही होतो. मी सगळ्यांकडून व्यायाम करून घेण्याची जबाबदारी पार पाडत होतो. शिवाय मी त्यांच्यासाठी दुभाष्या म्हणूनही काम करीत असे.

जुलै महिन्यात एम-१५ मधला अँड्र्यू तिथे पुन्हा उगवला. आमच्यात पुन्हा बरंचसं तेच तेच बोलणं झालं. या वेळी हा इथे नेमका कशासाठी आला होता याविषयी मला काहीच अंदाज बांधता येत नव्हता.

त्यानं जेव्हा ब्रिटनमधल्या मशिदी नि तिथल्या इमामांची एक यादी माझ्यासमोर ठेवली, तेव्हा त्यांनी मुस्लीम धर्मालाच एकूण कसं लक्ष्य बनवलंय ते माझ्या ध्यानात आलं. पण मी इथे बाग्राममध्ये साखळदंडात बांधलेला आणि ज्याविषयी मी कधीच ऐकलं नाही अशी, तसंच कधीही न पाहिलेली न्यूयॉर्कशायरमधली मुस्लिमांची प्रार्थनास्थळं, यांचा अर्थाअर्थी काय संबंध होता हे माझ्या मुळीच लक्षात येत नव्हतं.

मी बोस्नियाला दिलेली भेट आणि १९९० च्या सुमाराला अफगाणिस्तानच्या सीमेवरच्या शिबिराला दिलेली भेट, या दोन्ही गोष्टी अँड्र्यू पुन्हापुन्हा उकरून काढत होता. पुन्हापुन्हा त्याच प्रश्नांच्या फैरी होत होत्या. २००१ मध्ये मी अफगाणिस्तानात कशासाठी गेलो होतो यात त्याला काहीच रस नव्हता. मी मात्र त्याला तिथली गरिबी, तेथे सुरू केलेलं शाळेचं काम, तसंच विहिरींच्या खोदकामाविषयी

सांगूनसुद्धा तो मख्खच राहिला होता.

मे महिन्यात चौकशीच्या वेळी काय झालं ते मी त्याला चांगलं सविस्तर सांगितलं व म्हणालो, ''एका क्षणी ते अमेरिकन्स मला इजिप्तला पाठवायला निघाले होते. म्हणजे तिथे माझा चांगला छळ झाला असता.'' मी त्यानंतर त्याला मुद्दामच विचारलं, ''ब्रिटनचं सर्वांत जास्त संघटन ज्यांच्याबरोबर आहे, ते मला देत असलेल्या धमक्या अन् दिलेली वागणूक ऐकल्यावर तुला नि ब्रिटिश सरकारला काय वाटलं? ते म्हणत होते तसं जर त्यांनी खरोखर केलं असतं तर तुम्ही काय केलं असतंत?'' त्या वेळी अँड्र्यूनं उत्तर दिलं, ''एम-१५ या असल्या गोष्टीत कधीही पडत नाही.'' त्या वेळी मी म्हणालो, ''पण छळ करून आणि धाकदपटशा दाखवून अमेरिकन्स जी माहिती गोळा करतात, ती माहिती तेवढी ब्रिटिश स्वीकारतात.'' यावर त्यानं काहीही उत्तर दिलं नाही. त्यानं पुन्हा फक्त एवढंच सांगितलं की, ''ब्रिटिश कोणाचाही छळ करण्यात किंवा कोणालाही धाकदपटशा दाखवण्यात कधीही भाग घेत नाहीत.'

''पण ती गोष्ट घडली आणि अगदी माझ्याच बाबतीत घडलीय बरं अँड्र्यू! त्यांनी विचारलेले प्रश्न हे तुझ्या सहकार्याशिवाय आणि तू दिलेल्या माहितीशिवाय विचारणं ही गोष्ट वादातीत आहे. कुठलीच घटना घडली नसताना संगणकावरच्या चित्रांच्या आधारे मोठ्ठा पुरावा त्यांनी पुढे आणला होता. पण त्या अधिकाऱ्याने थोडी बुद्धी वापरल्यामुळे केवळ मला इजिप्तला जावं लागलं नाही. मला इजिप्तला धाडणं हा केवळ त्यांच्या डाव्या हातचा मळ होता. मला कायद्याची मदत मिळवण्यासाठी मदतीचा आधार नाहीये. काबूलमध्ये ब्रिटिशांची वकिलात असूनही मला वकिलाची किंवा कायदेविषयक सल्लागाराची मदत नाहीये.''

''तुला हे सगळं कसं कळलं...?''

''मला जसं 'ऑपरेशन ॲनाकोंडा' आणि रॉयल मरिन्सच्या 'टारमिगन ऑपरेशन'बद्दल समजलं, तसंच तेही समजलं. इथे आलेल्या एका नव्या कैद्याकडून.''

''मला वाटतं तुम्हाला बोलायला बंदी आहे.''

''हो, आम्हाला बोलायला बंदी आहेच.''

मी त्याला विचारलं, ''रिचर्ड आणि माझ्यासाठी ब्रिटन आणि अमेरिकेत काही करार झाला आहे का? कारण कधीकधी ते म्हणतात की, मला पाकिस्तानला तुरुंगात पाठवण्यात येणार आहे. पण त्यानंतर मला सांगण्यात आलं की, मला ग्वांटानामो किंवा अमेरिकेत पाठवण्यात येणार आहे. नाथननं तर मला असं सांगितलं की, ब्रिटननं अधिकृतपणे सर्व ब्रिटिश कैद्यांना ब्रिटनला धाडलं जावं अशी विनंती केलीय.''

"तो तुला खरंच असं म्हणाला? अशा अधिकृत विनंतीबाबत मला कल्पना नाही. मी तुला एवढं मात्र सांगू शकतो की, सगळं काही अमेरिकन्सच्या हातात आहे. तेच सगळं ठरवतात."

"मला घरी कधीही पाठवायचं नाही असं जर राष्ट्राध्यक्ष बुशनं ठरवलं, तर तुम्हाला ते मान्य आहे?"

"जर त्यांनी तसा निर्णय घेतला तर मी काहीही करू शकणार नाही, कारण ते प्रमुख आहेत."

अमेरिकन्सबरोबर सहकार्य करण्याखेरीज दुसरा पर्याय नाही ही गोष्ट अँड्र्यूनं अधोरेखित केली. या गोष्टींचा शेवट करण्याचा तोच एक मार्ग आहे.

एक व्यक्ती म्हणून अँड्र्यू मला आवडला. मी जेवढ्या म्हणून अमेरिकनांना भेटलो होतो, त्या सगळ्यांपेक्षा हा अगदी वेगळा होता. तो सुसंस्कृत होता. शिवाय त्याला प्रादेशिक रीतीरिवाजांची आणि तिथल्या संवेदनशीलतेची चांगली जाण होती. त्याच्याबाबतची ही गोष्ट मला आवडली. एकदा मी त्याला 'ब्लॅक हॉक डाऊन' या सिनेमाविषयीसुद्धा सांगितलं. त्यानं झटकन उत्तर दिलं, तो असल्या प्रचारकी आणि पूर्वग्रहदूषित ठेवून तयार केलेल्या सिनेमांना कधीच जात नाही. त्याच्या या सांगण्याचा मला मोठा अचंबा वाटला.

"आपण जर राजकीय मतांची चर्चा करीत एखाद्या कॅफेत बसलेले असतो तर माझे राजकीय विचार ऐकून तुला आश्चर्य वाटलं असतं." अँड्र्यू म्हणाला. माझ्या डोळ्यापुढे लगेच लंडनमधल्या एकदम झकास अशा एखाद्या कॉफीबारमध्ये त्याच्यासकट किंवा त्याच्याशिवायसुद्धा मी जाऊन बसल्याचं दृश्य तरळून गेलं.

इतर अमेरिकन्सच्या तुलनेत त्याचे उच्चारसुद्धा परिचित वाटत होते. वस्तुस्थिती अशी होती की तो ब्रिटिश असल्यामुळे एम-१५ मला मदत करेल या भ्रमात मी राहिलो होतो. तो म्हणाला होता, "ब्रिटिश सरकारशी मी तुझ्यावतीनं बोलेन."

एम-१५ काय आहे त्याचंच मी स्वतःला स्मरण देत राहिलो. त्या संघटनेचं एकूणच विश्व अतिशय गूढ होतं हे मला माहीत होतं. ते काय वाट्टेल ते बोलत असत आणि वागतसुद्धा असत. एखाद्या भुतासारखे नाहीतर एखाद्या माथेफिरूसारखे ध्यानीमनी नसताना एकदम कुठेही प्रकट होत, तसेच ते अदृश्यही होत असत. खोलीतून बाहेर पडण्यापूर्वी अँड्र्यू म्हणाला, "मिस्टर बेग, माझी खात्री आहे आपली पुन्हा नक्की भेट होईल. तसं तर गेली चार वर्षं मी तुझा पिच्छा पुरवतो आहे."

घरून पहिलं पत्र आल्यानंतर मी भलताच आशावादी बनू लागलो. हे पहिलं पत्र माझ्या सावत्र आईकडून आलेलं होतं. त्यात तिनं लिहिलं होतं, "आम्ही झैनाबशी संपर्क ठेवून आहोत. थोड्याच दिवसांत आम्ही तिला अन् मुलांना बर्मिंगहॅमला घेऊन येऊ. झैनाब इथे बाळंत होईल." ते वाचल्यावर माझं मन थोडंसं

शांतवलं. मी काय काय भयानक कल्पना केल्या होत्या.

बराकीतल्या सगळ्यांना माझं अँड्र्यूबरोबर जे बोलणं झालं ते सांगितलं. त्यामुळे त्यांनाही आशा वाटायला लागली. ब्रिटिश मला इथून घेऊन जाण्याची ही चिन्हंच आहेत असं त्यांना वाटत होतं. उलटतपासणीसाठी कोणाला नेलं जातंय यावर आमचं लक्ष असे. त्याच्याबद्दलचं बारीकसारीक सगळं आम्ही तो बराकीत परत आल्यावर विचारून घ्यायचो. मग त्या सगळ्याचं विश्लेषण करायचो. त्यामागचा उद्देश त्या लोकांचं डोकं कुठल्या दिशेला चाललंय त्याचा अंदाज बांधणं हा असे किंवा ते किती वेळ बाहेर गेले ते बघणं हा असे. रिचर्डलासुद्धा पहारेकऱ्यांनी नेलेलं मी पाहिलं. मला असा विश्वास वाटत होता की, आमची दोघांची नशीबं सारखीच आहेत आणि आम्हा दोघा ब्रिटिशांच्या बाबतीत काहीतरी चांगलं घडावं. मी खरोखरच अशी इच्छा करायला लागलो. पण तसं काही घडत नव्हतं. हे असं विश्लेषण करणं आणि अंदाज बांधण्यामुळे मला वेड लागायची पाळी आली होती. अमेरिकन सैन्य अफगाणिस्तानात येणं हेच मुळी इतकं अतार्किक होतं की, बोलून सोय नाही. या मागची त्यांची मानसिकता काय असेल ते शोधून काढण्याच्या मार्गाला मी लागलो.

तीन नंबरच्या बराकीसमोर पांढऱ्या रंगाचा एक फळा त्यांनी वरच्या बाजूला ठेवलेला होता. मी अगदी बारकाईनं त्याचं निरीक्षण करू लागलो. एका पाठोपाठ एक अशा पद्धतीनं सर्व कैद्यांचे क्रमांक त्या फळ्यावर लिहिलेले होते. कैद्यांच्या इथल्या दर्जानुसार त्यांचे नंबर्स लिहिण्यासाठी वेगवेगळे रंग वापरलेले असत. तांबडा रंग म्हणजे सर्वसाधारण दर्जा, हिरवा म्हणजे आजारी – बरेच वेळा क्षयाची बाधा झालेली असे, पिवळा म्हणजे विशेष परिस्थिती – जसं की झोपू दिलेलं नाही, निळा म्हणजे ग्वांटानामोकडे पाठविले जाणार.

ऑगस्टमध्ये माझ्यासाठी एक ओळीचा एक संदेश आला. मला रेडक्रॉसच्या लोकांनी वाचून दाखवला, "२८ जूनला मुलगा झाला. बाळ, बाळंतीण खुशाल आहेत." मला नंतर समजलं, त्याचं नाव 'आयुब' असं ठेवलेलं होतं. (बायबलमध्ये यालाच जॉब असं म्हटलंय). माझ्या बराकीतल्या इतरांना ही गोड बातमी सांगितली आणि आमच्या बाळासाठी आणि झैनाबसाठी प्रार्थना केली. त्यानंतर मी रजईत स्वत:ला पुरतं लपेटून घेतलं अन् झोपेचं सोंग घेऊन खूप रडलो.

मी इथे जेव्हा पहिल्यांदा आलो तेव्हा इथे फक्त वीस कैदी होते, पण आता परिस्थिती खूपच बदलली होती. त्यांनी आता प्रत्येकाला स्वतंत्र ठेवता येईल अशा खोल्या बांधल्या होत्या आणि बदललेल्या प्रशासनाने इथल्या प्रत्येक माणसाला रात्रंदिवस झोपू न देण्याचा उद्योग सुरू केला होता. कालांतरानं त्यांनी त्यासाठी म्हणून स्वतंत्र खोल्या बांधल्या आणि कैद्यांचा मानसिक तोल जावा म्हणून ते त्या खोल्यांमध्ये

कानांचा पडदा फाटेल एवढ्या कर्कश पद्धतीनं मेरिलीन मॅन्सनचं 'हेवी मेटल ट्रॅक' संगीत लावून त्यांना त्या खोल्यांमधून झोपू देत नसत. एकदा तर त्यांनी रात्रभर बी गीजचं (Bee Gees') 'सॅटर्डे नाईट फिवर' साऊंड ट्रॅकवर लावून ठेवलं.

मला नको त्या परिस्थितीत विनोद सापडत असे. वास्तवाचे चटके सोसण्याचं मी ते एक शस्त्र शोधून काढलेलं होतं. इथले बहुतेक सगळे सैनिक दक्षिणेकडून आलेले होते. त्यांना लोकसंगीत तसंच पाश्चात्त्य संगीत ऐकणं आवडत असे. हे संगीत इथल्या बहुतेकांना इंग्लिश संगीत वाटे, परंतु दुर्दैवानं मला मात्र त्यांच्यापेक्षा संगीतातलं जास्त कळत होतं.

त्यांनी जेव्हा ते संगीत सुरू केलं तेव्हा मी जरा गमतीनं म्हणालो, "आम्ही आता बोलू... आम्ही बोलू! जुगार खेळताना लावतात ते हे गाणं आता बदला.." मी म्हणालो. माझ्या या बोलण्याला कसा प्रतिसाद द्यावा ते पहिल्यांदा पहारेकऱ्यांच्या लक्षातच येईना. कारण माझं हे बोलणं त्यांना अगदी अनपेक्षित होतं आणि मला त्यांच्या चेहऱ्यावर पसरलेल्या त्रासिक भावावरून ते समजलं होतं. परंतु काहींना कैद्यांच्या बाजूनं असा काही स्वत:वर अन् त्यांच्यावर विनोद झाला हे पाहून आनंदही झाला होता.

कधीकधी नजरेला पडणारं ठार अज्ञान थक्क करून सोडत असे. एक दिवस तीन क्रमांकाच्या बराकीत जिथे नवा कैदी ठेवलेला होता, तिथे पहारेकरी व चौकशी अधिकारी असे सगळेच जमा झाले होते आणि एकच गोंधळ सुरू होता. त्यांच्यापैकी कोणीतरी त्या नव्या कैद्यावर खेकसलं, "तू नाझी गुन्हेगार आहेस." हा कैदी एक अफगाणिस्तानी खेडूत होता. त्याच्या हातावर त्यानं स्वस्तिक गोंदलेलं होतं इतकंच!

मी एका चौकशी अधिकाऱ्याला हाक मारून म्हटलं, "एक मिनिट, जरा शांत बसा. नाझींना त्यांचं ते चिन्ह कुठून मिळालंय असं तुम्हाला वाटतं?"

"अं... मला नक्की नाही सांगता यायचं; पण बहुदा हिटलरकडून.."

"स्वस्तिक हे चिन्ह तीन हजार वर्षांपूर्वीचं आहे आणि त्या चिन्हाची मूळ भूमी हीच आहे. मध्य आशियातून आर्य आलेले आहेत. हिटलर... जो तुम्हाला वाटतोय त्यानं ते निर्माण केलेलं नाही."

मी माझं बोलणं तसंच पुढे चालू ठेवत म्हणालो, "अफगाणिस्तानच्या हवाई वाहतूक करणाऱ्या कंपनीचं नाव आहे एरिआना, इराण या शब्दाचं मूळही यातच आहे. हिंदू आणि बौद्धधर्मीयसुद्धा स्वस्तिक हे चिन्ह वापरतात. माझी खात्री आहे, या माणसाला स्कॉटिश बोनी प्रिन्स चार्लीबद्दल जेवढी माहिती आहे तेवढीच माहिती नाझींबद्दल आहे."

"कोण?"

"जाऊ दे ना! तालिबानी आणि आर्यन यांच्यातल्या बंधुत्वातून काही नवीन

कटकारस्थान शिजतंय असा विचार तुम्ही करणार नाही, अशी मला आशा आहे.''

तो अधिकारी आरडाओरडा करणाऱ्या पहारेकऱ्यांजवळ गेला आणि काहीतरी कुजबुजला. त्यानंतर ते पहारेकरी क्षणार्धात त्या 'नाझी'पासून दूर निघून गेले.

कालांतरानं काही गोष्टीत सुधारणा झाली. कुठल्यातरी निमित्ताने आमच्या अंगावरचे कपडे बदलण्यात आले आणि आम्हाला जेमतेम एक बादली पाण्याऐवजी बर्फासारख्या थंडगार का असेना, पण भरपूर पाण्याने अंघोळ करायला मिळाली. पण हे असं सगळ्यांनी एकत्र शॉवर घेणं आमच्यासाठी अडचणीचं होतं. मुस्लीम पुरुषाला इतरांपुढे नग्न होणं अतिशय अपमानास्पद वाटतं. त्यामुळे काही कैद्यांनी तर शॉवरखाली जायला नकारच दिला. त्यांच्यावर खेकसून, ओरडून, त्यांना खेचत शॉवरखाली आणण्यात आलं.

एका सायंकाळी, एक अतिशय सभ्य, सदा आनंदी राहणारा अफगाणी अब्दुर रहिम आमच्याबरोबर शॉवरखाली गेला, पण त्याला ते गोठवून टाकणारं थंड पाणी सोसलं नाही अन् तो खाली कोसळला. त्यानंतर त्याला इस्पितळात हलवावं लागलं.

आम्हाला अगदी हलक्या प्रतीचा साबण आणि शाम्पू देण्यात येत असे आणि अंग पुसण्यासाठी टॉवेल्सचा एक ढीग बाहेर ठेवला जाई. अंघोळीनंतर केस विंचरण्यासाठी कंगव्याची जरूरी नसे, कारण दर महिन्याला आमचा साफ चमनगोटा केलेला असे. निदान इथे प्रत्येकाला स्वत:च्या क्रमांकाचा टूथब्रश तरी देण्यात आला होता. पण दात घासण्यासाठी आम्हाला एकामागून एक अशा पद्धतीनं एअर-लॉकपाशी जाऊन ते काम करावं लागत होतं.

जुलैत एका दुपारी एक पहारेकरी ओरडू लागला. ''तुम्ही तिथे काय राडा करता आहात?'' या ओरडण्यामागोमाग तीन क्रमांकाच्या बराकीच्यामागून हलका आपटल्याचा आवाज आला. त्यानंतर मी आयरिश अमेरिकन असलेल्या कोडीला पाहिलं, त्याला मी कंदाहारपासून ओळखत होतो. त्याच्याबरोबर आणखी एक पोलिस होता आणि तो नॉर्थ कॅरोलिनाचा आहे हे मला माहीत होतं. त्या दोघांनी एका माणसाचं मुटकुळं आमच्या बराकीमागून ओढत शुश्रूषेच्या खोलीकडं नेलं. मला त्या कैद्याच्या चेहऱ्यावर ओरखडे उमटलेले दिसले. ते त्याला ओढत नेत असल्यामुळे त्याचा अवघा देह धुळीनं माखलेला होता. त्यांनी रेडिओद्वारे संदेश दिला असणार म्हणूनच आरोग्यसेवक, डॉक्टर, अधिकारी त्यांच्याबरोबरच एक स्त्री अधिकारी कमांडर स्टुअर्टसुद्धा त्या खोलीकडे धावली. थोड्या वेळाने त्या खोलीचं दार उघडलं अन् स्ट्रेचरवरून त्याला बाहेर आणलं तेव्हा त्याचे फक्त पाय तेवढे दिसत होते.

त्या तरुण अफगाणीनं इथून पळून जाण्याचा प्रयत्न केला होता. बराकीच्या मागे मुतारीजवळची काटेरी तार वाकवण्याचा प्रयत्न त्यानं केला होता. आम्ही

नेहमी मुतारीत जाताना बरोबर रजई नेत होतो व ती दुसऱ्या बाजूला टाकून आमच्यासाठी थोडं खाजगीपण प्राप्त करून घेत असू. त्या कैद्यानं तिथली वायर आधीच सरकवून ठेवलेली होती. योग्य वेळ साधून तो तिथे ठेवलेलं ते अवजड पिंप सारून सरपटत बाहेर पडणार होता. त्या वेळी पहारेकरीसुद्धा आजूबाजूला नसतील याची दक्षता तो घेणार होता. साधारणपणे त्या बाजूला फक्त एखाद दुसराच पहारेकरी असे. त्यामुळे त्यानं संधी साधायचा प्रयत्न केला असणार.

त्या दिवशी संध्याकाळी प्लास्टरमध्ये हात अडकवलेल्या अवस्थेत कोडी माझ्याकडे आला अन् बोलू लागला. पहारेकऱ्यांनी त्यांच्या भावना माझ्याजवळ मोकळ्या करणं ही गोष्ट माझ्या अगदी अंगवळणी पडली होती. पण त्यानं त्या कैद्याचं काय केलं ते तपशीलवारपणे सांगायला सुरुवात केली तेव्हा मात्र माझा त्यावर विश्वासच बसेना. तो आधी ओरडला, "तिथे तू काय राडा घालतोयस?" मग त्यानं पळून जाणाऱ्या त्या कैद्यावर सरळ झडप घातली. दुसऱ्या बाजूनं दुसरा पहारेकरीदेखील बघत होता. त्यानं दुसऱ्या बाजूनं उडी मारली. कोडीनं नंतर असं सांगितलं, की त्यानं त्या पळून जाणाऱ्या कैद्याला इतकं चोपलं की, त्याला वाटलं त्याची आता पाच-दहा हाडं सहज मोडली असणार. त्या दुसऱ्या पहारेकऱ्यानं थाई पद्धतीनुसार कोपर आणि गुडघ्याच्या तंत्राचा वापर केला. त्यांनी त्याला ठार मारलं होतं ही गोष्ट त्यांना समजली होती की नाही देव जाणे!

पण तो कैदी मेला या गोष्टीची शहानिशा मी थोड्याच काळात वार्निककडून करून घेतली. 'पळून जाण्याचा प्रयत्न करणारा तो माणूस मेला' असं मला वार्निकनं सांगितलं अन् मग त्याला त्याची चूक कळून आली. त्यानं इतर कैद्यांच्या चेहऱ्यावर पसरलेली भीती स्पष्ट वाचली आणि त्यानंतर त्यानं चक्क कोलांटी उडीच मारली. सांगितलेली हकिकत नाकारत तो म्हणाला, "खरं म्हणजे तो तसा मेलेला नव्हता, त्याचं तोंड झाकलं होतं ते केवळ तुम्हाला घाबरवण्यासाठी. तुमच्या हे लक्षात आलं का, तुम्ही इथून पळायचा प्रयत्न केलात तर काय होऊ शकतं त्याची ही झलक आहे." त्याच्या त्या सांगण्यावर माझा मुळीच विश्वास नव्हता. पुढच्या वेळी जेव्हा रेडक्रॉसचे लोक आले तेव्हा कैद्याच्या मृत्यूबद्दल त्यांना सांगणारा मी एकटा नव्हतो.[२] त्यानंतर काही आठवड्यांनी डॅमिअन (Damien) नावाच्या दुसऱ्या सैनिकाने, या कैद्याचा मृत्यू झाला होता हे माझ्यापाशी कबूल

---

२. बाग्राममध्ये अनेक मृत्यू झाले ही गोष्ट अमेरिकनांनी मान्य केली. या अशा मारण्याबद्दल मी ग्वांटानामोत असताना तसंच सुटून आल्यावर सुद्धा एफबीआयनं तसंच अमेरिकन एजन्सीज्नं माझ्या मुलाखती घेतल्या. काही महिन्यांपूर्वी तिथे झालेल्या एका मृत्यूचा मी प्रत्यक्ष साक्षीदार होतो. २००२ मधे सेवेत असलेल्या सात अमेरिकनांवर दोघांच्या मृत्यूबद्दल आरोप ठेवण्यात आले.

केलं. खरंतर तो कैदी इथून सुटून पुढच्या आठवड्यात घरीच जाणार होता, पण फक्त त्याला याबद्दल कोणीच काही सांगितलं नव्हतं.

अरबांना ग्वांटानामोला पाठवल्यानंतर बराकीत इतर थोड्या अफगाणींबरोबर मी राहात होतो; पण मी त्यांच्याबरोबर चांगल्या तऱ्हेने संपर्क साधू शकत नव्हतो. मी अतिशय दु:खी होतो. एकाकी वाटत होतं मला. त्या अवस्थेत पहारेकरी मला जे कागदांचे चिठोरे देत, त्यावर मी वेगवेगळ्या गोष्टींच्या याद्या बनवत राही. मी पर्सनल कॉम्प्युटरवर खेळल्या जाणाऱ्या खेळांची यादी बनवली होती, तसंच स्पीड अप वेब कनेक्शन्सचीही यादी बनवली होती. फ्रेंच शब्दांची यादी बनवून मी त्याचा अभ्यास सुरू केला, तसाच अभ्यास फ्रेंच भाषेतले आकडे आणि उभयान्वयी अव्ययांचा नि वाक्‌प्रचारांचा सुरू केला. हे सगळं मला मॉरिशियन कैद्यानं शिकवलं होतं. मी खूप पत्रंसुद्धा लिहिली.

रेडक्रॉसच्या लोकांची भेट म्हणजे घरच्यांनी पाठवलेलं पत्र मिळण्याची संधी, तसंच वेगवेगळ्या वेळी आणि वेगवेगळ्या दिवशी मी लिहिलेली पत्रं एकच तारीख घालून कुटुंबीयांना पाठवण्याची संधी! कधीकधी घरच्यांना पत्र पाठवणं जड जायचं. कारण माझ्या रोजच्या आयुष्यात इथे काहीच बदल घडत नव्हते आणि वेळ गोगलगायीच्या गतीनं पुढे सरकत होता. झैनाब फार कष्टी असल्याचं तिनं कळवलं तेव्हा मी अतिशय दु:खी झालो. तरीही मी ते तिला कळवलं नाही. 'माझ्याइतका दीर्घ काळ दुसरा कोणी इथे राहिल्याचं मला माहीत नाही.' मी हे तिला एकदा कळवलंच.

कधीकधी घरी पाठवायच्या पत्रातून मी पुन्हापुन्हा धीर देण्यासाठीची आश्वासनं देत होतो. इतर अनेक वेळा इथे राहूनही मी माझ्या मुलांच्या आयुष्याचा भाग बनण्याचा प्रयत्न करीत होतो. एका पत्रात मी झैनाबला कळवलं 'अमेरिकन्सनी इस्लामाबादच्या आपल्या घरातून जे पैसे नेले, ते परत मिळविण्याची हालचाल वकिलामार्फत सुरू करायला हवी.'

अमेरिकन्स व रेडक्रॉस यांच्यातले संबंध मला खरोखरच लक्षात येत नव्हते. सुरुवातीला मला असं वाटलं होतं की अमेरिकनांचा त्यात चांगल्यापैकी हात आहे. पण मग पुढे माझ्या असं लक्षात आलं की, रेडक्रॉसचे लोक अमेरिकन्सना आवडत नाहीत, शिवाय ते मधेमधे लुडबुड करतायत असंही त्यांना वाटतं. माझी रेडक्रॉसला देण्यासाठीची पत्रं अमेरिकन्सकडे देण्याचं मी बंद करून टाकलं. कारण ते ती पत्रं रेडक्रॉसवाल्यांना देत नाहीत असा मला संशय होता. पुढे काय वाढून ठेवलंय या भीतीनं मला भयंकर नैराश्य आलं होतं. मी बाग्रामहून चिक्कार पत्रं पाठवली होती, पण घरच्यांना त्यातली फारच थोडी मिळाली.

मी लवकरच दोन नवे मित्र मिळवले. त्यापैकी एक शरीफ हा अफगाणी तरुण होता, मागे एकदा तो काम करीत असलेल्या कारखान्यात झालेल्या अपघातात

त्याचा एक डोळा निकामी झालेला होता. तो अतिशय सफाईदारपणे अरेबिक बोलत असे, उत्तम प्रतीचं उर्दू आणि थोडंफार उझबेक व इंग्लिशही बोलत असे. दुसरा मित्र रशियन होता. त्याचं नाव सईद. हे दोघंही मला अतिशय आवडत असत. कारण व्यायामाच्या तासाची मी जितक्या आतुरतेनं वाट पाही, तितक्या आतुरतेनं तेही वाट पाहत असत. त्यांनी पूर्वी बरीच मेहनत केलेली असावी. शरीफनं पाकिस्तानच्या निर्वासितांच्या छावणीत राहत असताना मार्शल आर्टचे धडे गिरवलेले होते. इथे तो लहानाचा मोठा झाला होता. सईद रशियन सैन्यात लेफ्टनंटच्या पोस्टवर काम करीत होता.

शरीफला अफगाणिस्तान आणि तिथलं राजकारण याची खडान्‌खडा माहिती होती आणि त्याबद्दल विचारणारा मी एकटाच नव्हतो. चौकशी अधिकारीसुद्धा त्याच्याशी बोलण्याबाबत आग्रही असल्याने आणि तेवढ्यासाठी त्याला ते वारंवार बराकीबाहेर काढत. एकदा त्यानं मला सांगितलं, काबूलजवळच्या पुल-ए-चरखी इथल्या तुरुंगाजवळ[३] रशियनांनी त्याच्या वडिलांना फासावर चढवून, ते मेलेले नसतानाच त्यांचा देह इतर राजकीय कैद्यांबरोबर पुरून टाकला होता. त्यानं त्याच्या चाकोरीबद्ध पद्धतीनं झालेल्या विवाहाची हकिकतसुद्धा एकदा मला सांगितली होती. त्यानं त्याची सुहागरात येईपर्यंत त्याच्या बायकोचं तोंडसुद्धा न पाहिल्याचं मला सांगितलं होतं. त्याच्या आयुष्यात त्याच्या आईनं तिच्या मर्जीनुसार घेतलेल्या निर्णयाबद्दल तो फारच उद्धटपणे बोलत असे. आपलं व्यक्तिगत आयुष्य अतिशय कर्मठपणे घालवणं तो पसंत करीत असला, तरी काही बाबतीत तो कमालीचा आधुनिक होता. त्याला अफगाणिस्तानमध्ये आलेले अमेरिकन लोक अजिबात आवडत नसत आणि तो त्यांना रशियनांच्या जोडीचे समजत होता. त्यांच्यासारखेच अफगाणी भूमी पादाक्रांत करणारे त्याच्या वडिलांचे खुनी! परंतु व्यक्तिगत पातळीवर मात्र तो अमेरिकनांशी अतिशय प्रेमळपणे वागे, त्यांच्याशी व्यवस्थित बोले आणि त्याच वेळी त्यांनी या देशात जे चालवलंय ते पूर्णपणे चुकीचं आहे हे त्यांना पटवून द्यायचा तो प्रयत्न करीत असे. तालिबान्यांच्या राजवटीत त्यानं (आमच्यासारखीच) मुलींसाठी म्हणून एक अनधिकृत शाळा चालवली होती. त्या शाळेत तो त्यांना इंग्रजी शिकवीत असे. त्यामधील धोका त्याने पत्करला होता. शरीफचं अनेकांगी व्यक्तिमत्त्व मला आवडलं. कुठल्याही साच्यात तो बसलाच नसता. त्याच्याजवळ चांगली विनोदबुद्धी होती आणि इतर अफगाणी लोकांमध्ये नसलेलं, कुठल्याही परिस्थितीतील विनोद हुडकून काढण्याचं कसब याच्यात होतं.

---

३. फायनान्शियल टाइम्सनं असं वार्तांकन केलं होतं की, अमेरिका या ठिकाणी 'हाय सिक्युरिटी' असलेला तुरुंग बांधण्याच्या विचारात आहे.

त्याच सुमाराला प्रौढ नागरिकांची एक तुकडी तिथे आणण्यात आली. त्यांच्यापैकी एक जण तर इतका म्हातारा होता की, त्याच्या म्हणण्यानुसार त्यानं त्याचं वय मोजण्याचंच सोडून दिलं होतं; पण तो नव्वदीचा आहे असं पोलिसांचं म्हणणं होतं. त्या माणसाच्या पाठीचं पार धनुष्य झालेलं होतं आणि तो एका वेळी पडतझडत काही पावलं फक्त टाकू शकत असे. त्याचं ऐकण्याचं यंत्र त्याला परत देण्याविषयी मी जेव्हा पहारेकऱ्याला सांगितलं, तेव्हा हे यंत्र इथल्या संरक्षण यंत्रणेला धोकादायक ठरण्याची शक्यता असल्यामुळे ते परत देता येणार नाही असं ते म्हणाले. त्या सगळ्यालाच आम्ही सगळेच आता जाम कंटाळलो होतो. कोडी एकदा चिडून म्हणाला, "असली राड उपसायला मी इथे आलेलो नाही." एकदा तर त्यानं मला असं सांगितलं की, त्या म्हाताऱ्याची कागदपत्रं करायला त्यानं नकारच दिला होता.

आमच्या बराकीतले शरीफ, सईद आणि मी असे आम्ही तिघं सोडलो तर बाकी सगळे पेन्शनीत निघालेले होते.

पण एक दिवस शम्स नावाचा जेमतेम पंधरा वर्षांचा एक अफगाणी मुलगा आमच्या बराकीत आला. त्याला ज्या स्ट्रेचरवरून आणलं ते स्ट्रेचर कोपऱ्यात टाकून त्यांनी त्याला आमच्यात आणून सोडलं अन् ते निघून गेले. शम्सच्या मांडीत गोळी लागल्यामुळे तिथल्या हाडाचा पार भुगा झालेला होता. त्यामुळे त्याला चालता येत नसे, त्याला धड मुतारीपर्यंत जाता येत नसे की स्वत: स्वत:ची औषधं घेणं, पाणी, जेवण... यातलं काही म्हटल्या काहीही करता येत नसे. त्याशिवाय त्याला त्याचं ढुंगणही स्वच्छ धुता येत नसल्यामुळे एक प्रकारचा घाणेरडा वास येत असे. शरीफ आणि मी, आम्हा दोघांवर त्याला मदत करण्याची जबाबदारी सोपवण्यात आलेली होती. पण थोड्याच काळात शरीफला दुसऱ्या बराकीत हलवण्यात आलं. त्यामुळे त्याला मदत करण्याची जबाबदारी माझ्यावर येऊन पडली. एवढंच नव्हे तर त्याला पुन्हा चालायलाही मलाच शिकवावं लागलं. पायातली ताकद वाढवण्यासाठीचे मला आठवले तेवढे सगळे व्यायाम प्रकार मी त्याला शिकवले. तो अतिच हळू आहे असं मला वाटत होतं. त्यामुळे कधीकधी चिडून मी त्याच्यावर ओरडत असे. पुन्हा चालण्यासाठी त्यानं चालवलेल्या प्रयत्नांना मला एक जोरदार धक्का द्यायचा होता. हळूहळू तो चालायला शिकला हे खरं, पण त्यासाठी मध्ये कित्येक महिने जावे लागले. तो त्याचा हात माझ्या खांद्यावर ठेवत असे, मग आम्ही बराकीत हळूहळू चालत असू. या सगळ्या प्रकारामुळे मला स्वत:शीच संवाद साधण्याची उत्तम संधी मिळाली.

शम्सनं तो जखमी कसा झाला याची हकिकत मला सांगितली. एकदा त्यांचा परिसर पिंजून काढत असताना अमेरिकेचं हेलिकॉप्टर खाली उतरलं अन् त्यांनी त्याच्या घरावर हल्ला केला. त्या वेळी त्याच्या काकाच्या हत्यारातून त्यानं त्यांच्यावर

गोळीबार केला. त्यांनी केलेल्या प्रति गोळीबारात त्याला गोळी लागली आणि मग त्याच्या काकासकट तो त्यांच्या हाती सापडला.

आजकाल हे अमेरिकन्स आमच्या बराकीत कोणी ना कोणी नवा आणायला लागले होते. त्यामुळे इथल्या कैद्यांमध्ये एक प्रकारचं संशयाचं वातावरण निर्माण झालं. या नव्यानं आणलेल्यांपैकी किमान दोघं तरी असे होते की, त्यांना पूर्वी मी माझ्या बराकीत पाहिलेलं होतं. ते कसल्याही अडथळ्याशिवाय कुठेही फिरत आणि आम्हाला केव्हाही अडचणीत आणणारे भलते प्रश्न विचारत होते. शिवाय इथून बाहेर पडल्यावर मदत करण्याचं आश्वासनही देत. शरीफनं त्यातल्या एकाला अफगाणी म्हणून सहज ओळखलं. यांच्यापैकी एकाला अमेरिकन्सनी आमच्यात घुसवलं असण्याची शक्यता होतीही आणि नव्हतीही. पण का कोण जाणे, मला त्याच्याबद्दल संशय होता. आदिवासींमध्ये असलेल्या सरंजामशाहीचा तो बळी असल्याचं सांगे आणि विरोधाभास म्हणजे तो अफगाणिस्तानचे अध्यक्ष करझाई[४] याच्या सहानुभूतिदारांच्या गटात सामील झालेला होता. पुढे त्याला थोडे पैसे घेऊन अमेरिकन्सना विकण्यात आलेलं होतं. तो समलिंगी आहे आणि त्याला कोवळ्या तरुण पोरांबरोबर झोपायला आवडतं, असं शरीफनं मला त्याच्याबद्दल सांगितलं. ते ऐकून तर मी जाम टरकलोच.

एक तरुण स्त्री सैनिक आणि हा इसम यांना एकत्र गोवणारी अशी एक विचित्र घटना इथे घडली. ही विशिष्ट सैनिक स्त्री समलिंगी आहे हे मला माहीत होतं. कारण एकदा नाथनबरोबर बोलत असताना ती आमच्या संभाषणात सामील झालेली होती आणि काही वर्षांपूर्वी आम्हाला आमच्या मैत्रिणींबरोबर येणाऱ्या अडचणींविषयी आम्ही बोलत असताना मला ते समजलं होतं. आमच्याशी बोलताना त्या वेळी ती म्हणाली होती, ''मलासुद्धा माझ्या बाईबरोबर संबंध ठेवताना हीच अडचण येते. अगदी तुम्हाला येते तशी, ही सगळी भंकसच आहे, नाही का?'' तिचे केस अगदी बारीक कापलेले होते आणि ती एखाद्या देखण्या पुरुषाप्रमाणे सुंदर दिसत होती. एक दिवस एका अफगाणीला पाण्याची बाटली बदलून देण्यासाठी ती आत आली असताना त्यानं तिचा हात ओढला. हातांवर थोडं थोपटून तिथे ओठ ठेवण्याचा त्याचा बेत होता. त्या वेळी तिनं उलट त्याचेच हात पकडले. जरी मध्ये दार होतं तरी त्याला तिनं खेचला आणि एवढा ओरडा केला की, तिच्या मदतीला इतर पहारेकरी धावून आले. त्यांनी आमची बराक उघडली. त्याला बाहेर काढून त्याचा मद उतरेपर्यंत त्याला यथेच्छ तुडवला आणि मगच ते त्याला पुन्हा बराकीत घेऊन आले.

शरीफनं ते सगळं पाहिलं अन् त्या अफगाण्याला तो म्हणाला, ''ही बाई आहे

---

४. तालिबानचा पाडाव झाल्यानंतर हमीद करझाई अफगाणिस्तानचे अध्यक्ष झाले.

यावर माझा मुळीच विश्वास नव्हता, मला हे सगळं जर आधी माहीत असतं तर तिच्याकडे साधं पाहिलं सुद्धा नसतं.''

अल्-कायदाच्या एका क्रियाशील सदस्याला पकडलं असल्याचं वार्निकनं मला सांगितलं. तो पुढे म्हणाला की, हा माणूस प्रशिक्षित, अत्यंत धोकादायक आणि कावेबाज असा अतिरेकी आहे. काही अमेरिकन सैनिकांचा गट मौजमस्ती करत, जमेल तशी लोकांना मदत करत चालला असताना, यानं त्या गटावर हल्ला केला. त्याने त्यांच्यावर फेकलेल्या ग्रेनेडमुळे एक अमेरिकन सैनिक मेला. पहारेकऱ्यांची पाळी बदलण्याच्या वेळी या कैद्यावर लक्ष ठेवण्याची जबाबदारी वार्निकवर सोपवली होती असं त्यानं सांगितलं. त्या कैद्याला भयंकर जखमा झालेल्या होत्या. शिवाय त्याचा एक डोळाही निकामी झालेला होता.

त्या मुलाचं नाव ओमर होतं. तो फक्त पंधरा वर्षांचा एक कॅनेडियन होता आणि त्याच्याबरोबर मी दोन नंबरच्या बराकीत असताना दोन आठवडे घालवलेले होते. आरोग्य विभागाचे कर्मचारी त्याला पाहायला रोज येत होते. ते त्याला डोळ्यात घालायला पातळ औषध देत आणि रोजच्या रोज त्याच्या जखमा तपासत. त्याच्या छातीवरची नुकतीच शिवलेली भली मोठी जखम मला सहज दिसे. इथल्या एकूणच सगळ्या कैद्यांमध्ये माझं काळीज जर कोणासाठी द्रवलं असेल, तर ते या मुलासाठी. याचं कारण तो खूप लहान होता. एवढंच नाही, तर तो इथल्या सर्व माणसांत सगळ्यात जास्त सालस वृत्तीचा होता. वार्निक म्हणत होता तसं हे एवढंसं पोर आपल्या मार्गानं चाललेल्या अमेरिकन सैनिकांच्या गटावर ग्रेनेड फेकेलसं मला मुळीच वाटत नव्हतं.

ओमरनी मला याहून सर्वस्वी वेगळी अशी हकिकत सांगितली. तो म्हणाला, तो आणि त्याचं कुटुंब अफगाणिस्तानामध्ये गेली कित्येक वर्षं राहात होतं. जेव्हा सगळे जण गाव सोडून पळायला लागले, तेव्हा तो आणि त्याच्याबरोबर इतर थोडे जण मागे राहिले. ते शेवटी एका म्हाताऱ्या माणसाच्या घरात शिरले. तो बाबाही अटकेत होता. अमेरिकनांनी हेलिकॉप्टरमधून त्या घरावर धाड घातली अन् घरातल्या सगळ्यांना मारून टाकलं, यातून सुटले फक्त ओमर आणि बाबा, त्यांच्या पायाला गोळी लागलेली होती. सगळा परिसर पिंजून साफ करण्याच्या मोहिमेवर विशेष तुकडी पाठवण्यात आलेली होती. जमिनीवर पडलेल्या देहांवर ते गोळीबार करत होते. जमिनीवर पडलेल्यात ओमर होता. त्याला भयंकर जखमा झालेल्या होत्या. एक अमेरिकन सैनिक मेल्यावर त्यांनी ओमरवर बंदुकीच्या गोळ्यांचा वर्षाव केला. त्यानंतर ओमरला सैनिकांसाठीच्या बाग्रामच्या इस्पितळात आणण्यात आलं. तिथे नेहमीच्या अमेरिकन सैनिकी शैलीत त्याला पहारेकऱ्यांनी एक टोपणनाव ठेवलं, 'बकशॉट बॉब!'

सैनिकाच्या मृत्यूचा सूड उगवण्यासाठी त्यांनी ओमरला अत्यंत वाईट वागणूक

दिली. पहारेकरी नेहमी त्याच्यावर खेकसत असत आणि दिसला रे दिसला की ढकलत असत. जेव्हा ५११ नंबरचा पहारेकरी गेला तेव्हा त्याच्या जागी आलेल्या नव्या पहारेकऱ्याने नेहमीप्रमाणेच आम्ही इथे राहाण्याच्या लायकीचेच आहोत हे आवाज करून आम्हाला जाणवून दिलं. ते अनेक वेळा ओमरला त्याच्या बराकीतून बाहेर काढत असत आणि एखाद्या गुरासारखं त्याच्याकडून यथेच्छ काम करून घेत असत. ते त्याला पाण्यानं भरलेली पिंप उचलायला लावत, पाण्याच्या बाटल्या भरायला लावत, अन्नाचे डबे वहायला लावत. ते त्याला 'खुनी' म्हणूनच संबोधत.

ओमरला अनेक गोष्टी सहन कराव्या लागत होत्या.[५] त्यापैकी एक गोष्ट म्हणजे सुरुवातीला त्याच्या भावाला काबूलमध्ये नॉदर्न अलायन्सच्या लोकांनी पकडलं. त्यानंतर जेव्हा अमेरिकन्सनी त्याला ग्वांटानामोला पाठवून दिलं, तेव्हा तिथे त्यानं सी.आय.ए.साठी काम करायचं त्यांना कबूल केलं होतं. या कामाच्या निमित्तानं ते त्याला बोस्निया, मध्य आशिया अशा विविध ठिकाणी नेऊ लागले. थोड्याच काळात त्यानं ते सगळं झुगारून दिलं अन् आपली हकिकत एका वर्तमानपत्राला सांगून टाकली.

त्यानंतर बाग्राममध्ये ओमर नेमका काय आहे ते काही अमेरिकन्सच्या लक्षात आलं. तो अल्पवयीन असल्यामुळे त्याला खरं तर चांगली वागणूक दिली पाहिजे हेही त्यांना जाणवलं. मी चौकशी अधिकाऱ्यांपैकी एकाला सांगितलं की, इथे नव्यानं रुजू झालेल्या या नव्या पहारेकऱ्यांच्या तुकडीतले अनेक जण त्याला खरोखरच अत्यंत वाईट वागवतात. त्याच वेळी तोही पहारेकऱ्यांच्या वरिष्ठ अधिकाऱ्यांशी हेच बोलला.

या काळात पहारेकरी, तसंच चौकशी अधिकाऱ्यांकडूनसुद्धा अगदी रीतसर अफवा पसरवल्या जात असत. त्याचाच एक भाग म्हणून इथे लोकांना सांगितलं जात असे की, त्यांना आता ग्वांटानामोला पाठवण्यात येणार आहे. लवकरच माझ्या असं लक्षात आलं, की तिथे पाठवण्यासाठी वेगळा असा काहीही नियम नाहीये. सगळं काही चौकशी अधिकाऱ्यांच्या मनावर आहे. त्यानं किंवा तिने जर एखाद्या कैद्याला ग्वांटानामोला पाठवावं असा शेरा मारला, तर शंभर टक्के त्या शेऱ्याचं पालन केलं जाई.

मे महिन्याच्या शेवटी माझ्या असं लक्षात आलं की आता मला विचारायला त्यांच्याकडे प्रश्नच उरलेले नाहीत आणि तरीही त्यांनी मला तिथे आपल्या

---

५. दोन वर्षांनंतर ग्वांटानामोच्या तळावर अशी बातमी आली की, उत्तर पाकिस्तानमधे झालेल्या गोळीबारात ओमरचे वडील मारले गेले. २००५ मधे लष्कराच्या समितीसमोर त्याच्यावरील खटल्यासंदर्भात आणण्यात आले.

अखत्यारीत डांबून ठेवलं होतं. हा कालखंड माझ्यासाठी फारच लांबलेला काळ होता. माझ्यासाठी काळ जणू तिथे कुंठितच झाला होता. माझ्यासाठी सगळंच कसं पार विस्कटून गेलं होतं.

५११ नंबर परत गेल्यापासून संध्याकाळच्या वेळी मी बराकीतून बाहेर येऊन जेवणासाठी मदत करी. या कामामुळे मला थोडं स्वातंत्र्य मिळालं होतं. नव्यानं रुजू झालेल्या पहारेकऱ्यांच्या तुकडीला मी मग अनेक सूचना करू लागलो. त्याचा संदर्भ कामकाजाची पद्धत समजून घेण्याशी होता. दर आठवड्याला अनेक टब अन्न फेकून दिलं जाई आणि त्याच वेळी दर दिवशी कैदी मात्र उपाशीपोटी झोपी जात. मी लेफ्टनंटला असं सुचवलं की, ते अन्न फेकून देण्याऐवजी इथल्याच स्थानिक मुला-लेकरांना ते खाऊ घालावं. सरतेशेवटी एका अधिकाऱ्याला माझं म्हणणं पटलं अन् मग ते अन्न फेकून देण्याऐवजी, त्यातले त्यांच्या दृष्टीने धोकादायक, मिरपूड आणि पाण्याशी संपर्क येताच ज्याच्यातून फॉस्फरस बाहेर पडे असे पदार्थ काढून घेऊन उरलेलं अन्न कैद्यांना देण्यात येऊ लागलं. माझ्यासाठी हा मोठाच विजय होता. मी अगदी यशस्वीरित्या जास्तीच्या सूर्यफुलाच्या बिया आणि शेंगदाण्यासाठी बोलणी करू शकलो होतो.

अन्नवाटपाच्या कामासाठी सर्वसाधारणपणे शरीफ, सईद आणि मी अशा आम्हा तिघांना बाहेर काढलं जात असे. कधीकधी ओमरसुद्धा आमच्याबरोबर दिला जाई. आम्हाला खूप लांब अशा साखळदंडात अडकवलं जाई. त्यामुळे आम्ही जास्त हालचाली करू शकत होतो. आम्ही बराकींच्या बाहेर खुर्च्यांवर बसत असू. पहारेकरी आमच्यासमोर बसत आणि आम्ही सगळे जणू एकमेकांचे मित्र असल्यासारखे गप्पा मारत असू. बरेच जण आम्हाला अन्नाच्या पाकिटांमधलं हवं ते खाऊ देत. शिवाय हिटर्स वापरून आम्ही ते अन्न गरमदेखील करून घेऊ शकत असू. सरतेशेवटी आम्ही अन्नाची पाकिटं घेऊन ती बराकीच्या बाहेर दुसऱ्या दिवसाची तयारी म्हणून ठेवत असू.

शरीफची लवकरच सुटका झाली. त्यानंतर ते काम मी व सईद करू लागलो. पण ऑक्टोबरमध्ये एक दिवस पांढऱ्या फळ्यावर काहीतरी लिहिलेलं मी पाहिलं. सईद, शम्स, ओमर, रिचर्ड बेल्मर, जमाल कियेंबा आणि इतरांचे नंबर निळ्या रंगात लिहिलेले होते!

या गटाला ग्वांटानामोला पाठवल्यानंतर अन्न तयार करण्याचा माझा उत्साह संपला. परंतु नंतर माझी अशा एका सैनिकाशी ओळख झाली की, बाग्राममधून बाहेर पडेपर्यंत माझ्या मनावर ती छाप टिकून राहिली आणि त्यामुळे माझा निरुत्साहही मावळला. विशीच्या आसपास असलेली स्टिफनी ओहियोची रहिवासी

होती आणि ती कामगारांशी संबंध कसे असावेत, ठेवावेत या विषयाचा अभ्यास करत होती. आजवर संपर्कात आलेल्या सैनिकांपैकी ही सर्वांत जास्त सुसंस्कृत सैनिक होती. ही एक स्त्री सैनिक अशी होती की जी एकटी आम्हाला अन्न तयार करण्याच्या कामात मदत करी, याउलट इतर आमच्यासमोर बसून फक्त बघत. या काळात माझ्या असं लक्षात आलं की तिला इंग्रजी साहित्याची तसंच काव्याची गोडी होती. आम्ही थोरोने लिहिलेल्या 'वाल्डेन'वर चर्चा केली, हे पुस्तक मी नुकतंच वाचून संपवलं होतं. तिच्या बहिणीनं तिला पाठवलेलं पुस्तक सी.एस. लेव्हीसचं मेरी क्रिस्टिॲनिटी, त्यावरही आम्ही बोललो. मी तिच्याशी इस्लामवर बोललो. शिवाय कागदाचे काही ताव भरून दोन्ही धर्मांचा इतिहास, त्यातली आध्यात्मिकता याविषयी असलेल्या फरकाबद्दल लिहिलं.

मला माझ्या मुलांचे फोटो मिळाल्यावर मी ते तिला दाखवले. तिची त्यावर ताबडतोब प्रतिक्रिया म्हणजे ती धावत गेली नि तिनं फुलांचं सुरेख डिझाईन असलेले कागद माझ्यासाठी आणले अन् म्हणाली, "यावर तुला तुझ्या मुलांसाठी लिहायला नक्कीच आवडेल." त्यानंतर मी माझ्या पत्नीला फ्रेंचमधून लिहिलेली काही वाक्यं तिला तपासायला दिली. कारण तिला उत्तम फ्रेंच येतं हे मला तोपर्यंत माहीत झालं होतं.

जेवण तयार करताकरता आम्ही अनेक वेळा अमेरिका, इंग्लंड आणि अफगाणिस्तानमधल्या जगण्याविषयी बोलत होतो. माझ्या असं लक्षात आलं की, स्टिफनीला खरोखरच अफगाणिस्तानातील लोकांना मदत करण्याची इच्छा होती. त्यांना मारून टाकणं किंवा तुरुंगात डांबून ठेवण्यात तिला काहीही रस नव्हता. आपल्या सहकाऱ्यांकडे निर्देष करत एक दिवस ती म्हणाली, "मी यांच्यासारखी नाहीये." आणि ती नव्हतीच त्यांच्यासारखी.

परिसरात एकदा अशी अफवा पसरली की चणीनं छोटेखानी असलेला ब्रिटिश कैदी नंबर १८०, एक प्रशिक्षण घेतलेला निष्णात खुनी असून प्रत्येक खुनामागे त्याला हजारो डॉलर्स मिळतात.

"तुला मी एक प्रश्न विचारला तर चालेल का?" एक दिवस स्टिफनी मला म्हणाली. त्यावर मी म्हणालो, "खुशाल विचार."

आणि तिनं विचारलं, "तू खरंच खून केलायस?"

"आणि समज, मी खरंच खुनी असलो, तर त्यामुळे काय फरक पडतो?"

"ओह्! खरंच त्यामुळे काहीच फरक पडत नाही. मी आजवर एकाही खुन्याला भेटले नव्हते इतकंच."

तिचं हे विधान स्तुती समजून स्वीकारावं की तो उपमर्द समजावा तेच मला समजेना! पण शेवटी मी ठरवलं की, ही एक वेगळीच अशी स्तुती समजून ती

स्वीकारावी! आजतागायत मला हे कधी मिळालंच नव्हतं..!

स्टिफनी तरुण होती. छानपैकी छाप पडावी अशी तरतरीत होती. ती सैन्याच्या राखीव दलातली होती. आम्ही एकमेकांशी बोलण्यात अगदी रंगून जात असू. परंतु काही पहारेकऱ्यांना तिचं हे असं कैद्यांशी जरा जास्तच सलगीनं बोलणं आवडलं नाही. त्यामुळे तिला थोडा त्रास झाला. परंतु ती मला म्हणाली, "मी या इतर पुरुषांसारखी वागूच शकत नाही. एक खरं की आमच्या युनिटमधल्याच एकावर माझं जिवापाड प्रेम असलं, तरीही यांच्यापेक्षा आयुष्याकडे पाहण्याचा माझा दृष्टिकोन वेगळा आहे."

पत्रात मी माझ्या कुटुंबाला इथल्या सगळ्या गोष्टींविषयी सविस्तर कळवत होतो. त्यात इथल्या किड्यामकोड्यांचाही उल्लेख असे. इथे उन्हाळ्यात दृष्टीला पडणाऱ्या कीटकांविषयी मी लिहिलं होतं. विशेष करून उंटांच्या पाठीवर बसणारे गोचिड. खरं तर काबूलला येण्याआधीपासून तो माझ्या संशोधनाचा विषय होता. इंटरनेटवरून मी त्यांच्याविषयी खूप माहिती गोळा केलेली होती. माझ्या लॅपटॉपवर गेल्या मे महिन्यात या गोचिडांविषयी मी भरपूर माहिती गोळा करून, त्याचं विश्लेषणही करून ठेवलेलं होतं. तरीही परिस्थितीवश मी त्याबाबत फार सावधपणे लिहिलं.... 'उंटाच्या पाठीवर बसणारे गोचिड हा एकच कीटक साऱ्या जगात असा आहे, की ज्याला दहा पाय असतात आणि मला असं वाटतं की तसे पाय अराच्निडला सुद्धा नसतात. (तांत्रिकदृष्ट्या हा प्राणी कोळी या स्वरूपाच्या कीटक वर्गात मोडत नाही.) पण तो माणसाच्या हाताच्या आकारापेक्षाही आकारानं मोठा होऊ शकतो आणि रेसर कारसारखा पळू शकतो. त्यानं चावा घेतला तर माणूस मरण पंथाला लागतो...' या कोळ्यापायी मी कित्येक रात्री झोपू शकलो नव्हतो. विशेषतः इतर कैद्यांना तो चावल्यावर त्यांची जी हालत झाली, ती पाहिल्यावर तर नाहीच. कोळी चावला होता त्या ठिकाणचं मांस नाहीसं झालं होतं अन् तिथे काळा डाग पडला होता. कधीकधी पहारेकऱ्याला जेव्हा गंमत करायची हुक्की येई, तेव्हा तो हे कोळी पकडून एका बादलीत सोडत आणि त्या बादलीत विंचवालाही सोडे आणि मग निवांतपणी बादलीत चालणारी त्यांच्यातली झुंज पाहत बसे. बाबा, तो म्हातारा कैदी एअर-लॉकमध्ये असताना मी एकदा असं पाहिलं होतं, की एका पहारेकऱ्याजवळच्या पेटीत तो कोळी ठेवला होता आणि त्यानं ती पेटी बाबाकडे फेकली.

मी पत्रातून कधीकधी गमतीनं अमेरिकन्सना कोपरखळ्या मारीत असे. ज्याचं स्पष्टीकरण त्यांच्याकडून मिळावं अशी माझी अपेक्षा नसे! गोष्टींचं स्पष्टीकरण द्यायची मला आवश्यकता वाटत नसे. एका पत्रात मी माझ्या वडिलांना लिहिलं.... 'एकाबरोबर माझी नुकतीच चर्चा झाली. चर्चेचा विषय होता मानवी संस्कृतीला अमेरिकनांनी दिलेली सर्वांत मोठी देणगी. (त्या आधी आमचं बोलणं झालं होतं ते

प्राचीन ग्रीस, इजिप्त, मेसोपोटेमिया, भारत, चीन इत्यादी देशांनी मानवी संस्कृतीत केलेल्या योगदानाबद्दल.) मी खूप तास याबाबत शोधाशोध करण्यात घालवले आणि मग मला उत्तर सापडलं.... दाण्याचं लोणी! पण माझ्याबरोबर चर्चा करणाऱ्याची त्या उत्तरानं करमणूक झाली नाही.'

इव्हान्स हा एक तरुण काळा (निग्रो) इंडियानापोलिसहून इथे आलेला होता. त्याला इंग्रजी साहित्यात, तसंच काळ्यांच्या वाङ्मयात रस होता. त्यामुळे माझं त्याच्याबद्दलचं कुतूहल वाढलं. पहारेकरी वाचत त्या पुस्तकांबद्दल मी त्यांच्याशी नेहमी बोलत असे. इव्हाननं तर खूपच पुस्तकं वाचलेली होती. बुकर टी-वॉशिंग्टन, डब्ल्यू.इ.बी. डुबॉइस, मार्टिन ल्यूथर किंग आणि माल्कम एक्स यांचे साहित्य व तत्त्वज्ञान याविषयी आमच्या चर्चा होत असे. वयात येताना मला आर ॲन्ड बी, रेग्गी, हिप-हॉप याचं आकर्षण होतं, हे मी सांगितल्यावर इव्हानला आश्चर्य वाटलं. एकदा तो मला म्हणाला, "अमेरिकेबाहेर भेटलेला अत्यंत जागरूक, स्वत:ची मिजास असणारा तुझ्यासारखा काळा, मला आजवर कोणी भेटलाच नाहीये."

रेडक्रॉसच्या लोकांनी अफगाणी आणि अरबांसाठी पुस्तकं आणली होती, पण त्यात इंग्लिश पुस्तकं नव्हती. इव्हान्स त्याच्या स्वत:च्या पुस्तकांच्या साठ्यातून मला नियमितपणे पुस्तकं वाचायला देत होता.

सालादीन आणि रिचर्ड दी लायनहार्टमधली तुलना असणारं 'वॉरियर्स ऑफ गॉड' हे पुस्तक मला सर्वांत जास्त आवडलं आणि मारिओ पुझोचं 'द फॅमिली' हे इटलीच्या पुनरुज्जीवनाच्या काळातील सहाव्या पोप अलेक्झांडरविषयीचं पुस्तकही. मी इथे टॉम क्लॅन्सीनं लिहिलेली कादंबरी पहिल्यांदाच वाचली. 'एक्झिक्युटिव्ह ऑर्डर्स' या कादंबरीची सुरुवातच मुळी अशी होते की, मनात भयंकर कडवटपणा भरलेला एक वैमानिक, त्याचं प्रवासी असलेलं विमान कॅपिटल हिलवर आदळतो आणि अमेरिकेचं संपूर्ण मंत्रिमंडळ नष्ट करून टाकतो. इस्लामी आतंकवाद्यातर्फे मग अमेरिकेच्या आसपास जैविक हत्यारांनी हल्ला केला जातो. या घटनेमुळे पूर्वाश्रमीचा सी.आय.ए.चा प्रमुख, पण आता अमेरिकेचा अध्यक्ष असलेला तो पेटून उठतो व चक्क युद्धच जाहीर करतो आणि मग इराक आणि इराण साफ उद्ध्वस्त केलं जातं. हे पुस्तक १९९६ मध्ये लिहिलेलं आहे आणि यातल्या घटना काल्पनिक आहेत.

बाग्राममध्ये मी खूप पुस्तकं वाचली. ही सगळी पुस्तकं पहारेकऱ्यांची स्वत:ची होती. या पुस्तकांमध्ये मेंदूशास्त्र, मानववंशशास्त्र, विन्स्टन चर्चिल, स्वातंत्र्य युद्ध, द अमेरिकन सिव्हिल वॉर, दुसरं महायुद्ध, व्हिएतनाम आणि अगदी अफगाणिस्तान या विषयी सुद्धा पुस्तकं होती. ती वाचताना मी अतिशय दक्षतेनं त्यांची यादी करून ठेवत असे. तसंच वाचतावाचता जर एखादं सुभाषित आलं, काही माहितीवजा

मजकूर आला तर तो टिपून ठेवत असे. असं वाटे, न जाणो कधीतरी हे सगळं उपयोगी पडेल.

बाग्राममधलं वातावरण सैनिकांचा प्रमुख सार्जंट ऑफ द गार्ड याच्या मूडवर अवलंबून असे आणि मला हेही समजलं होतं की, अक्षरश: आमच्या क्षुल्लक सवलतीसुद्धा ते क्षणार्धात काढून घेऊ शकतात.

इथे असलेली एक अतिशय खोडसाळ व्यक्ती मला मुळीच आवडत नव्हती. इतर कैद्यांबद्दल त्याला काय वाटतं, तो त्यांच्याशी कसं वागू इच्छितो याची चुणूक आम्हाला त्याच्या हाताखालचे आमच्याशी ज्या पद्धतीनं वागत त्यावरून मिळे. एकदा मी त्याला आणि अनेक पहारेकऱ्यांना अत्यंत निर्दयपणानं बराकींची झडती घेताना पाहिलं होतं. झडती घेण्याच्या त्याच्या त्या पद्धतीवरूनच तो माणूस काय लायकीचा आहे ते स्पष्ट होत होतं. प्रत्येक कैद्याला बराकीच्या मागे गुडघ्यावर वाकून उभं राहायला सांगण्यात आलं. दोन्ही हात डोक्यामागे न्यायचे होते. पहारेकरी आत शिरले. त्यांनी सगळ्या रजया उचलल्या आणि मग इतर वस्तू इतरत्र फेकल्या. कोणाच्या तरी रजईवर पाय देताना, तसंच प्रार्थनेच्या जागी पाय ठेवताना त्याला जराही काळजी घ्यावीशी वाटली नाही. खरंतर ते आत आले. त्या वेळी एक माणूस प्रार्थना करत होता. सार्जंटनं त्याला खेचला मग त्याचे केस पकडून त्याला दरादरा ओढत, बराकीच्या दुसऱ्या टोकाला घेऊन आला आणि इतर कैदी जिथे गुडघ्यावर वाकले होते, त्याच्यात त्यानं त्याला फेकून दिलं. मग तो तारस्वरात ओरडला, "भडव्याऽऽ तू माझी प्रार्थना केली पाहिजेस, इथे तुझा देव मी आहे." ज्या वेळी बराकीची झडती चालू होती, त्या वेळी आम्हाला काही दिसू नये म्हणून आम्हाला तिकडे पाठ करून उभं राहायला सांगण्यात आलं होतं. पण आम्ही त्या आधीच खूप बघितलं होतं.

याच सुमारास, २००२ साली जिथे मला ठेवलं होतं, तिथेच एका अफगाण्याला आणण्यात आलं. नव्या आलेल्या कैद्यांना ठणाणा वाजणारं संगीत ऐकवण्याचा तिथला परिपाठ होता. त्यांना एकांतवासात झोपेविना ठेवलं जात असे. मुख्य तुरुंगात त्यांनी प्रवेश करण्यापूर्वी हे सर्व सोपस्कार पार पाडले जात आणि तरीही त्यांना बराकीत थेट आणण्यापूर्वी काही वेळ एअरलॉकमध्ये ठेवलं जाई. प्रत्येक बराकींतल्या एअरलॉकमध्ये कित्येक लोक एका ठरावीक वेळी ठेवणं सहज शक्य होतं. या अफगाण्याला आमच्या बराकीच्या एअरलॉकमध्ये ठेवण्यात आलं होतं. त्याला झोपू दिलं नसल्यामुळे तो कसा लोंबकळत उभा होता ते मला दिसत होतं. मला इतक्या दिवसात फक्त एकदा त्याचा चेहरा दिसला. याचं कारण त्याला पहारेकऱ्यांच्या दिशेला तोंड करून उभं राहायला सांगण्यात आलं होतं. एक खरं होतं, तो सतत फक्त उभाच होता.

एअरलॉकमध्ये थोडी जागा होती. लोकं तिथं अंगाचं मुटकुळं करून झोपून जात. पण तेवढीसुद्धा चैन त्याच्या नशिबी नव्हती. त्याला उभं राहायला सांगण्यात आलं होतं. उलटतपासणीच्या खोलीत एक किंवा दोन वेळा नेऊन, तिथून आल्यावर त्याला पुन्हा उभं राहण्याचा हुकूम दिला जाई. त्याचा कैदी क्रमांक ४२१ होता हे माझ्या लक्षात होतं. त्याचा क्रमांक लक्षात राहाण्याचं कारण, बराकीबाहेर आमचे दात घासण्याचे ब्रश एका खुंटीला अडकवलेले असत. तिथे या नंबरचा ब्रश नेहमी दिसे पण हा मात्र आम्हाला कधीच पुन्हा दिसला नाही. तो गायब झाला तो झालाच.

सतत उभा असलेला तो एका संध्याकाळी एअरलॉकमध्येच घरंगळून पडला. पहारेकरी आले आणि त्यांनी त्याचे हात वरच्या बाजूला साखळदंडात अडकवून टाकलं. एअरलॉक गेटची ही जागा त्याच्या डोक्यावर होती. त्या स्थितीत तो काहीतरी बडबडायला लागला. चित्रविचित्र आवाज काढायला लागला. कदाचित कोणाला तरी काहीतरी सांगण्याचा त्याचा तो प्रयत्न असेल, पण तो काय सांगत होता ते मला मुळीच कळलं नाही. पण एवढं स्पष्ट कळत होतं की, त्या स्थितीत त्याला असह्य यातना होत होत्या अन् तो मदतीची याचना करीत होता. सरतेशेवटी तो खाली घरंगळला आणि पहारेकरी आत आले. त्याच्या त्या अवस्थेत त्याला बंधमुक्त करून काही झालं नाही ना ते पाहण्याऐवजी त्यांनी त्याला बुकलायला सुरुवात केली. त्याच्यातला एक जण, जो त्या खोडसाळ सार्जंटच्या हाताखाली होता, त्याने तर अति त्वेषानं त्याच्या बरगड्यांवर दणादण गुद्दे लगवायला सुरुवात केली होती. त्यानंतर त्यांनी त्याला साखळदंड आणि बेड्यांमधून मुक्त केलं नि मग फरपटत चौकशीच्या खोलीकडे घेऊन गेले. त्यानंतर त्याला आम्ही कोणीही कधीही पाहिलं नाही.

माझ्याशी अगदी सभ्यपणे वागणारा सैनिक प्युर्टो रिकान त्या दिवशी रात्री खूप उशिरा खूपच धावपळ करत होता, किंचाळत होता, "लेको, आता तुमची शंभरी भरलीच म्हणून समजा! नाही तुम्हाला चौदावं रत्न दाखवलं तर...!" त्याच्यासारख्या अति सभ्य सैनिकाची झालेली ती अवस्था बघून मी मनोमन जाणलं, नक्कीच काहीतरी भयंकर घडलंय आणि त्यानंतर कैदी नंबर ४२१ चा खून झाल्याची अफवा पसरली. एकांतवासाच्या बराकींमधून ठेवलेले इतर काही अफगाणी लोक तिथून खाली आले अन् बोलायला लागले, बघताबघता वाऱ्यासारखी ती बातमी पसरली.

कैद्याचं अचानक नाहीसं होणं, ही तशी बाग्राममध्ये काही फार मोठी खबर नव्हती. इथे सतत इतकी माणसं एकसारखी येत-जात असत आणि नेमका कोण कुठे गेला हे मला नक्कीच सांगता येत नव्हतं. कधीकधी इथे लोकांना जेव्हा ते घरी जाणार आहेत असं सांगण्यात येई, तेव्हा वातावरणात एक प्रकारचा उत्साह जाणवे. सगळं काही आलबेल असल्याची खूणगाठ पटे. ज्या माणसाची सुटका

होत असे, त्याचा आनंद अक्षरश: गगनात मावत नसे. तो बराकभर फिरे. प्रत्येकाला आनंदानं मिठ्या मारी, उचंबळून येऊन प्रत्येकाशी हस्तांदोलन करी आणि पहारेकरी त्याला ओरडून म्हणत, 'हे असलं काहीही करायची परवानगी नाहीये.' पण या त्यांच्या सांगण्याची तो पर्वा करत नसे, कारण त्याला घरी जाण्याची जबरदस्त ओढ लागलेली असे. अमेरिकन्स त्याला त्याची रजई घेऊन जाण्याची परवानगी देत.

याच सुमाराला लंडनहून बिशर-अल-रावी आणि जमील-अल-बन्ना इथे दाखल झाले. जमेल तेव्हा मी त्यांच्याशी बोलण्याचा प्रयत्न करीत होतो. मी पूर्वीही एकदा जमीलशी बोललो होतो. तो एकदा आमच्या दुकानात आला होता अन् त्यानं काही खरेदी केली होती. मी बिशरला मात्र पूर्वी कधीही भेटलो नव्हतो. एवढंच नव्हे तर त्याला इंग्लिश बोलता येतं की नाही ते सुद्धा मला माहीत नव्हतं. पण एकदा मी त्याला पहारेकऱ्यांशी बोलताना पाहिलं तेव्हा माझी खात्री पटली की, तो नक्कीच इंग्लिशमधून बोलत असला पाहिजे. खरं तर त्या दोघा ब्रिटिशांना तिथे बघून मला भयंकर धक्काच बसला कारण तोपर्यंत मला वाटत होतं की, ब्रिटनमध्ये पकडलेल्या ब्रिटिशांना थेट अमेरिकनांच्या हवाली केलं जात असेल. त्यामुळे माझ्यासाठी हा एक धक्काच होता. त्यानंतर मला वाटायला लागलं हे जे काही घडतंय ते इतकं अघटित आणि प्रचंड आहे की, इथून बाहेर पडण्याचा आता कुठलाही मार्ग नाही. बाग्रामला ट्रक्स भरभरून येणाऱ्या अन् मग ग्वांटानामोला पाठवल्या जाणाऱ्या ब्रिटिशांच्या जथ्यांची कल्पना माझ्या मनात तरळून जायला लागली.

एक दिवस मी एका पहारेकऱ्याशी संधान बांधून म्हटलं, मी अन्नाची पाकिटं जेव्हा वेगवेगळी करत असतो, तेव्हा तिथे बिशरला घेऊन येशील तर बरं! पहारेकऱ्यानं ते मान्य केलं. बिशर अन् मी इंग्लिशमधून बोलत होतो. तोवर आमच्या बोलण्याला त्याची हरकत नव्हती. आम्ही दोघंही अतिशय सावधपणे बोललो, पण मग जरा धीर चेपल्यावर आम्ही एकमेकांना आपापली हकिकत सांगितली. इंग्लंडविषयी अधिक जाणून घ्यायला मी फार उतावीळ झालो होतो. तसंच माझ्यावरच्या खटल्यासंबंधी त्याला काय काय समजलं होतं तेही मला माहीत करून घ्यायचं होतं, पण त्याला फारसं काही माहीतच नव्हतं.

बिशर त्याच्या बराकीत सगळ्यांना आधार देत होता. एखाद्या खऱ्याखुऱ्या 'जंटलमन' इंग्रजासारखा प्रत्येकाच्या मदतीला इतका धावत होता की बास रे बास! एकदा तर एका अफगाण्याला डोकं न हलवता केवळ ब्रश फिरवून दात कसे घासावेत हे तो शिकवत असताना मी त्याला पाहिलं होतं. त्याला इव्हान्सची काही पुस्तकं देण्याची मी व्यवस्था केली, मी ती पुस्तकं त्याच्या बराकीत जाऊन पडावी म्हणून आमच्या बराकींमधल्या तारेच्या कुंपणावरून जोरात फेकली.

जमील माझ्या शेजारच्या बराकीत होता, तेव्हा मी एकदा त्याच्याशी बोललो.

पण हे बोलणं वरच्या मजल्यावरून चौकशी अधिकाऱ्यांनी बघितलं अन् लगेच त्याला त्यानं चौकशीसाठी बोलावून घेतलं. चौकशी अधिकारी असं काही बोलला असणार की त्यामुळे याला जबर भीती वाटावी. कारण त्यानंतर तो माझ्याशी कधी एक अवाक्षरही बोलला नाही. जमीलला विचित्र टोपणनाव पडलं होतं, 'केनी रॉजर'. बिचाऱ्यानं हे असलं नाव जन्मात कधी या आधी ऐकलं नसेल. तो लोकगीतं गाणाऱ्या गायकासारखा दिसत मात्र असे. 'कॉवर्ड ऑफ द काऊंटी' मधलं त्यांनी त्याला शिकवलेल्या गाण्यातलं कडवं म्हणून दाखवायला सांगितलं तेव्हा त्यानं ते बेसूर आणि भसाड्या आवाजात गायलं होतं. जमीलला त्यात फार काही वावगं घडत असल्याचं मुळीसुद्धा वाटलं नाही. शिवाय 'मला इथे कुठे जास्त काळ काढायचाय?' असा त्याचा समज असावा. यामुळे मग अमेरिकन्सना कदाचित त्यांची चूक लक्षात आली असणार.

यानंतर जवळजवळ तीन वर्षांनंतर माझी सुटका होऊन मी माझ्या घरी पुस्तकं लिहिण्याचं काम करीत असेन, तेव्हा हा ग्वांटानामोतच सडत राहिलेला असेल, अशी मी कल्पनाही करू शकलो नव्हतो.

इतक्या महिन्यांत सूर्यदर्शन न झाल्याने, किंवा नैसर्गिक प्रकाशाची तिरीपही न अनुभवल्याने अमेरिकनांनी शेवटी मनोरंजन केंद्र बांधण्याचा निर्णय घेतला असावा. त्यांनी आम्हाला बेड्या घातल्या, आमच्या अंगात बंड्या घातल्या आणि आम्हाला अगदी बेंगरूळ दिसणाऱ्या हॅट्स पण घालायला दिल्या. बाहेर कोण मरणाची थंडी पडली होती! त्या वातावरणात त्यांनी आम्हाला एका मागोमाग एक असं मोकळ्यावर आणलं. त्यानंतर आम्ही सर्वांनी एका रांगेत राहावं यासाठी आमच्या सर्वांच्या बेड्यांमधून त्यांनी एक जाड साखळी अडकवली. त्यांनी आम्हाला सर्व बाजूंनी भिंती असलेल्या मोकळ्या आवारात आता आणलं होतं. इथून भिंतीशिवाय दुसरं काहीच दिसत नव्हतं. मैदानात असलेल्या एका मोठ्या बाकड्याला त्यांनी आमच्या हातातल्या बेड्यांत अडकवलेली साखळी अडकवून टाकली. त्यामुळे आम्ही आता त्या बाकड्यावर बसू शकलो. या परिस्थितीत जर आमच्यातलं कोणी उभं राहिलं तर आम्हा सगळ्यांनाच उभं राहाण्याची पाळी येत होती आणि आमच्यातला एखादा जरी बसला तरी सगळ्यांना एकदम बसावं लागे. जर आम्हाला थोडे पाय मोकळे करावेसे वाटले तर सगळ्यांना बाकड्याभोवती फक्त चालावं लागे. हा तमाशा साधारण दहा मिनिटं चालला. पण साधारण पाच मिनिटांत आम्ही एवढे कंटाळलो की, आम्हाला सगळ्यांनाच हे म्हणजे वेळ फुकट घालवणं आहे हे एकदम पटलं अन् आम्ही यापेक्षा आम्हाला परत बराकीत जाणं आवडेल असं म्हणालो. बराकीबाहेर झालेलं 'मनोरंजन' हे असं होतं.

या व्यतिरिक्त मला झोपण्यासाठी नेमून दिलेल्या जागीच फक्त मी बसत

असे, जेवणाआधी एक तासभर व्यायामासाठी मी जागचा उठत होतो एवढंच. तसं पाहायला गेलं तर अक्षरशः दिवसभर मी त्या एकाच जागी वर्षभर बसून होतो.

यानंतर मी ज्या एका व्यक्तीबरोबर राहिलो तो सौदी अरेबियाचा होता. त्याला अझरबैजानमधून उचलून अमेरिकन्सच्या हवाली करण्यात आलं होतं. त्याला अत्यंत वाईट वागणूक मिळाली. ११ सप्टेंबरला विमानाचं अपहरण ज्यानी केलं, त्यांच्यापैकी एकाचा मोहम्मद-अहमद हा मेव्हणा होता.

पहारेकरी सांगत, सौदी अरेबियातला आरमारातला निवृत्त झालेला हा माणूस अल्-कायदाचा कट्टर सभासद आहे. त्यांनी त्याच्याकडून एखाद्या जनावरासारखं काम करून घेतलं. पाणी वाहून नेणं, एकसारखं त्याला वरच्या मजल्यावर आणि मग पुन्हा तळमजल्याला फेऱ्या मारायला लावणं वगैरे सगळं. त्यांनी ओमरकडून जे जे करवून घेतलं ते ते त्याच्याकडूनही करवून घेतलं. त्यांनी खरोखरच त्याला भयंकर अपमानास्पद वागणूक देण्याचा प्रयत्न केला होता. हे सगळं थांबवा असं मी पहारेकऱ्यांना सांगितलं, पण त्यांना कोणाचीही पर्वा नव्हती.

आमचं दोघांचं एकमेकांशी तसं बरं जमायचं, पण आमच्या बराकीत लठ्ठालठ्ठी करायची वेळ आली तर ती आम्हा दोघांमध्येच. त्याच्याशी मी अगदी हातघाईवर येण्याचं मुख्य कारण होतं, त्याच्या वृत्तीत अन् वागणुकीत भरलेला खास सौदी अरेबियन पद्धतीचा उद्दामपणा.

व्यायामाच्या वेळी एकदा मी मोहम्मदला त्याची रजई गुंडाळून ठेवायला सांगितली. पण त्या दिवशी त्याची व्यायामाची इच्छाच नसल्यामुळे त्यानं पडून राहायचं ठरवलं होतं आणि त्या अवस्थेत तो इतरांना अडथळे आणत होता. मी त्याची पसरलेली रजई गुंडाळू लागलो तर त्यानं ती पुन्हा पसरली. आम्ही एकमेकांकडे डोळे वटारून पाहिलं, पण तेव्हा मारामारी करण्याची माझी इच्छा नव्हती. बाकीचे सगळे कैदी त्याच्या पसरलेल्या रजईवरून दडादडा चालत जातील हे जाणवल्यावर त्यानं स्वतःच मग ती गुंडाळून ठेवली आणि मग कोपऱ्यात जाऊन कुढत बसला. या घटनेनंतर कित्येक आठवडे आम्ही एकमेकांशी साधे बोललो सुद्धा नाही. हा अबोला मी तिथून निघून जाईपर्यंत चालूच होता. निघताना मी त्याच्याकडे पाहिलं, त्यानंही माझ्याकडे पाहिलं आणि मग हातात हात घेऊन, मला मिठी मारून तो म्हणाला, ''त्या दिवशी जे झालं त्याबद्दल मला खरोखर फार अपराधी वाटतंय. मला माफ कर.''

हे असं कधीकधी तिथे घडत होतं.

माझ्या बराकीत झालेल्या दोन मारामाऱ्यांचा मी साक्षीदार होतो. त्यातली एक होती, सात फूट उंच आणि तितक्याच दणकट अशा अफगाण्याबरोबर मोहम्मदची झालेली मारामारी. या मारामारीचं कारण अगदी मूर्खासारखं, अति क्षुल्लक. म्हणजे

आधी कोणी दात घासायचे यासारखं काहीतरी होतं. मोहम्मद अफगाण्याकडे गेला नि त्यानं त्या अफगाण्याच्या तोंडावर एक लाथ मारली. त्याक्षणी त्या अफगाण्याच्या हातात असलेल्या पाण्याच्या प्लास्टिकच्या बादलीनं त्यानं याला मारायला सुरुवात केली. शेवटी मी त्या दोघांच्या मध्ये पडलो अन् दोघांनाही एकमेकांपासून वेगळं केलं. दुसरी मारामारी झाली ती दोन अफगाण्यांमध्ये. त्या दोघांतला एक जण तालिबानच्या बाजूचा होता तर दुसरा विरुद्ध बाजूचा. ते दोघं फिसकारलेल्या मांजरांसारखे दबा धरून एकमेकांवर चाल करून आले आणि मग त्यांनी एकमेकांना बोचकारलं... चावे काढले... थपडा मारल्या. फक्त लाथा मारणं किंवा गुद्दे लगावणं केलं नाही. इथे सुद्धा मी त्या दोघांमध्ये पडलो अन् त्यांना एकमेकांपासून बाजूला केलं.

इथे आल्यापासून कुटुंबापासून दूर राहून मी पाळलेला हा दुसरा रमजान. कंदाहारमध्ये जसा रमजान पाळताना मला भयंकर धक्का बसला होता, तसा धक्का या वेळी अजून तरी बसला नव्हता. फक्त विलक्षण एकाकी, दुःखी वाटत होतं. ते सगळंच फार क्लेशकारक होतं. आम्हाला इथे कोणाशीही बोलायची परवानगी नव्हती. तशीच एकत्र प्रार्थना करण्याची परवानगी नव्हती. आम्हाला उणीव जाणवत होती, रमजानमध्ये केल्या जाणाऱ्या विशेष प्रार्थनेची. तारावीह (Taraweeh), एकत्रितपणे केलेली प्रार्थना! पहारेकऱ्यांनी या प्रार्थनेसाठी परवानगी दिली नाही. उपास सोडण्यासाठी सुद्धा त्यांनी आम्हाला खायला किंवा प्यायला काहीही दिलं नाही. खरं तर रमजानच्या दिवसात पहिले दोन आठवडे रात्री दहापर्यंत म्हणजे सूर्य मावळल्यापासून पाच तास उलटून जाईपर्यंत काहीही खायला दिलं नाही. हे म्हणजे सरळसरळ सूड उगवणं होतं आणि ते जे काही करत होते त्याची त्यांना चांगली जाणीव होती. रेडक्रॉसनं त्यांच्याकडे खजूर दिलेले होते, पण रात्र पडेपर्यंत ते आम्हाला खजूर देत नसत. ईदच्या दिवशी खरं तर छान मेजवानी असते. रेडक्रॉसच्या लोकांनी ईदला देण्यासाठी म्हणून छोटे छोटे गोड केकसुद्धा आणलेले होते. पण दुसऱ्या दिवसापर्यंत पहारेकऱ्यांनी ते आम्हाला दिले नाहीत आणि दिले तेव्हा फार उशीर झालेला होता. हे म्हणजे ख्रिसमस संपल्यावर तो साजरा करण्यासारखं होतं.

खरं तर ईदच्या दिवशी त्यांनी आम्हाला उपास करायला लावला होता. त्या दिवशी रात्री मी जेव्हा जेवणाच्या तयारीच्या कामासाठी बराकीतून बाहेर आलो, तेव्हा मी हे सगळं स्टिफनीला सांगितलं. ते ऐकून तिला खरंच फार वाईट वाटलं. मग ती जिथे इतर पहारेकरी होते तिथे गेली आणि परत येताना तिनं तिला मिळणाऱ्या वस्तूंचा वाटा आणला. त्यात साबण, कुकीज आणि चॉकलेट्स होती. ती तिनं मला अन् अब्दुर-रहमानला दिली. अब्दुर रहमान म्हणजे थंडगार पाण्यानं शॉवरखाली अंघोळ करताना गारठून खाली कोसळला होता तो! ती ते सगळं आम्हाला देऊन म्हणाली, ''मी हे देतेय, ते केवळ तुम्हाला हे समजावं की आम्ही

सगळे एका माळेचे मणी नाही आहोत म्हणून.''

अब्दुर रहमानवर तिची भलतीच छाप पडली. कारण आजवर त्याला अमेरिकन्सचा जो काही अनुभव आला होता, त्यापेक्षा हा अनुभव खूपच वेगळा आणि फारच चांगला होता. न राहवून तो म्हणाला, ''ही मुलगी खरंच फारच चांगली आहे.''

तिनं काय केलं होतं ते मला समजलं होतं, म्हणून मी त्याच्या बोलण्यावर फक्त हसलो. तिनं आम्हाला फक्त तिच्यातली थोडीशी चॉकलेट्स दिलेली होती.

बाग्राममध्ये हे असे मानवतेचा स्पर्श असलेले फार थोडे क्षण वाट्याला येत. रमजाननंतर वेळ घालवणं दिवसेंदिवस फारच त्रासदायक होऊ लागलं होतं. मी पत्रातून माझ्या वडिलांना लिहिलं.

'प्रिय डॅड,

अस्सलाम आलेकुम! पोलिसांच्या ताब्यात गेल्यापासून आता जवळजवळ वर्ष होत आलं आणि माझी खात्री आहे, या काळात संपूर्णपणे माझ्या मानवी हक्कांची पायमल्ली झालेली आहे. विशेषत्वाने माझ्या स्वातंत्र्याचा आणि दोषी सिद्ध होईपर्यंत निर्दोष मानले जाण्याचा हक्क डावलला गेला आहे. मी कुठल्या गुन्ह्यासाठी इथे आणला गेलोय हे आजतागायत मला माहीत नाही आणि मी न केलेल्या गुन्ह्यासाठी माझी बायको-मुलं यातना भोगताहेत. मी अत्यंत अधीर झालो आहे. मला माझ्या आत्यंतिक निराशेवर आणि सगळं काही संपलं असल्याच्या भावनेवर काबू ठेवता येत नाहीये. इथली एकूण परिस्थितीच अशी आहे की, जवळजवळ वर्षभरात मला सूर्य दिसलेला नाही की मोकळं आकाश, चंद्र वगैरे काहीही दिसलेलं नाही. माझ्याबद्दल त्यांना जे काही वाटतं त्यासाठी मी इथे पुरेसा काळ शिक्षा भोगलेली आहे. असं असून सुद्धा हे सगळं संपण्याचं कुठलंही चिन्ह माझ्या दृष्टिपथात दिसत नाही. माझ्यावर झालेल्या अन्यायापासून माझी सुटका करण्याचं मोठंच ओझं मी तुमच्यावर टाकतोय याचा मला अपरंपार खेद वाटतोय. परंतु यातून बाहेर पडण्याचा माझ्याजवळ दुसरा मार्गच नाहीये. तुमच्या प्रार्थनांमध्ये माझी नक्की आठवण ठेवा असं मी तुम्हाला विनवतोय.

तुमचा मुलगा
मोआइझम

शरीफ पॉलिग्राफ टेस्ट पास झाल्यामुळे अमेरिकन्स त्याची सुटका करणार आहेत असं मला सांगितलं. तिथून निघण्यापूर्वी त्यानं मला सांगितलं की, मी

देखील त्यासाठी त्यांना विनंती करावी. वर्ष अखेरीला अत्यंत निराश अवस्थेत मी अमेरिकन्सना चांगलं चार पानी पत्र लिहिलं. या पत्रात इथे पडलेल्या ज्या खुनांचा मी साक्षीदार होतो, त्याचाही उल्लेख मी केला तसंच सर्वसाधारणपणे इथे दिल्या जाणाऱ्या अत्यंत वाईट वागणुकीविषयी देखील मी लिहिलं. शिवाय मी सतत माझ्या पॉलिग्राफ टेस्टची मागणी करत होतो, ते देखील लिहिलं. ज्या प्रश्नांची उत्तरं मला मिळायलाच हवीत असं वाटत होतं, ते प्रश्नही मी लिहिले. मी कुठल्या प्रकारच्या दहशतवादी कृत्यात अडकलो आहे का? अमेरिकेविरुद्धच्या कुठल्याही प्रकारच्या युद्धखोर कारवाईत मी गुंतलो आहे का? पुढे घडणाऱ्या कुठल्याही अतिरेकी घटनेची माहिती मला आधीच मिळालेली आहे का? कुठल्याही अतिरेकी कृत्यासाठी मी पैसा पुरवला आहे का? मी अल्-कायदा किंवा तत्सम संघटनेचा कधी सभासद होतो का? परंतु मला या कशाची उत्तरं कधीच मिळाली नाहीत.

मग माझ्याच बाबतीत खास विशेष असं काय होतं?

शेवटी २००३ मध्ये जय नावाच्या एका चांगल्या चौकशी अधिकाऱ्याने बोलावून सांगितलं, ''तुला ग्वांटानामोला पाठवलं जाणार आहे. तिथे गेल्यावर तुझ्याबाबत कदाचित परिस्थिती सुधारेल आणि तिथेच तुला काहीतरी उत्तरं मिळतील. काही झालं तरी तुला तिथे आता जावं लागणार आहे. त्या शिवाय तुझ्यापुढे खरं तर पर्यायच नाहीये.''

तिथे छोट्या छोट्या पिंजऱ्यांमध्ये कदाचित बाग्रामपेक्षाही वाईट परिस्थिती असू शकेल का? मी स्वत:शीच विचार करत राहिलो.

इतरांप्रमाणेच ग्वांटानामोचं नाव काढलं तरी भीतीनं माझा थरकाप उडत होता. कंदाहार, तसंच बाग्राममधून माझ्यासमोर चार चार जणांचे गट तिकडे जायचे, तेव्हा त्यांच्यात माझा समावेश नसल्याबद्दल मला अतिशय समाधान वाटे. पण कालांतरानं माझीही वेळ आली आणि त्या क्षणी मी अशा मन:स्थितीत आलो होतो, की बाग्रामपेक्षा मी कुठेही जायला तयार होतो! या जागेला मी मरणाचा कंटाळलो होतो. इथले कायदेकानू, इथले अल्लाबद्दलचे नियम, इथला प्रकाश, त्यांची वृत्ती, इथले वास, इथला तो कृत्रिम प्रकाश आणि याहून सगळ्यात वरकडी म्हणजे इथे जाणवणारी लोंबकळलेली अवस्था या सगळ्याचा मला अगदी वीट आला होता. ग्वांटानामोमधले ते कुत्र्यांच्या पिंजऱ्यासारखे छोटे छोटे पिंजरे, त्यांच्याबद्दलचा विचार मनात आला! मात्र हे सुसह्य होतं, कारण तिथे गेल्यावर कायदेशीर कारवाई सुरू होण्याची आशा होती. हे सगळं जरी अमेरिकन भूमीवर सुरू झालं असतं तरी चाललं असतं. इथे एक पाऊल मागे गेलो तरी दोन पावलं पुढे जाणार होतो. आशावादी असल्यामुळे मी हा असा विचार केला.

पण अंधार कोठडीत एकांतवासात राहाण्याची माझी आता तयारी नव्हती. त्या अवस्थेत पुढे वीस महिने मला राहावं लागेल याची मी कल्पनाही करू शकत नव्हतो. एका कबुलीजबाबावर सही करण्याची सक्ती अमेरिकन्स मला करतील असं मला वाटलं होतं.

जेव्हा आम्ही बाग्राममधून बाहेर पडायच्या तयारीला लागलो, तेव्हा आम्हाला एक जॅकेट, शेंदरी रंगाची हॅट व तशाच रंगाचे कपडे देण्यात आले होते. इथून निघण्यापूर्वी आमच्या डोक्यावरचे केस बारीक करण्यात आले. आम्ही केसात एखादी पिन किंवा हत्यार लपवून ठेवू नये हा त्यामागचा उद्देश असल्याचं पहारेकऱ्यानं सांगितलं. हा असला विचार म्हणजे त्यांचा नेहमीचा महामूर्खपणा होता. आम्हाला तिथे कुठून हत्यारं मिळणार होती? आमच्या हातात हातकड्या होत्या आणि कमरेला अडकवलेल्या साखळदंडानं आम्हाला जेरबंद करून ठेवण्यात आलं होतं. आम्ही दोन खोल्यांत बसून वाट बघत होतो, त्या वेळी अधूनमधून काही जणांना बंदोबस्तात मुतारीकडे नेलं जात असे, कारण विमानाचा प्रवास पस्तीस-छत्तीस तासांचा आहे हे त्यांना माहीत होतं. मी माझी अशी वरात काढून घेऊन असला अपमान सहन करणार नव्हतो. मी दोन दिवस लघवीलाच गेलो नाही.

ग्वांटानामोत अनेक कैद्यांना त्यांच्या जिवाची भीती वाटावी अशा कथा सांगितल्या गेल्या. शेजारच्या बराकीतले दोन अफगाणी पुढे काय घडणार या विचारानं भयंकर बिथरले होते. ते ग्वांटानामोला जाणार आहेत हे जेव्हा त्यांना सांगण्यात आलं, तेव्हा ते कोसळलेच. त्यांच्या डोळ्यांतून पाणी गळायला लागलं. त्या दोघांपैकी एकाला तर ते ऐकल्यावर उभं राहायची ताकदही उरली नाही. कारण ग्वांटानामो म्हणजे त्याच्या लेखी सगळ्याचाच शेवट होता. त्याचं जगणं आता संपलं. तो त्याच्या कुटुंबाला कधीही पाहू शकणार नाही. तरुण, हिस्पॅनिक चौकशी अधिकारी महिलेने हे सगळं त्याच्या डोक्यात भरवलं होतं. ती हिस्पॅनियन होती; तिनं एकदा त्याला म्हटलं, "तू तिला पुन्हा कधीही दिसणारसुद्धा नाहीयेस, असं तू आता तुझ्या बायकोला पत्र लिहून कळवून टाक." त्याला ग्वांटानामोला पाठवण्याचं एकमेव कारण म्हणजे त्यानं तो तालिबानचा सभासद आहे हे मान्य करण्यास दिलेला नकार! त्यांनी त्याला फितवायचा देखील अयशस्वी प्रयत्न केला होता. ते त्याला एकदा म्हणाले, त्यांच्या म्हणण्याप्रमाणे कबुली दिली तर त्याला तिकडे जावं लागणार नाही, असं या अफगाणी माणसाला सुचवलं होतं. पण त्यानं ते मानलं नव्हतं.

स्वतःचं निरपराधित्व सिद्ध करायला उत्सुक असलेले तिथे अनेक होते. १७ वर्षांचा एक पाकिस्तानी तरुण मुलगाही त्यांच्यापैकीच एक होता. का कोण जाणे तो त्यांना सीमेवर सापडला होता. त्यानं एकदा सांगितलं होतं की तो अफगाणिस्तानमध्ये विटांचं बांधकाम करण्याच्या कामावर होता, असं तो सतत सांगत होता. त्याला

नॉर्दन अलायन्सनं पकडलं. त्याच्या काळसर वर्णावरून तो अफगाणी नाही हे सहज ओळखू येत असल्यानं, हा इथे नक्कीच कुठल्यातरी कटकारस्थानासाठीच आलाय, तो वाईटच असला पाहिजे असं अमेरिकन्सना वाटलं.

आम्ही सगळे जेरबंद अवस्थेत विमानाची वाट बघत तिथे बसलो होतो. त्या वेळी तिथे जाण्यासाठी मी किती उत्सुक आहे, त्याचाच विचार करीत होतो. बाग्रामशी तुलना करता तिकडे जाणं हा नक्कीच पुढचा टप्पा होता.

आम्ही तिथे वाट बघत बसलो होतो त्या खोलीत तालिबानचा माजी मंत्री मुल्लाह मुतावक्कील व मी अशा आम्हा दोघांच्यामध्ये स्टिफनी बसली होती. आम्हा सर्वांपासून त्याला वेगळं ठेवण्यात आलं होतं. मला इथून जाताना बघून स्टिफनीला दु:ख होतंय, हे मला माहीत होतं. त्यामुळेच एक शब्दही न बोलता ती काही मिनिटं बसली होती. त्यानंतर ती उभी राहिली अन् तिनं बेड्या घातलेला माझा हात हातात घेतला. इतर सैनिक आजूबाजूला असताना तिनं हे असं माझ्याशी हस्तांदोलन करणं भलतंच धिटाईचं होतं, शिवाय त्या वेळी इतर कैद्यांनाही भलतंच संकोचल्यासारखं झालं. पण तिचं ते वागणं आत कुठेतरी माझ्या मनाला भिडलं होतं. खरंतर आपलं काम चोख करणारी ती एक साधीशी मुलगी होती. ते तिचं अन् बाग्रामचं शेवटचं दर्शन. त्यानंतर माझ्या डोळ्यांवर गॉगल्स चढवण्यात आले. कान बंद करण्यात आले. तोंडावर मुखवटा चढवण्यात आला. त्यामुळे माझी सर्व ज्ञानेंद्रियं बंद झाली. त्यानंतर मला माझ्या पाठीवर काहीतरी जाणवलं, "हाऽय! नंबर १८०!" कोणीतरी पहारेकरी म्हणाला आणि मग तो पुढे असंही म्हणाला की, "ग्वांटानामोत तू ५५८ असणार आहेस. म्हणून तसं मी तुझ्या शर्टाच्या पाठीवर लिहितोय."

एका वेळी एक जण तिथून हलवला जात असल्याचं त्यांच्या ओरडण्यावरून मला समजलं. कंदाहारमध्ये मी आलो तेव्हा जशा अत्यंत अपमानास्पद वागणुकीनं माझं स्वागत करण्यात आलं होतं, अगदी तसाच अपमान अफगाणिस्तानचा निरोप घेताना माझ्या वाट्याला आला होता. मी पहारेकऱ्यांशी किती सहकार्यानं, किती चांगला वागलोय त्याची काहीही किंमत त्यांना नव्हती. मी आणि माझ्यासारखा शेंदरी पेहराव केलेला प्रत्येक जण त्यांच्या लेखी फक्त शत्रू होता.

कैद्यांसाठीच्या बाग्रामच्या विमानतळावरील माझ्या तिथल्या शेवटच्या आठवणी म्हणजे फक्त अश्रू आणि माझ्या किंकाळ्या!

९

'एको'तला एकांतवास

ट्रकसदृश कुठल्यातरी वाहनातून त्यांनी आम्हाला विमानापर्यंत नेलं. कित्येक महिन्यांनी मोकळी हवा मला स्पर्श करत असल्याची जाणीव होत होती, पण त्याच वेळी तोंडावरच्या त्या मुखवट्यानं जाम गुदमरत होतं. त्यांनी आमची अक्षरश: उचलबांगडी करून आम्हाला विमानाच्या रँपवर चढवलं. माझ्या डोळ्यांवरचे गॉगल्स फारसे घट्ट नसल्यामुळे मी मान किंचित खाली झुकवून किलकिल्या डोळ्यांनी पाहिलं, तेव्हा मला विमानात दूरवर पसरलेल्या प्रवाशांसाठीच्या बसण्याच्या खुर्च्या दिसल्या. एकमेकांच्या पाठीला पाठ लावून खुर्च्यांच्या दोन रांगांमध्ये आम्ही कैदी बसलो होतो नि आमच्यासमोर खुर्च्यांवर पहारेकरी बसलेले होते. बाग्राममध्ये पहारेकरी वाळवंटात वापरण्याचा गणवेश वापरत, पण आता आम्हाला ज्यांच्या हवाली करण्यात आलं होतं त्या आमच्यासमोर बसलेल्या पहारेकऱ्यांच्या अंगावर मात्र 'खाकी जंगल कॉंबॅट जॅकेट्स' होती. मी स्वत:ला बजावलं, यापुढे मी माझ्या अटकेच्या एका नव्या टप्प्याकडे चाललोय. मी प्रगतीपथावर वाटचाल करतोय असा आशाजनक विचार ठेवायला हवा. पण लवकरच मी किती वाईट अवस्थेत आहे, याचा विचार करण्याशिवाय मला गत्यंतर उरलं नाही. कानात सारलेले कापसाचे बोळे इतके घट्ट झाले होते की, त्यामुळे माझे कान दुखायला लागले होते. तोंडावरच्या त्या घट्ट मुखवट्यामुळे माझा श्वासोच्छ्वास नीट होत नव्हता आणि मला आजूबाजूचं काहीही दिसत सुद्धा नव्हतं. इंजिनाची घरघर.... कमरेभोवतीच्या साखळदंडाचा होणारा काच... आणि त्याच्या जोडीला हातातल्या हातकड्या.... मला वाटायला लागलं आता मी काही फार जगणार नाही.

त्यांनी आम्हाला शेंगदाण्याचं लोणी लावून बनवलेलं सँडविच खायला दिलं. त्याचा पहिला घास खाताच मनात आलं, हे असलं खाणं म्हणजे केवळ खास अमेरिकनच. पण ते सँडविच मी माझ्या तोंडापर्यंत नेऊ शकलो नाही, कारण माझ्या

हातातल्या बेड्या माझ्या कमरेच्या साखळदंडात अडकवलेल्या होत्या. मी माझं डोकं सँडविचपर्यंत खाली न्यायचा प्रयत्न केला परंतु ही गोष्ट अशक्य होती. आम्हाला खाता येत नाहीये ही गोष्ट पहारेकऱ्यांच्या लवकरच लक्षात आली आणि त्यांनी मग आसपास येऊन सँडविचेस उचलून आमच्या तोंडाला लावली. तसंच आम्हाला थोडं पाणीसुद्धा पाजलं. हे असं जखडलं गेल्यामुळे मी अतिशय वैतागलो होतो. त्यामुळे काही ना काही करून एकसारखं मी पहारेकऱ्यांचं लक्ष माझ्याकडे वेधून घेत होतो. माझ्या कातडीला साखळदंड घासले जात होते, तरीही मी माझी मनगटं किंवा माझे हात गॉगल काढून टाकण्यासाठी वापरायचा प्रयत्न करत होतो, तर कधी त्याच हातांनी चेहऱ्यावरचा तो गच्च मुखवटा किंवा कानातले ते गच्च बोळे काढण्यासाठी धडपडत होतो आणि हे असं धडपडताना मला कमालीच्या यातना होत होत्या. मी असा काही प्रयत्न केला की पहारेकरी जागचा उठून पुन्हा सगळं पहिल्यासारखं ठीकठाक करी. मी अनेक वेळा ते सगळं काढून टाकलं आणि तेवढ्याच वेळा त्यांनी ते सगळं पुन्हा पहिल्यासारखं ठीकठाक केलं. माझ्यासमोर तसंच मागच्या बाजूला जवळजवळ पन्नास पहारेकरी बसलेले होते.

पहारेकऱ्यांच्या बोलण्यातून मला समजलं होतं की, यापूर्वी गेलेल्या विमानातून अशा प्रकारे फरफटत शेकडो कैदी क्युबाला नेण्यात आले. दोन दिवस सतत या अशा परिस्थितीत बसण्याचा मी नुसता विचार देखील करू शकत नव्हतो. इंजिनाच्या घरघरीपेक्षा मोठ्या आवाजात मी ओरडलो, "गुंगी आणणारं असं काही कृपया मला मिळू शकेल का? कारण हे सगळं मला असह्य झालंय." पहारेकरी गेला अन् एका वैद्यकीय अधिकाऱ्याला घेऊन आला. त्यानं मला एक औषध प्यायला दिलं.

मी भानावर आलो तेव्हा ग्वांटानामोत पोहोचलो होतो. तिथे पोहोचल्यावर सर्वांत पहिलं काय जाणवलं असेल, तर ते म्हणजे इथली भयंकर उष्णता व हवेतला दमटपणा. मी विमानाच्या बाहेर आल्याची मला जाणीव झाली आणि त्याच वेळी माझ्या हातातल्या बेड्याही वेगळ्या असल्याचं मला समजलं. कमरेपासून पायांच्या घोट्यापर्यंत अशी एक साखळी अडकवण्यात आलेली होती. त्यामुळे माझ्या हालचालींवर फारच मर्यादा पडल्या होत्या. तिहेरी वेढणीची ही माझी पहिली ओळख होती. पण लवकरच या व्यवस्थेशी माझा नको तितका परिचय झाला. तसा अजूनही मी बऱ्यापैकी गुंगीतच होतो. मला असा भास होत होता की, माझ्या आजूबाजूला बरेच पहारेकरी आहेत. वाहनांच्या आत आणि वाहनांच्या बाहेर... शॉवरच्या बाहेर... शेंदरी कपड्यातले... नुसते भरून राहिले होते... त्या क्षणी मी शुद्धी-बेशुद्धीच्या सीमारेषेवर होतो. काही पावलं दोन्ही बाजूच्या पहारेकऱ्यांनी मला उचललं. त्यांनी खाली ठेवलं तेव्हा पावलांना स्पर्श झालेली भूमी, अफगाणिस्तानात

स्पर्श केलेल्या भूमीपेक्षा वेगळी होती. सूर्याच्या उन्हात तापून निघालेले छोटेछोटे भुऱ्या रंगाचे खडक आजूबाजूला दिसत होते... वातावरणात खूपच शुष्कता आणि गरमी होती आणि माझ्या नाकाला जवळच कुठेतरी समुद्र असल्यासारखा वास येत होता. ब्रिटनमधल्या समुद्राच्या वासापेक्षा हा वास खूपच वेगळा होता. पण काही झालं तरी मला नक्कीच समुद्राचं सान्निध्य आणि त्यामुळे येणारा वास जाणवत होता.

एको (Echo) किंवा एस्किमो असं संबोधलं जाणाऱ्या त्या छावणीत मी होतो. त्या क्षणीतरी मला यातलं काहीच माहित नव्हतं. इथल्या एका खोलीत घेऊन गेल्यावर त्यांनी माझ्या चेहऱ्यावरचा मुखवटा, गॉगल्स आणि कानातले बोळे असं सगळंच काढून टाकलं. खोलीतल्या एका कोपऱ्यातल्या कोठडीकडे पहारेकरी मला घेऊन गेले. तिथे त्यांनी मला आत चढून खाली उतरायला सांगितलं. त्याप्रमाणे मी आत शिरताच त्यांनी दरवाजाला कुलूप ठोकलं. त्यानंतर त्यांनी मला दाराकडे पाठ करून उभं राहायला सांगितलं. तसं केल्यामुळे त्यांना बाहेरून उघडणाऱ्या, धातूची झडप लावलेल्या छोट्या खिडकीतून माझे साखळदंड काढता आले असते. त्यानंतर मनगटं अडकवून ठेवलेल्या बेड्या काढण्यात आल्या. त्यानंतर मी वळलो. माझ्या कमरेला जोडलेल्या इतर साखळ्या गोळा करून त्यांना दिल्या. माझ्या छोट्याशा कोठडीत आता मी पूर्णपणे मुक्त झालो होतो. माझी कोठडी... इथून पुढे माझं असलेलं हे घर. आठ फूट बाय सहा फूट आकाराचं होतं. इथे आतल्या बाजूलाच अरबी पद्धतीची मुतारी होती आणि जमिनीवर कसल्यातरी धातूचं आवरण होतं.

इथल्या गोष्टींबद्दल मी नेमकी काय अपेक्षा केली होती ते मला आठवत नव्हतं. पण हे असलं नक्कीच अपेक्षित नव्हतं. मी अत्यंत घाबरलेल्या स्थितीत इकडेतिकडे पाहिलं; पण या वस्तुस्थितीवर माझा विश्वासच बसेना. खरंतर प्रत्यक्षात तसं फारसं काहीच बदललेलं नसलं तरी परिस्थिती अधिकच बिघडली होती हे नक्की! कंदाहारमधून बाग्राम आणि आता तर बाग्राममधून ग्वांटानामोत म्हणजे सगळं बिघडतच गेलं होतं म्हणायचं. पण या प्रत्येक बदलाच्या वेळी मी मात्र परिस्थिती सुधारेल अशी अपेक्षा केली होती.

हे असं पिंजऱ्यात राहाण्याची पाळी येण्यापेक्षा अधिक वाईट असं काय असणार होतं? इथून मला बाहेरचंही काही नीटसं दिसू शकत नव्हतं, कारण चहूबाजूंनी हिरवट रंगाच्या पोलादाच्या दाट जाळीनं बंदिस्त केलेलं होतं. ही जाळी दुहेरी होती, उभी आणि तिच्यावर आडवी त्यामुळे डोळे ताणून पाहिलं तर मला बाहेरचं अगदी अंधूकसं दिसे. त्या वेळी मला अशी भावना झाली की, मी खरोखर माझ्या मूळ स्थितीला जाऊन पोहोचलोय.

इस्लाममध्ये निराश होणं हा गुन्हा मानला जातो; पण २००२ च्या मे महिन्यातल्या बाग्राममधल्या अत्यंत खडतर काळात मी निराशा रोखू शकलो नव्हतो. इथे आता ग्वांटानामोत धातूच्या पिंजऱ्यात सगळ्या बाजूंनी लावलेल्या धातूच्या तारांच्या जाड कुंपणात, धातूची जमीन, धातूचं छप्पर, झोपायचा पलंगही धातूचा, कोठडीतच असलेली मुतारीही धातूचीच. डोक्यावरचं नव्यानं घातलेलं चकाकणारं छप्पर धातूचं. हे असलं वातावरण यापूर्वी माझ्या वाट्याला कधीही आलेलं नव्हतं, त्यामुळे पुन्हा एकदा मला निराशा ग्रासून टाकणार असं वाटायला लागलं.

कोठडीत एक चादर आणि टॉयलेट पेपर्स एवढंच सामान होतं. त्यांनी माझा चष्मासुद्धा मला परत दिलेला नव्हता. प्रार्थना करताना खाली पसरण्यासाठी मी त्यांच्याकडे काहीतरी द्या असं म्हटलं, तर त्यांनी एक अगदी पातळ गादीच आणून दिली. पुढची दोन वर्षं मी या पातळ गादीवरच झोपत असे.

मला ताबडतोब प्रार्थना करायची होती, म्हणून मी पहारेकऱ्याला पूर्वदिशा कुठल्या बाजूला आहे असं विचारलं. पण त्यांना देखील ते नीटसं माहीत नव्हतं. त्यांनी मला सांगितलं इतरांना विचारा, तर तिथे इतर कैदी देखील नव्हते. त्यामुळे आजवर हे माहीत करून घ्यायची त्यांना गरजच पडली नव्हती. अशीही एक शक्यता होती की, जर मला दिशा समजली असती तर त्यामुळे या बेटावर मी नेमका कुठे आहे हे देखील मला आकडेमोड करून समजेल आणि मग सुरक्षेला धोका उत्पन्न होण्याची त्यांना भीती होती का? मी तशीच प्रार्थना उरकली अन् विचार करत बसून राहिलो. मला वाटलं, इथलं नुकतं केलेलं रंगकाम नि बाहेर जमिनीवरचं नवं लिनोलियम यावरून हे बांधकाम नवं असावं आणि यापूर्वी वापरलं गेलं नसावं. त्यामुळे साहजिकच त्यांना दिशा माहीत नसावी.

त्यानंतर मी आडवा झालो. विमानात त्यांनी दिलेल्या औषधाची गुंगी अजूनही पूर्णपणे उतरलेली नव्हती. मला पांघरूण म्हणून जे काही दिलं होतं त्यात प्लॅस्टिकसदृश काहीतरी होतं. त्या पांघरुणात कापूस किंवा लोकरीचा लवलेशही नव्हता. कोठडीत पहारेकरी एअर-कंडिशनर लावून ठेवत असत. त्या हवेत या पांघरुणावर माझं भागण्यासारखं नव्हतं.

नंतर मला असं समजलं की, याचा तुकडा फाडून त्याच्या धांदोट्यांचा उपयोग आत्महत्या करण्यासाठी होऊ नये, अशी ही आत्महत्यारोधक रजई त्यांनी दिली होती. त्यांनी असलं पांघरूण मला कशाला दिलं, माझ्या लक्षातच येईना. अर्थात त्यांनी मला काय दिलंय ते त्यांनाही माहीत नसणार. मला वाटतं इथले अनेक नियम आणि कार्यपद्धती याचा अर्थ त्यांनाही ठाऊक नसावा. ते फक्त त्याप्रमाणे कारभार हाकत होते! बरेच वेळा काही विचारायला गेलं की उत्तर मिळे 'स्टँडर्ड ऑपरेटिंग प्रोसिजर मॅन्युअल'मध्ये तसं लिहिलंय म्हणून तसं करायचं, बास!

तिथे पडल्यापडल्या माझंच मला आश्चर्य वाटायला लागलं आणि मनात विचार आला, इतरांपासून हे असं वेगळं त्यानं मला का बरं ठेवलं असेल? माझ्या लक्षात आलं की, मी अगदी एकांतवासात आहे. पण त्या वेळी अशी कल्पनाही करू शकलो नाही की पुढे जवळजवळ दोन वर्षं मी याच अवस्थेत राहाणार आहे. इथे मला दुसरा कुठलाही कैदी दृष्टीलाही पडला नाही. मी अजूनही त्यांच्या दृष्टीने महत्त्वाचा कैदी होतो. बाग्राममध्ये त्यांनी माझा बारकाईनं अभ्यास केला असावा. मी तसा त्रासदायक नव्हतो– मी वरचेवर उपोषणाला बसत नव्हतो की कसल्याच शपथा घेत नव्हतो. मी कधी आरडाओरडा केला नव्हता की पहारेकऱ्यांवर काही फेकून त्यांना मारण्याचा प्रयत्नही केलेला नव्हता. परंतु इतर कैद्यांवर मी जास्त प्रभाव टाकू शकतो हे त्यांनी पाहिलं होतं. त्याचं कारण मी इंग्रजी, अरेबिक आणि उर्दू भाषा उत्तम तऱ्हेनं बोलू शकत असे. माझं शिक्षण झालेलं होतं ही गोष्ट त्यांच्या लक्षात येत नव्हती. बाग्राममध्ये येणारा खेडूत, तरुण पोरं या सगळ्यांचा पाश्चात्त्यांशी कधीही संबंध आलेला नव्हता. त्यामुळे ते माझ्याकडे मदत मागत, माझ्याशी अनेक गोष्टींबद्दल सल्लामसलत करत. या वेळी कोणत्याही परिस्थितीत ते मला इतर कैद्यांबरोबर राहू देणार नव्हते.

मी अगदी मेल्यासारखा गाढ झोपलो. विमानात घेतलेल्या औषधांचा अंमल माझ्या देहातून अजून पुरता गेलेला नव्हता. दुसऱ्या दिवशी सकाळी पहारेकऱ्यानं माझ्यासाठी जेवण आणलं तेव्हा मला जाणवलं, वर्षानंतर शिजवलेलं अन्न माझ्या पुढ्यात आलं होतं, ते देखील खास न्याहारीसाठी! ग्वांटानामोत मला शिजवलेलं अन्न मिळणार असल्याचं आधीच सांगण्यात आलं होतं. पण ते अन्न पाहून माझी भलतीच निराशा झाली. चहा देण्यात आला होता आणि त्याच्यासोबत एका पॉलिथिनसारख्या दिसणाऱ्या कपामध्ये विचित्र वासाची दुधाची भुकटी देण्यात आली होती. सगळंच थंडगार होतं. शिजवलेली न्याहारी म्हणजे घाणेरडा भात, पातळसर हिरवे वाटाणे आणि उकडलेली अंडी असं सगळं एकत्र करून देण्यात आलं होतं. मी ते तसलं अन्न खाऊ शकलो नाही. मी पहारेकऱ्यांना तसं सांगितलं व म्हणालो, ''मला फक्त चहा पुरेसा आहे.''

दुसऱ्या दिवशी संध्याकाळी, ज्यानं मला मी ग्वांटानामोला जाणार असं सांगितलं होतं तो जय तिथे उगवला. त्याच्याबरोबर आणखी एक जण होता, त्याचं नाव जॉर्ज. बाग्राममध्ये जय चौकशी अधिकारी होता. त्याच्याजवळ वरिष्ठांना देण्यासाठी मी लांबलचक पत्र दिलं होतं. तो म्हणाला होता, ''तुझी अपेक्षा होती त्यापेक्षाही खूप वरच्या पातळीवरून तुझ्या पत्राची दखल घेण्यात आली आहे.'' त्याला बघून मला आनंद झाला, कारण माझ्या परिचयाचा कोणी तिथे आला होता. शिवाय इतरांबरोबर माझं जसं वाजलं होतं, तसं याच्याबरोबर कधीही वाजलं नव्हतं.

पण जेव्हा अजून दुसरे दोघं आत आले तेव्हा मात्र मी गडबडलो. मार्टिन आणि नेअल! एफ.बी.आय.चे हस्तक जे बाग्राममध्ये भेटले होते, ते आता इथे आले होते.

पहारेकऱ्यांनी कोठडीच्या बाहेर इतरांना बंद करून ठेवलं मग माझा तो मला पुरतं जखडून टाकणारा साखळदंडांचा 'थ्री-पीस सूट' घालण्यात आला अन् मगच त्यांनी मला माझ्या कोठडीबाहेर काढलं.

पहारेकऱ्यानं आणलेल्या टेबलाजवळ मी बसलो. जय, जॉर्ज, मार्टिन व नेअल यांच्याकडे माझं तोंड होतं. दुसरे दोघं चांगले गलेलठ्ठ अन् धिप्पाड होते. ते आयरिश-अमेरिकन, न्यूयॉर्कमधल्या रस्त्यावरच्या पोलिसांसारखे दिसत होते.

त्यांचा एक सहकारी असलेल्या रॉबनं मला ते पाचेकशे लोकांवर कशी दादागिरी करीत असत, ते बाग्राममध्ये सांगितलं होतं. पण ती काही फार वाच्यता करण्याची गोष्ट नव्हती. न्यूयॉर्कच्या रस्त्यांवर सगळं काही कसं काबूत आणावं हे या मंडळींना चांगल्यापैकी माहीत असणार, पण इथल्या परिस्थितीवर कुरघोडी करणं 'ये उनके बस की बात नहीं थी!' त्यांनी इथे केलेल्या कारभाराची त्यांचे वरिष्ठ चिरफाड करणार नव्हते. ते अमेरिकेला परत गेले की त्यांना कोणालाही स्पष्टीकरण द्यावं लागणार नव्हतं; अगदी 'इंटर्नल अफेअर्स'च्या लोकांनाही नाही. इथे त्यांच्यावर कोणाचाही वचक नव्हता की, त्यांना कोणी चुकीचं वागल्यावर वठणीवर आणणारं नव्हतं. इथे पूर्णपणे त्यांचं राज्य होतं. ते म्हणतील त्या मार्गांनी ते इथल्या लोकांकडून माहिती काढू शकत होते. कंदाहार व बाग्राममध्ये गुप्तहेरखात्याच्या लोकांची अन् कायद्याची अंमलबजावणी करणाऱ्या विभागांची हीच स्थिती होती आणि मी तसा अनुभवही घेतलेला होता. सी.आय.ए.चे लोक कशाचीही तमा न बाळगता हवे तसे प्रयोग कैद्यांवर करीत असत. कालांतराने एफ.बी.आय.नं आपली प्रतिमा सुधारण्याचा प्रयत्न केला. त्यांनी इथे बघितलेल्या अत्याचारांबद्दल पुढे बोलायला सुरुवात केली. जणू ते स्वत: कशातच बरबटलेले नव्हते. अगदी धुतल्या तांदळासारखे निर्लेप जणू! माझ्या अनुभवावरून मी हे छातीठोकपणे सांगू शकतो की, ते या संपूर्ण व्यवस्थेचाच एक भाग होते.

या खेपेला जय हजर असल्यामुळे हे दोघं मला इजिप्शियन छळाचा बागुलबुवा दाखवू शकणार नाहीत हे मला माहीत होतं. बाग्राममध्ये असताना तिथे आलेल्या पहारेकऱ्यांच्या नव्या तुकडीनं, ओमर नावाच्या कोवळ्या कॅनेडियन पोरानं एका अमेरिकन सैनिकाचा खातमा केल्याच्या आरोपावरून त्याचा अतोनात छळ चालवलेला होता. त्या वेळी हा जयच मध्ये पडला अन् त्यानं ते सगळं थांबवायला त्यांना भाग पाडलं होतं. जयनंच मला आशेचा किरण दाखवला होता तो म्हणाला होता. "ग्वांटानामोला गेलास की या सगळ्याचा शेवट होण्याची सुरुवात होईल." त्या वेळी माझा आशावाद मला आणखी बरंच काही सांगत होता.

ज्या वेळी मी मार्टिनचं थोबाड पाहिलं, त्या वेळी मला त्याचे ते शब्द आठवले. तो म्हणाला होता, “तू तुझ्या कुटुंबीयांना पुन्हा कधीही पाहू शकणार नाहीयेस! तुला फासावर चढवलं जाईल किंवा एखादं जीवघेणं इंजेक्शन देऊन कायमचं झोपवलं जाईल किंवा तुला ‘गॅस चेंबर’ मध्ये टाकून तुझा शेवट केला जाईल.”

त्यांनी पुन्हापुन्हा मला धमकी दिली होती. ते म्हणाले होते, “आम्ही तयार केलेली ही कागदपत्रं डोळ्यांखालून घाल अन् मुकाट्यानं त्यांच्यावर सही कर.” त्या वेळी टंकलिखित सहा पानं त्यांनी माझ्यासमोर ठेवली होती. मी बघितलं त्या पानात त्यांनी माझा कबुलीजबाब लिहिलेला होता.

त्या एकूण तीन नकला काढलेल्या होत्या. एक नक्कल माझ्यासाठी होती. ती माझ्यासमोर ठेवलेली होती, दुसरी नक्कल जय आणि जॉर्जसमोर टेबलाच्या दुसऱ्या बाजूला ठेवलेली होती अन् तिसरी नक्कल नेअल व मार्टिनसाठी होती, ती त्यांच्यासमोर ठेवलेली होती. त्यांनी त्या वेळी मला असं सांगितलं की मी त्या कागदपत्रांवर सही न केल्यास अनेक वाईट गोष्टी माझ्याबाबतीत घडू शकतील. या वाईट गोष्टींपैकी एक म्हणजे ग्वांटानामोत अनेक वर्षं सडणं, मग चौकशीचा फार्स आणि मग अगदी थोडा वेळ चालणाऱ्या या खटल्यात हे लोक जो पुरावा सादर करतील, त्याच्यावर लक्ष दिलं जाईल. याचाच अर्थ मला जन्मठेपेची शिक्षा होऊ शकते किंवा ते म्हणाले तसं दोन्ही शिक्षा होऊ शकतात. आधी बराच काळ तुरुंगात सडत राहायचं नि मग फासावर चढवलं जाणार.

माझ्यासमोर ठेवलेले ते कागद मी वाचले तेव्हा माझा त्या कशावरच विश्वास बसेना. माझी पहिली प्रतिक्रिया होती, “काय वाट्टेल ते लिहिलंय! यात वापरलेलं इंग्लिश अगदीच कचरा आहे. मी कागदपत्रं माझ्या हातांनी लिहिली आहेत यावर कोणीही कधीही विश्वास ठेवणार नाही.” त्यानंतर मला वाटलं ते तसं लिहिलंय ते एका अर्थी बरंच आहे. कारण माझी लेखनशैली जाणणारा कोणीही म्हणेल की, मी ते लिहिलेलं असणं शक्यच नाही. कोणाच्यातरी सांगण्यावरून ज्यानं कॉलेजला पूर्वीच कधीतरी रामराम ठोकलाय, अशा साठीला टेकलेल्या एखाद्या बुढ्यानं पराक्रमाची गाथा लिहावी तसं होतं ते. खरंतर एफ.बी.आय.कडून यापेक्षा जास्त चांगल्या लिखाणाची अपेक्षा तरी काय करणार. आमच्या चौकशीच्या एका सत्राच्या वेळी मार्टिन मला जे म्हणाला होता ते आठवलं, तो म्हणाला होता, “मोठमोठे शब्द वापरणं थांबव... अगदी ताबडतोब थांबव.” दरिद्री इंग्रजीच्या वापराव्यतिरिक्त दुसरी करमणूक करणारी गोष्ट होती, ती म्हणजे त्यात लिहिलेल्या घटना. त्यात जे काही होतं ते म्हणजे राईचा पर्वत करणं, थापेबाजी आणि बांधलेले अंदाज! त्यात वापरलेली नावं वास्तवात मी कधी ऐकलेली सुद्धा नव्हती, पण त्यांच्याबद्दल त्यांना पूर्ण माहिती होती. इतर अनेक गोष्टींशिवाय त्या कागदपत्रांत असं म्हटलेलं

होतं की, कित्येक वर्षांपासून मी अल्-कायदाचा क्रियाशील सभासद आहे. त्यांच्या शिबिरांमधून मी अनेकांना प्रशिक्षण दिलेलं आहे, शिवाय इतर अनेक गोष्टीही शिकवलेल्या आहेत. मी त्यांना पैसा पुरवलाय. ११ सप्टेंबरला केलेल्या हल्ल्यांसाठी देखील मी दिलेल्या पैशातूनच पैसा पुरवला गेलाय. या निर्णयापर्यंत ते कसे येऊन पोहोचले? तेव्हा त्यांनी मला सांगितलं की, मी अल्-कायदाच्या शिबिरांसाठी पैसा पुरवल्याची आणि शिबिरांना हजेरी लावल्याची कबुली आधीच दिलेली आहे.

त्यांनी त्या शिबिरांचा उल्लेख करणं ही खरोखरच डोकं फिरवणारी गोष्ट होती. जणू काही मुसलमानांच्या अलीकडच्या इतिहासात, जगाच्या पाठीवर कुठेही भरवलेलं प्रशिक्षण, हे जणू अल्-कायदानेच आयोजित केलं असं समजायचं! या सगळ्यात तर्कशुद्धता अन् कारणपरंपरा यांचा कुठेही मागमूसही नव्हता. होती ती फक्त विविध शक्यतांची भरताड. कागदपत्रं वाचून खरं तर मला भयंकर हसूच कोसळलं होतं. पण त्या कागदपत्रांत मला गुन्हेगार ठरवायची सुप्त ताकद होती.

खरंतर त्यांच्या डोक्यावर अल्-कायदा या शब्दाचं भूतच बसलेलं होतं. त्यांच्या कागदपत्रांवरून असं वाटत होतं की, आयुष्यात आजवर मी ज्या ज्या व्यक्तींना भेटलो ते सगळे अल्-कायदाचे सभासद होते. अल्-कायदाच्या जमाते-इस्लामी शिबिराला मी आर्थिक मदत केल्याचा अन् त्यात सहभागी झाल्याचा उल्लेख त्यात होता. जमाते-इस्लामी ही अल्-कायदाची उपशाखा नसून, हा पाकिस्तानातला तिसऱ्या स्थानावरचा राजकीय पक्ष आहे, हे देखील त्यांना माहीत नव्हतं की काय? का इजिप्तमधली अल्-गामा-अल्-इस्लामिया ही संघटना अन् जमाते-इस्लामी या दोन संघटनांमध्ये ते गल्लत करताहेत? या दोन्ही संघटना या दोन वेगवेगळ्या देशांमधून इस्लामच्या पुनरुज्जीवनाचं काम करीत होत्या. ऐंशीच्या दशकात दोन्ही संघटनांनी मुजाहिदीनांना आश्रय आणि पाठिंबा दिलेला होता. तो पाठिंबा रशियनांविरुद्ध लढण्यासाठी होता. पण रशियनांविरुद्ध लढणाऱ्यांना अनेक संघटना आणि पक्षांनी पाठिंबा दिलेला होता त्यात खुद्द सी.आय.ए.चाही, समावेश होता. असंख्य अमेरिकनांच्या अज्ञानाचा घेतलेला हा गैरफायदा होता? त्यांच्यातल्या फार थोड्यांनी ही विधानं वाचली असती, पण त्यातला फरक त्यांना सांगता आला नसता.

ज्या एका माणसाचं साधं नावंही मला माहीत नव्हतं, त्या माणसाच्या सन २००० मध्ये अमेरिकेतला विमानतळ बॉम्ब टाकून उद्ध्वस्त करायच्या योजनेला मी पैसा पुरवला होता, असं त्या कागदपत्रात एक विधान होतं. पण त्यात मी त्याला कुठे, कसा, केव्हा भेटलो ते लिहिलेलं नव्हतं. त्यात पुढे असंही म्हटलं होतं की मी संशयित अतिरेक्यांना व त्यांच्या कुटुंबीयांना माझ्या घरात ठेवून घेतलं होतं. हे अतिरेकी त्या वेळी अमेरिकेविरुद्धच्या कारवाईत गुंतलेले असताना मी त्यांना मदत केली. परंतु त्या ठिकाणी, मी ज्यांना माझ्या घरात घेतलं होतं ती

नेमकी कोण माणसं होती, तसंच त्या लोकांनी नेमका कोणता गुन्हा केलेला होता, ते मात्र दिलेलं नव्हतं. याचा संदर्भ मला कळत होता. त्यांनी विचारलेल्या एका प्रश्नाचं जे उत्तर मी दिलं होतं, त्याच्या आधारावर त्यांनी ते सगळं रचलं होतं. मी एका चौकशीत त्यांना सांगितलं होतं की ज्या घरातले पुरुष बेपत्ता होते, त्या घरातल्या स्त्रिया व लहान मुलं पाकिस्तानातल्या माझ्या घरात काही दिवस येऊन राहिलेली होती. ज्या मंडळींनी माझ्या कुटुंबाला अफगाणिस्तान सोडताना बरीच मदत केलेली होती, त्या काही कुर्दिश मंडळींचा देखील यात समावेश होता. मात्र ही बायका आणि मुलं अल्-कायदाची सभासद होती किंवा या लोकांकडून अमेरिकेला काही त्रास होईल या स्वरूपाचं काहीच म्हटलेलं नव्हतं.

त्या कागदपत्रांत असा आरोप करण्यात आला होता की, लंडनमधलं माझं पुस्तकाचं दुकान हे अल्-कायदासाठी सभासद मिळवण्याचं ठिकाण होतं आणि तेच त्या दुकानाचे मोठा आधार होते. मला ते जरा विचित्र वाटलं होतं, कारण मीच अल्-कायदाला पैसा पुरवित असे असा आरोप त्यांनीच या आधीच केलेला होता! हा सगळाच महामूर्खपणा होता. आणि मी त्यावर सही करावी असं त्यांचं म्हणणं होतं.

मी जयकडे बघितलं मग ती कागदपत्रं उचलून त्याला म्हणालो, "हा सगळा फाजीलपणा तू वाचला आहेस का?"

"मोआइझम, तू जर याच्याआधी तयार केलेला कच्चा मसुदा पाहिला असतास, तर तुला वाटलं असतं की आम्ही नक्की वेडी माणसं आहोत."

"या असल्या मूर्ख गोष्टींवर मी सही करणं अशक्य आहे." मी माझ्या परीनं निषेध नोंदवला. "सगळ्यात पहिली गोष्ट म्हणजे यात धादांत खोट्या गोष्टी अन् त्याही वाईट इंग्लिशमध्ये लिहिल्या आहेत. हे माझे शब्द नाहीत आणि तरीही जर तुम्हाला माझी सही हवीच असेल, तर यात मला दुरुस्त्या करू देत. काही गोष्टींचं स्पष्टीकरण त्यात लिहायला हवं, ती भर मला घालू दे, यातली चुकीची विधानं आणि चुकीच्या पद्धतीनं दिलेली स्पष्टीकरणंही काढून टाकायला हवीत." काही निवडक गोष्टीत बदल करायला त्यांनी मला परवानगी दिली, पण काही सपशेल खोट्या गोष्टी मात्र तशाच ठेवल्या. उदाहरणार्थ, अल्-कायदाचा मी आघाडीचा योद्धा होतो, तसंच मी काश्मीरमध्ये जो पैसा पाठवला, त्याचा वापर ११ सप्टेंबरला केल्या गेलेल्या हल्ल्याच्या वेळी केला होता.

का कोण जाणे, मी अतिशय शांत होतो. न्यायालयात या असल्या विधानांमुळे तेच कसे गोत्यात येतील त्याचंच चित्र माझ्या डोळ्यांपुढे तरळायला लागलं. कायद्याचे नेमके निकष काय तेच मला समजेनासं झालं. ११ सप्टेंबरनंतर अमेरिकेत ताबडतोब नवे कायदे संमत करून अमलात आणल्याचं मला सांगितलं जात होतं. ही गोष्ट जिवाचा थरकाप उडवणारी होती. ब्रिटिश नागरिकत्व असलेल्या, ज्यानं

कधी डब्लीनच्या पश्चिमेला प्रवास केलेलाच नाही आणि जे गुन्हे घडलेलेच नाहीत, अशा व्यक्तींसाठी ते अमेरिकन कायद्यांचा वापर करू शकतात? नाथन कंदाहारमध्ये जे म्हणाला होता, त्या आधारे ते माझ्याबद्दल त्यांचं मत बनवणार होते का? तो म्हणाला होता, "तुमच्या उद्दिष्टांबद्दल आम्ही जसा विचार करू, त्यावर तुमच्यावर खटला भरला जाईल. त्याच्या जोडीला आमच्या गुप्तहेरखात्याचा अहवाल आम्ही विचारात घेणारच आहोत."

माझ्या मनात प्रचंड वेगानं विचारांची घुसळण चालू होती. तरीही मला वाटत होतं, जगातलं कुठलंही न्यायालय कबुलीजबाबातल्या पहिल्या वाक्याची गंभीर दखल न घेता पुढे जाईल.

त्यातल्या त्यात समाधानाची बाब ही होती की, त्या कागदपत्रांत किती घोटाळे आहेत अन् ते किती वाईट तऱ्हेनं बनवलेलं आहे हे जयला माहीत होतं आणि एफ.बी.आय. समोर तसं सांगायला तो तयार होता. जे काम करायला ती दोघं आली होती, त्यासाठी ती मुळीच लायक नव्हती असं मला मनापासून वाटत होतं आणि यापेक्षा अधिक चांगलं काही ते करण्याची शक्यताच नव्हती. ज्या विचित्र पद्धतीनं ते आत शिरले होते, ते माझ्या लक्षात आलं होतं. एक तर ते माझ्या खोलीत रात्री खूप उशिरा शिरले आणि शिरल्यावर त्यांनी पहारेकऱ्यांना तिथून निघून जायला सांगितलं होतं. म्हणजेच झाल्या गोष्टींना कोणीही साक्षीदार असणार नव्हतं. हे सगळं त्यांच्या मते अतिशय वेगानं संपून जाणं आवश्यक होतं. "इथे ही कागदपत्रं ठेवली आहेत, ती वाच. तिथे पेन देखील ठेवलंय. ते घे अन् पटकन सही करून टाक."

मी दुरुस्त्या केल्यानंतर त्यांनी कागदपत्रं नेली. त्यांच्या वाहनात नक्कीच संगणक आणि प्रिंटरसुद्धा असला पाहिजे, कारण त्या इमारतीच्या आसपास दुसरी एकही इमारत नव्हती अशी माझी माहिती होती. ते सगळेच्या सगळे बाहेर गेले. त्यांनी पहारेकऱ्याला आत जायला सांगितलं. त्यांनी मला माझ्या कोठडीत पुन्हा बंद करून टाकलं आणि त्यानंतर केवळ दहा मिनिटांत ते चौघंही परत आले. त्यांनी माझ्यासमोर या वेळी नवे कागदपत्रं ठेवले होते. मी पुन्हा एकदा ते कागद वाचले, काही दुरुस्त्या केल्या, पण या खेपेला त्यांनी मला काही करायला परवानगी दिली नाही. त्यांची आता चिडचिड व्हायला लागलेली होती. "आमच्यासमोर नाटकं करणं बंद कर तू..." हा असाच वाढता संताप मी मागे बाग्राममध्ये मला शिक्षा सुनावली तेव्हा त्यांच्यात पाहिला होता. ही तीच माणसं होती ही गोष्ट मी विसरू शकत नव्हतो.

"मोआइझम, तुझ्या लक्षात येतंय का, की तुला फायरिंग स्क्वॉडकडून गोळ्या घातल्या जाऊ शकतात?" मार्टिन स्वतःवर नियंत्रण ठेवण्याचा आटोकाट प्रयत्न करीत म्हणाला.

''त्यांनी इथे फाशी देण्यासाठी स्वतंत्र खोली बांधून घेतलीय.'' नेअलनं त्याची री ओढली आणि तो पुढे म्हणाला, ''तुझ्या मुलाबाळांना तू विसरलास? आणि तुझी...''

''ठीक आहे. विचार करायला मला मिनिटभर वेळ द्या.''

मागच्या खेपेला त्या दोघांना इथे पाहिलं होतं तेव्हापासूनच या संदर्भात मी अनेक वेळा विचार केलेला होता. शेवटी पुढे जे काही घडेल त्याला सपशेल शरण जाण्याचं मी ठरवून टाकलं. त्या कागदपत्रांत माझ्याकडून काहीतरी घडलं असल्याचं सूचित करण्यात आलं होतं. पण सरळसरळ कुठल्याही गुन्ह्याचा त्यात उल्लेख नव्हता. निदान माझ्या निदर्शनाला येईल अशा स्वरूपात तरी नव्हता. ''मी या कागदपत्रांवर सही केली काय किंवा न केली काय, मला फरक पडत नाही. पण त्याआधी मला एक गोष्ट करायचीय.'' मी त्यांना म्हणालो आणि स्पष्टच सांगितलं की मला माझ्या कोठडीत जायचंय.

तिथे जाऊन मी प्रार्थना केली आणि म्हणालो, ''यातूनच माझ्या मुक्तीचा मार्ग असू दे. मी अल्लाकडे मागितलं, की या कागदपत्रांमुळे त्यांचा खोटेपणा जगासमोर येईल असं काहीतरी कर!'' त्या प्रार्थनेला अरेबिकमध्ये अल्-इश्तीखाराह् असं म्हणत. त्याचा अर्थ योग्य निवड करण्यासाठीच्या मार्गदर्शनासाठी केलेली प्रार्थना! त्यानंतर त्या कागदपत्रांवर मी सही केली. मी त्यांना त्या कागदपत्रांची एक नक्कलपत्र मला द्यायला सांगितली पण त्यांनी नकार दिला. त्या दिवशी तिथे घडलं ते एवढंच; त्यानंतर मात्र मी त्यांना पुन्हा कधीही पाहिलं नाही.

ते जाईपर्यंत खूप रात्र झाली असणार. कारण, अजूनही आत मंद दिवे नेहमीसारखे चालूच होते. त्यानंतर मला वाटायला लागलं की, मी ती सही करून भलतीच दूरची झेप घेतलीय. ज्याचा परिणाम फक्त माझ्याच भविष्यकाळावर नव्हे, तर तो माझ्या कुटुंबीयांच्या भविष्यकाळावरही होणार आहे. जणू मी माझं आयुष्यच पणाला लावलं होतं. त्यातच 'डिफेन्स ॲटर्नी'ला देण्यासाठी मी एका पाठोपाठ एक कागदाचे ताव लिहून काढू लागलो. न्यायालयात आता लवकरच हा खटला उभा राहील आणि तिथे सुद्धा हे लिहिलेलं उपयोगी पडेल, असं मला वाटत होतं. त्यांना असं वाटत होतं की त्यांनी माझ्यावर जो गुन्हा लादलेला आहे, त्यानुसार मी स्वत:ला गुन्हेगार समजावं, तसंच कबुलीजबाब स्वत:च्या हातांनी लिहून द्यावा. पण माझ्या डोक्यात वेगळीच योजना होती.

लिहिण्यासाठी त्यांनी मला फक्त दोन इंच पेन्सिलीचा तुकडा दिलेला होता. कागदपत्रात त्यांनी लिहिलेलं प्रत्येक विधान, प्रत्येक गोष्ट खोडून काढण्यासाठी मी वीस ताव लिहिले त्यामुळे ती पेन्सिल पार झिजून गेली.

त्याच वेळी मी घरीसुद्धा पत्र पाठवायला सुरुवात केली. प्रत्येक पत्राची सुरुवात 'अल्लाह'... 'तो अगाध दयाळू परमात्मा'... तो आणि 'माझ्या प्रिय पत्नीस'...

अशी करत असे. मी पत्रात लिहिलं – दर तासागणिक मला तुझी अन् मुलांची आठवण येते. घराची आठवण आली की मनात विचारांचं काहूर माजतं. घरात मिळणारी प्रेमाची ऊब आणि हळुवारपणे जोपासली जाणारी संवेदनशीलता... या भोवतालच्या कठोर वातावरणात ती संवेदनशीलता करपून जायला नको असं वाटत होतं. माझ्यासाठी आशा टिकवून ठेवण्यासाठी घरातला तो सुंदर हळुवार प्रेमाचा स्पर्श... ती ऊब... ते घराचं घरपण ते सगळं मनात जागतं ठेवण्याची आवश्यकता होती.

सहा आठवड्यांनंतर मी झैनाबला एका मोठ्या तावावर बारीक अक्षर काढून नऊ पानी पत्र लिहिलं. घरातल्या प्रत्येक लहान-सहान बाबतीत सुद्धा मी तिला सल्ला दिला, कारण तिला मी तिथे नसताना घर चालवायचं होतं. मुलांना कुठल्या शाळेत घालावं इथपासून ते तिला अन् उमाम्माह्‌ला होणाऱ्या अस्थम्याच्या त्रासात त्यांनी काय करावं, या सगळ्याबद्दल मी तिला सल्ला दिला. तिनं स्वत:चा असा काही दिनक्रम आखावा, व्यायाम करावा... वाटलं तर एखाद्या फिटनेस क्लबला जाणं सुरू करावं किंवा पोहणं नाही तर शरीराला ताण देण्याचे व्यायामप्रकार कर असंही मी तिला सुचवलं. या व्यतिरिक्त एखादा अभ्यास प्रकल्प देखील तिनं हाती घ्यायला हरकत नाही असं मी तिला पत्रात लिहिलं. स्वत:बद्दल मान उंचावून तिनं जगावं असं मी तिला समजावण्याचा प्रयत्न केला. मी तिला लिहिलं, तू थोडं काही मिळवलं असं म्हणतेस, पण खरं तर तू केलेला त्याग आणि संकटांशी दिलेला सामना (आणि अजूनही देतेच आहेस) त्यामुळे तू एक असामान्य व्यक्ती बनली आहेस. या सगळ्यामागचा तुझा उद्देश अतिशय स्वच्छ होता. (तुला अल्लाला प्रसन्न करून घ्यायचं होतं आणि मला आनंदी ठेवायचं होतं) आजवर झालेल्या चुका आणि फसलेले आडाखे या सगळ्याला फक्त मी जबाबदार असल्यामुळे मी आता त्याची किंमत मोजतोय. माझ्या दृष्टीने आणि अल्लाच्या दृष्टीने सुद्धा तू तुझं स्थान स्वत:च निर्माण केलयंस अन् ते खूपच उच्च आहे. हे मी फक्त इहलोकाबद्दल म्हणत नाहीये तर पारलौकिक आयुष्यात तुझं स्थान खूपच उच्च राहणार आहे. माझी इथून सुटका झाली की अनेक गोष्टी बदलाव्या अशी तुझी इच्छा आहे; पण त्या बदलायला अगोदरच सुरुवात झालीय. आता इथून परत आल्यावर माझा मोकळा वेळ मी तुमच्याबरोबर घालवणार आहे. यात आजवर वाया गेलेल्या वेळाची भरपाई करायची आहे आणि त्याच्या जोडीला भविष्यातल्या अस्थिरतेसाठीही काय करायला हवं, त्यासाठीही वेळ द्यायचाय.

त्यानंतर सहा आठवड्यांनी मी तिला पुन्हा पत्र लिहिलं. मी तुझ्यावर अतोनात प्रेम करतो. त्यामुळेच तू माझ्याबरोबर नाहीस ही गोष्ट प्रकर्षानं जाणवतेय. एखाद्या चातकासारखी मी तुझ्याकडून येणाऱ्या पत्राची वाट पाहत असतो. मग हळूहळू

काही वेळाने मला अतिशय एकाकी... दुःखी वाटायला लागतं. अत्यंत प्रामाणिकपणानं सांगायचं तर मी तुझी अन् मुलांची आठवण येऊ नये म्हणून खूप प्रयत्न केला... माझ्याशिवाय तुमचं जगणं किती त्रासाचं आहे हा विचार सुद्धा अत्यंत यातनामय आहे. त्यातच भर पडते ती आपण एकत्रित घालवलेल्या दिवसांच्या आठवणींची! आयुष्यात तुझ्याबरोबर अन् मुलांबरोबर इतक्या गोष्टी करायच्यात आणि सगळ्यात महत्त्वाचं म्हणजे मी केलेल्या चुकांची, विशेषतः तुझ्या संदर्भातल्या... आपलं कुटुंब... माझी माणसं... त्यांच्या संदर्भात झालेल्या, भरपाई करण्याची संधी मला मिळायला हवी. ही भरपाई कशी कशी करायची या संदर्भातली एक योजना माझ्या डोक्यात आहे. या योजनेचं नेमकं काय होणार आहे हे मला माहीत नाही. पण त्या योजनांमध्ये माझ्या/आपल्या आधीच्या जगण्याच्या पद्धतीत मोठ्या प्रमाणात बदल करण्याचं मी ठरवलं आहे.

एकदा मी माझ्या वडिलांना पत्र लिहिलं. मला वाटत होतं त्या पत्रात वापरलेल्या म्हणी किंवा एकूणच भाषाशैली अमेरिकनांना कळेल की नाही देव जाणे! मी असं लिहिलं होतं, मला कॉव्हेंट्रीत पाठवण्यात आलं. खरं तर त्याचा अर्थ होता एकांतवास किंवा मी शेबासारखा राहत होतो. त्यात शेबा असं जे म्हटलं होतं. त्याचा संदर्भ, मी लहान असताना आमच्याकडे शेबा नावाचं एक जर्मन शेफर्ड जातीचं कुत्रं होतं, त्याच्याशी होता. पण ते पत्र माझ्या वडिलांना कधीही मिळालं नाही. त्यांना ते पत्र मिळालं नाही हे ऐकल्यावर मला असं वाटलं, मी दयनीय अवस्थेत राहत असल्याचं ज्या पत्रात लिहिलं होतं, ते ते पत्रच न मिळाल्यामुळे त्यांना कळलं नाही हे बरंच झालं. मला दिला गेलेला तो अगदी हलक्या प्रतीचा छोटासा टूथब्रश, त्याची लांबी १ इंचापेक्षा जास्त नव्हती. तो ब्रश मी माझ्या मधल्या बोटाला रोज जोडून घेत असे अन् दात घासत असे. मला मिळणारी पेस्टसुद्धा दोन इंच लांब अशा पारदर्शक ट्यूबमधून मिळे आणि मिळणारं अन्न... रबरासारखं चिवट झालेलं मटण! ते अन्न इतकं घाण होतं, की सुरुवातीला एकदा मला उलटी झाली होती. मिळणाऱ्या पाण्याच्या बाटल्यांची झाकणंच त्यांनी काढून घेतलेली. त्यामागचं कारण काय, तर मी त्या झाकणाचा उपयोग करून ते पाणी इतस्ततः फवारेन किंवा सगळ्यात वाईट म्हणजे मी पहारेकऱ्यांवर पाणी फवारेन! किती विचित्र गोष्टी आहेत या...

२००३ सालच्या सुरुवातीलाच मी त्या वर्षाचं एक कॅलेंडर बनवलं. एका कागदावर त्याचा आराखडा तयार केला. रेडक्रॉसच्या एका कर्मचाऱ्यानं मला सांगितलं होतं की, गेलेल्या दिवसांचा कधी विचार करू नकोस. त्या वेळी मी कंदाहारमध्ये होतो. त्या वेळी कदाचित त्याला वाटलं असावं की, माझं तिथलं वास्तव्य, तसं तिथं राहणं, आठवडे.... महिने... वर्षं... किती लांबेल कोण जाणे!

पण कॅलेंडरवर खुणा करताना मला कितीतरी पुढच्या दिवसांचा विचार करावा लागलाच ना, माझ्या सुटकेच्या आशेनं मोजलेले ते दिवस.

थोड्याच दिवसात माझ्या असं लक्षात आलं की, इथे कुठल्याच गोष्टीत नियमितपणा नाहीये. ज्या ज्या गोष्टी बाग्राममध्ये खऱ्या होत्या, त्या सर्व गोष्टी इथेही तशाच खऱ्या असतीलच, याची खात्री नव्हती. इथले नियम, कार्यपद्धती सगळंच निराळं होतं. बाग्रामला मला जे काही मिळालं होतं, ते इथे मिळेलच याची शाश्वती नव्हती. हे असं का आहे तेच मला समजत नव्हतं आणि माझ्या दृष्टीनं मग ते अमेरिकन सैन्यदलाच्या वृत्तीचं... वागणुकीचं प्रतीक बनलं. माझ्यासारखेच पिडलेले काही पहारेकरी होते, ते अमेरिकन सैनिकी वृत्तीतल्या आडमुठेपणाचा अन् निरर्थक साचेबद्ध वागणुकीच्या बसलेल्या हिसक्यासंबंधी बोलत होते. इथे एक मार्ग बरोबर असतो. एक अगदीच चुकीचा असतो आणि एक मार्ग मात्र सैनिकी खाक्याचा असतो. ते हे बोलून दाखवत असत. कंदाहारला सुरुवातीच्या दिवसांत त्यांनी ज्याप्रमाणे माझा चष्मा काढून घेतला होता, तसाच तो त्यांनी इथेही पुन्हा काढून घेतला. शिवाय बाग्राममध्ये माझ्याजवळ असलेली काही पत्रं, माझ्या मुलांचे फोटो, मी तिथे असेपर्यंत, सुटका होण्याच्या दिवसापर्यंत यातली एकही गोष्ट मला पुन्हा पाहायला मिळाली नव्हती.

जो सैनिक माझ्यावर पहारा देत होता, त्याने त्याच्याजवळच्या नोंदणीबुकात माझी प्रत्येक बारीकसारीक हालचाल नोंदवली होती. प्रत्येक सैनिक जेव्हा इथे माझ्यावर पहारा करण्यासाठी येत असे, तेव्हा तो ते नोंदणीचं पुस्तक घेत असे अन् त्यात मी खाल्लं, मी झोपलो, मी लघवीला मुतारीत गेलो, मी रिक्रिएशनसाठी गेलो, मी अंघोळ केली, मी कुराण वाचलं, मी औषधांसाठी जाऊन आलो, मला चौकशीसाठी नेण्यात आलं, मी एखादी विनंती किंवा तक्रार केली असेल तर ती मी वारंवार केली, हे सगळं ज्या ज्या वेळी घडे त्याची नोंद ठेवत असे.

सुरुवातीला माझा मंत्रचळेपणा भलताच वाढला होता. उदाहरणार्थ, माझ्या कोठडीच्या भिंतींना दिलेला हिरवा इनॅमल रंग हळूहळू निघायला लागला होता. विशेषत: मी जिथे झोपत असे तिथल्या भिंतीवरचा रंग उडाला होता. भयंकर कंटाळा आला की मीच नखांनी भिंत खरवडून तिथले पोपडे काढीत होतो. एक इंच बाय तीन इंचाची जागा मी पोपडे काढून खराब केलेली होती. मी करमणुकीच्या मैदानात गेलो असताना ते कोठडीची पाहणी करण्यासाठी आलेले होते, तेव्हा ही गोष्ट त्यांच्या लक्षात आली. त्यांनी मला त्याबद्दल समक्षपणे काहीही सांगितलं नाही, पण माझ्यासमोर ते आपापसात कुजबुजले. जणू काही ते जे बोलत होते त्यातलं मला काही समजतच नव्हतं किंवा समजण्यासारखंच नव्हतं किंवा जणू मी तिथे हजरच नव्हतो. 'त्यानं त्याच्या कोठडीतल्या भिंतीच्या रंगाचे पोपडे काढलेत.

आपल्याला आत्ताच्या आत्ता इथे डॉक्टरला बोलावलं पाहिजे. तसंच बी.एम.डब्ल्यू. सुद्धा बोलावून घेऊ.'

बी.एम.डब्ल्यू.? हा काय प्रकार आहे? डॉक्टरांनी माझी संपूर्ण तपासणी केली त्यामागचा उद्देश रंगाचे काढलेले पोपडे खाऊन मी आजारी पडण्याचा प्रयत्न करीत होतो किंवा कसं हे शोधून काढणं हा होता. आत्मघाताचा हा नवा प्रकार शोधून काढला होता की काय? नशिबानं अमेरिकन नेव्हल डॉक्टरनं त्यांच्या त्या सगळ्याच मूर्ख कल्पना नाकारल्या आणि तो म्हणाला, "त्याला तसलं काही करायचं असतं तर त्याला कित्येक पटीनं जास्त रंग खावा लागला असता. शिवाय आजारी पडण्यासाठी किंवा आत्महत्या करण्यासाठी याहून कितीतरी सोपे मार्ग आहेत." त्यानं सांगितलं. (बी.एम.डब्ल्यू. याचा अर्थ पहारेकऱ्यांशी नंतर बोलताना मला समजलं. खरंतर ते बी.एन.डब्ल्यू. असं होतं. फर्स्ट सार्जंट वॉकरला त्यांनी ठेवलेलं ते टोपणनाव होतं. बॅड न्यूज वॉकर असं त्या बी.एन.डब्ल्यू.चं सविस्तर रूप होतं. या फर्स्ट सार्जंटला कमिशन मिळालं नव्हतं आणि तरीही त्याची नेमणूक पहारेकऱ्यांचा प्रमुख म्हणून झालेली होती.)

माझा जास्तीतजास्त वेळ मी माझ्या दैनंदिन कार्यक्रमानुसार घालवत असे. मी माझं सर्व लक्ष व्यायाम करण्यावर, तसंच वाचलेलं कुराण आठवण्यावर केंद्रित केलेलं होतं. खरं तर कुराण एकट्यानं आठवणं ही गोष्ट फारच अवघड होती. सुरुवातीला आठवड्यातून दोनदा कोठडीबाहेर व्यायाम करण्याची संधी दिली जात असे. त्या वेळी बाहेर अक्षरश: सूर्य आग ओकत असे. मला 'थ्री-पीस सूट' मध्ये जेरबंद करून उंचवट्यावर असलेल्या कोठडीबाहेर काढलं जाई. त्या वेळी कॅंप एकोला चहुबाजूंनी घातलेल्या हिरव्या प्लॅस्टिकच्या कुंपणापलीकडे असलेल्या समुद्राची चाहूल मला लागली होती. मला त्यांनी रिक्रिएशनच्या मैदानावर असलेल्या छोट्या कप्प्याजवळ नेऊन उभं केलं. तिथून ते माझ्या बेड्या काढून टाकत असत किंवा मला पुन्हा बेड्या घालत असत. तिथे जवळ गेल्यावर त्यांनी माझ्या बेड्या काढून मला मुक्त केलं. त्यामुळे त्या मैदानात आता मी मोजून पंधरा मिनिटं पळू शकणार होतो. त्यानंतर मला अंघोळ करायची होती. या एकूण प्रकाराला 'शॉवर ॲन्ड रिक्' असं संबोधलं जायचं. याबद्दल मी नेहमी पहारेकऱ्यांची चेष्टा करीत असे. जर याला 'शॉवर ॲन्ड रिक्' असं म्हणायचं असेल तर मी या शब्दांप्रमाणे आधी शॉवर घेऊन मग व्यायाम करायला हवा खरं ना? ख़रं तर हे रिक्रिएशनचं केलेलं रिक् हे लघुरूप हा त्या शब्दाचाच अपमान होता. या एकूण प्रकारात माझी काय कर्म, करमणूक होत होती?

मैदानावर असताना मला इलेक्ट्रिक वाद्यातून निघणारा भयाण आवाज आणि मैनेचं आर्त ओरडणं ऐकू येई. ते मला खटाऱ्याच्या खडखडाटासारखं वाटे. तसं

मी झैनाबला पत्रातून कळवलं सुद्धा होतं. डोक्यावरचं निळं आकाश अन् त्यात धावणारे, कापूस पिंजून ठेवल्यासारखे दिसणारे ढग पाहणं हा आनंद मात्र अवर्णनीय होता. बाग्राममध्ये नैसर्गिक प्रकाश कधीही दिसला नव्हता, त्यामानानं हे सुख खूपच होतं. मनात बाग्राममधली आणि इथली तुलना करताना वाटे की, इथली परिस्थिती तिथल्या एवढीच वाईट आहे. किंबहुना काकणभर अधिकच वाईट आहे. पहारेकऱ्यानं मला दोन्हीपैकी कुठलं अधिक बरं असं विचारलं, तेव्हा 'आगीतून फुफाट्यात' असं मी उत्तर दिलं होतं.

मैदानापलीकडे खडं सैन्य पहाऱ्याला होतं. काही जण वर उभे असत तर काही जण पक्क्या बसवलेल्या मशीनगनजवळ आडोशाला असत. एवढा बंदोबस्त ठेवला होता की जणू काही संधी मिळताच मी पळणारच होतो. बाग्राममध्ये सगळ्यांबरोबर व्यायाम करायची सवय झाली असल्यामुळे, मला इथे एकट्याला व्यायामासाठी स्वत:च स्वत:ला अक्षरश: तयार करावं लागे. शिवाय बाहेरच्या त्या आग ओकणाऱ्या सूर्याच्या उन्हात फारसा व्यायाम देखील होत नसे. पण जर त्यांनी मला इथे संध्याकाळच्या सुमाराला आणलं असतं, तर मी नक्कीच निदान धावत जाऊन शंभर तरी उड्या मारल्या असत्या. त्यामुळे मला खरोखरंच भरपूर व्यायाम झाला असता. तिथे काहीही पाहण्यासारखं नव्हतं, होत्या त्या काही विजेच्या वायरी अन् माझ्यावर लक्ष ठेवून कंटाळलेले तीन पहारेकरी. जेव्हा जेव्हा मला बाहेर काढलं जाई त्या त्या वेळी राखणीचे कुत्रे हाताळायची सवय असणारा एक जण एका कुत्र्याला घेऊन तिथे असे. एम.डब्ल्यू.डी. सैन्यदलासाठी काम करणारा कुत्रा होता तो. त्यांच्या जोडीला आधी म्हटल्याप्रमाणे मैदानाबाहेर सैन्याची एक तुकडी पहाऱ्यावर असेच. खरं तर या दोन्हीचा नीट बंदोबस्त असल्याशिवाय मला कोठडीबाहेर काढलं जात नसे. कधी कधी तिथे पहाऱ्याला आणली जाणारी कुत्री, ती कुत्री हाताळणारी माणसं वेगवेगळी असत, पण या सगळ्यात एक महत्त्वाची गोष्ट म्हणजे तिथे एक इकडून तिकडे जाणारा मोठा कुत्रा सतत भुंकत असे आणि गंमत म्हणजे तो सैनिकांवर सुद्धा भुंके. त्याला हाताळणारा जाडगेलासा तरुण सैनिक एकदा त्या कुत्र्याला म्हणाला, "दोस्ता, जरा काहीतरी बदल म्हणून आज शेंदरी कपडे घातलेल्या माणसाचा पाठलाग करायचा का?" तो तसं म्हणाला कारण त्याला वाटलं असणार की मला इंग्रजी येण्याची शक्यताच नाही. त्यामुळे तो पुढे म्हणाला, "हे म्हणजे अगदी उंदराला त्याच्या पिंजऱ्यात सैरावैरा धावताना पाहण्यासारखं आहे."

त्याक्षणी मी थांबलो आणि त्याच्या डोळ्याला डोळा भिडवून म्हणालो, "हो, तू म्हणतोस ते बरोबर आहे पण या उंदराला दोन पाय आहेत आणि तू बोलतोस त्यापेक्षा खूप चांगलं इंग्लिश हा बोलतो एवढं लक्षात ठेव."

त्यानंतर मी पुन्हा पळण्याचा व्यायाम घेऊ लागलो तरीही त्याचा खर्रकन उतरलेला चेहरा मला दिसला. तो कसंबसं 'यॅऽप' एवढंच उद्गारू शकला. त्याच्या मागे उभे असलेले सैनिक एव्हाना खोऽऽ खोऽऽ हसायला लागले होते. ही हकिकत पुढे वर्षभर सैनिक एकमेकांना सांगत होते. या घटनेनंतर माझ्या मनात विचार आला, मला इंग्रजी बोलता येतं ही केवढी भाग्याची गोष्ट आहे! अन्यथा एकांतवासात असताना पहारेकरी माझ्याशी कसंही वेडंवाकडं वागू शकले असते. पण तितकेसे ते वाईट वागले नाहीत. सर्वसाधारणपणे मी कुठेही गेलो तरी तिथल्या कैद्यांचा मला पाठिंबा असे.

सुरुवातीपासूनच मी स्वत:ला पक्कं बजावलं होतं की, कुठल्याही परिस्थितीत आत्मसन्मान गमवून बसायचं नाही. तसंच स्वत:ची प्रतिष्ठा वाट्टेल ती किंमत द्यावी लागली तरीही जपायचीच. मला अगदी उच्च प्रतीची आध्यात्मिक, बौद्धिक आणि शारीरिक पातळी टिकवायची होती. मी साधारणपणे चाकोरीबद्ध दिनक्रम पाळत नव्हतो. इथे सतत बदलणाऱ्या नियमांशी जुळवून घेण्यासाठी ही लवचीकता मला उपयोगी पडेल, असं वाटून मी नेहमी काही ना काही बदल शोधीत किंवा करीत राही. मी माझ्यासमोर काही उद्दिष्टं ठेवलेली होती, ती मला गाठायची होती. शारीरिक क्षमता टिकवण्याच्या बाबतीत मी ठरवलेलं उद्दिष्ट गाठण्यासाठी मी जोर काढी, पोटाचे व्यायाम करी तसंच शरीर ताणण्याचे व्यायाम करी. मी एक हात फक्त टेकून जोर काढायला सुरुवात केली होती; पण सगळे पहारेकरी उत्तेजित होऊन ते पाहण्यासाठी जमताहेत, असं माझ्या लक्षात येताच मात्र मी ते थांबवलं अन् पूर्वीसारखे जोर काढायला सुरुवात केली. मी दोन मिनिटांत शंभर जोर काढीत असे. ते माझं रेकॉर्ड होतं. इथे व्यायाम करताना मी नेहमीच माझ्या रेकॉर्डशी तुलना करी. तसंच पोटासाठी जो व्यायाम करी, त्याची तुलना, माझ्याशी ज्या पहारेकऱ्यांची मैत्री झालेली होती, त्यांच्या त्या प्रकारच्या व्यायामाच्या रेकॉर्डशी करत होतो. हे शारीरिक शिक्षण इथल्या पहारेकऱ्यांना ठरावीक काळानंतर पुन्हापुन्हा घ्यावं लागे. त्यांच्या चाचण्या, मी जो व्यायाम करी, त्याच्याशी तुलना करता खूपच सोप्या असतात, असं सांगताना पहारेकऱ्यांना अगदी अवघडल्यासारखं होऊन जाई.

पहिल्या सहा महिन्यांत ज्या व्यक्तीला मी सर्वांत जास्त वेळा पाहिलं, ज्या व्यक्तीला भेटलो ती होती किम. तिनं स्वत:ची ओळख नव्यानं उघडण्यात आलेल्या 'क्रिमिनल इनव्हेस्टिगेशन टास्क फोर्स'ची (CITF सी.आय.टी.एफ.) एक अधिकारी अशी करून दिली होती. जरी मी तिला फक्त एक चौकशी अधिकारी असं समजलो नाही तरी माझी संपूर्ण चौकशी करण्याची तिची जबाबदारी होती. तिशीच्या आसपास असलेली ती एक उंच आणि तरतरीत अशी अधिकारी होती. तिचे केस फार सुंदर, भरपूर दाट होते आणि तिची एकूणच वागण्याची

पद्धतीही अतिशय प्रसन्न होती. माझ्या परिस्थितीत निर्माण झालेले ताणतणाव कमी करायला तिनं मला हरप्रकारे मदत केली. तिनं मला माझा चष्मा परत मिळवून दिला. तसंच पायातल्या सपाता जाऊन त्या जागी रबरी बूट मिळवून दिले. शिवाय वाचायला जास्त पुस्तकं अन् विशेष प्रसंगी काहीतरी न्याहारीलासुद्धा खास असं तिच्यामुळे मला मिळू लागलं.

सुरुवातीला इतर चौकशी अधिकाऱ्यांबरोबर ती येत असे आणि काही काळानंतर ती एकटी येऊ लागली. ती अशा काही थोड्या लोकांपैकी एक होती की, ज्यांना माझ्या बेड्या निघाल्या की बरं वाटत असे. ती वरचेवर येत असे. त्या वेळी मला तिच्याशी काहीतरी इकडचं तिकडचं बोलावंसं वाटे. माझ्यावर एकांतवासाचा परिणाम होत असल्याची जाणीव तिला झाली, त्यामुळे माझी नुसतीच चौकशी करण्यापेक्षा मला जाणून घेण्यात तिला जास्त रस वाटे. कधीकधी ती नुसती टिपणं काढत राही, तर कधी ती माझ्याशेजारी खाली बसायची आणि आम्ही मस्तपैकी गप्पा मारत होतो. यावेळी तिचा हेतू फक्त गप्पा मारण्याचा असे की, अधिक माहिती गोळा करण्याचा असे याबाबत मला नक्की असं काहीच माहीत नव्हतं. पण शेवटी मी अशा निर्णयाला येऊन पोहोचलो होतो की तिचे दोन्ही हेतू असावेत. मला तिच्याबाबतीत एकच माहीत होतं, ते म्हणजे, बाग्राममध्ये काय किंवा कंदाहारमध्ये काय दुसऱ्या कुठल्याही चौकशी अधिकाऱ्यानं तिच्याइतका वेळ माझ्याबरोबर घालवला नव्हता, तसंच तिच्याएवढी सहानुभूतीसुद्धा दाखवलेली नव्हती किंवा तिच्याएवढं नि:पक्षपातीपणानं कोणीही माझ्याशी वागलेलं नव्हतं.

किम स्वत:बद्दलसुद्धा बोलत असे. कदाचित तिला जेवढं सांगायला परवानगी होती त्याच्यापेक्षा कितीतरी जास्त ती बोलत होती. मी जेव्हा अमेरिकेनं आतंकवादाविरुद्ध पुकारलेल्या युद्धाबद्दल नापसंतीदर्शक बोललो, तेव्हा तिने कोणताही दुराग्रह दाखवला नाही. उलट तिनं माझ्या बोलण्याला प्रतिसादच दिला. ती सरळ स्वभावाची मुलगी. आतंकवादाविरुद्ध लढण्यापेक्षा हा गुंता कसा सोडवता येईल हे जाणून घेण्याचा प्रयत्न ती करीत होती.

मी तिला एकदा म्हणालो, ‘‘किम, तुला कसा प्रतिसाद द्यावा तेच मला कळत नाही. कारण काही झालं तरी मी तसा तुझ्या शत्रूपक्षातला आहे आणि तरीही तू मात्र मला चांगली वागणूक देते आहेस. तुझ्याआधीचं कोणीही माझ्याशी अशा तऱ्हेनं वागलेलं नाही. त्यामुळे तुझ्याशी नेमकं कसं वागावं ते मला कळतच नाहीये.’’

‘‘मोआइझाम, तू काही माझा शत्रू नाहीस. तुझ्यासाठी जे सर्वांत चांगलं ठरेल तेच मिळावं अशी माझी मनापासून इच्छा आहे आणि अगदी मनापासून बोलतेय.’’

‘‘हं! किम, तू कदाचित मला तुझा शत्रू समजत नसशीलही. पण तू ज्या सरकारसाठी काम करते आहेस ते सरकार मला त्यांचा शत्रू समजतं त्याचं काय!’’

तिनं त्यावर काहीही उत्तर दिलं नाही.

एक दिवस किमबरोबर आणखी एक व्यक्ती आली. हा माणूस खूपच वेगळा होता. ग्वांटानामोत ठेवलेल्या ब्रिटिश कैद्यांसाठी ब्रिटननं पाठवलेला तो पहिला राजनैतिक अधिकारी होता. मार्टिन चांगलाच उंच, टक्कल असलेला पन्नाशीच्या आसपासचा होता. ग्वांटानामोत मी जितकी वर्षं काढली, त्या काळात हा माणूस माझं ब्रिटिश सरकारशी दुवा जोडण्याचं काम करीत राहिला. पण आमचे संबंध अत्यंत तणावपूर्ण राहिले. त्या दिवशी त्यानं भडक गुलाबी रंगाचा शर्ट अन् पांढऱ्या रंगाची स्लॅक्स घातली होती. ते बघून माझ्या मनात असा विचार आला की, यापेक्षा किम कितीतरी नीटनेटक्या पोशाखात असते. मला वाटलं, अमेरिकन्स जर इतकं नीटनेटकं राहू शकतात तर यानं हे असे कपडे का घालावे!

मार्टिनबरोबर आणखी दोघंजण होते. परंतु ते परराष्ट्रखात्यातले मात्र नव्हते. ल्युसी व इयान त्यांनी, ते दोघंही एम-१५ चे हस्तक असल्याचं सांगितलं. मला आधी भेटलेल्या एम-१५ च्या इतर अधिकाऱ्यांसारखी ती नव्हती. ती अतिशय बडबडी होती आणि तिला महिनोन्महिने चालणारे 'सोप ऑपेराज' अन् सिनेमांचं भारी वेड होतं. ती फक्त त्याबद्दलच भरमसाठ बोलत राहिल्यानं माझी चांगलीच करमणूक झाली. इयान मात्र वेगळा होता. मला त्यांच्याबद्दल विश्वास वाटावा म्हणून तो प्रयत्न करीत आहे असं मला वाटलं. पण एकूणच तो फसवाफसवीचा प्रकार होता. ते माझ्यासाठी काहीही करत नव्हते, पण त्यांनी मला मात्र त्यांच्या ढीगभर प्रश्नांची उत्तरं देण्यात अडकवलं होतं.

मार्टिननं तर मला फारच संभ्रमात पाडलं. तो परराष्ट्रव्यवहार खात्यातून आलेला असूनही एम-१५च्या लोकांबरोबर मला प्रश्न विचारण्यात तो सामील झालेला होता. त्यांनी त्यांची स्वत:ची ओळख करून दिलेली असूनही ते नेमके कोण आहेत अन् त्यांच्यात काय फरक आहे, ते लक्षात घेणं मला केवळ अशक्य झालं. ते सगळे अगदी एका माळेचे मणी आहेत असंच मला वाटायला लागलं. मार्टिननं विचारलेल्या पहिल्याच प्रश्नानं भयंकर वैताग आला. "तू ब्रिटिश आहेस असं तुझं म्हणणं आहे. त्याची मला खात्री करून घ्यावी लागेल. ही गोष्ट मला जरा खात्री करून घेऊनच स्वीकारावी लागेल. तुझ्या माध्यमिक शाळेच्या हेडमास्तरांचं नाव तू सांगू शकशील का?"

"होय, त्यांचं नाव मिस्टर गुडफेलो हे होतं. तुला खरोखरच मी ब्रिटिश आहे किंवा नाही याची खात्री पटवून घ्यायचीय का? इथे आत्ता तुझ्याबरोबर एम-१५ चे लोक आहेत, मी कोण आहे ते त्यांना आधीच माहीत आहे, एवढंच नव्हे तर ते माझ्या घरी सुद्धा एकदा येऊन गेलेले आहेत." त्यानंतर मी त्याला विचारलं, "ब्रिटिश सरकारला या सगळ्या प्रकरणाबद्दल इतक्या उशिरा का जाग आली आहे?"

त्यानं माझ्या या प्रश्नाच्या उत्तरादाखल केलेला प्रतिप्रश्न ऐकून मला काही समजेनासं झालं. त्यानं मला विचारलं, ''सरकारला एवढ्या उशिरा जाग आली आहे असं तुला का वाटतंय?''

काहीतरी खरमरीत असं त्याला सुनवायची मला तीव्र इच्छा झाली होती. परंतु माझा प्रश्न सोडवू शकेल असा मला ज्याच्याबद्दल विश्वास वाटत होता, असा हा पहिला माणूस होता म्हणून मी गप्प बसलो. मला वादविवाद सुरू करायची इच्छा नव्हती, तसंच कुठल्याही प्रकारे वातावरण गढूळ बनवायचीही इच्छा नव्हती. कदाचित त्यानं उत्तरादाखल विचारलेल्या प्रश्नामागे त्याला असंही सुचवायचं असेल की, इथे अमेरिकन्सचं नियंत्रण आहे त्यामुळे आम्ही याआधी इथे येऊ शकलो नाही.

मी इकडेतिकडे अशी थोडी चाचपणी करून पाहिली. कसंही करून इयानशी संवाद साधण्याचा माझा प्रयत्न होता. कारण त्या तिघांपैकी ज्याच्याशी व्यवस्थित बोलाचाली होऊ शकली असती, असा तो एकटाच होता. सरतेशेवटी आमच्यात उत्तर आयर्लंड या विषयावर एकदाचं बोलणं सुरू झालं आणि तिथली सध्याची परिस्थिती कशी आहे असं मी त्याला विचारलं.

''माफ कर मी त्याबद्दल तुला काहीही सांगू शकत नाही.''

''का बरं?''

''याचं कारण, तुझ्याशी प्राप्त परिस्थितीतल्या कुठल्याही विषयावर बोलायचं नाही अशा स्पष्ट सूचना आम्हाला देण्यात आल्या आहेत.''

कुठल्याही प्रकारे संबंध नसलेल्या उत्तर आयर्लंडसारख्या अगदी तिऱ्हाईत असलेल्या विषयावर बोललं तरीही अमेरिकेच्या संरक्षणविषयक गोष्टींना तडा जाईल, असं त्याला आत्ता इथे क्युबात वाटत होतं. हे फारच वैफल्यजनक होतं. ब्रिटिश अधिकारी तिथे काही तास थांबून मग निघून गेले पण मग ते दुसऱ्या दिवशी सकाळी पुन्हा आले. त्यांची ही भेट माझ्या मते सदिच्छा भेट होती. तशीच ती गुप्तहेरखात्यामार्फतची देखील भेट होती. एका दगडात अनेक पक्षी! ब्रिटनमधल्या अनेकांबद्दल त्यांनी मला प्रश्न विचारले, त्या लोकांपैकी ब्रिटनच्या हितसंबंधांना जगात इतरत्र कुठेही धक्का पोहोचवण्यासाठी किंवा खुद्द ब्रिटनमध्ये कोणी अतिरेकी कृत्य करण्याची शक्यता आहे का असंही त्यांनी विचारलं.

''कोणीतरी किंवा प्रत्येक जण! किंवा कोणीच तसं काही न करण्याची शक्यता आहे.''

''पण ते नेमकं शोधायचं कसं?''

''मी या प्रश्नाचं उत्तर देऊ शकेन असं तुम्हाला का वाटतंय, कारण मी स्वत: कधीही कुठल्याही अतिरेकी कारवाईत भाग घेतलेला नाही किंवा ज्यांनी कुणी भाग घेतला असेल अशा कोणाबद्दलही मला काहीही माहिती नाहीये.''

परंतु नंतर माझ्या असं लक्षात आलं की, फार पूर्वीच त्यांनी मला अशा तऱ्हेचे प्रश्न विचारायला सुरुवात केली होती. त्याचीच हे फक्त री ओढत होते.

एफ.बी.आय.नं माझ्याकडून लिहून घेतलेला खोटा कबुलीजबाब आणि त्यातल्या विधानांबद्दल मी त्यांना सांगितलं; शिवाय त्यांनी माझ्याकडून कशापद्धतीनं तो कबुलीजबाब लिहून घेतला तेही सांगितलं आणि या कबुलीजबाबाच्या प्रतीसुद्धा मला दिलेल्या नाहीत हेही सांगितलं. मग किमसमोर मुद्दाम म्हणालो, "अमेरिकन्सकडून मला योग्य न्याय मिळेलसं मुळीच वाटत नाहीये." आणि मग किमकडे दृष्टिक्षेप टाकला. जरी तिनं माझ्याशी अतिशय चांगलं वर्तन केलेलं होतं, तरी अमेरिकन सरकारबद्दल मला काय वाटत होतं ते तिला समजावं, शिवाय मला या एकूण प्रकाराबद्दल वाटणारी स्वत:ची काळजी त्या लोकांपर्यंत नीट पोहोचावी हा या बोलण्यामागचा हेतू होता.

फिन्सबरी पार्कच्या मशिदीतल्या मौलवी अबू हमझाबद्दल त्यांनी मला विचारलं, तसंच लंडनमध्ये राहणारे वादग्रस्त मुस्लीम विद्वान अबू कसादा, ते नेमके कुठे राहतात त्याबद्दलही त्यांनी मला विचारलं. त्यांचे हे असले प्रश्न ऐकून मी थक्कच झालो. "मी या लोकांच्या ताब्यात इथे असा किती दिवस आहे याची तुम्हाला काही कल्पना आहे का?" वैतागून मी त्यांना विचारलं.

मला माहीत नसलेल्या अशा अनेकानेक लोकांचे फोटो त्यांनी मला दाखवायला आणले होते. कधीकधी तर ते माझ्यासमोर एखाद्याचा पाठीमागून काढलेला फोटो धरत, त्या फोटोत कुणाचं तरी नुसतंच डोकं दिसे किंवा एखादा पाय, एखादं हत्यार... आणि मग ते मला विचारत, "ओळखलंस हा कोण आहे ते?"

अमेरिकन आणि ब्रिटिश अधिकाऱ्यांतला फरक जाणून घ्यायचा मी आटोकाट प्रयत्न करीत होतो; पण जसजसा अधिकाधिक प्रयत्न करू लागलो, तसतसं माझ्या लक्षात येऊ लागलं की, मला तुरुंगातच डांबून ठेवण्याबाबत त्यांच्यात मिलीभगत आहे आणि त्यातून दोघांच्या गुप्तहेरखात्याला जास्तीतजास्त फायदा मिळवायचा आहे. परंतु या फायद्याचं स्वरूप काय आहे किंवा असावं ते मला समजेना.

मला त्यांनी अटक करण्यापूर्वी मी एक 'ऑक्सिमोरॉन' हा शब्द पाहिला होता. दोन विरुद्धार्थी शब्द एकत्र करून त्यातून विशेष गोष्ट सांगायची, असा तो एकूण प्रकार असतो. पण प्रत्यक्ष व्यवहारात या संकल्पनेची अंमलबजावणी होताना मी बघितली. जसं की सैन्यदल आणि बुद्धिमत्ता यांचा परस्परसंबंध याबाबतीत अनेक सैनिक पोलीस असा विनोद करीत असत, ते म्हणत, "तुम्ही सैन्यदलात असणं आणि बुद्धिमान असणं अशा दोन्ही गोष्टी एका वेळी असू शकत नाहीत."

त्यांच्याजवळची माहितीसुद्धा अगदी बुचकळ्यात टाकणारी होती. मी कागदपत्रांवर सही केल्यावर मग अमेरिकन्सची वागणूक खूपच मवाळ झाली आणि आता ते

माझ्याशी जणू आम्ही एकमेकांचे मित्रच असल्यासारखे गोडीनं वागायला लागले.

एफ.बी.आय.चा हस्तक असलेल्या माईकला मी इस्लामाबादमध्ये भेटलो होतो. तिथे त्याच्याशी बोललो होतो आणि एफ.बी.आय.चा दुसरा हस्तक रॉबची अन् माझी बाग्राम आणि कंदाहार अशा दोन्ही ठिकाणी गाठ पडली होती. ही दुक्कल ग्वांटानामोत आली असताना माझ्या कोठडीत मला भेटायला आली. त्या वेळी अगदी अचानक माईक म्हणाला, ''तू तुझा शर्ट वर करून दाखवतोस का? तुझ्या शरीरावर काही खुणा आहेत का ते बघायचंय.''

''मला इथे आणल्यावर माझे संपूर्ण नग्नावस्थेतले काढलेले फोटो तुमच्याकडे आहेत.'' मी पुटपुटलो. पण शेवटी मी त्यांना शर्ट वर करून दाखवला.

त्या वेळी एक गोष्ट माझ्या लक्षात आली, अमेरिकन्सची एकमेकांना माहिती पुरवण्याची पद्धत अगदीच भंगार असावी. तसंच विविध संघटनांचं परस्परातलं सहकार्यही बेताचंच असावं. कारण इथे त्या विविध संघटना एकमेकांवर कुरघोडी करण्याच्या नादातच कामं करत होत्या. बाग्राममध्ये असताना एक जण मला म्हणाला होता, ''इथे उजवा हात काय करतो ते डाव्या हाताला माहीत सुद्धा नसतं.'' त्याच्या त्या सांगण्यामुळे मला प्रेषिताच्या वचनाची आठवण आली. 'तुम्ही जेव्हा कोणाला काही दानधर्म करत असता, तेव्हा ही गोष्ट डाव्या हाताची उजव्या हातालाही कळू देऊ नये'. स्वत: केलेल्या दानधर्माची स्वत:च टिमकी वाजवू नये त्यासाठी त्यांनी ते म्हटलं होतं. पण इथे मात्र मिळवलेली माहिती बरीच फुगवून चिकटवहीत चिकटवून टाकली जाई. हे काम एक गट करी तर दुसरा गट हीच माहिती घेऊन त्यात पदरचं तिखटमीठ लावून, ती आणखी वाढवून आपल्या फाईलमध्ये ठेवून देत.

माईकच्या त्या विचित्र विनंतीचं रहस्य, तसंच मी अल्-कायदाच्या शिबिरात प्रशिक्षक असल्याचं बाग्राममध्ये सी.आय.ए.चा मार्टिननं जोरदारपणे म्हटल्याचं कारण, मला त्यानंतर दीड वर्षांनी एको कँपमधून दुसरीकडे हलवण्यात आल्यावर लक्षात आलं. एका कैद्यानं मला असं सांगितलं की, त्याला अल्-कायदाच्या अल्-फारूक इथे उभारलेल्या शिबिरात प्रशिक्षण मिळालं होतं. हे शिबिर कंदाहारजवळ होतं आणि पुढे तो म्हणाला की, त्याला माझ्यासारखंच नाव असलेल्या कोणाबद्दल तरी कोणीतरी प्रश्न विचारला होता. माझ्या नावाचा प्रशिक्षक असलेला तो माणूस पाकिस्तानी होता. पण तो प्रशिक्षक सहा फूट दोन इंच उंच होता. त्याचं लग्न झालेलं नव्हतं, त्याला इंग्रजी बोलता येत नव्हतं आणि त्याच्या छातीवर बंदुकीची गोळी लागल्याची खूण होती, असंही या कैद्यानं अमेरिकन्सला सांगितलं होतं. माझी उंची जेमतेम पाच फूट तीन इंच होती आणि माझ्या छातीवर एकही खूण नव्हती.

परंतु अंदाज बांधणं, प्रश्न विचारणं तेवढ्यावरच थांबलं नाही. माझ्यासमोर

आफ्रिकन माणसासारख्या दिसणाऱ्या एका माणसाचा फोटो धरत रॉबनं विचारलं, "या माणसाला तू कधी पाहिलं आहेस का? एखाद्या छावणीत चुकून कुठे पाहिलं असलंस तर आठवून बघ."

"छे! मुळीच कुठेही पाहिलेलं नाही. कोण आहे हा माणूस?"

"जॉन मुहम्मद!... आता तरी काही आठवतंय का?"

"नाही. पण काय गंमत आहे, सगळ्यात जास्त वेळा आढळून येणारं ख्रिश्चन आणि मुस्लीम नाव हे असं एकत्रित? नक्कीच अमेरिकन असला पाहिजे."

त्या वेळी मला माहीत नव्हतं, पण रॉब पूर्वी अमेरिकन सैन्यात असलेल्या एका सैनिकाबद्दल बोलत होता. या सैनिकानं अमेरिकेत बारा माणसांचे मुडदे पाडलेले होते. असं जर होतं तर रॉबनं मला त्या माणसाबद्दल का बरं विचारलं? त्या माणसाचं नाव मुस्लीम होतं आणि बंदुकीच्या गोळीनं कसं मारावं हे त्याला माहीत होतं.

"हे दुसरं नाव ऐक, अबू-मुसाब-अल्-झरकावी.. हे नाव ओळखीचं वाटतंय का? तू अफगाणिस्तानात असताना हा इसम कदाचित तिथे असू शकेल."

"नाही, हे नाव तर मी कधीच ऐकलेलं नाही. कोण आहे हा...?"

"तो कोण आहे हे मुळीच महत्त्वाचं नाहीये."

"पूर्वी इंग्लंडमध्ये असताना हे नाव मी खूप वेळा ऐकलं होतं. एवढंच मला त्याच्याबद्दल माहीत आहे."

रॉब म्हणाला, "मोआइझम, तुझ्याबाबतीतली एक गोष्ट मला मुळीच समजत नाहीये. खरं तर जगात जाण्यासारख्या इतक्या दुसऱ्या जागा असताना तू इंग्लंडहून अफगाणिस्तानात आलासच का? तू जर अल्-कायदाचा सभासद नव्हतास, तू तालिबानशीही संबंध ठेवत नव्हतास, तर तू बायको मुलांना घेऊन इंग्लंड सोडलंसच का?" अमेरिकन तसंच ब्रिटिशांचादेखील माझ्या प्रवासामागच्या प्रेरणा आणि माझी उद्दिष्टं समजून घेताना नेहमीच गोंधळ उडत होता.

"एखाद्या प्रवासासाठी मी कुठल्याही संघटनेचा घटक असण्याची गरजच काय? या प्रश्नाचं उत्तर अगदी सोपं आहे रॉब, पण तू गोरा असल्यामुळे ते तुला समजणार मात्र नाही."

"काही तरी बोलू नको, अनेक काळी माणसं माझी चांगली दोस्त आहेत. तसंच अनेक मुस्लीम माझे मित्र आहेत."

"काय सांगतोस, खरं का हे? यांच्यापैकी किती जणांच्या घरी तू नेहमी जातोस? तुझी मुलं त्यांच्या मुलांबरोबर किती वेळा एकत्र खेळतात? अर्थात शाळेबाहेरचं म्हणतोय मी. ती मुलं जर एकाच शाळेत जात असतील तर माझ्या या प्रश्नाला अर्थ आहे. निदान तू आणि तुझे हे मित्र एका परिसरात तरी राहता का?"

माझ्या प्रश्नांपैकी एकाचंही त्यानं उत्तर दिलं नाही.

"आणि अमेरिकेत तर चारशे वर्षांहून अधिक काळ काळे लोक राहत आहेत. माझा जन्म इंग्लंडमध्ये झालाय; शिवाय मी तिथेच लहानाचा मोठाही झालोय, पण मी स्वत:ला आजतागायत कधी इंग्लिश माणूस मानू शकलेलो नाही आणि इंग्रजांनीही मला कधी आपला म्हटलेलं नाही. खरं तर कुठल्याही सामान्य इंग्रजापेक्षा मला इंग्रजांचा इतिहास, इंग्रजी भाषा, इंग्रजीतलं साहित्य या सगळ्याची नक्कीच जास्त जाण आहे. तरीही मी इंग्रज नाहीये... मी ख्रिश्चनसुद्धा नाहीये. एवढंच नव्हे तर माझे पूर्वज अक्षरश: दुसऱ्या जगतातले आहेत. कृपा करून गैरसमज करून घेऊ नकोस. संपूर्ण युरोपात आढळणार नाही इतक्या विविध संस्कृतींचा संगम आज ब्रिटनमध्ये झालेला आहे आणि तरी या देशातल्या अनेक भागांत मी गेलो की, तिथे मला मी परका असल्याची जाणीव होते. मला माझ्या काळ्या रंगासकट आणि या दाढीसकट, तसंच बुरखा घातलेल्या माझ्या बायकोला घेऊन अशा एखाद्या इंग्लिश खेड्यात जायचंय, जिथे माझ्याकडे कोणीही टक लावून बघणार नाही, की मला तिथे वाळीत टाकणार नाही. मी जिथे राहतो त्या परिसरात जाऊनच मला एकदा हे सगळं अनुभवायचंय. मला एकदा सर्वसामान्य इंग्रजाला हे दाखवून द्यायचंय की त्यांच्यासारख्याच अनेक साध्या गोष्टी आम्हालाही हव्या असतात. ज्या ते मिळवत असताना त्यांना माझी भीती वाटणार नाही. इंग्रजांनी मला स्वीकारावं अशी माझी इच्छा आहे. त्यांनी मला केवळ सहन करू नये, तर माझा खराखुरा स्वीकार करायला हवा. एक अमेरिकन म्हणून यातलं तुला किती समजलं ते मला माहीत नाही; पण एक खरं की माझ्यापेक्षा ब्रिटिश समाज तुझा मात्र चटकन स्वीकार करेल. कारण काही झालं तरी तू एक गोरा आहेस आणि मी आता असंही म्हणतो तू ख्रिश्चनही आहेस."

"ज्या समाजात तुला सामावून घेतलं जाईल तिथे तुला जायचं होतं हे माझ्या लक्षात आलंय; पण तरीही प्रश्न उरतोच. तू अफगाणिस्तानच का निवडलंस?"

"एक क्षणभर तर्कशास्त्र लढवून विचार कर, जर मी गोरा असतो आणि मुस्लीम नसतो, तर तू मला हा प्रश्न विचारला असतास का? पृथ्वीच्या पाठीवर असा एकही देश नाही की, जिथे ब्रिटिश नागरिकत्व असलेली व्यक्ती राहत नाही. अफगाणिस्तानमध्ये मी युरोपियन गोरी आणि अमेरिकन्ससुद्धा त्यांच्या त्यांच्या कुटुंबांबरोबर राहून उद्योग व्यवसाय करत असलेले पाहिले आहेत. तिथे गेले म्हणून लगेच ते सलवार-कमीज वापरायला लागत नाहीत. स्थानिक भाषा तर अनेकांना बोलता सुद्धा येत नाही. यातले कोणीही काळ्या कातडीचे नाहीत, ते कधीही मशिदीत जाऊन प्रार्थना करत नाहीत आणि तरीही कधी कुणीही त्यांच्या तिथे येण्यामागच्या उद्देशावर प्रश्न विचारत नाही. माझ्या पूर्वजांपैकी काहींना अफगाणिस्तानात

मूठमाती देण्यात आली होती. मी अफगाणी लोकांसारखा पोशाख करून त्यांच्या प्रार्थनास्थळी जाऊन प्रार्थना केली. मी जी भाषा बोलतो ती भाषा तिथल्या बहुसंख्य लोकांना समजते आणि मला त्यांच्याबद्दल वाटणारी करुणा, ते फक्त मानव आहेत एवढ्यापुरतीच नसून, त्याही पलीकडे जाऊन पोहोचणारं काहीतरी त्यात आहे. तुमच्या देशानं पाठिंबा दिलेल्या युद्धामुळेच फक्त नव्हे, तर नैसर्गिक आपत्तींमुळे सुद्धा या देशातल्या लोकांनी अपरंपार दु:ख सोसलंय. मला एका इस्लामी राज्यात राहायचं होतं... अशा राज्यात, जिथे इतर मुस्लीम राज्यांत सर्रास आढळून येत असलेला भ्रष्टाचार अन् हुकूमशाही नसेल.''

''हं! म्हणून मग तू या तालिबानींना निवडलंस होय?''

''मी अफगाणिस्तानची निवड केली. अर्थात मी मान्य करतो की ती माझी चूक होती. पण हे सगळं ११ सप्टेंबरच्या त्या हल्ल्याआधीच घडून गेलं होतं नाही का? मला वाटतं मी अजूनही अफगाणिस्तानात आनंदाने राहू शकेन.''

''बरोबर आहे. तू तिथे अल्-कायदाचा नाहीतर तालिबानचा सभासद म्हणून नक्कीच राहू शकशील.''

''माझं म्हणणं तुम्हाला समजूच शकणार नाही हे मला माहीत होतं. गेल्या पंचवीस वर्षांत तिथे जे काही घडलं, त्याच्याशी तुलना करताना तालिबानी नक्कीच चांगले होते. तू कधीही अफगाणिस्तानला गेला नाहीस... तालिबान तिथे येण्याआधी किंवा तालिबानच्या राजवटीतसुद्धा तू तिथे गेलेला नाहीस. लहान मुलांशी लैंगिक व्यवहार, बलात्कार, जबरी चोरी, लुटालूट, खून आणि अफूचं उत्पादन घेणं हे सगळं तालिबानी सत्तेवर आल्यावरच थांबलं.''

''आणि सुरू झालं हात-पाय तोडणं, बेदम मारहाण करणं आणि खंडणी वसूल करणं...''

''अस्सं! अमेरिकेनं मृत्युदंडाची शिक्षा देणं बंद केलंय की काय? तालिबानींनी जी अनेक कृत्यं केली, ती मला मुळीच पटलेली नाहीत. पण यापैकी काही कृत्य किंवा त्याहूनही वाईट घटना तालिबान सत्तेवर येण्याआधी इथे घडत होत्या. अफगाणिस्तानातला समाज हा आदिवासी टोळ्यांनी मिळून बनलेला आहे. अमेरिकेतसुद्धा मूळच्या रहिवासी असलेल्या आदिवासींसाठी वेगळे नियम आहेत, जे इतर अमेरिकनांना अत्यंत जंगली, मागासलेले वाटतात. शरियाच्या (मुस्लीम धर्मग्रंथ) त्यांनी लावलेल्या अर्थामुळे आणि त्यांनी त्यातल्या मूलतत्त्ववादाचं प्रत्यक्षात आचरण करण्याची सक्ती करायला सुरुवात केल्यापासून, ते सगळ्या जगापासून एकटे पडले आहेत हे मला माहीत आहे. हे सगळं त्यांनी स्वत:च ओढवून आणलंय हेही मला माहीत आहे. परंतु आता युद्धखोर मंडळी तिथे पुन्हा आल्यामुळे ते जे काही होतं त्यापेक्षा कमी झालं आहे.''

मला एकदम आठवलं, बाग्राममध्ये असताना शरीफ अमेरिकन्सना सांगत होता. तालिबानचा पाडाव झाल्यावर अफू बनवण्यासाठी उत्पादित करायचा कच्चा माल तिपटीने वाढला आहे. शेती अफूच्या उत्पादनासाठी तिपटीने जास्त वाढवण्यात आली, शिवाय ज्या युद्धखोरांनी पुन्हा डोकं वर काढलं होतं आणि अमेरिकनांशी संधान जुळवलेलं होतं, त्यांनीच पुन्हा लहान मुलांच्या लैंगिक शोषणाच्या उद्योगाला चालना दिली.

"बरं ते जाऊ दे, मोआझ्झम, ११ सप्टेंबरची घटना घडली नसती तर आम्ही चुकूनसुद्धा अफगाणिस्तानात पाऊल ठेवलं नसतं."

"मी सुद्धा तुमच्या या म्हणण्यावर विश्वास ठेवला असता, पण तुम्ही म्हणताय ते धादांत खोटं आहे. मला वाटतं अफगाणिस्तानावर आधीपासूनच तुमची नजर होती. वस्तुस्थिती अशी आहे की, तुम्ही जगाच्या पाठीवर कुठेही शुद्ध स्वरूपातलं मूलतत्त्ववादी मुस्लीम राष्ट्राचं अस्तित्व सहन करू शकत नाही."

जवळजवळ सहा महिने मी एका बाजूच्या त्या एकांतवासाच्या कोठडीत राहिलो. तिथे रात्रं-दिवस विजेचा दिवा जळत असे. रात्री त्या दिव्याचा उजेड थोडा कमी करत इतकंच. या परिस्थितीत बाहेर दिवस उगवलाय की रात्र सुरू झालीय हे मला निश्चितपणानं सांगता येत नसे. याला अपवाद फक्त मला जेव्हा करमणुकीसाठी मैदानात घेऊन जात तेवढाच असे. तसंच जेव्हा केव्हा पहारेकरी इथलं दार उघडत किंवा पहारेकऱ्यांच्या पाळ्यांमध्ये बदल होईल, तेवढा फक्त मला वातावरणातला दिवस-रात्रीचा बदल जाणवे. मला मुख्य इमारतीतली प्रार्थनेची बांग ऐकू येत नसल्यामुळे, दर वेळी प्रार्थनेसाठी मला पहारेकऱ्यांना किती वाजले ते विचारावं लागे. कोठडीच्या मागच्या भागातून माझ्या कानी जर काही पडत असेल, तर ते सकाळी आठला अन् सूर्य मावळायच्या बेताला वाजणारं अमेरिकेचं राष्ट्रगीत. सैनिक गाड्या थांबवून राष्ट्रीय झेंड्याला सलाम करीत. मग तो झेंडा कुठेही लावलेला असू दे! तो आवाज ऐकला की खरोखर माझा अगदी मस्तकशूळ उठे.

या काळात एको छावण्यांसाठी आणखी बांधकाम त्यांनी सुरू केलं होतं, त्यात अजून बारा कोठड्या बांधल्या जाणार होत्या. यंत्रसामुग्रीचा आणि इतर आदळआपट केल्याचा आवाज मला ऐकू येत असे. अनेकदा मला कोणीतरी टकटक करत असल्याचं ऐकू येई. खोलीत शिरण्यापूर्वी दारावर टकटक करणं ही तशी अगदी सामान्य गोष्ट होती. वैद्यकीय अधिकारी किंवा तसंच कोणीतरी असेल अशा समजुतीत पहारेकरी जेव्हा कोण आलंय ते बघायला जात, तर तिथे तसं कोणीच दिसत नसे. एक दिवस त्यांनी शोधून काढलं, दारावर टकटक करणारा सुतार पक्षी होता. कार्टूनमध्ये दिसणाऱ्या वुडीसारखा लाल डोक्याचा सुतार पक्षी! त्याच्या आयुष्याचं ध्येयच मुळी इतरांची करमणूक करण्यासाठी कोणाला तरी

छळायचं! कोठडीला भेट देणाऱ्या एका कर्नलला ही फुकटची कटकट वाटली म्हणून मग त्यांनी पहाऱ्यावर असलेल्या पहारेकऱ्यांना छोट्याछोट्या दगडांच्या माऱ्यानं त्या छळवाद्याचा बंदोबस्त करायला सांगितला. या कर्नलला याहून महत्त्वाचं करण्यासारखं जणू काही नव्हतंच.

मला दुसऱ्या कोठडीत हलवल्यानंतर त्या खोलीला अन् त्या खोलीतल्या कोठडीला 'दी सीक्रेट स्क्विरल' असं नाव देऊन टाकलं होतं. ही एक सांकेतिक भाषा होती. त्याचा अर्थ इथे कुठल्या दोन व्यक्तींना ठेवलं होतं ते कोणालाही माहीत नव्हतं. ज्या दोन व्यक्तींना तिथे ठेवलं होतं, त्यांच्या चौकशीसाठी कोणी वेगळेच चौकशी अधिकारी येत असत. तसंच त्यांना सैन्यदलाच्या दुसऱ्याच कुठल्या तरी विभागाकडून तिथे ठेवण्यात आलेलं होतं. त्या दोन अति गुप्तता पाळलेल्या कैद्यांच्या मानानं माझी पातळी आता खालची किंवा कनिष्ठ म्हणावी अशी झाली होती. एको छावणीतील पहारेकऱ्यांना मी कोण आहे ते माहीत नव्हतं किंवा मला तिथे कशासाठी ठेवण्यात आलंय याविषयी सुद्धा त्यांना काहीच कल्पना नव्हती. त्यांना एवढंच सांगण्यात आलं होतं की, युद्धात किंवा अतिरेकी कृत्य करताना पकडला गेलेला हा एक अति महत्त्वाचा माणूस आहे. एको छावणीतल्या एकांतवासाच्या कोठडीत ठेवला गेलेला मी पहिला कैदी असल्यामुळे, मी नक्कीच कोणीतरी अति महत्त्वाचा असणार अशी त्यांची खात्रीच पटली होती.

एकदा कर्नल 'निट-पिक', सुतार पक्षी प्रसंगानंतर मीच कर्नलचं हे ठेवलेलं टोपणनाव, हा सणसणीत उंच अन् प्रौढत्वाकडे झुकलेला आफ्रिकन-अमेरिकन माझ्या बराकीत आला अन् त्यानं तिथल्या सैनिकांना ते चोवीस तास माझ्यावर नजर ठेवून माझ्या बराकीसमोर बसत नाहीत म्हणून सज्जड दम भरला. कर्नल बराकीत आला तेव्हा पहारेकरी तिथेच एका कोपऱ्यात होता. कर्नल त्याच्या अंगावर धावून जात ओरडला, "तुझ्यावर समोरून पहारा करण्याची जबाबदारी आहे, तरीही तू तिथे नाहीस, म्हणजेच तू तुझं कर्तव्य एक सैनिक असून सुद्धा नीट बजावत नाहीयेस. तुझ्या अशा वागणुकीमुळे उद्या कदाचित अनेक सैनिक प्राणाला मुकतील."

मी त्यांच्या त्या वक्तव्यानंतर स्वत:शीच विचार करायला लागलो. जॉन वाईनच्या कुठल्या चित्रपटातून हा कर्नल बाहेर आलाय? आणि यानं सैनिकाला माझ्यासमोर इतकं का झापलं? कुठलंही चातुर्य नसलेल्या या कर्नलला असं वाटतंय की, नारिंगी रंगाच्या कपड्यातल्या पिंजऱ्यात ठेवलेल्या या कैद्याला इतर कैद्यांप्रमाणे इंग्लिश बोलता येत नाही, तसंच समजतसुद्धा नाही.

कर्नल फॉस्टर नावाच्या सैनिकाला म्हणाला, "इथे ठेवलेला हा माणूस अतिशय महत्त्वाचा आहे. म्हणून तुम्ही त्याच्यावर सतत नीट लक्ष ठेवायला हवं." आता मी 'अति महत्त्वाची व्यक्ती' ठरलोय म्हणायचं, मी स्वत:शीच म्हणालो. खरं

एखाद्यानं चित्रपटात रममाण होऊन बाहेरचं जग तेवढ्यापुरतं विसरून जावं तसा! यातली अनेक पुस्तकं मी अधाशासारखी वाचून टाके आणि नवी पुस्तकं कधी मिळणार म्हणून त्यांची वाट बघत राही.

सगळीकडे नुसता कंटाळा कंटाळा भरून राहिला होता, आळस आणि कंटाळ्यामुळे मी संपूर्ण दिवस साधा व्यायामही केला नव्हता. कुराणाचं पठण तरी किती करणार ना? त्यालाही मर्यादा होत्याच. मला आता माहितीपूर्ण पुस्तकं हवी होती. तसंच विद्यापीठातल्या एखाद्या अभ्यासक्रमासाठी मी नाव नोंदवावं असंही माझ्या मनात येई. मला माहीत होतं, तुरुंगात राहूनही काही बहाद्दरांनी पदव्युत्तर शिक्षण पूर्ण केलेलं होतं, तर काहींनी विद्यावाचस्पती (डॉक्टरेट) देखील मिळवली होती. पण हे असं वाटणं या परिस्थितीत फारच महत्त्वाकांक्षी ठरलं असतं.

रोजच्या त्याच त्याच जगण्यातला साचेबंदपणा घालवण्यासाठी, त्या विरुद्ध झगडण्यासाठी मी पुन्हा याद्या बनवायला सुरुवात केली. मी यातल्या बऱ्याचशा याद्या आठवेल तशा करत होतो. जसं की मी कोणकोणती पुस्तकं आजवर वाचली त्यांची यादी, मला जी पुस्तकं वाचावीशी वाटत होती त्यांची यादी. शब्दसंग्रह तयार करायला लागलो, मग उपयुक्त अशा विशेषणांची यादी बनवायला सुरुवात केली, तसंच लॅटिन आणि फ्रेंचमधले शब्द आणि वाक्प्रचार यांची मी एक यादी तयार केली. शिवाय वाचलेल्या पुस्तकातली सुभाषितं देखील मी नोंदवून ठेवली. एक यादी शब्दांच्या उत्पत्तीबद्दल तयार केली. जसं की काही शब्दांचं मूळ हिब्रू किंवा उर्दू, अरेबिक, लॅटिन अशा भाषांमधून सापडत होतं. आणखी एक यादी तयार केली, त्या यादीत मी अरेबिक, हिब्रू आणि ग्रीक भाषांमधल्या विविध चिन्हांचा तौलनिक अभ्यास नोंदवून ठेवला. आणखी एका यादीत जगातले विविध देश आणि त्या देशांच्या राजधान्या लिहिल्या. एक यादी मूलभूत द्रव्यं त्यांचा अणुभार आणि त्यासाठी वापरलेली चिन्हं यांची बनवली. मग मी ज्या ज्या प्रार्थना करत असे त्याची स्वतंत्र यादी बनवली आणि त्याच्या जोडीला प्रेषित मोहम्मदांच्या जोडीदारांचीही नोंद करून ठेवली. अशीच एक नोंद, इतिहासात ज्या व्यक्तींनी स्वत:च्या कर्तृत्वाची छाप त्या त्या कालखंडावर पाडली, त्या व्यक्तींची नावं तसंच गाजलेल्या व्यक्तींची नावं नोंदवून ठेवली. विषयांची एक यादी अशी तयार केली, की ज्यांचा अभ्यास करायला मला आवडेल असता. आणखी एक नोंद करून ठेवली, ती म्हणजे मी घरी पाठवलेल्या तसंच मला घरून मिळालेल्या पत्रांची नोंद.

घरच्यांना लिहायची पत्रं अतिशय काटा काळजीनं लिहिणं हा देखील कंटाळ्यावरचा एक उपायच होता. पत्रात काय काय मजकूर लिहायचा, याचा विचार करण्यात मी बराच वेळ घालवीत असे. पण केवळ लिहायचं म्हणून मी नुसतं कधीच खरडत नसे. पत्रं लिहिण्यापूर्वी त्यात जर अमुक एक मजकूर लिहिला तर त्याचा माझ्या

बायकोवर काय परिणाम होईल याचा मी विचार करीत असे. मी पत्रात लिहिलेला प्रत्येक शब्द, दिलेला सल्ला तिला कसा वाटेल, याचा मी विचार करीत असे. जर मी लिहिलेल्या पत्राची तपासणी झाली, जर ते पत्र पुढे माझ्या माणसापर्यंत पोहोचू नये असं मधल्या एखाद्या अधिकाऱ्याला वाटलं आणि ते पत्र तसंच बाजूला ठेवलं गेलं, तर मला त्याचं हे असं सगळं करणं हे माझ्या मूलभूत हक्कावर गदा आणल्यासारखं वाटे. सर्वसाधारणपणे मी नेहमीच स्वत:वर पूर्ण ताबा ठेवून असे; पण ही अशी गोष्ट घडली तर मात्र मी विलक्षण निराश होई. माझ्या कुटुंबीयांशी संपर्क ठेवण्याचा मला अन् तसंच त्यांनाही माझ्याशी संपर्क ठेवण्याचा हक्कच होता.

पत्रांची तपासणी करण्याबद्दल आणि मला घरच्यांची पत्र न मिळण्याबद्दल मी अगदी नेहमी तक्रार करीत असे आणि माझ्या या तक्रारीवर ते देखील न चुकता ठोकळेबाज उत्तर देत, "ती पत्रं इथून तर पाठवली, त्यांचं पुढे काय झालं ते माहीत नाही किंवा तुला तुझ्या घरच्यांचं पत्रं का मिळालं नाहीये ते आम्ही कसं सांगू शकणार? कारण आमच्यापर्यंत अजूनतरी काहीच पोचलेलं नाही." अशीच काहीतरी निरर्थक उत्तरं असत.

एवढं खरं की जे काही प्रत्यक्षात घडे त्याचं स्पष्टीकरण ते देऊ शकत नसत. त्यांनी एकदाही उघडपणे हे म्हटलं नाही की, 'आम्ही तुझी पत्रं इथेच अडवून ठेवलेली आहेत आणि आम्हाला वाटलं तर आम्ही ती इथून पुढे पाठवू किंवा जी पत्र पाठवावीशी वाटणार नाहीत ती इथेच अडवून ठेवू.' त्यांनी जर इतक्या प्रांजळपणे ते सांगितलं असतं, तर ते खेळत असलेल्या जीवघेण्या खेळापेक्षा ते नक्कीच परवडलं असतं. ते खुशाल मला सांगत, "आम्ही तुला पत्र लिहायची परवानगी देतोय, तसंच इतरांकडून तुला आलेली पत्रं देखील तू घेऊ शकतोस." 'आम्ही कैद्यांचा हा हक्क शाबीत ठेवलेला आहे.' हे रेडक्रॉसच्या लोकांना दाखवण्यासाठी ते हा खेळ खेळत असणार.

व्यक्तिगत पातळीवर अजूनपर्यंत तरी मी कुठल्याही पहारेकऱ्यावर रागावलेला नव्हतो. या पहारेकऱ्यांपैकी आरमार विभागातून इथे आलेली एक तरुण स्त्री पहारेकरी, माझ्याशी अतिशय मित्रत्वानं वागे. तिला माझ्याबद्दल बरंच कुतूहल वाटत असावं, कारण ती जेव्हा खोलीत शिरली तेव्हा ती सरळ माझ्या कोठडीजवळ बसून तिनं माझ्याशी बोलायला सुरुवात केली. तिला इस्लामी संस्कृतीत भलताच रस होता. तसाच रस अरेबिक भाषेतही होता. आमच्यातल्या काही जणांशी बोलल्यावर तिनं या विषयावरची काही पुस्तकं मागवली होती. ती विवाहित होती अन् तिला एक मूल होतं. कुत्र्यांना हाताळणाऱ्या एकाला तिनं एकदा सांगितलं, की तिनं इस्लामबाबत पुस्तकं मागवल्याचं समजल्यामुळे तिचा नवरा एकदम नाराज झाला. त्यानंतर बडबड्या फॉस्टरकडून मी जी माहिती त्यासंबंधी मिळवली

ती अशी होती– ज्या इसमाशी ती बोलली होती तो एक काळा मुस्लीम होता. पण त्याच्या एकूण वागण्याबोलण्यावरून ही गोष्ट समजून येण्यासारखी नव्हती. तो तिच्याशी बोलत असताना माझ्या कानी पडलेले शब्द असे होते, 'तुझा नवरा जरा अधिक मोकळ्या मनाचा असायला हवा होता आणि ज्या धर्माबद्दल त्यांनी ते उद्गार काढले, त्या धर्माविषयी संपूर्ण अज्ञान असण्यापेक्षा त्याबद्दल बोलण्याआधी त्यानं थोडीतरी माहिती करून घ्यायला हवी होती.'

ग्वांटानामोत आल्यावर दोन सैनिकांनी त्यांचा मूळचा धर्म बदलून मुसलमान धर्म स्वीकारल्याचं मला माहीत होतं. त्याबद्दल मी पहिल्यांदा फक्त पहारेकऱ्यांकडून नुसतं ऐकलं होतं. पण मग समजलं की तो एक प्युर्टोरिको या देशाचा होता अन् कैद्यांच्या विभागात जाऊन तो त्यांच्याबरोबर प्रार्थना सुद्धा करीत असे. मला असं समजलं होतं, की त्याच्या तशा वागणुकीचा उल्लेख 'शत्रूशी बंधुभाव जुळवणारा' अशा शब्दांत करीत, एवढंच बोलून ते थांबले नाहीत तर त्यांनी त्याची इथून उचलबांगडी करून त्याला दुसरीकडे पाठवून दिलं. 'इस्लाम धर्म' स्वीकारलेली दुसरी व्यक्ती दक्षिणेकडची एक काळी स्त्री होती. एको शिबिरात मी काही वेळा तिच्याशी बोललो आणि मग माझ्या लक्षात आलं की या बाईनं खूप विचार करून आणि अभ्यास करून हा निर्णय घेतलेला आहे. तसंच तिनं इथल्या कैद्यांबरोबर या विषयावर विचारविनिमय आणि चर्चादेखील केलेली आहे. इस्लाम धर्म स्वीकारण्याचा आपला निर्णय जाहीर करावा की नाही याविषयी ती बरीच संभ्रमात होती. कारण ते कळल्यावर इथले अनेक सैनिक तिच्याशी शत्रुत्व पत्करतील याची तिला कल्पना होती. या बेटावरचे सामान्य नागरिक असलेले मुस्लीम होते, तसंच सैन्य दलातले जे मुस्लीम होते त्यांचीही गत यांच्यापेक्षा वेगळी करण्यात आलेली नव्हती. या पार्श्वभूमीवर मुस्लीम धर्म स्वीकारल्याचं जाहीर करायला तिनं काचकूच करणं मी समजू शकत होतो.

सैनिक परस्परात बोलताना अनेकदा माझ्या कानी पडे. त्यांच्या दैनंदिन सैनिकी जीवनातली बढती वा पदावनती, अफगाणिस्तान आणि इराकच्या निर्माण झालेल्या परिस्थितीमुळे उत्पन्न झालेली अनिश्चितता, शारीरिक क्षमतेसाठी द्याव्या लागणाऱ्या चाचण्या आणि या चाचण्यांचं दडपण, (फॉस्टर आणि दुसऱ्या एकाला मी माझ्या कोठडीच्या खोलीत याच मुद्द्यावरून हमरीतुमरीवर आलेलं पाहिलं होतं.) पैसा, कुटुंब, त्यांच्या मैत्रिणी, लग्नाच्या बायका एक ना दोन अनेक गोष्टींवर ते माझ्याशी मोकळेपणानं बोलत. एकदा तर इथे एका सैनिकाला त्याच्या बायकोनं त्याला सोडून दिल्याचं समजलं होतं. तेव्हा त्यानं स्वत:वरच गोळी झाडून घेऊन आत्महत्या केली होती. दीर्घ काळ कुठेतरी दूर काम करून घरी परत गेल्यावर त्यांना जेव्हा आढळलं की, त्यांचं प्रेमपात्र, जिच्यावर त्यांनी अतोनात जीव लावलाय, ती आता

त्यांची उरलेली नाही, तेव्हा त्यांनी तिचा खून करायलाही मागेपुढे पाहिलं नाही. एकदा तर माझ्यासमोरच एका तरुण सैनिकाला जेव्हा समजलं की त्याची बायको त्याला सोडून दुसऱ्याबरोबर गेली, तेव्हा तो अक्षरश: कोसळलाच. बायकोच्या व्यभिचाराबद्दल कळल्यानंतर त्यानं बाहेरख्यालीपणा केला. त्यानं ग्वांटानामोतल्या एका पोरीबरोबरच संधान जुळवलं. पण हे सगळं अमेरिकन सैन्यदलात शिक्षेस पात्र असं वर्तन समजलं जात असल्यामुळे त्याला त्यानंतर इथून हलवण्यात आलं. या सगळ्यावर कडी म्हणजे सर्वसामान्य माणसाला या स्वरूपाच्या भयाचा कधीही अनुभव येत नाही; परंतु इथल्या सैनिकांना मात्र युद्ध आघाडीवर आपल्याला पाठवलं जाण्याचं भय नेहमीच वाटत असे.

मी जेव्हा त्यांनी आयुष्यात बाळगलेल्या महत्त्वाकांक्षेविषयी, काय साध्य करायचं होतं याविषयी जाणून घ्यायला लागलो, त्या वेळी मला माझा अंदाज खरा ठरल्याचं आढळलं. ही सगळीच मंडळी भलतीच ऐहिकतेच्या मागे लागलेली होती. दुसऱ्याला देण्यातून किती अन् कसं समाधान मिळतं ते मला माहीत आहे. मग मी दान देताना घरी असलो किंवा परकीय भूमीवर असलो तरीही! परंतु हे सैनिक ज्या भोगवादाविषयी इतकं लसलसून बोलत असत, तरीही त्यात एकूणच मला असं वाटलं की, या मंडळींना अगदी सैन्यदलात सामील होणं त्याबद्दलही बांधिलकीची भावना कमीच होती. त्यांनी जे सांगितलं त्यावरून माझ्या असं लक्षात आलं की, त्यांच्यापैकी फारच थोडे सैनिकी पेशात आयुष्याचं ध्येय म्हणून आले आहेत. त्यांच्यातल्या अनेकांनी खड्या सैन्य दलाच्या करारावर सह्या सुद्धा केलेल्या नव्हत्या. इथले बहुसंख्य सैनिक 'नॅशनल होमगार्ड'चे नाहीतर राखीव सैन्य दलातले होते. आपल्याला आपल्या आयुष्यातला अगदी महत्त्वाचा कालखंड पूर्णवेळ सैनिक म्हणून काम करण्यात घालवावा लागेल, याची सुतराम कल्पनासुद्धा त्यांची इथे पाठवणी होऊन कामाला लागेपर्यंत त्यांना आली नव्हती.

जसजसे दिवस जाऊ लागले, तसतसा त्यांना माझ्याबद्दल विश्वास वाटायला लागला आणि म्हणून त्यांनी मला त्यांच्या गप्पांमध्ये सामील करून घेतलं. अशा गप्पा मारताना आमच्यात एक मोठा फरक मात्र होता, तो म्हणजे ते बाहेर असत अन् मी पिंजऱ्यात. कधीकधी वैतागून ते म्हणत, "झक मारली अन् सैन्यदलात आलो." त्यांना इथे म्हणजे तुरुंगात असल्यासारखंच वाटे. त्यांची ही भावना ते फक्त शरीराने इथे होते म्हणून नव्हती, तर त्यांना सैन्यदलातूनच बाहेर पडायचं होतं, पण त्यांना तसं करता येत नव्हतं म्हणून होती. त्यांच्यातले जे अतिच त्रासलेले असत, त्यांना शेवटी मी म्हणे, "खरं बोलायचं तर तुम्ही जेव्हा सैन्यदलात सामील झालात, तेव्हा अमेरिका म्हणजे नेमका काय प्रकार आहे हे तुम्हाला चांगलंच माहीत होतं. शिवाय गेली दहा ते पंधरा वर्षं अमेरिकन सैन्य जगभर काय

उद्योग करतंय तेही तुम्हाला माहीत होतं. म्हणून मग आता आहे ते गोड मानून घ्या झालं.'' त्यांना यातलं काहीच माहीत नव्हतं असं अनेकांनी म्हटलं. कदाचित त्यांचं म्हणणं खरं असावं. या लोकांना त्यांच्या वैयक्तिक आयुष्यापलीकडे जगातल्या इतर कुठल्याच उलाढालींची खरोखरच काहीही माहिती नसे.

कालांतरानं त्यांच्यापैकी काही लोकांशी, आश्चर्य वाटावं अशा लोकांशी माझी जवळीक झाली. त्यांच्यापैकी एक म्हणजे कार्लसन, तो अगदी तरुण होता. ग्वांटानामोत तो एका आश्चर्यकारक परिवर्तनाला सामोरा गेला. एका अधिकाऱ्यानं त्याला माझ्याबद्दल काहीबाही सांगितलं होतं, ''या माणसाशी चुकूनसुद्धा बोलू नकोस कारण तो कुभांड रचणारा, भयंकर धोकादायकसुद्धा आहे. तो तुला एकदम सभ्य आणि चांगला माणूस वाटेल. पण खरं तर त्यानं मार्शल आर्टचं विशेष प्रशिक्षण घेतलेलं आहे आणि तो म्हणजे, इथे असलेल्या अत्यंत वाईट माणसांपैकी एक आहे.''

कार्लसन अगदी अस्सल अमेरिकन वाणाचा होता. त्याची ती सदा लाल असलेली मान आणि सगळ्यात महत्त्वाचं म्हणजे मला काहीही देताना तो कधीही खुशीत नसे. उदाहरणार्थ, मी जरी त्याच्याकडे टूथपेस्ट मागितली तरी ती मला देताना देखील त्याचं तोंड वाकडंच असे. नंतर मला समजलं की त्याचं ते दुर्मुख, त्याचं नुकतंच त्याच्या मैत्रिणीबरोबर बिनसल्यामुळे होतं. खरं तर याला त्या पोरीबरोबर लग्न करायचं होतं; पण बेबनाव झाल्यामुळे तो पुरता उद्ध्वस्त झाला होता.

एक दिवस मी किमला ऐकू जाईल इतपत मोठ्यांदा कविता म्हणत होतो. ती नेमकी त्यानं ऐकली. झैनाबसाठीची मी रचलेली ती पहिली कविता होती. त्या कवितेत झैनाबबद्दलच्या माझ्या तरल भावना ओतप्रोत होत्या. पण त्यात त्याहूनही मी माझी सखी कशी आहे यावर मी भर दिलेला होता. त्या कवितेच्या शेवटी मी 'जेत आमी' (*Je t'aime'*) हा फ्रेंच वाक्प्रचारही वापरलेला होता.

किम निघून गेल्यावर कार्लसन माझ्याजवळ आला अन् म्हणाला, ''तू रचलेली कविता मी ऐकली. ती खरंच फार सुंदर झालीय. मी सुद्धा एक कविता लिहिलीय. तुला ती ऐकायला आवडेल का?'' त्यानं नंतर त्याची कविता वाचली. त्या कवितेचा विषय, अर्थातच ज्या मुलीवर त्यानं अगदी जीव पाखडून प्रेम केलं होतं, ती मुलगी होता. या मुलीनं कार्लसन ग्वांटानामोत आला असताना त्याला फसवलं होतं. त्या सगळ्या यातना त्या कवितेत उतरल्या होत्या. त्यानं त्याची सगळी हकिकत बारीकसारीक तपशिलांसकट मला सांगितली आणि त्यानंतर त्याला माझ्याबद्दल पक्का विश्वास वाटायला लागला. त्यानंतर पुढे अनेक महिने त्या कथानकातील अनेक बारकावे माझ्यापर्यंत पोहोचत राहिले. जसं की तो म्हणे, ''तिला माझ्याकडे परत यायचंय किंवा ती आता दुसऱ्या कोणाबरोबर तरी आहे.''

यातून माझ्या लक्षात आलं होतं ते इतकंच की, ती दोघंही अतिशय भांबावलेली होती. नेमकं काय करावं ते त्या दोघांपैकी कोणालाच माहीत नव्हतं. माझ्या मते ती दोघंही अतिशय कोवळ्या वयातली आणि त्यातून अमेरिकन वाणाची जोडी होती.

आम्ही अन्य कितीतरी गोष्टींबद्दल, तसंच आजूबाजूला घडणाऱ्या घटनांबद्दलही बोलत होतोच. त्याला माझ्याबद्दल खरंच फार आपुलकी वाटते हे मला माहीत होतं. मी तिथे तुरुंगात असल्याबद्दल त्याला खरंच फार वाईट वाटे आणि तो तिथून जेव्हा गेला, तेव्हा तर आमच्यात खऱ्या मैत्रीचे बंध निर्माण झाले होते. आमच्यात अशी घट्ट मैत्री निर्माण होणं हे खरंच जरा चमत्कारिकच होतं. कारण साहित्य, प्रवास, फोटोग्राफी आणि काही मानवी व्यवहार या व्यतिरिक्त आमच्यात काहीच साधर्म्य नव्हतं. तो फक्त एकोणीस वर्षांचा कोवळा पोर होता, तर मी तेहतीस वर्षांचा परिपक्व माणूस होतो. त्याला दारू प्यायला खूप आवडायचं. दारू पिऊन उलटी करून सगळा राडा केल्याबद्दल तो सांगायचा. त्या वेळी ते तसलं काही ऐकायची सुद्धा मला इच्छा नसायची. मी एकदा त्याला तसं सांगितलंसुद्धा होतं.

एकदा चार दिवसांची रजा टाकून कार्लसन प्युएर्टो-रिकोला गेला नि त्यानं तिथे असंख्य फोटो काढले. त्यानं ते सगळे फोटो माझ्या कोठडीत मला दाखवायला आणले होते. माझ्यासाठी हे असं दुसऱ्या कोणीही केलं नव्हतं. तो माझ्याशी अत्यंत चांगलं वागला. त्याला वेळोवेळी योग्य सल्ला देण्याचा मी मनापासून प्रयत्न केला. त्याच्या डोक्यावर कर्जाचा डोंगर झाला होता, खरं तर त्याच कारणानं तो सैन्यदलात दाखल झाला होता. त्यामुळे त्यानं आता कसं वागलं पाहिजे नि कर्जाच्या बाबतीत काय केलं पाहिजे याविषयी मी त्याला समजावून सांगे.

एको शिबिरात येऊन माझ्याशी बोलेपर्यंत तो कसल्या दलदलीत सापडलाय याची त्याला कल्पना आली नव्हती, अशी कबुली त्याने माझ्याजवळ दिली.छावणीतल्या इतर विभागांत त्यानं काय काय केलं त्याविषयी तो मला सांगे. पण कुठला कैदी कुठल्या भानगडीत गुंतला होता ते मात्र तो मला कधीच सांगत नसे. "मी त्या कैद्यांबरोबर या गोष्टी केल्या. पण खरं सांगतो, मी त्यांच्याशी असा वागेन असं मला स्वत:ला सुद्धा वाटलं नव्हतं." तो पुटपुटे. पण त्यानं त्या कैद्याचं नेमकं काय केलं ते तो कधीच सांगत नसे. एकदा आपण त्या कैद्याच्या मुस्काडीत चार पाच वेळा भडकावल्याचं तो म्हणाला होता आणि ते तसं कधीही घडायला नको होतं असंच त्याला राहूनराहून वाटत होतं. "त्या वेळी मला काय झालं होतं कोण जाणे, म्हणून मी इतका खालच्या पातळीचं वागलो." तो पश्चात्तापानं बोलत राहिला होता.

त्या वेळी मी त्याला अधिक खोदलं नाही पण नंतर विचार केल्यावर मला वाटलं, त्याच्या एकूणच अमेरिकन जीवनशैलीवर या घटनेचा कसा परिणाम झाला असेल. पण त्याबद्दल मला कधीच काही समजणार नव्हतं.

१०

सत्त्व परीक्षा

ग्वांटानामोत आठ महिने काढल्यावर माझ्या असं लक्षात आलं की, मला वकील मिळेल असं जे आश्वासन अमेरिकनांनी दिलं होतं, ती निव्वळ एक थाप होती. त्यामुळे त्या अर्थानं राष्ट्राध्यक्ष बुशनं माझी अगदी घर का ना घाट का अशी अवस्था करून टाकली होती असं म्हणायला हरकत नाही. मला आता जन्मभर ग्वांटानामोतच राहायला लागणार असं वाटायला लागलं होतं. मी माझ्या धातूच्या पिंजऱ्यात असताना माझ्यावर पहाऱ्याला असलेल्या तरुण पहारेकऱ्यांचा, तसंच चौकशी अधिकाऱ्यांचा इथे नोकरी करण्याचा कालखंड संपून ते इथून निघून जात, त्यांच्या जागी नवे चेहरे येत. पण मी मात्र जसाच्या तसा धातूच्या त्या पिंजऱ्यात होतो. हळूहळू अमेरिकन सैन्यदलाची ताकद आणि त्यांच्यातला कठोरपणा माझ्या ध्यानात येऊ लागला होता. तसंच कुठल्याही व्यक्तीला सहज खतम करण्याची त्यांची ताकदही मला जाणवू लागली होती. कारण त्याचं ज्वलंत उदाहरण म्हणजे मी स्वत:च होतो.

इथला एक दिवस माझ्यासाठी एक धक्कादायक बातमी घेऊन उजाडला. उजाडताच पहारेकरी मला म्हणाला, ''रिझर्व्हेशनला जायचंय.'' याचा अर्थ माझी चौकशी होणार आहे, पण ती एको शिबिरात मात्र नव्हे. ग्वांटानामोतला मुख्य तुरुंग 'कँप डेल्टा', त्याच्या आसपास प्रथमच मला आणण्यात आलं होतं. मला नेहमी, सारखंच सगळ्याच गोष्टींचं कुतूहल वाटत होतंच, शिवाय माझ्या नेहमीच्या पद्धतीप्रमाणे त्याच्या जोडीला काहीतरी चांगलं, सकारात्मक घडण्याची मी अपेक्षा करत होतो.

कोठडीतच पहारेकऱ्यांनी मला तो 'थ्री-पीस सूट' घातला. म्हणजेच पूर्ण जेरबंद केलं अन् मगच बाहेर काढलं. वैद्यकीय कामासाठी वापरल्या जाणाऱ्या एका वाहनात मागच्या बाजूला त्यांनी मला बसवलं. ते वाहन इतकं छोटं होतं की, मी

अक्षरश: पहारेकऱ्याशेजारी अंगाचं मुटकुळं करून बसलो होतो. धातूची अंतर्गत रचना असलेल्या ओव्हनमधे बसल्यासारखं वाटत होतं. तिथे प्यायला पाणीही नव्हतं. एको शिबिरापासून डेल्टा शिबिरापर्यंतचं अंतर जेमतेम अर्ध्या मैलाचं सुद्धा नाहीये असं मी पहारेकऱ्यांना बोलताना ऐकलं होतं. रिक्रिएशनच्या मैदानाजवळच्या पिंजऱ्यात मला त्यांनी चढवल्यावर मी चटकन इकडेतिकडे पाहून घेतलं अन् मनाशी काही एक अंदाज बांधला. नागमोडी वळणाचा रस्ता एका चहुबाजूंनी बंदिस्त केलेल्या जागेकडे गेला होता. ही बंदिस्त जागा म्हणजेच 'डेल्टा शिबिर'. इथे दुरूनही मला प्रार्थनेसाठी दिलेली बांग ऐकू येत होती. मधेच कुठेतरी थांबत धीम्या गतीनं प्रवास चालू होता. असेच आम्ही तासभर प्रवास करीत होतो.

मला एकदम त्राण गेल्यासारखं वाटायला लागलं. त्यामुळे मी पहारेकऱ्याला म्हणालो, "हा महामूर्खपणा आहे. रिझर्व्हेशनला पोहोचायला एवढा वेळ का लागतोय? हाकेच्या अंतरावर ती जागा आहे. तरी एवढा वेळ?" मी एवढं टोकलं तरी पहारेकऱ्यानं मला काहीच उत्तर दिलं नाही. सपाटून पडलेल्या उन्हाच्या झळांचा... त्या गरमीचा त्यालाही त्रास होत होताच.

मला सकाळची न्याहारी मिळाली नव्हती. भल्या सकाळीच पहारेकऱ्यांनी मला कोठडीबाहेर काढलं अन् ते म्हणाले, "लवकर तयार हो, तुला इथून जायचंय. कारण कोणीतरी तुला भेटायला आलंय."

घामाच्या धारा माझ्या चेहऱ्यावरून आणि सगळीकडून वाहत होत्या. व्याकूळ होऊन मी म्हणालो, "कृपा करून मला घोटभर पाणी द्या."

"मी आतून दरवाजा उघडू शकत नाही आणि आपण तिथे पोहोचेपर्यंत ते दरवाजा उघडणार नाहीत." पहारेकरी म्हणाला. त्यानं दारावर धडका मारून बघितल्या असणार किंवा त्याच्या जवळच्या रेडिओचा वापर त्यानं केला असणार; पण शेवटी त्यानं मुकाट्यानं वाट बघायचं ठरवलं. सैन्यदलाचा हा आडमुठेपणा, माणुसकीच्या नात्यानं परिस्थितीचे आकलन करू न शकणं, या सगळ्यामुळे मला विलक्षण हताश वाटायला लागलं. खरं तर मी नेहमीच माझा राग माझ्या आटोक्यात ठेवत असे. अचानक गाडीतच मला भडभडून उलटी झाली. वैद्यकीय मदतीसाठीचं ते वाहन असल्यामुळे गाडीत बादली होती. पहारेकऱ्यानं ती बादली कशीतरी माझ्याजवळ आणून ठेवली. शेवटी एकदाचं त्यानं गाडीचं दार एवढ्या जोरात बडवलं की, त्यांचं आमच्याकडे लक्ष वेधलं गेलं. एकदाची गाडी थांबली आणि त्यांनी मला घोटभर पाणी दिलं आणि बाहेर पडायलाही मदत केली.

मी माझ्याच्यानं होईल तेवढं शांत राहण्याचा प्रयत्न करीत होतो. तरीही शेवटी म्हणालोच, "किती कटकटीचं आहे हे. या वाहनात मागच्या बाजूला मी किती काळ होतो याची तुम्हाला काही कल्पना आहे का?"

''काय उगाच लावलीय भुणभुण, तो पहारेकरीसुद्धा तुझ्या शेजारी तितकाच वेळ आत होता ना?''

अन् माझा पारा चढला.मी म्हटलं, ''तो माझ्यासारखा जेरबंद नव्हता, हो की नाही सांगा.''

त्यांनी मला आता एका खोलीत आणलं नि, जमिनीत पुरून ठेवलेल्या खुंटीला माझ्या बेड्या व इतर साखळदंड अडकवून टाकले. मी तिथे एका खुर्चीवर एकटाच बसलो होतो. पण मला ते सगळं इतकं त्रासदायक वाटत होतं. त्या परिस्थितीत मला माझे पायसुद्धा हलवता येत नव्हते. सरतेशेवटी मी खुर्चीतून उठलो अन् जमिनीवर आडवा झालो. त्या स्थितीत मी सात तास पडून होतो. तेवढ्या वेळात तिथे कोणी आलं नाही अन् गेलं नाही तसंच कोणी मला काही खायलाप्यायलासुद्धा दिलं नाही.

सरतेशेवटी एकदाचा मला भेटायला आलेला तो पाहुणा आला. परराष्ट्र खात्यातून आलेला मार्टिन होता तो, त्याच्यासोबत एक अमेरिकनही आला होता. आजवर मला जे काही माहीत झालं होतं त्यावरून असं वाटत होतं की तो चौकशी अधिकारी असावा. ते खोलीत शिरल्याबरोबर मी उठून बसलो आणि त्या दिवशी नेमकं काय घडलं ते सगळंच्या सगळं मी त्यांच्या कानावर घातलं.

मार्टिननं माझ्या पायातील बेड्यांव्यतिरिक्त इतर साखळदंड नि बेड्या काढून टाकायला लावल्या. त्याची ही कदाचित सदिच्छा भेट असावी. त्यानं विचारलं, ''काही तक्रार आहे?''

''अर्थातच खूप तक्रारी आहेत.'' मी त्याला स्पष्टपणे म्हणालो आणि मग सांगायला सुरुवात केली, ''माझ्यावर लक्ष ठेवण्यासाठी कुत्री ठेवली त्यांनी... मला माझी पत्रं मिळत नाहीत... अत्यंत घाणेरडं अन्न दिलं जातं... करमणूक हा चक्क मोठा विनोदच होऊन बसलाय आणि सगळ्यात वाईट गोष्ट म्हणजे माझं पुढे काय होणार याची मला सुतराम कल्पना येत नाहीये आणि मला वकील देण्यात येईल असं सांगितलं जात होतं, त्या वकिलाचा कुठे पत्ताच नाहीये.''

माझ्यासमोर इथे एक इंग्लिश माणूस उभा होता ही गोष्टच मला खरी वाटत नव्हती तरीही तो इंग्लिश आहे एवढ्यावरच मी मूर्खासारखा जाम खूश झालो होतो. त्यानं माझ्यासाठी घरून पत्रं, फोटो, मासिकं आणली असतील असं मला वाटत होतं. इथे चौकशीच्या खोलीत एखाद्या कॅफेत गप्पा छाटायला बसावं तसे आम्ही टेबलाभोवती एकमेकांसमोर बसलो होतो.

माझी ती अवस्था पाहून निदान तो वैतागलेला तरी दिसत होता. ''गेल्या खेपेला आलो तेव्हा तुझी अवस्था अशी नव्हती रे!'' तो म्हणाला. त्याच वेळी त्यानं माझ्या पायातल्या बेड्यांकडे सहेतुक बघितलं. मलाही ते जाणवत होतंच. गेल्या

खेपेला तो ल्युसीला घेऊन आला होता. त्या वेळी इथलं वातावरण आणि परिस्थिती नक्कीच तणावाची नव्हती. मला वाटतं, वातावरण निवळलेलं ठेवण्यात किमचा फारच मोठा हात होता. शिवाय कित्येक महिन्यांपूर्वी आम्हाला सगळ्यांनाच असं वाटत होतं की, माझ्याबाबतीत काही ना काहीतरी मार्ग निघण्याची शक्यता आहे.

"खरंच, आत्तासारखी परिस्थिती तेव्हा नव्हती." या गोष्टीची त्याला जाणीव व्हावी म्हणून मी मुद्दाम म्हणालो. शिवाय मी असंही सुचवलं की ही काही सर्वसाधारण परिस्थिती म्हणता येणार नाही. ग्वांटानामोत कुठलीच गोष्ट तर्काला अनुसरून धड नाहीये, ज्यावर विश्वास ठेवून आशेनं जगावं.

गेल्या खेपेला माझ्या मुलांनी काढलेली चित्रं अन् पत्रं त्यानं माझ्या हाती ठेवली होती हे त्याला माहीत होतं आणि आत्ता ते सांगायला सुद्धा त्याला अवघड वाटत होतं. ते म्हणजे, "प्रत्येक गोष्ट अमेरिकन सैन्यदलाच्या निरीक्षण विभागातून तपासून यावी लागते." त्यानं मला मिळणार असलेल्या पत्रांमधला काही मजकूर सांगितला, कारण अर्थातच त्यानं पत्र वाचलेली होती. त्यानं सांगितलं, "तुझ्या मोठ्या मुलीला शाळेत काहीतरी अडचण आलीय."

त्याला नेमकं काय सुचवायचंय? मी स्वत:शीच विचार करीत राहिलो. जर मी त्याला त्यातून नेमकं काय सुचवायचंय असं विचारलं तर तो काय उत्तर देईल या विचारानंच मी घाबरलो होतो. माझ्यामुळे माझ्या मुलांना त्रास दिला जातोय का? परमेश्वरा! अगोदरच त्यांनी खूप सोसलंय आणि ती खरं तर अगदी लहान लेकरं आहेत. माझी मोठी मुलगी फक्त आठ वर्षांची आहे. मुलं आपल्या आईवडिलांबद्दल किती आदरानं बोलत असतात ते मला माहीत होतं; पण माझ्या मुलांच्या बाबतीत त्यांना मी तुरुंगात आहे एवढंच माहीत होतं... आणि त्याचा अर्थ मी म्हणजे...

पत्र हाती पडेपर्यंत वाट बघण्याचा मी निर्णय घेतला. पत्रांची तपासणी झाली की पत्रं मला मिळतील असं तो म्हणाला होता. तरी तसंच घडेल किंवा काय याची मला शंका वाटत होती. मी मग त्याला म्हणालो, "मला वस्तू मिळतील असं वाटत नाही." माझ्याबद्दल त्याला खूपच दया वाटतेय असं दर्शवण्याची त्याची अजिबात इच्छा नव्हती. विशेषत: अमेरिकन्ससमोर तर मुळीच नाही. कारण मी म्हणजे अतिरेकी असं माझ्याबद्दलचं एक चित्रच तयार करण्यात आलं होतं. शिवाय माझी एकूण मानसिक स्थिती आणि इतर परिस्थितीबद्दल त्याला त्याच्या वरिष्ठांना कळवायचं होतं. तसंच ते त्याला माझ्या कुटुंबीयांनाही कळवायचं होतं.

७ जुलै २००३, ग्वांटानामोतल्या सहा कैद्यांपैकी मला एकट्याला राष्ट्राध्यक्ष बुश यांच्या सैन्यदलाच्या अखत्यारीत भरलेल्या खटल्याला सामोरं जायचं होतं. तब्बल दोन महिन्यांनंतर मार्टिननं ते माझ्या कानी घालीपर्यंत मला त्याची काही माहितीच नव्हती.

आम्हा दोघांच्यामधे असलेल्या टेबलावर ठेवलेल्या कागदावर लिहिलेला मजकूर त्यानं वाचला. "इंग्लंड व अमेरिकन सरकारमधे झालेल्या चर्चेनंतर मी तुला हे सांगितलंच पाहिजे की, अमेरिकन सैन्यदलाच्या समितीसमोर चालणाऱ्या खटल्यासाठी तुम्ही अगदी योग्य आहात." आणि मग तो म्हणाला, "यात जे म्हटलंय ते तुला समजलंय का? तुला याबाबतीत काही शंका आहे का? मी काही कायदेविषयक सल्लागार नाही किंवा सैन्यदलाच्या एकूण प्रक्रियेतला एखादा घटकही नाही. पण माझे सहकारी कदाचित तुझ्या प्रश्नांचे समाधान करू शकतील."

हा एकूण असा प्रकार होता तर! सैन्यदलाच्या समितीसमोर चालणारा सैनिकी खटला. याचा नेमका अर्थ काय होता? मी स्वत:शी विचार करायला लागलो. ते माझ्यावर कुठला आरोप ठेवणार आहेत? माझ्यावरचा खटला ते इथे, इंग्लंडमधे की अमेरिकेत चालवणार आहेत? मी सही केलेल्या कबुलीजबाबाच्या आधारे त्यांनी मला दोषी ठरवलं तर?... तर मला जन्मठेपेची शिक्षा होईल? ते मला नक्की फाशी देणार नाहीत? मला माझा स्वतंत्र वकील मिळू शकेल? न्यायालयात मला माझे कुटुंबीय दिसतील का? असल्या कुठल्याही शक्यतांचा मी विचारही करू शकत नव्हतो. जरी त्यांना भेटायची आस माझ्या जिवाला लागून राहिली होती तरीही... तरीही अशी भेट कधीही होता कामा नये. परकीयांच्या न्यायालयात एखाद्या जनावराप्रमाणे जेरबंद अवस्थेत त्यांनी मला कधीही पाहता कामा नये. मला खरंच न्याय मिळेल की तो सगळा नुसता फार्सच असेल? असले सगळे प्रश्न माझ्या मनात थैमान घालायला लागले! एवढंच नव्हे तर पुढे काही महिने हे थैमान घालणं चालू होतं.

"हं! मिस्टर बेग, तुमच्या मनात काही शंका, काही प्रश्न आहेत का?"

"नाही, मला सगळं व्यवस्थित समजलंय."

डेव्हिड बेकहॅम मँचेस्टरहून माद्रिदला गेला किंवा क्विन मदरचा आदल्या वर्षी झालेला मृत्यू... वगैरे किरकोळ विषयावर त्याच्याशी इकडच्या तिकडच्या थोड्या गप्पा झाल्या आणि मग तो तिथून निघून गेला. मला त्या ठिकाणी अजून दोन तास बसवून ठेवण्यात आलं होतं. पण एवढ्या वेळात मला त्यांनी काहीही खायला किंवा प्यायला दिलं नाही. सैनिक मला नेण्यासाठी आले तोपर्यंत अगदी अंधारून आलं होतं.

दुसरा दिवस नेहमीसारखाच उगवला आणि पुन्हा सगळं तसंच केलं गेलं. खरं तर मी मार्टिनकडे विशेषत्वाने तक्रार केली होती, तरीही त्यांनी मला आधी सारखंच जेरबंद केलंच. मार्टिन म्हणाला होता की, एम-१५ च्या लोकांना दुसऱ्या दिवशी माझ्याशी काही बोलायचं आहे. त्या वेळी मी मार्टिनला म्हणालो होतो, "हे असं सगळं घडणार नाही याची तू काळजी घेशील?" पण माझ्या त्या सांगण्याचा काहीही उपयोग झाला नव्हता. आत्ता त्यात फरक एवढाच पडला होता की, त्यांनी

मला एक पाण्याची बाटली दिली होती. आता परत जाताना मला उलटी झाली नाही. पहारेकऱ्यांचं माझ्याकडे लक्ष वेधण्यासाठी मी चांगला जोरात किंचाळलो. कारण याच लोकांनी मला तासन्‌तास जेरबंद अवस्थेत चौकशीच्या खोलीत टाकून दिलेलं होतं. मला एक गोष्ट समजत नव्हती, त्यांचं हे असं वागणं हा मुद्दाम त्रास देण्याचा प्रकार होता की ती त्यांची ढिलाई होती?

शेवटी, एम-१५ चे लोक खोलीत आले. खोलीत ल्युसी आणि तिच्याबरोबर आणखी कोणीतरी आलं होतं. त्या दोघांनी मनापासून माझी क्षमा मागितली आणि 'इंग्लिश पॅसेंजर्स' हे पुस्तक माझ्या हाती ठेवलं. त्यांचं प्रश्न विचारणं फार काळ चाललं नाही. जेमतेम दहा मिनिटांत त्यांनी मला काही फोटो दाखवले आणि जी माणसं मला मुळीच माहीत नव्हती, त्यांच्याविषयी त्यांनी काही प्रश्न विचारले किंवा मी अनेक वर्षांपूर्वी बघितलेल्या माणसांबद्दल प्रश्न विचारले.

मी माझ्या कोठडीत येईपर्यंत बराच उशीर झालेला होता. त्या दिवशी करमणूक आणि रात्रीचं जेवण असं दोन्ही मला मिळालं नाही. पण त्या दिवशी मी मिळवलेलं सगळ्यात मोठं समाधान म्हणजे मिळालेलं पुस्तक! १९ व्या दशकात टास्मनियात इंग्रजांना 'गार्डन ऑफ इडन'च्या लागलेल्या ध्यासाबद्दलची ती एक काल्पनिक गोष्ट होती.

मार्टिननं माझ्यापर्यंत पोहोचवलेल्या त्या निरोपाबद्दल विचार केल्याशिवाय मला अगदी राहवत नव्हतं. त्याला काहीच प्रश्न विचारले नाहीत हा आपला मूर्खपणा झाला, असंच राहूनराहून मला वाटायला लागलं होतं. पण त्याच वेळी मला असंही वाटत होतं की, मी विचारलेल्या काही प्रश्नांची तो देईल ती उत्तरं ऐकायला मी नक्कीच घाबरत होतो. म्हणूनच मी त्याला काहीच विचारलं नव्हतं. जे काही घडलं होतं ते प्रगतीच्या दिशेन नक्कीच घडलं नव्हतं. मला नंतर समजलं की ते माझ्या इच्छेप्रमाणे घडणार नव्हतं. मला वाटत होतं अमेरिकन न्यायव्यवस्थेनुसार माझा खटला चालावा. तोही अमेरिकेतल्या न्यायालयात चालावा. तिथे त्यांना माझ्यावर गुन्हा शाबीत करावा लागला असता.

माझी अस्वस्थता वाढत चालली असल्यामुळे मी पहारेकऱ्यांना कटकट वाटावी इतक्या वेळा सतत विचारत राहिलो, "सैन्यदलातल्या समितीबद्दल तुम्ही काय ऐकलंय?" त्यांच्याकडून मिळालेली माहिती गोंधळात टाकणारी आणि अर्धवट होती. पण त्यांनी एक गोष्ट मात्र ठामपणे सांगितली. ती म्हणजे ते लोक तिथे गुप्तपणे मिळवलेल्या माहितीचा उपयोग करतात, शिवाय तिथे ज्युरी आणि सैन्यदलाचे वकील नसतात. तिथे मला तोंड उघडण्याचा अधिकार नसेल. हा प्रकार एकूण भलताच अन्यायकारक होता. माझी बाजू एका सैनिकानं मांडणं ही गोष्ट केवळ अशक्य कोटीतली होती. एक सैनिक, ज्यानं आपली निष्ठा अमेरिकेला अन्

राष्ट्राध्यक्ष जॉर्ज बुश यांना वाहिलेली आहे तो माझी बाजू मांडणं कधीतरी शक्य होतं का? आमच्यावर दहशतवादी व खुनी असा शिक्का मारणारे जॉर्ज बुश सैन्यदलाचे सर्वेसर्वा 'कमांडर इन चीफ' होते. अशा राष्ट्राध्यक्षाला निष्ठेची शपथ वाहिलेल्या सैनिकाकडून मला न्याय मिळेल?

एका चौकशी अधिकाऱ्यानं मला एकदा विचारलं, " 'अ फ्यु गुड मेन' हा टॉम क्रूझ व डेमी मूर यांनी अभिनय केलेला सिनेमा पाहिला आहेस का?" असं विचारताना काहीतरी साम्य शोधण्याचा त्याचा खुळा प्रयत्न चाललेला होता. त्या वेळी मी त्याला म्हणालो, "तू जॅक निकोल्सनला विसरलास."

"हो, खरंच तोही आहे या चित्रपटात. बरं ते जाऊ दे, त्या चित्रपटाचं बरंचसं कथानक या इथे ग्वांटानामोच्या उपसागरात घडलंय. पण त्यातली मुख्य गोष्ट अशी की, त्या चित्रपटातला सैन्यदलातला वकील, स्वत:च्या अशिलाच्या बाजूनं त्याचं सगळं कौशल्य पणाला लावून लढतो."

"हं! खरं आहे. पण त्या चित्रपटात त्या वकिलाचा अशील हा एक अमेरिकन खलाशी होता आणि तो अमेरिकन आरमारात होता. माझा उल्लेख 'बेकायदेशीर युद्धखोर' असा केला जातो आणि तुम्ही चित्रपटाच्या गप्पा मारताय, इथे तर माझं आयुष्य पणाला लागलंय."

महिन्यापूर्वी किम म्हणाली होती, "तुझ्यासाठी एकदा का वकील नेमला गेला की, मग चौकशी अधिकारी म्हणून मी त्याच्या परवानगीशिवाय तुझ्याशी साधं बोलू किंवा भेटू देखील शकणार नाही." ती आता भेटणार नाही म्हणून मी बेचैन झालो होतो आणि ती सुद्धा माझ्यासारखीच बेचैन झाली होती. निघताना ती म्हणाली, "तू इथेच असताना एकटीनंच इथून जाणं फार अपराधी वाटतंय." जवळजवळ तीन आठवडे मी वकील भेटेल म्हणून वाट पाहिली.

आणि मला किम माझ्या कोठडीत पुन्हा आलेली बघून आश्चर्याचा धक्काच बसला. "तू मला पुन्हा कधी दिसशील असं मला वाटलं नव्हतं." मी तिला म्हणालो आणि विचारलं, "काय विशेष काढलंस आज?"

"मला असं सांगण्यात आलंय की तुझा वकील अजून न आल्यामुळे तू मला बोलवलंयस. अजून तुझ्यासाठी कोणीच आलं नाही का?"

"नाही, मला वाटलं त्याबद्दल तुला माहीत असेल."

"ओह्! सॉरी! अमेरिकन सैन्यदलातला एक वकील तुझ्यासाठी नेमलाय अन् मी मागे तुला भेटले होते त्या सुमाराला तो इथे येऊन तुला भेटणार होता. पण ते काही असो. आता इथून जाईपर्यंत आणखी काही आठवडे मी तुला भेटू शकेन एवढं खरं."

ती मला भेटून गेल्यानंतर पुढे अजून दोन आठवडे मला असं सांगितलं जात होतं की मला भेटायला लवकरच वकील येणार आहे. पण ती गोष्ट कधीही घडली

नाही. त्याबाबतीत त्यांनी मला बराच काळ तसंच लोंबकळत ठेवलं होतं. पुन्हा मनात आशा जागी ठेवणं आणि शिवाय त्याच्या जोडीला येणारा ताण बाहेर दिसू न देणं, हेही खूप कसरतीचं असं अवघड काम असतं. किमचा निरोप घेणं खूप दुःखद होतं. ती इथे जवळजवळ सहा महिने होती आणि तिनं माझ्या वैयक्तिक सुखसोयी मिळविण्याच्या कामात वैयक्तिक लक्ष घातलं होतं. मला आठवलं, एक दिवस बाहेरच्या बाजूला तिनं काहीतरी चमत्कारिक पाहिलं होतं आणि ते मी सुद्धा पहावं म्हणून ती पहारेकऱ्यांचा प्रमुख (NCOIC) सार्जंट वॉकरला, मला माझ्या कोठडीबाहेर तेवढ्यासाठी काढावं म्हणून विनवायला गेली होती. तिची ही मागणी भलतीच गैर मानली गेली, कारण फक्त करमणुकीच्या मैदानावर जाण्याच्या वेळीच मला माझ्या कोठडीबाहेर काढण्याचा त्यांचा प्रघात होता. पण शेवटी तिनं सार्जंटला पटवलंच. आम्ही सगळे एकत्रच बाहेर पडलो. अर्थातच त्या वेळीही मी जेरबंद होतोच आणि आम्ही असे बाहेर आलो असताना तिनं मला वर बघायला सांगितलं. आकाशात काहीतरी अद्‌भुतच घडत होतं. सूर्याचा लालभडक गोळा सोनेरी वर्तुळानं व्यापून टाकलेला होता. आम्हाला दोघांनाही ती गोष्ट अगदी अद्वितीय वाटली, पण आम्ही एवढं कौतुक कशाचं करतो आहोत ते इतरांना समजलंच नाही. कारण ते त्यांना पाहायलाच मिळालं नव्हतं. इथून जाण्यापूर्वी किमनं मला काही फोटो दिले, त्यात त्या दिवशी काढलेला सूर्याचा फोटोही होता. माझ्यापर्यंत पोहोचणाऱ्या इतर पत्रं किंवा साहित्याप्रमाणेच यावरही 'ॲप्रुव्ह्ड बाय यु.एस.फोर्स' असा शिक्का मारलेला होता.

किमच्या जागी आलेले इतर चौकशी अधिकारी त्यांच्यावर नेमलेल्या जबाबदारीनुसार वागत असत. आजपर्यंत अशा मंडळींचा मी रगड अनुभव घेतलेला होता. त्यांचे मला मुद्दामहून विचारले जाणारे तेच तेच प्रश्न, पण मी विचारलेल्या प्रश्नांना मात्र उत्तरं टाळणं, या त्यांच्या वागणुकीला मी आता कंटाळलो होतो. त्यामुळे त्या बाबतीतली माझी सहनशक्तीसुद्धा संपुष्टात येण्याच्या मार्गावर होती. कित्येक आठवडे आणि कित्येक महिने मला वकील भेटण्याची त्यांनी आशा लावली होती. 'लवकरच तुम्हाला वकील भेटायला येईल' या वाक्याला मी आता कंटाळलो होतो.

क्वचितच येणाऱ्या संतापाच्या एका क्षणी मी एका सैनिकाला बोलावून म्हटलं, "मी म्हणतोय ते नोंदवहीत नोंदवून ठेव. जर चौकशी अधिकारी आज पुन्हा आले आणि त्यांच्याशी बोलण्यासाठी म्हणून जर तू मला माझ्या कोठडीबाहेर काढलंस, तर जे काही घडेल त्याला मी जबाबदार असणार नाही. मी त्यांच्यापैकी कोणाला तरी ठोकून काढीन." आणि त्यानंतर जसजसा माझ्या रागाचा पारा चढत गेला तसतसा माझा आवाज वाढायला लागला आणि मी मोठ्यांदा ओरडलो, "भोसडीचे सगळे एकजात, खोटारडे आणि दांभिक आहेत."

"हं! फाईव्ह फाईव्ह एट, तू आत्ता जो शब्द उच्चारलास त्याचं स्पेलिंग काय?"

त्या संध्याकाळी रात्रपाळीच्या प्रमुख सार्जंटनं दिवसभरात नोंदवून ठेवलेलं नोंदवहीतलं ते सगळं वाचलं अन् तो माझ्या कोठडीत येऊन म्हणाला, "फाईव्ह फाईव्ह एट, जर तू माझ्या एका माणसाला नुसता हात लावलास, तर तुला जबर पश्चात्ताप करण्याची वेळ येते की नाही ते बघच. माझा शब्द आहे, तू कोणाही पहारेकऱ्याला मारूनच बघ!"

"सार्जंट, तुमच्या सैनिकांबद्दल मला काहीही म्हणायचं नाहीये. त्यांच्यापैकी काहीजणांशी माझी चांगली मैत्री जमलीय. चौकशी अधिकाऱ्यांशी पंगा घ्यायची भाषा मी केलीय. मला त्यांची थोबाडं बघायचीसुद्धा इच्छा नाहीये. मला त्यांच्या आसपाससुद्धा कोणी घेऊन जाऊ नये असं वाटतं, तरीही ते इथे माझ्या उरावर येतात."

माझ्या 'त्या' वक्तव्यामुळे पहारेकरी आणि चौकशी अधिकाऱ्यांच्या मनात भीती आणि त्याच वेळी एक प्रकारचा ताण उत्पन्न झाला होता.

पहारेकऱ्यांना वाटत होतं चौकशी अधिकारी त्यांच्यावर रुबाब गाजवतात. स्वत:ला वरच्या पातळीचे श्रेष्ठ समजतात, त्यामुळे ते मिळून मिसळून वागत नाहीत. एवढंच नव्हे तर साधं बोलतसुद्धा नाहीत. काही चौकशी अधिकारी भलतेच लोचट, गेंड्याच्या कातडीचे होते. स्पष्टपणे त्याच्या प्रश्नांना उत्तरं द्यायला मी नकार दिला तरी ते पुन्हापुन्हा येत राहात. कधीकधी ते स्वत:ला वाचवण्यासाठी आम्ही इथे येतो म्हणून सांगत. तर कधी ते माझ्या जिवाला धोका निर्माण करण्याची भाषा करत.

एकदा एक जण म्हणाला होता, "जोवर तू आमच्या प्रश्नांची उत्तरं देत नाहीस तोवर आम्ही तुझी पत्रं इथून हलू देणार नाही."

किमनं इथून जाताना माझ्यासाठी म्हणून डिक्शनरी ठेवली होती. ती तिच्याजागी आलेल्या अधिकाऱ्याजवळ दिली होती आणि सांगून ठेवलं होतं की तो जेव्हा मला भेटायला येईल तेव्हा त्यानं ती मला द्यावी. त्या डिक्शनरीवर शिक्का मारून घ्यायला तिला जमलं नव्हतं, कारण तेवढा वेळच तिच्याजवळ नव्हता. मी जेव्हा त्याला त्या डिक्शनरीबद्दल विचारलं तेव्हा तो म्हणाला, "तू आधी माझ्या प्रश्नाचं उत्तर दे, मग बघू."

"नाही. मी उत्तर देणार नाही. तू आधी ती डिक्शनरी मला द्यायला हवीस. कारण किमनं ती मला देण्यासाठी म्हणून तुझ्याजवळ दिली होती. तुझं काम फक्त ती देण्याचं आहे, तेवढं तू कर."

"आता इथे तिचा काहीही संबंध नाहीये. आता मी इथे आलोय. तुझी गाठ माझ्याशी आहे एवढं लक्षात ठेव. मुकाट्यानं माझ्या काही प्रश्नांची उत्तरं दे म्हणजे

मग पुढच्या खेपेला येताना मी तुझ्यासाठी कुकीज आणीन आणि मग आपण गप्पाटप्पासुद्धा करू. मी असं ऐकलंय की, तुला प्रत्येक गोष्टीला तात्त्विक रूप द्यायला आवडतं. ते मला सुद्धा आवडतं.''

''तुझ्या त्या कुकीज तुझ्याजवळच ठेव नि तुझ्या प्रश्नांसकट तू मसणात जा. काही झालं तरी मी तुझ्या प्रश्नांची उत्तरं देणार नाहीये. ती डिक्शनरीसुद्धा तुलाच ठेवून घे. कदाचित माझ्यापेक्षा तुलाच तिची गरज जास्त दिसतेय.''

माझ्याशी संबंध सुधारून आणि जमल्यास काही माहिती हाती लागते का ते बघावं म्हणून थोड्या दिवसांत त्यानं मला ती वेबस्टरची डिक्शनरी परत देऊन टाकली आणि मग त्यानं माझ्याशी बोलायला सुरुवात केली.

''हं, मग मोआइझम, तुझं आत्मघातकी हल्ल्यांबद्दल काय मत आहे ते सांग बरं?'' त्यानं विचारलं.

मला वाटलं आता आमचे संबंध पुन्हा बिघडणार. कधीकधी मला वाटायचं, मला इंग्लिश बोलताच आलं नसतं तर किती बरं झालं असतं. ''आत्मघातकी हल्ले होणं ही तशी फारशी नवी गोष्ट नव्हे.'' मी बोलायला सुरुवात केली... ''आणि निश्चितपणे हे फक्त मुस्लीम जगताशी निगडित नाहीत. टोकाच्या परिस्थितीतला तो शेवटचा उपाय आहे. शिवाय त्याच्या जोडीला सत्ता गाजवणाऱ्यांविरुद्ध स्वतःच्या प्राणाचं मोल देऊन का असेना, लढायचं हा दुर्दम्य विश्वास असतो. हे कृत्य अत्यंत वाईट आहे हे माहीत असून सुद्धा एखादा मुस्लीम, किंवा दुसरा कोणीही, जो आपल्या आयुष्याचं समर्पण करतो, ते काही फक्त कुटुंबासाठी किंवा मित्रप्रेमापोटी किंवा देशासाठी किंवा आपल्या जमातीखातर नव्हे. इस्लामी न्यायाधीशांत या संदर्भात मतभेद आहेत. काही जण अशा प्राण त्यागाला संपूर्ण विरोध करतात व त्या संदर्भात कुराणात जे म्हटलंय त्याचा सरळ दाखला देतात. परंतु काही विद्वानांनी मात्र इस्लाम धर्माच्या अगदी सुरुवातीच्या काळातल्या घटनांचा आधार घेतलेला आहे. त्या काळात शत्रूच्या सैन्यात एकेक सैनिक असाच घुसून स्वतःचं बलिदान करीत असे आणि अशा परिस्थितीत शत्रूवर साक्षात मृत्यूच कोसळत असे. अलीकडच्या काळाला हे कसं लागू पडेल, या मुद्यावरही गरमागरम चर्चा होतच असते. विशेषतः अशी चर्चा पॅलेस्टाईन व चेचेन्याच्या संदर्भात अधिक होते. माझ्यामते, तत्त्वतः, आकाशात वीस हजार फूट उंचावरून जाऊन बॉम्ब फेकणं, ज्यामध्ये अनेकांचे बळी जातात आणि एखाद्या व्यक्तीने एखाद्या रेस्टॉरंटमधे बसलेल्या लोकांवर बॉम्ब टाकणं या दोन्ही कृत्यांत फारच मोठा फरक आहे असं मला वाटतं.''

''याचा अर्थ एखाद्याचं उद्दिष्ट योग्य असेल तर चाळीस पाऊंड स्फोटकं (TNT) पाठीला बांधून जर कोणी शॉपिंग मॉलमधे शिरला आणि जास्तीतजास्त माणसं कशी मरतील त्या क्षणाची वाट पाहू लागला, तर तुझ्या मते तो योग्यच

करतोय हो ना!'' मला टोकण्यासाठी त्यानं ते वाक्य टाकलं.

''नाही, मला तसं म्हणायचं नाहीये, पण आपला प्रश्न हे कसं घडतं त्या पद्धतीपुरताच नाहीये. कोणाला लक्ष्य बनवतात त्याबद्दल आपलं बोलणं चाललंय. मला असं वाटतं की कुठल्याही प्रकारच्या युद्धात सामान्य नागरिकांना लक्ष्य बनवलं जाऊ नये. उदाहरणार्थ, सामान्य नागरिकांना स्वतःच्या घरात... त्यांच्या घरातल्या जमिनीवर पसरलेल्या जाजमाखाली बॉम्ब ठेवून मारलं जातं. हे घडतं अशा परिसरात की जिथे शत्रूचा तळ आहे असा संशय असतो आणि असे बॉम्ब ठेवणाऱ्या बी-५२ च्या मंडळींना शत्रूचं तोंडदेखील बघायची इच्छा नसते.''

''हे असं घडतंय तरीही सगळीकडे तुम्हाला फक्त दहशतवादच दिसतो. आत्मघातकी हल्ले करणाऱ्यांची संख्या दिवसेंदिवस वाढतेय आणि ती नेहमी मुस्लीम जगतातल्या लोकांचीच वाढतेय. धर्माच्या नावाखाली ते निरपराध माणसांचे मुडदे पाडताहेत. अल्जेरिया, अफगाणिस्तान, इराक, लेबॅनान, सोमालिया, बोस्निया, इस्त्राइल, भारत, फिलिपाईन्स, रशिया, इजिप्त आणि सुदान तुम्ही म्हणता ती नावं यात आहेत आणि आता तर ते आपल्या दारापर्यंत येऊन पोहोचलंय. पण आपण अजूनही त्या टेक्सासच्या गुंडाला व्हाईट हाऊसमधे ठेवून घेतलंय.''

''तू निर्देश केलास त्या जागा हुकूमशाहांनी पादाक्रांत करून ताब्यात घेतलेल्या आहेत किंवा तिथे त्यांची अनभिषिक्त सत्ता चालते आहे आणि तुमच्या भूमीवर असं घडणं ही काही नवी बाब नाही. तुमच्या जगतात अनेक युगं आपापसात लढाया सुरू आहेत. तुमच्या इथे दोन महायुद्धं खेळली गेली. मूळ अमेरिकन रहिवाशांविरुद्ध (रेड इंडियन) तुम्ही लोकांनी केलेली युद्धं, गुलामांच्या व्यापाराची तुमची लांच्छित परंपरा आणि स्वतःच स्वतःचा नाश ओढवून आणणारं तुम्ही खेळलेलं नागरी युद्ध (सिव्हिल वॉर). कोरिया आणि व्हिएतनाममधे जे घडलं ते अनेक पिढ्या स्मरणात राहील. मुस्लीम जगत आत्ता दलदलीत सापडलंय हे मला माहीत आहे. पण तूच मला सांग की, जागतिक युद्धाची कल्पना निर्माण कुठून झाली? आणि मोठ्या प्रमाणात सर्वनाश घडवून आणणाऱ्या शस्त्रास्त्रांचं काय? 'एनोला गे' हे जगाच्या इतिहासातलं सगळ्यात विध्वंसक विमान नव्हतं? त्याच्या नावातूनच ते कळतं. 'नॅशनल गन असोसिएशन' हीच अमेरिकेतली सगळ्यात ताकदवान फळी नाही का? शस्त्र बाळगण्याच्या हक्कासाठी तुम्ही झगडा करताय. तो देखील अशा देशात की, जिथे आत्ता हत्यारांच्या बेभान वापरण्यामुळे उत्पात घडताहेत. कोवळी पोरं महाविद्यालयांमधून बेधुंद गोळीबार करून अनेकांचे जीव घेताहेत. शॉपिंग मॉल्समध्ये हल्लेखोर घुसून निरपराधांना मारताहेत आणि एखादा पिसाट एका पाठोपाठ खून करत सुटलेला आढळतो. हॉलिवूडच्या एखाद्या चित्रपटात शोभेल अशा पोलिसांबरोबर तुफान चकमकी, सर्व जाती, वंशात पूर्वी त्यानं टोळीयुद्ध

सर्रास होताहेत – लॅटिनो लॉर्ड्स, मेक्सिकन माफिया, क्रिप्स ॲन्ड ब्लड्स, आर्यन ब्रदरहूड, कू-क्लक्स-क्लॅन हे सगळं असल्यामुळे जगात दुसरीकडे कुठे घडत नाहीत एवढे गुन्हे तुमच्या इथे घडताहेत आणि तुमच्या राजधानीच्या गावी तर सर्वांत जास्त खून पडतात. तुमच्या देशातल्या प्रत्येक भागातून आलेल्या वेगवेगळ्या पहारेकऱ्यांशी मी बोललोय आणि ज्याला बंदुकीच्या गोळीनं उडवलंय किंवा ज्याचा खून झालाय, अशी त्यांच्या भागातली एक तरी व्यक्ती यातल्या प्रत्येकाला माहीत आहे. हे सगळे तर अफगाणिस्तानात अधिक सुरक्षित राहिले असते.''

आणि अशा तऱ्हेनं आमच्यातलं 'संभाषण' संपलं.

माझ्या या प्रदीर्घ एकांतवासामुळे आयुष्याकडे मागे वळून बघण्याची एक दुर्मीळ संधी मला मिळाली. पूर्वी मला वाटायचं, मला खूप गोष्टी ठाऊक आहेत. मी सहा वर्षांचा असताना मी माझ्या आईचा मृत्यू पाहिला होता आणि अकरा वर्षांचा असताना माझी बहीण गेली अन् मी एकवीस वर्षांचा झालो तेव्हा मी माझा सगळ्यात जवळचा मित्र गमावला होता. बोस्निया नि अफगाणिस्तानमधे मी पडलेली प्रेतं पाहिली होती. मला मृत्यूची ओळख होती. मी मृत्यूला घाबरत नव्हतो. पण मृत्यूनंतर ज्या एका सर्वोच्च न्यायालयात आपल्या कृत्याबाबत न्यायनिवाडा होतो, त्याला मात्र घाबरत होतो. मी असा प्रवास सुरू केला होता की, ज्यामुळे माझं या जन्मानंतरचं नशीब घडेल, त्यासाठी, ज्यांच्याशी मी सहज नातं प्रस्थापित करू शकतो, त्या मुस्लीम समाजातले गरीब आणि दलित यांना मी मदत केली. मी युरोपात आणि आशियात प्रवास करताना जे जग मला अपरिचित होतं, त्या जगाबद्दल मी नवं नवं शिकत राहिलो होतो. या वेडापायीच मी आज इथे आहे.

माणसांशी नातं कसं प्रस्थापित करायचं, याचा मोठा शोध या तुरुंगवासात मला लागला. मी जेव्हा पहिल्यांदा सार्जंट फॉशीला पाहिलं, तेव्हाच माझ्या मनात आलं, सैन्यदलात शिरण्याचं याचं वय नाही, पण ते फारच उतावळे झालेले दिसताहेत आणि त्यांनी जेव्हा मला त्यांच्या खास अलाबामा शैलीत, ''तू इंग्रज आहे का?'' विचारलं तेव्हा मला वाटलं हा म्हणजे एकदम रांगडा अमेरिकन दिसतोय, अगदी केकेके स्टाईल!

फॉशी अगदी खास अमेरिकन वाणाचा प्रौढ होता. माझ्या कोठडीत असताना बरेचदा तो तिथे बसून बायबल वाचीत असे आणि माझ्याशी चकार शब्दसुद्धा बोलत नसे. मी व्हर्जिन बेटावरून आलेल्या केल्वीनकडून ऐकलं होतं की इतरांसारखाच फॉशी फार वंशाभिमानी आहे. त्याला मुली सैन्यदलात भरती झालेल्या आहेत हे आवडलं नव्हतं. तो जॉन केनेडींचा द्वेष करतो. त्याला फार चटकन राग येतो आणि तो त्याच भरात धडाधडा हुकूम सोडतो. अमेरिकेत असताना पूर्वी त्यानं तो ड्रग्जचा व्यापार करणारा छुपा दलाल असल्याचं सोंग घेतलं होतं. पण व्हिएतनामच्या

बाबतीत तो तिथल्या परिस्थितीसाठी अमेरिकन म्हणून त्या सगळ्याचा पाठीराखा होता.

मी एकदा त्याला व्हिएतनाममधल्या युद्धाविषयी विचारताना म्हटलं, "कोवळा पोर असताना व्हिएतनाममधल्या युद्धाविषयी मला विलक्षण आकर्षण होतं आणि मला त्यांच्याबद्दल सहानुभूती होती." व्हिएतनाममधल्या त्याच्या अनुभवांविषयी त्याला विचारलंच पाहिजे असं मला वाटलं.

मी त्याला योग्य प्रश्न विचारायला हवा होता. फॉशीला व्हिएतनाममधल्या त्याच्या आठवणी सांगायला खूपच आवडलं होतं. पण मी योग्य प्रश्न न विचारल्यामुळे मला पुरेशी माहिती मिळाली नाही. त्यानं केलेलं तिथलं वर्णन ऐकून ते दृश्य माझ्या डोळ्यांसमोर उभं राहात होतं. व्हिएतनाममध्ये शत्रूनं त्याच्यावर केलेला हल्ला, त्याच्या मित्रांचे मृत्यू, सामान्य नागरिकांचं झालेलं सामूहिक हत्याकांड आणि अमेरिकेला परतल्यावर त्यानं अनुभवलेला तो विलक्षण ताण, त्याबद्दलही तो बोलला, त्याचे अनेक सहकारी युद्धकैदी बनले होते त्यानंतर अगदी अटळ अशी अमेरिका अन् आम्ही अशी तुलना सुरू झाली.

कैदी म्हणून आम्हाला जी वागणूक मिळत असे, त्यामुळे फॉशी भयंकर अस्वस्थ झालेला होता. आम्हाला युद्धकैदी म्हणून का समजलं जात नाही याचं कारण त्याला कळतच नव्हतं. आमच्यासारख्या कैद्यांसाठी त्याच्या मनात, एका सैनिकाला दुसऱ्या सैनिकाबद्दल आदर असावा तसा आदर होता.

"तू नेमकं काय केलंयस ते मला माहीत नाही, पण खरं तर एक प्रकारे हे युद्धच आहे. युद्ध संपल्यामुळे आता तुम्हा सगळ्यांना घरी पाठवायला हवं किंवा तुम्हा सगळ्यांना युद्धकैद्यांसारखं वागवायला हवं. मला माहीत आहे असे अनेक जण आहेत, की ज्यांनी वर्षानुवर्षं रशियनांविरुद्ध युद्ध केलंय. त्यांचं वय, त्यांचा अनुभव लक्षात घेता मी त्यांच्यापुढे जणू एखाद्या मुलासारखा आहे. खरं तर ज्यांनी या देशासाठी काहीही केलेलं नाही, ते तुम्हाला ज्या तऱ्हेने वागवतात ते पाहून माझं डोकं फिरतं. एको शिबिरातल्या सैनिकांच्या एका कृत्याबद्दल तो बोलत होता. ते कृत्य म्हणजे काही सैनिकांनी इथल्या कैद्यांना पाण्यात बुडवून काढलं होतं अन् मग एअर कंडिशनर सुरू करून खोलीत ठेवलं होतं. त्यांच्यापैकी एकानं त्यांच्या बराकीचं दार उघडलं होतं, तेव्हा ही तरुण मूर्ख पोरं त्या बराकीतले कैदी जेरबंद नसताना तिथे काय करताहेत ते मला बघायला मिळालं होतं.

सार्जंट फॉशी म्हणजे माझ्यासाठी एक कोडंच होतं. त्याच्या एकूण प्रवृत्ती रिपब्लिकनांसारख्या असल्या तरीही, इथे आम्हाला जी वागणूक मिळे त्याचं त्याला फार वैषम्य वाटे आणि असं वाटणारा तो एकटाच नव्हता.

अलाबामातल्या अति दक्षिणेकडच्या सेल्मामधून आलेली जेमतेम विशीतली जेनिफरसुद्धा अशीच. तिचं महत्त्वाचं वैशिष्ट्य म्हणजे तिच्या डोईवरच्या भुऱ्या

तांबूस केसांची लांबी. तिचा तो विपुल केशसंभार ती नीट गुंडाळून आपल्या गणवेशावरच्या टोपीत झाकून ठेवी. कारण तसा नियम होता. मी पहिल्यांदा तिच्याशी बोललो ते चार्ल्स डिकन्सच्या ब्लीक हाऊसबद्दल. त्या वेळी ते पुस्तक मी वाचत होतो. अचानक माझ्या लक्षात आलं, या स्त्री-सैनिकाबरोबर चांगली अभ्यासपूर्ण चर्चा होऊ शकते. जेव्हा जेव्हा हातात कॉफीचा हिरवा मग घेऊन ती माझ्या कोठडीत येत असे, तेव्हा ती मांडी घालून कागदावर काहीतरी लिहिणं किंवा तसंच काही करत असते असा माझा आपला एक अंदाज होता. प्रत्यक्षात ती मात्र मनाच्या जागृतावस्थेसंबंधी काही नाजूक रेषाकृती काढून त्या रंगवत असे आणि त्याच वेळी ती माझ्याशी अगदी मनाच्या तळातला खोल असा संवाद साधत असे. त्या संभाषणाचे विषय मृत समुद्रातल्या खाली-वर, पुढे-मागे होणाऱ्या लाटा किंवा साप शिजवून त्यांचे तयार केले जाणारे खाद्यपदार्थ, विशेषत: लसणीची बारीक पेस्ट घालून लोण्यात करण्यासारखे पदार्थ, या विषयी ती बोलत असे किंवा तिला मिळणाऱ्या फावल्या वेळात ती आपले ओठ आणि नखं काळी रंगवून जिप्सीसारखे कपडे घालून 'टॉरेट कार्ड्स' का मांडून बसते त्याविषयी ती बोले. पूर्णपणे इस्लामिक पठडीत तयार झालेल्या माझ्यासारख्याची, या मुलीसारख्या एखादीशी मैत्री जमू शकेल अशी कल्पनाही मी यापूर्वी करू शकलो नसतो आणि या सगळ्यावर कडी म्हणजे ती रिपब्लिकन होती.

तिच्याशी माझी मैत्री जमली ती आमच्यातल्या कुठल्या साधर्म्यामुळे? लक्षात आलं ते हे की आम्ही दोघंही हत्याराशिवाय खेळल्या जाणाऱ्या जपानी पद्धतीच्या लढाईचे अभ्यासक होतो. तसंच दोघांनाही उड्डाणविषयक माहिती गोळा करायला आवडत होतं. तलवारी जमवण्याचा छंद होता, इंग्रजी भाषेविषयी ममत्व वाटत होतं, तसंच कविता आणि अभिजात साहित्य आणि इतिहास या सगळ्याची दोघांनाही गोडी होती. त्या वैशिष्ट्यपूर्ण परिस्थितीमुळे आमची आगळी मैत्री जमली होती.

एकदा ती म्हणाली होती, "माझं बोलणं तुला कदाचित विश्वासघातकीपणाचं वाटेल. पण खरंच सांगते, आमच्या सैन्यदलातल्या अत्यंत मठ्ठ लोकांबरोबर राहण्यापेक्षा मला इथे येऊन तुझ्याशी बोलत बसणं परवडतं. तुम्ही कोण आहात हे त्यांच्या लेखी मुळीच महत्त्वाचं नाही. त्यांना सदोदित एकच गोष्ट दिसते. ही त्यांच्यातली विकृती आहे. तशी तर ती कितीतरी महिलांमधेदेखील आढळून येते आणि जर तुम्ही त्यांना शरण गेला नाहीत तर ते तुमच्याबद्दल गलिच्छ अशा अफवा पसरवतात, ज्यायोगे तुम्हाला त्रास व्हावा."

एकदा तिनं मला एक गुप्त गोष्ट मोठ्या विश्वासानं सांगितली. ती म्हणाली, "आम्हाला जेव्हा या जागेविषयी सांगण्यात आलं, तेव्हा इथे दीर्घ काळ कंठण्याची कल्पना आम्हाला कोणालाच आवडली नव्हती. 'गिट्मो' म्हणजे काळ्या पाण्याची

शिक्षा असंच वाटत होतं सगळ्यांना. सर्वांत जास्त सुरक्षा व्यवस्था असलेल्या एकांतवासाच्या कोठडीत, जिथे या बेटावरच्या अत्यंत खतरनाक अतिरेक्यांना ठेवलं जातं, अशा एकोसाठी काही निवडक लोकांची निवड झाली. त्यामुळे या कोठडीत मी थॉमस हॅरिसच्या थरार कादंबरीतल्या एखाद्या बलाढ्य नायकाची किंवा जेम्स बाँडपटातल्या स्टर्लिंग एजंट वळणाच्या माणसाची इथे कल्पना केली होती आणि इथे बंदिवान करून ठेवलेले तुम्ही काहीतरी मानसिक छळ करण्याची तंत्रं शोधून काढून आम्हाला घाबरवून सोडाल आणि...''

''मग आता जगातल्या माझ्यासारख्या अत्यंत धोकादायक माणसाबरोबर 'ले मिझराब्ल'ची चर्चा करून कसं वाटलं?''

''आम्ही सगळ्यांनी मिळून प्रत्येक गोष्टीचा केवढा बाऊ करून ठेवलाय ते आता मला समजतंय. त्यांनी अजूनपर्यंत तुझ्यावर एखादा आरोप तरी ठेवलाय की नाही ते मला माहीत नाही; पण आता माझ्या लक्षात आलंय तुम्ही सगळेच काही दोषी नसणार. तसं असतं तर सरकारनं तुमच्याविरुद्ध अत्यंत सनसनाटी खटला उभा करून सगळे पुरावे मांडले असते. या असल्या प्रसंगातून गेल्यावर मला तुम्ही सगळ्याच अमेरिकन्सचा, विशेषत: सैनिकांचा तर नक्कीच द्वेष करत असाल. मोआइझम, तुझं व्यक्तिमत्त्व तर भलतंच गुंतागुंतीचं आहे रे. तुझ्याबद्दल मी जी कल्पना केली होती तसा तर तू मुळीच नाहीयेस.''

अतिशय तरुण असूनही ती परिपक्व होती आणि तिच्या इतर सहकाऱ्यांमधे तिच्यासारखी बौद्धिक चर्चेत मजा घेणारी दुसरी कोणी नव्हती. जेनिफर ग्वांटानामोत काही महिनेच होती. तिच्या घरी काही अडचण आल्यामुळे ती इथून तातडीनं गेली. तिनं माझ्या मनावर ठसा उमटवला– सगळेच अमेरिकन एका माळेचे मणी नसतात!

मिनिसोटातून आलेल्या अगदीच कोवळ्या जेन्नरनं मला एडवर्ड जेन्नर हा त्याचा पूर्वज असल्याचं सांगितलं. एडवर्ड जेन्नर म्हटल्यावर मला आठवलं, माध्यमिक शाळेतल्या जीवशास्त्राच्या पुस्तकात या माणसाचा उल्लेख आलेला होता. गाईंच्या गवळणींना देवीची लागण होत असल्याने ती टाळणे हे त्यांच्याच हातात आहे असे त्याला आढळले व त्याने त्यावर लस शोधली. लॅटिन शब्द व्हॅक्का (Vacca) यापासून शब्द तयार झाला 'व्हॅक्सिनेशन'! जेन्नरच्या डोळ्यांवर धातूच्या काड्यांचा चष्मा होता. शिवाय त्याचे सोनेरी केस खूपच छोटे कापलेले असत. त्याचा आवाजही अतिशय मृदू होता. त्यामुळे हा मुलगा जुनाट वळणाचा, कंटाळवाणा आहे असं वाटण्याची शक्यता होती. याचं आणखी एक कारण म्हणजे जेन्नरला संगणकावरचे खेळ आवडत आणि तो काल्पनिक हिरोंच्या कथा, कादंबऱ्या मोठ्या आवडीनं वाचत असे. काही सैनिक तर त्याला कुचकामीच समजत. फुटबॉलची मॅच चालू असताना एकदा त्याच्या घोट्याला जराशी दुखापत

झाली असताना तो एकदम ओरडला होता. 'इट्स स्नॅप्ड'. तेव्हापासून इतर सैनिकांनी त्याचं नावच स्नॅप ठेवून टाकलं होतं. जेन्नरनं इथे एका तऱ्हेवाईक स्त्री सैनिकाशी डेटिंगला सुरुवात केलेली होती. तिच्याबरोबर मी किंवा तिच्या सहकाऱ्यांचासुद्धा कधी संबंध आलेला नव्हता.

शेलक्या पहारेकऱ्यांना टोपणनावं द्यायची मला खोड होती. ग्वांटानामोत एक सद्दाम हिटलर होता. त्याला ते नाव पडण्याचं कारण या दोघांपैकी एकासारखा तो दिसत होता आणि दुसऱ्यासारखी त्याची वागणूक असे. तिथे एल्मर फड, किल्लर बी, नकल ड्रॅगर या टोपणनावाची माणसं होतीच. त्यात आता जेन्नरच्या मैत्रिणीला ठेवलेल्या टोपणनावाची भर पडली होती. मी तिचं नाव 'मिल्ड्रेड' असं ठेवलं, तेव्हा पहारेकऱ्यांनी विचारलं मिल्ट्रेड का? 'कारण ती त्यांच्यासारखीच दिसते!

जेन्नर तसा बोलायला बरा होता. सद्दाम हुसेनविरुद्ध लढण्यासाठी इराकी विस्थापितांना प्रशिक्षण देण्यासाठी अमेरिकन सैन्यातले काही जण कोरिया, हंगेरी या ठिकाणी गेले होते. त्यांच्या संरक्षणासाठी जेन्नर तिथे गेला होता. त्याच्या कोरिया आणि हंगेरीतल्या आठवणी ऐकायला मजा येई. जनरल[१] या टोपणनावाच्या तिथे असलेल्या एका मोरोक्कन मुस्लीम कैद्याबरोबर यानं मुस्लीम धर्माच्या तत्त्वज्ञानाविषयी चर्चा केलेली मी ऐकली होती.

इराकमधे राहाणाऱ्या एका मित्रानं त्याला नुकत्याच पाठवलेल्या पत्राबद्दलची जेन्नरनं मला सांगितलेली हकिकत तर भलतीच जबरदस्त होती. जेन्नरनं सांगितलं की, तो आणि त्याच्या सहा मित्रांनी मिळून एकाच वेळी सैन्यदलात प्रवेश घेतला होता. २००७ मधे या सातही मित्रांनी एकत्र भेटायचं ठरवलं होतं. २००७ मधे जुलै महिन्यात ७ तारखेला संध्याकाळी ७ वाजता भेटायचं असं नक्की झालं होतं. पण ती भेटीची एकमेकांना दिलेली वचनं कधीच पूर्ण होणं शक्य नव्हतं. कारण या सातांपैकी एक जण आत्मघातकी हल्ल्यात मारला गेला होता. ती हृदयद्रावक घटना त्याला मला सांगावीशी वाटली, ही गोष्टच माझ्या मनाला स्पर्शून गेली.

"जेन्नर, तुझी जी व्यक्तिगत हानी झाली आहे, त्याचं मला दुःख होतंय. आपल्या जिवाभावाच्या माणसांना मुकणं म्हणजे काय असतं, ते मला चांगलंच माहीत आहे आणि मला वाटतं, तू कल्पनाही करू शकणार नाहीस असं ते दुःख आहे. पण तुला सांगतो, जोपर्यंत अमेरिकन सैन्य मुस्लीम भूमीवर बेछूटपणे निरपराध्यांची खुलेआम कत्तल करत राहील, तोपर्यंत तुझ्या मित्रासारखी माणसं मारली जाणार आहेत आणि अमेरिकन सैन्य या भूमीवरून निघून जाईपर्यंत अशा कत्तली होतच राहतील."

---

१. अहमद अराचिदी - हा मोरोक्कोतून उचललेला ब्रिटिश नागरिक होता.

त्याला माझं बोलणं संवेदनाशून्य वाटलं असणार. खरं तर त्याची ती हकिकत ऐकून मी गप्प बसायला हवं होतं. पण माझ्या त्या बोलण्यावर त्यानं दिलेली प्रतिक्रिया ऐकून मी अगदी थक्क झालो. तो म्हणाला, "तुझं म्हणणं बरोबर आहे. ज्या भूमीबद्दल आमच्यातल्या बहुसंख्यांना काहीही माहिती नाही किंवा या भूमीबद्दल आम्हाला काडी इतकंही ममत्व नाही, त्या भूमीवर आम्ही झक मारायला कशासाठी आलोय? परकीय तसंच स्वकीय शत्रूंविरुद्ध देशाचं रक्षण करणं निराळं, पण इराकी माणसांनी आमचं कधीच काही वाकडं केलं नव्हतं, मग त्याला तिथे जाऊन मरायची काय जरूर होती?"

जिथे ती पोलादाची पांढरी भिंत उभी केलेली नव्हती अशी मला बघण्यायोग्य फक्त एकच दिशा उरली होती. ग्वांटानामोत आल्या दिवसापासून त्या पांढऱ्या चकचकीत जाळीकडे एकसारखं बघून माझी दृष्टी अधू व्हायची पाळी आली होती. अचानक डोकेदुखी सुरू झाली होती. त्यामुळे आजतागायत जेवढी औषधं कधी खाल्ली नव्हती, तेवढी आता खावी लागत होती. मला कानदुखीचा त्रास सुरू झाला होता. कधीकधी तर असं वाटे की माझ्या कानात स्फोट होताहेत. मला स्वस्थ झोप लागण्यासाठी औषधं सुचवण्यात आली. तसंच औदासीन्य नाहीसं व्हावं म्हणूनही औषधं घ्यायला सांगितलं गेलं.

मला वाटणारं औदासीन्य शब्दांत वर्णन करून सांगण्यापलीकडचं होतं. त्याच्या जोडीला, गेल्या दोन वर्षांत ज्या जागेत मला एकटं ठेवलेलं होतं, त्या जागेचीच मला भीती वाटायला लागली होती. माझ्या घरातल्या बाथरूमपेक्षाही लहान जागेत त्यांनी मला गेली दोन वर्षं एकांतवासात ठेवलं होतं. इथल्या अनेक रात्री मी प्रार्थना करून, रडून, विचार करण्यात आणि घेतलेल्या काही निर्णयांबद्दल पश्चात्ताप करण्यात घालवल्या होत्या. एवढं सगळं झाल्यावर जेव्हा मी कधी झोपी जात असे, तेव्हा मला स्वप्नं पडत. त्या स्वप्नात या छळछावण्यांपासून तसंच अमेरिकन सैनिकांपासून सुद्धा खूप दूर मी मजेत जगताना दिसे. या स्वप्नांच्या राज्यात असल्यामुळे मला डोळे उघडणं अजिबात आवडत नसे. मला तेव्हा असंही वाटे मी कधीही डोळे उघडू नयेत. त्या काळात मी 'डार्क वर्ल्ड' ही कविता लिहिली. या कवितेतली काही कडवी इथे देत आहे.

वाढत चाललेल्या ताणानं परिसीमा गाठलीय,
वाढत्या अंधारानं सूर्यालाच झाकोळून टाकलंय,
फक्त वाढती रात्र, बाकी सगळंच नजरेआड झालंय,
प्रकाशाची तिरीप आली तरी डोळ्यातून आसवं गळताहेत,
मिळणाऱ्या थोड्याशा सुटकेची आतुरतेनं वाट बघतोय,

बंध भयंकर काचायला लागलेले,
एवढं सगळं असूनही पुढे रेटणं चालूच आहे,
निरपराधांना अडकवलंय कायद्याच्या जाळ्यात,
या बांडगुळांनी जीवनरसच शोषून घेतलाय,
एकच दंश, पण त्यातून उसळत आहेत यातनांच्या लाटा,
शेवट जवळ आलाय, तरीही, तो शांतपणे येणार नाही,
माझं जग काळवंडलंय अन् त्यांचं? पांढरंशुभ्र!

कोठडीत सुरवंटांची बेसुमार पैदास झाल्यापासून उलटी आणणारी दुर्गंधी वाढतेय. माझ्या तक्रारी जणू बहिऱ्यांच्या कानी पडल्यासारख्या फोल ठरू लागल्यावर, मी ते कीटक उकरून बाहेर काढले अन् संडासात त्यांना टाकून वर पाणी सोडलं. पण उलट ते अधिक संख्येने येतच राहिले. शेवटी त्यांना पंख फुटल्यावर ते उडून गेले. माझ्या कोठडीखाली झाडावरून पळणारी पाल मेलेली आढळली.

माझ्या देहातच काहीतरी वाढत चालल्याची त्या दिवशी मला जाणीव झाली. माझ्या कोठडीत पुढे अन् मागे चालायला फक्त तीन पावलं एवढीच जागा होती. त्यानंतर माझा जणू स्फोट झाला. माझा माझ्यावरचा ताबा सुटला. हे असं यापूर्वी कधीही झालं नव्हतं. चौकशी अधिकाऱ्यांना धमक्या देणं हे तर काहीच नाही असं माझ्या हातून घडलं. माझ्या कोठडीतली प्रत्येक वस्तू घेऊन मी ती खाली आदळायला लागलो. भिंतीवर, दारावर लाथा मारायला लागलो, गुद्दे मारायला लागलो, मग मोठमोठ्यांदा ओरडायला अन् रडायला लागलो. हे जेन्नरसमोर घडत नव्हतं तर कोणासमोरही होत होतं. माझा तो अवतार पाहून जेन्नरला धक्काच बसला. त्यानं मला नेहमी अगदी संयमित पाहिलेला असल्यामुळे, त्याला त्या घटकेला नेमकं काय करावं तेच कळेना. तो कामावर असलेल्या सार्जंटला बोलवायला धावला. त्या वेळी तिथे सार्जंट लोपेझ होता. सार्जंट लोपेझ हिस्पॅनिक होता आणि तो त्याच्या कामात निष्णात असून सभ्य होता. त्याला आमच्याबद्दल सहानुभूती होती. छावणीचा प्रमुख अधिकारी फर्स्ट सार्जंट ग्लेन कार्लहॅमसुद्धा पळत आला आणि मी त्याला पाहिलं त्या क्षणापासून त्यालाही शिव्या द्यायला लागलो. कार्लहॅम सुद्धा तसा वाईट माणूस नव्हता, पण तो प्रमुख असल्यामुळे मी त्याला शिव्यांची लाखोली वहायला लागलो आणि माझं सगळं नैराश्य त्याच्यावर निघालं.

"मादरचोद... अक्करमाश्या... इथे काय तमाशा बघायला आलायस भडव्या? तुझ्यात दम असला तर तू कोठडीत ये नाहीतर काळं कर इथून... चल चालता हो."

त्यांनी नंतर मला सांगितलं की माझा तो अवतार बघून तो इतका थक्क झाला होता की, तो जो इथून गेला तो पार छावणीच्या बाहेर.

नंतर मी माझ्या परीनं त्यांना माझी परिस्थिती समजावून सांगण्याचा प्रयत्न केला. ''हे बघा, जेव्हा माझ्यासारखा माणूस बेभान होतो, तेव्हा त्याच्याबाबतीत नक्कीच काहीतरी फार भयंकर घडलेलं असतं.''

फॉशीला जेव्हा हे सगळं समजलं तेव्हा खूपच वाईट वाटलं. तो माझ्याकडे आला अन् मला बरं वाटावं म्हणून हानोई हिल्टनच्या गोष्टी सांगायला लागला. त्याचे काही मित्र तिथल्या छळाला अन् एकांतवासाच्या शिक्षेला कसे पुरून उरले अन् तिथून सहीसलामत परत आले आणि त्या वेळी काही जण तिथेच कसे मेले याविषयीही. अमेरिकेच्या तुरुंगवासात वर्षानुवर्षं राहिलो असताना मी तिथल्या पहारेकऱ्यांपैकी काहींशी मैत्री जुळवली, पण त्यापैकी फक्त एकाबद्दलच मला आदर वाटला.

नंतर मी छावणीचा मुख्य अधिकारी कार्लहॅम याची झाल्या प्रकाराबद्दल माफी मागितली. पण माझ्या तक्रारीत तथ्य नव्हतं म्हणून नव्हे, तर माझ्यासारख्याने गलिच्छपणे शिव्या द्याव्यात त्याबद्दल मी माफी मागितली होती.

जसजसा काळ जाऊ लागला तसतसा निश्चितच ताण वाढू लागला होता. मी अबोल होत चाललो होतो आणि नव्या सैनिकांशी बोलण्यात आजकाल मला रस वाटेनासा झाला होता. दिवसेंदिवस मी अधिकच एकलकोंडा होत चाललो होतो.

घरच्यांना पत्रं लिहिणं अन् कविता करणं यातच मला थोडी शांती लाभत असे. माझ्या एक गोष्ट लक्षात आली होती, ती म्हणजे माझ्यातल्या धुमसत्या रागाला मी कवितेतून वाट करून देऊ शकतो. त्यातूनच मग त्रेपन्न कडव्यांची कविता जन्माला आली. तिचं शीर्षक होतं 'धिक्कार असो अमेरिकेचा'. या कवितेतल्या प्रत्येक कडव्याचा शेवट मला अमेरिकेचा धिक्कार करून करायचा होता; पण मधल्या काळात मी बराच निवळलो. त्यामुळे मी आता शांतपणे विचार करायला लागलो होतो. त्यातून अमेरिकेच्या इतिहासावर तीन भागांत खंडकाव्य लिहिलं गेलं. त्यात अमेरिकेची निर्मिती करणाऱ्या राष्ट्रपित्यापासून ते नागरी हक्कांसाठी केल्या गेलेल्या चळवळींपर्यंत आणि दुसऱ्या महायुद्धापासून ते अतिरेक्यांविरुद्ध सुरू केलेल्या युद्धापर्यंत आणि त्यातच भर म्हणून आधुनिक कालखंडात अमेरिकेअंतर्गत घडणाऱ्या घटना हे सगळं त्यात होतं आणि या सगळ्याचा शेवट स्वगतानं केलेला होता.

माझी व्याकुळता शिगेला पोहोचून मी बेभान झाल्यामुळे, मला बघायला मानसोपचार तज्ज्ञ आले. मी सार्जंट लोपेझकडे मागणी केली होती त्या प्रकारचे हे मानसोपचार तज्ज्ञ नव्हते. एखाद्या वरिष्ठ अधिकाऱ्याशी बोलण्याची तीव्र गरज होती. मला त्याच्याकडे इथे इतके दिवस राहून सुद्धा याचा शेवट काय होणार हे साधं नजरेच्या टप्प्यातही येत नाहीये, याबद्दल तक्रार करायची होती. शिवाय पत्रं, वकील, करमणूक, अन्न आणि एकूणच इथली परिस्थिती यासंबंधी गाऱ्हाणं सांगायचं होतं.

कोणातरी वरिष्ठ श्रेणीच्या अधिकाऱ्याला यासाठी बोलावणं सार्जंट लोपेझला त्याच्या अखत्यारीतलं वाटत नव्हतं. त्याला छावणीचे प्रमुख अधिकारी फर्स्ट सार्जंट कार्लहॅम यांना मधे घालूनच काही करता आलं असतं. कारण त्याला अधिकाऱ्यांची आणि श्रेणींची उतरंड आडवी येत होती. मग कार्लहॅमनं त्याच्या दृष्टीनं सर्वांत योग्य अशा मानसोपचार तज्ज्ञांना बोलावलं. त्याच्या त्या निर्णयावरून मला या इसमाची एकूणच बौद्धिक कुवत कळली.

मानसोपचार तज्ज्ञ आले. मी इंग्रजीतून बोलत असलेलं पाहून त्यांना आश्चर्यच वाटलं. त्यांचं ते आश्चर्य ओसरल्यानंतर त्यांनी मला काही आचरटपणाच्या पद्धती वापरून, ते लोकांना यातून बाहेर पडायला कशी मदत करतात ते सांगितलं. त्यांच्या या सर्व पद्धती बेल्सेन आणि ऑशविट्झमधल्या ज्यूंच्या छळछावण्यांपासून जिवंतपणी परत आलेल्यांच्या अनुभवांवर आधारित होत्या. मग मी त्या मानसशास्त्रज्ञाला म्हणालो, ''चला बरं झालं, म्हणजे तुम्ही इथे कसल्या प्रकारची छावणी चालवताय ते तुमचं तुम्हालाच समजलं. खरं तर त्या तसल्या छळछावण्यांतून लोकांची मुक्तता करायला साधारण पन्नास वर्षांपूर्वी तुमच्या आजोबांनी किंवा तशाच वयाच्या माणसांनी खूप मदत केलेली होती.'' शब्दात का होईना मी त्यांना एक थप्पड लगावून दिली. मी मनाशीच विचार केला. हा मूर्ख माणूस अगदीच फालतू असं काहीतरी सांगून मला आपल्या पंखाखाली घेऊ बघतोय.

मी बोलत होतो, ''तुम्ही मला शत्रू समजताय आणि त्याच नजरेनं माझ्याकडे बघताय. तुम्ही तुमच्या लढाईसाठीच्या गणवेशात आहात. पण तुमच्याजवळचा अमेरिकन राष्ट्रध्वज मात्र चुकीच्या दिशेला आहे. तुम्ही शत्रूवर हल्ला करण्याच्या तयारीत आहात आणि मी इथे नारिंगी कपड्यात... हं! मला तुमच्या सल्ल्याची बिलकूल गरज नाही.''

फारसं काही लक्षात न आल्यासारखं ते आपलं तेच चऱ्हाट पुढे वळायला लागले, म्हणाले, ''ऑशविट्झ छळछावणीतून सहीसलामत बचावलेले किंवा नेल्सन मंडेला यांच्याकडे जरा बघ....''

''तुम्ही नेल्सन मंडेलांचं 'लाँग वॉक टू फ्रीडम' हे आत्मचरित्र वाचलंय का?''

''नाही.''

''त्यांचा दाखला देण्याआधी तुम्ही ते वाचा, म्हणजे बरं पडेल.''

त्यांनी आपलंच घोडं पुढे दामटणं सोडलं नाही, ''तू बायबलमधलं 'बुक ऑफ जॉब' वाचलयंस? खटले आणि आरोपासंबंधीच्या चौकशांना जाताना यातून खूप आधार मिळतो.

''हो, बायबलमधला तो भाग मी असंख्य वेळा वाचलेला आहे. माझ्या बायकोनं आमच्या शेंडेफळाचं नाव आयुब किंवा इंग्लिशमधे जॉब असं ठेवलंय, ते

त्याच हेतूनं. माझ्या खटल्यांना व त्रासाला तुम्ही कारणीभूत आहात. दुसऱ्या एखाद्या मुस्लिमाशी याबद्दल मला बोलू देण्यात यावं अशी मागणी मी खरं तर वारंवार केलीय. अमेरिकन सैन्यदलातल्या एखाद्या मुस्लीम धर्मगुरूशीही बोलण्याची माझी तयारी आहे, जो अशा धर्माविषयी बोलेल. त्यावर तरीही त्यांनी मला असा एक मानसोपचार तज्ज्ञ गाठून दिला की, ज्या धर्मावर त्याच्या स्वत:ची सुद्धा श्रद्धा नाहीये. त्याविषयीच तो नेमकं बोलतोय आणि जी पुस्तकं त्यानं वाचलेलीच नाहीयेत त्यातले संदर्भ बिनदिक्कत देतोय.''

तो हे असं का वागत होता ते माझ्या लक्षात आलं होतं. मी एक कठोरपणे धर्मपालन करणारा मुसलमान होतो, त्यामुळे इथून पुढे मला बायबलमधल्या नाही तर कुराणातल्या गोष्टी सांगणंच योग्य होतं. ''दोन वर्षांहून जास्त काळ मी तुमचा आणि तुमच्या देशाचा कैदी आहे. त्यांनी मला कशा परिस्थितीत डांबून ठेवलंय ते तुम्ही बघताच आहात. खरं तर मी या आधीच बेभान का झालो नाही असा प्रश्न तुम्ही विचारला पाहिजे. दुसरा कुठलाही कमकुवत मनाचा माणूस यापूर्वीच बेफाम झाला असता.'' ते प्रकरण तिथेच संपलं.

ग्वांटानामोत 'बनाना-रॅट' नावाची एक घूस होती. ती आकारानं पाळीव मांजराएवढी होती नि तिची शेपटी लांब उंदरासारखी होती. इथल्या काही सैनिकांच्या तसंच चौकशी अधिकाऱ्यांच्या अंगावर नारिंगी रंगाचे टी-शर्ट्स असत आणि या प्राण्यांची चित्रं कैदी असल्यासारखी चितारलेली असत. मी स्वत: तसलं काही कधी पाहिलं नव्हतं. (मी बाग्राममधे असताना तशा प्रकारचा टी-शर्ट पाहिला होता.) पण पहारेकऱ्यांपैकी एकाने बोलण्याच्या भरात चुकून ते सांगून टाकलं होतं. त्यानंतर मी इतरांशी बोलून त्याबद्दल खात्री करून घेतली. इतर लोकं तसल्या प्रकारचे टी-शर्ट्स खरेदी करण्याविषयी बोलत असत. त्यांना इथली एक आठवण म्हणून ते टी-शर्ट्स घरी घेऊन जायचे असायचे.

एवढं सांगून मी त्या मानसोपचार तज्ज्ञाला म्हटलं, ''तुम्ही स्वत: एक अधिकारी आहात. मग याबद्दल मला काही सांगा. आमचं माणूसपणच संपवून टाकण्याच्या या प्रक्रियेचा तुम्ही एक भाग आहात. या संदर्भात तुम्ही काय करणार आहात, सांगता जरा?''

''तुला नेमकं म्हणायचंय तरी काय? आम्ही कधीही तुम्हाला माणूसपणाच्या पातळीपेक्षा हीन समजलेलं नाही. तुमच्याकडे आम्ही माणूस म्हणूनच बघतो अन् वागणूकसुद्धा तशीच देतो.''

''पण मग एक जबाबदार अधिकारी म्हणून तुम्ही त्या टी-शर्ट्सचं काय करायचं ठरवलंय? ते टी-शर्ट्स या बेटावर सहज वितरीत होतायत नि त्यावर आम्हाला जनावरं म्हणून चितारलंय.''

त्या वेळी त्याच्या चेहऱ्यावर असे भाव होते की, त्याला जणू म्हणायचं होतं, 'काय आफत आहे साली, तसला एक टी-शर्ट मी सुद्धा आणलाय हे तुला कसं कळलं?'

कालांतरानं मी अजून दोन हिचकॉकना पाहिलं. (सायको या चित्रपटावरून मला वाटतं ही टोपणनावं ठेवण्यात आली असावी.) मी पुन्हा संतापलो असताना जास्त नाटकं न करता ते दोघं एका पाठोपाठ आले. यावेळचा उद्रेक गेल्या खेपेपेक्षा बराच सौम्य होता. पण त्यांनी मानसोपचार तज्ज्ञाला लगेच बोलवायचं ठरवलं. ती एक अफ्रिकन अमेरिकन होती. तिला मला मदत करण्यात खरोखरच रस होता की, माझी दिशाभूल करून माझ्याशी काही मानसिक पातळीवरचे खेळ खेळून माझ्यातल्या कमकुवत बाजू शोधायच्या होत्या हे मला ठरवता आलं नाही.

तिनं मला विचारलं, "तू स्वतःला स्वतःच त्रास देण्याचा किंवा स्वतःच स्वतःचं नुकसान करून घेण्याचं कृत्य केलंयस कधी?"

"नाही कधीच नाही."

"तू कधी तुझ्या ट्राऊझर्स काढून आणि तुला दिलेल्या चादरीच्या धांदोट्या करून त्यापासून गळफास करून तो फास स्वतःच्या गळ्याभोवती आवळायचा...?"[२]

"तुम्ही तसं सुचवेपर्यंत तरी हा विचार कधी माझ्या मनात आला नव्हता."

मला मुस्लीम धर्मगुरू हवा होता असे मी वारंवार म्हणत होतो. पण त्यांनी माझ्याकडे मानसोपचार तज्ज्ञ म्हणून हा नमुना पाठवला होता. खरं तर एखाद्या मुस्लीम बांधवाची भेट झाली असती तर मला मानसिक आधार मिळाला असता आणि नेमकी तेवढीच गोष्ट ते करत नव्हते.

ब्लॉंडी नावाचा एक वैद्यकीय अधिकारी वरचेवर माझ्या कोठडीत मला भेटायला येत असे. त्याच्याबरोबर माझं नेहमी बोलणं होई. मी एखाद्या मुस्लीम धर्मगुरूला कधी भेटलो होतो का असा प्रश्न त्यानं मला विचारलं आणि मी उत्तर दिलं, 'नाही.' त्या धर्मगुरूचं नाव चॅपलीन.[३] मग ब्लॉंडीनं मला सांगितलं,

---

२. सुटून आल्यानंतर जुलै २००५च्या द न्युयॉर्कर मध्ये तसंच २५ जून २००५च्या इंटरनॅशनल हेरल्ड ट्रायब्युनल मधल्या माझ्या वाचनात हे आलं होतं की, अमेरिकन लष्करानं आरवलेल्या डावपेचांनुसार कैद्यांचं 'मनोधैर्य खच्ची करण्यासाठी ते अशा पद्धतीचा वापर करीत होते.

३. कॅप्टन जेम्स यी २००३ मधे एफ बी आय व अमेरिकन लष्करानं अमेरिकेविरुद्ध हेरगिरी करून वर्गवारी केलेली माहिती सिरियन्सना पुरविली तसंच अल्-कायदाला सहानुभूती दर्शविणारा असे निखालस खोटे आरोप ठेवून त्याला ताब्यात घेतलं, त्यानं ७६ दिवस एकांतवासात काढल्यानंतर सर्व आरोपांतून त्याची सुटका झाली. परंतु त्याची कधीही माफी मागितली गेली नाही. जेम्स थीचं 'सी फॉर गॉड ॲन्ड कंट्री' हे वाचा. (पब्लिक अफेअर्स २००५.)

''चॅपलीनला अमेरिकन सैन्यानं पकडलं आणि तो अल्-कायदाला गुप्त माहिती पुरवत असल्याचा आरोप त्याच्यावर ठेवण्यात आला.'' ब्लाँडी ते सगळं मला सांगत असताना ते बोलणं एका पहारेकऱ्यानं ऐकलं आणि लगेच त्यानं सार्जंटला बोलावलं. सार्जंटनं त्याला माझ्या कोठडीतून ताबडतोब बाहेर काढलं. ती माझी त्याच्याबरोबर झालेली शेवटची भेट. दुसऱ्या एका वैद्यकीय अधिकाऱ्याकडून ऐकलं की, निर्बंधित माहितीबाबत शत्रूबरोबर चर्चा करत असल्याकारणानं ब्लाँडीला मोठी शिक्षा करण्यात आली.

मला या एकांतवासातून बाहेर काढून इतर कैद्यांना भेटू द्यावं असं मी सांगितलं असताना, त्यांनी मात्र माझ्यासाठी ते काही न करता मानसोपचारतज्ज्ञ पाठवली. डॉक्टर बी बराच काळ मला वरचेवर भेटत राहिली. तिचं वाचन भरपूर होतं, दर आठवड्याला तिच्याबरोबरचं संभाषणाचं एका तासाचं सत्र अचानक बंद झालं. २००४ साली त्या वर्षी उन्हाळ्यात तिथे छुपे कॅमेरे बसवले गेले आणि त्यानंतर तिथले पहारेकरी दर तासाला आत डोकवायला येत.

डॉक्टर बी एक दिवस म्हणाली, ''माझी अशी खात्री आहे की या छावणीचा काही भाग स्मिथ्सोनियन म्युझियममध्ये प्रदर्शनार्थ नक्कीच दाखवला जाण्याची शक्यता आहे. तिथे आत्ता आपल्या इतिहासाची साक्ष म्हणून जपानी शिबिरातल्या कैद्यांच्या विभागाचा समावेश केलेला आहे.'' अमेरिकेबद्दल तिला कधीही फारसा अभिमान असल्यासारखं मला आढळून आलं नाही.

तिच्याकडून इतर कैद्यांबद्दलची माहिती, ग्वांटानामोत अगदीच वाया गेलेल्या व्यक्तींची माहिती घेण्याचा मी प्रयत्न केला. तिनं मला सांगितलं होतं, इथे असे काही कैदी आहेत की, त्यांना एकांतवासाच्या कोठडीत ठेवल्यानंतर त्यांचं स्थळ, काळ आणि प्राप्त परिस्थितीचंही भान सुटलं होतं. या मागचं खरं कारण कोणाशीही बोलायला न मिळणं हे होतं. एकांतवासात बराच काळ राहिलेले कैदी शेवटी स्वत:शीच बडबडायला लागत. काहीजणांनी आत्महत्येचा प्रयत्न केल्याची तिने खात्री करून घेतली होती. मी पहारेकऱ्यांकडून ऐकलं होतं की, टिमी नावाच्या कैद्यानं गळफास लावून घेऊन आत्महत्या करण्याचा प्रयत्न केला होता, पण ही मंडळी त्याच्या कोठडीत वेळेवर पोहोचल्यामुळे त्यांनी त्याचे प्राण वाचवले होते. ही मंडळी पोहोचेपर्यंत तो अगदी अर्धमेला झालेला होता. त्यांनी त्याला मरणाच्या दारातून परत आणला खरा, पण त्यानंतर तो वरचेवर इस्पितळात भरती झालेला असे. त्याला कंप सुटत असे आणि अनेक वेळा धड बोलताही येत नसे.

माझा दात दुखत असल्यामुळे मला त्यांनी दवाखान्यात आणलं होतं. गेले कित्येक महिने मी सतत माझ्या दातदुखीची तक्रार करीत होतो. रिझर्व्हेशन्सकडे जाताना जशी गाडी वापरलेली होती, तशाच प्रकारच्या गाडीतून त्यांनी मला

दवाखान्यात नेलं. दवाखान्यात त्यांनी मला खाटेवर झोपवल्यावर माझा एक पाय आणि एक हात बेड्यांमधे अडकवण्यात आला. त्यामुळे मला नीट हालचाल करणं अशक्य होऊन बसलं होतं. मी फक्त बसू शकत होतो. मला ऐकू येणाऱ्या आवाजावरून इथे माझ्या जवळपास कुठेतरी कैद्याला आणलेलं आहे, हे माझ्या लक्षात आलं होतं. माझ्या खाटेभोवती पडदे लावण्यात आले होते, तरीही ती गोष्ट माझ्या लक्षात आलीच. मी जरा पुढे झुकून माझ्या इथला पडदा थोडा सरकवला त्या कैद्यांनीही तसंच केलं तर आम्हाला एकमेकांशी बोलता येईल असं मला वाटलं. शिवाय आम्ही एकमेकांना बघूसुद्धा शकू. असं झालं तर किती मजा येईल. ग्वांटानामोत पाऊल ठेवल्यादिवसापासून त्या दिवसापर्यंत मी एकाही कैद्याला पाहिलेलं नव्हतं.

मी एको शिबिरातून आलोय किंवा मी कोण आहे याविषयी दवाखान्यातल्या पहारेकऱ्यांना काहीच माहिती नव्हती. त्यांना मी डेल्टा शिबिरातून आलोय असंच वाटत होतं आणि तिथे तर कैदी एकमेकांशी बोलत असत.

मी हळूच पडदा बाजूला केला अन् म्हणालो, "अस्सलाम आलेकुम."

उत्तर आलं, "वालेकुम अस्सलाम."

मी म्हणालो, "तुझ्या तिथला पडदा थोडा पुढे सरकव."

मी सांगितलं तसं त्यानं केल्यावर तो माझ्या दृष्टीला पडला. तो कोण आहे ते मला माहीत नव्हतं. खूप उशिरा तो कैदी कोण आहे ते मला समजलं. तो सलीम हमदान होता. ओसामा बिन लादेनच्या अनेक ड्रायव्हर्सपैकी तो एक असल्याचं म्हटलं होतं. त्याला सुद्धा एको शिबिरात डांबून ठेवण्यात आलेलं होतं. मला ठेवलं होतं त्या कोठडीपासून थोड्याच अंतरावर त्याला ठेवण्यात आलं होतं. आम्ही एकमेकांशी बोलायला सुरुवात केली. मी कुठल्या परिस्थितीतून जात आहे याची जाणीव असलेल्याशी बोलायला मिळालं, म्हणून मला खूप बरं वाटत होतं. तो जे सांगत होता त्यामुळे मला बराच हुरूप आला. सैन्यदलाने नेमलेल्या समितीच्या प्रक्रियेतून तो स्वत: जात आहे आणि त्यांनी त्याच्यासाठी सैन्यदलातल्या एका वकिलाची नेमणूक केल्याचं त्यानं मला सांगितलं. हा वकील सैन्यदलातला असला तरी त्याचा बाहेरच्या अनेक लोकांशी चांगल्यापैकी संपर्क होता. एको शिबिरात येण्यापूर्वी सलीम हमदान इथल्या मुख्य तुरुंगात, म्हणजे डेल्टा शिबिरात होता. त्यानं मला या मुख्य तुरुंगाविषयीदेखील थोडी माहिती दिली.

सलीम हमदानकडे बघूनही फार समाधान मिळत असे. या सगळ्या प्रसंगानंतर माझं मनोधैर्य चांगलंच उंचावलं. आम्ही एकमेकांशी कुजबुजीच्या स्वरूपात बोलत होतो आणि तरीही जरा कुठे कोणाची पावलं वाजली तरी आम्ही बोलायचे थांबत होतो. आमची ही भेट जेमतेम दहा मिनिटं झाली आणि त्यानंतर ते आले अन् मला दंतवैद्याकडे घेऊन गेले.

एको शिबिरातलं अवघं जगणंच अतिशय एकसुरी अन् कंटाळवाणं होतं. थोड्या थोड्या महिन्यांनी इथल्या पहारेकऱ्यांची बदली होई. मग इथे येणाऱ्या नव्या पहारेकऱ्यांची मला सवय करून घ्यावी लागे. शिवाय त्याच्या जोडीला जे नवे चौकशी अधिकारी येत. त्यांना तोंड देता देता माझ्या सहनशीलतेचा अंत होऊन, कधीकधी माझा स्फोट सुद्धा होई. पहारेकऱ्यांमधे काही पहारेकरी खड्या फौजेतले असत तर काही नॅशनल गार्ड व राखीव दलातले असत. त्यांच्यातले काही दक्षिणेकडच्या राज्यांतून आलेले होते, काही उत्तरेकडच्या राज्यांतून आलेले होते, तर या आधीच्या तुकडीतले बरेचसे मिशिगन आणि ओहिओमधून आलेले होते.

इथे आलेल्या नव्या तुकडीत अलाबामा, अरकान्सास, दी व्हर्जिन, बेट आणि प्युर्टोरिको अशा वेगवेगळ्या ठिकाणांहून आलेले सैनिक असल्यामुळे हा गट संमिश्र लोकांचा होता. मात्र प्युर्टोरिकोची तुकडी तिथे नव्हती. ज्या ज्या वेळी पहारेकरी बदलत, पहिली तुकडी बदलून जाऊन त्याच्या जागी नवे लोक येत, त्या त्या प्रत्येक वेळी नव्या आलेल्यांना नवी आणि आधुनिक तंत्रं वापरून हे शिबिर चालवण्याची खुमखुमी असे. त्यांना नव्यानं सैनिकी नियम तसंच एकूणच शिबिरामधे नव्यानं नियम तयार करून लिहिण्याची इच्छा असे. मी थोडं निरीक्षण केलं तेव्हा माझ्या लक्षात आलं की, वेगवेगळ्या संस्कृती, वेगवेगळी पार्श्वभूमी, वय, अनुभव तसंच ते प्रत्यक्ष सैन्यदलातले आहेत की दुसऱ्या विभागातले आहेत, या सगळ्या गोष्टींमुळे इथला प्रत्येक जण दुसऱ्यापेक्षा वेगळा आहे... त्यांच्यात फरक असण्याचे हे सगळे मुद्दे माझ्या ध्यानात आल्यावर त्यांच्यातल्या वेगळेपणाचं मला जरा अप्रूपच वाटलं. या माझ्या भावनेमागचं एक कारण म्हणजे, मला माणसांमधे नेहमीच रस होता. तसंच कशामुळे त्यांना प्रोत्साहन मिळतं ते देखील जाणून घेणं मला आवडत होतं आणि त्याच वेळी रिकाम्या वेळी ते बुद्धीला खाद्य पुरवणारं एक बौद्धिक कोडंही होतं. माझ्या असं लक्षात आलं होतं की, काळे सैनिक इकडेतिकडे करत उगाच फिरत राहतात, तसंच ते आपापसातही बरंच बोलत असतात आणि अलाबामातून आलेल्या गोऱ्या सैनिकांपासून जरा दूरच राहतात. हिस्पॉनिक्स सुद्धा एकमेकांसोबत बरंच इकडेतिकडे हिंडत राहतात. त्यांच्यातले अनेक जण माझ्याबरोबर वेळ घालवायचे. जर माझ्या कोठडीत लोपेझ असेल, तर गोंझालीस हमखास आत येई. त्या दोघांच्या मागे रुइझ आणि इतरही येत. व्हर्जिन बेटांवरून आलेल्यांचीही तीच गत होती. माझं या सगळ्या मंडळींशी छान जमायचं.

मी अगदी तरुण असताना बर्मिंगहॅमला होतो तेव्हा अनेक जमैकन्स मला माहीत होते. सेंट कीट्स आणि ब्रिटिश व्हर्जिन बेटांवरची लोकं माझ्या परिचयाची होती. मी रेग्गी संगीत ऐकत असे, तसंच त्यांच्याबरोबर त्या समाजात मी अगदी मिळून मिसळून गेलो होतो. ज्या वेळी मी अमेरिकेतील व्हर्जिन बेटांवरून आलेल्या

लोकांचे उच्चार ऐकले – त्यावेळी मला त्या बेटाविषयी ऐकूनही काही माहीत नव्हतं – तरीही माझ्या लक्षात येऊन चुकलं होतं, हे लोक अमेरिकन सैनिकांपेक्षा खूपच वेगळे होते. ते लोक दिसतही खूप वेगळे, अगदी काळ्या अमेरिकनांपेक्षा. ते खरं तर आफ्रिकन लोकांसारखेच जास्त करून दिसत असत.

ते तसे खुशालचेंडू वृत्तीचे होते आणि सर्वसाधारणपणे ते माझ्याशी अधिक माणुसकीने वागत होते. ते इथल्या सत्ताधाऱ्यांचे नियम सरळ धाब्यावर बसवत आणि सामान्य माणसासारखे माझ्याशी बोलत, माझ्याशी बोलताना त्यांना त्यांचं नाव लपवून ठेवण्याची गरज भासत नसे. इतर पहारेकरी वंशाभिमानी होते आणि त्यांच्याशी उद्दामपणे वागत. त्याचं कारण त्यांनी जरी अमेरिकन सैन्यदलासाठीचा गणवेश अंगावर चढवला असला तरी ते खरे अमेरिकन नव्हते, अशी त्यांची भावना होती. त्यांच्यातल्या काही जणांनी त्यांना इथे कशी वागणूक मिळते त्याबद्दल वाटणारी नाराजी माझ्यापाशी मोकळेपणाने बोलून दाखवली होती. अमेरिकन गोरे किती वंशाभिमानी आहेत ही त्यांना जाणवलेली गोष्ट त्यांनी मला बोलून दाखवली होती. 'या गोऱ्यांना आम्ही काळे मुळीसुद्धा आवडत नाही. तुम्हा कैद्यांपेक्षा सुद्धा ते आम्हाला खालच्या पातळीचे समजतात, कारण तुम्ही आमच्यापेक्षा कमी काळे आहात... आम्ही काळे आहोत म्हणून ते आमचा राग राग करतात.'

त्यांच्यापैकी दोघांशी माझी चांगली गट्टी जमली. त्यातला एक होता केल्विन, व्हर्जिन बेटावरचा. एक अतिसामान्य माणूस. आयुष्यातलं त्याचं ध्येय वेगवान कार आणि बाईक मिळवणं तसंच अगदी अलीकडच्या डी.व्ही.डी. आणि अगदी अलीकडच्या पोर्नो फिल्म्स बघणं हे होतं. मी जेव्हा त्याच्याशी धर्म, तत्त्वज्ञान आणि युद्धामागचं राजकारण याविषयी बोलत होतो, तेव्हा कोणीतरी प्रथमच स्वतःचं आत्मपरीक्षण करायला सुरुवात केलीय आणि त्या आत्मशोधामागे जग समजून घेण्याची धडपड आहे असं वाटावं, त्याप्रमाणे तो माझ्याकडे बघत असे. त्यानं तो राहात असलेल्या बेटाबाहेर पहिल्यांदा पाऊल टाकलं ते प्राथमिक प्रशिक्षण घेण्याच्या निमित्तानं. त्या वेळी त्याच्याबरोबरीच्या प्रशिक्षणार्थींनी जेव्हा त्याला विचारलं होतं, 'तुम्ही लोक राहता तिथे वीज आहे का? आणि नीट चांगली घरं, कार्स आहेत का?' तेव्हा त्याला धक्काच बसला होता. त्यामुळे नंतर त्याला भयंकर राग आला होता असं तो म्हणाला.

अमेरिकन्सच्या अज्ञानाची कीव करत केल्विन एकदा माझ्याकडे आला होता, त्यांच्या कोत्या मनोवृत्तीमुळे आणि त्यांच्यातल्या खोट्या कल्पनांमुळे. "तुम्ही काही खरेखुरे अमेरिकन नाही आहात." असं ते इतरांना ऐकवत. त्याच्यासारखे व्हर्जिन आयलंडहून आलेले बरेचसे सैनिक घरच्या आठवणीनं अगदी व्याकूळ झाले होते. भौगोलिक दृष्ट्या आम्ही होतो तिथून त्यांचं घर अगदी जवळ होतं. क्युबातल्या या

जागेपासून त्यांच्या घरी जायला विमानानं जेमतेम अर्धा तास लागला असता. परंतु त्यांनी जेव्हा इथल्या कैद्यांकडे पाहिलं, तेव्हा त्यांच्यातल्या काही जणांना त्यांचा इतिहास आठवला. त्यांच्यातल्या काही जणांबरोबर मी युद्धाच्या किंवा अतिरेकी घटनांच्या मुळाशी जी काही कारणं असतात, त्यासंबंधी बोलत असे. असंच बोलताबोलता मी एकदा त्यांना म्हणालो, "अलीकडील इतिहासात हे नोंदलं गेलंय की अटलांटिक महासागरातून अमेरिकन्सना वाचवणारे तुमचे पूर्वज होते."

केल्विन माझा अगदी जवळचा मित्र बनला. त्याच्या अगदी खाजगी गोष्टींबद्दल सुद्धा तो माझ्याशी मोकळेपणी बोलत असे. त्याच्या वडिलांच्या मृत्यूनंतर तो किती हादरला होता आणि त्याला त्याचे वडील आता हयात नाहीत याची किती पदोपदी आठवण येत आहे, हेही त्यानं सांगून टाकलं होतं. तो जेव्हा हे असं अगदी मनाच्या तळातलं माझ्याशी बोलत असे, तेव्हा मला नेहमी वाटे की, तो त्याच्या प्लाटून सार्जंटशी हे बोलत असेल का? आम्हा दोघांत मित्रत्वाचे खरेखुरे बंध निर्माण झाले होते. दिवसागणिक बदलणारे त्याचे मूड्स मला वाचता येत असत. फिरोझ मला माहीत होता. कधीही न पाहिलेला इथला माझा साथीदार, तो देखील केल्विनशी बोलत असे आणि त्यामुळे असेल कदाचित, पण तो मला फिरोझविषयी सांगे, तसंच छावणीतील डेव्हिड हिक्स, सलीम हमदान अशा इतर कैद्यांविषयी देखील सांगे.

एकदा केल्विननं मला विचारलं, "अल्-कायदा अमेरिकेवर हल्ला कशासाठी करेल? ओसामा बिन-लादेन या माणसाला नेमकं काय हवंय?" मी त्याला सगळ्याचा उलगडा करून सांगायला लागलो, "अल्-कायदानं असा हल्ला करण्यामागे असलेल्या अनेक कारणांपैकी एक कारण म्हणजे, अरेबियन प्रदेशातील अमेरिकनांचं असणारं वास्तव्य..." पण मग बोलताबोलता माझ्या लक्षात आलं की, याच्या जगण्याच्या परिघाशी या विषयांचा तर काहीच संबंध नाहीये. त्याच वेळी तो म्हणाला, "हे सगळं माझ्या पार डोक्यावरून जातंय. तू काय बोलतोयस ते मला समजत नाहीये." मी त्याला जे काही सांगू बघायचो ती प्रत्येक गोष्ट तो स्वत:च्या व्यक्तिगत आयुष्याशी आणि भावनांशी जोडायचा. तो म्हणाला, "मला हे खबदाडीतलं जग मुळीच आवडलं नाही. मला इथे क्षणभर सुद्धा राहायचं नाहीये. सगळं सैन्यदल मरू दे तिकडे. मी 'नॅशनल गार्ड' मधे भरती होण्याच्या अपेक्षेनं सैन्यदलात आलो होतो. जन्मात कधी मी ही अपेक्षा केली नव्हती की, ते मला हे असं खड्या सैन्यदलात भरती करून घेतील, इथे मसणात पाठवतील आणि कहर म्हणजे ते आता आम्हाला इराकला पाठवण्याची भाषा करताहेत. मी सैन्य दलातून बाहेर पडणार आहे आणि मग दुसरं काहीतरी करीन." घरी त्याची बायको होती आणि एक बाळ सुद्धा होतं. घरी राहिलेल्या या मंडळींची आठवण त्याला येत राही.

तो मला आपल्या बायकोबद्दल सांगत राही. त्यांची भेट कुठे अन् कशी झाली इथपासून ते तिचं त्याच्या आयुष्यात काय मोल आहे इथपर्यंत तो सगळं काही सांगत राही. तसंच तिची आयुष्याबद्दलची उद्दिष्टं, तिची एकूणच वागण्याची पद्धत असा अनेक अत्यंत खाजगी गोष्टीसुद्धा तो माझ्यापाशी बोले. त्याचं ते जीव ओतून सांगणं ऐकल्यानंतर माझी खात्रीच पटली की, तो आपल्या बायकोवर अपार प्रेम करत असला पाहिले. आम्ही दोघं अक्षरश: दोन ध्रुवांइतके वेगवेगळ्या जगातून आलो होतो, तरीही आम्हाला एकमेकांविषयी विलक्षण जवळीक वाटायला लागली होती.

इथे भेटलेल्या अनेक पहारेकऱ्यांना मी आवर्जून माझ्या बर्मिंगहॅममधल्या घरी येण्याविषयी सांगितलं होतं. पण एकट्या केल्विननं मला त्याच्या घरी येण्याचं निमंत्रण दिलं... त्याच्या कुटुंबाला मी भेटतोय अशी मी कल्पना करू लागलो.

केल्विनचा जाडगेला मित्र नट्टी, त्याच्याबरोबर मी थट्टा मस्करी करीत होतो तसंच गंभीरपणेही त्याच्याशी बोलत असे. "तुमच्या समाजाची पाळंमुळं आणि तुमचं मूळ या संदर्भात मी थोडा अभ्यास करून, ज्या परिस्थितीत आम्ही अडकलो आहोत त्याच्याशी ते कसं जोडलं गेलंय ते जाणून घेण्याचा प्रयत्न करीन. आमची परिस्थिती आणि तुमची परिस्थिती यातलं साम्य तुझ्या लक्षात यायला हवं आणि जर त्यातलं साम्य तुला ओळखता आलं नाही, तर मला वाटतं तू इतिहासाकडे पाठ फिरवतो आहेस. पश्चिम आफ्रिकेतून जे जास्तीतजास्त गुलाम आणले गेले ते बहुसंख्येनं मुस्लीम होते. माझं म्हणणं पटत नसेल तर आपण ॲलेक्स हेलीच्या 'रूट्स' पासून सुरुवात करू या आणि मग त्यापुढचं संशोधन तुझं तू कर." त्यानं ते पुस्तक कधी वाचलं की नाही ते मला माहीत नाही पण माझ्याशी केलेली चर्चा त्याला आवडली होती. त्यांच्यातले बरेच जण त्यांच्या अमेरिकन संस्कृतीपेक्षा वेगळ्या असलेल्या कॅरिबियन संस्कृतीबद्दल अभिमानानं बोलत असत.

"ख्रिस्तियानो फॅट्टी... ओह्! नट्टी, तुला कॅरिबियन खास पदार्थ 'मोरॉस'बद्दल काही ऐकून माहिती आहे का?"

"माहित्येय, उगाच शहाणपणा करू नकोस. काळे वाटाणे आणि भात असंच म्हणायचंय ना तुला?"

"हो, पण दोस्ता 'मोरॉस' हा शब्द स्पॅनिश आहे. मूळचा स्पॅनिश शब्द आहे 'मूरस' उत्तर आफ्रिकेतील मुस्लीम?"

"छे, मला नाही माहीत."

दहशतवादाविरुद्ध पुकारलेलं युद्ध, अमेरिकेवर झालेले हल्ले, यांचा बेटांवर राहाणाऱ्यांवर फारसा परिणाम झालेला नव्हता. त्यांना वाटलं होतं त्यांना कशातच गोवलं जाणार नाही. केल्विन मला एकदा म्हणाला होता, "११ सप्टेंबरच्या हल्ल्यानंतर काळ्यांना पहिल्यांदाच वेगळं काही अनुभवायला मिळालं आणि आता

या घटनेनंतर, आम्हा काळ्यांचा जेवढा द्वेष करायचे, त्याहून अधिक द्वेष ते तुम्हा मुस्लिमांचा करतात. तुम्ही काळे आणि शिवाय मुस्लीम असाल तर...''

व्हर्जिन आयलंडहून आलेल्यांमध्ये एक मुलगी होती, तिला थॉम्सन म्हणत. त्यांच्या तुकडीतली ती एकुलती एक गोऱ्या कातडीची बाई होती. पण ती काळ्यांच्या त्या गटात अगदी मिसळून गेली होती. अगदी त्यांच्यातली एक बनून राहिली होती. ती म्हणत असे मी काळी आहे. काळं असणं ही एक मनाची स्थिती आहे. त्याचा कातडीच्या रंगाशी संबंध नाही. अमेरिकेतल्या काही काळ्यांचा उल्लेख तो 'फ्रेश वॉटर यॉंकीज' असा करीत असे.

यांच्यापैकी एक होता रिचर्डसन, हे कोवळं पोर लुईझियानातून आलेलं होतं. त्याच्या प्रेरणा केल्विनसारख्याच होत्या. एकदा तो म्हणाला होता, ''तुम्ही एकूण एक सगळे मुस्लीम आपल्या धर्माशी किती एकनिष्ठ असता... पण ते तसं असणं म्हणजे वेळेचा नुसता अपव्यय आहे. बाकी काही नाही.''

''ठीक आहे, तसं असेल तर तू मला सांग श्रद्धा म्हणजे काय? आणि तुझी श्रद्धा काय आहे ते जरा सांगतोस का, अर्थात तुझी कशावर श्रद्धा असलीच तर!''

''ते मला माहीत नाही.'' त्यानं उत्तर दिलं. त्या विषयावर अधिक चर्चा करण्याची त्याची इच्छा नव्हती.

''जाऊन जरा इतिहासात डोकावं, तुझे पूर्वज नक्कीच अमेरिकेतले मूळचे रहिवासी नव्हते, ते कुठून आले होते ते एकदा बघून ठेव. एकदा केव्हा तरी या सगळ्याचा नीट अभ्यास कर अन् मग माझ्या धर्माबद्दल तुला काय वाटतं ते सांग. कारण तुझ्या पूर्वजांचा जो धर्म होता तोच धर्म माझाही आहे.'' मी या दृष्टीनं विचार करत असेन असं त्याला कधी वाटलंच नव्हतं.

एक दिवस थॉम्सन आणि मी मार्क्स गार्व्ही अनुषंगानं अमेरिकेतल्या काळ्यांवरच्या त्याच्या प्रभावाच्या विषयी चर्चा करत होतो. त्या वेळी नेमका रिचर्डसन कोठडीत टपकला. गार्व्ही कोण, काय या विषयी त्याला काहीच माहिती नव्हती. एवढंच नव्हे तर त्याच्याविषयी त्यानं काही ऐकलंही नव्हतं. थॉम्सननं या 'फ्रेश वॉटर यॉंकीला' अक्षरश: त्याच्या अज्ञानाबद्दल झोडपलंच आणि मी त्याच्या जखमेवर मीठ चोळण्यासाठीच जणू एक सुभाषित सुनावलं, 'ज्या लोकांना आपला इतिहास माहीत नसतो ते लोक मूळ नसलेल्या झाडांसारखेच असतात.'

त्यानंतर आम्ही माल्कम एक्सबद्दल बोलायला लागलो. तसंच डॉक्टर किंग, ब्लॅक पँथर आणि अमेरिकेत झालेली नागरी हक्कांसाठीची चळवळ, यावरही आमचं बोलणं झालं. त्याला या कशाबद्दलही फारशी माहिती नसल्याचं पाहून मला जरा वाईटच वाटलं. त्याहूनही महत्त्वाची गोष्ट ही होती की, आपल्याला हे काहीही माहीत नाही याची त्याला फारशी तमा वाटत नव्हती.

काही दिवसांनंतर मी एकदा रिचर्डसनला माझ्या खोलीकडे येताना पाहिलं, त्या वेळी त्याच्याजवळ एक जाडजूड पुस्तक होतं. पहारेकरी कुठली पुस्तकं वाचतात याविषयी मला नेहमीच कुतूहल वाटे. विशेषत: पिंजऱ्यासारख्या या कोठडीत काहीतरी नवं वाचण्यासाठी मी नेहमीच भुकेला असे. त्यामुळे मला वाटे एखाद्या पहारेकऱ्यानं त्याच्याजवळचं पुस्तक कोठडीसमोरच्या टेबलावर विसरून जाणं व मग त्याच्या नंतर कामावर येणाऱ्या फारशा चतुर नसलेल्या पहारेकऱ्याला मी म्हणावं, 'माझं पुस्तक चुकून त्या टेबलावर राहिलंय ते कृपया आणा!' अनेकदा पहारेकऱ्यांजवळ किंग, ग्रीशॅम किंवा पॅटरसन यांच्या कादंबऱ्या असत. माझ्या कोठडीवजा पिंजऱ्यातून त्या पुस्तकांवरची शीर्षकं वाचण्याचा मी प्रयत्न करी. आत्ता तिथे आलेल्या रिचर्डसननं पुस्तक उचललं नि वाचायला सुरुवात केली ते ॲलेक्स हेलीचं 'रूट्स' होतं.

केल्विननं एकदा विचारलं, ''मोआइझम, तुझे साथी नेहमी आम्हाला हिमार असं का म्हणतात?'' हा प्रश्न आजवर मला अनेक कैद्यांनी विचारला होता.

''याचं कारण तुम्ही त्यांना आवडता, हिमार म्हणजे गाढव. तुम्ही त्यांना जर मुळीच आवडत नसतात, तर ते तुम्हाला खंझीर म्हणजे डुक्कर म्हणाले असते.''

एकदा एका अरब कैद्यानं केल्विनला निग्गर म्हटल्याचंही त्यानं सांगितलं होतं. ''तू केल्विन निग्गर आहेस. 'निग्गर' या शब्दाचा फ्रेंच भाषेतला अर्थ होता काळा.''

''मोआइझम, तो माणूस एक नंबरचा वंशद्वेष्टा आहे. त्याला काळे आवडत नाहीत. खरं तर मी त्याला काहीही केलेलं नव्हतं; पण तो मात्र नेहमी काळ्या सैनिकांवर आगपाखड करीत असे.''

त्याचं ते बोलणं ऐकून मला आश्चर्यच वाटलं. मग मी त्याला म्हणालो, ''परत जाऊन त्याला सांग की आमच्यावर अतिरेकी असा शिक्का मारण्याइतकंच हेही अज्ञानमूलक आहे.'' इस्लाम धर्माच्या इतिहासात प्रेषित मुहम्मदांचा एक साथीदार, बिलाल, याच्याविषयी एक घटना सांगितलेली आहे. बिलाल प्रार्थनेची पहिली बांग देण्यासाठी नेमलेला होता. त्याचा आवाज अत्यंत गोड होता. एक दिवस एक माणूस त्याला म्हणाला, ''ए, तू तर काळ्या गुलाम स्त्रीचा मुलगा आहेस.'' प्रेषित मुहम्मदांनी जेव्हा हे ऐकलं तेव्हा त्यांना राग आला. जो माणूस बिलालला उद्देशून ती वाक्यं म्हणाला होता, त्याला जेव्हा त्याच्या त्या वक्तव्यामुळे प्रेषितांना राग आला आहे हे समजलं, तेव्हा तो अस्वस्थ झाला अन् तो बिलालकडे गेला. त्यानं आपला माथा जमिनीवर टेकला. मग बिलालची पावलं आपल्या माथ्यावर ठेवली अन् तो म्हणाला, 'कृपा करून मला क्षमा करा.' ही गोष्ट अशीच्या अशी त्याला जाऊन सांग. ही कथा इस्लामिक जगतात अगदी प्रसिद्ध आहे. याचा अर्थ एवढाच की वंशद्वेष कधीही सहन करू नये.''

मूळचा हैती असलेला मेसाडोर हा सैनिक, खूपच वेगळा होता. आपलं मूळ हैतीमध्ये आहे. याची त्याला लाज वाटत होती. तो गावंढळ फ्रेंच बोलत असे. बाग्राममधे मी फ्रेंच भाषा शिकलो असल्यामुळे, त्याच्याबरोबर बोलून ती वाढवायचा प्रयत्न मी करू लागलो. पण त्यामुळे तो अस्वस्थ होत असे. तो म्हणे, ''मला चांगलं फ्रेंचसुद्धा बोलता येत नाही हे येतंय का तुझ्या लक्षात!''

''हे बघं, फ्रेंच भाषा अजिबात बोलता न येण्यापेक्षा हे बरं ना, उगाच स्वत:ला कमी लेखू नकोस.''

कॅरिबियनमधून आलेल्या सैनिकांमध्ये हैतीच्या लोकांना सर्वांत खालच्या दर्जाचं मानण्यात येई. अमेरिकेत प्रवेश करण्याचा प्रयत्न करणाऱ्या हजारो हैती लोकांना रोखण्यासाठी १९९१ साली 'कॅम्प एक्स-रे' या छावणीचा वापर अमेरिकेने केला होता.

एको शिबिरावर पहारा देण्याचं काम मेसाडोरनं तब्बल एक वर्ष केलं. अनेक विषयांवर जवळजवळ रोज आमच्यात संभाषण चालत होतं. या संभाषणात इथे सैन्यदलात जमलेल्या त्याच्या प्रेमप्रकरणापासून ते मायामीतल्या हैतियन उपनगरांमधे वाट्याला येणाऱ्या खडतर आयुष्यापर्यंत सगळे विषय त्यात येत. जेन्नरप्रमाणेच तोही ल्युसियानातील फोर्ट पोल्क इथल्या खड्या सैन्यातला तो होता. नॅशनल गार्ड्स किंवा राखीव दलातले लोक दाखवित, तसं अज्ञान दाखवून त्याला चालणार नव्हतं असा माझा समज झालेला होता. देशभक्तीपेक्षा नोकरीची शाश्वती आणि प्रवासाच्या संधी यांच्यासाठी मोठ्या संख्येने तरुण सैन्याकडे वळत होते. मेसाडोर हा त्यापैकीच एक! ११ सप्टेंबरच्या घटनेनंतर आलेल्या देशभक्तीच्या लाटेत तो वहावलेला नव्हता, तर त्याच्या कॉलेजच्या दिवसांत सैन्यदलात भरती करून घेण्याच्या कामावर असलेल्या सार्जंटनं, मेसाडोरनं सैन्यदलाविषयी दाखवलेली आस्था बघून, त्याचा अगदी पिच्छाच पुरवला होता. सैन्यदलात भरती होताना त्याला सांगितलं गेलं होतं की, त्याची बदली जर्मनी किंवा कोरियात होईल. सैन्य भरतीच्या कामावर नेमणूक असलेल्या सार्जंटला दर महिन्याला ठरावीक आकडा पुरा करावाच लागत असे. जर त्याला तेवढे लोक सैन्यात भरती करता आले नाहीत तर त्याची पदावनती करण्यात येण्याची शक्यता होती.

मी त्याला मला कसं पकडण्यात आलं त्याविषयी सांगितलं. तसंच कंदाहार, बाग्राममधले माझे अनुभव सांगितले आणि शिवाय त्याला माहीत असलेले ग्वांटानामोतले अनुभवही सांगितले. त्यानंतर तो म्हणाला, ''शी, काय मूर्खपणा आहे. मोआइझम, तुम्ही इथे येण्यापूर्वी अतिरेकी नव्हतात. पण मला वाटतं इथून बाहेर पडल्यावर मात्र तुम्ही नक्कीच अतिरेकी व्हाल.''

मेसाडोरकडून मला अबू घारिबमधल्या नग्न कैद्यांच्या पिरॅमिडस्‌विषयी थोडंफार समजलं. हे सांगताना त्याला शरम वाटत होती कारण तिथे छळ करणारे त्याच्या

सारखेच पोलीस होते. २००४ मधे आमच्याबद्दल त्याला काय वाटतं हे व्यक्त करणारी एक कविता त्यानं रचली. त्या कवितेतलं शेवटचं कडवं असं होतं.

न्यायाचं स्वप्न दाखवून सपशेल नागवले गेलेले ते
आता कुठे मला त्याची जाणीव झालीय पण त्यावर
चर्चा करायचं धैर्य माझ्यात नाही,
नारिंगी माणसांच्या यातना अन् गोऱ्यांचा अन्याय,
कळपातला एक वेगळाच सैनिक उद्विग्नतेनं
कळपातून बाहेर पडलाय

मेसाडोर एकोणीस वर्षांचा कोवळा पोर होता. तो अनेक वेळा तुकडीतल्या वंशवादाविरुद्ध तडकून उठला होता. त्यानं मला असं सांगितलं होतं की, इथल्या काही कैद्यांना तो मुळीच आवडत नाही. पण त्याच्याबद्दल माझं मत फार चांगलं होतं. ज्याचा माझ्यावर विश्वास होता असा हा आणखी एक सैनिक! त्याला शक्य होईल तेवढ्याबाबतीत मी सल्ला देत असे. नियम बाजूला सारून माझ्यासाठी काही गोष्टी मिळवण्याचा तो प्रयत्न करीत असे. उदाहरणार्थ, एखादं पुस्तक किंवा खाण्याचा पदार्थ. खरं तर त्याच्या या अशा वागणुकीमुळे त्याला भलताच त्रास होण्याची शक्यता होती. (पहारेकऱ्यांना मला पुस्तकं देण्याची परवानगी नव्हती. पण जर कोणी मला दिलंच तर, उघडपणे मला जी पुस्तकं मिळू शकत असत, त्यांच्यात हे पुस्तक मी लपवून ठेवत होतो. अगदी क्वचित पुस्तकांवर मारलेले शिक्के पहारेकरी तपासून बघत.)

मेसाडोर इथून जाण्यापूर्वी जे काही म्हणाला, ते मला इतर पहारेकऱ्यांनी सांगितलं. तो म्हणाला होता, ''मिस्टर बेग, मी तुमच्याकडून इतक्या गोष्टी शिकलोय की तुम्हाला कधीही विसरू शकणार नाही.''

आणि मीही त्याला कधी विसरणार नव्हतो.

कुठलाही आरोप न ठेवता किंवा खटला उभा राहिला नसताना, दीर्घ काळ ज्यांना ग्वांटानामोत अमेरिकन सैन्यदलानं डांबून ठेवलं होतं, त्या सगळ्यांना मिळून 'स्थानबद्ध' हा शब्द इथे सर्रास वापरला जाई. या तुरुंगात असलेल्या पहारेकऱ्यांची गरज, शिक्षेच्या यातना भोगणाऱ्या आम्हा कैद्यांनाच आहे असं या पहारेकऱ्यांचं म्हणणं होतं. हे पहारेकरी आम्हाला स्थानबद्ध म्हणत, त्यांच्या त्या संबोधनाचा मला कधीकधी राग येई. त्यामुळे माझं त्यांच्याबरोबर भांडण होई. मला त्यांनी ताब्यात घेतलं होतं. अपहरण झालेला किंवा कैदी असं समजायला हरकत नव्हती असं आमचं म्हणणं होतं.

नारिंगी गणवेशातल्या आमच्यापैकी कुणाशीही बोलायला अनेक पहारेकरी नकार देतात, हे मी माझ्या अनुभवावरून ओळखलं होतं, तसंच ते मला मेसाडोरनंही

सांगितलं होतं. मला उचकवण्यासाठी त्यांच्यातले काही जण अपरात्री माझ्या कोठडीच्या दाराला धडका देत किंवा मध्यरात्रीच्या सुमाराला कोठडीतला दिवा मोठा करून ठेवत. काही जण मला इकडून तिकडे घेऊन जात असताना माझ्या साखळदंडांना गरजेपेक्षा जास्त हिसके देत, त्यामुळे मला खूप यातना होत. वॉशिंग्टनहून आलेला महाकाय काळा सार्जंट (तो अधिकारी सार्जंट या हुद्द्यांवर आहे हे दर्शवणारी फीत त्याच्या बाहीवर होती. शिवाय त्याच्या टोपीवरच्या तीन फिती आणि त्याच्या गणवेशावरील कॉलरवरूनही हे मला समजलं होतं.) रिक्रिएशनच्या जागेकडे एकदा मला घेऊन गेला होता.

दुसऱ्या बाजूला असलेल्या पहारेकऱ्यांना त्यानं ओरडून सांगितलं, 'कैदी येतो आहे. बारा नंबरची कोठडी बंद करा.' आम्ही चालत असताना, कातडीची सालटी निघत असल्याचं माझ्या लक्षात आलं.

"सार्जंट पायबेड्या फारच घट्ट झाल्यात, काचताहेत त्या. तुम्ही त्या थोड्या सैल करू शकाल का?" मी विचारलं.

सार्जंट थांबला. माझ्या हातावरची पकड तशीच घट्ट ठेवत, मग माझ्याकडे थेट बघत तो म्हणाला, "मी सार्जंट आहे, हे तुला कसं समजलं?"

त्याच्या डोळ्याला डोळा भिडवत मी उत्तर दिलं, "तुमच्या गणवेशावरच्या चिन्हांमुळे मला ते समजलं. पण मी कैदी आहे हे तुला कसं समजलं?"

दुसऱ्या पहारेकऱ्यानं पसंतीदर्शक मान हलवली, तर सार्जंटनं यावर तोंडातून चकार शब्दही काढला नाही. तो मुकाट्यानं चालत राहिला. त्याला आमच्यासारख्यांशी बोलायला आवडत तसे.

वॉशिंग्टनहून आलेल्या एका पहारेकऱ्यानं मला एकदा मी मूळचा कुठला आहे ते विचारलं आणि मी इंग्लंडचा असल्याबद्दल सांगितलं तेव्हा तिनं क्षणभर विचार केला आणि मग विचारलं, "तुमच्या तिथे सिंह, हत्ती आणि बाकीची खूप घाण असते?"

"आमच्याकडे हे सगळं प्राणिसंग्रहालयात असतं. मी इंग्लंडहून आलोय असं म्हटलं, युगांडातून नव्हे."

झैनाबला पत्र लिहिणं हा माझा खराखुरा विसावा होता. एकदा मी तिला पत्रातून लिहिलं, "तुला आठवतंय का, खूप वर्षांपूर्वी मला एक स्वप्न पडलं होतं, त्या स्वप्नातून जागा होताच मला रडू कोसळलं. माझ्या डोळ्यांतून आसवं ओघळायला लागली होती. त्या वेळी मी स्वप्नात पाहिलेल्या परिस्थितीचं जे वर्णन केलं होतं, तशा परिस्थितीत मी आत्ता जगतो आहे. आपल्याला मूल झालं, पण मी त्याच्या जन्माच्या वेळी तुझ्याबरोबर नव्हतो. मला वाटतं ते स्वप्न उम्मामाह्च्या वेळचं होतं. पण खरं तर ते प्रत्यक्षात घडलं आयुबच्या जन्माच्या वेळेला. रेडक्रॉसनं पुरवलेल्या

कागदाच्या कपट्यांवर लिहिणं आणि हे पत्र पोहोचल्यावर उत्तर यायला किती वेळ लागेल ते माहीत नसणं, ही गोष्ट अतिशय वैफल्यजनक होती. मी तिला पत्रातून नेहमी विचारत असे की, तिला माझ्या कविता पोहोचवल्या जातात का? शिवाय माझ्यामुळे मुलांना कोणी त्रास देत नाही ना? एकदा मी तिला म्हणालो, माझा विश्वास डळमळीत होत चाललाय, कारण कित्येक महिन्यांत मला एकदाही दुसऱ्या मुसलमानाशी बोलण्याची संधी मिळालेली नाही. ही परिस्थिती तिनं समजून घ्यावी असं मी तिला सांगितलं. तिकडे तिची जशी स्थिती झालीय तशीच स्थिती इकडे माझी आहे. खरं तर माझ्या या एकसुरी आयुष्याबद्दल मी काय बोलू शकत होतो?

ग्वांटानामोत एक अख्खं वर्ष काढल्यानंतर मी तिला लिहिलं, "तू माझ्यासाठी जगाच्या अंतापर्यंत थांबून राहावंसं असं मला वाटत नाही. तुला ऐकायला आवडणार नाही असं काही जर मी बोललो असेन तर मला क्षमा कर. खरं सांगतो हे असं बोलायला मला सुद्धा आवडत नाहीये. परिस्थितीनं हे असं वळण घेतल्याबद्दल मला खरंच खेद वाटतोय. माझ्या स्वत:च्या आयुष्यापेक्षा माझं तुझ्यावर अन् मुलांवर जास्तच प्रेम आहे. मी जर काही चुकीचं बोललो असेन तर त्या बोलण्याकडे तू दुर्लक्ष कर. कारण या क्षणी मी अतिशय निराश झालोय त्यामुळे मला काय करावं ते समजत नाहीये.

हे असं सगळं लिहिल्यानंतर चार दिवसांनी माझा मूड बदलला. त्या दिवशी मला झैनाबने पाठवलेलं सुवासिक पेनानं चितारलेलं हृदयाचं चित्र मिळालं. 'गमतीची गोष्ट म्हणजे इथे अनेक जण व्हॅलेंटाईन डे बद्दल बोलतायत, खरं तर आपल्यात तो साजरा करण्याचा रिवाज नाही. तरीही फेब्रुवारीच्या मध्याला नेमकं तुझं पत्र मला मिळालं.' मी त्या दिवशी तिला दोन पत्रं लिहिली, त्यातलं एक रेडक्रॉसमार्फत पाठवलं अन् दुसरं अमेरिकन सैन्यदलाकडून पाठवलं. ही अशी पत्रं पाठवण्यामागे एकच उद्देश होता तो म्हणजे तिला निदान एक तरी पत्र मिळावं. या आधी पाठवलेल्या पत्राच्या वेळी माझा मूड कसा होता त्याविषयी सविस्तर सांगण्याचा प्रयत्न मी या पत्रातून केला. मी तिला लिहिलं, 'माझ्या मनात भिन्न विचारांचं काहूर माजलेलं असतं. शिवाय तुला आता ज्या अडचणींना तोंड द्यावं लागतंय त्याला मी सर्वस्वी जबाबदार आहे, अशी माझी प्रामाणिक भावना आहे. वस्तुस्थिती अशी आहे की मी काहीही करू शकत नाही... आणि त्यामुळेच मी नेमकं काय करावं ते मला समजत नाही. मला वाटतं माझा विश्वासच कमी पडत असल्यामुळे, मी जी प्रार्थना करतो तिला कसलाही प्रतिसाद अल्लाकडून मिळत नाहीये. माझं तुझ्यावर निरातिशय प्रेम आहे. तुझा पती टॉन मारी.'

त्याच दिवशी मी माझ्या मोठ्या मुलीलाही पत्र लिहिलं, 'प्रिय उम्मामाह, मी बरेच दिवसांत तुला पत्र लिहिलं नाही त्याबद्दल माफ कर. तू लिहिलेली सगळी पत्रं मला मिळालेली आहेत. एक पत्र सुवासिक शाईनं लिहिलेलं, हृदयाच्या आकाराचं

रेखाटन आणि तू लिहिलेल्या कितीतरी इतर गमती. तुम्हा सगळ्यांचं कसं चाललंय हे जाणून घेण्याची मला फार उत्सुकता आहे. माझं तुमच्यावर अतिशय प्रेम आहे आणि तुम्ही मात्र मला नजरेला सुद्धा पडत नसल्यामुळे मी अक्षरश: टिपं गाळत असतो. जेव्हा जेव्हा वेळ मिळेल तेव्हा जेवढं तुला जमेल तेवढं तू सतत वाचत राहा. तुझं लिखाण चांगलं आहे. तुला नवे शब्द वापरावेसे वाटले तर तू नेहमी 'चिल्ड्रेन्स डिक्शनरी'चा वापर करीत जा. मी नेहमी तुझ्याबद्दल विचार करत असतो. मला घरी परत यायची इतकी तीव्र इच्छा आहे. तू प्रार्थना करताना माझी आठवण ठेवत जा आणि माझ्या वतीनं तू सगळ्यांना प्रेम दे...'

फक्त एक महिन्यानंतर, मार्च २००४ मधे परदेश मंत्रालयातून मार्टिन आला आणि त्यानं माझ्यासमोर ग्वांटानामोतून पाच ब्रिटिश कैद्यांचा[४] सुटका झाल्याचं वाचून दाखवलं. त्या बातमीला माझा दोन प्रकारचा प्रतिसाद होता. एकदाचं हे नष्टचर्य संपलं म्हणून त्या बातमीचं मला फारच मोल वाटलं. निदान काही ब्रिटिश तरी सुटले. त्याच वेळी आणखी एक गोष्ट स्पष्ट झाली, ती म्हणजे ब्रिटिश सरकार व अमेरिकन सरकारमधे माझ्या खटल्यासंबंधी बोलणी चालू असली तरी त्यांच्याबरोबर माझी सुटका होणार नव्हती. याचा अर्थ आम्ही चौघं ब्रिटिश इथेच राहणार होतो. कठोर सत्य हे होतं की, ग्वांटानामोत अजून कितीकाळ मी राहणार आहे हे मला माहीत नव्हतं.

काही महिन्यांनंतर मला अजून एक ब्रिटिश भेटायला आला. तो एम-१५ चा मॅट होता! त्याला मी आधी एकदा कंदाहारमधे भेटलो होतो. त्यानं इथे मला *'दि इंग्लिश'* हे पुस्तक भेट म्हणून दिलं. *'दि इंग्लिश – अ पोर्ट्रेट ऑफ अ पीपल'* ते जेरेमी पॅक्समननं लिहिलेलं होतं. त्यांनी मला देण्यासाठी नेमकं हे पुस्तकच का निवडलं असेल? ते पुस्तक विनोदी तर होतंच, शिवाय त्यात माहितीही खूप होती. संशोधन करून अनेक ठिकाणचे संदर्भ घेऊन हे पुस्तक तयार करण्यात आलं होतं. मी एक ब्रिटिश म्हणून त्यात माझ्यासाठी काही संदेश होता की काय? त्यांना मला विश्वासघातकी असं तर म्हणायचं नव्हतं? तुझे पूर्वज ब्रिटिश राजसाठी लढले आणि आता तू काय करतोयस ते पहा. जिथे तुझं घर आहे, हे ब्रिटिश राहतात, त्या भूभागाला तू तुझं घर म्हणवतोस आणि तरीही तू मात्र आमची संस्कृती नष्ट करायला निघालेल्या अतिरेक्यांशी हातमिळवणी केलेली आहेस.

मी ते पुस्तक पाच वेळा वाचलं. अगदी अथपासून इतिपर्यंत वाचलं आणि तरीही माझा शोध चालू होता. सरतेशेवटी मी या निर्णयाला आलो की ते पुस्तक

---

४. शाफिक रसूल, असिफ इक्बाल, रूहेल अहमद तारेक, डरगॉल व जमाल अल-हारिथ, सुटका झालेले हे ते कैदी होत.

पाठवण्यामागे फारसा दूरचा हेतू नसावा. पूर्वीच्या आठवणींची डूब या लेखनाला होती. 'विचित्र परदेशी' लोकांबद्दलचा अमेरिकेचा राग, शिक्षकांच्या चापट्या खाणारी बड्या धेंडांची मुलं, एडिनबरोच्या ड्युकने मारलेल्या बड्या-बड्या बाता आणि ऐन उन्हाळ्यात गरम ट्विडचे स्कर्ट घालून कंटाळवाण्या ब्रिटिश म्हाताऱ्यांची चहापानांची आमंत्रणे…

पॅक्समननं जोरदारपणे असं प्रतिपादन केलं होतं की, दुबळ्यांच्या मागे उभं राहण्याची ब्रिटिशांची जी ताकद आहे, ती कधी कमी लेखू नका. त्याचा हा मुद्दा मांडण्याचं मला आश्चर्यच वाटलं. क्षणभर का होईना मला वाटलं, काही झालं तरी मी एक ब्रिटिश आहे म्हणून असेल कदाचित!

पण इतिहासाचं माझं जे काही ज्ञान होतं त्यामुळे माझं हे वाटणं खरं नाहीये, याची दुसऱ्या क्षणी मला जाणीव झाली. आमच्याइतकी ही जाणीव यापूर्वी कधीच कोणाला झालेली नव्हती. पूर्वी किंवा आत्ता, चूक किंवा बरोबर ही ब्रिटिशांविरुद्ध हरलेल्यांची लढाई चालू आहे, या सगळ्यामागे एक भावना अतिशय प्रबळ आहे ती म्हणजे मी लोकांना पाठिंबा देतो आहे. (कदाचित ते कमकुवत नसतीलही.) त्यांच्या विरोधात असणाऱ्या सगळ्यांचा मुकाबला करण्यासाठी उभा ठाकला आहे. कदाचित त्यांच्यातल्या सदसद्विवेकबुद्धीला हे माझं सगळं भावलं असणार.

करमणुकीखेरीज त्या पुस्तकात जास्त असं काहीच नव्हतं. पण एक मात्र झालं, या पुस्तकानं मला विचार करायला लावला.

"तू ठीक आहेस ना एवढंच विचारायला जाता-जाता आम्ही आलो आहोत. इथे जवळच आम्ही होतो." ग्वांटानामोत विनाकारण कोणीच इकडेतिकडे जाऊन पाय मोकळे करणं वगैरे करीत नसतं. एम-१५ नेमके कशासाठी आले होते ते मला कधीच समजलं नाही. हे पुस्तक देण्यासाठीच फक्त ते नक्कीच आले नव्हते. त्यांनी मला एकही प्रश्न विचारला नाही. 'मोआइझम, तू कसा आहेस?' एवढंच त्यांनी विचारलं. 'तुझा विश्वास अढळ आहे, की तुला असं वाटतंय तो आता डळमळीत झालाय?'

तक्रारी सांगायला कधी संधी मिळते याची मी वाटच पाहत असे. "मला मुस्लीम धर्मगुरू मिळाला नाही, मला नियमितपणे पत्रं मिळत नाहीत, अजून वकील मिळालेला नाही. एकांतवास आणि खटल्याच्या बाबतीत सगळं ठप्प आहे. पण तुम्ही इथे का आला होतात?"

"आम्हाला तुझी काळजी वाटत होती. तसंच एम-१५ चे लोक तितकेसे वाईट नाहीयेत."

"हं! पण इथे जे आहेत, ते अतिशय वाईट आहेत."

आमच्यात एवढे बोलणं झालं नि ते निघून गेले.

ADEEL AHMED

१९२० मधील फोटोत
(उजवीकडील) माझे आजोबा
अब्दुस सत्तार बेग,
आणि त्यांचे दोघे भाऊ,
(मध्यभागी) महमूद बेग,
तसेच (डावीकडील) घऊस बेग.
(ब्रिटिशांच्या कारकिर्दीत
पश्तून टोळीवाल्यांशी झालेल्या
लढाईत मरण पावले.)

GULBAHAR BEGG

माझ्या वडिलांनी
दुसरं लग्न केल्यानंतर
थोड्याच दिवसांत काढलेल्या
या फोटोत माझा भाऊ
आझम आणि मी,
माझी सावत्र आई आणि वडील.

ताय-क्वांदोच्या तंत्रांपैकी हवेत उंच उडी मारून लाथ मारण्याच्या एका तंत्राचा मी सराव करताना.

TARIQ SADIQ

द लिंक्स (डावीकडून उजवीकडे) बड्डा (मृत्यू १९९८), करप्शन, बोनेस, मार्की, अरिफ, चिको, बूट, मो, वाइनी व ओले. दुसरी रांग (डावीकडून उजवीकडे) मी, खान, एनझीम, सिगी (मृत्यू १९९०) व सॅम (मृत्यू २००५).

१९९३ मध्ये पाकिस्तानच्या सरहद्दीजवळील अल्-फर्ज या छावणीला वेढलेल्या डोंगराळ भागात मी.

१९९४ मधील जब्लानिकाजवळचं ऑस्ट्राझॅक हे एक बोस्नियन खेडं. इथे दयाळू बुद्धीने चालवलेल्या मुख्य मदत केंद्राबाहेरील एक काफिला.

टर्कीच्या प्रवासाला जाण्याअगोदर काढलेला फोटो. यात मी आणि माझी मुलं, अब्दुर रहमान, उमाम्माह् व तान्ही नस्याबाह्.

ABU RASMI

२००० साली पडलेल्या दुष्काळाच्या वेळी, हेरात शहराजवळ विहिरीवर बसवलेला हातपंप. हे काम माझा मुलगा अब्दुर रहमानच्या नावाने केलं गेलं.

CORBIS IMAGES

३१ ऑक्टोबर, २००१, अफगाणिस्तानची राजधानी काबूल, या शहराच्या उत्तर-पश्चिम भागात तालिबाननं व्यापलेल्या भागावर अमेरिकन हवाईदलातील B-52s विमानांनी केलेले कार्पेट बॉम्बिंग.

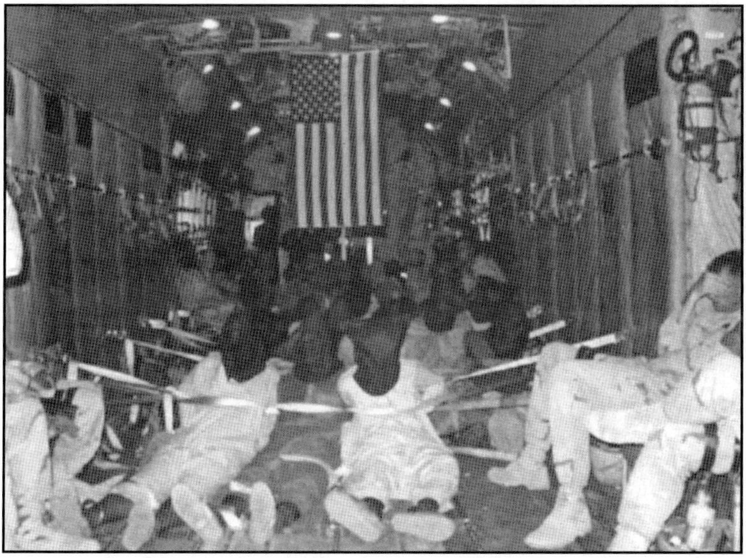

US DEPARTMENT OF DEFENSE

कैद्यांना बुरखे घालून आणि बेड्या ठोकून अमेरिकन सैनिक त्यांची ने-आण करीत असत.

CORBIS IMAGES

ग्वांटानामो तुरुंग.

CORBIS IMAGES

डेल्टा छावणीत कैद्यांना जखडून टाकण्यासाठी ज्या तऱ्हेच्या पायबेड्या व हातबेड्या घालत त्या.

CORBIS IMAGES

एको छावणीतील एकांतवासाच्या कोठडीबाहेर पहाऱ्यावर असलेला अमेरिकन सैनिक. इथे सर्वांत कडक सुरक्षा व्यवस्था असे. या ठिकाणी मला १२ महिने ठेवण्यात आले.

डेल्टा छावणीतील प्रवेशद्वार तसेच तपासणी नाके, इथूनच मुख्य बराकीकडे जाण्याचा मार्ग होता.

CORBIS IMAGES

२००४ मध्ये अमेरिकेतील सर्वोच्च न्यायालयासमोर माझ्या सुटकेसाठी प्रचार मोहिमेवर असलेले माझे वडील व टेरी वाएत, कोरीन रेडग्रेव्ह माझ्या वडिलांच्या मागच्या बाजूला उभे आहेत.

२००५, नोव्हेंबरमध्ये ॲम्नेस्टी कॉन्फरन्सच्या वेळी पूर्वी कैदेत असलेले व त्यांचे नातेवाईक यांचा काढलेला फोटो. उभे (डावीकडून उजवीकडे) ताहिर अबू खालिद, मोहमद सी (चाद) चा चुलत भाऊ, मोहम्मद सागीर (पाकिस्तान), रुस्तम आखमीयारोव्ह (रशिया), मार्टीन मुबांगा (इंग्लंड), जमाल अल हारीथ (इंग्लंड), मी, अब्दुल्लाह्, आबेल हाजी (बहारीन) चा भाऊ, आइरात वाखितोव (रशिया) बसलेले (डावीकडून उजवीकडे) रबिये कुरनाझ- मुरात कुरनाझची आई (टर्की/जर्मनी) नाद्जा डिझ्दारेविक, अल् हादज बाऊदेल्लाहची पत्नी (बोस्निया), फातिमा ताकेवा, रसूल कुदायेव्हची आई (रशिया).

पुनर्मीलन झालेलं बेग कुटुंब (२००६) झैनाब, उम्मामाह्, अब्दुर रहमान, नस्यबाह्, अयुब आणि मी.

११
जीवघेणं मृगजळ

ग्वांटानामोत दीड वर्षं एकांतवासात राहिल्यानंतर आणि जवळजवळ अडीच वर्षं कुटुंबापासून दूर राहूनही, आत्मसन्मान आणि मानवता सांभाळून जगत असताना अंत:करणात मात्र माझ्यावर झालेल्या घोर अन्यायामुळे मी रागानं धुमसत होतो. मला हे असं त्यांनी का डांबून ठेवलंय तेच समजत नव्हतं. मग माझा एकांतवास तर दूरच राहो. परराष्ट्रखात्यातून जे कोणी इथे येईल त्यांच्यामार्फत डॅड, माझी सावत्र आई आणि झैनाब यांनी मला लिहिलेली पत्रं मिळत. झैनाबच्या पत्रांमधे मुलांचे फोटो असत, तसंच त्यांनी काढलेली चित्रं, जी मनाला चटकन स्पर्श करत असत. अजूनही मी त्यांच्या आयुष्याचा एक भाग होतो, परंतु इथे कोठडीत मी रोजचा दिवस कसा ढकलत होतो ते त्यांच्यापर्यंत पोहोचवण्याचा कुठलाच मार्ग नव्हता. व्यायामाची ती जागा, मिळणारं कदान्न, माझ्या अंगावरचा नारिंगी रंगाचा गणवेश आणि माझं कुराणाचं पठण. ब्रिटिश अधिकाऱ्यांना मात्र माझं मन कधीच कळलं नाही. ते माझ्याबद्दल कसा विचार करत होते देव जाणे! मी अतिरेकी नाही तसंच मी अतिरेक्यांबद्दल सहानुभूती बाळगणारा नाही, याची त्यांना खात्री होती.

मी अमेरिकन्सना इतका महत्त्वाचा का वाटतो या संदर्भातला एक धागा माझ्या हाती लागला, तेव्हा मी आश्चर्यचकित झालो आणि मीच इतका महत्त्वाचा का, याचाही उलगडा मला झाला. अमेरिकन सैनिकांनी केलेल्या दोन खुनांचा मी साक्षीदार होतो. त्यांच्या अंतर्गत शिस्तपालनासाठीच्या कारणांसाठी त्यांना माझा उपयोग करून घ्यायचा होता. त्यामुळे माझ्या हातून कधी काही गुन्हा घडला होता किंवा नाही हे मुळी त्यांच्यासाठी महत्त्वाचं नव्हतंच.

जून २००४ मधे गुन्हे अन्वेषण विभागाचे दोन चौकशी अधिकारी माझ्या कोठडीत आले आणि मी बाग्राममधे केव्हा होतो याची त्यांनी चौकशी केली. ज्या पहिल्या खुनाचा मी साक्षीदार होतो, त्याबद्दल त्यांनी मला विचारलं. पण त्यापेक्षाही

मी पाहिलेल्या दुसऱ्या खुनामधेच त्यांना जास्त रस होता. या दुसऱ्या प्रकरणाबद्दल ते फार बारकाईनं चौकशी करत होते. त्याबद्दल त्यांनी मला तपशीलवार सांगायला सांगितलं. मी काय पाहिलं, त्या वेळी मी घटनास्थळापासून किती जवळ होतो वगैरे वगैरे. पहिल्यांदा त्यांनी मला कैदी नंबर ४२१ चा फोटो दाखवला. मी त्याला कसंबसं ओळखलं, कारण त्याचा चेहरा मी नीटसा पाहिलेला नव्हता. परंतु त्यानंतर त्यांनी माझ्या स्मरणशक्तीला अधिक ताण द्यायला सांगितला. कारण त्यांना मला त्याच्या संपूर्ण देहाचा फोटो दाखवायचा होता. त्याप्रमाणे त्यांनी तो फोटो दाखवलाही. त्याच्या देहावर जखमा होत्या आणि नाकात नळ्या खुपसलेल्या होत्या. त्यानंतर त्यांनी मला सांगितलं की, या इसमाचा खून झालाय त्या संदर्भातली ही चौकशी आहे. त्यांनी मला संगणकावर तयार केलेली पहारेकऱ्यांची चित्रं दाखवली. माझ्या मते ज्या पहारेकऱ्यांनी हे कृत्य केलं होतं त्यांचे फोटो मी ओळखले व तसं त्यांना सांगितलं. 'या लोकांविरुद्धच्या खटल्यात साक्ष द्यायला येशील का?' असं त्यांनी मला त्यानंतर विचारलं.

मग मी त्यांना नुसतं म्हणालो की माझं हे असं अमेरिकन्सविरुद्ध साक्ष देणं हे परस्परविरोधी नाही का? कारण तुम्ही अमेरिकन्सनी मला इथे डांबलंय आणि इथे डांबलेल्यांविरुद्ध मी साक्ष द्यावी अशी इच्छा करता? ज्यांच्याविरुद्ध साक्ष देऊ शकतो ती माणसं आहेत अमेरिकन सैनिक!

त्यानंतर माझ्या लक्षात आलं की, एको छावणीत मला एकांतवासात ठेवण्याचं हेच कारण असलं पाहिजे. अर्थातच तिथे डांबून ठेवलेल्या इतर लोकांनीही खून बघितलेले होतेच, पण एकतर त्यांना इंग्रजी बोलता येत नव्हतं, शिवाय त्यातल्या कित्येकांची एव्हाना सुटकाही झालेली होती आणि अफगाणिस्तानातल्या खेड्यापाड्यांतून जाऊन त्यांच्याशी संपर्क साधणं अतिशय अवघड होतं.

त्या महिन्याच्या शेवटाला मला सार्जंट फॉशीकडून समजलं की, अमेरिकेच्या सुप्रीम कोर्टात इथे डांबून ठेवलेल्या एकाविरुद्ध खटला पडून आहे आणि न्यायाधीशांचा कल या डांबून ठेवलेल्याच्या बाजूचा दिसतो आहे. ते ऐकून मी थक्क झालो. मला जो वकील मिळणार असं महिनोन्‌महिने मी ऐकत आलो होतो, तो आजतागायत कधी भेटला नव्हता आणि या विलंबाची आता सवय झाली होती. अर्थातच, तिथे न्यायालयात बाजू कशी मांडली गेली, कोणकोणते मुद्दे चर्चेला आले याविषयी मला काहीच माहीत नव्हतं. पण जर खटला सर्वोच्च न्यायालयात गेला असेल, तर तिथे आमच्या कायदेशीर हक्कांविषयी नक्कीच योग्य तो निर्णय होईल. काही दिवसातच मी फॉशी आणि इतर पहारेकऱ्यांकडून ऐकलं की, 'न्यायालयात आपला प्रतिनिधी पाठवण्याचा कायदेशीर हक्क आहे.' असा निकाल देण्यात आलेला आहे. या हक्काचा माझ्या चौकशी अधिकाऱ्यांनी उल्लेखही केला नाही.

या निर्णयाचा नेमका अर्थ काय याबाबत अफवा आणि बेफाट हकिकतींचं जणू पेवच फुटलं होतं. पण या सगळ्यात एक गोष्ट सगळ्यांनाच मान्य झालेली होती, ती म्हणजे आम्हाला माहीत झालेला आमचा हा कायदेशीर हक्क. ही आमच्यासाठी जमेची बाजू आहे आणि त्यामुळे आम्ही एक पाऊल पुढे सरकलो आहोत. एका सैनिकानं तर मला असं सांगितलं की, नव्वद दिवसांच्या आत आम्हाला इथे डांबून ठेवलेल्या सगळ्यांबद्दल निर्णय घेऊन सगळ्यांनाच सोडून द्यावंच लागेल. सोडलेल्या या अफवासदृश बातमीवर विश्वास ठेवणं केवळ अशक्य होतं; पण त्या बातमीच्या शक्यतेच्या नुसत्या कल्पनेतच माझं मन थुईथुई नाचायला लागलं होतं. मी भलताच खूश झालो होतो.

५ जुलैला माझा वाढदिवस असतो. त्या दिवशी मी ग्वांटानामोमधल्या सैन्यदलाच्या प्रशासन विभागाला एक पत्र लिहायचं ठरवलं. या पत्रात माझ्या बाजूनं असलेल्या या अमेरिकन कायद्याचा आधार घेऊन, माझ्या कायदेशीर हक्कांविषयी लिहायचं मी ठरवलं. एकदा हे ठरवल्यावर मला खूपच बरं वाटलं. कारण माझी इतकी चांगली अवस्था मला त्यांनी ताब्यात घेतल्यापासून गेल्या दोन वर्षांत झाली नव्हती. आखीव कागदाचे दोन ताव भरून मी त्यांना पत्र लिहिलं. ते पत्र तिथल्या प्रमुखाकडे सुपूर्द केलं आणि त्या पत्राच्या नकला काढून त्यांची एक प्रत गृहखात्याच्या सचिवाकडे आणि दुसरी प्रत लंडनला माझ्या सॉलिसिटर गारेथ पेअर्स यांच्याकडे पाठवायला सांगितली.

> – मी मोआइझ्झम बेग, ग्रेट ब्रिटनचा नागरिक असून, माझा स्थानबद्ध क्रमांक ००५५८ आहे. मी अमेरिकन तसंच आंतरराष्ट्रीय कायद्यानुसार, माझ्यासारख्या डांबून ठेवलेल्यांच्या हक्कांसदर्भातील कायद्यानुसार मला माझे खाली नमूद केलेले कायदेशीर हक्क मिळावेत म्हणून मागणी करीत आहे.
>
> माझी ताबडतोब बिनशर्त मुक्तता करण्यात येऊन, मी ब्रिटनचा नागरिक असल्यामुळे मला माझ्या घरी पाठविण्यात यावे. १ जानेवारी २००२ रोजी अमेरिकन/पाकिस्तानी प्रतिनिधींनी पाकिस्तानातील इस्लामाबादमधील माझ्या घरातून जप्त केलेली माझी व्यक्तिगत संपत्ती विनाविलंब परत करावी.
>
> उपरोक्त मागण्या दंडेली करून नाकारण्यात आल्या किंवा त्यासंबंधी वेळकाढूपणा सुरू झाला, तर वरील मागण्या ज्या कायद्याच्या आधारानं मी केलेल्या आहेत, त्याच कायद्याच्या आधारे मी अशी मागणी करतो की, माझ्यावर जे जे आरोप ठेवण्यात आले आहेत ते लेखी स्वरूपात

मला देण्यात यावेत.

मी यापूर्वी कधीही अमेरिकन भूप्रदेशात गेलेलो नसल्यामुळे आणि मला इथे जबरदस्तीनं उचलून आणलेलं असल्यामुळे, मी माझ्या सर्व प्रकारच्या हक्कांची सविस्तर माहिती मिळावी अशी मागणी करीत आहे.

इंग्लंडमधील माझ्या कुटुंबीयांशी बोलण्यासाठी मला टेलिफोनची सोय उपलब्ध व्हावी.

३१ जानेवारी २००२ रोजी पाकिस्तानातील इस्लामाबादमधील माझ्या घरातून जप्त करण्यात आलेल्या वस्तूंची एक यादी मला देण्यात यावी.

८ फेब्रुवारी २००३ रोजी मला क्युबाला आणल्यापासून एकांतवासात का ठेवण्यात आलं, त्याचं कायदेशीर आणि सविस्तर असं स्पष्टीकरण मला देण्यात यावं.

माझा छळ करून माझी उलटतपासणी कशी केली गेली, या संदर्भातल्या अगदी बारीकसारीक गोष्टी मी त्या पत्रात लिहिल्या. शिवाय 'आम्ही तुझा आणखी छळ करू.' अशी त्यांनी मला धमकी दिली होती, त्या संदर्भात मी लिहिलं. शिवाय बाग्राममधे मला त्यांनी ठार मारण्याची दिलेली धमकी आणि अमेरिकन सैनिकांनी बेदम मारहाण केल्यामुळे सहकारी कैद्यांचे माझ्या समजुतीनुसार झालेले मृत्यू हे सगळं मी लिहिलं.

साधारण एक आठवड्यानंतर सर्वोच्च न्यायालयाच्या त्या निकालाचे परिणाम काय होतील हे लक्षात घेऊन, मी आधी लिहिलेल्या पत्राच्या दुप्पट, म्हणजे चांगलं चार पानी पत्र लिहिलं. या पत्रात जरी मी आधीच्या पत्रातलेच सगळे मुद्दे लिहिले असले तरी ते या पत्रात बरेच विस्तारानं लिहिले होते. या पत्राच्या नकला या वेळी मी अनेक लोकांना पाठवण्याची विनंती त्यांना केली होती. यात सर्वोच्च न्यायालय, ॲम्नेस्टी, इंटरनॅशनल रेडक्रॉस समिती, मानवी हक्कांसंबंधीचं युरोपमधलं न्यायालय आणि प्रसिद्धी माध्यमं, एवढ्या सगळ्यांचा समावेश त्यात होता. एकाग्र चित्तानं सगळे मुद्दे आठवून ते योग्य क्रमानं लिहिणं, याला फार मोठ्या प्रमाणात मानसिक ताकद लावून प्रयत्न करावा लागला होता. या सगळ्या गोष्टी माझ्या लेखी अतिशय मोलाच्या होत्या. अमेरिकन सैन्यदलातल्या प्रशासनाच्या भोंगळ कारभारात हे सगळं इतक्या मेहनतीनं लिहिलेलं, गहाळ होऊन जाईल अशी मला भीती वाटत होती. म्हणून मग मी कँप कमांडर सार्जंट लोना ते पत्र स्वत: वाचण्याची विनंती केली. ते पत्र वाचून त्यांनी त्याची माझ्या कोठडीतल्या नोंदवहीत तसंच शिबिरासाठीच्या मोठ्या नोंदवहीतही नोंद करावी असं मी त्यांना सुचवलं होतं. एवढं सगळं करून

मगच त्यांनी ते पत्र पुढे पाठवावं असं मी त्यांना सांगितलं होतं. "सार्जंट, हे पत्र तुमच्या कायदेविषयक विभागाकडे पोहोचतं होईल हे पाहणं ही तुमची जबाबदारी आहे." मी त्यांना म्हणालो.

आता पुढे काय होणार याबद्दल मला विलक्षण उत्सुकता होती. त्या पत्रांच्या चार हस्तलिखित नकला मी काढून ठेवलेल्या होत्या. माझ्यापर्यंत सर्वोच्च न्यायालयाचा तो निकाल पोहोचला आहे, ही बातमी मला बाहेरच्या जगापर्यंत पोहोचवण्याची इच्छा होती.

पण काही दिवसांत, म्हणजे १३ जुलैला अमेरिकन सैन्यदलातला एक अधिकारी काही इतर लोकांना घेऊन आला अन् माझ्या कोठडीसमोरच्या खोलीत बसला. तो प्रत्येक बराकीत जाऊन तिथे डांबून ठेवलेल्यांना त्याच्या जवळच्या पत्रकातला मजकूर वाचून दाखवत होता. इथे डांबून ठेवलेल्या या युद्धखोरांच्या सद्यस्थितीचा आढावा घेण्यासाठी नेमलेल्या समितीनं दिलेल्या सूचनांचा कागद होता तो! ते साधं एक पानी पत्रक होतं. त्यानं ते पत्रक वाचून संपवलं अन् मग तो कागद माझ्या कोठडीच्या लोखंडी दाराच्या सापटीत सारून दिला. सी.एस.आर.टी. हा काय प्रकार आहे, याची आम्हाला मिळालेली ही पहिली चुणूक होती. पेंटॅगॉननं अमेरिकन उच्च न्यायालयाच्या निर्णयाला दिलेला हा प्रतिसाद होता. आमच्यासारख्यांच्या संदर्भात न्यायालयात खटला उभा राहाणं आवश्यक होतं. (आरोप ठेवल्याशिवायच इथे कितीतरी जणांना आणून डांबून ठेवलेलं होतं) त्या निर्णयाचे नेमके परिणाम काय आहेत या विषयी मला पुरेशी माहिती नव्हती.

पत्रकात असं म्हटलं होतं की, *अमेरिकन सैन्यानं तुम्हाला युद्धखोर शत्रू म्हणून इथे पकडून ठेवलेलं आहे. युद्धखोर शत्रू म्हणजे अशी व्यक्ती जी तालिबानींना सामील किंवा त्यांना पाठिंबा देणारी आहे किंवा अल्-कायदा या संघटनेतली आहे किंवा संबंधित संलग्न असलेल्या संघटनेची सदस्य आहे आणि हे सगळे अमेरिकेशी वैरभाव बाळगून अमेरिकेविरुद्ध सतत कारवाया करीत असतात किंवा अमेरिकेला पाठिंबा देणाऱ्या राष्ट्रांविरुद्ध कारवाया करत असतात.* 'युद्धखोर शत्रू' (enemy combatant) कोणाला म्हणायचं त्याची व्याख्या पुढीलप्रमाणे करण्यात आली होती, *'ज्या व्यक्तीने अमेरिकेविरुद्धच्या युद्धात प्रत्यक्ष भाग घेतलेला आहे किंवा अशा कृत्यांना थेट पाठिंबा दिलेला आहे ती व्यक्ती युद्धखोर शत्रू मानण्यात यावी.'*

डिसेंबर २००३ मधे सार्जंट पार्लेरनी माझ्या कोठडीत येऊन अमेरिकन सैन्यदलाच्या वतीनं आम्हा स्थानबद्धांसाठी पहिलं अधिकृत निवेदन वाचून दाखवलं होतं. हे निवेदन इराकमधे अमेरिकन फौजांनी सद्दाम हुसेनला पकडल्याबद्दल होतं.

"आणि आता अमेरिका पुन्हा इराकमधे घुसली तरी केव्हा?" मी विचारलं. मी त्याबद्दल अगदी अनभिज्ञ आहे असंच मी दाखवत होतो. खरं तर पहारेकऱ्यांकडून

या भांडणाबद्दल मी पूर्वी बरंच काही ऐकलेलं होतं.

पण माझ्या त्या प्रश्नाला सार्जंटनं उत्तर दिलं, ''माफ कर, चालू घडामोडींबद्दल मी तुझ्याशी कसलीही चर्चा करू शकत नाही.''

''तसं आहे तर मग आता घडलेली ही घटना तुम्ही मला का सांगितलीत?''

''इथल्या सर्वांना ती बातमी वाचून दाखवण्याचा वरून हुकूम झाला होता म्हणून.''

''त्या बातमीचा माझ्याशी नेमका काय संबंध?''

मला ही गोष्ट पक्की माहीत होती की, सद्दामला पकडल्याबद्दल अमेरिका आता सगळीकडे फुकटचा रुबाब दाखवतेय. कारण या माणसानं इस्लामला विरोध करणाऱ्या अनेकांचे मुडदे पाडले आहेत, तसंच अनेकांचा अनन्वित छळ सुद्धा केलेला आहे आणि तसं करताना ते तसे आहेत किंवा नाहीत याची देखील फारशी शहानिशा त्या माणसानं कधी केलेली नाही. ज्यांच्या अफगाणिस्तानमधील छावण्यांना मी पाठिंबा दिलेला होता आणि ज्यांनी मला अफगाणिस्तानात येण्यासाठी मदत केली होती, ते कुर्द लोक सद्दामचे बळी होते. त्यामुळेच अमेरिकेनं मला युद्धखोर शत्रू मानून इथे आणून टाकलं होतं आणि तो तसा शिक्का माझ्यावर बसला होता. तोंडातून एक शब्दही न काढता पार्लेर माझ्या कोठडीतून निघून गेला.

काही ना काही माहिती मिळावी म्हणून अधीर झालेल्या इथल्या मंडळींना, अमेरिकन सैन्यदलानं एक माहितीपत्रक दुसऱ्यांदा वाचून दाखवण्यासाठी कष्ट घेतले होते. मला ही सगळीच प्रक्रिया अतिशय विचित्र वाटली. मी स्वत: कायद्याचा विद्यार्थी होतो आणि त्या शिक्षणानुसार या प्रक्रियेत कुठेच कायदेशीरपणा नव्हता. कागदोपत्रीसुद्धा असं म्हटलेलं होतं की, हा काही एखाद्या गुन्हेगाराविरुद्धचा खटला नव्हे; त्यामुळे बसवलेलं लवाद (Tribunal) तुम्हाला शिक्षा ठोठवू शकणार नाही. परंतु तुम्हाला इथे योग्य तऱ्हेनं ठेवण्यात आलेलं आहे किंवा नाही याबद्दल मात्र ते चौकशी करतील. मला वाटलं, यांना नेमकं काय म्हणायचंय? कारण हे असं डांबून ठेवणं हीच शिक्षा नाही का?

पत्रकातला मजकूर ऐकल्यावर अमेरिकन सर्वोच्च न्यायालयाबद्दल पहिल्यांदा जेवढी आशा वाटली होती ती हळूहळू कमी होत गेली. त्या पत्रकात सी.एस.आर.टी. कसं काम करणार आहे त्या संदर्भात पाच परिच्छेद होते. त्यानुसार मी युद्धखोर शत्रू कसा ठरतो ते प्रत्यक्ष तपशीलावर आधारित असं लेखी मला मिळणार होतं. मला माझा व्यक्तिगत प्रतिनिधी मिळणार होता. तो वकील असेलच असं नव्हतं. पण तो सैन्यदलाशी निगडित असणार होता. मी नंतर जेव्हा माझ्या या प्रतिनिधीला भेटलो तेव्हा तो मला म्हणाला की, मी जी माहिती त्याला देईन ती माहिती सुरक्षित ठेवणं किंवा खाजगी ठेवणं हे त्याच्यावर बंधनकारक नव्हतं.

त्या पत्रकात एक महत्त्वाची गोष्ट सांगितलेली होती, ती म्हणजे लवादासमोर तुम्ही पुरावे सादर करू शकता किंवा साक्षीदारालाही आणू शकता. जर तुम्ही तुमच्या साक्षीदारांना लवादासमोर प्रत्यक्ष हजर करू शकत नसाल, तर त्यांची साक्ष लेखी स्वरूपात तुम्ही मिळवून सादर करू शकता. तसंच तुम्ही इतर कागदपत्रंदेखील सादर करू शकता. लवादासमोर तुम्ही युक्तिवाद करू शकता... म्हणजेच तुमचं म्हणणं मांडू शकता. पण लवाद तुम्हाला त्यांनी विचारलेल्या प्रश्नांची उत्तरं द्यायला किंवा तुमचं म्हणणं मांडायला तुमच्यावर सक्ती करू शकणार नाही.

आणि शेवटच्या परिच्छेदात म्हटलेलं होतं, या लवादाच्या कार्यकक्षेपेक्षा ही गोष्ट पूर्णपणे वेगळी म्हणजे, इथे ठेवण्यात आलेले लोक, त्यांना इथे कायदेशीररित्या ठेवलं आहे की नाही त्या संदर्भात अमेरिकन न्यायालयात अर्ज करू शकतात. तसेच त्यांच्या स्थानबद्धतेला आव्हान देऊ शकतात. हे सगळं कसं घडणार आहे या विषयी मला काहीच कल्पना नव्हती. या संदर्भात आम्ही कोणाशीही संपर्क साधू शकत नव्हतो आणि बाहेरच्या जगाशी संपर्क साधण्याचा मार्ग आमच्यापाशी नव्हता.

एक गोष्ट माझ्या मनात स्पष्ट झाली होती, ती म्हणजे, अमेरिकन सरकार आता सी.एस.आर.टी.चे लोक आमच्या संदर्भात जी माहिती देतील ती सर्वोच्च न्यायालयाच्या निर्णयाशी जोडण्याचा प्रयत्न करणार आणि आम्ही सगळे इथे डांबून ठेवलेले युद्धखोर शत्रूच असल्याचे सिद्ध करणार. एकदा तसं सिद्ध झालं की मग आमच्यातल्या कुणी अमेरिकन न्यायालयात जाण्याचा प्रश्नच उद्‌भवणार नव्हता, तरीही मला वाटायला लागलं की, आपण या प्रक्रियेत सामील व्हायला हवं; कारण त्यामुळे मला एक संधी मिळणार होती. इतक्या वर्षांतून अशी संधी माझ्यापुढे आली होती, जिच्यामुळे मी माझी बाजू मांडू शकणार होतो.

अधिकाऱ्याला कुठलाही प्रश्न विचारला तरी त्याचं उत्तर ठरलेलं असे. 'तुझा प्रतिनिधी आत्ता एवढ्यात येईलच. त्याला काय तो प्रश्न विचारायचा.'

१६ जुलैला म्हणजेच काही दिवसांनंतर परराष्ट्रखात्याकडून मार्टिन मला भेटायला आला. त्याच्याबरोबर साध्या वेषातले दोन अमेरिकन अधिकारीसुद्धा आलेले होते. आम्ही सी.एस.आर.टी.च्या संदर्भातला मोठ्या प्रश्नाविषयी चर्चा करण्याआधी सर्वसाधारण कार्यपद्धती कशी आहे त्याविषयी बोलत होतो. सी.एस.आर.टी. म्हणजे नेमकं काय व त्याचा अर्थ काय आहे, ते मला माहीत आहे याची मार्टिनला खात्री करून घ्यायची होती. मी काय करावं व काय करू नये हे सांगण्यासाठी तो माझ्या आसपासही असणार नाहीये. तो कायदेविषयक सल्लागार नाहीये, तसंच त्याच्याबरोबर आलेले ते दोघंही तशा प्रकारचे सल्ले देणारे नाहीयेत, हे त्यानं मला स्पष्ट केलं. मी तिथेच ठाण मांडून बसलो. सी.एस.आर.टी.बाबत मला काय समजलं आहे ते त्यांना समजावून सांगू लागलो. ते पत्रक लक्ष देऊन वाचल्यानंतर

मला त्याबद्दल काय वाटतं ते मी सांगितलं.

मी त्यांना माझं प्रतिनिधित्व करणाऱ्या व्यक्तीसंबंधीही विचारलं, ''हा माणूस माझा प्रतिनिधी बनूच कसा शकतो?'' प्रतिनिधी ही वापरलेली संज्ञा अतिशय गैरसमज निर्माण करणारी होती.

'सी.एस.आर.टी.च्या प्रक्रियेत तुला बऱ्यापैकी न्याय मिळेल.' ही गोष्ट ते तिघं मला बराच वेळ पटवून देत होते.

त्या पत्रकात म्हटलंय, 'यात तुम्हाला शिक्षा करण्याचा उद्देश नाही.' पण मी जर त्यांना युद्धखोर शत्रू आहे असं आढळलं तर ते मला इथेच डांबून ठेवू शकतात. हे असं आहे तर मग 'यात तुम्हाला शिक्षा करण्याचा उद्देश नाही' असं ते कसं म्हणू शकतात? समोरच्या छोट्या पिंजऱ्याकडे बोट दाखवत मी म्हणालो, ''वर्षानुवर्षं या अशा पिंजऱ्यात कुठलेही आरोप न ठेवता, वकिलाशिवाय खटल्याचं कामकाज न चालता कोणालाही डांबून ठेवणं ही सर्वांत भीषण शिक्षा आहे.''

त्यांनी मला कुठलाही कायदेशीर मार्ग ठेवला नसल्यामुळे माझ्यासारख्याला युद्धखोर शत्रू म्हणून शाबीत करणं फारच सोपं आहे असं मला वाटत होतं. पुढे ते सांगत होते, युद्ध चालू असताना त्या परिसरात सापडलेल्यांना ताब्यात घेतल्यापासून काही आठवड्यांच्या आत ते युद्धकैदी आहेत की सामान्य नागरिक आहेत की युद्धखोर शत्रू आहेत की युद्धखोर नसलेले आहेत ते ठरवलं जातं.

''मला तर इथे जवळपाससुद्धा कुठे युद्धभूमी दिसत नाहीये. शिवाय अशा क्षेत्रातूनही मला उचलण्यात आलेलं नाहीये. दुसरं म्हणजे हे सगळं तब्बल तीन वर्षं उशिरा घडतंय.''

या प्रश्नावर त्यांचा बराच घोळ घालून झाल्यावर, मला तर हे सगळंच एक नाटक वाटतंय आणि यांच्याकडून कुठल्याही प्रकारचा न्याय मिळण्याची मला सुतराम शक्यता वाटत नाही हे मी त्यांना स्पष्टच सांगून टाकलं. आमच्याकडून माहिती मिळवण्यासाठीचा हा नवा प्रयत्न आहे, की हे गाजर दाखवल्यामुळे ज्या लोकांनी या ना त्या कारणानं चौकशी अधिकाऱ्यांपुढे तोंड उघडलेलं नाही ते सुटकेच्या आशेनं यांना माहिती देतील असं त्यांना वाटतंय, हे मी स्पष्टपणे विचारलं.

मार्टिननं माझ्या या टिप्पणीवर माझं म्हणणं मान्यच असल्याप्रमाणे अगदी विचित्र पद्धतीनं मान हलवली.

'आमच्यावरच्या खटल्यांची सुनावणी अमेरिकन न्यायालयात होऊ शकते' अशा पत्रकात दिलेल्या एका विशेष माहितीबद्दल मी म्हणालो, ''या अशा परिस्थितीत मला न्यायालयातील कामकाजासाठी कसा कायदेशीर प्रतिनिधी मिळणार किंवा न्यायालयात कामकाज सुरू व्हावं म्हणून मी अर्ज तरी काय करू शकणार आहे?''

मार्टिनला माझ्या या बोलण्याचं आश्चर्य वाटल्याचं दिसलं. छाती खाजवण्याचं

निमित्त करून तो किंचित बाजूला गेला. त्याच्या सहकाऱ्यांना दिसलं नाही पण त्यानं स्वत:कडे अंगुलीनिर्देश करत माझ्या प्रश्नाचं उत्तर तो स्वत: आहे असं सुचवल्याचं मला स्पष्ट दिसलं.

तोच इशारा समजून मी त्याला लगेच म्हणालो, ''माझा ब्रिटिश राजनैतिक प्रतिनिधी म्हणून तू माझ्या वकिलांना सूचना देणं आणि माझ्या कुटुंबीयांना अमेरिकन न्यायालयात कामकाज सुरू करायला सांगण्याचं काम करशील?''

त्यानं उत्तर दिलं, ''मी तुला कायदेशीर सल्ला देऊ शकणार नाही, पण मी तुझी इच्छा योग्य त्या व्यक्तीच्या कानावर घालीन.'' असं म्हणत तो त्या दोन अमेरिकनांकडे वळला. त्या दोघांनीही संमतीदर्शक मान हलवली होती. ते तिथून बाहेर पडले. त्यांच्यात तिथून शेवटचा बाहेर पडणारा मार्टिन होता. अमेरिकन्स दूर गेलेले पाहून त्यानं आपल्या हनुवटीकडे बोट दाखवत हळूच म्हटलं, ''मोआझ्झम एकदम ताठ मानेनं राहा. अगदी ताठ मानेनं.''

अनेक आठवडे उलटून गेले तरी माझं प्रतिनिधित्व करणारा मला भेटायला आलाच नाही, पण त्या मधल्या काळात मला एक नवाच अनुभव मिळाला. ग्वांटानामो बेटाचा प्रमुख माझ्या भेटीला आला.

पहारेकऱ्यांची धावपळ सुरू झाली. झाडझूड, जमीन खसाखसा पुसून लख्ख करीत, सर्वत्र नेहमीपेक्षा जरा जास्तच टापटीप ठेवली जात होती. या सगळ्यातून एकच अर्थ ध्वनित होत होता, तो म्हणजे कोणीतरी बडी व्यक्ती इथे भेट द्यायला येणार होती. ब्रिगेडियर जनरल जय हूड, कोठडी नंबर ७ मधल्या डांबून ठेवलेल्या फक्त ५५८ नंबरच्या कैद्याला भेटायला आलेला होता हुर्रे! हुर्रे!!

मागेपुढे नाचणाऱ्या ताफ्यासकट तो माझ्या कोठडीत आला. त्यानं आत सर्वत्र एक नजर टाकली. मग तो सरळ नोंदणीवहीकडे गेला आणि मग त्यानं माझ्याकडे बघत विचारलं, ''तू दंतवैद्याकडे नुकताच जाऊन आलेला दिसतोयस. तुझं दुखणं बरं झालं का?''

मी उत्तर दिलं, ''धन्यवाद, खूपच आराम पडलाय.'' दंतवैद्याकडे गेलो हे बरंच झालं हे मी त्याला सांगायचं नाकारलं. बरोबर आलेल्यांपैकी एक जण जास्तच शहाणपणा करायला लागला. पण लॉरेन्स ऑलिव्हियरच्या चौकशीच्या 'मॅरेथॉन मॅन'मधल्या त्रासदायक पद्धतींचा त्यानं उल्लेख करून सुद्धा जनरलवर त्याचा काहीही परिणाम झाला नाही.

''सॉरी, पण बरंच झालं म्हणजे काय ते मला समजलं नाही.''

''सर! ते महत्त्वाचं नाही. पण मला एक सांगा, माझं प्रतिनिधित्व करणारा माणूस अजून मला भेटायला का आलेला नाही. तुम्ही इथून जाण्यापूर्वी कृपया याचं

कारण सांगता?'' मी जनरलला विचारलं.

''सी.एस.आर.टी.च्या कार्यात माझा काहीही सहभाग नाहीये. पण मला हे माहीत आहे की आम्हाला या प्रक्रियेत अनेकांना मदत करायचीय आणि मला हेही माहीत आहे की शक्य तेवढं झटपट काम उरकायचा ते प्रयत्न करत आहेत.'' जनरलनं उत्तर दिलं आणि तो पुढे म्हणाला, ''मला वाटतं या सगळ्या प्रकरणात वेळ हा घटक अतिशय महत्त्वाचा आहे आणि तुम्हाला सगळ्यांनाच न्याय हवा आहे. मी काय म्हणतोय ते बरोबर आहे ना?''

''जनरल, आणखी एक गोष्ट,'' माझ्या लेकीनं, उम्मामाह्नं रेडक्रॉसमार्फत मला पाठवलेला मजकूर त्याच्यासमोर धरत मी म्हटलं, ''याचा अर्थ सांगू शकाल?''

अमेरिकन सैन्यदलाच्या तपासणी पथकानं त्या मजकुरातली कितीतरी अक्षरं शाईनं झाकून टाकली होती. ''एका सात वर्षांच्या मुलीकडून तुम्हाला कसला धोका आहे? कसली भीती वाटते तुम्हाला? मला महिनोन्महिने त्यांच्याकडची पत्रं मिळत नाहीत आणि जेव्हा ती माझ्या हातात पडतात तेव्हा त्यांची ही अशी दुर्दशा झालेली असते.''

''तुला आत्ता काय उत्तर द्यावं हे मला माहीत नाही, कारण अजूनपर्यंत मी या गोष्टीत लक्ष घातलेलं नाही.'' काहीशा ओशाळल्या स्वरात तो म्हणाला. मग त्याच्याशेजारी उभं राहून वहीत भराभर काहीतरी लिहून घेणाऱ्या आपल्या साहाय्यकाकडे बघून त्यानं मान डोलावली आणि ते सगळे माझ्या कोठडीतून बाहेर पडले. त्यानंतर जनरल हूडला मी पुन्हा कधीही पाहिलं नाही.

अनुभवाला आलेलं अजून एक आश्चर्य म्हणजे नेवार्कच्या ॲटर्नींच्या पेढीकडून मला आलेलं पत्र. न्यू जर्सीहून पाठवलेल्या पत्रात त्यांनी म्हटलं होतं, 'वॉशिंग्टन डी.सी.मधील फेडरल कोर्टात २ जुलैला त्यांनी माझ्यासाठी खटला (हेबीयस कॉर्पस) दाखल केलेला आहे. त्या पत्रात त्यांनी पुढे असंही म्हटलं होतं की, माझी बायको, माझे वडील, लंडनमधील माझी वकील गारेथ पिअर्स व अमेरिकेत काम करणारा ब्रिटिश वकील, क्लाइव्ह स्टॅफोर्ड स्मिथ यांना अमेरिकन न्यायालयात केस उभी करण्यासाठी काम करण्यास सांगण्यात आलं आहे. या मुद्द्यांवर जोर देण्यात आला होता की, ते नागरी खटले चालवणारे वकील आहेत आणि त्यांचा अमेरिकन सैन्यदलाशी काहीही संबंध नाही. माझ्या भावनांचा हिंदोळा ते पत्र वाचल्यावर एकदम आकाशात उंच जाऊ लागला.

या प्रक्रियेत गारेथ सामील असल्याने या कायदेशीर मदतीत पुरेसे गांभीर्य असणार असा माझा विश्वास होता. याचा अर्थ माझी आता चांगल्या गोष्टींकडे वाटचाल सुरू झाली होती. ज्या दिवशी मला ते पत्र मिळालं त्याच दिवशी, म्हणजे ६ ऑगस्टला मी माझ्या वकिलाला पत्र लिहून, कायदेशीर लढाईसाठी काम करत असलेल्या त्या गटातील सर्व सदस्यांबद्दल कृतज्ञता आणि गारेथवर असलेला

माझा प्रगाढ विश्वास, जरा जास्तच जोर देऊन व्यक्त केला. मी मुद्दाम निदर्शनास आणून दिलं की, ही विधानं प्रचंड दबावाखाली असताना, तसंच माझा छळ केला जात असताना, करण्यात आलेली आहेत हे लक्षात घ्यावं. हे लिहीत असताना २००३ सालच्या फेब्रुवारीत माझ्याकडून जबरदस्तीनं सही घेण्यात आलेल्या कबुलीजबाबाविषयी डोक्यात विचार होते. मी तसं वकिलांना कळवलं, ही एकच गोष्ट मला युद्धखोर शत्रू म्हणून माझ्यावर शिक्का बसायला पुरेशी होती.

माझं पत्र तपासणीच्या सोपस्कारात अडकून पडलं तर ते त्यांच्यापर्यंत पोहोचणार नाही याची मला भीती वाटायला लागली होती. म्हणून मग मी शिबिराच्या प्रमुखाला ते पत्र वाचून, त्याची नोंद नोंदणी पुस्तकात, शिवाय पुन्हा त्या पत्राची नोंदणी शिबिराच्या नोंदणी पुस्तकात करून, मगच ते पुढे रवाना करायला सांगितलं. शिवाय त्यानं या पत्राच्या नकलाही काढून ठेवाव्यात असंही मी त्याला सुचवलं होतं.

साधारण दोन आठवड्यांनंतर कायद्यासंदर्भात कामकाज करणाऱ्या त्या पेढीकडून गीतांजली गुटेरेझ या वकिलांकडून मला दुसरं पत्र आलं. या पत्रात त्यांनी माझं पत्र त्यांना मिळाल्याचं लिहिलं होतं. ते पत्र त्यांना फक्त दोन आठवड्यात मिळालं होतं. सोमवारी ३० ऑगस्टला त्या मला भेटायला येणार असल्याचं त्यांनी पुढे लिहिलं होतं. त्या मला त्या आठवड्यात मंगळवारी, बुधवारी आणि गुरुवारीसुद्धा भेटणार आहेत असं त्यांनी लिहिलं होतं. इथे भेटीला येण्यापूर्वी त्या माझ्या वडिलांना तसंच सॉलिसिटर गारेथना सुद्धा भेटणार होत्या. त्यामागचं कारण मला भेटण्यापूर्वी भेटीची पूर्वतयारी करणं हे होतं. ग्वांटानामोत येणारी ती पहिली नागरी वकील होती. हा एक मैलाचा दगड होता.

उत्सुकतेमुळे पुढचे तीन-चार दिवस मला नीट झोप सुद्धा लागली नाही. या भेटीची माझ्याकडची पूर्वतयारी म्हणून मी आत्तापर्यंत घडलेल्या घटना कागदावर लिहू लागलो. त्याला 'छळवणुकीची नोंदणी' असंही म्हणता आलं असतं. मला हव्या असलेल्या पुस्तकांची मी एक यादीच बनवली. ही पुस्तकं मला माझ्या वडिलांकडून हवी होती. माझे वडील, सॉलिसिटर गारेथ आणि माझी बायको यांना देण्यासाठी मी पत्रं लिहून तयार ठेवली.

काही पहारेकऱ्यांनी, मी माझ्या वकिलाला मला हव्या असलेल्या सगळ्या वस्तू आणायला सांगाव्यात असं प्रोत्साहन दिलं. कारण जरी गीता सैनिकी दलाशी संलग्न नसलेली, इथे यायला परवानगी मिळालेली पहिली वकील असली, तरी इथे येणारी ती पहिली वकील नव्हती. सैन्यदलातील वकील डेव्हिड हिक्स या ऑस्ट्रेलियन माणसासाठी नेमलेले होते. शिवाय ओसामा-बिन लादेनचा ड्रायव्हर असल्याचा संशय ज्याच्यावर होता, त्या सलीम हमदानसाठीही वकील नेमलेले होते. पहारेकऱ्यांनी या वकिलांना पुस्तकं आणि इतर वस्तू बरोबर घेऊन येताना पाहिलेलं होतं. या गोष्टी

कैद्यांनीच मागवलेल्या होत्या. कैद्यांना त्या सर्व गोष्टी त्यांच्या बराकीत ठेवण्याची परवानगी देखील मिळालेली होती, हेही पहारेकऱ्यांना माहीत होतं.

सरतेशेवटी मीही एक मला हव्या असलेल्या गोष्टींची यादी बनवली. त्यात पुस्तकांची संख्या बरीच होती. त्यातली बरीचशी पुस्तकं इतिहासाची होती. गीता इथे आल्यावर मी तिला ती पुस्तकं भेट म्हणून देणार होतो. यादीत इतर वस्तूंबरोबर चॉकलेट्‌ससुद्धा मागवलेली होती. यातलं तिनं काही आणायलाच हवं असा आग्रह मी तिला केला नाही. कारण यादीतलं ती काही आणू शकेल असा मला विश्वास नव्हता.

तिच्या नावाबद्दल मला फार कुतूहल वाटत होतं, म्हणून मग मी एका हिस्पॅनिक पहारेकऱ्याला गीतांजली हिस्पॅनिक आहे का किंवा हे नाव दक्षिण आशियाई आहे का हे विचारलं. पण त्याला मात्र त्याबद्दल काहीच माहीत नव्हतं. अमेरिकन पहारेकरी मात्र त्यांच्या स्वभावानुसार ती 'गरम' छोकरी आहे का तेवढंच जाणून घेण्यास उत्सुक होते.

ती माझ्या खोलीत आली. सडसडीत बांध्याची, लांब काळे केस असलेली, नीटस आणि लहान चणीची अशी ती स्त्री होती. नेहमीप्रमाणे याही वेळी मला साखळदंडांनी जमिनीला जखडून ठेवलेलं होतं. पण फरक एवढाच, ती माझ्या खोलीत एकटी होती. आमच्या दोघांत एक टेबल तेवढं होतं आणि आश्चर्य म्हणजे आजूबाजूला एकही पहारेकरी नव्हता. या आधी मला असं सांगण्यात आलं होतं की, तिथे पहारेकरी असतील. तुमची मिटिंग चालू असताना किंवा मुलाखत देते वेळी पहारेकऱ्यांना वाटलं की, राज्याची गुपितं तुमच्या चर्चेत येत आहेत किंवा राज्याच्या संरक्षणाचा प्रश्न धोक्यात आलाय, तर ते तुम्हाला थांबवू शकतात. माझ्या कोठडीत बसवण्यात आलेला कॅमेरा नेहमी माझ्यावर रोखलेला असे. आज तो आम्हा दोघांवर रोखलेला होता.

प्रसन्न हसत ती म्हणाली, ''इतकं काही घडल्यानंतर आता तुला भेटताना मला खरंच खूप आनंद होतोय. तुला माहिती आहे, हा क्षण ऐतिहासिक आहे. सैन्यदलाशी संलग्नता नसलेली मी पहिली वकील आहे, जिला इथे ठेवलेल्या व्यक्तीला भेटायची परवानगी मिळालेली आहे आणि साहजिकच तू इथला पहिला डांबून ठेवलेला पहिला माणूस आहेस की ज्याला वकील भेटायला आलेला आहे.''

तिचं म्हणणं अगदी बरोबर होतं. पण त्यामुळे वस्तुस्थितीत काही फरक पडणार आहे का, हे जाणून घ्यायला मी जरा जास्तच उत्सुक होतो.

''खरं सांगायचं तर याचा नेमका अर्थ काय आहे या विचारानं काल रात्रभर माझा डोळ्याला डोळा लागला नाही. माझ्या मनात अनेक प्रश्न होते अन् त्याच्या सोबतीला काही विनंती-आर्जवंही! पण गीता, तू नेमकं काय चाललंय ते आधी सांग.''

सगळ्यात प्रथम गीतानं ती नेमकी कोण आहे ते स्पष्ट केलं. तिनं मला

सांगितलं की काही दिवसांपूर्वी न्यूयॉर्कमधे ती माझ्या वडिलांना भेटली होती अन् त्यांनी तिथे एकत्र जेवण घेतलं होतं. माझ्या वडिलांनी न्यूयॉर्कला जाऊन तिच्याबरोबर कायदेशीर बाबींची चर्चा करणं हे सगळंच आर्श्चयजनक होतं. त्यानंतर तिनं ज्या काही गोष्टी सांगितल्या, त्या गोष्टी फक्त माझे वडील अन् माझा भाऊ एवढ्यांनाच माहिती होत्या. जसं की मी लहान असतानाचं मला पालक खूप आवडत असे म्हणून मला 'पोपाय' म्हणत ते माझं टोपणनाव. मी मोठा झाल्यावर हे नाव मागे पडलं. पुन्हा त्या नावाचा उच्चार कधीच कुठेच झाला नव्हता. ती सॉलिसिटर गारेथला सुद्धा भेटली होती आणि मिस गारेथबद्दल तिचं फारच चांगलं मत झालं होतं. तिनं हे सगळं सविस्तर सांगितल्यामुळे मला तिच्याबद्दल विश्वास वाटायला लागला.

कायदेशीर बाबींवर चर्चा सुरू करण्यापूर्वी तिनं आणखी एक केलं. तिनं स्वत:बद्दल मला सांगितलं. ती भारतीय होती, पण तिची सगळी जडणघडण अमेरिकेत झालेली होती. तिच्या सांस्कृतिक पार्श्वभूमीमुळे आमच्यात जे काही अडथळे होते, ते देखील नाहीसे होण्यास मदत झाली. अमेरिका व ब्रिटन यांचे माझ्या खटल्याच्या संदर्भात असलेले परस्परसंबंध कसे आहेत, याविषयी मी तिला काही माहिती आहे का ते विचारलं. तसंच ग्वांटानामो आणि या संदर्भात जगात घडणाऱ्या घटना याबद्दलही मी विचारलं. ती ज्या पद्धतीनं बोलत होती त्यावरून ती बुश धार्जिण्या गटातली नव्हती एवढं स्पष्ट होत होतं. तसंच जॉन केरी येत्या निवडणुकीत अमेरिकेचे राष्ट्राध्यक्ष म्हणून निवडले जातील किंवा नाही याविषयी तिनं केलेलं भाष्यही बरंच बोलकं होतं. ११ सप्टेंबरला झालेल्या हल्ल्यानंतर अमेरिकेत अशा तिच्यासारख्या इतर धर्मीय लोकांना, विशेषत: भारतीय हिंदू-शीख या मंडळींना, ते हल्लेखोरांसारखेच दिसतात म्हणून दिलेल्या त्रासाबद्दलही ती बोलली.

त्यानंतर ती म्हणाली, "मी धर्माचं पालन करणारी हिंदू आहे. मी सतत तुझ्यासाठी प्रार्थना करत असते." हे सांगताना तिचे डोळे आनंदानं चमकत होते. "माफ कर, पण मला मनापासून गेले काही दिवस वाटत आलंय ते मी बोलले. तुझा खटला हा आता माझ्या आयुष्याचा एक भागच बनलाय." तिचा प्रामाणिकपणा माझ्या अंत:करणाला स्पर्शून गेला आणि त्याचबरोबर अपराधीपणाची एक सूक्ष्म लहरही चमकून गेली. अल्लाशिवाय दुसरा देव नाही असं मानणाऱ्या माझ्यासाठी, माझ्या खटल्याच्या संदर्भातल्या सगळ्या घटना माहीत असूनही, जिचा धर्म परमेश्वराची अनेक रूपं मानतो, अशा संस्कृतीतली एक अमेरिकन बाई माझ्यासाठी प्रार्थना करत होती.

"गीता, मला तुला हे सांगितलं पाहिजे की अमेरिकन्सनी मला इथे डांबून ठेवण्याची जी काही कारणं आहेत, त्यापैकी हेही एक कारण आहे."

"या क्षणी काहीही बोलू नकोस, ते कदाचित आपलं संभाषण ऐकत असतील;

शिवाय त्यांना वकील आणि अशिलातल्या संबंधांविषयी मुळीच आस्था नसते, पण मला मात्र आस्था आहे.''

सुरुवातीच्या काही दिवसांत ती वाजवीपेक्षा जरा जास्तच जागरूक होती आणि तशी थोडी निरागसही! अमेरिकन तसंच ब्रिटिशांना ज्याची माहिती नव्हती असं महत्त्वाचं गुपित किंवा मला का अटक झाली त्यावरची माझी सफाईही मी तिला सांगणार नव्हतो. मी तिला इतकंच सांगणार होतो की, १९९३ मध्ये काश्मीरींसाठी चालवलेल्या प्रशिक्षण शिबिराला मी भेट दिली होती. तसंच त्यांना पाठिंबा देण्यासाठी मी ब्रिटिश पाऊंडांमधे आर्थिक मदत पाठवली होती. ही गोष्ट ती भारतीय अमेरिकन असल्यामुळे कायदेशीर बाबींची चर्चा सुरू करण्यापूर्वी तिला माहीत असणं आवश्यक आहे असं मला प्रामाणिकपणे वाटत होतं.

माझ्या हेही लक्षात आलं होतं की, ती अतिशय तरुण आणि छाप पाडण्यायोग्य होती. शिवाय या खेळात आपण अगदी नवीन आहोत असं तिनंच मला सांगितलं होतं. ती अगदीच रिकाम्या हातांनी मला भेटायला आल्यामुळे मी जरा नाराजच झालो होतो. पण काटेकोर नियमांमुळे ती इतकी काही बिचकलेली होती की बोलायची सोय नाही. खरं तर तिनं मृत्युदंडाच्या खटल्यात काही गोष्टी समक्ष पाहिल्या होत्या. तरीही या वेळी मात्र काटेकोर नियमांमुळे ती जरा काळजीत होती. त्यामुळे तिनं सावध पवित्रा घेतलेला होता. आपण या भेटीला जाताना कुठले कपडे घालावेत, डोक्याला मुद्दाम स्कार्फ बांधावा का, पेहराव आशियाई असावा की पाश्चात्त्य पद्धतीचा याबद्दलचा ती विचार करीत होती. ज्या व्यक्तीचा गेली तीन वर्षं कोणाशीही संपर्क झालेला नाही अशी व्यक्ती तिच्याशी कशी वागेल याची चिंता तिला होती. शिवाय स्थानबद्धांपैकी बहुसंख्य कट्टर मुस्लीम होते आणि ती तर अमेरिकन, त्यातून एक स्त्री! याशिवाय सैन्यदलाबरोबर तिचे चांगले संबंध प्रस्थापित व्हावे अशीही तिची इच्छा होती. ती कटकटी निर्माण करणारी नाही ही बाब तिला त्यांच्यावर बिंबवायची होती.

गीता संपूर्ण व्यावहारिक पातळीवर माझ्याशी बोलली. परंतु सुरुवातीला तिनं ज्या गोष्टी सांगितल्या, त्या ऐकताना मला कोणीतरी जोरदार ठोसा मारतंय असं वाटलं.

''आम्ही तुझ्या वतीनं हेबियस कॉर्पस केस न्यायालयात दाखल केलीय आणि शक्य तितक्या लवकर ती सुनावणीला येईल.'' ती म्हणाली.

''पण मी इथे पुढच्या वर्षी आणि त्याच्या पुढच्या आणि त्याच्या पुढच्याही वर्षी असाच बसून असणार आहे का?''

''मोआइझम, खरं तर ती एक शक्यता आहेच. विशेषत: सरकारचा या संदर्भातला एकूण पवित्रा लक्षात घेतला तर तसं घडू शकेल.'' ती स्पष्टपणे म्हणाली. तरीही मी तिला पुन्हा विचारलं. त्यांनी एकदा ते उत्तर दिल्यानंतर मग

खरं तर काहीच शिल्लक उरत नाही, माझं निरपराधित्व सिद्ध करण्यासाठी मी किती जबरदस्त धडपड केली किंवा मला न्यायालयासमोर उभं करण्याची मी स्वत: केलेली मागणी, हे सगळं कुचकामी ठरणार. वस्तुस्थितीची ही जाणीव मला उद्ध्वस्त करणारी होती. शिवाय माझ्या अपेक्षा इतक्या उंचावल्या असताना ही अशी जाणीव होणं म्हणजे माझं धैर्य खच्ची करण्यासारखं होतं.

अमेरिकेच्या उच्च न्यायालयानं दिलेला निर्णय समजून घ्यायला, त्यांच्या न्यायव्यवस्थेतले बारकावे जाणून घेण्यात दोन महिने गेले होते. सरकार किंवा प्रतिवादी – ज्याचा उल्लेख प्रतिसाद देणारा असा करण्यात आलेला होता – त्यांचं असं म्हणणं होतं की, ताब्यात घेतलेल्या या लोकांना अमेरिकन न्यायालयात कुठलेही हक्क प्राप्त होणार नाहीत. सर्वोच्च न्यायालयानं आपल्या निर्णयात ग्वांटानामो उपसागराचा परिसर अमेरिकेच्या अधिपत्याखाली येतो असं स्वच्छ म्हटलेलं होतं, तरीही सरकार आपल्या म्हणण्यावर ठाम होतं. ते सरकार असल्यामुळे कोर्टाचा निर्णय पाळणं त्यांच्यावर बंधनकारक नव्हतं. सर्वोच्च न्यायालयानं दिलेला निर्णय मानायलाच हवा असं सरकारवर बंधन नव्हतं. अमेरिकन संरक्षण दलाचे प्रमुख असलेल्या राष्ट्राध्यक्ष जॉर्ज बुश यांनी त्यांना असलेले लष्करी आणि प्रशासकीय अधिकार वापरून, न्यायव्यवस्था प्रशासकीय व्यवस्थेत हस्तक्षेप करणार नाही याची खात्री केली होती. एरवी सरकारचं हे वागणं न्यायालयाचा अपमान करणारं ठरलं असतं व ते खपवूनही घेतलं गेलं नसतं.

गीतानं आणलेल्या न्यायालयीन कामकाजाच्या संदर्भातील कागदपत्रांमधे न्यायमूर्ती जॅक्सन यांचं एक वचन दिलेलं होतं. त्या वचनाकडे माझं लक्ष वेधलं गेलं. न्यायालयात खटला दाखल केलेल्याच्या बाजूनं (डांबून ठेवलेल्या) लीगल काऊन्सिलनं मांडलेल्या मुद्याला पाठिंबा देणारं ते वचन होतं. तसंच माझ्या आशा किती पल्लवित झाल्या होत्या अन् नंतर त्या एकदम कशा चूरचूर होऊन गेल्या हे सांगून ते म्हणणं संपवण्यात आलेलं होतं. दिलेला शब्द.... वाढलेल्या आशा आणि त्यानंतर त्यांचं संपून जाणं हे छळ करणाऱ्या स्वप्नदृश्यासारखं होतं किंवा भिकाऱ्यानं अब्जाधीश बनण्याची इच्छा धरण्यासारखं होतं ते.

गीता सलग चार दिवस मला भेटत राहिली. दररोज सकाळी ती आली की दुपारपर्यंत थांबत असे. उरलेल्या वेळात ती, मी अजूनपर्यंत न पाहिलेल्या माझ्या शेजारच्या बराकीत राहाणाऱ्या फिरोजशी बोलून घेत असे. मी तिला नेहमी त्याच्या संदर्भात विचारून, त्याचा खटला माझ्या खटल्याच्या तुलनेत कुठवर आलाय याची चौकशी करीत होतो. तिनं मला असं समजावून सांगितलं की आमच्या दोघांच्याही 'हेबियस कॉर्पस' केसेस असल्यामुळे त्यासाठी एकत्रच अर्ज दिलाय, पण तो माझ्या नावावर न्यायालयात सादर करण्यात आलेला आहे. भेटीच्या

दुसऱ्या दिवशी तिनं महत्त्वाची अनेक कागदपत्रं स्वत:बरोबर आणली होती. अमेरिकन न्यायालयात दाखल करण्यात आलेल्या अर्जासंबंधीची कागदपत्रं, मिस गारेथ आणि झैनाबनं सही करून तयार केलेलं (ॲफिडेव्हिट) शपथपत्र, १४ ऑगस्टला मिस गारेथनं माझ्यासाठी लिहिलेलं ३ पानी पत्र याआधीच माझ्याकडे आलेलं होतं. ते मला गीता इथे पोहोचण्यापूर्वी मिळालेलं होतं. त्या पत्रात गीताबद्दलची माहिती होती आणि पाकिस्तानातून माझं अपहरण झाल्यापासून काय काय घडलंय आणि घडतंय याची सुद्धा त्यात माहिती होती. या पत्रामुळे मला अशा नव्या गोष्टी कळल्या होत्या की, ज्यांची मला कल्पना नव्हती. पाकिस्तानमधेच माझ्या कुटुंबानं हेबियस कॉर्पसची केस पूर्वी दाखल केलेली होती हे मला आजतागायत माहीत नव्हतं. मी तिथे राहतच नव्हतो असं पाकिस्तान्यांनी म्हणायला सुरुवात केली. तेव्हा झैनाबनं आम्ही इस्लामबादमधे भाड्यानं घेतलेल्या घराची कागदपत्र सादर केली होती किंवा ब्रिटिश सरकारनं या प्रकरणात जातीनं लक्ष घालावं म्हणून घरच्यांनी अक्षरश: आकाश-पाताळ एक केलं होतं.

गारेथनं पत्रात हेही लिहिलं होतं की माझ्या वडिलांच्या नेतृत्वाखाली माझ्या कुटुंबाने माझ्यासाठी मोठी प्रचार मोहीमच उघडली होती. त्यामुळे ब्रिटनमधल्या घराघरात माझं नाव पोहोचलं होतं. हे सगळं मला पहिल्यांदाच समजत होतं. या क्षणापर्यंत माझ्या खटल्याचं महत्त्व माझ्या ध्यानातच आलेलं नव्हतं. मी परत यावं म्हणून त्यांनी केवढी मोठी मोहीम चालवली होती. याचा मला आत्ता अंदाज आला.

मिस गारेथच्या पत्रातला मजकूर वाचून मी थक्क होत होतो आणि माझा उत्साहसुद्धा वाढला होता. ग्वांटानामोमध्ये परिसरात जे काही चाललं होतं ते अन्याय्य अन् बेकायदेशीर होतं, ही गोष्ट फक्त तिला एकटीलाच वाटत होती असं नाही. ब्रिटिश सरकारच्या वरिष्ठ कायदेशीर सल्लागाराला देखील हे म्हणणं पटलेलं होतं. खुद्द ॲटर्नी जनरलनं तसं म्हटल्याचं मिस गारेथनं पत्रात लिहिलं होतं. तिच्या पत्रातला सगळ्यात महत्त्वाचा मजकूर हा की, अमेरिकन राष्ट्राध्यक्ष जॉर्ज बुश यांनी असं म्हटलंय की, जर ब्रिटिश सरकार त्यांना परत घेऊन जायला तयार असेल तर स्थानबद्ध केलेले ब्रिटिश लोक इथून केव्हाही जाऊ शकतात आणि ब्रिटन आम्हाला पुन्हा आमच्या मायदेशी परत घ्यायला तयार आहे असं पंतप्रधान ब्लेअर म्हणत तरी होते! मिस गारेथनं पुढे असंही म्हटलं होतं की हा गोंधळ असाच चालू राहिला आणि आम्हाला इथेच असंच स्थानबद्ध करून ठेवलं गेलं, तर मग ती स्वत: कायदेशीर बाबींचा आढावा घेईल. पुढे तिनं पत्रात असंही म्हटलं होतं की, आजवर काय घडलं याला काहीही महत्त्व न देता सैन्यदलानं नेमलेल्या किंवा नेमण्याच्या तयारीत असलेल्या लवादाला यात कुठल्याही परिस्थितीत, प्रक्रियेत भाग घेता येणार नाही. लवाद आणि आयोग या दोन गोष्टींत नेमका काय

फरक आहे हे माहीत नसल्यामुळे मी पुरता गोंधळून गेलो होतो. गेले अनेक महिने मला असं सांगण्यात आलं होतं की, सैन्यदलाच्या आयोगासमोर माझ्या केसचं कामकाज चालायला मी अगदी पात्र आहे. मग तो आयोग होता की लवाद? मला काहीच समजत नव्हतं. मला वाटत होतं ते दोन्ही एकच आहे. पण जेव्हा 'युद्धखोर शत्रूच्या स्थितीचा आढावा घेण्यासाठी नेमलेल्या लवादाची सूचना' जुलै महिन्याच्या सुरुवातीला आली, तेव्हा माझ्या मनात गोंधळ सुरू झाला. मी ते पत्र पुन्हा पुन्हा वाचलं आणि सैन्यदलाच्या लवादाला कुठल्याही परिस्थितीत भाग घेता येणार नाही ही गोष्ट मी नीट लक्षात ठेवली.

गीताबरोबर देता येईल अशा बेतानं मी एक पत्र गारेथला लिहिलं. हे पत्र तपासलं गेलं असतं. ते गारेथला केव्हा पोहोचेल अन् केव्हा नाही तेही मला माहीत नव्हतं. तिचं पत्र मिळाल्यामुळे आणि कायदेशीर कागदपत्रं मला मिळाल्यामुळे मला किती मुक्त झाल्यासारखं वाटलं ते शब्दांत सांगणं अशक्य आहे, ही गोष्ट मी त्या पत्रात मुद्दाम नमूद केली. तिनं माझ्या वतीनं हे जे काही काम केलं होतं, त्यामुळे मला माझाच गौरव झाल्यासारखं वाटत आहे, ही माझी भावना मी त्यात व्यक्त केली होती. शिवाय मानवी हक्कांसंबंधी तिची जी बांधिलकी होती त्याबद्दल मी तिचे आभार मानले होते.

मी गीताला सी.एस.आर.टी. बद्दल विचारलं आणि लष्कराकडून मला मिळालेली त्या संबंधीची कागदपत्रं तिला दाखवून मी त्या प्रक्रियेत सहभागी होऊ की नको असं विचारलं. मी सहभागी झालेला असो किंवा नसो, काही झालं तरी ती कारवाई होणारच आहे. परंतु या निमित्ताने लवादासमोर बोलण्याची मला संधी मिळेल आणि माझा दृष्टिकोन मांडता येईल. त्याचा परिणाम त्यांच्या निर्णयावर होण्याची शक्यता आहे या तिच्या उत्तरामुळे माझा संभ्रम वाढला. परराष्ट्रखात्याकडून आलेल्या मार्टिननं जे म्हटलं, त्यामुळे मी त्या प्रक्रियेत भाग घेण्याच्या निर्णयाप्रत येऊन पोहोचलो खरा; पण सी.एस.आर.टी. बाबत गीता वकील म्हणून नवखी असल्याने मला हा निर्णय पटत मात्र नव्हता.

डांबून ठेवलेल्या ब्रिटिशांवर आधारित एका नाटकाबद्दल गीताने मला सांगितलं. त्यात माझ्या वडिलांनी भाग घेऊन माझी कहाणी मांडली असं ती म्हणाली. हे नाटक लंडनमधे दाखवलं गेलं हेही तिनं मला सांगितलं आणि ते न्यूयॉर्क मधेही दाखवणार असल्याचंही ती म्हणाली. म्हणजे अक्षरशः राक्षसाच्या छाताडावरच नाटक करणार होते तर! मी कल्पनेनंच ते दृश्य बघू लागलो आणि ते बघताबघता मला माझ्या वडिलांच्या सुरक्षिततेची भयंकर काळजी वाटू लागली. मी आधी वाचलं होतं की ११ सप्टेंबरची ती घटना घडल्यानंतर मुस्लिमांवरचे हल्ले एकदम चारशे टक्क्यांनी वाढले होते. माझ्या हे लक्षात यायला लागलं होतं, की माझ्यासाठी

त्यांनी चालवलेलं प्रचाराचं काम चांगलंच प्रभावी ठरलं होतं. मी पहारेकऱ्यांशी माझ्या वडिलांबद्दल, तसंच न्यूयॉर्कमधे केलेल्या नाटकाबद्दल बोललो, तेव्हा त्यांना देखील खूपच आश्चर्य वाटलं. गीतानं मी लिहिलेल्या कविता बरोबर न्याव्यात असं मला वाटत होतं. त्या कविता त्या नाटकात घालता आल्या असत्या अन् लोकांना माझं म्हणणं थेट कळलं असतं. ज्या लेखकांनी ते नाटक लिहिलं होतं, त्यांच्याकडे तिनं त्या कविता आधीच पाठवून दिल्या असल्याचं सांगितलं.

गुरुवारी जेवणाच्या वेळी माझी आणि गीताची अखेरची भेट झाली. बीटरूटच्या चकत्या आणि त्यांच्यावर वितळवलेलं चीज असं ते जेवण होतं. याला सैनिक बीट व चीजचं जेवण असं म्हणत. दर गुरुवारी दुपारी जेवायला हेच मिळे. त्यांचे तुकडे इतके छोटे असत की मला ते पुरतच नसत.

"हे जेवण म्हणजे अमेरिकन डेलिकसी बरं!'' मी पहारेकऱ्यांना असं बोलून चिडवत असे.

"५५८, उगाच आचरटासारखं बोलू नकोस. असलं भिकार अन्न मी माझ्या कुत्र्याला सुद्धा घालणार नाही. आम्हाला असं सांगण्यात आलं की तुमच्या सगळ्यांची गरज लक्षात घेऊन इथे तुमच्या संस्कृतीत बनवतात तसं जेवण बनवलं जातं.''

"इतरांचं मला माहीत नाही, पण मी मात्र मुस्लीम जगतात बराच फिरलोय. त्यामुळे मी अगदी खात्रीलायकरित्या सांगू शकतो की, अशा तऱ्हेनं बनवलेला खाद्यपदार्थ मी कुठेही पाहिलेला नाही. हा पदार्थ नक्कीच मूलत: अमेरिकन असणार.''

गीतानं एकदा त्या पदार्थाकडे बघितलं मग एकदा माझ्या तोंडाकडे बघितलं. नंतर तिनं तिला आलेला राग व्यक्त केला. मी तिला ते जेवण दाखवलं, म्हणजे मग आता ती त्याबद्दल काहीतरी हालचाल करील असं मला वाटत होतं. पण माझ्या तिच्याकडून जरा जास्तच अपेक्षा आहेत असं एकूण मला वाटायला लागलं. मी तिला माझ्यासाठी काही छोट्या गोष्टी करण्याची विनंती केली होती आणि ते ऐकून ती गहिवरून गेली. तेथील कठोर नियमांच्या चौकटीत वकील-अशिलादरम्यानचं सर्वसामान्य नातं निभावणं अवघड होतं. ती निरोप घेऊन निघण्यापूर्वी वातावरण हलकंफुलकं करण्यासाठी मी तिला स्वत: लिहिलेल्या विडंबनात्मक कवितेचा काही भाग वाचून दाखवला. ही कविता अमेरिकन फौजेची कडक सुरक्षा व्यवस्था असलेल्या कैद्यांना ठेवलेल्या तुरुंगवजा शिबिरातील आयुष्य कसं असतं त्यासंबंधी लिहिलेली होती. कवितेचं शीर्षक होतं 'अ टेस्ट ऑफ एको' :–

कामाचे केले घट्टमुट्ट कायदे खास,
काय म्हनता राव,
त्या कायद्यांचीच केलीत दांडी गुल,

शाब्बास! शाब्बास! भले शाब्बास!!
काय म्हनता राव,
रसनेला हवी झकास खुशी,
पण पानात पडेल तारवाली भेंडी नि अळूची लापशी,
आता कसं वाटतंय,
कालचा दिस बरा वाटतंय
मग म्हणू का?
शाब्बास! शाब्बास! भले शाब्बास!!
आता नवं काय म्हनता राव,
चाळीस कुलपं, पन्नास बुरूज झाकाऽजी झाकाऽजी
आत काय दडलंय सांगा की रावऽ सांगा की राव,
तुंबलेली अक्कल आत आहे राव,
समजलं का भौ नि तात्या राव,
अरे बाऽपरे! आता काय करू नि कस्सं करू,
हे करू की ते करू,
जाचक... जाचक... जाचक फारच काच काच काचतंय,
सगळं कसं साचून.. साचून.. साचून
परसाकडे धावाऽ धावाऽ धावाऽ सुरू झालंय!
शाब्बास! शाब्बास! भले शाब्बास!!
काय म्हनता राव,
आता बोलू नका,
रात गडद झाली झोप अनावर आली,
असं कसं करताय राव,
उठाऽ उठाऽ उठाऽ राव झोपेची गोळी खाल्ल्याबिगर हितं
झोपायची सोयच न्हाई,
हो सोयच न्हाई!
काय म्हनता राव,
अति झालं म्हनून हसू आलं,
लई झ्याक क्येलंत, येकच डाव हासलात
अन् गपकन तोंड मिटलात,
म्हनून तुमचीच
शाब्बास! शाब्बास! भले शाब्बास!!

गीता बाहेर पडल्याबरोबर चौकशी अधिकारी आत आले अन् ही भेट कशासाठी होती असं त्यांनी मला विचारलं.

थोड्याच दिवसात ज्याची मी आतुरतेनं वाट बघत होतो तो माझा वैयक्तिक सी.एस.आर.टी.साठीचा प्रतिनिधी एकदाचा मला भेटायला आला. नेहमीप्रमाणे मग मला माझ्या कोठडीतून बाहेर काढून साखळदंडांनी जमिनीवरच्या खुंटाला जखडून टाकण्यात आलं. मी त्या माणसासमोरच्या प्लॅस्टिकच्या खुर्चीवर बसलो. आमच्यामधे एक टेबल होतं. हा माणूस खरोखर मला मदत करेल? माझं प्रतिनिधित्व करेल? मी विचार करायला लागलो.

तो साधारण पन्नाशीतला, हवाई दलातला वरिष्ठ अधिकारी होता. हवाईदलाचा निळ्या रंगाचा गणवेश घातलेला, डोक्यावर टक्कल पडलेला हा माणूस ताडमाड उंच म्हणजे अंदाजे सहा फूट पाच इंच असावा. व्यक्तिगत प्रतिनिधित्व करणारी व्यक्ती लेफ्टनंट वा त्यावरील हुद्द्यावर काम करणारी, तटस्थ आणि अफगाणिस्तान किंवा इराकमधील धुमश्चक्रीपासून दूर असावा अशीही अपेक्षा असते. याशिवाय अमेरिकेविरुद्धच्या युद्धात कुठेही त्यांनी कोणाला जखमी केलं असेल किंवा ठार केलं असेल तर तेही त्यांनी जाहीर करण्याची आवश्यकता असते. माझं प्रतिनिधित्व करायला आलेला हा माणूस अलीकडच्या ऐतिहासिक घटनांबद्दल जागरूक नसावा असं वाटत होतं. मला इथं सार्वत्रिकपणे आढळणारं हे अज्ञान एखाद्या चांगल्या कामासाठी घेतलेलं सोंग तर नव्हतं?

त्याच्याशी बोलताना मला तो एकदम मोकळा माणूस वाटला. त्यानं मित्रासारख्या गप्पा देखील मारायला सुरुवात केली होती. तुला मदत करण्यासाठी मी आलोय, आपल्याला तुझी बाजू किंवा केस मांडायचीय... सत्य समोर येण्यासाठी आमच्याकडून होईल ते सर्व आम्ही करणारच आहोत. तुझं म्हणणं मांडायची ही तुला दिलेली संधी आहे. तू तिथे बोलायचंस अन् ते बोलणं ऐकायला तिथे कोणीतरी असणार आहे.

मी अतिशय आशावादी असल्यामुळे आणि 'दिसतं तसंच असतं' असा माझा विश्वास असल्यामुळे, माझ्यासमोर बसलेला, माझं प्रतिनिधित्व करणार असलेला माणूस सच्चा आहे असं मला वाटलं. कदाचित त्यानंही तसाच विचार केला असावा पण सी.एस.आर.टी.ची प्रक्रिया म्हणजे नुसतं नाटक आणि न्यायव्यवस्थेची चेष्टाच चाललीय हे लवकरच माझ्या ध्यानात आलं.

एक दिवस त्यानं मला एक कागद दाखवला, ज्यामध्ये म्हणे मला इथे डांबून ठेवण्यामागचं वस्तुनिष्ठ असं कारण होतं. त्यानं मला तो कागद बघण्यासाठी दिला, पण तो कागद माझ्याजवळ ठेवायला देण्यास तो तयार नव्हता. मग मी त्या कागदावरून एक टिपण तयार करून त्याला शीर्षक दिलं 'डांबून ठेवण्यासाठीचा काल्पनिक गोष्टींचा आधार'. २००३ मधे एफ.बी.आय.नं जबरदस्तीनं माझी सही

ज्या कबुलीजबाबावर घेतली होती, त्या कागदपत्रांमधूनच त्या कागदावरची प्रत्येक गोष्ट घेतलेली होती. खरं तर ग्वांटानामोत आल्यावर मी त्यावर सही केलेली होती.

त्यातले महत्त्वाचे दोन धागे म्हणजे मी अल्-कायदाचा सभासद होतो किंवा तालिबानचा सभासद होतो आणि अमेरिकेविरुद्धच्या कारवायांमधे मी सहभागी झालो होतो.

त्यातील पहिल्या भागात असं म्हटलेलं होतं की, अल्-कायदाने चालवलेल्या प्रशिक्षण शिबिरात भाग घेण्यासाठी मी माणसं पाठवली. शिवाय असं शिबिर चालवायला मी पैसासुद्धा पुरवला आणि पाठिंबासुद्धा दिला. १९९३ मधे त्या शिबिरातून प्रशिक्षण सुद्धा घेतलं. त्या प्रशिक्षणात एके-४७ चालवण्याचं शिक्षण होतं. बॉम्बफेकीचं तसंच हातघाईच्या लढाईचं सुद्धा शिक्षण देण्यात आलं होतं. मी अल्-कायदाच्या अतिरेकी कारवायांना पाठिंबा दिला होता आणि अल्-कायदाचे लोक जेव्हा अतिरेकी कारवायांमधे गुंतलेले असत, तेव्हा मी त्याच्या कुटुंबीयांना आश्रय दिलेला होता.

दुसऱ्या भागात असं म्हटलं होतं की, अमेरिका व तिच्या दोस्त राष्ट्रांविरुद्ध प्रत्यक्ष युद्धभूमीवर जाऊन लढण्याची माझी तयारी होती आणि त्यानुसार मी शस्त्रंसुद्धा बाळगलेली होती. मी तालिबान व अल्-कायदाच्या बाजूने रणांगणात उतरलो होतो. त्यांनी जेव्हा माघार घेतली तेव्हा तोरा-बोरापर्यंत मीही मागे सरकलो होतो. त्यानंतर माझ्या अंगावर त्या वेळी मी सैनिक असल्याचं किंवा ज्यामुळे सैन्यदलातील माझं स्थान कळेल असं कोणतंही चिन्ह मी मुद्दामच बाळगलं नसल्याचं त्यात म्हटलं होतं. ओसामा बिन लादेनच्या अल्-कायदा या संघटनेने अमेरिकेविरुद्ध युद्ध पुकारलं आहे हे माहीत असूनही मी माझा पाठिंबा त्यांना दिला आणि अल्-कायदानं अमेरिकेविरुद्ध अतिरेकी कारवाया केलेल्या आहेत!

सगळं वाचल्यानंतर एफ.बी.आय.नं लावलेल्या जावईशोधांची ते पोपटपंची करताहेत हे माझ्या लक्षात आलं. आपण सी.एस.आर.टी.नं सुरू केलेल्या कारवाईत भाग घ्यावा की नाही याविषयी मी साशंक होतो. पण त्या प्रक्रियेत भाग घेऊन त्यांनी आपल्यावर ठेवलेले आरोप आपण फेटाळून लावण्याची गरज आहे असं मला वाटायला लागलं.

आम्ही साधारण एक तासभर बोललो आणि मग मी थेट साक्षीदारांसंबंधीचा मुद्दा उपस्थित केला. मी ज्या कोणाला इथे साक्षीदार म्हणून बोलवीन तो लवादासमोर येईल असं मी गृहीत धरलं होतं.पण ग्वांटानामोत हे सगळं कसं घडणार आहे तेच मला समजत नव्हतं. माझे साक्षीदार म्हणजे माझे वडील आणि माझे मित्र होते. मी अफगाणिस्तानात कशासाठी गेलो होतो ते त्यांनी यांना पटवून दिलं असतं. मग त्यांनीसुद्धा माझ्यासमोर अल्-कायदा अन् तालिबानचे लोक आणायचे, मी या

लोकांना विचारलं असतं, 'तुम्हाला मी माहीत आहे का? जन्मात कधी तुम्ही मला पाहिलं आहे का?' मला हे सगळं लवादाला सांगायचं होतं. तुम्ही म्हणता मी आघाडीवर लढायला गेलो होतो, पण मग तिथे मला पाहिलेला कोणी अमेरिकन किंवा तालिबानी तुम्हाला माहीत आहे का, जो निश्चितपणे सांगेल की त्यानं मला आघाडीवर पाहिलं होतं. लवादानं ते सगळं माहीत करून घ्यावंसं मला वाटत होतं म्हणून मग मी पाकिस्तान, अफगाणिस्तान, ब्रिटन अगदी अमेरिकन सैनिक आणि चौकशी अधिकाऱ्यांची नावं माझे साक्षीदार म्हणून एका कागदावर लिहिली. लवादानं हेही वाचावं अशी माझी इच्छा होती.

तिथे एक माणूस असा होता की तो मला साक्षीदार म्हणून हवा होता. त्याचं नाव इब्न-अस्-शेख-अल्-लिबी. अमेरिकेच्या ताब्यात असलेला तो अल्-कायदाचा एक अति वरिष्ठ सभासद होता. त्याला शोधताना त्यांना त्रास पडला नसता. १९९० मधे तो अफगाणिस्तानात शिबिर चालवत होता. याला ओळखतो का हे त्यांनी त्याला विचारावं अशी माझी इच्छा होती. मी त्याच्या शिबिराला भेट दिली होती का, तिथे प्रशिक्षण दिलं किंवा घेतलं होतं का किंवा त्यांना आर्थिक मदत दिली होती का त्यांच्या शिबिरासाठी माणसं पाठवली होती – हे सगळे आरोप त्यांनी माझ्यावर केले होते. त्याप्रमाणे खरोखरच मी काही केल्याचं इब्न-अस्-शेख-अल्-लिबीला त्यांनी विचारावं असं मला वाटत होतं?

माझ्या प्रतिनिधीनं मी जे काही म्हणालो ते सगळं लिहून घेतलं. त्याचं नावही टिपून घेतलं अन् मग मला आश्वासन देत तो म्हणाला, "हा इसम ग्वांटानामोत असेल तर ते त्याला नक्की शोधून काढतील."

मी त्याला ठणकावून सांगितलं की, "हा माणूस नक्कीच अमेरिकन्सच्या ताब्यात आहे. डिसेंबर २००१ मधे अमेरिकन्सनी त्याला पकडल्याची बातमी वर्तमानपत्रातून आणि इतर प्रसार माध्यमांमधून सगळ्यांना माहीत झाली होती." बाग्राममधे असताना एकदा ते म्हणाले होते की, तू जसा आम्हाला गुंगारा देतोयस तसाच खेळ इब्न-अस्-शेख-अल्-लिबीनंही पूर्वी आमच्याशी खेळलेला आहे. त्यामुळेच आम्ही त्याला कैरोला पाठवलंय. हे सगळं मला त्या वेळी आठवलं. शिवाय ते पुढे असंही म्हणाले होते की, 'कैरोला गेल्यावर केवळ दोन तासांत तो पटापटा बोलायला लागला. तुझीसुद्धा तीच गत होणार आहे.' "

प्रतिनिधींच्या दुसऱ्या फेरीच्या वेळेला त्यानं मला कागदपत्रांच्या फोटोंसकटच्या फोटोस्टॅट प्रती दिल्या. त्याच्यासोबत एका स्थानबद्धाचा फोटोही होता. त्यात असं म्हटलं होतं की, 'मी मोहम्मद नूर, मोआइझम बेग या इसमाला कधीही भेटलेलो नाही अथवा त्याला पाहिलेलंसुद्धा नाही.'

"हे फारच विचित्र आहे." मी उद्वेगानं म्हणालो. कारण या माणसाला मी फक्त

फोटोत पाहिलेलं होतं. पण हा माणूस म्हणजे इब्न-अस्-शेख नव्हताच. त्याचं नाव पाहिल्यावर मला तो पाकिस्तानी किंवा अफगाणी असावा असं वाटलं.

प्रतिनिधीनं मला सांगितलं की, हा माणूस बोलायला फारसा उत्सुक नव्हता. काही लिहून द्यायलाही तयार नव्हता आणि माझ्या या प्रतिनिधीच्या एकूण आविर्भावावरून असं वाटत होतं की, त्याच्याकडून मोठ्या मुश्किलीनं त्यानं ते लिहून आणलं होतं. त्याबद्दल त्याला फार अभिमान वाटत होता. मग मी त्याला म्हणालो, "पण मी म्हणत होतो तो हा माणूस नव्हे." तरीही तो आपलंच चऱ्हाट वळत राहिला. म्हणाला, "पण मी हे लिहून आणलं ते तुझ्या अगदी पथ्यावर पडलंय, हो की नाही?"

"मला नक्की सांगता यायचं नाही, असेलही कदाचित. पण मी म्हणतो तो माणूस हा नव्हे. या माणसाचं नाव इब्न-अस्-शेख आहे का?"

"मला माहीत नाही. पण ते म्हणाले की या माणसाला तू भेट..." तो म्हणाला. त्याच्या बोलण्यात गूढता होती 'ते' म्हणजे कोण... त्यानं नुसता उल्लेख केला 'ते'. पण हे सगळंच फार चमत्कारिक होत चालल्याची भावना माझ्या मनात बळावत होती. हे सगळं त्यांच्या नाकर्तेपणामुळे होतंय की अल्-लिबी नेमका कुठे आहे ते त्यांना माहीत आहे पण ते वस्तुस्थिती लपवू बघताहेत.

मी अनेकांच्या नावाची एक यादीच दिलेली होती. त्या यादीतले लोक एकतर ब्रिटनमधे तरी होते नाहीतर पाकिस्तानमधे तरी होते. त्यांनी मी अफगाणिस्तानमधे नेमकं काय करत होतो त्याविषयी त्यांचं म्हणणं साक्षीदार या नात्यानं लिहून द्यायचं होतं; तसंच मी अल्-कायदा किंवा तालिबानींशी संबंधित होतो किंवा नाही, मी युद्ध आघाडीवर अमेरिकेविरुद्ध लढण्यासाठी कधी गेलो होतो किंवा नाही, मी कधीतरी अमेरिकेला त्रासदायक ठरेल अशा कृत्यात सहभागी होतो किंवा नाही, यासंबंधीही लेखी साक्ष त्यांनी द्यायची होती. माझी खात्री होती की, मी सुचवलेल्या प्रत्येक व्यक्तीनं माझ्या बाजूनं साक्ष दिली असती.

माझा व्यक्तिगत प्रतिनिधी माझ्याकडे दोन किंवा तीन वेळा आला असेल आणि त्यावरून मला असं जाणवलं की त्याला खरोखरच माझं प्रतिनिधित्व करायचंय, म्हणून तो वेगवेगळ्या लोकांशी संपर्क साधतोय. त्यानं मला सांगितलं की, मी त्याला जी नावांची यादी दिली होती, त्यानुसार लोकांना शोधून काढणं त्याला जमलंय.

त्यानं जेव्हा हे सांगितलं तेव्हा अक्षरश: माझ्यावरचा ताण एकदम हलका झाला. पण नंतर ते सगळं म्हणजे निव्वळ मूर्खपणाचं असल्याचं माझ्या लक्षात आलं. एकतर, तो मला फसवत होता किंवा त्याला फसवलं जात होतं! वस्तुस्थिती अशी होती की यादीत दिलेला एकही माणूस त्यांना सापडला नव्हता. त्यांच्या मूर्खपणाचा कळस म्हणजे त्यांना माझे वडीलसुद्धा सापडले नव्हते आणि हे मला

पक्कं माहीत होतं की, ते बर्मिंगहॅममधे त्यांच्या स्वत:च्या घरात राहताहेत आणि सतत ब्रिटिश सरकारशी संपर्क ठेवून आहेत. मी दिलेल्या यादीतला हा माणूस, माझे वडील, शोधणं सगळ्यात सोपं होतं. त्याची त्यांनी ही गत केली तर बाकीचे तर खरंच सापडवायला तसे अवघडच होते. यादीतले काही जण पाकिस्तानात निर्वासितांच्या छावणीत राहणारे होते, तर काही जण पाकिस्तानातील उत्तरेच्या किंवा पश्चिमेच्या प्रांतांमधे कुठेतरी आडगावी राहणारे होते. त्यांचे पत्तेही फारसे नीट नव्हते. त्यांच्याबाबतीत त्यांचं म्हणणं– ते सापडत नाहीयेत हे ठीक होतं; पण माझे वडील? त्यांच्याबाबतीत, ते सापडत नाहीत असं त्यांनी म्हणावं म्हणजे कमाल होती!

त्यामुळे मी अस्वस्थ झालो. प्रतिनिधी निघून गेल्यावर माझ्या कोठडीत मी एकटा असताना माझ्या मनात प्रत्येक गोष्टीविषयी मी पुन्हापुन्हा उजळणी करायला लागलो आणि मग अजून दोन महिन्यांनी, २९ ऑक्टोबरला मी दिलेल्या १४ पानी निवेदनाची लवादाच्या प्रक्रियेत कशी चीरफाड होईल आणि काय काय घडेल याचा एक आराखडाच माझ्या मनात मी तयार केला.

गीता भेटून गेल्यावर काही आठवड्यांनी सप्टेंबरच्या मध्याला मार्टिन भेटायला आला. त्याच्याकडून मला मिस गारेथचं पत्र मिळालं. या पत्राला जोडलेली काही कागदपत्रं होती. ती म्हणजे, जुलैत मार्टिन इथे येऊन गेल्यावर परराष्ट्रखात्याला त्यानं जे काही सांगितलं, त्या आधारे परराष्ट्रखात्यानं माझ्या कुटुंबीयांना जे पत्र पाठवलं होतं त्याची नक्कल होती आणि मिस गारेथनं तिच्या पत्रासोबत ती जोडून माझ्याकडे पाठवलेली होती. मार्टिननं परराष्ट्र खात्याला दिलेल्या अहवालाची प्रत माझ्यासमोर बघून त्याला आश्चर्य वाटलं. विशेषत: मी त्याला त्यातल्या अनेक चुका दाखवल्या तेव्हा त्याला ते फारच वाटलं. पुन्हा एकदा आमचा रोख सी.एस.आर.टी.कडे वळला. पण या खेपेला माझ्यापाशी जबरदस्त धमाका करणारी माहिती होती. ब्रिटिश सरकारचा या सगळ्याबद्दल काय दृष्टिकोन आहे असं मी त्याला विचारलं आणि चटकन त्यानं उत्तर दिलं, ''या गोष्टीबद्दल अजून तरी आम्ही कुठलाच पवित्रा घेतलेला नाही. कारण आम्ही त्यात गुंतलोय असं काहीही नाहीये.''

''पण मला माझ्या ब्रिटनमधल्या वकिलानं तर पत्र पाठवलंय...'' मी म्हणालो आणि ते पत्र त्याला दाखवलं. त्या पत्रात असं स्पष्ट म्हटलेलं होतं की, लॉर्ड गोल्डस्मिथ (ॲटर्नी जनरल) ब्रिटिश सरकारचे वरिष्ठ कायदेविषयक सल्लागार, यांनी म्हटलं की हे प्रस्तावित लष्करी लवाद ब्रिटिश सरकारला मुळीच मान्य नाही आणि कुठल्याही परिस्थितीत मी त्यात सहभागी होऊ नये.

''मला खरंच आश्चर्य वाटतंय.'' तो म्हणाला. तिनं सैन्यदलाच्या आयोगालाच लवाद समजण्याची चूक तर केलेली नाही ना, लॉर्ड गोल्डस्मिथ आयोगाबद्दल तसं म्हणालेले आहेत. त्यांनी लवादाबद्दल कुठलीही टिपण्णी केलेली नाही.

"मी कायद्याचा जो काही अभ्यास केलेला आहे त्यावरून मला हे माहीत आहे की, लवादाला न्यायालयाचं स्थान असतं आणि लवाद या संज्ञेच्या व्याख्येनुसार ते निकाल देऊ शकतात. लवादात तीन सदस्य आहेत म्हणून हे त्रिसदस्य लवाद आहे..." मी माझं म्हणणं पुन्हा सुरू केलं होतं.

"मोआइझम, आम्ही आधीच तुला सांगितल्याप्रमाणे आम्ही कायदेशीर सल्ला देणारी माणसं नाही. तुला तुझं म्हणणं लवादासमोर मांडायची संधी मिळेल." एक अमेरिकन म्हणाला.

"तुम्ही 'कांगारू' कोर्ट[१]बद्दल बोलताय का? या नोटिशीमध्ये असं म्हटलंय की स्थानबद्ध करण्यामागचा जो घटनात्मक तपशील आहे, त्यापैकी काही निवडक माहिती मला उपलब्ध होणार नाही. त्यामुळे माझ्यावरील आरोपांना आव्हान कसं द्यायचं हे मला कसं कळेल? माझ्यावर आरोप ठेवण्यासाठी ते तुम्हाला पुरेसं आहे आणि मला हेही कळत नाहीये की, जर गेल्या दोन वर्षांत लष्करातल्या माणसांखेरीज अन्य कोणालाही भेटण्याची मला परवानगी नाही. मग अमेरिकन लष्कर, साक्षीदाराला मात्र लवादापुढे हजर राहण्याची परवानगी कशी देईल आणि इथे आमच्या कुटुंबांना सुद्धा यायची परवानगी नाही, तर मग या जगभर विखुरलेल्या साक्षीदारांना इथे यायची परवानगी कशी मिळणार आणि ते इथवर पोहोचणार तरी कसे?

"लवादाच्या कार्यपद्धतीविषयी आम्ही काहीच बोलू शकत नाही. पण मी एवढं नक्की सांगू शकतो की, ही प्रक्रिया तुम्हाला नक्कीच न्याय देणारी असेल." अमेरिकन म्हणाला.

"ओह! तुम्ही म्हणता तसं घडेलसुद्धा, न्यायव्यवस्थेचं उत्तम उदाहरण समोर घडलं असंच वाटतं आहे."

एकूणच सगळ्या प्रकाराबद्दल निर्माण झालेल्या नकारात्मक भावना आणि त्यांचे संशयास्पद छुपे हेतू जाणवून माझं मलाच काही उलगडेना. शेवटी न्यायासनाच्या समितीला लेखी स्वरूपात निवेदन द्यायचं मी ठरवलं. त्यांनी मला सांगितलं होतं, "तुला जे काही लिहायचं, बोलायचं असेल ते सगळं तू सभासदांसमोर बोलू शकतोस. तुला जे जे वाटेल ते खुशाल लिही. आवश्यकता वाटल्यास कागदपत्रांची मागणी कर, साक्षीदारांना बोलाव हे सगळं कर."

मार्टिन म्हणाला, "तू या प्रक्रियेत भाग घेतला नाहीस तरी हे काम पुढे चालू राहणार आहे. मग त्यांच्या समोर तू ये अगर येऊ नकोस."

मार्टिन मला अनेक वेळा भेटला होता. त्याचं व्यक्तिमत्त्व तसं प्रसन्न होतं, पण तो कधीकधी फसवेगिरी करतो असं मला वाटे. कधीकधी तो अतिशय

---

१. हा फक्त न्यायालयाचा आभास असतो.

दयाळूपणे वागे तर कधी अरेरावीनंही वागे. तो तसा वाईट किंवा खुनशी माणूस नव्हता, पण दर वेळी तो फार जागरूकतेनं मोजूनमापून बोले. त्याची इकडे आड तिकडे विहीर अशी असलेली स्थिती मला दिसत होती.

त्या दिवशी आमच्यात बोलणं सुरू होण्यापूर्वी मार्टिननं विचारलं, ''अमेरिकन्स हजर असताना माझ्याशी बोलणं तुला रुचणार आहे ना?''

मी त्याला अडचणीत टाकतोय हे माहीत असूनही मी त्याला म्हणालो, ''ते इथे असताना तुला अडचणीचं वाटणार नाहीये ना?''

सी.एस.आर.टी.वर बोलून झाल्यावर आम्ही क्रिकेटवर बोलायला लागलो आणि मग इतर बऱ्याच फालतू आणि वायफळ गप्पा चालू झाल्या होत्या. पण खरं तर मला या कशातच रस नव्हता. मार्टिन एरवी माझ्याकडे येताना नेहमी काही ना काही घेऊन येत असे. या वेळी त्यानं माझ्यासाठी नॅशनल जिऑग्राफीचा अंक, काही शब्दकोडी आणि चॉकलेट बार आणला होता आणि या सगळ्यापेक्षा माझी सर्वांत आवडती गोष्ट म्हणजे त्यानं माझ्यासाठी खूप खूप पत्रं आणली होती. सप्टेंबरमधील त्या वाईट भेटीच्या वेळी त्यानं माझ्यासाठी एकही पत्र आणलं नव्हतं. पण या वेळी मात्र ती कसर त्यानं भरून काढली होती. सप्टेंबरमधे मी त्याला पत्रं का आणली नाहीत म्हणून नेहमी विचारी, पण त्याचं त्यानं कधीच उत्तर दिलं नाही.

या वेळी त्यानं स्वत: मला पत्रं दिली. त्यात पोस्टकार्ड्स, चित्रं आणि माझ्या मुलांनी काढलेली काही रेखाटनं होती. ते सगळं मिळाल्यामुळे मला अत्यानंद झाला होता. झैनाबनं लिहिलं होतं, ती ड्रायव्हिंगची परीक्षा पास झाली; पण तिनं कार कुठेतरी नेऊन जबरदस्त ठोकल्याचंही लिहिलं होतं. डबलडेकर बस आणि कार यांच्यादरम्यान हा अपघात झाला होता अन् त्या वेळी मुलंसुद्धा बरोबर होती. पत्रातली पुढची ओळ वाचताना मला भयंकर भीती वाटली. कोणाला जबरदस्त दुखापत की अजून काही वाईट... सगळी सुखरूपपणे बचावली होती. पण भयंकर काही झालं असतं तर... या विचारानं माझा अगदी पिच्छाच पुरवला. जर माझे वडील, माझा भाऊ, बायको, मुलं यांच्यापैकी कोणाला खरोखरच काही झालं असतं तर... अमेरिकन्सनी ती बातमी माझ्यापासून लपवून ठेवली असती? परमेश्वर करो अन् असं न घडो, पण यांच्यापैकी जर कोणाला काही झालं असतं तर या अमेरिकनांनी मला सोडलं असतं? बहुदा नसतंच सोडलं. सैन्यदलाच्या या रचनेत दया नामक भावनेला मुळी स्थानच नाहीये. त्यामुळे ते त्यांच्या नियमांमधे कधीच बदल करणार नाहीत. खूप दिवस असे अस्वस्थेतत काढल्यानंतर सप्टेंबरमधे मला पत्र का देण्यात आली नाहीत, याच्यामागचं कारण माझ्या लक्षात आलं. त्या पत्रात तसलंच काही असणार, दुसरं काय!

वडिलांना लिहिलेल्या पत्रात मी माझ्या काकांची अन् आत्यांची नेहमी चौकशी

करीत असे. कारण लहानपणीच माझी आई गेली अन् तेव्हापासून त्यांनीच माझ्यावर मायेचं छत्र धरलं होतं. पण वडिलांनी एकदाही, एकाही पत्रात त्यांच्याविषयी लिहिलं नाही अशी हुरहूर सतत मनाला लागली होती. कुठेतरी मनात जाणवत होतं, काहीतरी योग्य ते घडत नाहीये. (वर्षानंतर मी जेव्हा घरी परत गेलो, तेव्हा अश्रूभरल्या डोळ्यांनी माझ्या वडिलांनी मला सांगितलं की, माझ्या गैरहजेरीत त्यांचे दोन्ही भाऊ म्हणजे माझे दोन्ही काका निवर्तले.)

या खेपेला मला मिळालेल्या पत्र, चित्रं आणि रेखाटनांच्या त्या खजिन्यामुळे माझ्यात पुन्हा एकदा आशावाद निर्माण झाला आणि आत्मविश्वास वाटायला लागला. पुन्हा एकदा कायदेशीर आणि भावनिकसुद्धा दणके खाण्याची ताकद आता माझ्यात निर्माण झाली होती.

शेवटी मी म्हणालो, "मार्टिन तू इथून जाण्यापूर्वी, मला तुला एक गोष्ट सांगायचीय. ती म्हणजे आणखी एक रमजान एकांतवासात घालवण्याची माझी बिलकूल इच्छा नाही. रमजानचा महिना आमच्यासाठी फार महत्त्वाचा असतो. या काळात लोकांच्या सहवासात राहायचं असतं. पण गेली दोन वर्षं मला आमच्या लोकांचा सहवास लाभलेला नाही."

त्यानं मान हलवली पण तोंडातून चकार शब्द काढला नाही.

काही दिवसांनी रेडक्रॉसमार्फत एक वकील मला भेटायला आली. ती स्विस होती. तिचं नाव ब्रिगेट. आंतरराष्ट्रीय कायद्यांच्या संदर्भात ती तज्ज्ञ व्यक्ती होती. आम्ही सी.एस.आर.टी.च्या कार्यप्रणालीविषयी बोललो. ज्यात माझा सहभाग होता त्या सी.एस.आर.टी.च्या प्रक्रियेविषयी आम्ही बोललो. त्या वेळी मी तिला असं सांगितलं की, मला सर्वोच्च न्यायालयानं दिलेला निकाल आमच्या बाजूला झुकणारा आहे एवढं समजलंय. पण राष्ट्राध्यक्षांनी बजावलेल्या त्यांच्या अंमलबजावणीच्या हक्कामुळे आम्हाला त्या निकालाचा काहीही लाभ होणार नाहीये. न्यायालयात आमची बाजू मांडायचा आम्हाला हक्क आहे. पण प्रत्यक्षात मात्र त्यातलं काहीच घडत नाहीये.[२]

गीता म्हणाली होती की, अमेरिकन सरकारनं न्यायालयाचा अवमान केलेला आहे. पण सरकारला सर्वोच्च न्यायालयाचं म्हणणं ऐकायला भाग पाडणारी कुठलीही यंत्रणाच अस्तित्वात नाहीये. आमची अशा तऱ्हेची चर्चा झाल्यानंतर ब्रिगेट जे बोलली त्यानं माझं डोकंच फिरलं. ती म्हणाली, "माझा या यंत्रणेवर

---

२. व्हिएतनाम तसंच ग्वांटानामोतील प्रत्यक्ष सहभागी, न्यायाधीश, लष्करातील आणि 'आयसीआरसी'तील (ICRC) वरिष्ठ अधिकारी या सगळ्यांनी निर्लेप वृत्तीचे सल्लागार म्हणून आमच्या बाजूनं लिहिलं त्यात अमेरिका स्वत:च स्वत:च्या कायद्यांची बूज राखत नसल्याचा इशारा दिला.

दृढविश्वास आहे.'' हे एक स्विस वकील बोलत होती आणि माझा माझ्या कानांवर विश्वासच बसत नव्हता. ती खरंच एवढी अनभिज्ञ होती? का ती ग्वांटानामोची तुलना तिनं पाहिलेल्या जगातल्या इतर स्थळांशी – ग्वाटेमाला किंवा श्रीलंका यासारख्या – करत होती?

मी तिला अति नम्रतेचा आव आणत विचारलं, ''अमेरिकेच्या ग्वांटानामोची तुलना इतर पाश्चात्त्य जगताशी करणं योग्य ठरेल का, की आपण त्याची तुलना खुद्द अमेरिकेशीच करू या?''

रेडक्रॉसकडून मला भेटायला येणाऱ्या व्हिन्सेंटची सर्वसाधारणपणे मी नेहमी आतुरतेनं वाट बघत असे. जगभर चाललेल्या त्यांच्या कार्याबद्दल ऐकायला मला नेहमीच आवडे. पण रेडक्रॉसकडून फक्त पत्रंच मिळत असल्याने ही संस्था म्हणजे जरा बऱ्या अवस्थेतलं पोस्ट ऑफिस अशी माझी त्याच्याबद्दलची भावना होती. रेडक्रॉसला अमेरिकेकडून मोठ्या प्रमाणात आर्थिक मदत मिळते हे मला माहीत होतं. त्यामुळे ही संस्था मला वाटलं होतं तेवढी तटस्थ नव्हती.

ब्रिगेट किंवा गीता दोघीही वकील असूनसुद्धा, माझ्याबाबतीत अगदी मुद्दाम ठरवून केलेल्या बेकायदेशीर गोष्टींच्या माझ्यावर होणाऱ्या परिणामांची जाणीव या दोघींनाही नव्हती. उदाहरणार्थ, सप्टेंबरच्या शेवटाला एक दिवस भल्या सकाळी पहारेकरी माझ्या कोठडीत आले अन् म्हणाले, ''लवकर, लवकर तयार हो, तुला लवादासमोर जायचंय. पण माझ्या व्यक्तिगत प्रतिनिधीनं मात्र मला आधी सांगितलं होतं की, तो दोन किंवा आणखी थोड्या दिवसांनी मला भेटायला येणार आहे.''

मी पहारेकऱ्यांना म्हणालो, ''मला हे शक्य होईलसं वाटत नाही. कारण आम्ही अजून कुठल्याच निर्णयापर्यंत पोहोचलेलो नाही. त्यांच्यासमोर काय कसंकसं मांडायचं याची माझी अजून तयारी झालेली नाही. माझ्या प्रतिनिधीला मी यादी करून दिलेल्या साक्षीदारांकडून अजून कळायचं बाकी आहे. त्यामुळे आत्ता तिथे जाण्यात काहीच अर्थ नाही.'' पण मग माझ्या मनात विचार आला हं! यात नक्कीच अर्थ असला पाहिजे. याच तऱ्हेने त्यांची कामं करण्याची पद्धत असणार आहे, हे असंच त्यांना हवंय. हे तर कांगारू कोर्ट सुद्धा आता उरलेलं नाही हे आता फक्त उरलंय 'कांगारू लवाद'!

मी म्हटलं, ''ठीक आहे. मी माझ्या प्रतिनिधीशिवाय तिथे एकटा जाईन.''

त्यांनी नेहमीप्रमाणे मला जेरबंद केलं. वाहनात कोंबलं. मग वाहन थोडं पुढे जात राहिलं आणि मग त्यांनी ठरवलं की त्या सकाळी ही भेट होणारच नाहीये आणि मग त्यांनी मला पुन्हा मागे माझ्या बराकीत आणलं. हे म्हणजे एका आंधळ्याने बाकी आंधळ्यांना घेऊन जाण्यासारखं होतं. (माझ्या डोळ्यांवर काळा चष्माही होता.) एकाही सैनिकाला नेमकं काय चाललंय याची तिळमात्र कल्पना

नव्हती. त्यांना फक्त कोणाचातरी फोन आला होता की, त्याला लवादासमोर आज आणावं लागणार आहे. आणि लगेच त्यांनी एवढी नाचानाच केली होती.

मी या सगळ्या गोष्टींचा अर्थ, मला त्रास देण्याचा हेतू असण्यापेक्षा त्यांची अकार्यक्षमता असा लावला. मी असं समजलो की त्या दिवशी सकाळी लवकर त्यांनी सी.एस.आर.टी. बरोबर माझी भेट ठरवली असणार, पण तसं त्यांनी मला सांगितलं मात्र नव्हतं. याचं कारण मी साक्षीदारांबद्दल विचारणा केली होती, ज्याची त्यांना मुळीच अपेक्षा नव्हती. मात्र तो शोधण्यासाठी त्यांनी प्रयत्न केला होता. या सगळ्या प्रकारात त्यांनी माझी भेट पुढे ढकलून घेतली एवढंच.

या संपूर्ण काळात माझ्यावर मात्र खूपच ताण आला होता. अपेक्षा उंचावल्यानंतर केवळ कायद्याच्या गुंतागुंतीमुळे त्यांचा असा चक्काचूर होणं ही गोष्ट चांगली नव्हती. डॉक्टर बी या मानसोपचार तज्ज्ञाला मी नियमितपणे भेटत होतो. मी बाईंना तसंच माझ्या कोठडीची तपासणी करणाऱ्या अधिकाऱ्याला वारंवार सांगत असे की, इथे असलेल्या इतर कैद्यांशी माझी भेट घडवून आणा, नाहीतर एखाद्या मुस्लीम धर्मगुरूची तरी भेट घडवून आणा. मी गेल्या दोन वर्षांत दुसऱ्या मुसलमान व्यक्तीला साधं पाहिलंसुद्धा नव्हतं, ही गोष्ट माझ्या मनाला लागून राहिलेली होती. असं जरी होतं तरी इथल्या अनेक सैनिकांबरोबर व्यक्तिगत पातळीवर माझे फार जवळचे संबंध होते. तरी सैन्यदलाविषयी मी आजकाल कठोर बनलो होतो. हे व्यक्तिगत संबंध होते याची त्यांनी नोंद केली नाही.

सैन्यदलाच्या व्यवस्थेशी मात्र इथून पुढे माझा उभा दावा सुरू झाला. मला मिळणाऱ्या वागणुकीविषयी मी त्यांना खरमरीत पत्रं लिहिली आणि मी असं सुद्धा म्हणालो की, मी त्यांच्याविरुद्ध पुढे मागे कायदेशीर कारवाईसुद्धा करणार आहे. मी काही पहारेकऱ्यांच्या अंगावर किंचाळलो आणि अगदी तारस्वरात ओरडलो सुद्धा. असा आरडाओरडा करण्याची कारणं मात्र अगदीच क्षुल्लक होती. त्यांनी तत्परतेनं या सगळ्याची नोंदवहीत नोंद केली. माझी न्याहारी संपवून मी फळाचा तुकडा खात असल्याचं आत आलेल्या पहारेकऱ्यानं पाहिलं. त्यानं तो तुकडा त्याच्याकडे द्यायला मला सांगितलं. तो नवा पहारेकरी होता नि त्याला मी कोण आहे ते माहीत नव्हतं. एको शिबिरात दोन प्रकारचे कैदी राहात होते. त्यांच्यापैकी आम्ही सहा जण असे होतो की; आम्हाला सैन्यदलाच्या आयोगाच्या प्रक्रियेतून जावं लागत असे. शिवाय आम्ही तिथे दीर्घ काळ राहिलेले होतो, याशिवाय दुसऱ्या प्रकारचे कैदी तिथे होते, ते शिस्तभंगाच्या कारणानं तिथे आणण्यात आलेले होते. त्या पहारेकऱ्याचा असा समज झाला की, मला तिथे शिस्तभंगाच्या कारणानंच आणण्यात आलेलं आहे. अशा कैद्यांसाठीचे नियम खूपच वेगळे होते आणि ते फार जाचक होते.

हा पहारेकरी 'टँक' म्हणून ओळखला जायचा. कारण तो शस्त्रास्त्रं वाहतूक

विभागातून आलेला होता. मला 'फळाचा तुकडा परत दे' हे सांगताना त्याला अगदी असुरी आनंद झाला होता आणि त्याला त्याच असुरी आनंदानं मी उत्तर दिलं होतं, ''तुला माझ्याकडून फळाचा तुकडा हवा असेल तर तेवढ्यासाठी तुला आत यायला हवं. कारण मीहून काही तो देणार नाही.'' तो पुन्हापुन्हा, मी फळ त्याच्याकडे द्यावं म्हणून पिच्छा पुरवायला लागला. तेव्हा मात्र एका क्षणी माझं डोकं फिरलं. शब्दश: मी त्याच्यावर हल्ला चढवला. त्याला शिव्या द्यायला सुरुवात केली. मी त्याला म्हणालो, ''मेंदू नसलेला तू म्हणजे अगदी क्षुद्र आहेस.''

''सोल्जर, त्या खुर्चीवर बसताना तू नक्कीच मेंदू गहाण ठेवून आला असावास.''

अतिशय कष्टानं तो हे सगळं नोंदवहीत नोंदवून घेत होता. डांबून ठेवलेला हा माणूस असं म्हणाला की, 'मला मेंदू नाही, मीच त्याच्यावर बसलो अन् त्याचा चेंदामेंदा झाला...' हे सगळं नंतर मला एका पहारेकऱ्यानं वाचून दाखवलं.

मी या पहारेकऱ्याला म्हणालो की, ''तो जेव्हा काहीतरी सांगायचा प्रयत्न करत होता तेव्हा तो काय म्हणतोय ते मला नीटसं ऐकू आलं नाही. कारण मी स्वत:च त्या वेळी जोरजोरात ओरडत होतो. त्यानं त्याचा कमरेचा पट्टा थोडा ढिला करून ट्राऊझर्स खाली घेतली, की तो काय म्हणतोय ते मला समजेल, असं म्हटलेलंसुद्धा त्यानं त्या नोंदवहीत लगेच लिहिलं. थोड्याच वेळात दुसरा सैनिक आत आला अन् त्यानं ह्याला सांगितलं की, ज्याला शिस्त लावायची होती तो हा इसम नव्हे, त्यानं चुकीच्या माणसाला शिस्त लावायचा प्रयत्न केलाय. मग तो पहारेकरी तणतणत तिथून निघून गेला.

नंतर मी हसायला लागलो. पण मी जेव्हा त्याच्यावर खच्चून ओरडत होतो तेव्हा तो मला माझ्या कोठडीत यायला हवा होता. मी माझ्या हातातलं फळ त्याच्याकडे भिरकावलं असतं; पण माझ्या अगदी जवळ यायला मात्र तो घाबरला. त्या क्षणी माझ्यात साचलेल्या नैराश्याचा स्फोट झाला होता. अमेरिकेच्या सर्वोच्च न्यायालयानं माझ्या आशा पल्लवित केल्या होत्या आणि त्यानंतर लगेच अमेरिकन सरकारनं त्यांचा चक्काचूर करून टाकला होता.

गीतानं माझ्यासाठी आणलेली न्यायालयीन कामकाजासंबंधीची कागदपत्रं मी वाचायला सुरुवात केली. या कागदपत्रात सर्वोच्च न्यायालयात सुनावणी झालेल्या रसूल विरुद्ध बुश या महत्त्वाच्या खटल्याचे कागदपत्रंसुद्धा होते.

मी जॉन्सन विरुद्ध आइसेन स्ट्रँजर हा रंगलेला खटलासुद्धा वाचून काढला. अमेरिकन सरकारनं याच खटल्याचा आधार घेत आम्हाला आमचे हक्क नाकारले होते. हा खटला दुसऱ्या जागतिक महायुद्धावर आधारित होता. या युद्धाच्या वेळी चीनमधे सहा जर्मन सैनिकांना पकडण्यात आलं आणि त्या वेळी शांघायमधे लष्करी तळ असलेल्या अमेरिकन्सच्या ताब्यात त्यांना देण्यात आलं. त्या वेळी शांघायवर

अमेरिकेची सत्ता नसल्यामुळे या सैनिकांना कोणत्याही न्यायव्यवस्थेचे हक्क नाकारण्यात आले होते. सरकारी वकील त्याची तुलना ग्वांटानामोशी करत होते. ग्वांटानामो क्युबाकडून भाडेतत्त्वावर घेतले आहे. सरकारी वकिलांनी पुढे जाऊन असंही म्हणणं मांडलं की अमेरिकेची इथे सार्वभौम सत्ता नाही, म्हणून अमेरिकेतले कायदे इथे ठेवलेल्या लोकांना लागू होऊ शकत नाहीत. त्यांच्या दृष्टीनं आम्ही अनोळखी शत्रू होतो व अमेरिकेशी सतत भांडणं, लढाया करत होतो.

आमच्या बाजूनं मांडले गेलेले मुद्देही एकदम जोरकस होते. मी ते वाचू लागलो. त्यातील एक मुद्दा असा होता, जर या भागातील एखाद्या परदेशी व्यक्तीने, सोदाहरण बोलायचं झालं तर, जर इथला एखादा कामगार फिलिपिन्स किंवा जमैकातला असेल व त्यानं इथे जर गुन्हा केला, तर त्याला इथल्या न्यायालयात खेचलं जातं. आमच्यात व त्याच्यात फरक हा होता की, ते आपल्या मर्जीनं इथे आलेले होते तर आम्हाला अमेरिकन फौजांनी जबरदस्तीनं इथे आणलं होतं आणि आम्ही अमेरिकेचे शत्रू असल्याचं समजलं जात होतं. मांडलेला दुसरा मुद्दा असा होता की, अमेरिकेची सार्वभौम सत्ता ग्वांटानामोच्या भागात तर आधीपासूनच नव्हती. परंतु गेली शंभर वर्षं इथे ते प्रशासन चालवताहेत. व्यवहारात ग्वांटानामो हे एक मोठं अमेरिकन शहर असल्यासारखंच आहे. वकिलांच्या चमूतले एक वकील तर म्हणाले, "इग्वाना हे इथे मुद्दाम संरक्षण देऊन राखलेले जीव आहेत. त्यांच्याबाबतीत या बेटावर काय करावं किंवा काय करू नये हे कायदे ठरवत असतात, परंतु आम्ही तर माणसं असूनही आम्हाला मात्र कायदे नाकारण्यात आले आहेत." मला वाटलं ही तुलना अगदी योग्य तऱ्हेनं करण्यात आली.

माझ्या डोक्यात घुसलेले हे सगळे कायदे, त्यातच वाढतं नैराश्य आणि लवकरच सुरू होणारा रमजान, त्यामुळे ज्या ज्या माणसांना इतर कैद्यांबरोबर ठेवलं जात होतं त्या प्रत्येकावर मी वसवस करत होतो. कोठडीत अडकलेल्या अवस्थेत जाणारा हा माझा तिसरा रमजान होता आणि मला वाटलं मी ही गोष्ट सहन करू शकणार नाही. पहिला रमजान इथे घालवला तेव्हा पुढचे दोन्ही देखील माझ्या कुटुंबीयांच्या सहवासाशिवाय मला घालवावे लागणार आहेत याची त्या वेळी मला कल्पना आली नाही.

सर्व प्रकारचे लोक, मग त्यात परराष्ट्र व्यवहार खात्यातला मार्टिन होता, डेव्हिड हिक्स हा वकील होता, तसंच सलीम हमदानचाही वकील होता, या सगळ्यांनी पुढे जे घडलं त्याचं श्रेय घेतलं.

१५ ऑक्टोबर २००४ ला रमजान सुरू होणार होता. त्या दिवशी संध्याकाळी पहारेकरी माझ्या कोठडीत आले अन् म्हणाले, "तुझ्या वस्तू गोळा करून ठेव. तू इथून जाणार आहेस."

१२

काटेरी कुंपणाची खळखळ!

रात्री १० वाजता ते कोठडीत आले. दुपार ढळायच्या सुमाराला एका पहारेकऱ्यानं मला सांगितलं होतं, ‘‘तुझं सगळं चंबूगवाळं गोळा करून ठेव.’’ तेव्हापासून मी माझ्या वस्तू गोळा करायला सुरुवात केलेली होती. गीतानं मला दिलेली सगळी कागदपत्रं मुख्यत: एका पेटीत भरून घेतली, तेव्हा पहारेकऱ्यांनी त्याची रीतसर नोंद करून घेतली. हे काही फक्त इकडून तिकडे दुसऱ्या बराकीत जाण्यासारखं नसणार असं मला वाटत होतं. पण मग आता कुठे जायचंय? माझ्या आशा मला पुन्हा पल्लवित होऊ द्यायच्या नव्हत्या. कोठडीभोवती असलेल्या पहारेकऱ्यांची धावपळ सुरू झाली होती, सकाळपासून इथे कामावर असलेले पहारेकरी आरडाओरडा करत अजून तिथेच होते. हे जरा विचित्रच होतं.

मला पुन्हा एकदा साखळदंडांनी बांधून इथून बाहेर काढण्यापूर्वी माझ्या डोळ्यांवर गॉगल चढवण्यात आला आणि मग वाहनात चढवण्यात आलं. गाडी थोडी पुढे गेल्यावर काही क्षणात मला जाणवलं, पहारेकऱ्यांबरोबर मी गाडीत एकटा नाहीये, माझ्याबरोबर आणखी कोणीतरी गाडीत आहे. बहुदा माझ्यासारखाच कोणीतरी असलं पाहिजे. आणखी एक डांबून ठेवलेलं कोणीतरी. ती व्यक्ती माझ्याविरुद्ध बाजूला बसली असावी.

दुसऱ्या बाजूच्या पहारेकऱ्यांनी मला गाडीच्या बाहेर खेचलं, त्या वेळी माझ्या घोट्याजवळ साखळदंड काचायला लागला होता. आम्ही थोडं अंतर चालून गेलो आणि मग थांबलो. दरवाजा उघडल्याचा आवाज माझ्या कानी आला. मग आम्ही पुन्हा चालायला लागलो आणि पुन्हा थांबलो. आणखी एक दरवाजा उघडल्याचा आवाज आम्ही ऐकला. ही मोकळी जागा होती. मी खुल्या वातावरणात आलोय हे जाणवत होतं. मला इस्पितळात किंवा करमणुकीसाठी बाहेर काढत त्यापेक्षा हे वेगळं आहे हे माझ्या लक्षात आलं होतं. आम्ही उघड्यावर म्हणजे अगदी मोकळ्या

जागी आलो होतो. माझ्या चेहऱ्याला वाऱ्याचा स्पर्श होत होता. सगळ्या बाजूंनी घोंगावणाऱ्या वाऱ्याचा आवाज ऐकू येत होता. तसंच दूरवरून चाललेल्या गोंगाटाचा आवाजही कानी पडत होता. पण मधलं अंतर इतकं वाटत होतं की, तिथली माणसं कुठल्या भाषेत बोलताहेत ते मला समजत नव्हतं. नक्कीच ग्वांटानामोवरची ही मुख्य छावणी असणार– डेल्टा! माझ्या लगेच लक्षात आलं. इथले काही विभाग फारच वाईट होते हे मला माहीत असल्यामुळे मला मुळीच आनंद झाला नाही.

पाच-सहा पायऱ्या असलेल्या जिन्याजवळ आम्ही येऊन पोहोचलो. धातूच्या जमिनीवरून त्यांनी मला काही अंतर चालवलं, तेव्हा माझे साखळदंड त्या धातूवर आपटत असल्यामुळे त्याचाच खणखणाट होत होता. त्यांनी माझ्या डोळ्यांवरचा गॉगल काढला अन् कानातले बोळेसुद्धा काढले. मी माझी नजर इकडेतिकडे फिरवली तेव्हा मला सगळीकडे नुसते पिंजरेच पिंजरे दिसत होते. ते पाहून माझ्या मनात पहिला विचार आला, ही तर कुत्र्यांना ठेवतात तसली खुराडी आहेत. माझे वडील, माझा भाऊ आणि मी आम्ही तिघांनी आमचा जर्मन शेफर्ड कुत्रा, शेबा, विकत आणला होता, त्याची मला आठवण झाली. त्या वेळी मी जेमतेम दहा वर्षांचा होतो. बर्मिंगहॅममधल्या दुकानातून आमचा कुत्रा विकत आणताना तिथे पाहिलेल्या पिंजऱ्यात अन् इथल्या पिंजऱ्यात फरक होता तो फक्त रंगाचा. इथले पिंजरे फक्त हिरव्या रंगाचे होते.

मला अतिशय वाईट वाटलं. इथली परिस्थिती अधिकच वाईट होती. त्यांनी मला पिंजऱ्यांच्या अनेक रांगांमधून चालत नेलं अन् मग मधल्या एका पिंजऱ्यात ठेवलं. एकदा तिथे पोहोचल्यावर त्यांनी माझे साखळदंड काढून टाकले होते. माझ्या या नव्या कोठडीत अत्यंत विमनस्क स्थितीत मी मटकन खालीच बसलो. इथून तर मला कोणीही दिसत नव्हतं. माझा अजूनही या कशावर विश्वासच बसत नव्हता. एको शिबिरातून त्यांनी माझी उचलबांगडी करून मला इथे कशासाठी आणलं होतं तेच मला समजत नव्हतं. ही कोठडी अधिक लहान होती. तिथे मी तीन पावलं सलग चालू शकत असे, पण इथे तर जेमतेम दोन अडीच पावलंच टाकू शकत होतो. एको शिबिरात होतं तसंच इथेही लोखंडाचं बाकडं होतं. त्यावर मी माझी गोधडी पसरली. पहारेकऱ्यांनी माझी पेटी आत आणून ठेवली आणि मग त्यांनी माझ्या ज्या ज्या वस्तू माझ्या ताब्यात दिल्या त्याची त्यांनी नोंद केली.

मी ज्या खोलीत होतो ती खोली वातानुकूलित होती. मी मात्र तापलो होतो अन् ती खोली थंड. ग्वांटानामोतल्या शुष्क गरम वातावरणाची मला सवय करून घ्यायला हवी होती. विमनस्क स्थितीत मी तिथे काही वेळ नुसता बसून राहिलो. कमालीची विषण्णता दाटून आली होती. मला धाय मोकलून रडावंसं वाटत होतं.

माझ्यासोबत इथवर आलेला एक पहारेकरी मला म्हणाला, ''काळजी करू

नको, तुम्हा सगळ्यांबरोबर इथेच राहण्याचा आम्हाला हुकूम मिळालाय.'' त्याच्या तोंडून आलेले ते शब्द 'तुम्हा सगळ्यांबरोबर...' माझ्या मनात आनंदाची एक लहर निर्माण करून गेली. त्या क्षणी मी इथे एकटा नसल्याची जाणीव मला झाली.

थोड्याच वेळात धातूच्या जमिनीवरून घसटत जाणाऱ्या साखळदंडांचे आवाज माझ्या कानी पडले. याचा अर्थ मला आता माहीत होता, माझ्या आसपासच्या कोठडीतून एकतर कोणाला तरी नेलं जात होतं किंवा तिथे कोणाला तरी आणलं होतं. माझ्याच बेड्यांचा इतका आवाज येत होता की, नेमकं काय घडलंय ते मला समजत नव्हतं. कोणीतरी मागच्या बाजूनं गेलं, पण कोण गेलं ते पाहण्यासाठी मी वळून पाहिलं नाही. मी माझ्याच दु:खात चूर होतो. काय घडतंय याची जाणीव होईपर्यंत माझ्या कोठडीपासून तीन कोठड्या दूर कोणाला तरी आणून ठेवलं होतं.

एको शिबिरातून मला हलवलं, त्याच्या आदल्या रात्री मला एक स्वप्न पडलं होतं. त्या स्वप्नात मी एका काळ्या माणसाला पाहिलं होतं. स्वप्नात तो माझा शेजारी होता. माझ्या मनावर त्या स्वप्नाचा इतका परिणाम झाला होता की, मी फिरोझला प्रत्यक्षात पाहिलंय असंच मला वाटायला लागलं होतं. आमच्या मधे काही पिंजरे होते. त्यांच्यामधून मला त्याला पाहण्यासाठी दूरवर नजर टाकावी लागत होती. समोर काहीतरी धूसर दिसत होतं, पण तरीही तो कसा दिसतो याची कल्पना आली होती.

त्यांनी जेव्हा त्याचे साखळदंड काढले अन् ते बाजूला झाले तेव्हा मी म्हटलं, ''अस्सलाम आलेकुम.''

त्यानंही प्रतिसाद दिला, ''वालेकुम अस्सलाम वा रहमत उल्लाह.'' आणि मग तो म्हणाला, ''अरेच्चा! तू मोआइझाम आहेस तर!''

''हो.''

''हं! पण मला वाटलं होतं तसा तू दिसत नाहीस. मला वाटलं होतं त्यापेक्षा तू खूपच लहानखुरा आहेस.''

''ओह! धन्यवाद...''

किती आश्चर्याची गोष्ट होती, गेली दोन वर्षं आम्ही एकमेकांचे सोबती होतो, पण आमची आज भेट झाली होती. गप्पा मारणाऱ्या पहारेकऱ्यांकडून त्याचं बरंच वर्णन मी ऐकलं होतं.

काही क्षणानंतर माझ्या उजवीकडून किंचित समोरच्या बाजूला असलेल्या कोठडीत एकदम हालचाल झाली. धातूच्या जमिनीवरून अनेक साखळदंड घसटत गेल्याचा आवाज माझ्या कानी पडला. परस्परांना अभिवादन करून झालं, पण त्याहून जास्त असं काहीच बोलणं झालं नाही. तिथला कैदी होता उथमान-अल हारबी. त्यानं स्वत:च आपण अल्-कायदाचे सभासद असल्याचं जाहीर केलं होतं.

मी आणि माझ्या उजव्या हाताला असलेला कैदी या दोघांमध्ये हिरव्या प्लॅस्टिकचा पडदा होता. त्यामुळे माझ्या या शेजाऱ्याला मी पाहू शकलो नाही तसंच तोही मला पाहू शकला नव्हता. कित्येक महिन्यांपूर्वी या कोठडीत ठेवलेल्या माणसाला मी इस्पितळात भेटलो होतो. तसंच आमच्यात थोडीफार कुजबुजीच्या स्वरूपात बातचीतही झाली होती. पण आता मी त्याच्याशी व्यवस्थित बोलू शकणार होतो. हा होता सलीम हमदान!

त्याच्या कोठडीपासून वरच्या बाजूला आणखी काही कोठड्या सोडून ऑस्ट्रेलियन कैदी डेव्हिड हिक्सला ठेवलेलं होतं. त्याला मी बघू शकत नव्हतो, पण त्याचं बोलणं ऐकू शकत होतो. हिक्सच्या समोरच्या बाजूला सुदानी कैद्याला ठेवलेलं होतं. तो होता मोहम्मद सालेह-अल्-कोसी. वर्षापूर्वीच आम्हा सहा जणांची सैन्यदलाच्या समितीसमोर सुनावणी होण्यासाठी शिफारस करण्यात आलेली होती.

आम्ही सगळे जण तिथे पोहोचून आपापल्या कोठड्यांमधे जाऊन सगळं निवांत होईपर्यंत पहाट झाली. नेमके किती वाजले हे आमच्यापैकी कोणालाच माहीत नसलं तरी आम्ही कुणीच रात्री फारशी झोप काढलेली नव्हती. मी तर नक्कीच झोपलो नव्हतो. मग मी उताणा पडून जाळीच्या तारेतून वर दिसणारे तारे पाहत राहिलो. माझ्या तोंडाला मोकळ्या वाऱ्याचा स्पर्श होत राहिला. मला इथून दिव्यांनी उजळलेली पहारेकऱ्यांची टेहळणीनाकी, कुंपणाभोवतीची धारदार तारांची जाळीसुद्धा दिसत होती. माझ्या डोक्यात भलताच गोंधळ सुरू झाला होता. मी नेमका कोणता विचार करत होतो कोण जाणे! सरतेशेवटी मी अशा निर्णयाला येऊन पोहोचलो की, त्यांनी आम्हा सहाही जणांना मुख्य तुरुंग अधिकाऱ्याच्या कक्षेत आणून पोहोचवलंय. आमच्यातला इथे आणण्यामागचा समान दुवा एकच होता, तो म्हणजे सैन्यदलाची समिती! कदाचित ते आता समितीच्या कारवाईला प्रारंभ करणार असतील.

पहाटेच्या प्रार्थनेसाठीची बांग ऐकल्यापासून आम्ही सगळेच उठून एकमेकांशी बोलत बसलो होतो. शिबिरातल्या ध्वनिक्षेपकातून पहिल्यांदा मी बांग ऐकली, पण इथे असलेल्या अन्य कैद्यांचेही प्रार्थनेचे आवाज ऐकू येत होते. किती काळानंतर इतकी छान गोष्ट घडत होती. रमजानच्या पहिल्या दिवशी आम्ही एकत्र प्रार्थना केली. मुस्लीम समाजाचा एक घटक असल्यानं या सार्वजनिक प्रार्थनेत मी भाग घेण्याचा तो क्षण अत्यानंदाचा होता आणि वर्षातले सर्व दिवस बघता हा दिवस आणि हा क्षण अतिशय मोलाचा होता. गेल्या दोन वर्षांत एकदाही मी ही अशी प्रार्थनेसाठी बांग दिलेली ऐकली नव्हती की, ही अशी एकत्र प्रार्थना केली नव्हती. इतरांबरोबर असणं ही भावनाच मला मी प्रगतीच्या दिशेनं सहजपणे वाटचाल करतोय असं वाटायला लावणारी होती. दिवसातून पाच वेळा प्रार्थना करण्यामुळे

साहजिकच माझी एकटेपणाच्या भावनेतून सुटका झाली होती.

कोठड्यांमधून ओरडून सांगितल्यामुळे लवकरच एक गोष्ट मला समजली, ती म्हणजे इथल्या शिबिरात ध्वनिक्षेपकावरून अमेरिकन्सतर्फे दिली जाणारी प्रार्थनेची सूचना मानू नये. सूचना धुडकावण्याचा हा निणर्य सर्व स्थानबद्धांनी एकमताने घेतला होता. या शिबिरात अमेरिकन जे जे करतील त्या विरुद्ध तीव्र स्वरूपात अविश्वासाची भावना होती, ही गोष्ट खूपच आश्चर्याची होती. विशेषत: धार्मिक बाबतीत तर ते फारच होतं. इथल्या काही जणांना वाटत होतं अमेरिकन चुकीच्या वेळी प्रार्थनेसाठी बांग देतात, काहींच्या मते बांग देण्याची वेळ चुकीची असण्याचं कारण अमेरिकनांचं या विषयीचं अज्ञान हे तरी असावं किंवा त्यांनी तीच वेळ निवडली असावी. अथान किंवा दिवसातली पाच वेळा प्रार्थना करण्यासाठीची सूचना ही, पहाटेची प्रार्थना सोडली तर इतर वेळी सारखीच असते. या दोन वेगवेगळ्या वेळी प्रार्थनेसाठी दिल्या जाणाऱ्या सूचनांमधे अगदी छोटी पण मूलभूत अशी तफावत आहे. पहाटेच्या प्रार्थनेची सूचना देण्यासाठी वापरले जाणारे शब्द असे आहेत 'अस्सलातु-खैरून-मिनान्नायुम' याचा अर्थ झोपून राहण्यापेक्षा प्रार्थना करणं चांगलं. हे शब्द प्रार्थनेची सूचना देताना दोन वेळा म्हटले जातात. परंतु आधीच ध्वनिमुद्रित केलेले प्रार्थनेची सूचना देणारे हे शब्द दिवसभराच्या प्रत्येक प्रार्थनेच्या वेळी वापरले जात. काही पहारेकरी प्रार्थनेच्या या सूचनेची अगदीच भ्रष्ट नक्कल करीत असत. त्यामुळे आम्ही सगळे नाराज होत होतो. मी इथे आल्यापासून पहिल्यांदाच किंचाळ्या अन् ओरडा ऐकला आणि मला मुख्य तुरुंगाची पहिली चुणूक मिळाली. इथे वेगवेगळ्या कोठड्यांमधून जवळपास सहाशे लोकांना डांबून ठेवण्यात आलं होतं आणि युद्धसदृश परिस्थितीत त्यांना अमेरिकन सैनिकांना तोंड द्यावं लागत होतं.

त्यांना दिलं जाणारं अन्न हे 'हलाल' आहे यावर त्यांचा विश्वास नव्हता. त्यातच प्रार्थनेसाठी अमेरिकन सांगतात तीच पूर्व दिशा आहे हेही मानायला ते तयार नव्हते.

डेल्टा शिबिरातील 'पापा' विभागात आल्यावर विशेष करून जाणवलेली गोष्ट म्हणजे इथल्या सगळ्यांची संपर्क साधण्याची क्षमता. अगदी पहिल्या रात्रीपासून आम्ही आपापसात बोलू लागलो होतो. एक जण दुसऱ्याला काही सांगे, मग तेच दुसरा तिसऱ्याला, अशा तऱ्हेनं बोलणं होत राही. उथमान मोहम्मद सालेह आणि सलीम यांच्यासाठी मी अरेबिकमधे भाषांतर करून सांगे, तर हिक्स आणि फिरोजसाठी तेच मी इंग्लिशमधे भाषांतरित करीत होतो.

या सगळ्यात माझ्या असं लक्षात आलं की, मला स्वत:साठी काही करायला फारसा वेळच उरत नाहीये आणि हे फारच धक्कादायक होतं. माझं कविता लेखन जवळजवळ थांबलंच होतं. इथे आल्यापासून अडीच महिन्यांत मी जेमतेम दोन

कविता रचल्या. पुस्तकांचा फडशा पाडण्याचा आणि माझा पत्र लिहिण्याचा झपाटा देखील थंडावला होता. आमचे आपापसात चालणारे संवाद आणि चर्चा चांगल्या आशयसंपन्न असत. गेली तीन वर्षं हे असं घडलं नव्हतं आणि मी तर या सगळ्यासाठी केवढा आसुसलो होतो.

पहिले दोन आठवडे तरी आमच्यात होणारी चर्चा ही आम्हा सहाही जणांना एकत्रितपणे इथे कशासाठी हलवलं असेल त्याची होती. आता आणखी एक रमजान एकांतवासात काढण्याची माझी तयारी नाहीये हे मी ब्रिटिशांना स्पष्ट केलं होतं आणि त्यांनी अमेरिकन्सशी वाटाघाटी केल्या असतील असं आम्हाला वाटत होतं. ब्रिटिशांनी अमेरिकनांना आम्हाला इथे पाठवायला भाग पाडलं असणार. फिरोजला वाटत होतं, आमच्यावर एकत्रितपणे आयोगासमोर कामकाज चालणार आहे म्हणून त्यांनी आम्हाला हे असं एकत्र ठेवलंय. उथमानचं म्हणणं काही वेगळंच होतं. त्याला वाटत होतं आम्हाला आपांपसात विचारविनिमय करता यावा आणि मग या चर्चेतून त्यांच्या हाती अशी माहिती लागावी, जी उलटतपासणीतून त्यांना आमच्याकडून मिळाली नसती. सलीमला असं वाटत होतं की, त्याच्या सैन्यदलातल्या वकिलानं यशस्वीरित्या असा मुद्दा मांडला होता की, दीर्घ काळ एकांतवासात ठेवलं गेलं तर त्याच्यावरच्या खटल्याला तोंड देण्याच्या त्यांच्या क्षमतेवर परिणाम होईल. हिक्सला नेमकं काहीच सांगता येत नव्हतं, तर मोहम्मद सालेह याविषयी थोडंसं बोलला.

उथमान हा केवळ आमच्या विभागात प्रभावशाली होता असं नव्हे, तर तो सगळ्या ग्वांटानामोत सर्वांत जास्त प्रभावशील होता. रोमिओ विभागाच्या जवळच त्याची कोठडी होती. त्यामुळे 'त्यांना आपलं संभाषण टिपून घ्यायचंय आणि म्हणूनच त्यांनी आपल्याला डाव रचून इथे ठेवलंय.' या म्हणण्याला पुष्टी मिळत होती. रोमिओ विभागात ठेवलेले बहुतेक जण शिस्तभंगाच्या कारवाईसाठी किंवा ते चौकशी अधिकाऱ्यांना सहकार्य करत नाहीत याची शिक्षा म्हणून तिथे ठेवलेले होते.

सुरुवातीला हिक्सनं मला असं सांगितलं की त्याला शिबिरातल्या पापा विभागात ठेवलेलं मुळीच आवडलेलं नाही. कारण या शिबिरापेक्षा एको शिबिरात इथल्यापेक्षा त्याचा वेळ जास्त चांगला जात होता अशी त्याची भावना होती. त्याला तसं वाटण्याचं एक कारण होतं, ते म्हणजे तेथील संवादातून मला जे समाधान मिळत असे ते त्याला, फारसं अरेबिक समजत नसल्यामुळे मिळत नसे. पण सगळ्यात महत्त्वाचं म्हणजे आपण कर्मकांड करणारे मुसलमान नाही असं त्यानं जाहीर केलं होतं. त्यामुळे आम्हा सर्वांसारखं त्याला एकत्रित प्रार्थना म्हणण्यात रस नव्हता. कायदेशीर कामासाठी त्याला इथे जास्त वेळा लोक भेटायला येत एवढं मात्र खरं आणि या भेटी एको शिबिरात चालत. दर खेपेला तेवढ्यासाठी त्याला

तिकडे घेऊन जाणं अतिशय कटकटीचं, यातनामय होतं. दर वेळी पहारेकरी त्याला बेड्या चढवून घेऊन जात, तेव्हा आपापल्या कोठड्यांतून लोकं त्याच्याकडे पाहत राहात. एको शिबिरात आता फक्त कायदेविषयक भेटीगाठी होत असतात असं माझ्या ऐकण्यात आलं होतं. तेव्हा आम्ही इथे येण्याच्या शेवटच्या दिवशी माझ्या कोठडीबाहेरच्या खोलीत एवढ्या तातडीनं फोनचं कनेक्शन का घेतलं गेलं याचा मला उलगडा झाला. केवळ तेवढ्यासाठी एको शिबिरात जाणं हे फार त्रासदायक आणि उद्विग्न करणारं आहे याची मला थोड्याच दिवसांत जाणीव झाली.

एकमेकांची बऱ्यापैकी ओळख व्हायला तसा वेळच लागला. पण कोणालाच कशाची घाई नव्हती. फिरोज आणि माझ्यासाठी मात्र बाब वेगळी होती, कारण पहारेकऱ्यांच्या मार्फत याआधी आमची बरीच ओळख झालेली होती. आम्हाला आपापसात बोलायला खूप विषय होते. आमच्यात गप्पांना सुरुवात झाली ती विविध पहारेकरी कसे होते यावरून आणि त्यांच्या संदर्भातले आमचे आपापले अनुभवही आम्ही एकमेकांना सांगितले. आश्चर्याची गोष्ट म्हणजे पहारेकऱ्यांबद्दल आमचे अनुभव मात्र परस्परविरुद्ध होते. एखादा पहारेकरी त्याला मुळीच आवडत नसे तर तोच पहारेकरी मला मात्र बेहद्द आवडत असे. यावरून माझ्या असं लक्षात आलं की, आमची व्यक्तिमत्त्वच मुळात भिन्न आहेत. फिरोज मुळातच अतिशय संशयी स्वभावाचा असल्यामुळे तो सतत सावध राहण्याचा प्रयत्न करी आणि कोणाबरोबरच चटकन मोकळा होत नसे. पण मी त्याच्याशी बोलत असे तेव्हा मात्र तो खूपच मन लावून सगळं ऐकत असे. कधीकधी आमच्यात बराच काळ गंभीर स्वरूपाचं बोलणं चाले, तर कधी आमच्यात भावनेनं ओथंबलेले वादविवाद होत. फिरोज कित्येक दिवस फारसं बोलत नसे. अशा दिवसात मी सुद्धा त्याच्याशी फारसं बोलत नसे. पण काही वेळा आम्ही अत्यंत जवळिकीने एकमेकांशी बोलत होतो. अनेक वेळा विषय कोणताही असो, आमच्या संभाषणात इस्लाम हा मुद्दा नेहमी आवर्जून येई.

उथमानबरोबर एकदा बोलल्यानंतर आमच्यामध्ये चर्चा झाली ती मुस्लीम सत्तेच्या अधोगतीची. युरोपमध्ये लागलेले विविध शोध आणि त्यांना झालेली ज्ञानप्राप्ती यानंतर या अधोगतीतून मुस्लीम सत्तेला कधीच सावरता आलं नाही.

तंत्रज्ञानाच्या क्षेत्रात तसंच इतर अनेक क्षेत्रांत आम्ही कधीही पाश्चात्त्यांची बरोबरी करूच शकलो नाही. विशेषत्वाने पाश्चात्त्यांनी चर्च व राजसत्ता यांची फारकत केल्यापासून! हा मुद्दा मी चर्चेत मांडत असे. अध:पतनाच्या त्या काळात आणि आत्तासुद्धा आमचे परंपरावादी मुस्लीम विद्वान पाश्चात्त्यांचा विज्ञानवादी दृष्टिकोन सतत नाकारत आले आहेत. तरीही, कुराणात म्हटलं आहे, पृथ्वी आणि स्वर्ग हा आधी सलग भूभाग होता आणि मग त्याचे दोन तुकडे झाले आणि आम्ही

प्रत्येक सजीवाची निर्मिती पाण्यापासून केली हे या पाखंडी लोकांना दिसत नाही का? महाविस्फोटाचा सिद्धान्त अशा तऱ्हेनं सर्वप्रथम मांडलेला आहे. त्याचबरोबर सजीवांच्या उत्पत्तीसाठी पाण्याची जरुरी आहे हेही त्यात नमूद केलेलं आहे. मी असं ऐकलंय की काही मुस्लीम विद्वान महाविस्फोटाचा हा सिद्धान्त केवळ मुस्लीमेतरांनी मांडलाय म्हणून नाकारतात.

माझ्या या बोलण्यावर फिरोज म्हणाला, ''मीसुद्धा हे सगळं ऐकलंय. पण मला असं वाटतं की, आत्ताच्या काळातल्या इस्लामच्या बाजूनं जी काही विधानं केली जात आहेत, त्याचं कारण हा धर्म विज्ञानवादी झाला आहे म्हणून.

''जरी कुराण १४०० वर्षांपूर्वी लिहिलं गेलं तरीही ते आजही उपयुक्त आहे आणि संघटित धर्म ही फार प्राचीन गोष्ट आहे असं मानणाऱ्या जगाला आजही कुराण भावतं. महास्फोटाच्या सिद्धान्तावर आधारित विश्व प्रसरण पावत असल्याचा सिद्धान्त सध्या मांडला जातोय. ग्रह-तारे आणि एकूण विश्वाचाच अभ्यास करणाऱ्या हबलसारख्या शास्त्रज्ञांनी मागच्याच शतकात असं म्हटलंय की, मूळच्या स्फोटामुळे विश्व सतत बाहेरच्या बाजूनं प्रसरण पावतंय. कुराणात काय म्हटलंय ते पहा, 'आम्ही स्वर्ग आणि पृथ्वी निर्माण केलीय आणि आम्ही सतत त्याचा विस्तार करीत राहू.' यात काही गोष्टींचं स्पष्टीकरण दिलेलं नाही. उदाहरणार्थ, एका स्थितीला विश्वाचं सतत चाललेलं प्रसरण थांबेल आणि प्रसरणाचं हे चक्र काही काळातच उलट दिशेनं फिरायला लागून विश्वाचं आकुंचन व्हायला सुरुवात होईल. हे असं घडण्याचं कारण, सर्व ग्रह व तारे चुंबकीय क्षेत्राच्या केंद्र बिंदूकडे खेचायला सुरुवात होईल. हे महास्फोटामुळेच सुरू झालेलं दुसरं टोक म्हणजे आकुंचन असेल आणि कदाचित तो जगाचा शेवट असेल. याविषयी प्रेषित मुहम्मद म्हणतात की, जोपर्यंत सूर्य पश्चिमेकडून उगवत नाही, तोपर्यंत या जगाचा शेवट होणार नाही. जर असं झालं, तर ही सगळी फक्त एक कल्पना आहे. चक्र उलट दिशेला फिरायला लागेल आणि त्या वेळी परिणामी पृथ्वी उलट दिशेनं फिरायला लागेल. त्या वेळी एकूणच सगळ्याचाच वेग मंदावलेला असेल.''

''परंतु या सगळ्याचा अर्थ पृथ्वी स्वत:भोवती फिरता फिरता विश्वाभोवती फिरायचं थांबवेल असा होत नाही का? आणि असं झालं तर, चुंबकीय क्षेत्रांची केंद्रस्थानी खेचण्याची शक्ती कमी झाल्यामुळे आपल्या सगळ्यांवरचा गुरुत्वाकर्षणाचा दाब कमी होऊन आपण अवकाशात फेकले जाऊन उडायला नाही का लागणार?'' त्याला हे काहीच नीटसं समजलेलं नाही असं समजून मी हा प्रश्न त्याला विचारला.

''मोआइझम, गुरुत्वाकर्षण हे वेगावर अवलंबून नसून, ते वजनाशी निगडित आहे. जेवढं वजन जास्त तेवढं गुरुत्वाकर्षण जास्त.''

ते ऐकल्यावर मला मी अगदीच मूर्ख असल्यासारखं वाटायला लागलं अन्

मी म्हणालो, ''मला असं वाटत होतं की पृथ्वी आपल्या आसाभोवती फिरते म्हणून गुरुत्वाकर्षणाचा आपल्यावर दाब आहे. त्यामुळे मला वाटलं, पृथ्वी जर आपल्याभोवती फिरायची थांबली तर आपल्यावरचा गुरुत्वाकर्षणाचा दाबही निघून जाईल.''

''पृथ्वी स्वत:भोवती फिरायची जर अचानक थांबली तर कदाचित तसं होईल सुद्धा; पण ते जे घडेल ते गुरुत्वाकर्षण नष्ट झाल्यामुळे नव्हे तर गतीच्या नियमांनुसार घडेल. आईनस्टाईननं गुरुत्वाकर्षणाची स्पष्ट व्याख्या दिली असून तो वजनावर आधारित आहे.''

मी माझं घोडं पुढे दामटत म्हणालो, ''तुला सुद्धा हे माहीत आहे की, कुराणात असं म्हटलंय की, आम्ही लांबट गोल आकाराची पृथ्वी बनवली. हे वचन 'ॲन-नाझिअट' या प्रकरणातलं आहे. १७ व्या शतकात पश्चिम युरोपात अनेकांना असं वाटत होतं की, पृथ्वी सपाट आहे ही संकल्पना फक्त इस्लाम धर्मातच होती असं नव्हे, ती जगाला माहीत असलेली संकल्पना होती. ख्रिस्तपूर्व दोनशे वर्षांपूर्वी ग्रीक भूगोलतज्ज्ञ इराटोस्थेनिस याने पृथ्वीच्या प्रत्यक्ष असलेल्या परिघापेक्षा फक्त ५० मैल लहान असा पृथ्वीचा परीघ मोजला होता. हजार वर्षांपूर्वी इस्लाम धर्माच्या सुरुवातीच्या काळातील एक विद्वान इब्न हझ्म म्हणाला होता, ''पृथ्वी सपाट आहे असा ज्याला विश्वास वाटतो, त्यांचा कुराणात दिलेले वचन नाकारण्यावर विश्वास आहे.'' अशा तऱ्हेनं आमच्या चर्चा रंगत असत.

कुराणात अणूच्या संदर्भात आलेल्या गोष्टींवर ऊहापोह होई. कुराणात असं म्हटलय की अणूपेक्षाही काहीतरी लहान गोष्ट आहे किंवा अणूच्या केंद्रस्थानी ज्या तऱ्हेनं इलेक्ट्रॉन्स फिरत असतात, तशाच स्वरूपाची अल्लानं निर्मितीची रचना केलेली आहे. ज्याप्रमाणे पृथ्वी सूर्याभोवती फिरते किंवा यात्रेकरू 'काबा' भोवती प्रदक्षिणा घालतात, त्याप्रमाणेच ही रचना आहे.

फिरोजनं मला असं सांगितलं की, बुद्ध धर्मातल्या आत्मशोधाच्या शोधार्थ त्यानं चालत जपानला जाण्याचं ठरवलं. प्रवासात तो स्वित्झर्लंडला जाऊन पोहोचला, तिथे तो एका माणसाला भेटला. या माणसानं त्याला इस्लाम धर्माविषयी सांगितलं. खरं तर फिरोजला हे ज्ञान म्हणजे त्याच्या पूर्वजांचा वारसा होता, पण त्याच्या पूर्वजांकडून मिळायला हवी होती तेवढी पुरेशी माहिती त्याला मिळाली नव्हती. त्याच्या ज्ञानलालसेमुळे तो इंग्लंडला स्वगृही परतला, पण त्याची ज्ञानलालसा आणि प्रवास करण्याची हौस भागलेली नव्हती. २००० साली त्यानं पुन्हा इंग्लंड सोडलं. या वेळी एखाद्या मुस्लीम देशात राहून त्याला ज्ञानसंवर्धन करायचं होतं. जे अनेक तरुण इस्लामची तत्त्वं त्यांना पटल्यानं इस्लाम धर्माचा स्वीकार करतात, ते तिसऱ्या जगातील मुस्लीम राष्ट्रातील प्रत्यक्ष स्थिती यातील विरोधाभास बघून, त्यांना अपेक्षाभंग झाल्यासारखं वाटत असतं. प्रेषित मुहम्मदानं म्हणून ठेवलंय,

'गोरा माणूस किंवा काळा माणूस असा भेद नाहीच आहे, तसा तो अरब माणसात आणि अरब नसलेल्या माणसातही नाहीये. फरक आहे तो अल्लाला घाबरणाऱ्यांत आणि न घाबरणाऱ्यांत. ही गोष्ट सगळ्या मुस्लिमांना माहीत आहे. परंतु ही गोष्ट अफ्रिकन कुटुंबांना, विशेषत: फिरोजसारख्यांना जास्त लागू पडते. परंतु अज्ञान हे सार्वत्रिक असतं.

त्याच्या किंवा माझ्या मनात मुस्लीम धर्माचे जे आदर्श रुजलेले आहेत ते व्यवहारात मात्र उतरवता आलेले नाहीत. मुसलमान समाजाच्या जगण्याच्या एकूण विचारसरणीशी राष्ट्रवाद, वंशवाद, मूळचे रहिवासीवाद हे सगळं अगदी विसंगत आहे. तरी ते आपण चालवून घेतो हे असं का? मुस्लीम धर्माचा सगळा भर नैतिकतेचं अधिष्ठान असलेलं सत्शील आयुष्य जगण्यावर असून सुद्धा समाजात भ्रष्टाचार आहेच ना? पाश्चात्त्य जगातल्या आयुष्यापेक्षा तिसऱ्या जगातलं जगणं इतकं भकास आणि अर्थशून्य का वाटतं? गेल्या तीन शतकांत मुस्लीम जगताची इतकी वेगाने पीछेहाट का बरं झाली? पाश्चात्त्य जगाचं वेगवेगळ्या मार्गांनी अनुकरण करून सुद्धा मुस्लीम जगतावर इतके हल्ले का झाले? या जगताचं इतकं अवमूल्यन का झालं? या जगताबद्दल इतकं विकृत का बोललं गेलं?

हे असले विचार फक्त मला आणि फिरोजलाच छळत नव्हते तर ते उथमानलाही छळू लागले होते. कारण तोही आमच्या चर्चांमधे आता भाग घेऊ लागला होता.

फिरोज नेहमी आत्मसंतुष्ट असे, त्याच्या छोट्याशा विश्वात एकदम खूश. तो नेहमी तात्त्विक पातळीवरून प्रत्येक गोष्टीची चिकित्सा करीत असे. एकोपूर्वी त्याला ग्वांटानामोतील सर्वांत बदनाम अशा 'एक्स-रे' शिबिरात ठेवण्यात आलं होतं. जेथे त्याच्या वाट्याला अत्यंत क्रूर छळ आलेला होता. ग्वांटानामोत आणल्या गेलेल्या पहिल्यावहिल्या लोकांमधे फिरोजचा समावेश होता. त्यामुळे त्याच्या तोंडून इथल्या सुरुवातीच्या क्रौर्याची परिसीमा गाठलेल्या हकिकती मला ऐकायला मिळाल्या होत्या. त्या ऐकून मला अतीव दु:ख झालं होतं. या तुलनेत मला पहारेकऱ्यांचे आलेले अनुभव अगदीच सामान्य होते. त्यामुळे हे अनुभव ऐकल्यावर ग्वांटानामोबद्दल इथे डांबलेल्यांच्या भावना तशा का आहेत हे मला समजलं. जुमा अल् बऱ्हाइनीबद्दल ऐकणं हा त्रासदायक अनुभव होता. IRF (Initial Responce Force) सैनिक त्याच्या कोठडीत घुसले. तो आज्ञाधारक आहे हे माहीत असूनही त्यांनी त्याला उचलला अन् धाडकन जमिनीवर आदळला आणि मग ते पुन्हापुन्हा त्याचं तोंड जमिनीवर आपटत राहिले. जमिनीवर सगळीकडे त्याचं रक्त सांडलेलं होतं. क्रौर्याच्या इतर कथांमधली आणखी एक कथा होती ती. त्यात डांबून ठेवलेल्या एकाच्या चेहऱ्यावर उलटतपासणी दरम्यान विटाळाचं रक्त फासण्यात आलं होतं. दुसऱ्या एकाच्या बाबतीत महिला चौकशी अधिकाऱ्यानं, मैथुन क्रीडेसाठी

निमंत्रण देत त्याच्या मांडीवर दोन्हीकडे पाय टाकून आव्हानात्मक पवित्रा घेतला. त्या वेळी तो मात्र तिला तिथून उठवायचा निकराचा प्रयत्न करीत राहिला होता.

फिरोज यापूर्वीच इतर चौघांना भेटलेला होता. उथमान, हिक्स व मोहम्मद सालेह त्याच्याबरोबर एक्स-रे छावणीत याआधी होते. या अर्थानं ते माझ्यापेक्षा अनुभवी रहिवासी असल्यासारखे होते. लवकरच माझं उथमानशीही चांगल्यापैकी संभाषण सुरू झालं. हिक्सबरोबर बरेच वेळा माझं जे काही बोलणं होई, ते रात्रीच्या वेळी होई. त्या वेळी बरेच जण गाढ झोपलेले असत.

पहिल्या महिन्यात, रमजान चालू असताना, इथल्या कितीतरी गोष्टी वेगळ्या होत्या. रमजानच्या उत्सवाच्या मूडमधे रात्री उशिरापर्यंत मंडळी गप्पा करीत जागी राहात. हिक्स सोडला तर बाकीच्या सगळ्यांचा दिवसभर उपवास असे. हा रमजान वैशिष्ट्यपूर्ण होता. आयुष्यात आजवर साजऱ्या केलेल्या इतर रमजान महिन्यांमधे हा सर्वांत उत्तम तऱ्हेने साजरा झालेला रमजान होता. इथल्या भयंकर परिस्थितीत आम्ही सगळे असताना प्रत्येकाची आनंदी वृत्ती अन् मनोधैर्य अतुलनीय होतं. इथे कधीही न राहिलेल्याला ते सांगणं केवळ अशक्य होतं. या सगळ्यात उल्लेखनीय गोष्ट म्हणजे आमची सामूहिक प्रार्थना, विशेषत: दिवसाच्या शेवटी जी प्रार्थना असते ती, 'तारावीह' जी फक्त रमजानमधेच केली जाते, ती खरोखर खासच म्हटली पाहिजे. ही प्रार्थना लांबलचक असली तरीही अनेकांना ती म्हणण्यात रस असे. इतर वेळी मोठमोठ्यानं आपांपसात बोलण्यामुळे होणारा कलकलाट आणि एकूणच आरडाओरडा थांबून त्याची जागा शांतता घेई आणि मधुर आवाजात कुराणातल्या आयतांचं पठण केलं जाई. तो आवाज कानी पडल्यावर डोळ्यांत आसवं उभी राहात. ती प्रार्थना... तो पवित्र आवाज ऐकणाऱ्या शेकडो लोकांना काय वाटत असेल कोण जाणे. माझ्या डोळ्यांत ज्या वेळी आसवं उभी राहिलेली असत, त्या वेळी या लोकांच्या कुठल्या आठवणी जाग्या होत असतील? पण मला एक गोष्ट माहीत होती, प्रार्थना म्हणताना इथल्या प्रत्येकाच्या डोळ्यांत जी आसवं उभी राहात होती, त्यामागे काही ना काही कारण दडलेलं होतंच आणि हे दु:खही मधुर होतं.

रमजान महिन्यात अस्सल मुसलमान पहाटेपासून सूर्य मावळेपर्यंत अन्न, पाणी, मैथुन या सगळ्यापासून दूर राहतो. दुसऱ्यांना यातना किंवा त्रास न देण्याच्या या काळात विशेष प्रयत्न केला जातो. तसंच या काळात हातून कुठलंही पाप घडू नये म्हणून विशेष काळजी घेतली जाते. हा महिना अत्यंत पवित्र. या काळात जास्तीतजास्त भाविकपणे प्रार्थना केली जाते, गरजूंना उदार अंत:करणाने मदत केली जाते, शेजारधर्माच्या पालनावर कटाक्ष ठेवला जातो, सगळ्यांचं प्रेमानं आगत-स्वागत केलं जातं. या पवित्र महिन्यात आनंदाला उधाण यावं अशीच सगळ्यांची अपेक्षा असते.

या काळात जेवणाच्या वेळात बदल केला जातो. रात्रीच्या वेळेत तीन वेळा जेवण घेण्याचा प्रघात आहे. मुख्य दोन जेवणं जी घेतली जातात, त्यातलं एक जेवण दिवस उगवण्यापूर्वी घेतलं जातं अन् दुसरं जेवण दिवस मावळल्यानंतर घेतलं जातं. इतक्या दिवसांत यातल्या अनेक गोष्टी अमेरिकन्सना समजल्या होत्या. त्यामुळे दररोज उपवास सोडताना ते आम्हाला खजूर देत असत आणि त्याच्या जोडीला नेहमीचं अन्नही असे. सूर्य मावळतीला गेल्यावर उपास सोडताना अरेबिकमधे लोक ओरडत 'हने-आन-मरे-आन' (Hanee-an-maree-an) किंवा 'बिल आफियाह्' (bil aafWiyah) (जन्माचे भुकेले) हाच आवाज मग तिथे घुमत राही. आमच्या समोरच्या रोमियो विभागातून लोकांचा ओरडा ऐकू येई. 'पापा' विभागातल्या प्रत्येकाची नावं त्या आरोळ्यांमधे असत. फिरोजला आणि मला त्यांना त्याच जोशात प्रत्युत्तर देणं नकोसं वाटे. हे असं वाटण्याचं कारण, मी फिरोजला एकदा म्हटलं सुद्धा, आमचं ब्रिटिश जगणं आणि आमच्यात मुरलेली शांत राहण्याचीच संस्कृती इथे नडत आहे.

"अन्न-पाण्याशिवाय तुम्ही असा उपवास करूच कसे शकता? मला कोणी पैसे दिले तरी आपल्याच्यानं हे होणार नाही. मला माझा हॅंबर्गर, माझा मरिजुआनाचा पॉट, चीज फ्राईज याच्याशिवाय मी राहूच शकणार नाही. ते सगळं मला मिळायलाच हवं." पापा शिबिरातला एक पहारेकरी एकदा मला म्हणाला. तो हे म्हणाला तेव्हा तो मला दाराला केलेल्या कप्प्यातून माझं जेवण देत होता.

त्यावर मी त्याला म्हणालो, "खरं सांगू का, तू तर रोज उपास करतो आहेस; पण ते तुझ्या लक्षात येत नाही एवढंच. रोज रात्री तुझा उपवास असतो. म्हणून तू रोज सकाळी तो मोडत नाहीस का, ब्रेक-फास्ट!"

"अरेच्या! मी असा विचार कधी केलाच नव्हता."

"तू जर बायबल वाचशील तर तुझ्या लक्षात येईल की, येशू ख्रिस्त आणि त्याचे अनुयायी नेहमीच उपवास करीत असत. माझा खरं म्हणजे विश्वासच बसत नाही, लेंटच्या महिन्यात काही लोक उपवास करतात, पण म्हणजे फक्त पिझ्झावर मशरूम टॉपिंग घ्यायचं नाही एवढाच त्यांचा उपवास असतो. तो ते ४० दिवस करतात."

रमजानची सांगता ईद-उल्-फित्रनं होते. हा दानधर्माचा महोत्सव असतो. ईदची प्रार्थना करण्यापूर्वी मुसलमानांनी पैसे, अन्न असं काही ना काही गरिबांना देण्याची प्रथा आहे. पण असं काही करणं इथे शक्य नव्हतं. पण इथे सतत तीन दिवस गाणी गाऊन एकमेकांची करमणूक करण्याची पर्वणी होती. त्याचाच जल्लोष होत होता. खरं तर एरवी नेहमीच्या आयुष्यात प्रत्येकालाच रमजान कधी सुरू होतो असं झालेलं असे. कारण मग रोज संध्याकाळी पक्वान्नं आणि स्वादिष्ट

भोजन तयार करून खाण्याची पद्धत होती. इथे मात्र उपास संपले म्हणून आम्हाला आनंद झाला होता. आम्हाला मिळणाऱ्या रोजच्या कदान्नात अलीकडे थोडी सुधारणा झाली होती. तरीही पुढ्यात येईल ते आम्हाला खावं लागत होतं. अन्नाबद्दल आम्ही काही तक्रार करण्याचा प्रयत्न केला तेव्हा पहारेकरी करवादला होता, ''हे काही मौजमजेचं स्थान नव्हे.''

तो दिवस अतिशय महत्त्वपूर्ण होता. अमेरिकन्सनी आमची म्हणजे अरब वगैरे लोक बनवतात ती पेस्ट्री आमच्या जेवणात दिली. ते बघताच लोक आपणहून गायला लागले, कविता म्हणायला लागले. परंतु छावणीत एक उंच आवाजातलं गाणं ऐकायला यायला लागलं अन् एकाएकी सगळीकडे शांतता पसरली. तो कधी पश्तू तर कधी फारसी तर कधी अरेबिक तर अधूनमधून लंडनमधे ऐकू येणारी लोकसंगीताची धून तर कधी जमैकाचं राकट रॅप म्हणत होता. हा आवाज मार्टिन गुबांगाचा आहे हे मला माहीत होतं. त्याला मी कधीही भेटलो नव्हतो. त्याच्याबद्दल मी फक्त ऐकलं होतं. तो आमच्यासारखाच एक ब्रिटिश होता. मी कधीतरी अरेबिक गाणी म्हणत असे. खरं तर त्या गाण्यांचे काही शब्दच फक्त मला माहीत होते. कधीकधी मी माझी स्वत:ची कविता गुणगुणत बसे. ती फक्त हिक्स, फिरोज आणि पहारेकऱ्यांना समजत असे. मी 'इंडिक्टमेंट युएसए' ही कविता मात्र चांगली मोठ्यांदा म्हणत असे. या कवितेच्या शेवटच्या कडव्यात क्युबाचा उल्लेख येत असे.

क्युबाच्या या भाडोत्री भूमीवर
उचलून आणलेल्यांच्या प्रार्थनेचा टाहो,
ही प्रार्थना,
न्यायासाठी,
आणि अमेरिकेच्या पंज्यातून
सहीसलामत सुटण्यासाठी,
शिवराळपणा माझी खासियत नव्हे,
आणि तरीही या वक्ताला तसलंच म्हणायची हुक्की,
म्हणून म्हणतो
मारा लेको मारा
अमेरिकेची मारा..

अमेरिकन्सना हे काव्य आवडलं असेल असं मला कधीच वाटलं नव्हतं.

प्रत्येक विभागात साधारणपणे अठ्ठेचाळीस कैद्यांना ठेवलेलं होतं. प्रत्येक बाजूला चोवीस कैदी अशी ती रचना होती. माझ्या कोठडीचा नंबर १५ होता.

रोमिओ विभागात इथल्यापेक्षा कितीतरी जास्त कैदी होते. त्यामुळे रोमिओ विभागातले लोक प्रार्थनेला सुरुवात करीत असत आणि मग आम्ही त्यांच्यामागून म्हणत असू. इतर वेळी सुद्धा त्या विभागातील लोकांशी आम्ही संपर्क साधत होतो. त्या विभागात माणसं आणण्याचं अन् तिथून बाहेर पाठवण्याचं प्रमाणही खूप होतं. तिथे काही दिवसांसाठी किंवा काही आठवड्यांसाठी माणसं ठेवली जात. या ये-जा करणाऱ्या लोकांसोबत कधी एखादी गावगप्पा, अफवा किंवा कधी खरीखुरी बातमीसुद्धा आत येई. डिसेंबरमधे आलेल्या त्सुनामीमुळे इथून काही अंतरावर असलेला अमेरिकेचा राष्ट्रध्वज अर्ध्यावर उतरवण्यात आलेला होता.

जेवणाच्या वेळेप्रमाणे, रोज सकाळी कोणीतरी ओरडून सुरुवात केल्यावर व्यक्तिगत पातळीवर सलाम-दुवा होई. ते 'अस्सलाम आलेकुम'नं आम्हाला अभिवादन करीत आणि असं म्हणताना ते आमच्यातल्या प्रत्येकाचं नाव घेत. आमच्या विभागात जे तीस-चाळीस जण होते त्या सगळ्यांची त्या वेळी नावं घेतली जात. प्रत्येक व्यक्तीचं नाव न विसरता घेतलं जाईल याची ते आवर्जून काळजी घेतात, हे बघून माझं मन अक्षरश: हेलावून जात असे. त्यामुळे इथल्या प्रत्येकाला त्याचं नाव घेतल्याचं समाधान मिळे. तसंच तो एकटा पडलेला नाही याची त्याला जाणीव व्हावी, हाही यामागे उद्देश असे. शिवाय प्रत्येकाला असं वाटत असे की, सगळे जण त्याच्यासाठी प्रार्थना करताहेत. त्यांनी आम्हाला एकदा सांगितलं की आम्ही एको शिबिरात होतो हे त्यांना माहीत होतं आणि असा एकही दिवस गेला नाही की त्यांनी आमच्यासाठी प्रार्थना केली नाही. कारण तिथे आम्ही कठीण प्रसंगांना तोंड देताय, त्याची इथे जाणीव होती. आम्हाला तिथे इतरांपासून तोडून एकांतवासात ठेवलेलं आहे हेही त्यांना माहीत होतं. मी तिथे डांबून ठेवलेल्या वेगवेगळ्या देशांच्या लोकांचे वेगवेगळ्या भाषांमधले आवाज ऐकले, तेव्हा मला तिथे किती वेगवेगळ्या देशातून लोक आलेले आहेत याची जाणीव झाली. ग्वांटानामोप्रमाणे बाग्राममधेही तसंच होतं.

रमजान संपल्यानंतर सुद्धा सूर्य मावळतीला झुकला की, प्रार्थनेची आरोळी होण्यापूर्वी दररोज सर्व विभागातून एकदम नीरव शांतता पसरे आणि या शांततेच्या पार्श्वभूमीवर इथली मंडळी कुराणातले आयते गुणगुणायला लागत. या वेळी मी मावळतीचा सूर्य पाहत बसे. कधी तो सोन्याचा गोळा वाटे तर कधी अनेक टेहळणी नाक्यांपैकी कुठल्या तरी नाक्यामागे काटेरी तारांमधून लालबुंद गोळा दृष्टीस पडत असे. ते दृश्य अद्भूत खचितच होतं. समुद्रावरून वारे वाहायला लागत असत आणि वातावरण कमालीचं निस्तब्ध असे. त्या शांततेत ओरखडा उठे तो काटेरी तारांच्या कुंपणाच्या होणाऱ्या आवाजामुळे. जानेवारी २००५ मधे त्यावर मी एक कविता लिहिली. ही कविता लिहिण्यापूर्वी मी तीन महिने ते सगळं अनुभवलं होतं.

त्यावर खूप विचार केलेला होता. वाऱ्याच्या सूऽ सूऽ होणाऱ्या आवाजासारखाच आवाज या कुंपणाच्या काटेरी तारा एकमेकांना घासल्या गेल्या की होत असे. त्या कवितेतलं शेवटचं कडवं असं होतं,

पोलादी दलदलीत अडकवलंत म्हणून
आम्ही थक्क झालो,
तुमचं याबद्दल कौतुक करावं असं,
मनात आमच्या होतं फार,
पण झालं काय की,
काटेरी तारांच्या आवाजात,
अंधार पुढे सरकताना,
आम्ही आपले निवृत्तच झालो
आणि मग,
राहिलंच की हो, ते कौतुकबिवतुक

इथल्या जगण्याला जणू पार्श्वसंगीत होतं ते आपसातल्या संभाषणाचं आणि निरोपांच्या आवाजांचं पहारेकऱ्यांनी कैद्यांना केलेले हुकूम आणि कोठड्यांमधूनसुद्धा पहारेकऱ्यांच्या अंगावर फेकण्यात आलेले शिव्याशाप! दोन दूरदूरच्या विभागांमधे डांबलेले दोन जण एकमेकांशी मोठ्यांदा ओरडून संपर्क साधत-बोलत. तर कधी दूरच्या विभागात डांबलेल्या व्यक्तीला ओरडून निरोप पोहोचवला जाई. कधीकधी मला कोणीतरी सांगे त्या अमक्यातमक्यानं तुला सलाम सांगितलाय. त्यानं सांगितलेलं नाव – त्या नावाचा माणूस इतक्या दिवसात कुठे भेटला ते आठवतच नसे; कंदाहारला भेटला की बाग्राममधे? इतक्या वेगवेगळ्या बराकींमधून आणि कोठड्यांमधून वेळोवेळी मला ठेवलेलं, नेमका कुठे बरं भेटला असेल हा माणूस? पण, मला तो माणूस आठवत नाही... तो कोण आहे ते मला माहीत नाही असं मी चुकून सुद्धा म्हणत नसे. उलट मी म्हणत असे, त्यालाही माझा सलाम सांगा. मला या व्यक्ती खरोखर आठवत होत्या किंवा नाही हे त्या वेळी मुळीच महत्त्वाचं नसे.

अमेरिकन्स रोखू शकणार नाहीत अशा पद्धतीनं एकमेकांचं क्षेमकुशल विचारणं आणि एकमेकांना माहिती पुरवणं ही बाब तशी आनंदाचीच वाटे. खरं तर कागदावरच्या नियमाप्रमाणे, आपापसात बोलायला बंदी होती. एका विभागात ठेवलेली माणसं दुसऱ्या विभागातल्या माणसांशी ओरडून बोलू शकत नव्हती. आमच्या कोठड्यांच्या खिडक्यांना केवळ जाळी बसवलेली होती. पण त्याच्या जोडीला तिथे पोलादी दारंही होती. जर अमेरिकन्सनी ती दारं बंद करायचं ठरवलं तर ते तेही करत असत.

उथमान सोडला तर इतरांना बऱ्याचदा कोंडलं जात असे. या वागणुकीमुळे मला आता वाटायला लागलं की, उथमान जे म्हणतो तेच बरोबर आहे. चौकशी अधिकाऱ्यांना सहकार्य करायला, त्यांच्याशी बोलायला त्यानं नेहमीच नकार दिला होता. सैन्यदलाच्या आयोगासमोर उघडपणे त्यानं सांगून टाकलं होतं की तो अल्-कायदाचा सभासद आहे आणि त्यानं त्याच्या त्या वकिलालाही डच्चू देऊन टाकला होता. त्याच वेळी त्यानं ठणकावून हेही सांगितलं होतं की, त्याला न्यायालयात हजर करा नाहीतर येमेनमधून त्याच्यासाठी वकील बोलवायला परवानगी द्या, जो त्याची बाजू मांडेल. अशा तऱ्हेनं वागून त्यानं त्यांच्या कामात पाचर मारून ठेवली होती. त्यानं नंतर कधीतरी त्याची हकिकत मला सांगितली होती.

अशा तऱ्हेनं एका विभागातल्या व्यक्तीनं दुसऱ्या विभागातल्या व्यक्तीशी मधल्या कैद्यांच्या मदतीनं बोलण्याच्या या नव्या पद्धतीचा सराव व्हायला काही लोकांना थोडा वेळ लागला. मधल्या काळात इथल्या अनेक पहारेकऱ्यांशी माझं छान जमून गेलं होतं. त्याचं कारण त्यांच्यात आणि माझ्यात अनेक गोष्टी समान होत्या. आमची संस्कृती, संवादाची इंग्लिश भाषा, दूरदर्शनवरचे कार्यक्रम आणि चित्रपट, पुस्तक याबाबत समान पसंती. त्याच वेळी इथे बराकींमधे राहाणाऱ्या माझ्या अनेक सोबत्यांत अन् माझ्यात मात्र असा कोणताही समान धागा नव्हता, असं सामाईक काहीच नव्हतं. मग तो मोहम्मद सालेह असो, सलीम असो की उथमान. तरीही इथे पहारेकऱ्यांबरोबर बोलावं असं फारच थोडं माझ्याकडे होतं. जुने पहारेकरी जाऊन नवे पहारेकरी आले होते. त्यांच्यात खलाशांची संख्या जास्त होती. त्यामुळे एकूणच वातावरण वेगळंच बनत चाललं होतं. कैद्यांना इकडून तिकडे हलवताना हे लोक खूपच वाईट वागवत असत. फिरोज आणि उथमानला ही माणसं चांगलीच माहीत होती. त्यामुळे हे लोक इथे पहारेकरी म्हणून आलेलं त्यांना मुळीच रुचलं नव्हतं.

इथे आल्यावर सुरुवातीला जे पहारेकरी आम्हाला माहीत होते, त्यांच्याबद्दल आम्ही आपापसात नेहमीच बोलत असू. हा विषय आम्हा सगळ्यांनाच आवडत होता. कोणाला कुठे कसं पकडलं, यावरून आम्ही कधीच बोलणं सुरू करीत नव्हतो. ज्याची त्यानं ती गोष्ट समजून घ्यायची होती. अमेरिकनांना सांगण्यासाठी मी ती माहिती गोळा करतोय असा त्याचा अर्थ घेतला गेला असता म्हणूनच ते मी टाळलं होतं. नंतर मी ऐकलं की माझा एक जुना बाग्राममधला सोबती साद इक्बाल याच्याबाबतीत असंच काही घडलं होतं. तो डेल्टा छावणीत होता तेव्हा शेवटी लोक त्याला अमेरिकन्सचा हस्तक असं समजू लागले होते. अमेरिकनांनी त्याला त्याचे सगळे कपडे काढून घेऊन अक्षरशः नग्नावस्थेत एकांतवासाच्या कोठडीत टाकलं होतं आणि त्याचं वरवरचं कारण शिस्तभंगासाठीची कारवाई असं

दिलं होतं. चुगली नेमकी कोणी केली हे कोणालाच समजलं नव्हतं आणि म्हणून प्रत्येक जण आपली काळजी घेत होता.

मी उथमानशी येमेन या राष्ट्राविषयी बोलत असे. तिथलं दैनंदिन जीवन कसं आहे याविषयी आम्ही बोलत असू आणि सगळ्यात महत्त्वाचं म्हणजे माझा आवडता विषय इतिहास, त्यावर तर आम्ही बोलत असूच. इतिहास हा त्याचाही आवडता विषय होताच, त्याचबरोबर धर्म, राजकारण, साहित्य, पदार्थविज्ञान, चालू घडामोडी, प्रसार माध्यमं, संगणक... असे अगणित विषय आमच्या संभाषणात येत. कैदी म्हणून नवखे असताना बाग्राममधे खूप काळापूर्वी आम्ही एकमेकांशी आपापल्या मायदेशांबद्दल कुजबुजत्या आवाजात खूप गप्पा मारून आमचा वेळ चांगला घालवला होता. मी उथमानच्या येमेनमधे मनानं प्रवेश करून येमेनचं सगळं काही समजून घेण्याचा प्रयत्न केला होता. प्राप्त परिस्थितीतून पलायनाचा हा मार्ग फार सुंदर होता. येमेनमधे मनानं प्रवेश केल्यावर त्याच्या तोंडून त्याबद्दल येणारे शब्द मला सचैल आनंद देत.

अशाच पद्धतीनं मोहम्मद सालेह कडून सुदानबद्दल माहिती मिळवली. विशेषत: १८८० च्या माहडीस्ट चळवळीतील ब्रिटिशांच्या सहभागावर लक्ष केंद्रित करून खार्टुमच्या गॉर्डन आणि किचनरबद्दल सुदानी जनतेच्या नजरेतून बारीकसारीक गोष्टींसकट सखोल माहिती मिळाली. ऑस्ट्रेलियाच्या हिक्सला त्याच्या ऐन उमेदीच्या काळात त्यानं रेडिओ जॉकी म्हणून केलेल्या उमेदवारीचे ते दिवस आठवत आणि त्याबद्दल बोलायला त्याला खूप आवडे. तसंच कांगारू स्किनर म्हणून किंवा त्यानं अनुभवलेल्या धाडसी गोष्टींबद्दल तो भरभरून बोलत राही. इथे आलेल्या प्रत्येकाची पार्श्वभूमी किती वेगळी होती आणि मला त्या प्रत्येकाकडून जितकं शिकता येईल तितकं शिकून घ्यायचं होतं.

उथमान विवाहित होता व त्याला चार मुलं होती. त्यानं मला सांगितलं की, तो इराकमधे तेल-क्षेत्रात कामाला होता. गल्फचं युद्ध सुरू होण्यापूर्वी काही दिवस तो तिथे होता. बगदाद विद्यापीठात त्यानं अभ्यास केलेला होता. बुखारेस्टमध्ये शिक्षण झालं असल्यामुळे त्यानं मला असंही सांगितलं की, तो कर्मकांड करणारा मुस्लीम नव्हता. त्याचं एक कारण म्हणजे बुखारेस्टमधे त्याचं झालेलं शिक्षण. पण मग पुढे ज्या काही राजकीय घडामोडी घडल्या, त्यामुळे तो पुन्हा धर्माकडे वळला. माझीही परिस्थिती काहीशी अशीच होती.

बोस्नियात मी जे काही पाहिलं त्यानंतर आखाती युद्ध, अफगाणिस्तानची झालेली अवस्था हे सगळं बघून माझ्यातही आमूलाग्र बदल झाला. फिरोज जसा त्याच्या आध्यात्मिक प्रगतीसाठी धर्माचा शोध घेत फिरत राहिला, तसं उथमानच्या बाबतीत घडलं नाही. त्याला आत्मउन्नतीचा प्रकाश दिसला नव्हता. परंतु त्याच्याजवळ

असलेलं ज्ञान बघून मी थक्क झालो. बाग्राममधे येमेनहून आलेल्या मंडळींना मी भेटलो होतो. पण त्याच्यासारखं एक जण सुद्धा नव्हतं. एक गोष्ट खरी की त्याचं वाचन अफाट होतं. त्यानं अनेक ब्रिटिश साहित्यिकांचं साहित्य वाचलेलं होतं. त्यात टेनिसन होता, डायलॅन थॉमस होता. त्याला इंग्रजी भाषेचं ज्ञान होतं; पण त्यानं जे साहित्य वाचलं होतं ते बहुतेक सगळं अरेबिकमधे भाषांतरित झालेलं साहित्य होतं. मी त्याला माझ्या काही कविता वाचून दाखवल्या पण त्याला त्यातलं फारच थोडं समजलं होतं. तरीही त्यातले संदर्भ त्याच्या बरोबर लक्षात आले होते. मी माझ्या कविता त्याला अरेबिकमधे समजावून सांगत असे. त्यामुळे माझं अरेबिक सुधारायला मला मदत होत होती आणि त्याच वेळी त्याचंही इंग्रजी सुधारत होतंच की.

आम्ही पहिल्यांदा इथे आलो तेव्हा उथमाननं त्यांना विचारलं होतं, की ते त्याला विरुद्ध बाजूच्या शेवटच्या पहारेकऱ्याजवळ कोठडीत ठेवणार आहेत का? याबाबत मी त्याला विचारलं. त्या वेळी तो म्हणाला होता की, आपल्याला बोलायला खूप आवडतं ही आपली एक समस्याच आहे. रमजानच्या महिन्यात प्रत्येकानं प्रारंभीचे किंवा शेवटचे काही दिवस ध्यानधारणा करावी असं शास्त्र आहे. परंतु कोणी माझ्या आसपास असले तर ते माझ्याच्यानं व्हायचं नाही म्हणून मीहूनच त्यांना सुचवतोय की मला आपलं तिकडे दूरच्या कोठडीत ठेवा म्हणून! पण त्याच्याबाबतीत निर्णय होईपर्यंत रमजानचा महिना संपून गेला होता आणि त्यांनी सुरुवातीला त्याला मध्यावरच्या कोठडीत आणून टाकलं होतं. तिथे तो आता चांगला रमला होता. प्रत्येक जण त्याच्याशी बोलत असे. ते जेव्हा त्याची जागा बदलण्यासाठी आले, तेव्हा त्यानं तिथून हलायला साफ नकार दिला.

किती नाही म्हटलं तरी आमच्यातल्या बोलण्याची गाडी पुन्हापुन्हा ओसामा-बिन-लादेन, अल्-कायदा आणि ११ सप्टेंबरला अमेरिकेवर जो हल्ला करण्यात आला तो कसा न्याय्य होता या विषयांकडेच वळे. त्याच्याजवळ असलेल्या अफाट ज्ञान भांडाराचं कारण मी लवकरच शोधून काढलं. अल्-कायदाचा प्रवक्ता म्हणून तो प्रसारमाध्यमांशी संपर्क ठेवतो असा अमेरिकन्सचा आरोप होता. काही दृश्य गोष्टी प्रसारित करण्यात त्याचा हात होता. त्यानं कितीतरी वेळ इंटरनेटवर तसंच दूरदर्शनच्या वाहिन्यांवरून प्रसारित होणाऱ्या बातम्या ऐकण्यात घालवलेला होता, तसंच तो रेडिओवर प्रसारित होणाऱ्या बातम्या ऐकून त्यांचं विश्लेषणही करीत असे. त्याला संगणक वापराचं ज्ञानही भरपूर होतं. आश्चर्याची गोष्ट म्हणजे इथल्या अनेक जणांना ते ठाऊक नव्हतं.

अमेरिकेच्या राजकारणातल्या अनेक गोष्टींत आम्हाला सगळ्यांनाच भलताच रस होता, तसाच रस इस्त्रायली तुरुंगांबद्दलही होता. आता इथून सुटल्यावर

आयुष्यात पुढे काय करायचं, त्याबद्दलही आमच्यात बोलणं होई. इस्लाम धर्मातल्या अनेक गोष्टींवर आमच्यात चर्चा होत, तसंच वादविवादही होत. अशा वेळी फिरोज फारच अस्वस्थ होत असे. कधीकधी फिरोज आणि मी अनेक विषयांवर आपापसात बोलत असू आणि मग त्यावर उथमानचं मत विचारत असू, कारण त्याची विद्वता वादातीत होती. त्याचं बोलणं मी फिरोजला भाषांतर करून सांगत असे. त्यावर तो बराच वेळ विचार करत राही आणि सरतेशेवटी ते विचार किंवा तो मुद्दा मान्य करी. आपापसात बोलत असताना असं अनेक वेळा होई की, "अरेच्चा, हे तुला माहीत आहे होय, मग तुझं म्हणणं बरोबर आहे." या म्हणण्यानं आमच्यातला वाद संपे. आम्ही जेव्हा ओसामा-बिन-लादेन आणि झालेले हल्ले याबद्दल बोलत असू, तेव्हा एकदा फिरोज म्हणाला होता, "जे काही घडलंय त्यामुळे आपल्याला निष्कारण त्रास सहन करावा लागतोय." कधी कधी एका बाजूनं त्याला हेही वाटे की, अमेरिकन्स जे काही करत होते ते साफ चुकीचं होतं. त्यामुळे माझ्याइतकाच तोही त्यांचा राग राग करी. त्याला दुसऱ्या बाजूने असंही वाटे की, अल्-कायदानं जे काही केलं किंवा आत्ता करताहेत, त्यामुळे इस्लाम धर्माची बदनामी झालेली आहे.

उथमानला बिन-लादेनबद्दल वेगळंच काही वाटत असे. तो एकदा म्हणाला होता की, बिन-लादेनला तो व्यक्तिश: ओळखतो. त्याला त्याच्या सच्चेपणाबद्दल आणि तळमळीबद्दल मुळीच शंका नव्हती. तो मुसलमानांवर मनापासून प्रेम करणारा तसंच त्यांची काळजी घेणारा आणि त्यांच्या कल्याणाची चिंता असणारा माणूस आहे याबद्दल त्याला शंका नव्हती. त्याला असं वाटत होतं की, ११ सप्टेंबरला अमेरिकेवर जो हल्ला झाला त्यात जगातल्या अनेक नेत्यांचा हात होता. आखातातल्या अरब धर्मगुरूंनी त्या सगळ्याला खतपाणी घालणारे धार्मिक फतवे काढले. इस्लामच्या मुद्यावर त्यानं त्या हल्ल्यांचं समर्थनही केलं, तेव्हा मी आणि फिरोज मिळून या गोष्टीला कडाडून विरोध केला. लहान मुलं, स्त्रिया आणि ज्यांचा कुठल्याही गोष्टींशी कसलाही संबंध नाही, अशी निरपराध माणसं जिथे आहेत, त्या जागेला लक्ष्य करणं इस्लामच्या तत्त्वांविरुद्ध आहे.

उथमाननं या आमच्या म्हणण्यावर त्याची बाजू मांडली. तो म्हणाला, "हे अमेरिकन लोक आमच्या लोकांना खूप काळापासून ठार करत आलेले आहेत. नौदलाच्या गीतात तर 'शोअर्स ऑफ त्रिपोली' असा स्पष्ट उल्लेखही आहे. हा किनारा म्हणजे अमेरिकेच्या आरमारानं हल्ला चढवलेला लिबियाचा किनारा आहे. १९ व्या शतकात त्यांनी हे कृत्य केलं होतं. अलीकडचा इतिहास जरी तुम्ही चाळून पाहिलात तरी त्यांनी आमच्या भूप्रदेशात विनाकारण वारंवार ढवळाढवळ केलेली आहे असं आढळतं. सगळ्या जगाला हे माहीत आहे की, ज्या भूप्रदेशात इस्त्राइल हे राष्ट्र वसलेलं आहे, ते केवळ अमेरिकेच्या पाठिंब्यामुळे तिथे आज उभं आहे.

त्यांनी लिबिया, इराक, सोमाली तसंच आखातात अरब भूप्रदेश सोडला तर इतरत्र मुस्लिमांचा वंशविच्छेद केलेला आहे. त्यांनी इराकवर सतत हल्ले चढवले, त्यांच्यावर अनेक बंधने लादली. त्यामुळे इराकमधे महिन्याला पाच हजार मुलं दगावलेली आहेत. ती निष्पाप मुलं शेखला स्वत:चीच मुलं वाटतात, त्यामुळे त्याला अतीव दु:ख होत असतं. असं दु:ख खरं तर आपल्यातल्या प्रत्येकाला वाटलं पाहिजे. प्रेषित म्हणाला होता, ''मुस्लीम राष्ट्र हा एकच देह असल्यासारखा असला पाहिजे. त्या देहातल्या एका अवयवाला जरी दुखापत झाली तरी सगळा देह कळवळून उठला पाहिजे.'' अमेरिका शेखच्या दाराशी आल्याशिवाय तो अमेरिकेला गेला नाही. त्याला अमेरिकेत जाण्याची मुळीच इच्छा नव्हती. तो तिथे गेला ते केवळ स्वत:चं घर ठाकठीक करण्याच्या हेतूनं. आमच्या लोकांवर थोपवण्यात आलेली भ्रष्टाचारी सत्ताधाऱ्यांची सत्ता उलटून टाकून तिथे योग्य व्यक्ती आणणं व पुन्हा धर्मसत्ता प्रस्थापित करणं हा त्याचा उद्देश होता. अल्जेरियात काय झालं ते जरा लक्ष देऊन पहा. आमचा लोकशाहीवर विश्वास नाही, परंतु अरब समाजवादी राष्ट्रवादापेक्षा लोकशाही बरी. दोन वाईट गोष्टींपैकी एक जरा कमी वाईट गोष्ट पत्करण्यासारखं हे आहे आणि तरीही इस्लामी चळवळीनं लोकशाही मार्गाचा अवलंब केला. परंतु त्यातून काय निष्पन्न झालं? ते निवडणुकीत भाग घेण्यासाठी सज्ज झाले, परंतु सरकारनं अमेरिकेच्या पाठिंब्यानं निवडणुकाच रद्द केल्या आणि पक्षालाच बेकायदेशीर ठरवलं. अगदी अशीच गोष्ट टर्कीत सुद्धा घडली. तिथे मवाळ असलेल्या इस्लामिक राफा पक्षाला बेकायदेशीर ठरवण्यात आलं. हे सगळं घडत असताना पश्चिमेचे हे देश मात्र बघ्याची भूमिका घेऊन मूग गिळून बसले होते.

सर्व इस्लामी राष्ट्र एक होऊन त्यांची एकसंध फळी उभी राहिलेली त्यांना बघवणारच नाही. रशियाच्या अस्तित्वापेक्षाही मुस्लीम राष्ट्रं एक होणं त्यांना नको आहे. जनतेची संपत्ती हे लोक त्यांच्याच भूमीवरून लुटताहेत आणि तेवढ्यासाठी अमेरिकनांच्या हातचं बाहुलं बनून राहणाऱ्या नेत्यांना ते सत्तेवर आणताहेत. म्हणजे मग प्रत्येक मुस्लीम राष्ट्र पादाक्रांत करून ताब्यात घेण्याची गरज त्यांना उरणार नाही. सत्तेवर असलेल्या महत्त्वाच्या व्यक्तींकडून त्यांची समजलेली योजना अशी आहे, आर्थिक तसंच सैनिकीदृष्ट्या मुस्लीम भूमी आपल्या कब्जात घेऊन तिला आपलं अंकित बनवायचं आणि असं घडवून आणताना आमच्यातले लाखो जण गेले तरी त्यांना त्याची पर्वा नाहीये.

''उथमान, मी काय म्हणतो ते ऐक...'' मी म्हणालो. ''इथे तो मुद्दा नाहीये. तुला जे म्हणायचंय त्यातल्या बहुतेक गोष्टींशी मी सहमत आहे. परंतु प्रेषितांनी स्त्रिया, लहान मुलं, म्हातारी माणसं, धर्मगुरू आणि सर्वसामान्य निरपराध नागरिक

यांची हेतुपुरस्सर हत्या करण्यासाठी मुस्लीम सैन्यावर बंदी घातलेली आहे. एवढंच नव्हे तर त्यानं झाडं जाळून टाकायलाही मज्जाव केलेला आहे. कोणाचाही छळ करणं, कोणालाही जाळून मारणं, तसंच मेलेल्या शत्रूदेहाची विटंबना करणंही प्रेषितांना मंजूर नाही. युद्धात कैद केलेल्यांनी जर दंड भरला किंवा मुस्लिमांना लिहायला-वाचायला शिकवलं, तर त्यांना मुक्त करायला सांगितलेलं आहे. मानवाच्या इतिहासात सैन्यदलानं काय करावं आणि काय करू नये या संदर्भातले पहिले नियम मुस्लिमांनी तयार केलेले होते यात मला मुळीच शंका वाटत नाही. आक्रमणापासून मुस्लीम भूमीचं रक्षण केलं पाहिजे, याविषयी आपल्यात दुमत नाहीये. तसंच कोणत्याही सैन्यदलानं ही भूमी पादाक्रांत केली असेल, तर ती आपण सोडवून घेतलीच पाहिजे. प्रत्यक्ष अल्लानंच सांगितलंय, जे तुमच्या विरुद्ध युद्ध करतील त्यांच्याशी तुम्ही युद्ध करा. परंतु आपली मर्यादा कधीही उल्लंघू नका. कुराणातील त्या आयतामधे मुस्लिमांना उद्देशून असं म्हटलंय की, युद्धाचे नियम कधीही मोडू नका...!''

''बरं मग, त्या आयताबद्दल काय म्हणणं आहे तुझं?'' त्यानं विचारलं अन् तो पुढे म्हणाला, ''तुझ्याविरुद्ध लढणाऱ्यांनी जर युद्धाच्या नियमांचा भंग केला तर... तर ज्या पद्धतीनं त्यांनी नियम धाब्यावर बसवले, त्याच पद्धतीनं तुम्हालाही तेच करायला हवं.''

''परंतु ती आयता पुढील पद्धतीने संपते... 'अल्लाह्ला घाबरा, जो ईश्वराला घाबरतो त्याला अल्लाह् साथ देतो' '' मी ते वचन उद्धृत केलं, ''आणि उथमान, बायका-मुलांना मारणं हे देवाला घाबरणं नव्हे. जे गुन्हेगार असतात मग ते मुस्लीम असोत वा नसोत, ते आमचे शिक्षक नव्हेत. बोस्नियात घडलं तसं, ते जेव्हा तिथल्या सारखा आमच्या स्त्रियांवर बलात्कार करतात तेव्हा त्याचा बदला म्हणून जशास तसं या न्यायानं आपण त्यांच्या स्त्रियांवर बलात्कार करावा? प्रत्येक वेळी, प्रत्येक कृत्य करण्यापूर्वी आपण म्हणतो, 'दयाघन आणि अत्यंत कनवाळू अल्लाच्या नावानं आम्ही हे करतोय. कुराणत असं म्हटलंय की, प्रत्यक्ष युद्धभूमीवर ठामपणे उभा असलेला अल्लाचा दूत म्हणतो, 'मानवजातीवर दया असू दे!' एवढंच नाहीतर प्रत्यक्ष अल्लानं देखील म्हटलंय, 'त्याच्या रागाच्या प्रकोपापेक्षाही त्याचा दयाळूपणा श्रेष्ठ आहे.' कुराणातल्या आयतांचं सगळंच्या सगळं स्पष्टीकरण मला देता येईल असा माझा मुळीच दावा नाही.''

''हे युद्ध आहे. त्यांनी काही शिशु विहार किंवा तान्ह्या बाळांच्या विहारांवर हल्ला चढवलेला नाही. पहिल्यांदा त्यांनी हल्ला चढवला तो त्यांच्या संरक्षण खात्यावर 'द पेंटॅगॉन'. आमच्या भूमीवर हल्ले कसे व केव्हा करायचे याचे मनसुबे इथे रचले जात असत. त्यानंतर नंबर लागला तो वर्ल्ड ट्रेड सेंटरचा. खरं तर त्यांनी

अमेरिकन अर्थव्यवस्थेचं कंबरडं मोडण्यासाठी हा हल्ला केला. जसा त्यांनी आमच्यावर केला होता आणि व्हाईट हाऊस तर जणू नागाचा फणाच! जरी तो हल्ला यशस्वी झाला नाही, तरी तिथे जाऊन आदळायचा बेत होताच. आमच्या भूमीवर त्यांच्या देशाची कोणती धोरणं राबवली जाताहेत याची कल्पना अमेरिकन नागरिकांना असून सुद्धा त्यांनी या नेत्यांना निवडून दिलं. ते सगळेच काही पूर्णपणे धुतल्या तांदुळासारखे नव्हते.''

''पण तुला हे माहीत आहे का की बहुतेक जण देशाच्या अंतर्गत धोरणांचा फक्त विचार करून मतदान करतात आणि त्याहून महत्त्वाचं म्हणजे, त्यांचं सरकार जे काही करीत असतं त्याच्याशी ते दर वेळी सहमत असतात असं नाही. शिवाय ज्यांनी बुशच्या विरोधात मतदान केलं होतं त्यांचं काय? शेखनं केलेल्या हल्ल्यांमध्ये असा कुठलाच भेदभाव केला गेला नाही.''

''हं! त्यांनी फेकलेले बॉम्ब तरी असा भेदभाव कुठे करतात?''

''हो! मला माहीत आहे.'' मी हे बोलून उथमानची कळ काढली होती. त्यामुळे तो पुढे बोलायला लागला, ''निरपराध आणि अपराधी, पुरुष आणि स्त्री, मूल आणि प्रौढ, माणूस आणि जनावरं यांच्यात फरक केला गेलेला नाही. पण निदान शेखनं एक लक्ष्य निश्चित करून तरी हल्ले चढवले. जेव्हा अमेरिका आमच्या देशावर हजारो मीटर उंचीवरून पंधराशे पौंडाचे बॉम्ब फेकत असे, तेव्हा तुला असं वाटतं का की ते अगदी अचूकपणे लक्ष्यावरच तो टाकतात? लेकरांचे डोळे जातात, त्यांचे पाय तुटतात किंवा अर्धा चेहरा जळून लोंबायला लागलेला असतो. ही लेकरंबाळं त्यांच्या आयांसाठी रडत असतात आणि त्यांच्या आया धाय मोकलून रडतारडता विचारत असतात, 'आमच्या मुला-बाळांनी असा कोणता गुन्हा केलाय की त्यांनी त्यांना अशी शिक्षा करावी.' जे या सगळ्यातून सहीसलामत वाचतात ते म्हणतात, 'जशास तसं झालं.' मेलेल्यांची संख्या फुगवून सांगण्यात त्यांना फुशारकी वाटते. त्यामुळे मी म्हणतो, ११ सप्टेंबरला सुद्धा त्यांनी जे दुःख भोगलं ते जशास तसं या न्यायाचंच होतं. जगातल्या प्रत्येक लहान मुलाला मारण्यात त्या वेळी ते इतके गर्क झालेले होते की एका लहान मुलानं उलटून थप्पड मारताच राक्षस लगेच गडबडला. पुन्हा असंच घडलं तर तो कोसळेलच. त्यांनी जे जे कृत्य केलं त्याचाच दर खेपेला मुस्लिमांनी प्रतिकार केला. मग रशियाविरुद्ध अफगाणिस्तानमध्ये खेळलं गेलेलं अप्रत्यक्ष युद्ध असो किंवा इराक तसंच सोमालियात त्यांनी आक्रमण करताच छेडलं गेलेलं प्रत्यक्ष युद्ध असो. या वेळी पहिली खेळी आम्ही केली. ते आता आमच्या तालावर नाचताहेत.''

''आणि अफगाणिस्तान उद्ध्वस्त करणं हा त्याचाच एक भाग होता का?'' मी विचारलं. ''तुम्ही लष्कराला लक्ष्य केलंत, अगदी अमेरिकेलाही आव्हान दिलंत

तरी ते मी समजू शकतो. कारण बोस्निया, चेचेन्या, पॅलेस्टाईन आणि काश्मीरमधल्या त्यांच्या तैनाती फौजांनी मुस्लीम जगताला सतत त्रस्त केलं आहे. बोस्निया, चेचेन्या, पॅलेस्टाईन आणि काश्मीर मधल्या मुस्लीम जगताला अगोदरच लष्कराच्या तुकड्यांनी त्राही भगवान करून सोडलाय. त्यामुळे तुम्ही लष्कराच्या तळालाच लक्ष्य बनवून हल्ला चढवलात तर ते मी समजू शकतो पण अमेरिकेलाच आव्हान देताय यात काही तथ्य आहेसं मला वाटत नाही. एक धडक मारून तुम्ही जगाचं लक्ष्य दुसरीकडे वळवलंत आणि त्याहून महत्त्वाचं म्हणजे जगाचं मत बदलून टाकलंत पण त्यामुळे या सर्व ठिकाणी चाललेल्या स्वातंत्र्य लढ्याचं मोलच तुम्ही कमी करून टाकलात याचं मुख्य कारण मुस्लीम जगताच्या हिताचं काय आहे याचा निर्णय बिन लादेननं घेऊन टाकला होता आणि आता या सगळ्याची किंमत मात्र आपल्याला मोजावी लागते आहे.

"तू काही अल्-कायदाचा सभासद नाहीस." तो म्हणाला."आणि इथे डांबून ठेवलेले बाकीचे सगळे देखील अल्-कायदाचे सभासद नव्हेत. पण तुम्ही आता हे लक्षात घ्या, तुम्ही इथे आहात ते तुम्हाला मुसलमानांबद्दल कणव वाटते म्हणून, तुम्ही सुद्धा मुसलमानच आहात आणि अमेरिकेनं तर इस्लामच्या विरोधात युद्ध पुकारलंय. या सगळ्याला अमेरिकन्सच जबाबदार आहेत." आपले हात दोन्ही बाजूंच्या विभागांकडे पसरत तो म्हणाला.

"मुसलमानांच्या हितार्थ काम करण्यासाठी शेख अबू अब्दुल्लाहनं (ओसामा-बिन-लादेन) व्यक्तिगत जीवनात खूप त्याग केलाय. अफगाणिस्तानातल्या जिहादच्या बाबतीत त्याच्या प्रामाणिकपणा संशयातीत आहे. रशियनांविरुद्ध स्वत: लढताना त्यानं आपली विलासी राहणी सोडून दिली. तो त्या वेळी खंदकात झोपत असे. सुका पाव आणि चहा घेऊन दिवस कंठत असे. गुहेत तसंच डोंगरदऱ्यांत राहत असे, त्यानं त्याची संपत्ती गोर-गरिबांना वाटून टाकली तसंच ती मुजाहिदिनांनाही दिली. मला अशा एकातरी पश्चिमी किंवा पौर्वात्य नेत्याचं उदाहरण सांग. हे बहुसंख्य नेते त्यांच्या खास संरक्षणाशिवाय उघड्यावर यायला सुद्धा घाबरतात. कारण त्यांचेच लोक त्यांना ठार मारतील अशी त्यांना भीती वाटते."

"किंवा तुमचा गट त्यांना ठार करील अशी त्यांना भीती वाटते."

"आम्ही अगदी सामान्य, आम जनतेपैकीच एक आहोत."

अमेरिका आणि ११ सप्टेंबरचा हल्ला या विषयावर उथमानबरोबर आमचं कधीच पटलं नाही. बिन लादेनबद्दल मला जेवढी माहिती होती, त्यापेक्षा कितीतरी जास्त माहिती फिरोजला होती. शिवाय ११ सप्टेंबरचा हल्ला झाल्यानंतर ताबडतोब सौदी अरेबियाच्या ज्या लोकांनी अमेरिका सोडली त्यांच्याबद्दलही त्याला माहिती होती. तसंच बुश आणि त्याच्या आजूबाजूचे लोक या सगळ्यांना असा हल्ला

होणार या संबंधी माहिती होती तरीही त्यांनी तो हल्ला रोखण्यासाठी काहीही केलं नाही. त्यामुळे प्रत्यक्ष नसले तरी अप्रत्यक्षरित्या या कटात त्यांची साथ होती या सिद्धांतावर फिरोजचा विश्वास होता. कटात बुश आणि बिन लादेन यांचा परस्परसंबंध आहे याबाबत तो ठाम होता. ''काहीही पुरावा नसताना शेखवर तुम्ही असे आरोप करूच कसे शकता, मला समजत नाही, तसा मी त्याला चांगला ओळखतो. त्याचं ध्येय अन् त्याची असलेली बांधिलकी याविषयी शंका घ्यायचं मुळीच कारण नाही.''

२००१ मधे काही स्थानिक अफगाणी लोकांनी त्याला पकडून अमेरिकन्सच्या ताब्यात दिलं होतं. फिरोज अफगाणिस्तानातच पकडला गेला होता. मी पहारेकऱ्यांकडून असं ऐकलं होतं की, फिरोजनं स्वत: कबुलीजबाब लिहून दिला होता. त्यात त्यानं तो अल्-कायदाचा क्रियाशील सभासद असल्याचं म्हटलं होतं. त्याला अतिशय उत्तम प्रशिक्षण देण्यात आलं होतं व तो विशेष पथकात सामील झालेला होता. या पथकानं युद्ध आघाडीवर संयुक्त फौजांबरोबरच्या लढाईत भाग घेतलेला होता. त्यानंतर तो कंदाहारला परत गेल्याचं अमेरिकनांचं म्हणणं होतं. परंतु फिरोजनं मात्र त्याचा कबुलीजबाब लिहून देण्याच्या घटनेबद्दल अंगावर शहारे आणणारी अशी भयंकर हकिकत सांगितली. अमेरिकन सैन्यदलातल्या वैद्यकीय अधिकाऱ्यानं दिलेल्या गुंगीच्या औषधाच्या अमलाखाली असताना त्यानं तो कबुलीजबाब लिहिलेला होता. खरं तर अमेरिकेविरुद्धच्या किंवा संयुक्त फौजांविरुद्धच्या कुठल्याही कृत्यात तो कधीच सहभागी झालेला नव्हता. मी कोणालाही तो कसा पकडला गेला हे कधीही विचारलं नव्हतं, त्याचप्रमाणे फिरोज कोणत्या परिस्थितीत त्यांच्या हाती पडला ते मी विचारलं नाही. परंतु माझ्या मनात येत राहिलं (काही वेळा हा माणूस अल्-कायदाचा सभासद आहे यावर माझा विश्वासच बसत नसे.) यानं चुकीच्या ठिकाणी सभासदत्व स्वीकारलं होतं.

उथमानबरोबर माझ्या मदतीशिवाय फिरोजला संभाषण करणं शक्य होत नसे, कारण त्याचं स्वत:चं अरेबिक तितकंसं चांगलं नव्हतं. त्यांच्या संभाषणात दुभाष्या म्हणून काम करताना माझी पंचाईत होत असे आणि त्यामुळेच त्यांच्यातला वादविवाद विकोपाला गेला की, मी दुभाष्या म्हणून काम करणार नाही असं त्यांना स्पष्ट सांगत असे. अनेक वेळा ते बोलत असत, त्या बाबतीत माझी स्वत:चीही काही मतं असत, त्यामुळे पूर्णपणे वस्तुनिष्ठ राहून भाषांतर करून ते त्या दोघांना सांगणं मला जमत नसे आणि मग मी त्याला नकारच देई.

उथमान आणि हिक्समधले संबंध गैरसमजामुळे पारच बिघडून गेले होते. उथमानजवळ बुद्धिमत्ता होती, ज्ञान होतं आणि थोडंफार शहाणपणही होतं म्हणूनच की काय, कधीकधी तो आडमुठेपणानं वागे. ज्यांनी इस्लाम धर्माचा त्याग केलेला आहे, त्यांचं पुढे काय होणार हे बोलून दाखवण्याची कधीकधी त्याला फार उबळ येत

असे. हा उल्लेख हिक्ससाठी असल्याने त्यांच्यातलं वितुष्ट विकोपाला गेलं होतं.

हिक्सनं अमेरिकन्सबरोबर सौदा केल्याच्या अफवा आधीच उठलेल्या होत्या. पण याविषयी उथमान कधी वेडंवाकडं बोलला नाही. एकदा तो म्हणाला, "पहारेकऱ्यांनी पसरवलेल्या बातम्यांवर अवलंबून राहून, मी कोणत्याही माणसाविषयीचं माझं मत बनवत नसतो. सगळ्यात पहिली गोष्ट म्हणजे ऐकीव गोष्टींवर कधीही विश्वास ठेवायचा नाही. परंतु मी आता असं म्हणू शकतो की आम्ही सगळे या जागेत दाऊद (डेविड) बरोबर सात-आठ आठवडे एकत्र होतो. रमजानच्या महिन्यात त्यानं आमच्याबरोबर एकदाही प्रार्थना केली नाही, तसंच तो आमच्याबरोबर उपवाससुद्धा करीत नव्हता. त्यानं रमजानची सांगता करणारी ईदसुद्धा आमच्याबरोबर साजरी केली नाही. इस्लाम धर्मानं सांगितलेल्या कुठल्याही कर्मकांडात तो कधीही सहभागी झाला नाही."

त्यांच्यातल्या दुराव्याचं मुख्य कारण हे होतं की, उथमान हिक्सला नीटसं ओळखत नव्हता. शिवाय त्यांच्यात संभाषण करताना भाषेचीही अडचण होतीच, कारण उथमानला जरी मी बोललेलं समजत होतं तरी हिक्सचे ऑस्ट्रेलियन उच्चार समजत नसत.

मी इतर कोणाहीपेक्षा हिक्सशी जास्त वेळा बोलत होतो. एको शिबिरात तो जेवढा एकटा पडला नव्हता तेवढा तो इथे जास्तच एकटा पडला होता. अर्थात यात काहीच आश्चर्य नव्हतं, कारण तिथे असताना तो तिथल्या पहारेकऱ्यांशी त्यांच्या आवडीच्या, मोटरबाइक्स, मद्यपान आणि टंच पोरी या विषयांवर गप्पा मारत असे आणि आता इथे त्याच्याशी बोलायला आम्ही पाचच फक्त होतो. फिरोज नेहमीच अगदी गप्प गप्प असे, सलीमला खरं तर हास्यविनोद करायला खूप आवडायचं; पण तो सुद्धा तसा गप्पच असे आणि मग तिथे उरला फक्त अतिशय हळुवार बोलणारा सुदानी मोहम्मद सालेह. त्यानं कधी तोंड उघडलंच तर त्याचं बोलणं समजून घेणं हा एक द्राविडी प्राणायमच असे. आमचा इथला नेता उथमान असणं हे अत्यंत स्वाभाविक होतं, तो अतिशय बुद्धिमान होता, शिवाय त्याचं व्यक्तिमत्त्वही बहुआयामी होतं. त्याच्यापुढे सालेह निष्प्रभ ठरत असे. उथमान जरी नेहमीच माझ्याशी बोलत नसला, तरी आमच्या विभागातल्या कोणाशी ना कोणाशी तरी अखंडपणे बोलत असेच. लोक देखील त्याला इस्लाम धर्मातले कायदे आणि त्या मागच्या तत्त्वांविषयी नेहमीच काही ना काही प्रश्न विचारत राहात. कधी इतिहास, राजकारण, इंजिनिअरिंग, तेल उद्योग या संदर्भात प्रश्न विचारत, तर कधी आकाशस्थ ग्रहांच्या हालचालीसंबंधी बोलणं निघे.

धार्मिकबाबतीत असलेल्या मतभेदांबद्दल मी आणि उथमान बरेचदा बोलत होतो. आम्ही अनेक विषयांवर चर्चा केली. जसं की इस्लाममधे अहलुल किताब (पीपल ऑफ द बुक : ज्यू ॲण्ड ख्रिश्चन) यांची तुलना ईश्वराचे अनेक अवतार

आहेत असं मानणाऱ्यांशी किंवा मुल्हीदीन म्हणजेच ईश्वर एकच आहे असं मानणाऱ्यांशी केली जाते. त्यांच्याशी मुसलमानांनी कसं वागावं, तसंच त्यांचं नेमकं स्थान काय असतं? इस्लामी श्रद्धेनुसार ते सगळेच्या सगळे स्वर्गात जातात की नरकात? आणि ते तसं जाण्याला पुरावा काय आहे? या संदर्भात आमच्यात चर्चा होत तसंच वादविवाद होई. अनेक वेळा माझ्या अपेक्षेपेक्षा तो जास्तच मोकळेपणे बोले.

आरमार विभागातून आलेल्यांपैकी काही जण एकदा त्याला जेरबंद करत असताना त्यांच्यापैकी एकानं त्याला जोरात ओढलं आणि बेड्या फारच घट्ट बांधल्या. उथमाननं त्याला त्या जरा सैल करायला सांगितलं तेव्हा त्यानं ते ऐकलं नाही. उथमाननं त्याच्याकडे एकदा पाहिलं अन् मग त्याच्या त्या खास अरेबिक इंग्लिश शैलीत तो म्हणाला, "११ सप्टेंबरला जे घडलं त्या वेळी तुमची ही सगळी सुरक्षा कुठे गेली होती?" उथमान त्या पहारेकऱ्याच्या डोळ्याला डोळा भिडवून उभा होता आणि मग एकदम म्हणाला, "तुमच्या एवढ्या मोठ्या ताकदवान संरक्षण मंत्रालयावर छोटासा हल्ला झाला तेव्हा ते स्वतःचं संरक्षण करू शकले नाहीत." उथमाननं त्यांच्या वर्मावर ज्या पद्धतीनं बोट ठेवलं ते बघून मी थक्कच झालो. पण त्यानं बाकी काहीही त्रास दिलेला नव्हता आणि पहारेकऱ्यांशी तो चांगलं जमवून घेत असे. उथमानचा आत्मविश्वास जबर होता आणि मला वाटतं त्यामुळेच इथल्या काही सैनिकांना त्याच्याबद्दल भीतियुक्त आदर होता. त्या मागचं आणखीही एक कारण असं होतं की, त्यानं जे कृत्य केलं होतं त्याची त्याला अजिबात लाज वाटत नसे. शिवाय त्याचे विचार तो स्पष्टपणे बोलून दाखवी.

उथमानजवळ आणखी एक गुण होता तो म्हणजे स्वप्नांचा अर्थ लावण्याचा. इथल्या संपूर्ण भागात या स्वप्नांचा अर्थ लावणारा असा तो एकटाच होता. रोजच्या रोज, कधीकधी तर अगदी रात्रीसुद्धा कोणी ना कोणी त्यांना पडलेल्या विचित्र स्वप्नांचा अर्थ विचारत असे. सुरुवातीला मला ते सगळं ऐकण्यात बराच रस होता, पण पुढे मात्र माझा त्या गोष्टींमधला रस संपला आणि मला एकूणच त्या प्रकाराची घृणा वाटायला लागली. फिरोजला देखील तसंच वाटायला लागलं होतं. तो मला म्हणत असे, "काही अरब सतत स्वप्नंच बघत असतात." माझ्या उभ्या आयुष्यात मला फक्त दोन स्वप्नं पडली, ती पक्की लक्षात ठेवण्याजोगी होती. माझ्या या कथनात मी त्यांचा उल्लेख केलेला आहे. पण माझ्या आसपासच्या लोकांना नेहमी फार मजेशीर स्वप्नं पडत असत. माझ्या असं लक्षात आलं होतं की स्वप्नांचा अर्थ लावताना उथमान फार दक्ष असे. काही लोक इतरांबद्दल स्वप्नावर आधारित मत तयार करतात, निर्णय देतात. तो अमकातमका अमेरिकेचा हस्तक आहे असं मत ते त्यांच्या स्वप्नावरून देत. मी असं ऐकलं की, उथमाननं त्यांना ते सगळं बंद करायला सांगितलं. कारण तो सगळाच मूर्खपणा होता. इतर स्वप्नांचा अर्थ एकतर

सुचिन्ह नाहीतर अपशकुन असा उथमान तरी लावी.

या सगळ्या भंकसगिरीला कंटाळून एक दिवस मी उथमानला म्हणालो, "उथमान, तुला नेमकी अडचण काय आहे किंवा नेमका प्रश्न काय आहे ते कळलंय का?"

"काय म्हणतोय तू, कसला प्रश्न?"

"लोकांना इतकी स्वप्नं का पडतात ते तुला माहीत आहे का?"

"नाही बुवा, खरंच इतकी स्वप्नं का पडत असतील?"

"कारण ते खूप झोपतात."

"नाहीऽ नाहीऽ तसं नाहीये." उथमान अतिशय गंभीरपणे म्हणाला आणि मग तो पुढे असंही म्हणाला की, "या परिस्थितीत लोकांना काही गोष्टी बघाव्याशा वाटतात, त्या संबंधीचे विचार त्यांच्या सुप्त मनात येत राहतात."

हिक्सला काही जोरदार स्वप्नं पडलेली होती आणि उथमाननं त्यांचा अर्थ लावावा अशी त्याची इच्छा होती. त्यामुळे मी पुन्हा एकदा दुभाष्या बनलो. त्याच्या अनेक स्वप्नांपैकी एका स्वप्नात त्यानं एका देखण्या बाईला पाहिलं. ती बाई बुरख्यात होती. त्याला ती बाई प्रचंड आवडली अन् त्याचं स्वप्न संपलं. दुसऱ्या एका स्वप्नात त्यानं भूमीतून तयार होऊन वर येणारी मूर्ती पाहिली. तो त्या मूर्तीमागोमाग गेला अन् त्यानं अरेबिकमधे तिथे प्रार्थना म्हटली आणि त्यानंतर ती मूर्ती भंग पावली. उथमाननं त्या स्वप्नाचा अर्थ असा लावला की, हे एक सुचिन्ह आहे. हिक्स इस्लाममधे परत येणार.

त्या दिवसांत तिथे आपसात एवढं बोलणं चालत असे की हिक्स, किंवा इतर कोणालाही उथमानशी बोलायचं म्हटलं तर त्याला दिवसभर ताटकळत राहावं लागत असे.

सलीम स्वत:च्या बाबतीतलं त्यानं लिहून ठेवलेलं मोठ्यांदा वाचून दाखवत असे. बरेचदा इतरांसाठी मी ते भाषांतरित करीत असे. एका अतिशय महत्त्वाच्या खटल्यात अमेरिकन जिल्हा न्यायालयातच सी.एस.आर.टी.लाच अकार्यक्षम ठरविल्यामुळे ते तो खटला चालवू शकत नव्हते. या व्यतिरिक्त न्यायालयानं असंही म्हटलं होतं की, जिनिव्हा परंपरेनुसार आमच्याबाबतीत सुनावणी झाल्या शिवाय आमचं नेमकं स्थान ठरवलं जाऊ नये आणि आम्हाला सगळ्यांना युद्ध कैदी मानण्यात यावं. युद्ध कैद्यांना नेमका कोणता दर्जा असतो ते आम्हाला सगळ्यांना माहीत होतं. ते आमची चौकशी करू शकत नाहीत, ते ज्या तऱ्हेनं राहात असतात त्याच तऱ्हेनं आम्हीही राहू शकतो, आम्हाला पत्र मिळणं आणि त्या अनुषंगानं येणाऱ्या सगळ्या गोष्टी नियमितपणे मिळायला हव्यात. आम्हाला कुंपणाआड टाकलं असलं तरीही आम्ही चांगलं आयुष्य जगू शकतो. हमदानच्या खटल्यात तो

तसा निकाल लागल्यानंतर त्याला पापा छावणीतून हलवण्यात आलं आणि त्यानंतर त्याला मी कधीही पाहिलं नाही. आम्हाला असं सांगण्यात आलं की, हमदान आता त्याचे नेहमीचे कपडे वापरू शकतो. हे कपडे त्याला त्याच्या कुटुंबानं पाठविले होते. कागदोपत्री फक्त तो युद्ध कैदी होता पण प्रत्यक्षात मात्र तो ग्वांटानामोतला एक सामान्य कैदी होता. त्याला फक्त त्याचे रोजचे कपडे घालायची परवानगी मिळालेली होती.

एक दिवस असं काहीतरी घडलं की त्यामुळे हिक्स व उथमानमधे दरी निर्माण झाली. माझा दुभाष्या म्हणून वापर करून त्यानं त्याच्या मनातलं सगळं भडभडा सांगून टाकलं. तो जे म्हणाला ते खरोखरच फार त्रासदायक होतं. तो म्हणाला, "हिक्सला सांग की आम्ही प्रार्थना करतो, उपवास करतो या पवित्र रमजान महिन्यात. तसंच या पवित्र महिन्यात आम्ही सतत अल्लाची आळवणी करीत असतो. त्याची करुणा भाकत असतो. या काळात त्यानं मात्र तो मुसलमान असल्यासारखं आमच्या सोबतीनं काहीही केलेलं नाही." अशा तऱ्हेनं उथमानचा हल्ला होणार हे मला वाटतं हिक्सला माहीत होतं.

त्या दोघांतला बेबनाव पराकोटीला पोहोचायचा. कारण आता उथमाननं ठरवलं होतं की हिक्सला जाहीररीत्या वाळीत टाकायचं. मला ही गोष्ट मुळीच मान्य नव्हती. उथमानचं म्हणणं असं होतं की, ज्यानं कधीही प्रार्थना केली नाही किंबहुना प्रार्थना करणं सोडूनच दिलंय, ज्या माणसाला इस्लाम धर्मातलं कुठलंच कर्मकांड करायचं नाही, असा माणूस मुसलमान समाजातून बहिष्कृत झालाच पाहिजे. असं करण्यासाठी त्याच्याकडे कुराणामधले अनेक दाखले होते. तसंच प्रेषितांनी जे म्हणून ठेवलं होतं तेही त्याला तोंडपाठ होतं. त्याशिवाय इस्लामी धर्माच्या अभ्यासकांची मतं सुद्धा पुराव्यादाखल तो सांगू शकत होता. त्यानं हे सगळं हिक्सच्या तोंडावर सांगितलं आणि मग त्यानं त्याचं म्हणणं बाकीच्या सगळ्या विभागांना कळवलं. तो सगळ्यांना उद्देशून म्हणाला, "तुम्हा सगळ्यांना आमच्यात जे घडलं ते समजलंच पाहिजे. दाऊदशी मी बोलण्याचा प्रयत्न केला आणि अशा निर्णयाला आलो की, हा इसम आता आपला भाऊ उरलेला नाही... आणि मी इतकं बोलूनसवरूनसुद्धा त्यानं काहीही प्रतिसाद दिला नाही... अल्लाकडे क्षमायाचना करण्यासाठी इथे प्रार्थना होऊन सुद्धा त्यानं काडीचाही प्रतिसाद दिला नाही... प्रार्थना करणं नाही की उपवास करणं नाही. त्याच्या या वागणुकीमुळे माझी अशी खात्रीच पटलीय की, तो अमेरिकन्सच्या बाजूचा जास्त आहे. अल्लासमोर घडलेल्या या सगळ्या गोष्टींचा मी साक्षीदार आहे. यापुढे मी त्याला कुठलाही प्रतिसाद देणार नाही. मी त्याच्याशी साधं बोलणंच काय, पण सलाम, दुवा काहीही करणार नाही."

या सगळ्याचा हिक्सवर जबरदस्त परिणाम झाला. हे सगळं त्याच्यासाठी

अतिशय त्रासाचं होतं. कारण रोजच सकाळी एकमेकांसाठी म्हटले जाणारे, 'सलाम', 'हनिआन मरिआन' किंवा 'कैफा-हालुका' यापुढे त्याच्यासाठी कोणीही म्हणणार नव्हतं.

मी उथमानला म्हणालो सुद्धा, "तू हे जे काही केलंस त्याची तुला काही कल्पना आहे का? हे असं काही करण्यापेक्षा त्याच्याशी चर्चा करून तुला त्याला समजावता आलं असतं. या सगळ्याला कितीही वेळ लागला असता तरी चाललं असतं. शिवाय त्यानंतरही त्यानं काहीच मानलं नसतं तर त्याला त्याचा निर्णय घेण्याचं स्वातंत्र्य होतंच. त्यानं मुस्लीम राहायचं नाही असं ठरवलं तर तो त्याचा संपूर्णपणे व्यक्तिगत निर्णय मानायला हवा. पण तुझ्या या अशा वागणुकीमुळे तो आता कायमचा दुरावलाय."

माझ्या असंही लक्षात आलं की, उथमानच्या मनात त्याचं मुसलमान नसणं एवढाच मुद्दा नव्हता. त्याला असा संशय वाटत होता की, ते हिक्सचा उपयोग करून घेताहेत किंवा हिक्स जाणीवपूर्वक अमेरिकेसाठी माहितीची देवाणघेवाण करतोय. त्याचीच खरं तर उथमानला चिंता होती.

हिक्सचं समर्थन उथमानच्या कानी घालताना मी त्याला म्हटलं, "अमेरिकनांकडून त्याला एक प्रस्ताव आलाय, की त्याने जर त्यांच्या बाजूने कबुलीजबाब दिला तर त्याला इथे वीस वर्षं राहावं लागेल. पण मग वाटाघाटीत हा काळ आठ वर्षांपर्यंत कमी करण्यात आला आणि आता तर तो प्रस्ताव त्याने मान्य करावा म्हणून ते इतके हातघाईवर आलेत की, त्यानं ती कालमर्यादा दोन वर्षांपर्यंत कमी केलीय. एवढंच नव्हे तर ती दोन वर्षं त्याने ऑस्ट्रेलियातल्या तुरुंगात काढली तरी त्यांना चालणार आहे. परंतु त्यानंतर त्याने हेही स्पष्ट केलं होतं की, तो चुकूनसुद्धा सरकारी साक्षीदार बनणार नाही, कारण त्यानं कधीही गुन्हा घडताना पाहिलेलाच नाही." त्या दोघांत समेट घडवून आणण्याचा मी अनेकदा प्रयत्न केला. मी हिक्सला म्हणालो, "हे बघ, इस्लाम धर्माचा स्वीकार जर तू आपल्या मनानं केलायस, तर आत्ता अत्यंत कठीण परिस्थितीतून आपण जात आहोत म्हणून तू त्याचा त्याग करू नकोस. तू जर आत्ताच्या परिस्थितीत इस्लामचा त्याग केलास तर त्याचा अर्थ तू अत्यंत कमकुवत मनानंच त्याचा स्वीकारही केला होतास असाच होतो. आम्हा सगळ्यांनाच कधी ना कधी अत्यंत डळमळीत वाटलेलं आहे."

फिरोजनं हिक्सशी अवांतर विषयांवर बोलण्याचा प्रयत्न केला, कारण आम्हाला त्याला एकाकी पडू द्यायचं नव्हतं. तो हिक्सला म्हणाला, "तुझा धर्माबद्दलचा निर्णय काहीही असला तरीही मी कायमच तुझ्याशी बोलणार आहे. आपल्या सगळ्यांनाच मदतीची गरज आहे." अशा तऱ्हेनं त्यांच्यात संवाद सुरू झाला.

डेल्टा छावणीत इतरत्र जे काही चाललेलं होतं त्यापेक्षा पापा विभागात आपापसात होणारी हृद्य संभाषणं आणि तेवढंच आपुलकीचं नातं काही वेगळंच

होतं. रोमिओ छावणीतल्या घडामोडी कानी पडत होत्या. तिथे डांबून ठेवलेल्या काही लोकांनी चौकशी अधिकाऱ्यांशी सहकार्य करायला साफ नकार दिला होता. इथे काही मंडळी अशी होती की, त्यांनी त्यांची नावं सुद्धा अमेरिकन्सना सांगितली नाही. या मंडळींचं मनोधैर्य खच्ची करण्याचे अमेरिकन्सनी सर्वतोपरी प्रयत्न केले. या लोकांना त्यांच्या कोठडीत एकही वस्तू न ठेवण्याची शिक्षा देण्यात आली. त्यांच्याजवळ कोठडीत ठेवण्यात आलं होतं ते फक्त प्रार्थनेच्या वेळी अंथरायचं आसन आणि पँटचे दोन जोड. दात घासायचा ब्रश, पेस्ट, टॉयलेट पेपर, साबण, कागद, पुस्तकं यापैकी काहीही कोठडीत ठेवण्यात आलं नव्हतं. त्यांच्याकडे कुराणाची प्रत तरी होती किंवा नाही याबद्दल मला शंकाच होती. त्यांच्या या अवस्थेबद्दल ऐकून खूप वाईट वाटत होतं. उथमाननं मला एकदा अशी हकिकत सांगितली की, त्यांच्यातल्या एकाला तर इस्त्राइलच्या राष्ट्रध्वजात लपेटण्यात आलं आणि मग एका स्त्री अधिकाऱ्यासमोर त्याला लोटांगण घालायला लावण्यात आलं. मोहम्मद-अल्-कहतानी[१] याच्यासाठी प्रार्थना करण्यासाठी म्हणून सार्वत्रिक इशारा देण्यात आला. हा सौदी अरेबियाचा होता आणि आम्हाला असं समजलं की, त्याच्यावर अत्यंत क्रूरपणे हल्ला चढवण्यात आला होता. त्या वेळी मिळालेल्या माहितीची गोळाबेरीज करण्याच्या मूडमधे मी नव्हतो.

एकदा मी कुंपणापलीकडच्या एका पॅलेस्टिनी[२†] माणसाशी बोललो. साठीच्या आसपास असलेल्या या विवाहित पुरुषाला बरीच मुलं होती. आमच्यामधे अनेक पिंजरे होते तरीही आम्ही एकमेकांशी ओरडून बोललो. मी त्याला ओरडून सांगितलं की माझी बायकोसुद्धा पॅलेस्टिनियनच आहे. या माझ्या बोलण्यावर त्याचा प्रतिसादही पॅलेस्टिनियन शैलीतलाच होता. तो ओरडून म्हणाला, "अरे व्वा! म्हणजे तू तर अगदी घरचाच आहेस की! आम्ही जॉर्डनमधे राहतो, तुला खरं तर आमच्या घरी यायलाच हवं. पण एक सांगतो, जेव्हा आम्हाला आमची भूमी परत मिळेल तेव्हा तू तिथे आमच्या खऱ्या घरी यायलाच हवंस." त्याचं ते बोलणं ऐकल्यावर माझ्या लक्षात आलं की, दोन वर्षांपूर्वी बाग्राममधे याची नि माझी भेट झालेली होती.

माझं इथलं जग हे असं होतं. जे प्रत्यक्ष दिसत नाहीत त्यांच्याशी हृद्य संभाषण होई. बाग्राममधे असताना असंच संभाषण एका इराणी माणसाशी झालेलं होतं. सरतेशेवटी, एकाच श्रद्धेने बांधल्या गेलेल्या समूहात मी येऊन पोहोचलो होतो. एकांतवासात माझ्या सहनशीलतेची जणू परीक्षाच घेतली गेली. पण इथे आल्यापासून मला अशी काही माणसं भेटली की त्यांनी त्यांच्या आयुष्यात अनुभवलेल्या गोष्टी

---

१. ११ सप्टेंबरला विमान अपहरण करणाऱ्यांपैकी एक, तो विसाव्या क्रमांकावर होता.
२. † खालीद अल–अस्मार, ५ ऑगस्ट २००५ ला याची सुटका झाली.

ऐकल्यावर मला वाटलं, यांची सहनशीलता आणि त्यांनी दाखवलेली स्थिर वृत्ती यापासून मला बरंच काही शिकण्यासारखं आहे.

आमच्या शेजारच्या रोमिओ विभागातल्या मंडळींना वारंवार शिक्षा होत असे, काही मंडळी तिथे दीर्घ काळ राहिलेली होती. रशीद अल्-जॉफ्री हा त्यांच्यापैकीच एक. सौदी अरेबियातील उत्तरेकडून तो आलेला होता. बाग्राममधे एका म्हाताऱ्या पॅलस्टिनीबरोबर मी त्याला पाहिलेलं होतं. मला अगदी पहिल्यांदा ज्या कोठडीत ठेवलेलं होतं, त्या कोठडीच्या शेजारच्या कोठडीत रिचर्ड बेल्मरला ठेवलेलं होतं. त्या कोठडीत त्या दोघांनाही ठेवलेलं होतं. रशिद कसा दिसतो ते मला अंधूक आठवत होतं आणि आमच्यात जेव्हा संभाषण सुरू झालं तेव्हा त्याचा चेहरा डोळ्यांसमोर आणायचा मी प्रयत्न करू लागलो. तो बाग्राममधल्या कालखंडाविषयी बोलू लागला आणि त्यानं माझ्याकडून काही गोष्टींची खात्री पटवून घेतली. त्यानं मला विचारलं, "मे महिन्यात त्यांनी चौकशीसाठी म्हणून वरच्या मजल्यावर नेलं होतं ते आठवतंय का?"

"हो, नक्की आठवतंय."

"त्या वेळी आम्हाला किंकाळ्या ऐकू आल्या होत्या."

"हो, मला ते माहीत आहे."

"तुला माहीत आहे? आम्हाला अशी शंका आली होती की, ती तुझी बायको असावी, म्हणून आम्ही सगळे तुझ्यासाठी प्रार्थना करीत होतो."

माझ्या अत्यंत कठीण काळात त्यांची साथसंगत मला मिळाली होती. त्यांनी मनापासून माझ्यासाठी काहीतरी करण्याचा प्रयत्न केला होता हे ऐकून माझं मन हेलावलं. बाग्राममध्ये आपापसात चालणाऱ्या आमच्यातल्या हलक्या कुजबुजीच्या स्वरूपातल्या संभाषणामुळे माहीत झालं होतं. मी माझ्या कुटुंबाच्या खुशालीसंबंधी काही समजावं म्हणून अत्यंत अधीर झालोय. त्या किंकाळ्या कानी पडल्यावर त्यांच्या मनात त्यामुळेच सर्वांत भीतिदायक आणि टोकाचा वाईट विचार आला होता. जसा त्या वेळी माझ्या मनात डोकावून गेला होता, तसा विचार त्यांच्याही मनात तेव्हा डोकावला असेल, असं माझ्या कधी मनातही आलं नाही.[३]

---

३. जुलै २००५ ला बाग्राममधून ५ कैदी पळाले. अरेबिक दूरदर्शन वाहिनीला मुलाखत देताना या पैकी एक अल अराबिया यानं स्त्री कैदी क्रमांक ६५० विषयी सांगितलं. तो म्हणाला, 'बाग्राममधे तिला २ वर्षांहून जास्त काळ डांबून ठेवलं होतं. या काळात सतत चालणाऱ्या चौकशा, होणारा छळ आणि एकांतवासात राहावं लागणं यामुळे शेवटी ती आपलं मानसिक संतुलन हरवून बसली. त्यावेळी अन्नत्याग करून अनेक कैद्यांनी या गोष्टींचा निषेध केला. आम्ही तिथून पळ काढण्यासाठी काही आठवडे तिला तिथून हालवण्यात आलं होतं.

रशिदच्या संदर्भात घडलेली एक घटना मी ऐकली होती. ती ऐकल्यापासून मी भयंकर अस्वस्थ झालो होतो. रोमिओ विभागातल्या कैद्यांजवळ इथे आमच्याजवळ जशा चादरी होत्या तशा चादरी नव्हत्या. त्यांचा उपयोग विशेषत: संडासला जाताना आडोसा म्हणून आम्ही करीत होतो. या असल्या गोष्टी त्यांना पहारेकऱ्यांसमोर तसंच इतरांसमोरही कराव्या लागत असत. ही गोष्टच अत्यंत घृणास्पद होती.

संडासला जाऊन आल्यावर हात धुण्यासाठी म्हणून रशीदनं एकदा साबणाची वडी मागितली. हात धुऊन झाल्यावर त्यानं ती वडी ताबडतोब परत देणं अपेक्षित होतं; पण त्याला परत हात धुवायचे होते म्हणून मग त्यानं ठरवलं की, वडी लगेच परत द्यायचीच नाही. त्यानंतर पहारेकऱ्यांनी असं ठरवलं की, आय.आर.एफ. च्या लोकांना बोलवायचं.

या लोकांबद्दल याआधीही मी बरंच काही ऐकलं होतं. पहारेकरी मला नेहमी त्यांचा धाक दाखवित असत. कधी विनोदानं तर कधी गंभीरपणे त्या लोकांचं नाव निघेच. सुरुवातीला तर आय.आर.एफ.ची माणसं बराकीत शिरतानाच मिरपुडीचा वर्षाव करत आत घुसत. पाच ते सहा पहारेकऱ्यांना घेऊन ते येत आणि एकदा ते आले की व्हिडिओ शूटिंग होईच. आय.आर.एफ.च्या पथकाविषयी मला पुरेशी कल्पना होती. कारण पापा विभागातून आणि मुख्य तुरुंगातून जेव्हा मला बाहेर काढलं जाई, तेव्हा सगळे विभाग ओलांडून मुख्य दाराकडे जाताना दंगल रोखण्यासाठी आवश्यक त्या सर्व गोष्टी तिथे साठवून ठेवलेल्या मी पाहिलेल्या होत्या. तिथे शिरस्त्राणं होती, छाती-संरक्षक आवरणे, पाय, घोटे यांना दुखापत होऊ नये म्हणून घालायची संरक्षक आवरणं होती. शिवाय मोठमोठ्या आकाराच्या संरक्षक ढालीसुद्धा होत्या. या वस्तूंचा तो साठा बघूनच धडकी भरत असे. प्रत्यक्ष वापरात तर त्या भयंकर परिणाम करणाऱ्याच होत्या. पहिल्यांदा कानी पडे तो धातूच्या जमिनीवरून एकसाथ चालताना येणारा त्यांच्या बुटांचा खाडखाड आवाज आणि मग त्या पाठी येणारा या आवाजाचा प्रतिध्वनी संपूर्ण विभाग दणाणून टाकी.

आय.आर.एफ.चे लोक आले नि दाणऽ दाणऽऽ बूट वाजवत थेट रशीदच्या कोठडीकडे गेले. त्या आवाजातच त्या विभागातल्या लोकांच्या छातीत धडकी भरली. पुढे काय घडणार या भीतीनं आजूबाजूच्या लोकांनी फोडलेल्या किंकाळ्या माझ्या कानी पडल्या. मधल्या काळात कैद्यांना घाबरवून टाकणं थांबवण्यात आलेलं होतं. पहारेकऱ्यांशी चांगले संबंध प्रस्थापित झाले होते. इतक्या वेळात पहारेकरी ही काय चीज असते ते आम्हाला माहीत झालं होतं. सगळ्याच कैद्यांनी मिळून मग ठरवून टाकलं की, या नव्यानं रुजू झालेल्या पहारेकऱ्यांना सळो की पळो करून सोडायचं.

पहारेकऱ्यांनी रशीदची कोठडी उघडली आणि ते त्याच्यावर चाल करून गेले आणि ते रशीदवर त्यानं खाली झुकावं म्हणून ओरडले. त्याच वेळी त्या विभागात

डांबून ठेवलेल्या लोकांनीही एकच गोंधळ करून ते पहारेकऱ्यांना अर्वाच्च शिव्या देऊ लागले... अरेबिक आणि पश्तू भाषेत त्यांना नावं ठेवू लागले. कुत्रा, डुक्कर अशी शेलकी विशेषणं वापरून ते त्यांना अधिक जोमानं शिव्याशाप देऊ लागले. माझ्या स्वत:च्या किंकाळ्यांचा आवाज त्या मोठ्या आवाजापुढे अगदीच निष्प्रभ होता. तिकडचे लोक तिथे काय घडतंय याचं ओरडून समालोचन देतच होते. त्यांच्या हुकमानुसार रशीद गुडघ्यांवर मुळीच वाकला नाही. उलट तो डोक्यावर हात घेऊन उभा राहिला होता. त्याला धरून जमिनीवर आदळण्याची तो जणू वाटच पाहत होता. कारण आय.आर.एफ.चे लोक नेहमी तसंच करीत असत. मग तो स्वस्थ बसून राहिला. त्यांनी जेव्हा त्याला उचलून दाणकन खाली आपटला, तेव्हा त्याच्या कोठडीतल्या लोखंडी बाकड्याची कड त्याच्या नाकाला लागली आणि त्यामुळे त्याच्या नाकातून भळाभळा रक्त वहायला लागलं. त्या कोठडीतला दुसरा कैदी ओरडायला लागला. त्यांनी मग त्याचं मुटकुळं उचललं अन् दुसऱ्या एका एकांतवासाच्या कोठडीत त्याला फेकलं.

मी इतर वेळीसुद्धा या आय.आर.एफ.च्या लोकांच्या येथील वावराबद्दल ऐकलं होतं. एकदा मार्टिन मुबांगानं करमणुकीच्या जागी असताना फिरोजशी चालू असलेलं बोलणं संपेपर्यंत आपल्या जागेवरून हलायचं नाही असं ठरवलं होतं. मी असंही ऐकलं होतं की मार्टिन चांगलं कमावलेलं शरीर असलेला उंच, तगडा गडी होता आणि त्याच्याबाबतीत अशीही अफवा होती की त्याला पहारेकरीसुद्धा जाम टरकून असत. नेहमी या कामासाठी पाच पहारेकरी येत, पण आज उलट दहा पहारेकरी तिथे आणण्यात आले होते. त्या वेळी मार्टिन 'क्युबी' विभागात होता आणि हा विभाग रोमिओ विभागाला लागूनच होता. आमच्याविरुद्ध बाजूला हे दोन्ही विभाग होते त्यामुळे तिथे जे काही चाललं होतं ते मला व्यवस्थित ऐकू येत होतं. पहारेकऱ्यांनी मार्टिनला करमणूक विभागातून उचलून आणलं तरीही त्यानं काहीही झगडा किंवा भांडण केलं नाही. उलट तो म्हणाला, "मी चालत येणार नाही असं म्हणालो होतोच. मला लिफ्ट हवी होती." त्यांनी खरोखरच त्याचं मुटकुळं करून त्याला एकांतवासाच्या कोठडीत डांबून टाकलं होतं. मार्टिननं मला अशा तऱ्हेनं हसणं भाग पाडलं होतं आणि हे असं पहिल्यांदाच घडत होतं. ज्या ज्या वेळी मी त्याच्याशी ओरडून संपर्क साधत असे, त्या प्रत्येक वेळी मला असं वाटायला लागलं होतं की हा आता मला हसवणार.

आता कोठडीतील आम्हा सगळ्यांनाच ४५ मिनिटं ते एक तासापर्यंत करमणुकीच्या मैदानावर नेत असत. एको छावणीपेक्षा इथे खूपच सुधारणा झालेल्या होत्या. इथलं करमणुकीचं मैदान तिथल्या पेक्षा तीन पट मोठं असून इथे भूमीवर माती, चिखल, खड्डे असलं इथलं करमणुकीचं मैदान तिथल्यापेक्षा तिप्पट मोठं होतं. शिवाय इथल्या

जमिनीवर चिखल-खड्डे असलं काहीही नव्हतं. उलट ती सिमेंट कॉंक्रीटनं बनवलेली झकास गुळगुळीत जमीन होती. इथून मला आकाशीचा चंद्र स्पष्ट दिसे नि वाऱ्याची झुळूकही जरा जास्तच अनुभवाला येई. एवढच नव्हे तर मला इथे जेवढं घडलं तेवढं 'एको' कॅंपमधे असताना कधीही घडलं नव्हतं. इथे मी सरडे पाहिले, इग्युआना पाहिले आणि मैदानावर एका सापानं माझा पाठलाग केला होता. त्यावेळी आयुष्यात पहिल्यांदा अगदी आमनेसामने अशी माझी सापाशी गाठ पडली होती.

व्यायामाच्या बाबतीत मात्र इथे पूर्वीचीच रडकथा होती म्हणजे इथेही मी एकटाच व्यायाम करीत असे. इथे मी व्यायामाच्या पद्धतीत थोडा बदल केला नि अधिकच तगडा बनलो. साधारणपणे मी सुरुवातीला पाच ढांगां एवढं अंतर वेगानं पळत असे त्यानंतर तीस जोर मारत असे त्यानंतर पुन्हा पाच ढांगांएवढं अंतर पळत जाई आणि मग तीस बैठका मारी आणि सर्वांत शेवटी हातपाय हवेत ताणून स्टार जम्प्स् मारी. एवढं सगळं केल्यावर काहीवेळ मी पळत सुद्धा असे. दर दिवशी सूर्यास्तापूर्वी मी माझ्या कोठडीत ठरलेला व्यायाम न चुकता करीत असे. व्यायामाचं हे तंत्र मी हिक्स कडून शिकलो; त्याच्याजवळच्या दोन चादरींपैकी एक चादर तो त्यांच्या कोठडीतील दरवाजाजवळच्या कोपऱ्याला बांधत असे. त्यामुळे त्याला स्वत:ला वार खेचून घेण्याच्या व्यायाम करता येत असे. मी त्याचं अनुकरण केलं नि हा व्यायाम दररोज करू लागलो. खरंतर हे असलं काहीतरी करण्याची सुरसुरी मला केव्हापासूनच आलेली होती.

दररोज संध्याकाळी ठरावीक वेळेला प्रार्थना आणि राष्ट्रगीत म्हणण्यासाठी आवाज दिला जाई. तो आवाज आम्ही ऐकत असू. सूर्यास्ताच्या वेळी प्रार्थना आणि राष्ट्रगीत एकाचवेळी होत असल्यामुळे बखेडा निर्माण होई. दोघांपैकी कुणालाही दुसऱ्यानं आपल्या हक्कांवर गदा आणलेली खपत नसे. अशावेळी तिथे डांबून ठेवलेले आम्ही आणि आमच्यावरचे पहारेकरी दोघंही जे काही करत असू. ते थांबवत असू. याबद्दल आमच्या मनातलंच जणू जे वस्तुस्थितीला धरून होतं ते हिक्स बोलला. तो म्हणाला, "घडणारी ही गोष्ट खरोखरंच थक्क करणारी नाही का?"

एका गटातील लोक त्यांच्या देवाची प्रार्थना म्हणणं एकदम थांबवतात आणि त्याचवेळी दुसऱ्या गटातील लोक राष्ट्रध्वजाच्या सन्मानार्थ चाललेलं गीत थांबवतात.

१३
न्यायाची थट्टा

२००४ सालच्या नोव्हेंबरच्या मध्याला रमजान संपल्यावर न्यायालयीन कामकाजासंबंधीचं एक पत्र मला मिळालं. हे पत्र नोव्हेंबरच्या सुरुवातीला लिहिलेलं होतं. माझ्या नव्या वकीलानं स्वत:ची ओळख देत माझ्या खटल्याची जबाबदारी तो स्वीकारत असल्याचं कळवलं.तो लवकरच मला भेटायला येणार असल्याचं पत्रात लिहिलं होतं. क्लाईव्ह स्टॅफोर्ड स्मिथ हा ब्रिटिश माझा वकील होता. गीतानं मला पत्र लिहून कळवलं होतं की, या वकिलाला अमेरिकेत काम करण्याचा गेल्या वीस वर्षांचा अनुभव असून मृत्युदंड होण्याची शक्यता असलेले अनेक खटले त्यानं हाताळले आहेत. सगळ्यात महत्त्वाचं म्हणजे मी सी.एस.आर.टी.च्या प्रक्रियेत मुळीच सहभागी होऊ नये असं त्यानं मला कळवलेलं होतं. गारेथचंही असंच म्हणणं असल्याचं त्यानं पत्रात म्हटलं होतं. त्याच्यामते ते सगळं म्हणजे नुसतं नाटक होतं. अर्थात माझंही मत त्याबद्दल तेच होतं आणि मी तसं ते परराष्ट्र खात्याच्या मार्टिनला सांगितलंही होतं.

त्याच दिवशी मला गीताकडूनही पत्र आलं होतं. ती इंग्लंडला जाऊन आल्याचं तिनं त्यात लिहिलं होतं. ती तिथे गारेथला भेटली होती. तशीच ती लॉर्ड गोल्डस्मिथनाही भेटली होती. माझा सर्वांत मोठा मुलगा, माझी पत्नी आणि माझे वडील यांनाही ती भेटली होती. या सगळ्याविषयी सविस्तर ऐकण्यासाठी मला गीता कधी भेटेलंसं झालं होतं. तिनं सुद्धा पत्रात म्हटलं होतं की गारेथशी बोलणं झाल्यावर त्या सगळ्यांचंच असं मत पडलं होतं की, मी सी.एस.आर.टी.च्या प्रक्रियेत भाग घेऊ नये.

सी.एस.आर.टी.ची प्रक्रिया अगदी दुसऱ्या दिवशीच सुरू होणार होती. तो दिवस होता शनिवार २० नोव्हेंबर आणि इथे मला मिळालेली १५ दिवसांपूर्वीच पाठवलेली दोन पत्रं होती, जी मला भाग घेऊ नये असं सांगत होती. शिवाय त्यांनी

मला सावध करण्याचा प्रयत्नही केलेला होता. सी.एस.आर.टी.च्या प्रक्रियेत मिळालेल्या माहितीचा उपयोग अमेरिकन्स त्यांनी ब्रिटनमधे ताब्यात घेतलेल्यांसाठी करतील असं त्याचं मत होतं. या पत्रांमुळे माझी द्विधा मन:स्थिती झाली. मला काहीच समजनासं झालं होतं. पत्रातलं ते वाक्य मी अनेक वेळा वाचलं आणि मग ते फिरोज आणि उथमानलाही सांगितलं. म्हटलं, "तुम्हाला काय वाटतं, ग्वांटानामोत मिळणारी माहिती ब्रिटिश वापरत असतील? आणि वापरत असतील तर ती कशासाठी वापरत असतील?"

त्या वेळी मला बेलमार्शबद्दल काहीही माहीत नव्हतं. बेलमार्श हा ब्रिटनमधला कडक सुरक्षा व्यवस्था असलेला तुरुंग होता. तिथे मुस्लीम कैद्यांना ठेवलं जाई. हे सगळं मला लवकरच क्लाईव्हकडून समजलं. हे सगळं समजल्यावर मी भलताच अस्वस्थ झालो. सी.एस.आर.टी.साठी मी जी तयारी केली होती ती गोष्ट योग्य नव्हती, हे लक्षात आल्यामुळे मी थोडा निराशही झालो. खरं तर मी अगोदरच सी.एस.आर.टी.कडे १४ पानी पत्र पाठवलेलं होतं.

या पत्रात मी जी अनेक विधानं केलेली होती, त्यात मी माझ्या जवळच्या न्यायालयीन कागदपत्रातला भाग दाखला म्हणून वापरलेला होता. त्यात मी प्रसिद्ध ब्रिटिश न्यायमूर्ती (लॉर्ड स्टेइन) काय म्हणतात ते लिहिलं होतं. त्यांच्या म्हणण्यानुसार लष्करी लवाद ही न्यायाची थट्टाच आहे. ब्रिटिश लॉर्डनं म्हटलेलं हे सगळं मी वेळोवेळी अमेरिकनांच्या तोंडावर फेकत असे. आत्ता सी.एस.आर.टी.ला लिहिलेल्या पत्रातही जरा मीठ-मसाला लावून मी हेच म्हटलं होतं.

माझ्या प्रतिनिधीनं मला लिहिलेल्या १४ पानी पत्राची एक नक्कल माझ्याकडे दिली होती. माझ्या साक्षीदारांकडून मी लेखी निवेदनं मागवायला सांगितली होती. ज्या आरोपांच्या आधारे त्यांनी मला इथे डांबून ठेवलं होतं, त्यावर आधारित त्यांनी विचारलेल्या प्रत्येक प्रश्नाचं उत्तर द्यायला आणि माझी बाजू स्पष्ट करायला मानसिकदृष्ट्या मी सज्ज झालो होतो. फिरोज अगोदरच लवादासमोर जाऊन आलेला होता, त्यामुळे प्रत्यक्ष कार्यपद्धती काय आहे, त्याच्या म्हणण्यावर अधिकाऱ्यांनी काय प्रतिक्रिया व्यक्त केली, अशासारखे प्रश्न मी त्याला विचारत होतो. एकूणच कार्यपद्धतीत त्यानं जे काही सांगितलं ते त्यांना अर्थातच फारसं रुचलं नाही. त्यानं त्यांना माल्कम एक्समधला एक उतारा वाचून दाखवला होता. तो उतारा असा होता, 'मी अमेरिकनांविरुद्ध नाही. शिवाय अमेरिकेचा विरोध करण्यासाठी म्हणूनही मी इथे आलेलो नाही. मला हे इथे अगदी स्वच्छ शब्दांत सांगितलं पाहिजे की, मी इथे आलोय ते सत्य सांगायला आणि असं सत्य सांगताना जर अमेरिकेचा निषेध झाला तर अमेरिकेची तीच लायकी आहे...'

फिरोजच्या सी.एस.आर.टी.समोर झालेल्या सुनावणीची प्रत त्याला गीताकडून

मिळाली तेव्हा त्यानं ते सगळं मला वाचून दाखवलं. 'नागासाकी आणि हिरोशिमावर दहशतवाद्यांनी फेकलेल्या अणुबॉम्ब्ज इतकी भीषण घटना इतिहासाला आजतागायत माहित नाही. असं असताना ११ सप्टेंबर २००१ रोजी झालेल्या दहशतवादी हल्ल्यामागे अल-कायदाचा हात असल्याचा पुरेसा आणि ठोस पुरावा हाती लागलेला नसताना अल-कायदाला गुन्हेगार ठरवलं जातंय... न्यायव्यवस्थेचं एक मूलतत्त्व आहे, जो पर्यंत नि:संशयपणे गुन्हा शाबूत होत नाही तोपर्यंत ती व्यक्ती निष्पापच असते. याच तत्त्वानुसार अल्-कायदा निष्पाप आहे. आणि म्हणून त्यानं पुढे म्हटलं, 'हाच तर्क पुढे लावून तालिबान अतिरेक्यांना घुसवत असतं हा आरोप तालिबानवर ठेवता येणार नाही. तसंच अमेरिकन काँग्रेसनं तालिबान व अल्-कायदा विरूद्ध आवश्यक त्या प्रमाणात बळाचा वापर करण्यासंबंधात एकमतानं पास केलेला ठराव अगदीच बिनबुडाचा आहे.' त्यानं केलेला युक्तिवाद मजेशीर तरीही योग्यच होता. परंतु जेव्हा फिरोजनं मला लवादाचे अध्यक्ष त्याला अधूनमधून कसे अडथळे आणत होते हे सांगितलं तेव्हा मला या सगळ्या प्रक्रियेची खरी कल्पना आली.

"तुला हा अखेरचा इशारा आहे. आपल्यासमोरचा मुद्दा हा अल्-कायदाचा नाहीये. इथे प्रश्न आहे तू अफगाणिस्तानमधे काय काय केलंस त्याचा..."

"माझा विश्वास आहे की हे जे सगळं चाललंय ते माझ्यावर मी अमेरिकेचा बाजारबुणगा शत्रू असल्याचं शिक्कामोर्तब करण्यासाठीच."

"मुळीच नाही, मी इथे आहे ते, तसलं काही करण्यासाठी हा प्रपंच सुरू केलेला नाही हे सांगण्यासाठीच."

"आंतरराष्ट्रीय कायदा व जिनिव्हा परंपरेनुसार तुम्ही माझा उल्लेख 'अमेरिकेच्या शत्रूचा सैनिक' असा करावा अशी माझी विनंती आहे."

"मी पुन्हा सांगतो, आंतरराष्ट्रीय कायदे व जिनेव्हा परंपरा तुला लागू पडू शकत नाही, म्हणून तुझा उल्लेख अमेरिकेचा बाजारबुणगा शत्रू (एनिमी कॉबॅटंट) असाच मी करणार." लवादाचे अध्यक्ष महाराज गरजले. फिरोजला लवादामधून हटवेपर्यंत हा प्रकार चालू राहिला. हे सगळं ऐकल्यानंतर लवादाच्या कामकाजात भाग घ्यायचा नाही हे मी पक्कं केलं.

लवादासमोर मला नेण्यासाठी पहारेकरी आले तेव्हा मी त्यांच्याबरोबर जायला नकार दिला आणि म्हणालो, "तुम्ही परत जाऊन त्यांना सांगा की, माझ्या कायदेविषयक प्रतिनिधीने मला या कामकाजात भाग घ्यायचा नाही असा सल्ला दिल्याने मी तिथे येणार नाही."

त्यांच्याजवळ मी पाठवलेली कागदपत्रं तोपर्यंत पोचली होती. परंतु सी.एस.आर.टी.च्या न्यायासनानं मला अमेरिकेचा बाजारबुणगा शत्रू असं ठरवलं

किंवा नाही या विषयी कधीच कळवलं नाही. परंतु सी.एस.आर.टी.नं शेकडो खटल्यांची सुनावणी केल्यानंतर, फक्त एकाला तो अमेरिकेचा बाजारबुणगा शत्रू आहे असं म्हणता येणार नाही, असं कळवलं होतं हे आमच्या ऐकण्यात आलं होतं.

लष्करी आयोगाच्या सुनावणीबाबत अनेक वकिलांचा सल्ला घेणाऱ्या हिक्सला, अशाच एका कायदेविषयक भेटीसाठी एको छावणीत नेताना ज्या तऱ्हेची वागणूक मिळाली, त्याविषयी अतिशय गंभीर तक्रार त्याने नोंदवली. तोपर्यंत एको शिबिराचा सर्व कारभार वेगळ्याच अधिकाऱ्यांच्या ताब्यात गेल्याने एखादाच पहारेकरी आमच्या माहितीचा होता. हिक्सनं मला सांगितलं की, आता पुन्हा एको शिबिरात जाणं ही गोष्ट अतिशय तापदायक आहे. तिथे गेल्यावर त्याला ती जागा फारच भयानक वाटली. खोलीत बसवलेला कॅमेरा त्याच्याकडे टक लावून बघतोय अशी त्याची भावना झाली आणि ती अख्खी जागाच त्याच्यावर चाल करून येतेय असं त्याला वाटायला लागलं. पापा छावणीतून तिथे परत गेल्यावर तिथल्या बंद खोलीत त्याचा जीव गुदमरायला लागला.

आमच्या सगळ्यांच्या लक्षात एक गोष्ट आली, ती म्हणजे हिक्स त्याच्या कायदेविषयक कामासाठी वकिलाला भेटण्यासाठी पापा छावणीतून सकाळी आठच्या सुमारास बाहेर पडला आणि तिथलं काम जेमतेम एक तासाचं होतं, तरीही त्याला इथे परत यायला रात्रीचे अकरा वाजून गेले होते.

माझ्यापुढे काय वाढून ठेवलंय याची मला लवकरच कल्पना आली. पहिल्याच दिवशी क्लाईव्हला भेटण्यासाठी त्यांनी सकाळी सहाच्या सुमारालाच मला माझ्या कोठडी बाहेर काढलं अन् माझ्या आधीच्या कोठडीत घेऊन आले. तिथे अक्षरश: एकही वस्तू नव्हती. पहारेकऱ्यांना बोलावण्यासाठी मला कॅमेऱ्यासमोर हात हलवावे लागत. पण कॅमेऱ्यासमोर असे हातवारे करताना जर त्या बाजूला कुणीही नसेल, तर माझा नाइलाज होई. एकदा तसंच झालं म्हणून मग मी दारावर हात आपटले. मोठमोठ्यांदा ओरडायला सुरुवात केली. तेव्हा कुठे एक नवा पहारेकरी माझ्या कोठडीकडे येऊन म्हणाला, "एवढ्या मोठ्यांदा किंचाळायला तू स्वत:ला समजतोस तरी काय?"

त्याचं ते बोलणं ऐकून मी थक्क झालो, मी त्याला म्हणालो, "माझा विश्वास बसत नाहीये. मी इथे कोठडीत केव्हापासून कोणीतरी येण्याची वाट बघतोय. दोन तासापासून कोणाचं तरी लक्ष वेधून घेण्याचा प्रयत्न करतोय. मला थोडं पाणी हवंय प्यायला..."

"आमचे वरिष्ठ जेव्हा इथे पाहणी करण्यासाठी आमच्याबरोबर आलेले असतात तेव्हा तुझा हा आरडाओरडा नकोय."

मग तर मी खच्चून ओरडलो अन् म्हणालो, "मला त्याची पर्वा नाहीये. मला प्यायला पाणी हवंय अन् ते मिळवण्यासाठी कोणाला तरी बोलावणं आवश्यक आहे. ते मी कसं बोलवायचं?"

आम्ही एकमेकांकडे संतापून बघू लागलो. तापलेल्या वातावरणाचा भंग त्यानं केला. तो म्हणाला, "लक्षात ठेव, तू एक मामुली इसम, आमच्या ताब्यात घेऊन इथे डांबून ठेवलेला, तर मी... मी आहे सैनिकी पोलीस, म्हणजेच इथला पहारेकरी. मी म्हणेल ते तुला केलंच पाहिजे. आधी तुला इथे कसं वागायचं असतं ते शिकायला हवं. त्यानंतर तुला काय हवं असेल ते मिळेल."

माझ्याही मस्तकात तिडीक गेली. मी म्हणालो, "शिपुड्र्या, तू म्हणजे साक्षात शेणाचा गोळा आहेस. तुझी भाषा मी ओळखत नाही. माझं अपहरण झालंय आणि तू अपहरणकर्ता आहेस हे लक्षात घे आधी! आणि एक लक्षात ठेव, तू माझ्यावर फार उपकार करतोयस अशा भ्रमात राहू नकोस. मी फक्त प्यायचं पाणी मागितलंय, स्वर्गातलं अमृत नव्हे. या जागेत तू नवा आहेस, परंतु मी या नरकात दोन वर्षं काढलेली आहेत. तरीही मी काही तुझ्यासाठी अडचणी निर्माण करत नाहीये. त्यासाठी तुला माझ्या संदर्भातील नोंदणी पुस्तक तपासून पाहायला लागेल. तसं झालं तर तुझ्यासारख्याशी बोलायची सुद्धा माझ्यावर वेळ यायची नाही."

एको छावणीत पुन्हा येणं हे खरंच फार त्रासदायक होतं. हिक्स म्हणाला ते अगदी बरोबर होतं. त्यातून या लोकांचा हा असा दृष्टिकोन असेल तर... खरंच भयंकरच कटकटीचं होतं हे. आम्हाला जितक्या ठिकाणी ठेवण्यात आलं होतं त्या सगळ्यात ही जागा सर्वांत वाईट होती. त्यांनी इथे अशी व्यवस्था ठेवण्याचं कारण त्यांच्या मनाचा कोतेपणा होता किंवा मुर्दाडपणा होता. कोण जाणे! इथे कोणीच तुमची पर्वा करत नव्हतं. खरंच हाच मुद्दा होता. इथे कोणीच पर्वा करत नव्हतं. इथे हे असं तासन्तास आम्हाला दुर्लक्षित अवस्थेत ठेवण्यात त्यांचा कदाचित आमची आमच्या वकिलांशी भेट घडू न देण्याचा डाव असावा.

क्लाईव्हला भेटण्याच्या निर्धारापासून मला कोणीही हरवू शकलं नसतं. त्याने खोलीत प्रवेश केला. माझ्यासमोर अगदी साध्या पेहरावातला उंच, अस्सल ब्रिटिश माणूस उभा होता. नुकताच बिछान्यातून उठून आल्याप्रमाणे तो अव्यवस्थित दिसत होता. हा माझा वकील क्लाईव्ह! गीतापेक्षा हा प्रत्येक बाबतीत अगदी वेगळा होता. त्या दोघांत फरक असण्याचं मुख्य कारण हा माणूस आंतरबाह्य ब्रिटिश होता. इथे आल्यापासून मी ज्या इतर ब्रिटिशांशी बोललो होतो, ते एक तर एम-१५ चे लोक होते नाही तर परराष्ट्रखात्याचे तरी लोक होते. त्यांच्याशी बोलताना मी ब्रिटिश असल्यामुळे मला साहजिकच आपलेपणा वाटायचा. क्लाईव्हशी बोलताना मात्र मला असं वाटलं की, मी माझ्या अगदी जवळच्या कोणाशी तरी बोलतोय.

तो स्पष्टपणे म्हणाला, ''हे बघ, माझ्या एकूण अनुभवानुसार मी तुला सांगतो, या हलकटांना वेळीच त्यांची जागा दाखवून द्यायला हवी. नाहीतर ते तुमची मुळीच पर्वा करत नाहीत.'' गीतापेक्षा त्याचा दृष्टिकोन वेगळा होता. मला वाचण्यासाठी म्हणून त्यानं हेबियस-कॉर्पसच्या संदर्भातली आणखी थोडी कागदपत्रं आणलेली होती. त्यानं मला सांगितलं की, ''आमचं म्हणणं न्यायालयात मांडलं जावं या आमच्या न्याय्य हक्कावर सरकार अजूनही भांडतंय; पण खरं तर आमचा हा हक्कांबद्दल सर्वोच्च न्यायालयानं अगोदरच निर्णय घेतलेला आहे.''

कागदपत्रांकडे बोट दाखवत तो पुढे म्हणाला, ''या चिठ्ठ्याचपाट्यांवर माझा फारसा विश्वास नाही. आता आपण असं करायचं की, या मंडळींना चांगलं छळायचं. ज्या गोष्टी बोलण्याचं तुझ्या मनात सुद्धा नाहीये, त्या तू बोलायच्यास. जसं की त्यांनी चालवलेला छळ. आपण त्यांना कचाट्यात पकडायचं अन् मग तू त्यांच्या उरावर बसायचंस.''

त्यानंतर माझ्या मागच्या तीन वर्षांतल्या अनुभवांवर आम्ही तपशीलवार चर्चा केली. ते सगळं पुन्हा आठवणं माझ्यासाठी फार यातनामय होतं आणि तरीही ते तसं करणं आवश्यक आहे हे माझ्या लक्षात आलं होतं. (मी तयार केलेली टिपणं आणि त्याला जे काही सांगितलं होतं त्यावरून त्यानं २४ नोव्हेंबरला एक तीस पानी अहवाल तयार केला. या अहवालाला खास क्लाईव्ह शैलीतला मीठ-मसाल्याचा स्पर्श होता. 'एक हजार दिवस आणि रात्र अखंडपणे चाललेली छळयात्रा! मोआइझम बेग या ब्रिटिश नागरिकाचा अमेरिकेनं केलेला छळ.')

क्लाईव्ह पुढे जाऊन असंही म्हणाला, ''मला वाटतं तुझ्यासाठी जे जे जरुरीचं आहे ते सगळं करून झालंय. तुझं इथून घरी जाणं हा आता फक्त थोड्या काळाचाच प्रश्न आहे. आता इतर लोकांच्या बाबतीत आपण विचार करायला लागलं पाहिजे.'' तो हे सगळं अतिशय सहजतेनं बोलत होता.

इतरांना सुद्धा इथून बाहेर काढण्यासाठी मी मनापासून काम करावं अशी त्याची इच्छा होती आणि त्यासाठी मी सदैव तयारच होतो. ज्या लोकांना अजूनही वकील मिळालेला नव्हता, अशा लोकांची नावं आम्हाला हवी होती. म्हणजे मग आम्हाला त्यांना मदत करता आली असती. ज्यांना अजूनही वकील देण्यात आलेला नव्हता अशा लोकांपैकी बऱ्याच जणांना त्यांच्या देशाच्या शासनानं अक्षरश: वाऱ्यावर सोडलेलं होतं. त्यामुळे अशा मंडळींना कुठेतरी सुरक्षित ठिकाणी नेणं हे अतिशय अवघड काम होतं. त्यांच्यासाठी असं ठिकाण हवं होतं की जिथे त्यांचा छळ झाला नसता.

क्लाईव्हनं मला एक बातमी सांगितली. ती म्हणजे, तो इथे डांबून ठेवलेल्या सर्व, चारही ब्रिटिश नागरिकांना भेटणार होता. माझा जुना मित्र शाकर, ओमर

देघयास, जमाल कियेंबा आणि रिचर्ड बाल्मर यांचा त्यात समावेश होता. क्लाईव्हनं बिशर आणि जमालचं वकीलपत्र घेतलेलं नव्हतं, तरीही त्यांच्यावरील आरोपांची त्याला माहिती होती. त्याच्याबरोबर वावरताना मला अगदी कुटुंबात असल्यासारखं मोकळं वाटत होतं. त्यामुळे मी दुसऱ्या दिवशी भेटायला येताना त्यानं काहीतरी चटपटीत खायला घेऊन यावं असं त्याला सुचवलं.

पहिल्यांदा जेव्हा मला समजलं होतं की, क्लाईव्ह हा वकील मृत्युदंड झालेल्यांसाठी काम करतो, तेव्हा मी कसा विचार करत होतो ते मला आठवलं, 'परमेश्वरा! गोष्टी इतक्या बिघडल्यात का?' पण त्याची भेट झाल्यावर मात्र मला उत्साह आला.

त्यानं ज्या अशिलांसाठी वकिली केली होती ते एकजात सगळे फाशीची शिक्षा झालेले होते आणि दक्षिणेकडे कुठेतरी ती फाशी अमलात येणार होती. त्या विचारानंच तो दुःखी झाला होता. त्याला त्या माणसांचा एवढा पुळका का आला होता की त्याहून महत्त्वाचं म्हणजे तो आमच्यासाठी एवढं का करत होता, हे मला जाणून घ्यायचं होतं.

"खुद्द अमेरिकेत कैद्यांना इथल्यापेक्षाही वाईट वागणूक दिली जाते, पण इथे जितकं दारिद्र्य आढळून आलं, त्यापेक्षा मृत्युदंड झालेल्यांची गेल्या वर्षात मी बघितलेली परिस्थिती अधिक चांगली होती. पण आता एक गोष्ट लक्षात येतेय, ती म्हणजे ते आता छळ करण्याच्या पातळीपर्यंत घसरले आहेत आणि असं म्हणताना फक्त मानसिक छळ मला अभिप्रेत नाहीये. मी कैद्यांशी बोललोय आणि मला असं आढळून आलंय की इथे कित्येकांवर बलात्कार झालाय. त्यांचा लैंगिक छळ झालाय. या शिवाय ज्यांची कागदोपत्री कुठेही नोंद नाही, ते अनामिक कैदी आहेत. त्यांचं काय करत असतील ते फक्त त्या परमेश्वरालाच माहीत. अशा माणसांना इजिप्त, झालंच तर दिआगोगार्शिया आणि कुठून कुठून पकडून आणलेलं होतं.

"अमेरिकेत अमेरिकनांना काळे लोक मुळीच आवडत नसत; पण म्हणून अमेरिकन लोक त्यांना कधी घाबरले नाहीत. शीतयुद्ध चालू होतं तेव्हा ते रशियनांना भीत असत. पण म्हणून त्यांनी त्यांचा कधी द्वेष केला नाही. परंतु मुस्लीम जगताच्या बाबतीत मात्र ते त्यांचा द्वेषही करतात अन् ते त्यांना घाबरतही असतात."

क्लाईव्ह पुढे म्हणाला, "असं प्रतिपादन केलं जातं की, 'न्यूयॉर्क शहरातली अत्यंत स्फोटक परिस्थिती लक्षात घेता, ती आटोक्यात आणण्यासाठी महत्त्वाची माहिती काढून घेण्याच्या उद्देशानं कैद्यांचा छळ करणं समर्थनीय आहे असं म्हटलं जातं. पण या कारणासाठी छळ केल्याचं आपल्याकडे उदाहरण नाहीये. छळ केल्यामुळे माहिती मिळते असा दाखला इतिहासात मिळत नाही. 'गे फाऊक्स' १७ व्या शतकातलं व्यक्तिमत्त्व, त्यानं 'पार्लमेंटची इमारत उडवून द्यायचं ठरवलं' हे

याचं उत्तम उदाहरण ठरू शकेल. फाऊक्स तेवढ्यासाठी मरायलाही तयार होता. एक आत्मघातकी बॉम्ब बनायची त्याची तयारी होती. त्याला पकडल्यावर त्याचा छळ करून त्याच्याकडून त्यांच्या इतर योजनांची माहिती घेण्याचा प्रयत्न झाला, तेव्हा त्यानं ज्येसुइट्सचं नाव घेतलं आणि ज्येसुइट्सना मारण्याची इंग्रज संधीच शोधत होते. नेमके तेच या सगळ्याला जबाबदार निघाले. परंतु एकूणच द्वेषभावना पराकोटीची वाढली आणि प्रश्नाची तड लागू शकली नाही.''

त्यानंतर क्लाईव्ह म्हणाला, ''सूड घेणं नव्हे तर क्षमा करणं हे कुठल्याही समाजासाठी अतिशय महत्त्वाचं असतं. जर तुम्हाला जे काही घडलं त्यातून बाहेर पडायचं असेल, तर तुम्हाला सुद्धा क्षमेचा विचार करावा लागेल.''

तो जे काही बोलला त्यातलं मला किती पटलं ते मला सांगता येणार नाही. विशेषत: मी माझ्या कुटुंबाच्या संदर्भात जेव्हा विचार करतो, तेव्हा मी नेमकं काय करीन ते एका परमेश्वरालाच ठाऊक. एक मात्र खरं की क्लाईव्हनं या विचाराचा किडा काही काळ का होईना माझ्या डोक्यात सोडला होता. 'तू नक्की घरी जाणार' त्याचे ते आत्मविश्वासपूर्ण उद्‌गार, माझ्या डोक्यात इतक्या जोरानं निनादत होते की, त्यांच्यापुढे बाकी कशाचाही टिकाव लागत नव्हता. एको छावणीत बसलो असताना त्याच्या त्या शब्दांचा पुन्हा पुन्हा उच्चार करणं इतकं छान वाटत होतं... 'तू नक्की घरी जाणार.... नक्की घरी जाणार...'

मार्टिन मुबांगाच्या वकिलानं त्याला 'या फेब्रुवारीत तू तुझ्या घरी जाणार आहेस..' असं सांगितलं होतं. ते करमणुकीच्या मैदानावर असताना फिरोजनं त्याच्याकडून ऐकलं होतं तेच माझ्या डोक्यात सारखं घुमत होतं. ती बातमी संपूर्ण शिबिरात वणव्यासारखी पसरली होती. त्यामुळे क्लाईव्हनं ते जेव्हा मला सांगितलं तेव्हा त्याच्या सांगण्यात तथ्य आहे, असं मला वाटलं. मार्टिनला जे सांगण्यात आलं ते बरोबर होतं, पण मला सारखं वाटत होतं, की फिरोज आणि मी मात्र इथेच राहणार होतो. याचं कारण आमची दोघांची प्रकरणं सैन्यदलाच्या आयोगाकडे सोपवण्यात आलेली होती. त्या वेळी माझ्या डोक्यात प्रश्नांच्या असंख्य फैरी झडत होत्या. विशेष करून असं वाटत होतं की, इथून सुटून इंग्लंडला परत गेल्यावर मला तिथे आरोपांना तोंड द्यावं लागेल का?

मी आधी एकदा विचारलं होतं, ''प्रसारमाध्यमांमधे माझ्याबद्दल जास्तीतजास्त वाईट असं काय बोललं जाईल?''

''फिरोज आणि तुझ्याबद्दल राष्ट्राध्यक्ष बुश यांनी जे निवेदन दिलं, त्याशिवाय या लोकांनी आणखी काय काय केलंय ते मला माहीत नाही, पण त्यांनी तुमच्या वरच्या अहवालात कल्पना सुद्धा करता येणार नाही इतकं भलतं काही लिहिलंय असं वाटतं. कारण तो अहवाल फुटला अन् 'न्यूजवीक'नं त्यावरून असं म्हटलं

की, तू स्वत: मनुष्यविरहित विमानांचा आराखडा तयार करून 'हाऊस ऑफ पार्लमेंट'वर ही विमानं अँथ्रॅक्स भरून आदळण्याची एक योजना तयार केली होतीस.''

''हा सगळा तद्दन मूर्खपणा आहे. यावर माझा खरोखर विश्वासच बसत नाहीये. क्लाईव्ह, तू ते खरंच गांभीर्याने बोलतोयस की उगाच आपली गंमत म्हणून...''

''अर्थातच. मी फार गांभीर्यानं बोलतोय. खरं तर तू तसंच काही मूर्खपणाचं करणार असल्याचा कबुलीजबाब द्यावास असं मला वाटत होतं. म्हणजे मग प्रत्यक्ष सुनावणीच्या वेळी एवढ्या लक्षावधी पौंड किमतीच्या लष्करी विमानांची आधी कागदावर आखणी करून मग प्रत्यक्ष बांधणी करण्याचा जो आरोप तुझ्यावर करण्यात आलाय, तो तुझा बेत नेमका काय होता हे त्यांना स्पष्ट करावं लागेल आणि अँथ्रॅक्स आजाराचे जंतू पसरवण्यासाठी तू ते वायुविजन करणाऱ्या व्यवस्थेत सोडू शकतोस, पण त्याऐवजी हे जिवाणू भरलेलं विमान तू एखाद्या इमारतीवर नेऊन का आदळवशील हेही त्यांना स्पष्ट करावं लागेल.''

मला त्या संदर्भात काहीच प्रश्न विचारले गेले नाहीत, हे ऐकून क्लाईव्ह जरा अस्वस्थ झाल्याचं माझ्या लक्षात आलं.

रिमोट कंट्रोलवर चालणाऱ्या हेलिकॉप्टर्सच्या साहाय्याने हल्ले करण्याची योजना आखल्याचा आरोप माझ्यावर आहे असं वाचल्याचं, एको छावणीत असताना सैन्यदलातील अधिकारी लोपेझनं मला सांगितलं होतं. त्या वेळी मला तो ते सगळं विनोदाने म्हणतोय असंच वाटलं होतं आणि आता लक्षात येत होतं नुसता विनोद किंवा अफवेपेक्षा ते कितीतरी गंभीर स्वरूपाचं होतं. पण एक गोष्ट माझ्या लक्षात येत नव्हतं, या बातमीचं उगमस्थान नेमकं कुठे असेल?

त्या वेळी क्लाईव्हनं उत्तर दिलं होतं, ''सकृतदर्शनी असं वाटतंय की ज्यूंच्या शाळेत तू जात होतास, तिथला कोणी एक तुझा शाळासोबती...''

''किंग डेव्हिड शाळेबद्दल म्हणताय?''

''हो! तुझ्या शाळेतला कोणीतरी अमेरिकेत 'न्यूजवीक'साठी काम करतो. त्यानं तुझी हकिकत ऐकल्यावर तो तुझ्या वडिलांना जाऊन भेटला होता. त्या वेळी त्यानं तुझ्या वडिलांना सांगितलं होतं की, तो तुझा शाळेतला वर्गमित्र असून त्याला तुला मदत करण्याची तीव्र इच्छा आहे. तो झैनाबला आणि तुझ्या मुलांना सुद्धा भेटला होता. खरं तर तो वारंवार तुझ्या घरी जात असे. त्यानंतर तो अमेरिकेला परत गेला आणि त्यानं ती सगळी हकिकत लिहिली आणि त्याच्या म्हणण्यानुसार त्या हकिकतीचा स्रोत एफ.बी.आय. हाच आहे.''

''या गोष्टींवर माझा विश्वासच बसत नाहीये. कारण गेल्या वीस वर्षांत शाळेतल्या कोणाचीही माझ्याशी भेटच झालेली नाहीये.''

“तुझी पक्की खात्री आहे की, तुझ्या कोणत्याही शाळासोबत्यानं त्यांना कोणतीही माहिती पुरवलेली नाही?”

“चौकशीत मी एफ.बी.आय.ला सांगितलं होतं. जवळजवळ अठरा वर्षांपूर्वी मी विमान उड्डाणाचं प्रशिक्षण घेत होतो. पण ते सगळं अठरा वर्षांपूर्वी... कदाचित त्या माहितीचा वापर त्यांनी हा असा...”

“बरोबर! तोच स्रोत आहे. त्याच्याच आधारावर पुढचं सगळं कोणीही रचेल.”

न्यूजवीकचा प्रतिनिधी (जो मला माझ्या शाळेत असल्याचं मुळीच आठवत नव्हतं) रिचर्ड वुल्फ हा माझ्याबद्दल लिहिणारा एकटाच शाळासोबती नव्हता.

माझ्या भावानं लिहिलेलं पत्र एक वर्षानं माझ्या हातात पडलं, तेव्हा अक्षरश: माझ्या डोळ्यांत अश्रू उभे राहिले. त्यानं पत्रात लिहिल्याप्रमाणे, आत्ता हाँगकाँगमधे असलेल्या आणि वार्ताहर म्हणून काम करणाऱ्या मिशा मोझेलीच्या मी केवळ लक्षातच नव्हतो, तर इतक्या वर्षांनंतर सुद्धा तो माझ्याबरोबर असल्याचं त्यानं म्हटलं होतं. १९७९ पासून आमचा तसा काहीच संपर्क नव्हता. त्यानं ‘गार्डियन’ मधे लिहिलं होतं, ‘अफगाणिस्तानमध्ये मदतकार्याचा भाग म्हणून शाळा चालवणारा मोआइझाम बेग, बर्मिंगहॅममधील किंग डेव्हिड ज्युईश ज्युनियर शाळेतून बाहेर पडताना आपल्याबरोबर आमच्या शाळेनं शिकवलेलं सगळं तिथेच ठेवून शाळेतून बाहेर पडला असेल असं मला वाटत नाही.’ मोआइझम माझा जुना शाळा सोबती असून त्याला योग्य तो न्याय मिळण्यासाठी जे जे लोक सत्ता स्थानांवर आहेत, त्यांनी सर्वतोपरी प्रयत्न करावा. माझं मन मोआइझम आणि त्याच्या कुटुंबीयांबरोबर नेहमीच असणार आहे.’

पापा विभागात आल्यानंतर दोन अभूतपूर्व गोष्टी घडल्या. पहिली गोष्ट म्हणजे आमच्या अंगावरची नारिंगी कापडं जाऊन त्या जागी मातकट रंगाची कापडं आली. आमच्या मनातल्या स्व-प्रतिमेवर या सगळ्याचा निश्चितच खोलवर परिणाम झाला होता. आवडत नसून सुद्धा दीर्घ काळ मला ते नारिंगी रंगाचे कपडे घालावे लागले होते. त्यामुळे मिळालेले नवे कपडे हा आमच्यासाठी एक सुखद धक्का होता. फक्त आम्हालाच अशा तऱ्हेनं वेगळं का काढण्यात आलं असावं याविषयी अंदाज बांधण्यात आम्ही गर्क झालो. कदाचित आम्हाला सैन्यदलाच्या आयोगासमोर उभं करायचं होतं, हे त्या मागे कारण असावं? आम्ही यथावकाश त्या मागचं कारण शोधून काढलंच आणि ते म्हणजे प्रथम श्रेणीच्या कैद्यांत सगळीकडेच हा असा बदल करण्यात आला होता. दुसरी घटना म्हणजे एक दिवस मला आणि फिरोजला त्यांनी साखळदंडांशिवायच आमच्या कोठड्यांमधून बाहेर काढलं. त्या वेळी नेहमीच्या पहारेकऱ्यांसोबत इथे कधीही न पाहिलेला एक सैनिक

होता. त्यानी आमची मापं घेतली होती. या लोकांना आपल्या मापांची काय गरज पडली असावी, असा प्रश्न आम्ही एकमेकांना विचारला होता.

हिक्स व उथमाननं त्याचं उत्तर, 'हे सगळं त्या आयोगासाठी चाललंय' असं दिलं होतं. आम्हालाही असेच आमच्या मापाचे कपडे त्या वेळी देण्यात आले होते.

या संदर्भात मी जेव्हा क्लाईव्हला विचारलं तेव्हा त्याचं असं म्हणणं पडलं की, 'त्यांना तुम्हाला इथून परत पाठवताना तुमच्यासाठी शिवलेल्या कपड्यांत परत पाठवायचं असेल. तुम्हाला ते सैन्यदलाच्या कुठल्याही आयोगासमोर उभं करणार नाहीयेत याची मी तुम्हाला खात्री देतो.'

उथमान अजूनपर्यंत तरी कुठल्याही वकिलाला भेटला नव्हता. सैन्यदलाच्या आयोगासमोर सुरुवातीलाच त्यानं त्याच्यासाठी नेमलेल्या वकिलाला 'हा माणूस माझं प्रतिनिधित्व करत नाहीये आणि त्यानं माझ्या वतीनं कुठलीही कारवाई केलेली मला चालणार नाही.' असं म्हणत हुसकावून लावलं होतं. "माझा प्रतिनिधी म्हणून नेमण्यात आलेला हा माणूस जर अमेरिकन सैन्यदलातला आहे, तो मला त्याचा व मी त्याला माझा शत्रू मानतो, तर अशा परिस्थितीत तो माझी बाजू कशी मांडू शकेल? एकतर मलाच माझी बाजू मांडायची आहे किंवा मला ते करणं जमलं नाही तर मला येमेनमधून माझा वकील आणायला हवा." असंही तो पुढे म्हणाला होता. "मी अल्-कायदाचा सभासद आहे." हे त्याचे शब्द समितीच्या कागदपत्रात ताबडतोब रद्द केले गेले अन् चाललेलं कामकाज ताबडतोब थांबवण्यात आलं. उथमानला नेमलेल्या वकिलाचा कधीच भरवसा वाटला नाही, कारण त्याला सतत असं वाटत होतं की, हा वकील म्हणजे दुसरं तिसरं काही नसून चौकशी अधिकाऱ्याचंच एक नवं रूप आहे.

आमच्या पहिल्या भेटीनंतर क्लाईव्हनं इथे डांबून ठेवलेल्या अशा लोकांची नावं गोळा करायला सांगितली होती की, ज्यांना कोणीतरी कायदेशीर प्रतिनिधी हवा आहे; पण तो त्यांना अजूनही मिळालेला नाही. इथे अशी परिस्थिती होती की बहुतेकांना तो मिळालेला नव्हताच. क्लाईव्हला अशा लोकांच्या सगळ्यात जवळच्या नातेवाइकांची नावं, पत्ते, दूरध्वनी क्रमांक, ते बोलू शकत असलेल्या भाषा व इंटर्नमेंट सिरीयल नंबर (ISN) सुद्धा हवा होता.

उथमानमुळेच इथे आता वकिलांबद्दल एक प्रकारचं संशयाचं वातावरण निर्माण झालंय हे मला माहीत होतं. मला व फिरोजला वकील मिळाल्यानंतर अमेरिकेतील कायदेशीर सल्लागारांच्या अनेक तुकड्या इथल्या अनेक जणांना भेटून गेल्या. पण इथल्या अनेक जणांनी त्यांना भेटायला सपशेल नकार दिला. कारण हे वकील त्यांची बाजू योग्य प्रकारे मांडतील यावर त्यांचा विश्वास नव्हता किंवा त्यांच्या मतानुसार अमेरिकन न्यायालय हे सगळं करायला सक्षम नव्हतं. इस्लामेतर

न्यायालयाकडून न्याय मिळवणंच त्यांना मान्य होण्यासारखं नव्हतं, असा त्यांचा दृष्टिकोन होता.

कट्टर मुसलमानधर्मीय असा आदरणीय एक चिनी विद्यार्थी तिथे होता. तो अरेबिक भाषा उत्तम बोलत असे. तो जी प्रवचनं करी, ती दुरूनच माझ्या कानी पडत. त्याला या विषयावर एकदा बोलण्यास सांगण्यात आलं. इस्लामी नसलेल्या न्यायालयाकडून न्याय मिळवणं कितपत योग्य आहे यावर तो बोलत असताना, मी एकदा त्याचं बोलणं ऐकलं होतं. विषयाचा विस्तार करताना त्यानं इस्लाम धर्मातल्या संदर्भ न्यायालयात कामकाज चालू असताना कायदेशीर मुद्दे जितक्या काटेकोरपणे मांडले जातात, तितक्या काटेकोरपणे त्याने मांडले. कुराणातला प्रत्येक दाखला त्यानं मोठ्या खुबीनं मांडला होता. सुन्नाह् (प्रेषितांची परंपरा) मधली वचनं, शिवाय अलीकडच्या काळातल्या विद्वानांची मतं, अनेक पुस्तकांमधले संदर्भ देत आत्तापर्यंत दिले गेलेले न्यायनिवाडे, विस्तारानं सांगत जे काही चाललंय ते कायदेशीर नाही या निर्णयाप्रत तो येऊन पोहोचला आणि मग त्यानं त्याचं असं मत दिलं की, एका पाक मुसलमानानं इस्लामेतर न्यायालयाकडून न्याय मागणं हे योग्य नाही. तरीही अगदीच अपरिहार्य परिस्थितीत या गोष्टीला परवानगी देता येते. एवढं सगळं ऐकल्यावर मी माझ्या संदर्भात कसा विचार करतोय हे माझं मलाच समजत नव्हतं.

उथमाननं या कशातच सहभागी न होण्याची भूमिका घेतली होती. परंतु त्याची कोठडी इतर विभागांच्या जवळ असल्यामुळे इतर विभागातल्यांशी माझ्यावतीनं संपर्क साधशील का, अशी मी त्याच्याकडे विचारणा केली. मला त्याच्यामार्फत इतर विभागातल्या लोकांपैकी कोणाला वकील हवा आहे का हे विचारायचं होतं आणि त्यानंतर ज्यांना वकील हवा होता अशांची नावं त्यानं माझ्यापर्यंत पोहोचवायची होती. परंतु तत्त्वतःच त्याला हे काही मान्य नसल्यामुळे त्यानं अशा स्वरूपाची मदत करायला नकार दिला. तो मध्यस्थ म्हणून काम करायला मुळीच तयार नव्हता. त्याच्या या वागणुकीमुळे मला त्रासल्यासारखं झालं होतं. परंतु आता या घटनेमुळे फिरोजही उथमानवर नाराज झाला.

"तुमच्यातल्या काही जणांचं नेमकं काय बिनसलंय ते मला माहीत नाही. तुम्हाला असं वाटतंय का की स्वर्गातून कोणी देवदूत पृथ्वीवर येऊन तुमची मदत करणार आहे. तुम्ही नम्रपणे शरण जाणार असलात तर हात वर करा. मला तुमच्यात आणि सुफी संतांमधे काहीच फरक दिसत नाहीये."

मला असं वाटलं की त्याचा हा शेरा अयोग्यच होता. त्यामुळे उगाचच अनेक जण दुखावले गेले. उथमानप्रमाणे इथले अनेक जण काटेकोरपणे 'सलाफी' प्रमाणे वागणारे होते. त्यात माझाही समावेश होताच. साधुसंत सुफी पंथीयांचे काही

विचार, मला आणि उथमानला बंडखोरीचे वाटत असत. त्यानं जो टोकाचा विचार मांडला होता तो आणि दुसऱ्या टोकाचा थेट कुठल्याही न्यायालयातून न्याय मिळवण्याचा विचार या दोन टोकांमधे माझे विचार होते. सरतेशेवटी मी त्या प्रक्रियेत भाग घ्यायचा नाही या निर्णयाला येऊन पोहोचलो.

पण मग मी उथमानला मात्र म्हणालो, "ऑटोमानचं साम्राज्य कोसळल्यापासून क्रियाशील असं एकही मुस्लीम राष्ट्र आज अस्तित्वात नाही आणि जी काही इस्लामिक राष्ट्र आहेत ती मूलभूत विचारांपासून खूप दूर गेलेली आहेत. गेल्या ऐंशी वर्षांत मुसलमानी जगतात जर एकही इस्लामी न्यायालय अस्तित्वातच नसताना, तर मुसलमानांना त्यांचे हक्क कसे काय परत मिळणार आहेत हे तू जरा मला सांगतोस का? तुझ्या स्वतःच्या देशात येमेनमध्ये मूळच्या रहिवाशांसाठीचा कायदा अजूनही सर्वमान्य आहे आणि वसाहतवादानंतर निर्माण झालेल्या पाकिस्तानात ब्रिटिश आणि इस्लामी कायद्यांचं वेगळंच मिश्रण तयार झालंय. जर कोणी माझ्याविरुद्ध कागाळी केली तर मी शरियाह प्रमाणे न चालणाऱ्या न्यायालयातून न्याय मिळवू शकत नसल्यामुळे, मला न्याय मिळवण्याचा कोणताही मार्ग उपलब्धच नाही? काडीचीही नीतिमूल्यं नसलेला एखादा मुस्लिमेतर किंवा अशा बाबतीत एखादा नीतीमूल्यशून्य मुस्लीम यांना जर तुझं हे तत्त्वज्ञान कळलं तर ते रात्रंदिवस तुझी नुसती लूट करतील."

माझ्या या म्हणण्यावर सुद्धा उथमानकडे एक मुद्दा होता. सर्वोच्च न्यायालयाच्या निर्णयाला हेबिअस कॉर्पसच्या खटल्यांमधे वाटाण्याच्या अक्षता देण्यात येऊन योग्य न्याय दिला गेलाच नव्हता. उथमान जसं म्हणत असे तसं हा सगळा नुसता देखावा होता. अमेरिका आमचा बळी देऊन सगळं कसं छान छान चाललंय याचा अनुभव घेऊन सुखावत होती. काही झालं तरी क्लाईव्ह जसं म्हणत होता त्याच नजरेनं मी या सगळ्याकडे पाहत होतो. आमची भिस्त हेबिअस पिटीशनवर नव्हतीच. अमेरिकेनं अतिरेकी कृत्यांविरुद्ध चालवलेलं युद्ध आणि ग्वांटानामो खाडीमधली सत्य परिस्थिती जगासमोर आणण्यासाठी कोणीतरी मध्यस्थ हवं होतं. या संदर्भात कदाचित वकिलांचा उपयोग होण्यासारखा होता.

मग मी बाकी सारे विचार बाजूला सारून इतर विभागांना ऐकू जाईल इतपत स्वतःच मोठ्यांदा ओरडलो आणि मी हाती घेतलेल्या या कामात मला पहिला प्रतिसाद मिळाला तो रशियन व्यक्तीकडून, सईद[१] त्याचं नाव. हा बाग्रामपासूनचा माझा सहप्रवासी होता. माझा आवाज ऐकता क्षणी त्यानं मला रशियन भाषेतून किमान डझनभर तरी अभिवादनं पाठवली. शिवाय मोडक्यातोडक्या अरेबिक, पश्तु

---

१. राविल मिंगाझोव (सईदचं रशियन नाव) हा ग्वांटानामोतला उरलेला शेवटचा रशियन

आणि इंग्रजी भाषेतूनही त्यानं अभिवादन केलंच. त्याचं अरेबिक अजूनही फारच प्राथमिक अवस्थेतलं होतं. पण आता तो निदान काय बोलतोय ते समजण्याइतपत त्याची मजल गेलेली होती. त्याचा आवाज पुन्हा ऐकताना मला एकदम बरं वाटत होतं.

मी सईदला वकील हवा आहे का असं विचारलं. त्यानं ओरडून त्याच्या संबंधीची माहिती मला दिली. ती मी इंग्रजीत भाषांतरित करून घेतली. त्यानंतर एक ट्युनिशियातून इथे आलेल्या कैद्यानं त्याची माहिती मला देऊन त्याला सुद्धा वकील हवा असल्याचं सांगितलं. त्यानंतर सौदी अरेबियातल्या रशिदनं वकील हवा असल्याचं सांगितलं. याच रशिदवर आय.आर.एफ.नं मागे हल्ला चढवला होता. सरतेशेवटी एका म्हाताऱ्या अल्जेरियनलाही वकील हवा असल्याचं त्यानं कळवलं होतं. पण त्याला जवळचं असं नात्याचं कोणीच नव्हतं. पंचवीस लोकांच्या त्या विभागातून या एवढ्याच लोकांची नावं मिळवण्यात मी यशस्वी झालो होतो. तिथे इतरही अनेकजण होते. ज्यांना वकील द्यावासा वाटत होता. परंतु जास्त माहितगार असे त्या गटातले दोघं या गोष्टीच्या अगदी विरुद्ध बोलले तेव्हा या मंडळीना त्या गटाचा दबाव जाणवला असणार त्यामुळे 'होय, मी यात सहभागी होऊ इच्छितो' असं म्हणणं त्यांना जड गेलं. कुठलीही गोष्ट लपूनछपून करायची नव्हती. त्यांनी मला त्यांची सर्व माहिती उघडपणे द्यायला हवी होती आणि ते तसं करताना इतरांनाही ते सगळं ऐकू जाणं अपरिहार्य होतं.

त्या चौघांनी नावं देऊन जो वेगळा पवित्रा घेतला होता, त्यामुळे फिरोज त्यांच्यावर जाम खूश झाला होता. सईदनं दिलेल्या प्रतिसादामुळे हे घडलंय हे आम्हाला माहीत होतं. त्यानं त्या दिवशीच्या वादग्रस्त विषयालाच हात घातलाय याची त्याला मात्र जाणीव नसावी.

ज्या वेळी पहिल्या दिवशी मी माझा वकील क्लाईव्हबरोबर होतो अगदी त्याच वेळी फिरोज गीताबरोबर होता. कारण ती अजूनही त्याची वकील होती. त्यानंतर हे दोन वकील काय म्हणाले त्याची आमच्या जवळच्या टिपणांच्या आधारानं आम्ही दोघांनी आपापसात चर्चा केली. त्यानंतर आम्ही आमच्या जवळची कागदपत्रं सुद्धा अगदी बारकाईनं वाचली. शिवाय ती एकमेकांना सुद्धा वाचून दाखवली. त्यानंतर एखाद्या वकिलाप्रमाणे आम्ही खटल्याची सर्व बाजूंनी साधकबाधक चर्चा केली. या खटल्याच्या संदर्भात मांडलेला एक मुद्दा वाचून आम्ही तर आश्चर्यानं अगदी थक्कच झालो. तो मुद्दा असा होता की, एका वृद्ध स्वीस स्त्रीनं अल्-कायदाला अनवधानानं आर्थिक मदत दिल्याचं एक काल्पनिक उदाहरण आमची बाजू मांडण्यासाठी म्हणून देण्यात आलं होतं आणि असा प्रश्न उपस्थित करण्यात आला होता की, आता या बाईच्या या कृत्यामुळे ती अमेरिकेची शत्रू ठरते का? हा प्रश्न या

खटल्याचं कामकाज बघणाऱ्या ग्रीन या न्यायाधीशांनी उपस्थित केला, तेव्हा सरकारी वकिलांनी त्याला होकारार्थी उत्तर दिलं होतं. हे सगळं काल्पनिक प्रकरण भलतंच थक्क करणारं होतं.

पापा विभागात आता आमचे गणवेश वेगळे असल्यामुळे आम्ही इतरांपेक्षा वेगळे असल्याची जाणीव आम्हाला होत होती आणि त्यामुळेच आमच्यात बंधुभावाची भावना अगदी खोलवर रुजली होती. चित्रपटात पाहिलेली फाशीच्या शिक्षेची दृश्यं मी माझ्या मनात कल्पनेनं आमच्यासाठी पाहत असे. हा अविश्वसनीय अनुभव मी या माझ्या बांधवांबरोबर वाटून घेत असे. आमच्यातल्या कोणाला त्याच्या कोठडीबाहेर काढून उलटतपासणीसाठी किंवा करमणुकीच्या मैदानाकडे नेण्यासाठी म्हणून आमच्या कोठडीसमोरून नेत असतानाच आम्ही एकमेकांना बघत होतो. आम्ही कधीकधी एकमेकांजवळून जाताना पहारेकरी आम्हाला कोठडीवजा पिंजऱ्यातून बोटं आत घालून एकमेकांशी हस्तांदोलन करायला परवानगी देत. पण कधी अशी परवानगी मिळाली नाही तरी छान हसून एकमेकांना सलाम-दुवा असं सगळं होईच. माझ्या कोठडीसमोरून जाताना मी कसा आहे, माझं कसं काय चाललंय अशी तऱ्हेतऱ्हेने विचारपूस केल्याशिवाय कोणीही पुढे जात नसे.

लोकांच्या सवयींमधे त्यांच्या त्यांच्या संस्कृतीचा केवढा मोठा वाटा असतो, ही गोष्ट मला या निमित्ताने प्रकर्षानं जाणवली होती. आम्ही ब्रिटिश जरा थंड प्रकृतीचेच, इतरांमध्ये न मिसळणारे. फिरोजच्या कोठडीसमोरून जाताना पण प्रत्येक वेळी मात्र किंचित झुकून त्याला अभिवादन करण्यापलीकडे माझी मजल जात नसे आणि तो सुद्धा माझ्या कोठडीसमोरून जाई तेव्हा तसंच काही करी. पण इतरांना मात्र आम्ही फार लक्षपूर्वक अभिवादन करीत होतो. सांस्कृतिकदृष्ट्या माझ्यात खूप गोष्टी सामावून जायला हव्या, मी अनेक गोष्टी माझ्यात मुरवून घ्यायला हव्यात अशी माझी भावना होई. मी हिक्सच्या कोठडीसमोरून जाताना फारच रानटी पद्धतीनं विशिष्ट आवाज काढून एकमेकांना अभिवादन करीत होतो. अभिजनांच्या अभिवादनाच्या जिव्हाळा व्यक्त करणाऱ्या नम्र पद्धतीपेक्षा ही पद्धत खूपच ओबडधोबड स्वरूपाची होती.

या कालखंडात एक घटना घडली होती की, जी त्या काळातल्या माझ्या मनःस्थितीवर नेमका प्रकाश टाकणारी आहे. आम्हाला सगळ्यांनाच पहारेकऱ्यांना थोडं उचकवायचं होतं. विविध भागांमधले शब्द आणि वाक्यं कागदावर अशा पद्धतीनं लिहून काढायचे की पहारेकऱ्यांना वाटलंच पाहिजे, मी काहीतरी सांकेतिक भाषेतला संदेश इकडून तिकडे पोहोचवतोय. खरं तर हा सगळा निव्वळ फाजीलपणा होता. मग मी चांगलं पान भरून अरेबिक, उर्दू, फ्रेंच, स्पॅनिश, हिब्रू, ग्रीक, मँडरीन, हिंदी, रशियन आणि लॅटिन भाषेतले शब्द आणि वाक्यं लिहिली. अमेरिकन

आरमाराचं घोषवाक्य 'सेंपर फिडेलीस' सुद्धा मी उलटंपालटं करून टाकलं. मी लिहिलं, 'सेंपर इन फिडेलीस'. त्यानंतर मी विविध देशांच्या राष्ट्रध्वजांची चित्रं काढली. त्या कागदाची घडी घालून मग मी तो कागद माझ्या अंगरख्याच्या वरच्या खिशात ठेवला आणि करमणुकीच्या मैदानावर गेलो. तो कागद मग मी त्या मैदानात लपवून ठेवला. त्या वेळी ते तो नक्की शोधून काढणार हे मला माहीत होतं. ज्या वेळी तो कागद त्यांच्या हाती लागला, त्या वेळी मला अगदी मनापासून हसू आलं. कारण या कागदावर लिहिलेल्या शब्दांचं अन् वाक्यांचं भाषांतर केलं तर त्यातून किती अर्थ निघू शकतील, या गोष्टीचीच मला अतिशय गंमत वाटली होती.

ही घटना घडल्यापासून तासाच्या आत जनरल हुड ताडताड चालत तुरुंगात आले. त्यांनी अनेक गोष्टींची पाहणी केली आणि मग आमच्या विभागाच्या प्रमुख सार्जंटशीही ते बोलले. मी केलेल्या त्या छोट्याशा गमतीमुळेच या मंडळींची ही धावपळ उडाल्याची माझी पक्की खात्री होती. त्यानंतर प्रत्येक खेपेला आम्ही कोठडीत शिरलो किंवा कोठडीतून बाहेर पडलो तरी आमची कसून तपासणी केली जाई. या होणाऱ्या त्रासाबद्दल मी मग इतरांची क्षमा मागितली. पण तरीही अमेरिकन्सच्या केलेल्या फजितीबद्दल मात्र मी जाम खूश होतो.

सैन्यदलाच्या संदर्भात माझा मूड आता खूपच बदलला होता. ऑक्टोबरमधे मी पापा विभागात आल्यापासून उलटतपासणीचा नवा टप्पा सुरू झालेला होता आणि त्या निमित्तानं चौकशी अधिकारी आणि आम्ही सगळे, अशा दोन गटात मानसिक ताकदीची जणू स्पर्धाच सुरू झाली होती. नव्यानं माझी मुलाखत घेण्यात अधिकाऱ्यांना भलताच रस वाटू लागला होता. त्यांच्याशी बोलायला मी नकार दिल्याला महिने लोटले होते. एको छावणीत असताना मला उलटतपासणीसाठी नेत असत, त्याहून कितीतरी अधिक वेळा, म्हणजे या तीन महिन्यांत किमान पंचवीस वेळा तरी त्यांनी मला चौकशीसाठी नेलं होतं. या सुमाराला त्यांनी माझ्याबरोबर मानसिक खेळ खेळायला सुरुवात केली होती.

उथमानला हे समजल्यावर तो म्हणाला, "याचा अर्थ तू आता लवकरच घरी जाणार आहेस. त्या टिपटन पोरांच्या बाबतीत वर्षापूर्वी अगदी असंच घडलं होतं." फिरोज आणि मी, तो जे म्हणत होता त्याबद्दल साशंकच होतो, शिवाय आम्हाला आमच्या अपेक्षा उंचावायच्या नव्हत्या. पण मी मात्र रोज माझ्या पत्नीबद्दलची स्वप्नं बघण्यात आणि स्वप्नातच वारंवार घरी जाण्यात अगदी दंग होतो. मी पत्रातून आजकाल फारसं काही लिहीत नसे आणि जेव्हा कधी लिही तेव्हा पुढे घडून येणाऱ्या सुखद बदलाची चाहूल मी त्यांना देत होतो आणि मग रोजच्या गोष्टींबद्दल मजकूर लिही, जसं की व्यायामाच्या मैदानाची वाढलेली लांबी-रुंदी वगैरे. एकदा

मात्र मी झैनाबला भावनांनी ओथंबलेलं पत्र लिहिलं. दोन-अडीच वर्षांनंतर मी जेव्हा घरी परत येईन, तेव्हा इतके दिवस एकांतवासात राहिलेल्या मला, घरातलं सगळंच अनोळखी वाटेल की काय असं वाटतंय! अशा भावना मी त्यात व्यक्त केल्या होत्या.

माझ्याइतकी नाही तरी, फिरोजची सुद्धा हल्ली वारंवार उलटतपासणी होऊ लागली होती. फिरोज तसा एकलकोंडा माणूस आहे, त्यामुळे चौकशीच्या वेळी तो त्यांना म्हणत असणार, 'हे बघा तुम्ही आपले माझ्या वकिलाशी बोला... काय विचारायचं ते त्याला विचारा.' असं मला वाटत होतं. पण मी मात्र चौकशी अधिकाऱ्यांच्या चर्चेत त्यांच्याशी वाद घालत असे.

सैन्यदलाचं गुप्तहेरखातं आणि त्याच स्वरूपाच्या इतर संस्था जसं की, एफ.बी.आय., सी.आय.ए. आणि एन.एस.ए. अशा स्वत:ची ओळख न देणाऱ्या त्या संस्थांचे अधिकारी येऊन माझी उलटतपासणी करून गेले. ही उलटतपासणी फार बारकाईनं केली जाई. कधीकधी दिवसातून दोन दोन वेळा अशा उलटतपासणीसाठी मला बोलावलं जाई. व्यायामाची दोन मैदानं ओलांडून पलीकडे दूर असलेल्या मार्टिन मुबांगाला फिरोज ओरडून संदेश पोहोचवी. त्याचीसुद्धा अशीच चौकशी चालली आहे का हे आम्हाला माहीत करून घ्यायचं असायचं. म्हणजे तर खरोखर काहीतरी नक्कीच घडत होतं असं समजायला हरकत नव्हती. पण जर फक्त फिरोज आणि माझ्याबाबतीतच अशी चौकशी चालली असती तर मग ते मात्र काहीतरी वेगळं चाललंय असं समजायला हवं होतं. त्या वेळी मार्टिनची पुन्हा नव्यानं उलटतपासणी चालू नव्हती.

लवकरच माझ्या असं लक्षात आलं की, माझ्या उलटतपासणीत त्यापैकी काही चौकशी या न्यायालयीन कामकाजासाठी मला भेटून गेलेल्या माझ्या वकिलाच्या संदर्भातली होती. ऑगस्टमध्ये गीता मला भेटून गेल्यानंतर लगेच मला चौकशीसाठी बोलावण्यात आलं होतं. ती भेटून जाता क्षणी उलटतपासणीसाठी मला बोलावण्यात त्यांचा काही खास हेतू असावा की, तो निव्वळ योगायोग असावा याबद्दल विचार करण्यात मी खूप वेळ घालवला होता. गीता खरोखरच तुझ्याबरोबर आहे? असंच काहीतरी त्यांना सुचवायचं आहे की काय असं मला तेव्हा वाटायला लागलं होतं.

क्लाईव्ह मला भेटायला येण्याच्या आदल्या दिवशीही तसंच घडलं. पापा विभागापासून सहज चालत जाण्याच्या अंतरावर असलेल्या सॅली बंदरापासून जवळ असलेल्या गोल्ड बिल्डिंगमध्ये मला उलटतपासणीसाठी नेण्यात आलं होतं. चौकशी अधिकाऱ्यांपैकी एक, इयान एकदम ठेंगणा माणूस. त्याची दाढी भलतीच लांब आणि मिशाही भल्या थोरल्या होत्या. शिवाय केस तांबूस लालसर होते. तो माझ्यासमोर बसला अन् त्यानं पाण्यानं भरलेली बाटली माझ्यासमोर धरून ती

घेण्याविषयी सुचवलं तेव्हा मी चिडून त्याला विचारलं,

"माझ्या कोठडीत बसून मी लघवी पितो असा तुझा समज झालाय की काय? मला अशी आशा आहे की असं स्वागत करण्याचा तुझा प्रयत्न नसावा." माझी ही वर्तणूक पाहून त्याला धक्काच बसला. असं बोलून त्याचं मन विचलित करण्याचा माझा उद्देश होता, कारण यापूर्वी हे लोक माझ्याशी अतिशय विक्षिप्त पद्धतीनं खेळले होते.

"हे बघ, मला तुला एक समीकरण दाखवायचंय." तो म्हणाला. त्यानंतर त्यानं त्याचं बोलणं पुढे चालू ठेवत म्हटलं, "मला वाटतं तुला बीजगणित येतं. बरोबर ना?" मी त्याच्याकडे बघतच राहिलो. कारण एकाच वेळी मला घाबरवून सोडत पण मी इतरांबरोबर मिळून मिसळून वागावं म्हणून त्यानं चालवलेला प्रयत्न बघता तो सी.आय.ए.चा माणूस असावा असा मी अंदाज बांधला.

मी त्याला म्हणालो, "खरं तर मी गणितात एकदम ढब्बू होतो. खास करून बीजगणित तर माझ्या डोक्यावरून जात असे. पण मी तुला सांगू शकतो की अरेबिकमधे आतंकवादाशी निगडित असलेला जिहाद हा एकच शब्द नाही की, ज्यामुळे पाश्चात्त्यांच्या जिवाचा थरकाप व्हावा. अलजिब्रा हा शब्द अल्-जाब्रापासून तयार झालाय आणि त्याचा अर्थ दुरुस्त करणं किंवा एकत्र करून घट्ट चिकटवणं असा आहे. अबू जफर अल् खोवारिझमीच्या संशोधनाच्या कामातून तो शब्द आपल्याला मिळाला तसंच 'अलगोरिथम' हा शब्द सुद्धा त्याचीच देणगी आहे."

"तू सांगतोयस ते खरंच फार मजेशीर आहे." माझं वाक्य तोडत तो मधेच म्हणाला आणि मग तो पुढे म्हणाला, "लक्ष देऊन ऐक, एक्स अधिक वाय बरोबर झेड हे एक समीकरण आहे. एक्स म्हणजे तुझ्याबद्दलची आमच्याजवळ असलेली माहिती, वाय म्हणजे तू आम्हाला देशील किंवा देणार नाहीस ती माहिती आणि झेड म्हणजे आतंकवादी. तू झेड आहेस, एक्स म्हणजे आमच्याजवळ असलेली माहिती आणि आता राहिला वाय, तुझ्याजवळची माहिती देऊन तू हे समीकरण बदलू शकतोस."

"आईन्स्टाईन महाशय, धन्यवाद! हा सगळा प्रपंच तुम्ही कशासाठी मांडलात ते जरा सविस्तर सांगता का? मी तुम्हाला मदत करावी म्हणून तुम्ही माझ्या समोर काही प्रस्ताव तर मांडत नाही ना? तसंच काही असेल तर तुम्ही त्या प्रस्तावाला धरून राहा. माझं उत्तर ठाम आहे. तुमचा कुठलाही प्रस्ताव मला मान्य नाही."

त्यानं मग हातातल्या एका कागदाच्या कपट्याकडे बोट दाखवत म्हटलं, "म्हणूनच म्हणतोय तू हा असा आहेस! कागदाच्या त्या कपट्यावर शब्द होते 'आतंकवादी' (टेररिस्ट)."

"एकच शब्द पुन्हा उच्चारला तर तो खरा ठरतो असं तुम्हाला वाटतं का?

हिटलर काय म्हणाला होता माहीत आहे ना, 'धादांत खोटं, जे लहान गटाला पटत नाही ते मोठ्या जनसमूहाला पटकन पटतं. विशेषत: असं खोटं जर वारंवार सांगितलं गेलं, तर मग नक्कीच ते लोकांना खरं वाटतं.' मी आता इथे बसून ते मला इथून घेऊन जाईपर्यंत तुला गाढवऽ गाढवऽ असं म्हणत राहतो.''

माझ्या या आग पाखडण्याचा त्याच्यावर काहीही परिणाम झाला नाही. गेंड्याची कातडी असलेला तो माणूस मला म्हणाला, ''तू तुझ्या वकिलाकडे ज्या तक्रारी केल्यास, त्याबद्दल आम्हाला सगळं काही माहीत आहे. तुझे वकील तुला पुन्हा केव्हा भेटायला येणार आहेत ते सुद्धा आम्हाला माहीत आहे.'' जुलैत पाठवलेल्या पत्राबद्दल तो बोलत होता. ते पत्र आता प्रसार माध्यमांपर्यंत पोहोचलेलं होतं. ''अमेरिकन जनता या गोष्टीला काडीइतकीही किंमत देत नाही आणि अमेरिकन जनतेचं मतच विचारात घेतलं जातं, ब्रिटिश जनतेचं नव्हे आणि तुमचं सरकार म्हणशील तर ते तुमच्या वकिलांइतकंच याबाबतीत निष्प्रभ आहे.'' त्याचं गुरकावणं चालूच होतं.

त्याच्या एकूण बोलण्यावरून असं वाटायला लागलं होतं की, तो काही नवीनच दृष्टीनं माझ्याकडे बघतोय. त्यानं मला सांगितलं की, त्यांच्याकडे माझ्याबद्दलची त्यांनी इथल्या इतर कैद्यांकडून मिळवलेली बरीच माहिती आहे. एवढं सांगून तो पुढे म्हणाला, ''तू आमच्या प्रश्नांना गेल्या अनेक दिवसांपासून उत्तरं देत नाहीस अन् आम्हाला सहकार्य करीत नाहीस. तुझ्यात बदल घडवून आणण्यासाठी मी इथे आलो आहे. तुला इथे वर्षानुवर्षं डांबून ठेवलं तर कसं वाटेल?''

''हं! तसा तर मी इथे गेली तीन वर्षं आहेच. पण मग अजून तीन वर्षं इथे काढावी लागली तर ते काही फार वर्षं म्हणता यायचं नाही. पण काही झालं तरी आता हे पुरे एवढं मात्र खरं. शिवाय आजवर तुम्ही बोलल्याप्रमाणे काहीही केलेलं नाही. ना कधी शिक्षा केलीत ना कधी न्यायालयासमोर उभं केलंत. त्यामुळे तुम्ही काहीही म्हटलंत तरी मला त्याची मुळीच पर्वा नाही आणि खरं तर इथे राहाणं मला आता आवडायला लागलंय.''

''एको छावणीशी तुलना करता मला खरोखरच इथं राहणं आवडतं. 'आवडतं' हे म्हणणं जरा जास्तच चमत्कारिक आहे नाही का! पण इथे प्रार्थनेसाठी दिली जाणारी बांग मला ऐकू येते, याचं मला बरं वाटतं. सगळ्यांबरोबर प्रार्थना करणं मला आवडतं. इथल्या कैद्यांबरोबर चर्चा करणं मला आवडतं आणि इथलं भलं मोठं व्यायामाचं मैदानही मला आवडतं.

''मी अतिशय आशावादी माणूस आहे, हे लक्षात ठेव इयान... शिवाय मला असंही वाटतं की, या ना त्या मार्गानं ही परिस्थिती आता निवळेल. मला आता तुझ्या मदतीची मुळीच गरज नाही. एफ.बी.आय.नं पुढे केलेल्या निवेदनावर सही

केल्यानंतर पुढे काय घडतं याची माझ्या अनुभवावरून मला पुरेपूर कल्पना आहे. खरं तर काहीच घडत नाही. त्या वेळी त्यांनी मला सांगितलं होतं मला न्यायालयात उभं करण्यात येईल. पण तसं काहीही घडलं नाही. परमेश्वरानं निर्माण केलेल्या या जगात मी तुमच्यावर विश्वास ठेवण्याचं काहीच कारण नाही. त्यामुळे तुम्ही दिलेल्या धमक्यांना मी भीक घालणार नाही.''

हे बोलत असताना मला आठवलं, सी.आय.ए.च्या अधिकाऱ्यांनी माझी उलटतपासणी सुरू केली होती, त्या वेळी ते मला धमकावत होते, घाबरवून सोडत होते. इस्लामाबाद, कंदाहार, बाग्राम इथे ते घडलं आणि त्या प्रत्येक खेपेला माझ्या डोळ्यांत अश्रू उभे राहिले होते. पण या खेपेला तसं घडलं नाही.

त्याच्या त्या विशिष्ट पद्धतीनुसार आणि दृष्टिकोनानुसार हे प्रकरण दोन तास चालत राहिलं. ते सगळं इतकं बालिश आणि फालतू होतं की, त्यामुळे शेवटी मला हसायलाच यायला लागलं. तो जरी शांतपणाचा भाव आणत होता तरी त्याच्या डोक्यातला न मावणारा संताप त्याच्या चेहऱ्यावर स्पष्टपणे दिसत होता. सी.आय.ए. किंवा त्याच्यासारख्या कोणाही चौकशी अधिकाऱ्याला घाबरणं मी सोडून दिलंय, हे त्याच्या अजूनही लक्षात आलं नव्हतं.

मी माझ्या कोठडीत परत गेल्यावर इतरांना जेव्हा इथला सगळा वृत्तांत सांगितला, तेव्हा सगळ्यांना तो एक मोठा विनोदच वाटला आणि त्यांनी त्या सगळ्याचं त्यांच्यापरीनं विश्लेषण करायला सुरुवात केली. अमेरिकन्सच्या प्रत्येक कृतींचं विश्लेषण नेहमीच होत असे. चौकशी अधिकाऱ्यानं विचारलेल्या प्रत्येक प्रश्नामागे त्याचा काय उद्देश असावा याविषयी आम्ही खल करू लागलो, त्यानं अशा तऱ्हेची खेळी का केली असावी? या वेळी तिथे फक्त एकच चौकशी अधिकारी का बरं होता? वगैरे वगैरे...

क्लाईव्हबरोबर दोन दिवस काढल्यानंतर त्यांनी मला पुन्हा एकदा उलटतपासणीसाठी बोलावलं. या वेळी कोणी नवाच चौकशी अधिकारी होता आणि त्याचा दृष्टिकोनही वेगळा होता.

आम्ही दोघं म्हणजे तो आणि मी अगदी जानी दोस्त असल्यासारखी त्यानं बोलायला सुरुवात केली, ''मी असं ऐकलंय की तुला इतिहास आणि राजकारण या विषयांवर बोलायला आवडतं...''

''हो, मला ग्रीक पुराणकथांबद्दलसुद्धा बोलायला आवडतं.''

''ओह्! मिस्टर बेग, फारच छान. मी तुला तुझ्या नावानं हाक मारली तर चालेल? कसा बरं करायचा तुझ्या नावाचा उच्चार... मोझ्झाम! कि मो-आझ्झम?''

''तुला पाहिजे तसा उच्चार कर. त्यामुळे खास असा काहीही फरक पडत नाही. उर्दू किंवा अरेबिक शब्दांचे उच्चार तू धडपणे करूच शकणार नाहीस याची

मला खात्री आहे. तुला इतिहास, राजकारण वगैरेबद्दल बोलायचं असेल तर माझी काहीच हरकत नाही. पण माझ्या संदर्भात किंवा इतरांच्या संदर्भात विचारलेल्या प्रश्नांची उत्तरं मात्र मी देणार नाही.''

चालू घडामोडींविषयी चर्चा करण्याची त्यांना परवानगी नव्हती. पण ते सर्वसामान्य गोष्टीबद्दल बोलत. जसं की आतंकवादाविरुद्ध सुरू झालेलं युद्ध, अप्रत्यक्षपणे इराकमधे चाललेल्या युद्धाचा उल्लेख, मुस्लीम संस्कृती संपूर्णपणे पचनी पडल्याचं या चौकशी अधिकाऱ्यानं जे सोंग आणलं होतं, ते अगदीच कुचकामी होतं. मध्यपूर्वेचा इतिहास आणि तिथलं राजकारण या दोन्हीचा तो मधूनमधून आडून उल्लेख करत होता. म्हणत होता की, मला याबद्दल जास्त जाणून घ्यायला आवडेल. त्याच्याशी खूप वेळ बोलल्यानंतर माझ्या असं लक्षात आलं की, बऱ्याचशा चौकशी अधिकाऱ्यांचा जो दृष्टिकोन असतो तोच याचाही आहे.

त्यानं मला तबलीघी जमातीबद्दल विचारलं – मुळात भारतात उदयास आलेली आणि आता जगभर पसरलेली ती एक अवाढव्य इस्लामिक मिशनरी संघटना आहे. त्यानंतर त्यानं विचारलं, ''अल्-कायदा आणि तबलीघी यांच्या दरम्यान काही कार्यकारणसंबंध आहे असं तुला का वाटतं?''

तोवर माझी बऱ्यापैकी चिडचिड झालेली होती. मी ताडदिशी म्हणालो, ''अरे देवा, अल्-कायदाच्या घोळात झाडून सगळ्या इस्लामी संघटना ढकलून देण्याचं तुम्हा लोकांना व्यसनच जडलंय जसं. हे सगळेच एका माळेचे मणी आहेत हे दाखवण्यासाठी तुम्ही धडपडताय.''

त्यानंतर त्या अधिकाऱ्यानं त्याचं म्हणणं मांडलं. तो म्हणाला, ''आमची अशी खात्री आहे की तबलीघी जमातीसारख्या संघटनांमार्फत अल्-कायदा त्याची माणसं 'सब सहारन अफ्रिकन' देशांच्या सरकारांमध्ये घुसवतंय.''

''पण या देशांमधून एकूणच मुसलमान समाज तसा लहानसा आहे. त्यामुळे मग त्यांना हे करणं कसं जमतंय?'' एवढं मी म्हटलं खरं, पण मग माझ्या लक्षात आलं त्याला नेमकं काय म्हणायचंय ते. खरं तर तो असं सुचवत होता की, तबलीघी जमात ही मिशनरी असल्यामुळे ती या देशांमधून धर्मांतर घडवून आणेल. तसं झाल्यावर अल्-कायदा तिथे शिरकाव करून घेईल आणि मग कटकारस्थानं करून रक्तपात करून किंवा त्या शिवाय सुद्धा सत्तेवर येईल.

या शिवाय या राजकारणात तो मदत करणाऱ्या संस्थांना अडकवत होता. त्यानं मला विचारलं, ''मदत करणाऱ्या इस्लामी संस्थांबरोबर तू काम केलंयस, या संस्थांचा संबंध कुठल्या ना कुठल्या स्वरूपात मूलतत्त्ववाद्यांशी असतोच आणि....''

त्याचं वाक्य तोडत मी म्हणालो, ''अल्-कायदा! तू म्हणायच्या आधी मीच

ते म्हणून टाकतो. कारण काही झालं तरी प्रत्येक गोष्ट शेवटी अल्-कायद्यापाशीच जोडली जाणं अपरिहार्य आहे. हीच गोष्ट तुम्हाला नेहमी म्हणायची असते, पण ती म्हणायला तुम्ही घाबरता! खरं तर तुम्हाला असं म्हणायचं असतं की, या मदत संस्था, मिशनरी गट, आतंकवाद आणि त्या सगळ्याचा अल्-कायदाशी असलेला संबंध म्हणजेच इस्लाम. म्हणजेच खरंतर तुम्ही लोक सुप्तावस्थेतल्या १.६ दशलक्ष (बिलियन) अमेरिकेचे शत्रू मानलेल्या बाजारबुणग्यांची चौकशी करताय त्याच्यासाठी माझ्या शुभेच्छा!''

दुसऱ्या एकानं विचारलं, ''तू आमच्या प्रश्नांची उत्तरं का देत नाहीस? तू एक कुटुंबवत्सल माणूस आहेस आणि आजकाल काय सांगावं कोणालाही, केव्हाही कुठेही दुखापती होऊ शकतात.''

तो माझ्या कुटुंबाला धमकी द्यायचा प्रयत्न करत होता का? मी संतापून म्हणालो, ''माझ्या कुटुंबाला यात घ्यायचं नाही. तुम्ही मला अल्-कायदाचा सभासद असल्याचा आरोप ठेवून इथे आणलंय, बरोबर?'' मग मी त्याला जास्तीतजास्त धडकी भरेल अशा पद्धतीनं पुढचं वाक्य उच्चारलं, ''तुम्हाला सुद्धा बायका-मुलं आहेतच ना?''

त्यावर त्यानं अजिबात तोंड उघडलं नाही.

मी ताबडतोब क्लाईव्ह आणि गीता या दोघांनाही काय घडलं ते कळवलं. कायदेशीर बाबींसाठी मला कोणी भेटून गेलं की लगेच माझी उलटतपासणी केली जाते. शिवाय त्याची काही विशिष्ट पद्धत आहे. ज्यामुळे मला नैराश्य येतं. तुम्ही दोघं भेटून गेल्यानंतर एकाच अधिकाऱ्यानं माझी चौकशी केली होती. क्लाईव्हला लिहिलेल्या पत्रात ज्या चार कैद्यांना वकील हवा होता, त्यांची नावं मी लिहिली. इतरांच्या गरजांनाही प्राधान्य देण्याचा त्यामागे माझा दृष्टिकोन होता. हे पत्र पाठवल्यानंतर दोन दिवसांनी मी त्याला पुन्हा एक पत्र पाठवलं, त्यात चौकशी अधिकारी इयानबद्दल मी लिहिलं. त्या पत्रात मी कळवलं होतं, इयाननं मला आतंकवादी ठरवल्यानंतर सुद्धा मी माझं मनोधैर्य टिकवून ठेवलं आणि तरीही त्याला कुठल्याही प्रकारे सहकार्य केलं नाही. इथल्या प्रशासनानं परवानगी दिलेली पुस्तकं आणि मासिकं माझ्यासाठी आणावी असं मी त्यांना सुचवलं. तीन महिन्यांच्यावर आम्हाला इथल्या लायब्ररीतून पुस्तकं मिळाली नव्हती. या सगळ्यापासून मन दुसरीकडे वळवण्यासाठी मला काहीतरी बौद्धिक खाद्य हवंच होतं.

काही दिवसांनंतर त्यांनी मला पुन्हा उलटतपासणीसाठी बोलावलं. या खेपेला संरक्षणखात्यातून माझ्यावर झालेल्या शारीरिक अत्याचारांची, अन्यायाची उलटतपासणी करण्यासाठी दोघं जण आलेले होते. त्यांना मानसिक अत्याचाराची, माहिती घेण्यात रस नव्हता.

२८ डिसेंबरला ते माझ्यासाठी पुन्हा एकदा आले होते आणि या खेपेला त्यांनी फिरोजला तयार राहायला सांगितलं होतं.

एका खोलीत सहा पहारेकरी, तीन खुर्च्या व एक टेबल होतं. तिथे तीन चौकशी अधिकारी टेबलावर बसलेले होते. त्यांच्यापैकी एकाला मी ओळखलं. तो इयान होता. परंतु या खेपेला त्यानं आपल्या दाढी-मिशांना चाट मारलेली होती. रिचर्ड बेल्मर आणि फिरोज तिथे अगोदरच येऊन पोहोचलेले होते. मी त्या दोघांमधे जाऊन बसलो. एकास दोन या प्रमाणात तिथे पहारेकरी होते. शिवाय समोरच्या बाजूला काही पहारेकरी उभे होते.

मी दीर्घ काळात रिचर्डशी बोललो नव्हतो आणि एकदा फक्त जे थोडं बोललो होतो, ते आम्ही बाग्राममधे असताना. तो चांगला दिसत होता. तो रंगानं अगदी काळा कुळकुळीत होता आणि त्याच्या या रंगाला अगदीच विरुद्ध असा नारिंगी रंगाचा गणवेश अजूनही त्याच्या अंगावर होता. गंमत म्हणजे मधे कुठलाही अडथळा नसताना मी फिरोजला अगदी समोरासमोर असं प्रथमच पाहात होतो.

खोलीत स्मशान शांतता पसरली होती. फिरोजकडे बघितल्यावर मला एकदम हसायलाच आलं. रिचर्ड मात्र भलताच शांत बसला होता. मी इयानकडे दृष्टिक्षेप टाकला आणि काही क्षण त्याच्याकडे बघत राहिल्यानंतर तो नेमका कोण आहे हे माझ्या लक्षात आलं. इयानला हनुवटी नसल्यामुळे त्यानं पूर्वी दाढी ठेवलेली होती हे मला जाणवलं.

चौकशी अधिकाऱ्यांपैकी एक जण म्हणत होता, ''हे बघा, तुम्ही आम्हाला सहकार्य देत नाही, पण आम्ही आता तुम्हाला ही खास अशी संधी देत आहोत. ब्रिटिशांच्या वतीनं आम्ही आता तुम्हाला भेटत आहोत. जर तुम्ही आम्हाला सहकार्य केलंत तर तुमचा देश, तुम्ही आमच्यासाठी जे काही केलंत ते आम्ही त्यांना सांगितल्यावर, तुमच्या बाजूनं जे करायला हवं ते करेल. आम्ही आता तुम्हाला काही प्रश्न विचारणार आहोत. ही तुमच्यासाठी सुवर्णसंधी असेल आणि त्यानंतर ब्रिटिश सरकार तुम्हाला पुन्हा मायदेशी नेण्यासाठी प्रयत्न करेल.

त्यांनी मग आम्हाला स्वतंत्र खोल्यांमधून नेऊन चौकशीला सुरुवात केली. त्यांची वाट बघत मी माझ्या खोलीत एकटाच बसलो होतो. जमिनीवर माझे साखळदंड जखडलेले होते आणि मी फिरत्या खुर्चीवर बसलो होतो. खोलीत कॅमेरे लावलेले होते, त्यामुळे माझी प्रत्येक हालचाल त्यात नोंदली जात होती. जमिनीला जखडलेल्या साखळदंडांच्या मर्यादेत मला जेवढं म्हणून भिंतीजवळ सरकणं शक्य होतं तेवढा सरकून शेजारच्या खोलीत काय चाललंय ते ऐकू लागलो. माझ्या कानी शब्द पडले, 'कृपया आम्हाला सहकार्य कर. तू तसं करणं अतिशय महत्त्वाचं आहे. तुझ्या भविष्याच्या दृष्टीनं ते फार आवश्यक आहे...' यानंतर मी एक दबलेला

आवाज ऐकला, 'काय बोलायचं ते तुम्ही माझ्या वकिलाशी बोला...'

साधारण तासानंतर ते माझ्या खोलीत आले आणि त्यांनी मला प्रश्न विचारायला सुरुवात केली. ते मला ब्रिटनमधल्या गोष्टींबद्दल विचारू लागले. कोण्या पाकिस्तानी अबूबद्दल त्यांनी मला विचारलं तेव्हा मी म्हणालो, "त्याबद्दल मला काहीही माहीत नाही. मी इथे गेली किती वर्षं आहे हे तुम्हाला माहीत आहेच. मला साधी एक पाऊंड केळ्यांची किंमत सुद्धा माहीत नाहीये, की आता इतक्या दिवसात तिथे केळी किलोवर मिळायला लागलीयेत?"

काबूलमधे असलेल्या ब्रिटिश विश्रांतीगृहाबद्दल ते मला विचारायला लागले, म्हणायला लागले, 'ब्रिटनमधे काहीतरी महत्त्वाची घडामोड होणार आहे, त्याच्याशी त्याचा संबंध आहे.' ते सगळं ऐकल्यानंतर माझ्या मनात आलं, ब्रिटिश सरकारला 'ती' माहिती पुरवणं हा 'त्या..' सहकार्याचा एक भाग होता की काय? टिपटन पोरांबरोबर ते जो खेळ खेळले होते, तसाच हाही एक खेळ असावा. या मागचं कारण आम्हाला त्यांच्या इथे येऊन आता वर्ष होत आलं होतं, हे होतं की काय? का ब्रिटनमधे हे म्हणताहेत तसं हल्ला होण्याची शक्यता होती की काय? आणि ही मंडळी जीव तोडून जे सांगत आहेत ते खरंच असलं तर? माझ्या मनाचा पार गोंधळ उडालेला असताना मी माझ्या मनाला हे सगळे प्रश्न विचारत राहिलो. पण ते जे प्रश्न विचारत होते त्यांची उत्तरं मला खरोखरच माहीत नव्हती. पण ती उत्तरं मला माहीत नाहीयेत असं मी त्यांना मुळीच सांगणार नव्हतो. म्हणून मग मी म्हणालो,

"हे पहा, मला कुठेच कोणाही निष्पाप माणसाला कुठल्याच प्रकारचा त्रास व्हायला नको आहे. परंतु मला तुमचा मुळीच भरवसा वाटत नाही आणि तुमच्यावर माझा विश्वासही नाही. तुम्ही खोटं बोललेले आहात आणि माझ्या कुटुंबाला आणि मला गेली तीन वर्षं छळलेलं आहे. अशा परिस्थितीत मी तुमच्यावर विश्वास ठेवावा अशी तुम्ही अपेक्षा तरी कशी करू शकता?"

"पण तू अनेकानेक लोकांचे प्राण वाचवू शकशील."

"मी हजारो लोकांचे प्राण कसे काय वाचवू शकेन, सांगता जरा? तुम्ही मला नेहमीच असं अडकवत आला आहात. जणू काही माझ्या उच्चारलेल्या चार शब्दांमुळे खरोखरच कोणाचे तरी प्राण वाचणार आहेत... तुम्ही ज्या हजारो लोकांचे प्राण घेतलेत त्याबद्दल काय? हजारो लोकांना न मारून तुम्ही त्यांचे प्राण वाचवू शकाल ही पहिली गोष्ट आणि दुसरी म्हणजे तुम्ही माझ्या बायकोचं अन् मुलांचं जगणं व्यक्तिगत पातळीवर हराम केलंत त्याचं काय?"

कोणे एकेकाळी मी त्यांना सांगत असे, "हे बघा हे जे घडलं ते विशिष्ट व्यवस्थेमुळे. व्यक्तिगत पातळीवर तुमचा त्याच्याशी काहीही संबंध नाही." पण

इतक्या दिवसांनी आता मात्र मी म्हणत होतो, 'एक व्यक्ती म्हणून तुम्ही स्वत: या सगळ्याला जबाबदार आहात. तुम्ही काय करून ठेवलंय हे तुमचं तुम्हालाच बघायला हवं.' हे सगळं मी अगदी तारस्वरात संतापून बोललो. या तिघांशी ज्या तऱ्हेनं धाकदपटशा दाखवत मी बोललो होतो, तसं उभ्या आयुष्यात मी कोणाशीही बोललो नव्हतो. मी त्यांना चक्क चिडून शिव्याशाप दिले आणि मग मी शांत झालो.

एवढं सगळं झाल्यानंतर ते म्हणाले, ''हे बघ, तुझ्या मायदेशी खरोखरच काहीतरी घडण्याची शक्यता आहे. तुझी बायको आणि तुझे इतर कुटुंबीय तिथे राहताहेत आणि त्यांना काही व्हावं असं तुला नक्कीच वाटत नाहीये.''

''हे बघा, मी तुम्हाला निक्षून बजावलंय, चुकूनसुद्धा तुम्ही माझ्या कुटुंबाचा उल्लेख करायचा नाही.''

आणि आश्चर्य म्हणजे त्यांच्यातल्या एकानं माझी त्याबद्दल माफी मागायला सुरुवात केली, ''तुला दुखवण्याचा माझा मुळीच हेतू नव्हता.'' तो म्हणाला.

त्यानंतर मी म्हणालो, ''तुम्हाला ब्रिटनमधे खरोखरच तसं काही घडेल अशी भीती वाटत असेल तर तुम्ही एम-१५ ला बोलावून का घेत नाही? म्हणजे मी थेट त्यांच्याशीच बोलेन.'' त्यावर अतिशय चमत्कारिकपणे ते म्हणाले, ''तेवढा सुद्धा वेळ नाहीये.''

ते ऐकून मला वाटलं, हा सगळा निव्वळ मूर्खपणा आहे. त्यांच्या सांगण्यावर माझा मुळीच विश्वास बसत नव्हता. एम-१५ चे लोक त्यांना कळवल्यावर एका दिवसात इथे आले असते. एम-१५ चे लोक गेल्या खेपेला जेव्हा इथे आले होते, तेव्हा त्यांनी मला दिलेल्या 'द इंग्लिश' या पुस्तकातला एक वेचादेखील मी त्यांना सांगितला. मुद्दा असा होता की, अमेरिकेतून युरोपमधे जितके लोक जात असत, त्याच्या दुप्पट लोक अमेरिका व ब्रिटनमधला अटलांटिक महासागर ओलांडून इकडून तिकडे आणि तिकडून इकडे अशी जा-ये करीत असत.

चौकशीच्या अंतिम टप्प्यात माझ्या असं लक्षात आलं की, एक सापळा रचून ते फक्त माझ्याशी खेळत होते. ते सांगत होते त्यात काहीच अर्थ नव्हता. आम्हा सगळ्यांना पुन्हा परत आमच्या कोठडीत नेल्यानंतर मी फिरोजला या सगळ्या प्रकाराबद्दल त्याला काय वाटलं ते विचारलं. त्या वेळी त्याला देखील तेच प्रश्न विचारल्याचं त्यानी मला सांगितलं. त्यांनी त्यालाही जो कोणी पाकिस्तानी अबू होता त्याच्याबद्दल विचारलं. शिवाय ब्रिटिशांच्या काबूलमधल्या कुठल्याशा विश्रांतीगृहाबद्दलही विचारलं; पण त्यानं कुठल्याही प्रकारे त्यांच्याशी संभाषणच केलं नाही.

मी मात्र सध्याच्या कालखंडातल्या इराक, अफगाणिस्तान, चेचेन्या अशा ठिकाणी उडालेल्या रणधुमाळीबद्दल बोललो होतो. चौकशी अधिकाऱ्यांपैकी एक

जण या सगळ्या गोष्टींबाबत अगदीच अनभिज्ञ होता. तो बोलून गेला, "आम्ही तुम्हा ब्रिटिशांना आणि मुसलमानांनासुद्धा अफगाणिस्तानात किती मदत केली. शिवाय चेचेन्यात सुद्धा आम्ही केवढी मदत केली."

"काय?"

"हो, आम्ही होतो ना तिथे."

"खरं का?"

इयान न राहवून म्हणाला, "नाही तसं नाहीये, तुला अफगाणिस्तान असं म्हणायचंय..."

पण दुसरा अगदीच मठ्ठ होता. त्यानं ते चेचेन्यातच होते यावर जोर दिला. तेव्हा इयान चक्क डोकं धरून बसला.

क्लाईव्ह इथून गेल्यापासून झालेल्या या सहाव्या उलटतपासणीबद्दल त्याला लिहिण्याच्या निमित्ताने मी स्वत:ला शांत करत होतो. त्याला लिहिलेलं हे माझं चौथं पत्र होतं. मी पाच पानं भरून मजकूर लिहिलेला होता. चौकशी अधिकारी किती उतावळे झालेले होते, त्यासह त्या संध्याकाळी जे जे घडलं ते ते मी त्याला त्या पत्रात सविस्तर लिहिलं होतं. चौकशी अधिकाऱ्यांबरोबर झालेल्या या भेटीत अनेक गोष्टी खटकणाऱ्या होत्या. त्या अधिकाऱ्यांपैकी एक जण तर स्पष्टपणे म्हणाला होता की, ग्वांटानामोमधे अमेरिकेविरुद्ध अतिरेकी कृत्यं करणाऱ्यांतला एक जणही नाहीये, मात्र आम्हा तिघांना तर त्यांनी तेवढ्यासाठी इथे डांबलं होतं. ब्रिटनविषयीच्या माझ्या शिळ्या माहितीचा त्यांना कसा काय उपयोग होणार होता? पण ते तर तसं म्हणत होते. मी मात्र यात पुरता गोंधळून गेलो होतो. शिवाय तीनशे वेळा माझी चौकशी झाली तरीही त्यांचं समाधान कसं काय झालं नव्हतं? मला क्लाईव्हकडून काहीच समजलं नसल्यामुळे मी अतिशय बेचैन झालो असल्याचंही मला त्याला कळवायला हवं होतं. फिरोजचा मात्र संपर्क चालू होता.

दोन रात्री सलग चौकशी चालू राहिली. म्हणून मग एक जानेवारीला मी पुन्हा क्लाईव्हला कळवलं. मी लिहिलं, या कंटाळवाण्या नाटकांचा मला आता अगदी वीट आलाय. मी त्याला एकसारखी पत्रं पाठवत असल्याबद्दल त्याची क्षमा मागून त्याला विचारलं, "माझ्या छळाची सविस्तर हकिकत लिहिणं खरंच आवश्यक आहे का? कारण ते सगळं आठवून लिहिताना मी अतिशय अस्वस्थ होतो अन् मला त्रासही खूप होतो." फिरोज तसा कष्टाळूच. तो हे लिहिण्याचं काम करत होता हे मला माहीत होतं. पण माझ्याच्यानं ते होत नव्हतं. क्लाईव्हकडून काहीच न कळल्यामुळे मी किती बेचैन आहे ते मी त्याला पुन्हा पुन्हा कळवलं. मी त्याला लिहिलं, तो किती व्यग्र असतो त्याची मला कल्पना आहे. परंतु गडबडीत त्यानं माझ्या पत्रावर चुकीचा पत्ता तर घातला नाही ना. पत्राच्या शेवटी मी त्याला

नववर्षानिमित्त शुभेच्छा सुद्धा दिल्या.

मी झैनाबलासुद्धा पत्र लिहिलं आणि येऊ घातलेल्या ईद-ए-अधासाठी शुभेच्छा दिल्या. त्या पत्रात मी तिला पुढे म्हणालो, मुलं आता चांगली मोठी झाली असल्याचं मला जाणवतंय. मी त्यांना शेवटचं पाहिलं त्यापेक्षा त्यांच्यात आता खूपच बदल झालाय. मी घरी परत आल्यावर त्यांना प्रत्यक्ष पाहीन तेव्हा माझी नेमकी प्रतिक्रिया काय असेल ते मला सांगता येत नाही. पण एवढं मात्र नक्की की तो माझ्या आयुष्यातला अत्युच्च आनंदाचा दिवस असेल. अल्लाच्या कृपेनं तो दिवस लवकरच उगवेल असा मला विश्वास वाटतो.

त्यांनी मला जेव्हा पुन्हा बोलावलं, तेव्हा मला वाटलं, ज्या अर्थी ते मला इतरांपेक्षा जास्त वेळा बोलावून घेताहेत, त्या अर्थी इतर कैद्यांच्या मनात माझ्याविषयी संशय पेरण्याचा त्यांचा डाव असावा. याच एका विचारानं मी त्यांना नकार देण्याच्या विचारात होतो. पण मी कुठे जातोय हे मला ठाऊक नव्हतं. मला वाटलं ते मला कदाचित माझ्या वकिलांच्या भेटीसाठी सुद्धा नेत असतील. कदाचित एखादं ब्रिटिश शिष्टमंडळही आलं असण्याची शक्यता असू शकते. मात्र मला कशासाठी नेलं जातंय याची पहारेकऱ्यांना निश्चितच कल्पना असे, कारण वकिलाच्या भेटीला किंवा चौकशीसाठी किंवा एको छावणीत किंवा गोल्डन इमारतीत.... या सर्व ठिकाणी जाण्याचे रस्ते वेगवेगळे होते आणि शेवटी त्यांना मला योग्य दिशेनं न्यावं लागत असे.

शेवटच्या चौकशीहून परत येताना त्या पहारेकऱ्यांचं आपापसातलं बोलणं मी ऐकलं होतं, "काळजी करू नकोस, हे सगळं आता लवकरच संपणार आहे." मला वाटलं त्यांच्यात झालेलं बोलणं मी अर्धवटच ऐकलं. पण मला वाटत राहिलं त्यानं तो शेरा मला उद्देशूनच मारलेला होता.

एक दिवस पहारेकरी कोठडीत शिरले अन् त्यांनी प्रत्येक गोष्टीची कसून तपासणी करायला सुरुवात केली. मी जेव्हा एको छावणी सोडली तेव्हा तिथल्या पहारेकऱ्यांनी सुद्धा हे असंच केलं होतं. पापा विभागात काही बदल व्हायचे होते की काय? सर्वसाधारणपणे आम्ही करमणुकीच्या मैदानावर असताना ते आमच्या कोठड्या तपासत असत. पण आत्ता त्यांचं काही वेगळंच चाललं होतं. मी माझ्या कोठडीत असताना ते तपासणी करत होते. माझ्याजवळ जे जे होतं ते ते, मला दाखवायला सांगत होते आणि त्याची यादी बनवत होते. याचा अर्थ तातडीचं असं काहीतरी होतं आणि म्हणून दुसऱ्या दिवशी मला करमणुकीच्या मैदानावर नेईपर्यंत थांबण्याची त्यांची तयारी नव्हती. फिरोज आणि इतरांना सुद्धा अशाच पद्धतीनं वागवलं जातंय हे मला दिसत होतं.

दुसऱ्या दिवशी बाकीचे सगळे गाढ झोपेत असतानाच, अगदी भल्या पहाटे

त्यांनी मला माझ्या कोठडीबाहेर काढलं. त्यामुळे एकटा फिरोज सोडला तर मला कोणाचा निरोपही घेता आला नव्हता. मला वाटलं ते मला एको छावणीकडे नेताहेत आणि मग माझं कल्पनेचं वारू भराऱ्या मारायला लागलं. मला वाटायला लागलं, क्लाईव्हला भेटायलाच मला नेलं जातंय. एको शिबिरात जाण्याचं अलीकडचं एकमेव कारण म्हणजे वकिलाला भेटणं. परंतु इथे आल्यापासून अख्खी सकाळ गेली, दुपार संपायला आली तरीही कोणी फिरकलंसुद्धा नाही. माझ्याजवळ सुद्धा काहीही नव्हतं. कोठडी पूर्णपणे रिकामी होती.

आधीच्या पद्धतीपेक्षा ही नवी व्यवस्था फारच भिकार होती. आत्ता जर माझ्याजवळ माझं कुराण असतं तर मला कशाचंच काही वाटलं नसतं. एकांतवास कसा सहन करावा ते इतक्या वर्षांत मी नक्कीच शिकलो होतो. स्वतःच स्वतःच्या सहवासात रमून जाणं मला चांगलं जमत असे. त्या दिवशी मग मी कोठडीत स्वस्थ बसून इथे असताना कोणकोणते पहारेकरी इथे होते, त्यांच्यापैकी कोणाशी माझं जास्त जमत असे – फॉशी, केल्विन, मेसाडोर, जेनिफर आणि इतक्या वर्षांत मला माहीत झालेले इतर पहारेकरी त्यांचीही मला आठवण आली. मनात एक चमत्कारिक भावना येत होती. या असल्या अवस्थेत जेवढ्यांशी संपर्क साधता येईल तेवढ्यांशी तो मी साधला होता. ही सगळी मंडळी इथून गेली होती पण मी मात्र एकांतवासात इथे परत आलो होतो.

ही भावना काही फार काळ टिकली नाही. पापा विभागाच्या प्रमुख सार्जंट लोव शिवाय एको छावणीत बदलून आलेल्या मेजरसकट झाडून सगळे माझ्या कोठडीत आले. ते सगळेच अगदी सैनिकी खाक्याचे दिसत होते. त्यांचं उभं राहणं, बघणं सगळंच एकदम टिपिकल होतं. लोव एक शब्दही बोलल्या नाही परंतु त्यांच्यासोबत आलेल्या मेजरनं म्हटलं, ''मिस्टर बेग, मी तुम्हाला हे सांगायला इथे आलोय की अमेरिकन...'' आणि ते हे बोलता क्षणी माझ्या मनात आलं, 'परमेश्वरा! आता पुन्हा आरोप ठेवणार ते माझ्यावर... आणि पुन्हा एकदा त्या सगळ्या प्रक्रियेतून मी जायचं...' मेजरनं वाक्य पूर्ण केलं. ''...सरकारनं तुम्हाला ब्रिटिश प्रशासनाच्या हवाली करण्याचं ठरवलंय आणि तुमच्याविरुद्ध आम्ही जे आरोप ठेवले होते ते सगळे आरोप आम्ही मागे घेत आहोत.''

सार्जंट लोव विश्राम स्थितीत होत्या. पायात खांद्यांएवढं अंतर... हात पाठीमागे बांधलेले... नजर समोर आणि पाठीचा कणा एकदम ताठ, अशा अवस्थेत उभ्या असलेल्या मेजरनं ते शब्द उच्चारले. आश्चर्यानं थक्क होत मी म्हणालो, ''मेजर, माझा तर विश्वासच बसत नाहीये...''

''मला थापा मारायची सवय नाही मिस्टर बेग, तू मला पूर्वी कधीही पाहिलेलं नाहीस आणि माझी खात्री आहे पुढेही कधी पाहणार नाहीस.''

सार्जंट लोवचा चेहरा पूर्णपणे निर्विकार होता. खरं तर मी यापूर्वी तिच्याशी अनेक वेळा बोललो होतो आणि याआधी अनेक वेळा मी तिला हसताना पाहिलं होतं. पण या वेळी त्यापैकी काहीच नव्हतं. तिचे वरिष्ठ कार्लहॅम यांनी मात्र त्यांच्या चेहऱ्यावर बऱ्याच भावना दिसू दिल्या. लोव मात्र सरळ वळून बाहेर निघून गेली. मी तिला त्यानंतर पुन्हा कधीच पाहिलं नाही.

काही वेळानंतर माझ्या चीजवस्तूंनी भरलेली माझी पेटी कोणीतरी मला आणून दिली. इथे आता नवे पहारेकरी नेमलेले होते. त्यांच्यापैकी कोणालाही मी ओळखत नव्हतो. खरं तर फिरोजचं काय झालं असं मला कोणाला तरी विचारावंसं वाटत होतं.

त्यानंतर एक पहारेकरी आत आला अन् म्हणाला, ''सैफनं सलाम सांगितलाय.'' ते ऐकलं नि दुसऱ्याच क्षणी मार्टिन मुबांगा इथे असल्याचं माझ्या लक्षात आलं. मला जणू तो सांगत होता, 'मेजरनं जे सांगितलं त्यावर विश्वास ठेव आणि त्याला चिकटून राहा.'

तिथे या विभागात काम करणारी, एक स्त्री सैनिक होती. माझा वेळ चांगला जावा म्हणून ती मला 'ट्युसडे विथ मॉरी' या पुस्तकातलं काही हलक्या आवाजात वाचून दाखवत असे. मी तिला एको छावणीत आणखी कोणी ब्रिटिश आहेत का असं विचारलं. तेव्हा ती म्हणाली, ''फिरोज, मार्टिन आणि रिचर्डसुद्धा इथेच आहेत.''

मग माझ्या लक्षात आलं की काहीतरी मोठी उलाढाल होऊ घातलीय. गेले दोन आठवडे हे सगळं चाललेलं होतं. तीन दिवसांनंतर क्लाईव्ह आला आणि मगच माझ्या मनात दाटून आलेली अनिश्चितता संपली. ग्वांटानामो पलीकडच्या गोष्टींबद्दल माझं मन एव्हाना विचार करायला लागलं होतं. आता ब्रिटनमधे गेल्यावर काय घडेल? ते तिथे गेल्यावर मला अटक करतील की मला न्यायालयात हजर करून त्या चक्रातून फिरवतील? तिथे माझ्यापुढे आता आणखी काय वाढून ठेवलंय?

क्लाईव्हनं मात्र सगळ्या शंकांचं निरसन करत, मला काळजी करण्याचं काहीही कारण नाही असं स्वच्छपणे सांगून टाकलं. नेहमीप्रमाणेच तो आत्तासुद्धा इतरांचाच विचार करत होता. झैनाबनं दिलेल्या काही वस्तू तो माझ्यासाठी घेऊन आला होता. त्यात काजू, चॉकलेट्स आणि इतर सटरफटर खाऊ होता. त्यानं जेव्हा तो शाकरला भेटायला जाणार असल्याचं मला सांगितलं, तेव्हा मी त्याला म्हणालो, ''हे एवढं त्याला दे.'' त्या वेळी शाकर विभाग पाचमधे होता. करमणुकीच्या मैदानावर असताना त्याचं बांधकाम चाललेलं मी पाहिलं होतं. खरं तर तिथून मला त्याचा फक्त टेहळणी बुरूजच दिसत असे. सैनिकांनी मला सांगितलं होतं की, तो

टेहळणी बुरूज ही तिथली कायमची व्यवस्था आहे. याचा अर्थ शाकरसाठी ही एक वाईटच गोष्ट होती. ज्या वेळी मी त्यांना विचारलं होतं की लोकांना त्या विभागात का ठेवलं जातं? त्या वेळी मला दोन उत्तरं देण्यात आली होती. त्यापैकी एक म्हणजे जे लोक चौकशी अधिकाऱ्यांना मुळीच सहकार्य करीत नाहीत, त्यांच्या एकाही प्रश्नाचं उत्तर देत नाहीत, त्यांना तिथे ठेवतात आणि दुसरं उत्तर असं होतं, जे लोक कटकटी निर्माण करतात त्यांना तिथे ठेवतात. शाकर हा अतिशय प्रभावी व्यक्तिमत्त्वाचा माणूस आहे हे मला माहीत होतं. तो जाईल तिथे त्याचा प्रभाव पडत असे. पहारेकऱ्यांनी सुद्धा त्याच्याबद्दल असंच सांगितलं होतं.

इथून जाण्यापूर्वी फक्त दोन दिवस आधी एक अगदी अनपेक्षित असं कोणीतरी मला भेटायला आलं. मी गीताला जरा सौम्य भाषेतलं पण तसं खरमरीतच पत्र लिहिलेलं होतं. त्यात मी म्हटलं होतं, 'तू इतक्या लोकांना भेटलीस पण मला भेटायला मात्र आली नाहीस त्याबद्दल सांगण्यासाठी म्हणून सुद्धा आली नाहीस. तू मला साधं पत्र सुद्धा पाठवलं नाहीस. खरं तर तू मला भेटून गेल्यापासून फक्त एकदा पत्र पाठवलंस. तू म्हटल्याप्रमाणे जर खरंच काही करणार असशील तर ते नक्की कर किंवा ही गोष्ट अशक्य आहे असं मला लिहून टाक आणि मोकळी हो आणि माझी ही जी त्रिशंकूसारखी अवस्था झालीय, तसा मला लटकवून ठेवू नकोस.'

मला भेटायला गीता आली होती. खरं तर ती माझी क्षमा मागायला अन् ती सदैव आमच्याबरोबर आहे हे सांगायला आली होती. आम्ही इथून नेमके कधी जाणार हे सुद्धा तिला माहीत होतं, जे पहारेकऱ्यांना सुद्धा ठाऊक नव्हतं.

पुढच्या प्रसंगांना तोंड देण्यासाठी मी स्वतःला सज्ज करत होतो. स्वतःच्या भविष्याबद्दल विचार करणं ही गोष्टच इतकी वेगळी वाटत होती; कारण इतके दिवस, इथे आल्यापासून फक्त आल्या दिवसाचा विचार करण्याची सवय लागली होती. मी कागदपत्रं पुन्हा एकदा चाळली आणि त्यातले काही कागद काढून घेतले. कारण त्यात अशा काही गोष्टी होत्या, ज्या अमेरिकन्सना कळायला नकोत असं मला वाटत होतं. कागदावर लिहिलेल्या मजकुरातल्या काही गोष्टी फारच व्यक्तिगत होत्या. माझे ते विचार फक्त माझ्याजवळच राहणं इष्ट होतं. काही घटना या माझ्या भावी पुस्तकांचा आराखडा स्वरूपाच्या होत्या, तर काही भाग, जो मी क्लाईव्हच्या सुपूर्द केला होता, त्याची टिपणं त्यात होती. यातली किती कागदपत्रं नेता येऊ शकतील याची मला कल्पना नव्हती.

मी निघण्यापूर्वी ज्या माणसानं माझ्या कुटुंबाचा उल्लेख करीत टोमणे मारले होते, तो माणूस त्याच्याबरोबर काही माणसांना घेऊन आत आला होता. पण या खेपेला माझ्या बोटांचे ठसे घेण्याचं काम ते लोक करत होते. या खेपेला

साखळदंडांशिवाय त्यांनी मला कोठडीबाहेर काढलं होतं आणि ही गोष्ट तशी चमत्कारिकच होती.

तिथून जाण्यापूर्वी त्या माणसानं मला विचारलं, "तुला नक्की माझ्या प्रश्नांची उत्तरं देण्याची इच्छा नाही ना?"

आणि मी म्हणालो, "या बाबतीत आयुष्यात कधी नव्हतो एवढा मी ठाम आहे. मला तुझ्या प्रश्नांना मुळीच उत्तरं द्यायची नाहीत."

हे घडून गेल्यावर थोड्याच वेळात पहारेकरी आत आले अन् त्यांनी माझी पुन्हा मापं घेतली. क्षणभर काय वेड डोक्यात घुसलं कोण जाणे असं मला वाटलं. ते मला खरंच माझ्या मापाचे कपडे शिवून देणार आहेत, असंही वाटलं. परंतु ते माझ्यासाठी घेऊन आलेले कपडे अतिशयच घाणेरडे होते. अतिशय पातळ, पांढऱ्या रंगाचा 'मेड-इन बांगलादेश' टी-शर्ट आणि जीन्स आणि त्यावर डेनिम जॅकेट. या असल्या जॅकेटने तर माझा जीवच गुदमरला असता. शिवाय पायात घालायला बूट सुद्धा आणलेले होते. मी ते बूट घालायचा प्रयत्न केला, पण ते फारच मोठे होते. खरं तर ते सगळेच कपडे फार ढगळ होते. त्यांनी मला एक काळ्या रंगाची 'कॅरी-ऑन' बॅग दिली. त्या बॅगेत इथून जाणार म्हणून निरोपाचं असं एक पुडकं ठेवलेलं होतं. आम्ही इथून बाहेर पडल्यावर सर्वसाधारण आयुष्य जगायला सुरुवात करताना आम्हाला उपयोगी पडावं या उद्देशानं त्या निरोपाच्या पुडक्यात एक टूथब्रश, टूथपेस्ट, डिओडरंट, कंगवा, लहान बाळांना पुसण्यासाठी वापरतात तसे काही कागद, एक रजई आणि थोड्या सटरफटर अशा इतर वस्तू होत्या.

मार्टिननं दिलेल्या नॅशनल जिओग्राफिकच्या अंकात एक जाहिरात होती. 'इंपिरियल वॉर म्युझियम'मध्ये अवघड पलायन या विषयावर पुढच्या आठवड्यात एक प्रदर्शन होतं. मला तिथे जायला हवं.

माझ्या कवितांसकट सगळी कागदपत्रं एकत्र करून, तो गठ्ठा मी पाठवून दिल्यावर इथे एको छावणीत पहिल्यांदा लिहिलेल्या कवितेची आठवण मला झाली. त्या कवितेचं शीर्षक होतं 'घराची ओढ' त्या कवितेतलं शेवटचं कडवं असं होतं,

कागदावर लेखणी नाचते हाय
केव्हा नि कसं, कुठे नि काय माहीत नाय,
कागदावर लेखणी नाचते हाय!
सुंदर सपान येऊन ठाकलं नि वाईट सपान धुम पळालं
केव्हा नि कसं, कुठे नि काय माहीत नाय,
नवोढे परीस घराची ओढ लागली हाय

तीच स्वप्नं तीच ओढ
कागदावर लेखणी नाचते हाय!

ग्वांटानामो सोडताना जी शेवटची गोष्ट मी केली, ती म्हणजे कुराणातलं सतरावं प्रकरण अल्-इस्त्र वाचलं. या प्रकरणात प्रेषितांच्या जेरूसलेममधल्या प्रवासाविषयी लिहिलंय. शेवटच्या दोन आठवड्यांमधे हे प्रकरण तोंडपाठ करायचं मी ठरवलं होतं. हे प्रकरण बरंच मोठं आहे, पण शेवटच्या दिवसापर्यंत मी ते पुरं केलं आणि एको छावणीचा शेवटचा निरोप घेतला.

मी आधीपासूनच नवे कपडे घालून तयार होऊन बसलो होतो. सरतेशेवटी मला माझ्या कोठडीतून घेऊन जाण्यासाठी ते पहाटे १ वाजता आले. पहारेकऱ्यांनी मला सांगितलं होतं, "आम्ही इथून लोकांना एकतर रात्री खूप उशिरा किंवा भल्या पहाटे हलवतो." मी केव्हाचा वाट बघत बसलो होतो. मी आता घरी जाणार होतो. मला झोप येत नव्हती. मी शेरलॉक होम्स वाचत राहिलो. शेवटची प्रार्थना म्हटली. ती परमेश्वराच्या आभाराची प्रार्थना होती 'या कठीण परीक्षेतून तरून जाण्यासाठी, परमेश्वरा तू मला जी ताकद दिलीस, त्यासाठी मी तुझा आभारी आहे...' आणि मी परमेश्वराची पुन्हा एकदा करुणा भाकली. 'माझ्या घरच्यांना मी घरी परत आल्यावर माझा स्वीकार करणं सहजसाध्य होऊ दे आणि अनेक गोष्टी त्यांच्यासाठी यापुढे सुखाच्या होऊ देत.'

पहारेकरी आत आले आणि त्यांनी मला नेहमीपेक्षा जास्त साखळदंडांनी जखडून टाकलं. या वेळी पायातले साखळदंड अडकवण्यात आले होते. हे सगळं करणं अगदीच निरर्थक आहे याची त्यांना जाणीव झाली होती. त्यामुळे त्यांच्यापैकी एक जण पुटपुटला, "विमानाकडे जाताजाता हे लोक थोडेच पळून जाणार आहेत! आपण त्यांना एवढं कशासाठी जखडून टाकतोय कोण जाणे."

माझ्या डोळ्यांवर काळा चष्मा चढवून त्यांनी मला ट्रकमधे चढवलं. पण मी एका स्त्री सैनिकाचा परिचित आवाज ऐकला अन् मला आश्चर्यच वाटलं. माझ्या डोळ्यांवरचा काळा चष्मा उतरवून ती म्हणाली, "स्वतःला सांग, मी पुन्हा सारं काही बघायला सुरुवात केलीय." ही सैनिक कॅलिफोर्नियाची होती, तिचं नाव स्मिथ! ऑक्टोबरमधे गेल्या खेपेला मी तिला एको छावणीत पाहिलं होतं. इतर पहारेकऱ्यांनी तिला इथे पाठवलं होतं. कारण फुटबॉल खेळताना तिच्या पायाला जखम झाल्यामुळे रोजचं काम करणं तिला जमणार नव्हतं. म्हणून खरं तर 'एको'तून हुसकावून लावून तिला डेल्टामध्ये धाडलं होतं. खरं तर त्यामुळे तिच्यावरचा शारीरिक ताण वाढला होता. ती त्यांना मुळीच आवडत नसे म्हणून निमित्त साधून, त्यांनी तिला हुसकावली होती असं ती मला म्हणाली होती. नव्यानं

रुजू झालेल्या पहारेकऱ्यांत ती सर्वांत जास्त बोलकी आणि मोकळेपणानं वागणारी होती आणि तिच्याबद्दलची नेमकी हीच गोष्ट तिथल्या अनेकांना खटकत असे.

"तू नक्की घरी परत जाणार याची मला खात्रीच होती, मग काय आता निघालासच शेवटी घरी जायला!" ती म्हणाली.

"हो, एकदाचा निघालो खरा, मला वाटतं हे खरं आहे. पण माझा यावर अजून विश्वासच बसत नाहीये. पण मी नक्की जातोय इथून. अनेक सैनिकांच्या तोंडून मी हे आधी ऐकलं होतं. म्हणून माझा विश्वास..."

"तू काय ऐकलंस अन् तू काय पाहिलंस कशातच काही अर्थ नाहीये आता." ती म्हणत होती आणि मग आम्ही दोघंही हसलो. "तू इथून कायमचा जातोयस याचा मला आनंदच आहे. पण मी मात्र अजूनही सहा महिने इथेच राहाणार आहे." ती बोलत राहिली.

आत्ता सुद्धा ही गोष्ट किती विचित्र होती की, ती तिचं ग्वांटानामोतलं जगणं माझ्या जगण्याशी तोलून पाहत होती आणि गंमत म्हणजे काही बाबतीत आमचं जगणं सारखंच होतं. इथली वस्तुस्थिती काय आहे याची आम्हा सगळ्यांनाच जाणीव होती. मी एक कैदी... अत्यंत बदनाम असा वाईट माणूस आणि ती तर एक अमेरिकन सैनिक... एक अतिशय चांगली व्यक्ती.

"आपण कदाचित एखाद दिवशी पुन्हा भेटू." वाहन सुरू होऊन आम्ही पुढे जाताना ती म्हणाली आणि मग पुढे ती असंही म्हणाली, "मला इंग्लंडला येण्याची खूप दिवसांपासून इच्छा आहे."

"चल, म्हणूनच आपली भेट झाली."

आणि त्यानंतर मला घेऊन ट्रक पुढे गेला. इतर वेळी असे तसाच हा प्रवासही अत्यंत तापदायकच होता. खरं तर त्यांनी मला इतके वेळा इकडून तिकडे हलवलं होतं की, अशा स्वरूपाच्या प्रवासाची मला सवय झालेली होती. प्रवासात ट्रकच्या मागच्या भागात बसणं हे अतिशय त्रासाचं असतं. कारण तिथे सपाट असं काही नसतंच. शिवाय माझ्या साखळदंडांना खाली भेगांतून खोचून जाम करून ठेवलेलं होतं. या असल्या परिस्थितीत समाधानाची अशी एकच बाब होती आणि ती म्हणजे मी तिथे एकटा नव्हतो. तिथे एक पहारेकरी होता आणि आणखी कोणीतरी बसू शकेल एवढी मोकळी जागा सुद्धा होती शिवाय एकसारखं मला वाटत होतं की, तिथे फिरोज किंवा असंच कोणीतरी आहे.

ते मला गोल्डन बिल्डिंगमधे घेऊन आले आणि त्यांनी मला तिथल्या एका खोलीत टाकलं. त्या वेळी साखळदंडांनी त्यांनी मला जमिनीला जखडून टाकलेलं होतं. हे सगळं कशासाठी चाललंय याचं मला आश्चर्य वाटत होतं. पण मग माझ्या लक्षात आलं आता इथे ब्रिटिश अधिकारी येतील आणि मग ते हे साखळदंड काढून

टाकतील. पण ते तसं नव्हतं. त्यांनी मला फक्त आम्हाला दुसऱ्या पहारेकऱ्यांच्या ताब्यात दिलं होतं. त्यांनी मला तिथून बाहेर काढलं तेव्हा माझ्यासमोर गाडीच्या काळ्या काचा असलेली एक भली मोठी प्रवासी गाडी उभी होती. मी गाडीत चढलो. फिरोज आणि रिचर्ड बेल्मर अगोदरच आत बसलेले होते. गाडीत बाकी सगळे सैनिक बसलेले होते. आत बसलेल्या प्रत्येक कैद्याबरोबर सैनिक बसलेला होताच. मी आत शिरून बसलो तेव्हा मला मार्टिन मुबांगा दिसला. तो फारच भीतिदायक दिसत होता. फिरोज नेहमीसारखाच स्तब्ध आणि कमालीचा शांत दिसत होता आणि रिचर्डसुद्धा तसाच शांत होता.

मार्टिन मुबांगानं सर्वांत प्रथम माझ्याशी बोलायला सुरुवात केली. तो आमच्या विभागात येत असल्यामुळे मी त्याचा आवाज ओळखला. आम्ही अरेबिकमधून बोलायला सुरुवात केली. त्याचं अरेबिक तसं मोडकंतोडकंच होतं, पण तो काय बोलतोय ते समजत होतं. आमच्यात सुरू झालेल्या संभाषणामुळे पहारेकरी जाम वैतागलेले दिसत होते. त्यांच्यातला एक जण उठला, सरळ चालत समोरच्या बाजूला गेला आणि तिथे कुणाच्या तरी कानात कुजबुजला. मग तो माणूस जागचा उठला अन् मागे आमच्याजवळ येऊन बसला. तो अरब होता हे अगदी उघड होतं. मग मार्टिननं लगेच लंडनच्या गल्लीबोळातून जी भाषा बोलली जाते, त्या जमैकन भाषेतून भराभरा बोलायला सुरुवात केली आणि माझ्या लक्षात आलं की, त्याचं बोलणं पार डोक्यावरून जातंय... समजणंच अशक्य. त्याचं भाषांतर करण्यासाठी येऊन बसलेल्याचा चेहरा पाहण्यासारखा झाला होता.

आता वाहन रखडायला सुरुवात झाली होती. त्याचा अर्थ आमची थांबायची जागा आली होती. आम्ही बेटाच्या दुसऱ्या टोकाला मोठ्या बोटीतून पोहोचलो होतो. साधारणपणे तासभर प्रवास करून आम्ही या बाजूला पोहोचलो होतो.

मार्टिन आणि मी गप्पा मारत होतो. फिरोज एकदम गप्प होता आणि रिचर्ड शांत होता. आमच्यापैकी कोणालाही उत्साहाचं उधाण आलं नव्हतं, कारण पुढे नेमकं काय वाढून ठेवलंय याबद्दल आम्ही साशंक होतो आणि आम्ही अजूनही जेरबंद होतो. शेवटी एकदाची गाडी थांबली आणि परराष्ट्र खात्याचा मार्टिन गाडीत शिरला. त्यानं प्रत्येकाशी हस्तांदोलन केलं अन् आम्ही ठीकठाक असल्याची खात्री करून घेतली. त्या नंतर एक स्त्री गाडीत शिरली ती स्कॉटलंड यार्डकडून आली असल्याचं मार्टिननं सांगितलं. ती चेहऱ्यावरून अतिशय कडक वाटत होती. तिचे केस लालसर तपकिरी होते अन् ती चांगलीच उंच होती. या आजूबाजूच्या परिस्थितीत ती जरा बावचळल्यासारखी दिसत होती. मार्टिन या वातावरणात वेगळा वाटत होता आणि ती तर या सगळ्यात एकदमच परकी वाटत होती.

ग्वांटानामो खाडीच्या संदर्भातली शेवटची आठवण माझ्या मनात त्यानंतर

उफाळून आली. त्यांनी मला उभं राहायला सांगितलं आणि ते म्हणाले, "तू सर्वप्रथम जाणार आहेस." त्यांना माझे कमरेभोवती बांधलेले साखळदंड आणि पायातल्या बेड्या काढायच्या होत्या. पण त्यांच्यापाशी किल्ल्याच नव्हत्या. ते अक्षरश: एकमेकांकडे पाहत बसले. एक जण दुसऱ्याला विचारत होता आणि ते एकमेकांना दोष देत होते, म्हणत होते, "छे! माझ्याकडे नाहीत बुवा!"

"तुझ्याकडे होत्या बघ.."

"हो नक्कीच होत्या तुझ्याकडे."

"छे... छे... माझ्याकडे कुठल्या, अरे त्या तर त्याच्याकडे होत्या..."

ते सगळं चाललं असताना मी शेवटी म्हणालो, "मी पुन्हा बसलो तर चालेल ना?"

झाडून सगळ्या पहारेकऱ्यांवर त्यांचा बाहेर उभा राहिलेला वरिष्ठ अधिकारी ओरडत असल्याचं मी ऐकलं. तो म्हणत होता. "तुम्ही असे वागूच कसे शकता? किती लाजिरवाणी गोष्ट आहे ही!" सरतेशेवटी तार कापण्याचं भलंमोठं हत्यार घेऊन ते आत शिरले आणि त्यांच्यातला एक जण म्हणाला, "चल, पुन्हा उभा राहा." मी ते भलंमोठं हत्यार पाहून भयंकर काळजीत पडलो. कारण ते हत्यार माझ्या पोटाजवळ ठेवून ते माझ्या हातातल्या बेड्या कापणार होते. माझ्या पायातल्या बेड्या कापण्याचा त्यांनी प्रयत्न केला. त्या प्रयत्नात त्या हत्याराचं एक पातं वाकलं पण बेडी तुटली नाही. पुन्हा एकदा एकमेकांना शिव्याशाप देण्याचा छोटासा कार्यक्रम झाला आणि मग दुसरी कैची आणली गेली. ही कैची पहिल्या हत्यारापेक्षाही अधिक मोठी होती. त्यामुळे मी आणखीनच घाबरलो. मी दुसरीकडे मान वळवून डोळे गच्च मिटून घेतले आणि काहीतरी आपटल्याचा मोठा आवाज ऐकला... एकदाचे साखळदंड तुटले होते अन् त्यांनी मला मोकळं केलं होतं.

मी त्यांच्याशी शेवटचं बोललो, "तुम्हाला आयुष्यात कधी सूप सँडविच मिळालंय की नाही?"

"नाही."

"मग एकदा सँडविचमधे सूप घाला अन् बघा काय होतं ते."

त्या अमेरिकनांना माझ्या बोलण्यात काही हसण्यासारखं आढळलं नाही पण आम्ही सगळे ब्रिटिश मात्र हसलो.

मी जेव्हा पहारेकऱ्याबरोबर चालायला लागलो, तेव्हा मला एखादी कवायत चाललीय असं वाटायला लागलं. ब्रिटिश सैन्यदलाची वाहतूक करण्यासाठी वापरल्या जाणाऱ्या विमानाचा मागचा भाग उघडलेला होता आणि तिथे बाहेरच्या बाजूला अनेक पोलीस अधिकारी ओळीनं उभे होते. या वेळी त्यांच्या डोक्यावर त्यांच्या हॅट्स नव्हत्या. तिथे काही सामान्य नागरिकसुद्धा कुतूहल म्हणून इकडून

तिकडे फिरत होते. दोन अमेरिकन सैनिकांबरोबर मी तिथवर गेलो तेव्हा दोन-तीन पोलीस मला येऊन भेटले. अमेरिकन सैनिकांनी काढता घालता येण्याजोग्या प्लॅस्टिकच्या हातकड्या मला घातलेल्या होत्या. साखळदंड काढून टाकल्यानंतर त्याही त्यांनी कापून काढल्या अन् मग तिथे उभ्या असलेल्या पोलिसांना विचारलं, ''त्याला पुन्हा बेड्या घालाव्याशा तुम्हाला वाटतंय का?''

''नाही, त्याची आम्हाला गरज वाटत नाही.'' एकानं उत्तर दिलं नि मग तो म्हणाला, ''यांचा ताबा आता आम्ही घेतो.'' आणि मग तो माझ्याकडे वळून म्हणाला, ''सर! तुम्ही या बाजूनं या.''

ब्रिटिश पोलिसांनी मला स्पर्शसुद्धा केला नाही. ते फक्त माझ्याबरोबर विमानापर्यंत आले. मी विमानात शिरून बसलो. इतकं सगळं घडल्यानंतर विमानात बसणं इतकं चमत्कारिक वाटत होतं. माझ्या तिथून जाणाऱ्या प्रत्येक माणसाचा चेहरा वाचायचा मी प्रयत्न करीत होतो. मी बसलो होतो तिथे मी डावीकडे वळून पाहिलं आणि मला फिरोज येताना दिसला. आत येऊन तो सुद्धा खाली बसला. पोलीस आत आले अन् त्यांनी त्यांची स्वत:ची ओळख करून दिली. तसंच इथला जो प्रमुख अधिकारी होता त्याची आणि माझ्या दोन्ही बाजूंना बसणाऱ्या इतर दोन अधिकाऱ्यांचीसुद्धा ओळख करून देण्यात आली. जर मला बाथरूमला जायचं असेल तर मी तसं त्यांना सांगायचं. मग त्याच्यापैकी कोणीतरी माझ्यासोबत येईल असं त्यांनी मला सांगितलं. प्रार्थनेसाठी पसरण्याची छोटी आसनं तिथे होती. शिवाय कुराणाची प्रत सुद्धा होती. शिवाय पुस्तकं, मासिक, हलाल फूड, सटरफटर खाणं आणि काही पेयं सुद्धा ठेवलेली होती.

आमच्याबरोबर गरज पडल्यास मध्यस्थी करू शकेल असा एक मुस्लीम अधिकारीसुद्धा होता. आम्हाला कशाचीही गरज पडली तर आम्ही त्याच्याशी बोलू शकत होतो. त्यानं विचारलं, ''काही हवंय का?''

आणि मी म्हणालो, ''हो! ते वर्तमानपत्र जरा देता? इकडे गेल्या तीन वर्षांत मी वर्तमानपत्रं वाचलेली नाहीत.''

''कुठलं वृत्तपत्र तुला वाचायला आवडेल?''

शक्य तेवढं सगळं वाचायला मागितलं. प्रवासात मी मुळीसुद्धा झोपलो नाही. एक क्षणसुद्धा माझा डोळ्याला डोळा लागला नाही. विमानाच्या इंजिनची घरघर फारच ऐकू येत होती आणि तरीही मी अतिशय उत्तेजित झालो होतो.

दि सन, दी डेली मेल... झाडून सगळी वर्तमानपत्रं मी झर्रकन नजरेखालून घातली. माझ्या आणि इतर व्यक्तींच्या फोटोंसकट आलेले लेख मी पाहिले. खरंच विश्वासच बसत नव्हता. प्रत्येक वर्तमानपत्राच्या पहिल्या पानावर माझी छबी आणि बातमी. आम्हाला लोकांचा पाठिंबा आहे की ते आमचा द्वेष करताहेत? त्यानंतर

बेलमार्शला स्थानबद्ध केलेल्यांवरचा लेख मी वाचला. हाऊस ऑफ लॉर्ड्स आता तीन वर्षांनंतर स्थानबद्ध केलेल्यांबद्दलच्या कायदेशीर बाबींवर नियम करायला निघालं होतं. मी जे केलं होतं, त्या तशाच तऱ्हेचं ते सगळं मला वाटलं. मी मला डांबून ठेवण्याच्या क्रियेला कायदेशीर आव्हान दिलं होतं. ब्रिटिश सैनिकांनी इराकमधे केलेल्या अत्याचारांसंबंधीचे अहवाल वाचून मला धक्काच बसला.

त्यानंतर पोलिसांनी माझ्यासाठी नवीन कपडे आणले असल्याचं मला सांगितलं. अमेरिकन्सनी पुरवलेले कपडे काढून त्या जागी आता हे कपडे घालायचे होते तर. पण मी त्यांच्या सांगण्याकडे मुळीच लक्ष दिलं नाही. कारण कपडे बदलण्याचं काम मी सर्वांत शेवटी करणार होतो.

सैन्यदलातला एक अधिकारी येऊन माझ्याशेजारी बसला. त्यानं लिव्हरपूलच्या शैलीत माझ्याशी बोलायला सुरुवात केली. तो म्हणाला, ''टेलिव्हिजनवर मी तुझा चेहरा अनेक वेळा पाहिलाय. ब्रिटिशांना मायदेशी घेऊन जाण्याची ही माझी दुसरी खेप आहे. पहिल्या खेपेला मी टिपटनहून लोकांना घेऊन गेलो होतो.''

''ती मंडळी कशी होती?''

''ते सगळे खूश झालेले होते. जसे तुम्ही आत्ता आहात.'' त्यानं पुढं विचारलं, ''अमेरिकन्स कसे वागले? त्यांनी तुमचा छळ केला की छान वागले ते तुमच्याशी?''

असल्या प्रश्नाला उत्तर देणं खरंच खूप अवघड होतं. पण लवकरच माझ्या लक्षात आलं की, हा प्रश्न बऱ्याच जणांच्या अगदी ओठावर आहे. त्यानं पुढं विचारलं, ''काही असलं तरी तुम्ही सगळे आता मजेत आहात ना? आणि परत आल्यामुळे आनंदातसुद्धा?''

''हो! गेली तीन वर्षं मी या दिवसाची स्वप्नं पाहत होतो.''

मी माझ्या ओळखीचं कोणी आजूबाजूला दिसतंय का ते पाहू लागलो. तिथे माझ्या ओळखीचा असा परराष्ट्रखात्यातला मार्टिन हा एक अधिकारी तेवढा होता. त्यानं पुढे येऊन सगळ्यांना अभिवादन केलं आणि मग तो थेट माझ्याशेजारी येऊन बसला. मग माझ्याशी हस्तांदोलन करत तो म्हणाला, ''आम्ही हे नक्की साध्य करू असं मी तुला मागेच बोललो होतो.''

मला वाटलं मार्टिनला म्हणावं, 'तुझी ही शुद्ध लोणकढी थाप आहे.' अर्थात आता तुला काय म्हणायचं ते तू म्हण. त्यानंतर आजवर ज्या गोष्टी तो माझ्याशी कधीही बोलला नव्हता, त्यांच्याबद्दल त्यानं बोलायला सुरुवात केली. त्यामागचं हेही एक कारण असण्याची शक्यता होती. ती म्हणजे तो जेव्हा जेव्हा माझ्याकडे येत असे, तेव्हा तेव्हा त्याच्याबरोबर अमेरिकन्स असत. आता तो माझ्याशी माझ्या वडिलांनी माझ्यासाठी चालवलेल्या प्रचार मोहिमेबद्दल बोलत होता. ती मोहीम त्यांनी केवढ्या प्रतिष्ठितपणे चालवली होती हेही त्यानं सांगितलं.

त्यानं मला हेही सांगितलं की, तो माझ्या वडिलांबरोबर माझ्यावर रचलेल्या नाटकाला गेला होता. पण त्याला ते नाटक तितकंसं आवडलं नव्हतं.

त्यानंतर त्याच्या मनात जे खरोखर होतं त्याविषयी तो बोलत राहिला. म्हणाला, ‘‘तुझ्या वकिलांकडून जे अहवाल आले होते त्यावरून असं वाटतं की, मीच तुला जणू सी.एस.आर.टी.च्या प्रक्रियेत सहभागी होण्याचा सल्ला दिला होता आणि...’’

‘‘मार्टिन, हे बघ तू स्वत:शीच जरा प्रामाणिक राहा. हेबिअस कॉर्पसच्या केसच्या वेळी तू आला होतास ते मला चांगलं आठवतंय. तू आला होतास ते त्या केससंबंधी सांगायला आणि मी ते सगळं कसं काय हाताळायला हवं हे मला माहीत करून घ्यायचं होतं. त्या वेळी तू तुझ्या छातीवर खाजवल्यासारखं केलंस. खरं तर अमेरिकन्सना ते समजलं नाही. परंतु माझ्यासाठी मात्र तू असं सुचवत होतास की मी तुला वकील मिळवण्यासंबंधी त्यांच्यासमोर विचारावं. ही गोष्ट मला खरोखर भावली. त्याच वेळी मार्टिन, मला दुसरीही एक गोष्ट स्पष्टपणे आठवतेय, मी ज्या वेळी सी.एस.आर.टी.बद्दल त्यांना विचारत होतो, त्या वेळी तू म्हणालास की काही झालं तरी ते होणारच आहे, म्हणून मी त्या प्रक्रियेत भाग घ्यावा!’’

त्यानंतर तो त्याबद्दल एक शब्दही बोलला नाही, पण विषय बदलत, त्यानं इतर कैद्यांबद्दल बोलायला सुरुवात केली आणि मग तो म्हणाला, ‘‘मी हे तुला सांगितलंच पाहिजे की, मी कितीतरी जणांना भेटलो; पण तुझ्याबरोबर बोलताना मला सर्वांत जास्त मजा आली. इतरांशी तुलना केली तर काही जण माझ्याशी अगदी क्वचित बोलत असत, पण त्या सगळ्यात तू उत्तम होतास. इथल्या एकाला मी जेव्हा भेटायला गेलो, तेव्हा तो आपला सरळ टेबलाखाली जाऊन बसला अन् तिथून चित्रविचित्र आवाज काढू लागला. तो माझ्याशी एक शब्दही बोलला नाही. ही या माणसाची कथा, तर काही जण त्याच्या कोठडीबाहेर देखील यायला तयार नव्हते.’’

मी त्याला विचारलं, ‘‘मी घरी परत गेल्यावर आता पुढे काय वाढून ठेवलंय ते सांग मला.’’

तो पटकन म्हणाला, ‘‘ते मला माहीत नाही. कारण आपण इंग्लंडला पोहोचता क्षणी माझं काम संपतं. पुढे काय घडणार आहे याची मला काहीच कल्पना नाही.’’

ब्रिटिश सैन्यदलाच्या विमानानं नाक खाली करून खाली झेप घ्यायला सुरुवात केली आणि सरतेशेवटी ते इंग्लंडमधे कुठेतरी उतरलं. इतकी वर्षं मी सतत केलेल्या प्रार्थनांचं उत्तर मला हे असं मिळालं होतं.

१४

मी नेमका कोण आहे ते तुम्हाला माहीत आहे?

सूर्यास्त, रॉयल एअरफोर्स, नॉर्थहॉल्ट, २५ जानेवारी २००५.

विमान हळूहळू खाली उतरून धावपट्टीवरून पळू लागलं आणि मग थांबलं. दारं उघडली गेली. बाहेर हाडं गोठवणारी थंडी होती आणि मी तर इंग्लिश हिवाळा विसरूनच गेलो होतो. विशेषतः कॅरिबियन प्रदेशात इतके हिवाळे काढल्यावर तर इथलं सगळंच मागे पडलेलं. इमिग्रेशन विभागातून अंगावर फर कोट आणि चांगलाच जामानिमा केलेली साधारण मध्यमवयीन बाई, माझ्यापाशी आली अन् तिनं मला, "मी ब्रिटनचा आहे का?" असं विचारलं. काय मूर्खपणाचा प्रश्न आहे, माझ्या मनात आल्यावाचून राहिलं नाही. थोड्याच वेळात स्कॉटलंड यार्डमधली एक स्त्री येऊन माझ्याशेजारी बसली.

ती माझ्या कानात कुजबुजली, "मला तुला काहीतरी वाचून दाखवायचंय." त्या वेळी इंजीनचं गुरगुरणं मोठ्यांदा चालूच होतं. ती पुढे म्हणाली, "अतिरेकी कारवाया रोखण्यासाठी केलेल्या कायद्याखाली मी तुला अटक करत आहे... तुला समजतंय ना मी काय म्हणतेय ते?"

तो कागद तिनं जसाच्या तसा इतरांना सुद्धा वाचून दाखवला आणि त्यानंतर पोलिसांनी आम्हाला सगळ्यांना बेड्या ठोकल्या. 'काय विचित्र गोष्ट आहे? आता या बेड्या कशाला?' माझ्या मनात विचार आला. कारण गेले सोळा तास या बेड्यांशिवायच तर आमचा प्रवास झाला होता. या सगळ्याचा शेवट कधीच होणार नाही का?

विमानाच्या मागच्या बाजूला ट्रक आल्याची चाहूल मला लागली. मार्टिन आणि रिचर्डना सर्वांत पहिल्यांदा उतरवण्यात आलं. त्या वेळी एक वाहन निघून गेल्याचा आवाज माझ्या कानी पडला. आता फिरोजला आणि मला बाहेर काढण्यात

आलं होतं. पोलिसांच्या वाहनात मागच्या बाजूला बसताना मला फारच एकाकी वाटत होतं. मला बसायला तिथे काहीच नव्हतं. मी त्या छोट्याशा जागेत एकदा शिरल्यानंतर त्यांनी तिथला दरवाजा लावून घेतला. गेल्या तीन वर्षांतल्या माझ्या अत्यंत वाईट अवस्थेत सुद्धा माझ्यावर ही अशी कुठेतरी बसायची वेळ आली नव्हती. क्लाईव्हनं मला सांगितलं होतं, इथे पोहोचल्यावर पहिल्या पाच ब्रिटिशांना सोडून देण्यापूर्वी जसे प्रश्न विचारले गेले, तसेच प्रश्न तुलाही विचारले जाण्याची शक्यता आहे. पण मग हा एवढा बंदोबस्त कशासाठी? तीन वर्षं एवढं भोगूनसुद्धा अजूनही त्यांचं समाधान झालं नाही का?

मी अंगाचं मुटकुळं करून बसलो आणि नशिबानं आता माझ्या पुढ्यात जे आणून ठेवलं असेल त्याला शरण जाण्यापर्यंत मनाची अवस्था येऊन पोहोचली. मी प्रार्थना करू लागलो. आशेचा धागा घट्ट पकडून धरू लागलो कारण माझी ही अशी अवस्था होईल असं मला कधीही वाटलं नव्हतं. दुःखात सुख एवढंच होतं की या सगळ्यात माझ्या जोडीला एकदम शांत आणि गप्प गप्प राहणारा फिरोज अब्बासी होता.

दोन फूट रुंद अन् तेवढीच लांबी असलेली ही जागा होती. एकदा वाहन सुरू झाल्यानंतर दिव्यांच्या झोतांशिवाय काहीही दिसत नव्हतं आणि ते झोत सुद्धा काळ्या केलेल्या खिडक्यांच्या तावदानांमधून दिसतील तेवढेच अंधूकसे दिसत होते. वाहनात आमच्याबरोबर बसलेल्या लिव्हरपूलच्या अधिकाऱ्यानं सांगितलं की, 'ते जे झोत दिसत आहेत ते बाहेर उभ्या असलेल्या प्रसारमाध्यमांनी टाकलेले झोत आहेत. तुमचं आगमन हीच एक मोठी बातमी आहे.'

प्रसारमाध्यमांचा ससेमिरा चुकवण्यासाठीच जणू आम्हाला लंडनच्या रस्त्यांवरून आणि गल्लीबोळातून बराच वेळ फिरवल्यानंतर शेवटी ते आम्हाला पेडिंग्टन ग्रीन पोलीस स्टेशनमधे घेऊन आले. पाण्याखाली बराच वेळ राहून बाहेर आल्यावर जसं मोकळं वाटतं, अगदी तसंच या छोट्याशा जागेतून बाहेर पडल्यावर मला वाटलं.

इतक्या दीर्घ कालखंडानंतर, ब्रिटिश भूमीवर पाय लागल्यानंतर, मनात काही वेगळेच तरंग उठायला लागले. इथे आल्यावर असं काही होईल याची कल्पनासुद्धा माझ्या मनाला कधी शिवली नव्हती. खूप काळजी करायला लावेल असं वेगळंच काही घडेल असं मला वाटत होतं. एवढं मात्र खरं की, पोलिसांनी एक फार महत्त्वाची गोष्ट केली होती. ती म्हणजे प्रसारमाध्यमांचा ससेमिरा चुकवला होता. प्रसारमाध्यमांचे प्रतिनिधी आधी विमानतळावर आणि नंतर पोलीस चौकीभोवती घिरट्या घालत राहिले होते आणि तरीही पोलिसांनी त्यांना मस्त गुंगारा दिला होता.

पोलीस चौक्यांचा बऱ्यापैकी अनुभव असल्यामुळे, इथल्या अधिकाऱ्यांचं वागणं मात्र अगदी धक्का बसावा इतकं छान वाटलं. ते जास्तीतजास्त जमवून घेणारे आणि

त्यांच्या परीनं उत्तम वागणूक ठेवणारे होते. (किंवा असंही असेल की मी त्यांची तुलना अमेरिकन सैन्यदलाच्या लोकांशी करत असेन.) मला माझ्या खोलीत पोहोचवण्यात आलं. तिथे गेल्यावर माझ्या हातातल्या बेड्या काढून टाकण्यात आल्या आणि मला कपभर चहा देण्यात आला. त्यानंतर सार्जंटनं माझ्यासंबंधीची काही माहिती टिपून घेतली आणि मग त्यानं आता पुढे काय घडणार आहे आणि एकूणच प्रक्रिया काय आहे याची माहिती दिली. शेवटी त्यानी विचारलं, "तुझ्या कुटुंबातल्या कोणाला तुला फोन करायचाय का?"

माझं कुटुंब...! त्यांच्या विचाराने सुद्धा मी माझ्या भावना आवरू शकलो नाही. त्यांना गेल्या तीन वर्षांत मी पाहिलं नव्हतं. त्यांचा आवाजसुद्धा ऐकला नव्हता... माझ्या डोळ्यांतून अश्रू वहायला लागले.

थरथरत्या आवाजानं मी म्हणालो, "नको, धन्यवाद." इतक्या वर्षांनंतर फोनवरून मी त्यांच्याशी काय बोलणार होतो? नुसती वाट बघण्यात तीन वर्षं गेली. त्यांच्या प्रत्यक्ष भेटीसाठी मी आणखी थोडं थांबेन. त्या वेळी मी अगदी मुक्त झालेला असेन. शिवाय मला त्यांचे फोननंबर्स देखील आत्ता आठवत नव्हते.

त्यानंतर माझी रवानगी कोठडीत करण्यात आली. तिथे माझ्यासाठी नवीन कपड्यांचा जोड, कुराणाची एक प्रत आणि बाकड्यावर नीट घडी करून ठेवलेलं प्रार्थनेच्या वेळी पसरण्याचं छोटं आसनही होतं. ग्वांटानामोतल्या कुठल्याही कोठडीपेक्षा ही कोठडी जवळजवळ चारपट मोठी होती. तरीही मी मात्र वाइटात वाईट जे काही घडेल त्यासाठी मनाची तयारी केली होती. मला तसलं काही घडणार नाही याची जरी खात्री देण्यात आली होती, तरीही तुरुंग म्हटल्यावर तिथे काहीही घडू शकतं याची मला जाणीव होती. आम्हाला दीर्घ काळ डांबून ठेवण्याची योजना असल्याशिवाय का त्यांनी ती एवढी मोठी प्रक्रिया पूर्ण केली.

जेवण भलतंच होतं. तेलानं थबथबलेला नान आणि फोडणीचा तवंग असलेली भारतीय पद्धतीची आमटी, जेवण म्हणून समोर आली होती. पण गेल्या कित्येक दिवसांत हे असं रुचकर जेवण मी जेवलो नव्हतो. त्यानंतर सर्वांत पहिली गोष्ट जी मी केली, ती म्हणजे वजू करून माझी या भूमीवर परत आल्यानंतरची पहिली प्रार्थना सूर्य मावळतीला गेल्यानंतर केली. प्रवासाचाही शीण आलाच होता. बाहेरच्या बाजूला चाललेला आरडाओरडा मला ऐकू येत होता, बाहेर सिमेंटच्या पदपथावरून चालल्याचा आवाजही माझे कान टिपत होते, आजूबाजूची दारं उघडली जात होती, तशी ती बंदही होत होती आणि या सगळ्याच्या जोडीला खालच्या बाजूच्या कोठडीतून परिचित असा मधुर, मन शांतावणारा असा कुराण पठणाचा आवाज येत होता. तो आवाज फिरोजचा असावा असं वाटत होतं.

काही वेळानंतर मला मुस्लीम अधिकाऱ्याशी काही बोलायचंय का असं

विचारण्यात आलं. तेव्हा मी त्या गोष्टीला नकार दिला. माझ्या कोठडीचा दरवाजा काही वेळाने उघडण्यात आला होता. कारण मला भेटायला कोणीतरी आलं होतं. त्यांनी मला इथली एकूण परिस्थिती आणि मिळणारी वागणूक याविषयी विचारलं आणि सरतेशेवटी माझी वकील मला भेटायला आली असल्याचं त्यांनी सांगितलं.

मिस गारेथना २००१ च्या वसंत ऋतूत मी शेवटचं भेटलो होतो. त्या वेळी गुप्तहेरखात्याकडून एवढ्या कटकटी केल्या गेल्यानंतर मी प्रवास करणं योग्य आहे का यासंबंधी सल्ला घेण्यासाठी मी त्यांच्याकडे गेलो होतो. त्या वेळी ती म्हणाली होती, इथून पुढे मुसलमानांसाठी सगळंच अवघड होत जाण्याची शक्यता आहे. कारण त्यांच्याबद्दलच्या ज्या चुकीच्या संकल्पना पसरल्या आहेत, त्यामुळे त्यांच्या प्रत्येक गोष्टीची परीक्षा केली जाते. सौदी अरेबिया किंवा उमराह्‌ला कुटुंबाबरोबर जाऊन एक छोटीशी यात्रा करून यावी असा एक विचार त्या वेळी माझ्या मनात घोळत होता. पण मग असं वाटायला लागलं होतं की, जर ब्रिटिश गुप्तहेरखात्यानं सौदी अरेबियाच्या गुप्तहेरखात्याच्या लोकांच्या मनात माझ्याविषयी काही काळंबेरं पेरलं तर आणि त्या माहितीचा काही दुरुपयोग केला गेला तर... त्या वेळी ती म्हणाली होती, ''त्यापेक्षा जिथे आत्ता मानवी हक्कांची पायमल्ली होतेय अशा ठिकाणी तू जाऊच नकोस.''

ती माझी वकील अचानक तुरुंगात मला भेटायला आली होती. इंग्लंडला माझे पाय लागल्यापासून मी पाहिलेला हा पहिला ओळखीचा चेहरा... इथे आल्यावर माझं पहिलं स्वागत करणारा.

''मोआइझम... तुला पुन्हा भेटून खूप छान वाटतंय.'' मिस गारेथ म्हणाली. त्या वेळी तिच्या चेहऱ्यावर सहानुभूतीचं हसू होतं.

''मिस गारेथ, कशा आहात तुम्ही? तुम्हाला बघून मलाही खूप बरं वाटलं.''

''मी अगदी मजेत आहे. बाबा रे, इथे सगळ्यांना काळजी वाटत होती ती तुझी. किती वाळलायस तू आणि तरीही तसा तू खूपच बरा दिसतोयस. खरंच बरा आहेस ना?''

''मी एकदम ठीक आहे. पुन्हा परत आलोय त्यामुळे एकदम छान वाटतंय. तुम्हाला कदाचित आठवत नसेल, पण प्रवासाबद्दल तुम्ही दिलेला सल्ला मी मानायला हवा होता. पण ते जाऊ दे, आता पुढे काय घडणार आहे?'' मी विचारलं. ते विचारताना माझ्या मनात निराशा दाटून आली होती.

''हे बघ, काळजी करण्यासारखं असं त्यात काही नाही. अमेरिकन्ससाठी सरकारला ही सगळी नाटकं करावी लागताहेत. ही असलीच सगळी नाटकं त्यांनी या आधी इथे आलेल्या त्या पाच जणांच्या वेळीही केलेली होती. उद्या मुलाखतीच्या वेळी ते तुला काही प्रश्न विचारतील. पण त्या प्रश्नांची उत्तरं तू दिलीच पाहिजेस

असं नाही. शिवाय तुला या सगळ्याचा बराचसा अनुभव आधी आलेलाच आहे. याबद्दल माझी खात्री आहे.''

''मिस गारेथ, तीनशेपेक्षा जास्त वेळा मी ते अनुभवलंय.''

''काय बोलतोस तू! मी तर त्या कशाचीही नुसती कल्पनासुद्धा करू शकत नाही आणि तुला इथे परत आणण्यासाठी त्यांनी वेळ तरी कशी नेमकी साधलीय बघ ना. बेलमार्शला डांबून ठेवलेल्यांच्या संदर्भात हाऊस ऑफ लॉर्ड्सचा निर्णय अजून व्हायचाय... आणि नेमकं त्याच वेळी तुला इथे आणलेलं... खरंच मला अगदी खेद वाटतोय! तू त्या बेलमार्श प्रकरणाविषयी ऐकलंयस ना?''

''हो! अबू कतादा आणि इतरांविषयी आहे ते... विमानातून येताना मी त्या संदर्भात आत्ता वाचलं शिवाय क्लाईव्हनं ग्वांटानामोत असताना मला काहीतरी याचविषयी सांगितलं होतंच. तुम्ही या सगळ्याबद्दल खेद व्यक्त केलात...''

''खरंच अगदी मनापासून म्हणाले मी तसं, आता मे महिन्यात निवडणुका येऊ घातल्यात. साहजिकच मतांसाठी त्या लोकांची अगदी चढाओढ चाललीय. हाऊस ऑफ लॉर्ड्स, बेलमार्श प्रकरणाच्या कायदेशीरपणाच्या संदर्भात उद्या निर्णय घेईल आणि हे अगदी स्पष्ट आहे की तो अगदी त्यांच्याविरुद्ध निर्णय असेल... म्हणून मग तुझ्या मुलाखतीच्या वेळी मी इथे हजर राहणार नाही. पण आमच्या ऑफिसतर्फे कोणीतरी हौसेनं हजर असेल. काही झालं तरी ते तुला असं फार काळ डांबून ठेवू शकत नाहीत. ते अगदीच मूर्खपणाचं ठरेल. कारण काही झालं तरी तू आता सगळ्या दिव्यामधून पार पडलायस.''

तिच्या तोंडून ते ऐकल्यावर मला एकदम सुटल्यासारखं मोकळं वाटलं. ती म्हणाली तसं प्रत्यक्षात घडल्याशिवाय माझा तिच्या म्हणण्यावर पूर्ण विश्वास बसणार नव्हता. मला एकच गोष्ट माहीत होती, ती म्हणजे तुरुंगात डांबून राहण्याचं हे शेवटचं पर्व नक्कीच संपणार आहे. मी तिला विचारलं, ''माझे वडील, झैनाब आणि माझी मुलं कशी आहेत?''

''ती सगळी तशी बरी आहेत, पण तू त्यांच्याबरोबर नाही याची बोच त्यांना विलक्षण सतावत आहे आणि म्हणून ते तुझ्या भेटीसाठी अत्यंत आतुर झाले आहेत. तुझे वडील हे खरोखर एक अजब रसायन आहे. तुझी सुटका होऊन तू परत यावास म्हणून रात्रंदिवस ते अपार मेहनत घेताहेत. इतके दिवस अहोरात्र ते त्या एकाच गोष्टीसाठी कष्ट करत राहिले त्याचा परिणाम शेवटी झालाच... तरीही एक खरं की त्यांच्या प्रत्येक कृतीतून त्यांची त्यांनी ठरवलेल्या ध्येयाशी असलेली बांधिलकी स्पष्ट दिसून येतेय आणि या बाबतीत दिवसेंदिवस ते अधिकच कडवे होताना दिसताहेत. ते आत्ता इथे बाहेर थांबलेले आहेत परंतु इथल्या अधिकाऱ्यांनी मला असं सांगितलं की, तू त्यांना इथे भेटू इच्छित नाहीस.''

''हो, मी तसंच म्हणालोय. या जागेत आणि अशा अवस्थेत मला त्यांना भेटायचं नाहीये.''

''ठीक आहे, काही काळजी करू नकोस. उद्या तुला इथून सोडल्यावर तुम्ही सगळे खुशाल माझ्या घरी राहा. अर्थात तुम्हाला तसं करणं आवडलं तरच.'' तिचं ते बोलणं इतकं दिलासा देणारं होतं... ती काय म्हणाली, 'उद्या... उद्या...' ते शब्द पुन्हा पुन्हा ऐकावेसे वाटत होते.

ती पुढे म्हणाली, ''एक गोष्ट नक्की की, प्रसारमाध्यमांची माणसं सगळीकडेच असतील आणि या वातावरणाशी जुळवून घ्यायला तुला पुरेसा वेळ हवा... गर्दीपासून दूर असं...''

आम्ही काही वेळ असंच इकडचं तिकडचं बोलत बसलो असतानाच, आमच्या बोलण्यात एका अधिकाऱ्यानं व्यत्यय आणला. तो म्हणत होता की, त्याला ताबडतोब माझ्या बोटांचे ठसे घेणं आवश्यक होतं. मिस गारेथ पुन्हा येणार होती. ती मग मधल्या काळात रिचर्डशी बोलून मग पुन्हा माझ्याशी बोलायला येणार होती.

गुप्तहेरखात्यातले लोक जेव्हा आत आले तेव्हा मी त्यांच्याशी थोडं बोललो. त्यांच्याजवळ अक्षरशः अगदी पुरातन शोभावीत अशी कामातून गेलेली हत्यारं होती.

मी त्यांना म्हणालो, ''२००० साली बर्मिंगहॅममधे माझ्या बोटांचे ठसे एकदा घेतलेले आहेत आणि अमेरिकन्सनी तर ते इतके वेळा घेतलेत की त्याची मोजदाद ठेवणं मला शक्य झालेलं नाही. मला वाटतं हे करणं म्हणजे मेलेलं घोडं पुन्हा पुन्हा मारण्यासारखं आहे.''

''कार्यपद्धती. दुसरं-तिसरं काही नाही आणि कार्यपद्धती म्हणजे काय ते तुला चांगलंच माहीत आहे. खरं तर आत्तापर्यंत मला वाटतं तू या सगळ्यात चांगलाच तरबेज झाला असशील.'' तो अधिकारी म्हणाला. ''हो खरं आहे...'' पानांमागून पानं बोटांच्या ठशांनी पुन्हा पुन्हा भरवली जात होती. त्यांनी काही अपरिहार्य अशा चुका केलेल्या होत्या. एका छाप्यासाठी पहिलं अख्खं काम रद्द करून, कागदाच्या मोठ्या तावावर त्यांनी पुन्हा बोटांचे ठसे घ्यायला सुरुवात केलेली होती.

''तुमच्यावर टीका करतोय असं कृपया समजू नका; पण एफ.बी.आय.चे लोक तुमच्यापेक्षा नक्कीच जास्त सरस होते!'' मी थट्टेनं म्हटलं खरं. पण मग माझ्या लक्षात आलं की मी जो एकसारखा एफ.बी.आय.च्या लोकांचा उल्लेख करत होतो, त्यामुळे त्यांच्यातला एक जण जाम वैतागला होता. विशेषतः बोटांचे ठसे घेण्याच्या त्यांच्या तंत्रज्ञानाबद्दल मी बोलत राहिलो होतो म्हणूनच तो वैतागला होता. त्याच्याजवळच्या यंत्रसामुग्रीमुळे एकसारखं सगळं फिसकटत होतं आणि त्याच्या अगदी उलट एफ.बी.आय.च्या लोकांजवळ तंत्रज्ञान होतं. दोन तासांनंतर शेवटी

एकदाचं ते सगळं संपलं नि मी हात धुतले आणि मग गारेथला भेटायला गेलो. तोवर बराच उशीर झालेला होता. मीही खूप थकलो होतो आणि तिला आता अधिक ताटकळत ठेवण्याची माझी इच्छा नव्हती.

गारेथ म्हणाली, ''इथली माणसं भलत्याच गोंधळात सापडलेली दिसताहेत, मी रिचर्डशी बोलले आणि तेवढ्यात कोणीतरी मार्टिनला मला भेटायला घेऊन आलं म्हणून मग मी त्याच्याशीही थोडा वेळ बोलले. पण खरंतर मी त्याची वकील नाहीये. इथे सगळीच गोंधळात पडल्यासारखी पार भांबावलेली दिसताहेत. असो, पण मला वाटतं मिस्टर बेग, आता विश्रांती घ्यायची वेळ झालीय. तू अगदीच कोलमडल्यासारखा दिसतोयस.'' खरं होतं ते. मी कोलमडलोच होतो.

मी जेव्हा माझ्या कोठडीत परत आलो तेव्हा बाहेर असलेल्या माझ्या असंख्य हितचिंतकांनी पाठवलेल्या शुभेच्छा, शुभेच्छा संदेश, अधिकाऱ्यानं मला सांगितले. ग्वांटानामो मानवाधिकार प्रचार मंडळ, इस्लामिक मानवाधिकार समिती, ॲम्नेस्टी इंटरनॅशनल, द मुस्लीम काऊन्सिल ऑफ ब्रिटन आणि इतर अनेक संस्था आणि अनेक व्यक्तींकडून संदेश आलेले होते. मला असं सांगण्यात आलं की, अभिनेत्री व्हेनेस्सा रेडग्रेव्ह देखील त्यांच्यात सामील झालेली होती. पोलिसांसाठी या मंडळींनी पाठवलेला संदेश होता, 'त्यांना सोडून द्या.' आणि आमच्यासाठी त्यांनी म्हटलं होतं, 'स्वगृही तुमचे स्वागत असो.'

पुढे काय घडणार आहे, त्याविषयी कल्पना करतच त्या रात्री मी झोपलो... माझ्या अंगावर सगळेच्या सगळे कपडे जसेच्या तसे असलेल्या स्थितीत मला झोप लागली. कोठडीत हाडं वाजवणारी थंडी होती. भल्या सकाळी पहिल्या प्रार्थनेसाठी एकमेकांना दिलेल्या 'अथान'नं मला जाग आली. मी थोडा वेळ कुराणाचं पठण केलं आणि मग पुन्हा बाकड्यावर येऊन एक डुलकी काढली. न्याहारी घेतल्यानंतर मी अंघोळ करून दात घासले, त्यानंतर बाहेरच्या बाजूला जिथे वाहनतळ होता त्याच्याजवळच मला हात-पाय मोकळे करायला सोडण्यात आलं होतं. बाहेर थंडीचा कडाका होता, पण मी तिथेच थांबायचं ठरवलं नि जे अपूर्व दृश्य दिसलं ते पाहत राहिलो. तिथे माझ्यासाठी पंधरा पोलीस अधिकारी उभे होते आणि त्यांच्या अंगात स्वरक्षणार्थ त्यांनी वेस्ट कोट घातलेले होते. त्याशिवाय पोलिसांची दोन कुत्री तयारीत उभी होती. एकूण काय, देखावा करण्यात ब्रिटिशांनी अमेरिकनांना मागे टाकलं होतं तर. एकट्या माझ्यासाठी त्यांनी हा एवढा आटापिटा केला होता. प्रत्येक अधिकारी आणि कुत्र्याजवळून जाताना हा विचार माझ्या मनात आलाच. मी खरं तर थंडीनं जाम कुडकुडलो होतो. चावऱ्या थंडीचा त्रास होत होता. सरतेशेवटी मी त्यांना मला आत घेऊन जायला सांगितलं.

''आम्हाला तुला स्वत:हून आत घेऊन जायला सांगावं लागलं म्हणून स्वत:ला

मुळीच दोष देऊ नकोस. कारण तुझी बाहेर राहण्याची वेळ संपल्यामुळे आम्हीच तुला आता आत घेऊन जाणार होतो.'' मला कोठडीकडे घेऊन जाताना एक अधिकारी म्हणाला.

थोड्याच वेळात मिस गारेथ मला भेटायला पुन्हा आली आणि प्रश्नांची पहिली फैर झडण्यापूर्वी आम्हाला एकमेकांशी बोलायला थोडा जास्तच वेळ मिळाला. या वेळी विचारले गेलेले सगळेच्या सगळे प्रश्नही गेल्या तीन वर्षांत विचारल्या गेलेल्या प्रश्नांची फक्त पुनरावृत्ती होती. जसं की, मी अल्-कायदाचा सभासद होतो का? मी मित्र राष्ट्रांच्या फौजांविरुद्ध आघाडीवर जाऊन लढलो का? अतिरेकी कारवायांसाठी पुरवला जाणारा पैसा आणि दिलं जाणारं प्रशिक्षण यात माझा सहभाग होता का?

दुपारच्या जेवणाच्या वेळेपर्यंत आम्ही तिथून बाहेर पडलो. त्यानंतर बेलमार्श प्रकरणावर हाऊस ऑफ लॉर्ड्स काय निर्णय देतात ते ऐकण्यासाठी गारेथला जायचं होतं, म्हणून ती तिथून बाहेर पडली. हुसेन माझी दुसरी व शेवटची उलटतपासणी संपेपर्यंत माझ्याबरोबर थांबून राहिला. सुरुवातीला मला त्याच्याबद्दल विश्वास वाटत नव्हता, पण प्रश्न विचारले जात असताना मी त्याचं निरीक्षण करत राहिलो. गारेथ हजर असताना मी त्यांच्या एकाही प्रश्नाचं उत्तर दिलेलं नव्हतं; पण त्याच वेळी प्रश्न विचारणाऱ्या त्या अधिकाऱ्यांवर काहीतरी जळजळीत शेरे मारावेत अशी उबळ हुसेनला राहून राहून येत होती. विशेषत: तिथे उपस्थित एका अधिकाऱ्याचे उच्चार स्कॉटिश होते. त्याच्यावर तर याचा डोळाच होता.

त्या अधिकाऱ्यानं विचारलं, ''अल्-कायदाबरोबर तुमचं संघटन होतं अशी आमची खात्री आहे. जरी थेट अल्-कायदाबरोबर तुमचं संघटन नसलं तरी त्यांना साथ देणाऱ्या संघटनेशी तुमचा संबंध पूर्वी होता, म्हणून मग ही मंडळी कुठे सापडू शकतील याबद्दल तुम्ही काही सांगू शकाल?'' हसू दाबत मी हुसेनकडे नुसतं पाहिलं. पण नंतर मी मागे वळून जेव्हा गुप्तहेरखात्याच्या त्या माणसाकडे पाहिलं तेव्हा मात्र मला हसू आवरणं शक्य झालं नाही.

स्कॉटिश अधिकारी रागानं म्हणाला, ''अच्छाऽ अच्छाऽ मोआइझम, म्हणजे तुला ही सगळी गंमत चाललीय असंच वाटतंय नाही का, काहीतरी गंमतीदार आहे हे, हो ना?''

त्यानंतर हुसेन मधे पडला व म्हणाला, ''हो, खरंच ही भलतीच गंमत चाललीय. अगदीच विनोदी प्रकार चाललाय इथे. माझ्या अशिलाला तुम्ही आत्ता जो प्रश्न विचारलात तो काय होता जरा विचार करा. सैन्यदलाच्या तुरुंगात गेली तीन वर्षं त्याला डांबलेलं होतं. शिवाय त्यातला बराचसा काळ तो एकांतवासातच होता, मग त्याला त्यांचा ठावठिकाणा माहीत असण्याची थोडीतरी शक्यता आहे का?

अगदी त्याचं त्यांच्याबरोबर संघटन होतं असं तुमचं जे म्हणणं आहे, ते खरं आहे असं जरी मानलं, तरी सुद्धा त्याला त्यांचा ठावठिकाणा माहीत असण्याची मुळातच शक्यता नाही. एवढंच नव्हे तर त्याला त्याचे कुटुंबीय कुठे राहाताहेत ते सुद्धा माहीत नाहीये.''

त्याक्षणी मला खरोखरच असं वाटलं की, पोलीस अधिकारी म्हणून नव्हे, तर सामान्य माणसं समजून या दोघांशी बोलावं. ते फक्त वरून आलेल्या हुकमांचं पालन करताहेत हे मला स्पष्ट दिसत होतं. त्यांना कुठल्याही गोष्टीच्या मुळाशी जाऊन शोध घेण्याची फारशी इच्छाच नव्हती. प्रश्नांच्या फैरीच्या शेवटी दमणुकीपेक्षा करमणूक झाल्याचीच भावना होती आणि त्याच वेळी हुसेनची लंडनमधल्या सर्वोत्तम अधिकाऱ्यांबरोबर न डगमगता वाद घालायची तयारीही माझ्या लक्षात आली. शेवटी त्यांनी मला सांगितलं की, त्यांनी माझ्यावर कुठलेही आरोप ठेवलेले नाही आणि मी आता मुक्त झालो आहे.

सगळे जण जेव्हा तिथून बाहेर जायला निघाले तेव्हा मी त्या स्कॉटिश अधिकाऱ्याला म्हणालो, ''मला हसू आवरता आलं नाही ही गोष्ट तुम्ही खरोखरच मनावर घेणार नाही अशी मला आशा वाटते. पण त्याच वेळी मला असंही वाटतं की तुम्ही विचारलेला प्रश्न खरंच मूर्खपणाचा होता. पण काही झालं तरी तुम्ही हे सगळं व्यक्तिगत पातळीवर घेणार नाही. कृपा करून तसं करू नका.''

''छेऽ छेऽ तसं अजिबात होणार नाही. तुला माहीत असेलच, तुला असे प्रश्न विचारणं आम्हाला भाग पडलं. आमच्या डोक्यावर माणसं आहेत. त्यांच्याजवळ हे प्रश्न असतात. ते प्रश्न आम्ही जेव्हा विचारतो तेव्हा ते निरर्थक आहेत असं आम्हाला जसं वाटतं; तसंच ते प्रश्न तुम्हाला अत्यंत विनोदी वाटत असतात. असो... तुमच्या ताब्यात देण्यासाठी माझ्याजवळ बऱ्याच वस्तू आहेत. म्हणून मग आपण आता त्या कामाला लागू या. माझी खात्री आहे, कारण नसताना आता एक क्षणही इथे थांबण्याची तुमची इच्छा नाहीये.''

''अगदी खरं आहे. मी तुम्हाला एक प्रश्न विचारू शकतो का? २००२ मधे पाकिस्तानमधील माझ्या घरातून काही वस्तू जप्त करण्यात आल्या होत्या. त्यात माझा लॅपटॉप होता, माझ्या बायकोचा पैशांचा बटवा होता; शिवाय आम्ही बचत करून ठेवलेले कित्येक हजार पाऊंड चलनसुद्धा होतं. अमेरिकन्सनी त्यातलं काही तुम्हाला परत दिलं का?''

''इथे एका संगणकाची उलटतपासणी झाल्याचं मला माहीत आहे आणि पैसे सुद्धा मिळालेले आहेत. मला ते सगळं तपासायला हवं. मगच मी त्याबद्दल तुम्हाला किंवा तुमच्या वकिलांना कळवू शकतो.'' तो अधिकारी गंभीरपणे म्हणाला.

ते ऐकलं अन् मनात आलं, 'संगणकाची उलटतपासणी! काय चमत्कारिक

शब्द आहेत हे! तुम्ही एका संगणकाची चौकशी कशी काय करू शकता? त्याला त्याचे हक्क माहीत आहेत का? शिवाय त्या वेळी एखादा वकील तरी हजर होता का?'

आता पुढच्या मुख्य दरवाज्यातून राजरोसपणे बाहेर पडायला मी एकदम मुक्त झालो होतो.

साध्या वेषातला एक पोलीस पुढे आला अन् त्यानं त्याची ओळख 'कम्युनिटी लायशन ऑफिसर' अशी करून दिली. माझ्या आवश्यकतेनुसार व्यवस्था करून देण्यासाठी तो थेट बर्मिंगहॅमहून आलेला होता. वाटलं तर बर्मिंगहॅमला जाण्याची माझी व्यवस्था तो करून देऊ शकत होता किंवा माझी इच्छा असल्यास माझ्या कुटुंबाला लंडनमधे देखील आणू शकत होता. त्याची उच्चार करण्याची पद्धत खास बर्मिंगहॅम शैलीतली होती. ती ऐकून मला हसू आलं. ही अशी भाषा ऐकून खरं तर किती काळ लोटला होता; पण त्या ढबीचं बोलणं ऐकून मला खरंच घरी परत आल्यासारखं वाटलं.

"तुम्ही आणि तुमचे कुटुंबीय हॉटेलमधे थोडे दिवस राहू शकता. तशी व्यवस्था मी करू शकतो. शेवटी तुम्ही ठरवा तुम्हाला काय हवं ते." माझ्याकडे पाहण्याच्या दृष्टिकोनातला हा बदल खरंच फार सुखद धक्का देणारा होता. मला जाणवलं, एक वेगळीच प्रतिष्ठा मला प्राप्त झालेली होती. मी अतिशय नम्रपणे त्याच्या प्रस्तावाला नकार दिला आणि तो जे काही माझ्यासाठी करू इच्छित होता. त्यासाठी त्याचे मनापासून आभार मानले. मला कुठल्याही हॉटेलमधे राहण्याची जरूर नव्हती, कारण गारेथ माझ्या कुटुंबीयांना भेटण्याची सोय तिच्या घरी करणार होती. कोणीही नजर ठेवत नाहीये अशा अवस्थेत, इतक्या दिवसात पहिल्यांदाच मी माझ्या खोलीत वाट बघत थांबलो. त्याच वेळी हुसेन, त्यानं माझ्याबाबतीत जे केलं, ते रिचर्डच्या बाबतीत करण्यात गुंतलेला होता.

एकदाचे ते सगळे सोपस्कार संपल्यानंतर आम्ही म्हणू तिथे ते आम्हाला घेऊन जाऊ शकतात असं पोलिसांनी आम्हाला सांगितलं. पुढच्या बाजूच्या मुख्य दरवाजातून बाहेर पडायचा आधी माझा बेत होता; पण मग मला वाटलं बाहेर मुख्य दरवाजापाशी प्रसारमाध्यमांची माणसं खोळंबलेली असतील, माझे कुटुंबीय असतील, त्यांच्याशी भेट झाल्यावर भावनांचा जो काही महापूर येईल आणि पुनर्भेटीचा जो काही सोहळा होईल, ते सगळं प्रसारमाध्यमांच्या प्रतिनिधींच्या झुंडीसमोर घडणं बरोबर नाही. म्हणून मग आम्ही पोलिसांना आम्हाला गारेथच्या घरी घेऊन जायला सांगितलं. रस्त्यावरच्या गर्दीतून वाट काढत पोलिसांचं वाहन पळत होतं. रिचर्ड बेल्मर माझ्याबरोबर गाडीत मागच्या बाजूला बसलेला होता. अचानक ते सगळंच भीतिदायक वाटायला लागलं. ग्वांटानामोतल्याच एखाद्या उकडहंडीच्या आकाराच्या वाहनात

साखळदंडांनी बांधून ठेवलेल्या अवस्थेत असल्यासारखं भासायला लागलं होतं. खरं तर आम्हाला कोणीही जखडून ठेवलेलं नव्हतं. आम्ही पूर्णपणे मुक्त होतो. संकेतस्थळी पोहोचायला फारसा वेळ लागला नाही. रिचर्ड म्हणाला, "हे अंतर शंभर मैल आहे." पण आता या गोष्टीला काहीच महत्त्व उरलं नाही. तो असं बोलला अन् मला जाणवलं, सगळ्यातून तावून सुलाखून निघाल्यामुळे तो असा कणखर बनला होता. ते पाहून मी चांगलाच प्रभावित झालो. गारेथच्या घराजवळ पोलिसांची व्हॅन थांबली. पोलीस गाडीतून खाली उतरले अन् त्यांनी आमच्या बॅगा उतरवायला आणि आम्हालाही उतरायला मदत केली. त्यानंतर समोरच्या घरांमधून मी 'अल्-कायदा... अल्-कायदा...' असं कोणीतरी म्हटलेलं ऐकलं आणि माझ्या मनात विचार आला, 'परमेश्वरा! हे कधीच संपणार नाही का?' हे असं घडेलसं मला वाटलं नव्हतं. इंग्लंडमधे एका मित्राच्या घरात मुक्तपणे शिरण्याचा आनंद त्यामुळे झाकोळला गेला होता. हुसेन अजूनही आमच्याबरोबर होता... तो तर आम्ही आणि मिस गारेथ मधला एक दुवाच होता.

आम्ही गारेथच्या घरात शिरलो आणि मग तिथे लाऊंजमधे कोपऱ्यात जाऊन अल्लाचे आभार मानण्यासाठी मी खाली बसून प्रार्थना केली 'सज्दाह् अस्-शुक्र!' थोड्याच वेळात दारावरची घंटी वाजली आणि त्यापाठोपाठ माझे दोन भाऊ, काका आणि माझे वडील आत आले.

रिचर्डचे वडील आणि त्याची बहीण जेनेट तळमजल्यावर त्याची वाट पाहत थांबलेले होते. त्यांच्याकडे जाण्याआधी तो म्हणाला, "मी तिकडे जाण्याआधी सगळ्यात प्रथम एक गोष्ट करायचीय..." मग त्यानं त्याच्या बॅगमधून एक टॉवेल बाहेर काढला नि डोक्याभोवती गुंडाळला. ही होती खास अरब शैली. ग्वांटानामोत अनेक लोक तसं करीत असत आणि मला वाटतं, तिथेच त्यानं ही गोष्ट आत्मसात केली होती. रिचर्डचं कुटुंब तिथे जास्त वेळ थांबलं नाही. त्यांनी अगोदरच दुसरीकडे कुठेतरी त्यांची व्यवस्था केलेली होती. तिथून जाण्यासाठी म्हणून अख्खं बेल्मर कुटुंब निघालं, तेव्हा त्यांनी संपूर्ण बेग कुटुंबाला अभिवादन केलं. त्या वेळी बेग कुटुंबानं देखील प्रेमानं त्यांचा निरोप घेतला आणि मग विशेष करून 'मोआइझम बेग'चा निरोप घेऊन ते तिथून बाहेर पडले. मोआइझम आणि रिचर्ड, दोघंही अमेरिकन्सनी क्युबात ग्वांटानामोमधे डांबून ठेवलेले, आता मुक्तपणे एकमेकांचा निरोप घेत होते.

माझ्या कुटुंबातल्या सगळ्यांना बघून माझ्या मनात विचारांचा कल्लोळ माजला होता आणि खरं बोलायचं तर मला नेमकं काय वाटत होतं ते माझं मलाच कळत नव्हतं. मी भावनातिरेकानं गदगदून आलो नव्हतो. तसा मी भावनातिरेकाच्या ताणात बावचळूनही गेलो नव्हतो. ही भेट अतिशय शांतपणे पार पडली. आम्ही बेग

कुटुंबीय नेहमीच जसं शांत, सौहार्दपूर्ण, सभ्य होतं तसंच सगळं होत होतं. मनावर ताण आणणाऱ्या गोष्टी आम्ही सगळे नेहमीच हसण्यावारी नेत असतो. फक्त एक मात्र झालं, माझा मोठा भाऊ आझम याच्या डोळ्यांत मात्र अश्रू उभे राहिले होते. त्या वेळी मी चटकन दुसरीकडे नजर वळवली. कारण त्याला त्या अवस्थेत बघणं मला अवघड होतं. मी त्याला कधीही रडताना पाहिलं नव्हतं. त्याला एकच अपवाद होता, तो म्हणजे माझी आई गेली तेव्हा मी त्याला रडताना पाहिलं होतं तेवढंच. (किंवा वडील जेव्हा कधीतरी त्याला ठोकून काढत असत तेव्हा तो तसं रडे. पण त्या गोष्टींना आता महत्त्व देण्याचं कारण नाही.) हे सगळं जेव्हा घडलं तेव्हा आम्ही अगदीच 'कच्ची-बच्ची' होतो.

सगळ्यात प्रथम मी माझ्या वडिलांना मिठी मारली. असं वाटायला लागलं की अगदी काल-परवाच आम्ही एकत्र बसून, जणू राजकारण आणि धर्मकारणावर चर्चा केलेली आहे. गेली तीन वर्षं ब्रिटिश सत्तेचा थंडपणा आणि अमेरिकन सरकारनं या माणसाच्या मुलावर केलेल्या अन्यायाविरुद्ध हा माणूस सतत झगडत राहिला होता. आपला मुलगा परत मिळावा म्हणून त्यांनी अथक परिश्रम घेतले होते आणि आता आयुष्यानं कूस पालटली होती.

अचानक माझा चुलत भाऊ मुकर्रम मला घट्ट मिठीत घेत म्हणाला, "भाई, मोआइझम माझं तुझ्यावर सर्वांत जास्त प्रेम आहे."

त्यानंतर माझा बलाढ्य आकाराचा छोटा भाऊ आसद याने मला मिठी मारली आणि म्हणाला, "आता ते मोठ्या भावाला मान देणं वगैरे बस! तू एकदाचा घरी परत आलास हेच खूप आनंदाचं आहे. तू इथे नव्हतास तेव्हा क्षणाक्षणाला तुझी आठवण येत होती आणि असा एकही प्रसंग घडला नाही की, ज्या वेळी तू आमच्याबरोबर नाहीयेस याचं दुःख आम्हाला झालं नाही."

त्यानंतर सगळंच एकदम निःशब्द शांत झालं. माझ्या मुक्त होण्यानं माझ्यापेक्षाही जास्त माझ्या कुटुंबालाच सुटल्यासारखं वाटत होतं. यातल्या प्रत्येकाशी काय नि कसं बोलावं मला खरंच काही सुचतच नव्हतं. माझ्यासाठी हे सगळं तसं विलक्षण अवघडच होऊन बसलं होतं. त्या शांततेचा शेवटही खास बेग शैलीतल्या जेवणाच्या सूचनेनं झाला. आसदवर जेवण घेऊन येण्याची कामगिरी सोपवण्यात आली. ३०० पाऊंड खर्चून तो सगळ्यांसाठी जेवण बांधून घेऊन आला.

त्यात आणलेले खाद्यपदार्थ असे होते – पिझ्झा, कबाब, चिप्स, वेगवेगळ्या प्रकारचे रस्से, तळलेलं चिकन, हॅम, सॅलड्स, थंड पेयं, फळांचे रस, चॉकलेट्स, केक्स आणि आइसक्रीम. ग्वांटानामोत मिळणाऱ्या उकडलेल्या भाज्या आणि थंडगार चहा, या जेवणाच्या जागी हे असं जेवण म्हणजे माझ्यासाठी भलताच शाही प्रकार होता. मला आणखी एक गोष्ट आढळून आली, ती म्हणजे इथे आता

प्रत्येकाजवळ मोबाइल फोन होता. मी इथून जाण्यापूर्वी तशी ही गोष्ट इतकी बोकाळलेली नव्हती. त्या वेळी फक्त माझ्या वडिलांकडे एक मोबाइल फोन होता. आता त्यांच्याजवळ दोन मोबाइल फोन्स होते आणि आता ते सगळेच्या सगळे फोन्स एकसारखे एकाच वेळी वाजत होते. माझे वडील तर येणाऱ्या कॉल्सना उत्तरं देऊन थकून गेले. प्रत्येकाला शांत पण ठाम आवाजात ते सांगत राहिले, "तो फार दमलाय. त्याला थोडा वेळ तरी एकटं राहू दे."

झैनाबनं माझ्या भावाच्या मोबाइलवर मला फोन केला. इस्लामाबादमधल्या त्या भयानक रात्रीनंतर जवळजवळ तीन वर्षांनी मी झैनाबचा मंजुळ आवाज ऐकत होतो. इतर माणसं आजूबाजूला ऐकत होती हे तर कारण होतंच, पण आमच्यात मुरलेल्या सभ्यतेच्या मर्यादांमुळे इतक्या दिवसांनी आम्ही एकमेकांशी बोलत असूनसुद्धा, फार आम्ही संयतपणे बोलत होतो. आमच्या या अशा संयत, सभ्य वागुणकीमुळेच आमच्या कुटुंबाला सगळे जण गृहीत धरत होते. एवढं सगळं घडण्यापूर्वी सर्वांत शेवटी मी जिला बघितलं होतं ती व्यक्ती म्हणजे झैनाब होती. माझी पत्नी आणि माझी मुलं यांचाच फक्त निरोप न घेता मला जावं लागलं होतं आणि असं जरी घडलं होतं तरी आज नेमकी तीच इथे नव्हती. खरं तर तिला अन् मुलांनाच मला सगळ्यात पहिलं भेटायचं होतं. तसं मी मनात ठरवून ठेवलं होतं आणि माझी अशी भावना होती की, तिच्याही मनात तेच होतं. परंतु तिनं जेव्हा मला इकडे येण्याविषयी इच्छा व्यक्त केली त्या वेळी मी तिला म्हणालो, "तुझी इकडे येण्याची कल्पना काही तितकीशी योग्य नाही." माझ्या बोलण्यानं परिस्थिती चिघळली. खरंतर तोपर्यंत मध्यरात्र झालेली होती आणि तिनं इकडे यायचं म्हणजे माझ्या भावाला बर्मिंगहॅमपर्यंत जाऊन ड्रायव्हिंग करत तिला इकडे घेऊन यायला लागणार होतं आणि काही वेळानं आम्हाला सगळ्यांना घेऊन त्याला पुन्हा तेवढाच परतीचा प्रवास करावा लागणार होता. ती अतिशय नाराज झाली होती. पण सरतेशेवटी तिनं ते मान्य केलं. त्यानंतरचा तिचा रडवेला घायाळ झाल्यासारखा आवाज ऐकताना मला खरंच खूप त्रास झाला. पण तिला इथे येऊ नये असं सांगण्याचं आणखी एक कारण असं होतं की, इथे बाहेर लोक अल्-कायदा... अल्-कायदा असं ओरडत होते. या अशा वातावरणात तिनं यावं असं मला खरोखरच वाटत नव्हतं. प्रसार माध्यमांनी बाहेर अक्षरश: गराडा घातला होता आणि आता मला भीती वाटायला लागली. त्यांच्यातल्या कोणा माथेफिरू माणसांनी मला किंवा माझ्या कुटुंबातल्या कोणाला काही दुखापत वगैरे केली तर! काही वेळ या परिस्थितीचा मी विचार केला आणि शेवटी ठरवलं, तिला तिथे असं ताटकळत ठेवण्यात काहीच अर्थ नाही. त्यानंतर माझा भाऊ त्यांना आणायला बर्मिंगहॅमला परत गेला.

गारेथचे सौजन्यशील पती त्यांच्या परीनं आम्हाला सामावून घेत होते आणि

तरीही त्यातल्यात्यात आम्हाला तिथे खाजगीपणा कसा मिळेल तेही ते बघत होते. काही वेळाने गारेथ घरी परत आली आणि थोडा वेळ आमच्याबरोबर बोलत बसली. प्रसारमाध्यमांशी कसं बोलायचं त्याविषयी आम्ही थोडा वेळ चर्चा केली. कारण हे लोक माझ्या वडिलांना एकसारखा फोन करून भंडावून सोडत होते. यावर गारेथ तिच्या नेहमीच्या शांत आवाजात म्हणाली, ''तू थोडं स्वस्थ राहून नेहमीचं आयुष्य कसं जगायला सुरुवात करता येईल, याचाच फक्त पूर्णपणे लक्ष देऊन विचार कर आणि प्रसारमाध्यमांना कसं तोंड द्यायचं वगैरे बद्दलचे डावपेच आखण्यात मुळीच डोकं घालू नको.'' पण मी तिच्या या सूचनेला नकार दिला. प्रसारमाध्यमांशी बोलणं हे माझं कर्तव्य आहे, अशी माझी धारणा होती. ग्वांटानामोत जे अजूनही डांबले गेलेले होते, त्यांच्यासाठी तरी तिथे काय काय प्रकार चालतात ते जगजाहीर करणं मला आवश्यक वाटत होतं. केवळ एकट्या माझ्यासाठी खोळंबलेल्या त्या प्रसारमाध्यमांना कसं तोंड द्यायचं याची नीटशी कल्पना आमच्यापैकी कोणालाही नव्हती. आश्चर्याची गोष्ट अशी की, माझे वडील सर्व प्रकारच्या वार्ताहरांना अगदी सहजतेनं हसतखेळत हाताळत होते. त्यांनी मला सांगितलं की, नेहमीचं आयुष्य पुन्हा एकदा सुरू करण्यासाठी मला खूप मोठी रक्कम मिळू शकते. त्यांनी मला सांगितलं की, १,००,००० पाऊंड रकमेच्या एका टॅब्लॉइड पेपरच्या प्रस्तावापासून ते याहूनही मोठ्या रकमेचे प्रस्ताव त्यांच्याकडे माझ्यासाठी आलेले आहेत. ते सगळं ऐकून आम्ही मात्र पुरते गांगरून गेलो. गारेथनंच मग वेगवेगळ्या वृत्तपत्रांचा पैशाकडे पाहण्याचा दृष्टिकोन आम्हाला नीट स्पष्ट करून सांगितला. त्याच वेळी या वेगवेगळ्या वृत्तपत्रांचा माझ्याकडे बघण्याचा दृष्टिकोनही तिनं स्पष्ट केला. सरतेशेवटी दुसऱ्या दिवशी त्यांच्यापैकी एका वृत्तपत्राला मुलाखत देऊन मग थेट घरी जाण्याचं मी ठरवलं.

पहाटे दोनच्या सुमारास मुलांना घेऊन झैनाब शेवटी इथे पोहोचली. तिला पाहताक्षणी आलिंगन देण्यासाठी मी बाहू पसरले अन् तिला मिठीत घेतलं. आजूबाजूला इतके जण असताना तिला जवळ घेणं मला तसं जडच गेलं. आम्हाला दोघांनाच असा थोडा एकांत मिळेल अशी मी आशा करत होतो. एकमेकांना सांगण्यासारखं असं आमच्याजवळ इतकं साचलेलं होतं... इन्शाल्ला! परमेश्वराची इच्छा असेल तर इतक्या दिवसांत आम्ही जे जे गमावलं होतं, ते ते पुढच्या आयुष्यात दामदुप्पट भरपाई करून आम्ही मिळवू शकू असं मला त्या क्षणी वाटलं. मग अर्धवट झोपेत असलेल्या माझ्या मुलांजवळ मी गेलो. झैनाब सांगत होती, आपल्या वडिलांना भेटण्यासाठी म्हणून मध्यरात्र होईपर्यंत मुलं जागत राहिली पण मग कारमधे मात्र त्यांचा डोळा लागला. झैनाबनं जेव्हा, ''मुलांनो बघा, तुमचे बाबा आलेत...'' असं म्हणत त्यांना झोपेतून उठवलं तेव्हा ती तशी दमलेली होती; पण तिचे ते शब्द

ऐकून एकदम उत्तेजित झाली बच्चे कंपनी. मी प्रत्येकाला आधी उचलून घेतलं आणि मग त्या तिघांनाही एकदम उचलून घेतलं. हे असं पूर्वीही मी नेहमीच त्यांना उचलून घेत असे आणि मग मी त्यांना म्हणालो, ''अस्सलाम आलेकुम!''

आपल्या कोवळ्या आवाजात ती तिघंही एकदम म्हणाली, ''वालेकुम अस्सलाम.''

माझी मुलं तर सोडाच पण गेल्या तीन वर्षांत मी लहान लेकरू पाहिलं नव्हतं. मी वडील असल्याची जाणीव मुलांना व्हावी... त्यांच्यात अन् माझ्यात पुन्हा एकदा बंध निर्माण व्हावा... हे आपले वडील ही भावना त्यांच्यात जागृत व्हावी, एवढीच माझी इच्छा होती. माझी सगळ्यात धाकटी लेक नस्याबाह् माझ्याकडे मान वर करून बघत सुद्धा नव्हती. ती फक्त हळूच हसत होती एवढंच...!

मी तिला विचारलं, ''बेटा, मी कोण आहे ते तुला माहीत आहे का?''

''हो, तुम्ही 'बाबा' आहात.''

त्यानंतर मी माझ्या मोठ्या मुलाकडे वळलो आणि त्याला विचारलं, ''मी तुझ्या लक्षात आहे का? अब्दुर रहमान, सांग मी तुला आठवतो का?''

अर्धवट झोपेत त्यानं उत्तर दिलं, ''हो! तुम्ही 'बाबा' आहात.''

''ठीकाय, पण मग तुला माझ्याबद्दल काय काय आठवतंय?''

''मला आठवतंय, तुम्ही आम्ही झोपण्यापूर्वी आम्हाला गोष्टी वाचून दाखवायचात... आणि पोहायला न्यायचात... आणि अफगाणिस्तानमधे असताना आम्ही एकदा तुमच्या गाडीत लपून बसलो होतो; पण तुम्हाला ते माहीतच नव्हतं... खूप वेळ आम्ही तिथे लपून बसलोय याचा तुम्हाला पत्ताच नव्हता. तुम्ही मला माकड म्हणायचात, कारण मला तेव्हा उड्या मारायला अन् कुठेही चढून बसायला खूप आवडायचं...'' हे बोलताना तो अधिकच मजेशीर दिसायला लागला.

अजूनही माझ्याकडे थेट बघण्याचं टाळत नस्याबाह् हळूच म्हणाली, ''तो अजून सुद्धा तसाच आहे.''

माझी मोठी मुलगी उम्मामाह्. तिचं नि माझं अगदी छान मेतकूट होतं. ती एकदम भावनावश झाली होती. मला बघताच ती एकदम रडायलाच लागली. मी खाली बसून पूर्वी तिला जशी जवळ घ्यायचो तशी जवळ घेऊन तिच्याशी बोलू लागलो आणि मला जाणवलं या तीन वर्षांत ती आता पूर्वीसारखी लहान मूल राहिली नव्हती. ती तिच्या बाबांबद्दल नेमका कसा विचार करत असेल? माझ्या मनात ते एक कोडंच उभं राहिलं. मी आत्ता तिला पूर्वीपेक्षा काही वेगळा वाटत होतो का?

आणि मग मी ज्याला अजूनपर्यंत पाहिलं नव्हतं, त्या माझ्या सर्वांत धाकट्या मुलाला पाहिलं. ही गोष्ट केवढी चमत्कारिक होती की, माझ्या मुलाला त्याच्या वडिलांबद्दल काहीही माहीत नव्हतं. बाह्यत: मी कोणालाच भावनाशील वाटलो नसतो. पण तसं नव्हतं, मी अतिशय भावनाशील असाच माणूस होतो. माझ्या या

बाळाबद्दल माझ्या मनात तऱ्हेतऱ्हेचे विचार येत राहिले. मी त्याला पटकन उचलून घेतलं. त्या वेळी माझ्या मनात आलं मी त्याला उचलून जवळ घेतलंय खरं, पण मी कोण आहे ते सुद्धा या माझ्या बछड्याला माहीत नाहीये. आता तो रडायला लागेल. तो तसा गाढ झोपला असतानाच मी त्याचे मटामटा पापे घेतले आणि मग त्याला झैनाबकडे परत दिलं. माझ्या बायकोनं आमच्या या लेकराचं नाव आयुब ठेवलं होतं. आयुबचा कुराणात उल्लेख होता, प्रेषितांच्या धर्मनिष्ठेनं तो प्रभावित झाल्याचा उल्लेख कुराणाप्रमाणेच ओल्ड टेस्टामेंट्समधे होता. परंतु माझ्या वडिलांची इच्छा त्याचं नाव इब्राहिम ठेवावं अशी असल्यामुळे त्याचं नाव शेवटी आयुब इब्राहिम असं ठेवलं होतं.

गारेथ आणि तिचे पती बिल काही गोष्टी बरोबर घेऊन निघून गेले. त्यांना त्यांचं घर सोडून जायची वेळ आलेली पाहून मला थोडं वाईट वाटलं. बऱ्याच उशिरा हॉटेलमधे रूम घेऊन ते तिकडे गेल्याचं मला समजलं. मला हे माहीत होतं की, गारेथला कसलाही मोह नाहीये आणि ती आपल्या अशिलाशी पूर्णपणे बांधिलकी मानते. असं जरी असलं तरी आज ती आमच्या बाजूनं उभी होती, आमची खरी सुहृद अशी मित्र म्हणून. या गोष्टीसाठी मी तिचा अत्यंत ऋणी होतो.

माझा चुलत आणि सख्खा भाऊ झोपण्यासाठी तळमजल्यावर निघून गेले. माझे वडील माझ्याशेजारी बसलेले होते. पण ते आता पार ढेपाळले होते. शिवाय त्यांना दुसऱ्या दिवशी सकाळी सातला मुलाखत द्यायची होती. मी उठलो अन् येरझाऱ्या घालायला लागलो. मला एवढंच त्या क्षणी माहीत होतं की, लवकरच मला अनेक लोकांना सामोरं जावं लागणार आहे. माझ्या मनात विचार आला, अक्षरश: काही तासांपूर्वी, म्हणजे अगदी बरोबर सांगायचं तर छत्तीस तासांपूर्वी मी कोठडीत अगदी एकांतवासात बसलो होतो. त्या वेळी मी बाकीच्यांपासून अगदी तोडला गेलेला असा एकाकी होतो आणि आत्ता केवढ्या मोठ्या जागेत मी येरझारा घालत होतो. या सगळ्यात गमतीशीर गोष्ट अशी होती की, ज्या गोष्टी एरवी माझ्या दैनंदिन आयुष्याचा भाग होत्या, ज्या गोष्टी करणं माझ्या अंगवळणी पडलं होतं, त्या गोष्टी मी बाग्राम किंवा ग्वांटानामोत मात्र करत नव्हतो. त्या सगळ्याच्या सगळ्या गोष्टी एका क्षणात माझ्या जीवनाचा पुन्हा एकदा भाग म्हणून माझ्या समोर आल्या होत्या. मी इकडेतिकडे फिरत असताना गारेथच्या कपाटात मी कितीतरी पुस्तकं पाहिली. मी ती पुस्तकं चाळू लागलो. अधूनमधून त्यातलं काहीबाही वाचू लागलो. त्यानंतर मला वाटायला लागलं मी समाजाभिमुख नाही.... मला माझं मन नेमकं वाचता येत नव्हतं... पण... पण काहीही असलं तरी जे होत होतं ते बरोबर नव्हतं.

मी थोडा वेळ मुलांशी खेळलो आणि मग झैनाब त्यांना झोपवण्यासाठी वरच्या

मजल्यावर घेऊन गेली. वरच्या मजल्यावर आमच्या बिछान्यात माझी मोठी लेक उम्मामाह् माझी वाट पाहत होती. तिला वाटत होतं मी तिच्याशी बोलावं आणि ती झोपण्यापूर्वी तिच्या कपाळाचं चुंबन घेऊन तिला कुरवाळून मग तिचा निरोप घ्यावा, म्हणजे मग ती शांतपणे गाढ झोपी जाईल. ती माझी वाट बघत जागीच राहिली असेल हे माझ्या लक्षात आलं नाही. मी जेव्हा वरच्या मजल्यावर आलो तेव्हा ती हमसाहमशी रडत होती. मला म्हणाली, "बाबा, तुझं मुळी माझ्यावर प्रेमच नाहीये." आणि झैनाब... तिला मी बर्मिंगहॅमलाच राहायला सांगितलं म्हणून तशी नाराजच होती. माझं तिच्याकडे म्हणावं तसं लक्षच नाहीये असा तिचा दावा होता. हे फारच होतंय, मला वाटलं आणि मी ती परिस्थिती नीट हाताळू शकलो नाही... त्यांच्या सगळ्यांच्या माझ्याकडून अपेक्षा तरी काय काय होत्या?

झैनाब आणि मी सोडलो तर बाकी सगळे अगदी गाढ झोपले होते. सरतेशेवटी एकमेकांशी बोलायला आम्हाला निवांतपणा मिळाला होता. जे काही घडलं त्याबद्दल बोलताबोलता आम्ही एकमेकांशिवाय आपापली आयुष्यं कशी सावरली होती, त्याबद्दलही बोललो. आम्ही असे कितीतरी वेळ बोलत बसलो मग आम्हाला दोघांनाही वाटलं की, आता आपण आपल्या घरी जायला हवं. मला आता लंडनमधे एक क्षणही राहायचं नव्हतं. गारेथनं माझ्यासाठी जे जे केलं त्याबद्दल माझ्या मनात कृतज्ञता तुडुंब भरून राहिली होती. पण आता मला माझ्या घराची ओढ लागली होती. आता मला माझ्याभोवती जास्त गबाळ गर्दी नको होती. मी आझमला बोलावून घेतलं, हा माझा भाऊ लंडनमधे उत्तरेला राहात होता. एव्हाना तो त्याच्या घरी परत गेला होता. मग मी निवांत झोपलेल्या प्रत्येकाला उठवलं, आपण सगळी बर्मिंगहॅमला आपल्या घरी परत जाणार असल्याचं सांगितलं.

आम्ही जेव्हा बर्मिंगहॅमला परत आलो, तेव्हा आझम आणि आसद रात्रभर माझ्यासोबत घरी थांबले. प्रसारमाध्यमांशी बोलणी करणं आणि एकूणच व्यवस्था, म्हणजे अगदी घराची सुरक्षा याबद्दलचं सारं आसद बघत होता. तो ते सगळं कुशलतेनं पार पाडत असल्याचं बघून माझा त्याच्याबद्दलचा विश्वास वाढला. अशा तऱ्हेनं मी माझ्या घरात येऊन हळूहळू रुळू लागलो.... अगदी खरंच घरात परत आलो होतो असं वाटायला लागलं. ती तीन वर्षं... मी इथे नसण्याचा तो काळ म्हणजे एक आभास होता आणि मी केवळ काही दिवसांपुरताच इथे नव्हतो. पहाटे पाचच्या सुमाराला आम्ही आमच्या स्वतःच्या घरी पोहोचलो अन् थोड्या वेळात आमच्या लक्षात आलं की, बैठकीच्या खोलीतला गॅस हिटर नादुरुस्त आहे. खोली थंडगार झाली होती. सेंट्रल हिटींग सिस्टिम चालू होती तरी ही खोली गरम व्हायला तसा वेळच लागणार होता. झैनाबजवळ काही हत्यारं आहेत का याची मी तिच्याजवळ चौकशी केली आणि मग मी त्या खोलीतला गॅस हिटर दुरुस्त करण्याच्या उद्योगाला

लागलो. संपूर्ण यंत्र खोलून झालं तरी ते ठीकठाक होण्याचं कुठलंही लक्षण नव्हतं. शेवटी माझी नऊ वर्षांची मुलगी उम्मामाह् तिची झोप संपवून खोलीत आली आणि तिनं त्यातली एक ढिल्ली पडलेली वायर पुन्हा जागच्या जागी खेचून बसवली तेव्हा काम एकदम फत्ते झालं.

प्रत्येकाला वाटत होतं की मला आतल्या भागात कुठेतरी लपवून ठेवण्यात आलंय. काही वृत्तपत्रांनी तर या बाबतीत कहरच केला होता. त्यांनी त्यांच्या वाचकांपैकी जो कोणी माझा ठावठिकाणा शोधून देईल, त्याला रोख रक्कम किंवा एखादा आकर्षक करार करण्याची बोलीच जाहीर केली होती. माझ्या चुलत भावाच्या मित्रांनी माझ्या ठावठिकाणांबद्दल इतके परस्परविरुद्ध अहवाल या टॅब्लॉइड्सना पाठवले होते की बोलायची सोय नाही.

वकील असलेला माझा आणखी एक चुलत भाऊ – सॅमी आला. मला पकडून घेऊन जाण्याच्या आधी देखील बऱ्याच वर्षांत त्याची माझी तशी भेट झालीच नव्हती. पण त्यानं माझ्या सुटकेसाठी काम करणाऱ्या माझ्या वडिलांना वेळोवेळी बरीच मदत केलेली होती. तो दररोज घरी येत असे. घरात खायलाप्यायला आणत असे. मुलांना सिनेमाला घेऊन जात असे. या अशा छोट्या छोट्या गोष्टी सुद्धा मला आता झेपत नव्हत्या. त्या माझ्या भावाशी धड बोलायलाही मला सुधरत नसे आणि माझ्या आजूबाजूला वावरणाऱ्या लोकांना, मला माझ्या आजूबाजूला कोणाचाही वावर नकोय हे समजूच शकत नव्हतं. कधी कधी ते माझ्या दारावर थाप देत तरीही मी त्यांना दार उघडत नसे. अशा वेळी मला माझ्या अवतीभवती कोणीही नकोय ही गोष्ट ते समजून घेत नसत अन् ते दु:खी होत. प्रत्येकाला मी हवा होतो आणि मला लोकांचं दर्शन सुद्धा नकोसं झालं होतं. मला माझ्या मुला-माणसांत फक्त राहायचं होतं. पण कधी कधी असं होत असे की, मी माझ्या मुला-माणसांपासून सुद्धा दूर राहू इच्छित असे. मग मी आतल्या खोलीत स्वत:ला एकट्याला कोंडून घेत असे. मला वाटायचं, मी म्हणजे कोणी इच्छाधारी साधू पुरुष असावं, क्षणात इथून अदृश्य व्हावं अन् एकटंच कुठल्यातरी निसर्ग सुंदर ठिकाणी जावं किंवा झैनाबला घेऊन जावं असं वाटायचं. ग्वांटानामोत असताना आम्ही दोघांनीच असं कुठे तरी नितांत सुंदर ठिकाणी जावंसं वाटतंय याविषयी लिहिलं होतं.

थोडे दिवसांतच मला गृहखात्याकडून पत्र आलं. माझा पासपोर्ट जप्त करण्यात आलेला आहे असं त्यांनी त्यात कळवलं होतं. त्यामुळे आम्ही दोघांनी दूर कुठे जायचा आता प्रश्नच नव्हता. मी आता या गोष्टींचा विचारच करणार नव्हतो... गारेथला आता ही आणखी एक लढाई लढावी लागणार होती.

घरात राहताना असंख्य छोट्या छोट्या गोष्टी पार पाडणं माझ्यासाठी सोपं नव्हतं. कोठडीतल्या दिवसात लोखंडाच्या बाकड्यावर पातळ चादर पसरून मी रात्री

झोपलो होतो, त्यामुळे तिथून परत आल्यावर मला वाटे या मऊ गादीत अगदी रुतून गडप व्हावं. त्यातच मला खूप सुख मिळेल. पण त्या बिछान्यात शिरल्यावर तो मला भलताच मऊ वाटायला लागला आणि मला त्या मऊ मऊ गादीवर झोपच आली नाही. सरतेशेवटी बिचाऱ्या झैनाबला माझ्याबरोबर जमिनीवर झोपावं लागलं. आता नव्यानं माझ्या कुटुंबातली माझी भूमिका ठरवायची होती. माझ्याशिवाय हे कुटुंब इतके दिवस इतकं व्यवस्थित चाललं होतं की आता इतक्या दिवसांनी माझ्या येण्यानंतर इथे आता मी नेमकं काय करायला हवं हे ठरवायलाच हवं होतं.

कुटुंबात अचानक घडलेल्या दु:खद घटनांनाही मला आता सामोरं जावं लागणार होतं. मी तिकडे तुरुंगात अगदी एकटा होतो म्हणून माझ्या वडिलांनी मला कळवलं नव्हतं. गेल्या वर्षी माझे दोन्ही काका अन् आत्या सुद्धा पैगंबरवासी झाले होते. माझ्या वडिलांनी मला नंतर सांगितलं की, हे सगळे जण नेहमी माझ्यासाठी प्रार्थना करीत असत आणि माझं भलं चिंतत असत. माझ्या काकांच्या आणि आत्याच्या मृत्यूच्या बातमीनं मला जबर धक्काच बसला होता. त्या बातमीनं माझ्या डोळ्यांत अश्रू उभे राहिले.

कौटुंबिक गोष्टींबद्दल माझे वडील माझ्याशी खूप वेळ बोलत राहिले. त्या वेळी माझ्या लक्षात आलं, आमच्या या मोठ्या कुटुंबात बरंच काही बदललं होतं. माझे वडील आणि त्यांच्या इतर भावंडांत असलेली भांडणं आता निवळली होती अन् ते सगळे जण पुन्हा एकत्र आले होते. जी माणसं उभ्या आयुष्यात कधी माझ्या वडिलांशी चकार शब्द सुद्धा बोलत नसत, तीच माणसं आता बदलली होती. त्यांनी माझ्या वडिलांना भेटून आपला संपूर्ण पाठिंबा त्यांना दिला होता. परिणामी मी जेव्हा घरी परत आलो तेव्हा आमचं हे मोठं कुटुंब मोठ्या गुण्यागोविंदानं नांदत होतं. चुलतभाऊ नेहमी घरी येऊ लागले होते आणि अनेक कौटुंबिक कार्यक्रम आता एकत्र होऊ लागले होते.

या सगळ्यामुळे फक्त कुटुंबातल्या माणसांबरोबरच नव्हे तर बाहेरच्या जगातल्या माणसांशी देखील वागताना माझे वडील किती बदलून गेले आहेत याची मला जाणीव झाली. माझ्या वडिलांनी वर्तमानपत्रांचे गठ्ठेच्या गठ्ठे, काही कात्रणं, कागदपत्रं, व्हिडिओ टेप्स असं सगळं माझ्यासाठी जे जे केलं, मग ती त्यांनी भाग घेतलेली एखादी परिषद असो की त्यांनी 'टॉक-शो' मधे घेतलेला सहभाग असो की एखाद्या बातमीपत्रातला काही भाग असो, सगळं काही अगदी जपून ठेवलेलं होतं. एक अख्खा दिवस त्यांनी साठवलेली कात्रणं बघण्यात मी घालवला अन् मला वाटलं होतं त्यापेक्षा कितीतरी जास्त पटीत त्यांनी माझ्यासाठी चालवलेल्या प्रचार मोहिमेची कल्पना मला आली. ते सगळं पाहून माझं मन हेलावलं, माझ्याबद्दल ते जे काही बोलले होते ते ऐकलं तेव्हा ते अगदी माझ्या मनाला भिडलं. कारण जगासमोर

त्यांनी त्यांच्या माझ्या बाबतीतल्या भावना व्यक्त केल्या होत्या. माझ्या वडिलांच्या स्वभावाची ही बाजू यापूर्वी मला कधीही जाणवली नव्हती.

काही दिवस गेल्यानंतर मग हळूहळू मी लोकांच्या गाठीभेटी घेऊ लागलो. आमच्या पुस्तकाच्या दुकानातला माझा जुना मित्र शकील मला येऊन भेटला. मी त्याच्याबरोबर लंडनच्या इम्पिरीयल वॉर म्युझियमपर्यंत गाडीनं गेलो. माझ्या सुटकेबाबत कल्पनेच्या भराऱ्या मी किती मारल्या होत्या ते तो एक परमेश्वरच जाणे.

शकील आणि मी, गारेथला तिच्या ऑफिसमधे देखील जाऊन भेटलो. ऑफिसातल्या प्रत्येकानं आमच्याविषयी दाखवलेली आपुलकी खरंच खूप प्रसन्न करणारी होती. या लोकांपैकी अनेक जणांनी माझ्या खटल्याच्या संदर्भातल्या अनेक पैलूंवर भरपूर मेहनत घेतलेली होती. मानवी हक्क व अधिकारांच्या संदर्भात या ऑफिसामधले झाडून सारे जण मनापासून काम करणारे होते. शिवाय ज्यांच्यावर अन्याय झाला होता, त्यांच्यासाठीही हे लोक झगडण्यास सदैव तत्पर होते. (ते सगळं पाहिल्यावर अनेकदा माझ्या मनात येई की माझं अर्धवट सोडलेलं कायद्याचं शिक्षण पुरं करून गारेथच्या ऑफिसात काम करायला हवं होतं.)

गाडी चालवणं मला एक दिवस अगदी सहज सुचलं... मी गाडी चालवायला लागलो अन् वाटलं, आता आपण खरंच मुक्त झालो... अगदी कुठेही जायला मुक्त. झैनाब एकटी गाडी चालवत मुलांना शाळेत सोडायला जाई, बाजारहाट करी, गाडीतून मित्रमैत्रिणींना किंवा नातेवाइकांना भेटायला जाई. ते सगळं पाहणं माझ्यासाठी एक सुखद धक्काच होता. मला वाटलं माझ्याशिवाय जगताना तिला किती जड गेलं असेल... मला जेव्हा असं वाटत होतं तेव्हा एकदा ती अगदी सहज म्हणाली, तिच्या या एकटेपणाच्या काळात तिला अनेक जणांनी खूप मदत केलीय... माझे आणि तिचे आईवडील, तसंच इटलीमधे राहणारी तिची जिवलग मैत्रीण, तिचा भाऊ आणि इतर असंख्य मित्र आणि कधीकधी तर अगदी अनोळखी व्यक्तींनी सुद्धा तिला मदत केली. यातले काही जण मुलांना पोहायला, कराटेच्या वर्गांना घेऊन जात असत अन् पुन्हा घरी आणून सोडत असत. काही जण मुलांना खेळणी आणून देत असत. माझे वडील जेव्हा काहीही न घेता इंग्लंडला परत आले, तेव्हा आमच्या घरात इतरांनी घर चालवण्यासाठी लागणाऱ्या वस्तू आणून दिल्या होत्या. कोणीतरी घरातल्या जमिनीवर लॅमिनेटेड कव्हर घालून दिलं होतं पण त्याचे पैसे घेतले नव्हते तर कोणीतरी रेडिएटर बदलून दिला होता आणि अनेकांनी आम्हाला मी इथे नसताना आर्थिक मदत केली होती. झैनाब आणि माझे वडील इंग्लंडला परतण्यापूर्वी तिच्या भावाकडे ओमानला महिनाभर राहिले होते. माझं अचानक अपहरण झाल्यानंतर पाकिस्तानातल्या माझ्या मित्रांनी झैनाब आणि माझे वडील ओमानला जाणाऱ्या विमानात चढेपर्यंत त्यांची सर्वतोपरी काळजी घेतली होती. ही अशी अनेक बाजूंनी

– अगदी प्रसारमाध्यमांनी सुद्धा – एकट्या पडलेल्या झैनाबला मदत केल्याबद्दल ती अल्लाहचे आभार सतत मानत राहिली होती. पण ज्या लोकांना त्यांच्या समाजाचा किंवा कुटुंबाचा असा पाठिंबा मिळाला नाही, त्यांच्याबद्दल झैनाबला नेहमीच खेद वाटत आला आणि तिनं तसं बोलूनही दाखवलं.

काही आठवड्यानंतर गारेथच्या जवळच्या ओळखीचे मानसोपचार तज्ज्ञ डॉक्टर मॅक्-केथ यांना मी जाऊन भेटलो. (चुकीनं तुरुंगात डांबण्यात आलेल्या कैद्यांसाठी ते काम करीत.) हे सद्गृहस्थ अमेरिकन्सनी परवानगी दिली असती तर माझ्या वडिलांबरोबर मला ग्वांटानामोत भेटायला यायला तयार होते. या आधी त्यांनी ज्या लोकांवर उपचार केलेले होते, त्यांच्याविषयी ऐकताना मला खूप मजा आली. उपचार केलेल्यांपैकी काही आयरीश कैद्यांना त्यांचा काहीही गुन्हा नसताना तुरुंगात खूप काळ खितपत पडावं लागलं होतं. मी कुठल्या परिस्थितीतून पार पडलो होतो याची डॉक्टरांना चांगली जाणीव होती. सुरुवातीला मला असं वाटलं होतं की, मी ज्या यातनांमधून गेलो त्याचा माझ्यावर खोलवर असा काही एक परिणाम झालेला नाही. परंतु आजूबाजूच्या लोकांशी आणि इतर समाजाशी, तसंच माझ्या कुटुंबीयांशी सुद्धा जमवून घेणं मला भलतंच जड जात होतं. मला इतरांच्यात मिसळायला मुळीच आवडत नसे आणि माझ्या घरात एकांतात राहावंसं फार वाटे... दिवसचे दिवस मी घरातल्या एखाद्या खोलीत एकटाच राही. माझं व्यक्तिमत्त्व दुभंगलंय असं मला वाटायला लागलं. माझा एक भाग मी कुटुंबासाठी आणि माझ्यातला दुसरा मी लौकिकात जगत होतो.

या सगळ्यात एका माणसाला भेटण्याची मात्र मला तीव्र ओढ लागून राहिलेली होती. वृत्तपत्रातून मला फिरोजबद्दल समजत होतं. त्याला जमवून घेण्यात अडचणी येत होत्या आणि त्यामुळे मानसोपचारांची गरज निर्माण झालेली होती. ते सगळं वाचून ते खरं की खोटं हे मला समजलं नसतानासुद्धा एक प्रकारची काळजीच वाटायला लागली. त्याच्या सॉलिसिटरकडून मला त्याचा फोन नंबर मिळाला. त्यानंतर त्याला मी लंडनला भेटायला आलो. तसंच कॅँपेनर्स डॉट कॉम ही वेबसाईट ज्या मंडळींनी चालवली होती, त्यांनाही भेटायला मला जायचं होतं. झैनाबनं या वेबसाईटबद्दल मला सांगितलं होतं आणि घरी परत आल्यापासून मी दररोज त्या वेबसाईटवरचा मजकूर वाचत होतो. हे असं त्या वेबसाईटवर जाऊन रोजच्या रोज वाचत बसण्याचं एक कारण म्हणजे, ग्वांटानामोत असताना तिथल्या तुरुंगात आमच्यातल्या अनेकांना वेगवेगळ्या विभागात ठेवलं असल्यामुळे मी त्यांना प्रत्यक्ष पाहिलं नव्हतं, पण जोरात ओरडून आम्ही अगदी जिवाभावाचं असं एकमेकांशी बोललो होतो किंवा बाग्राम तसंच कंदाहारमधे मी काही जणांना ओझरतं

पाहिलं होतं. अशा या लोकांबद्दल या वेबसाईटवर अगदी खोलात जाऊन बरंच काही लिहिलेलं मला बघायला मिळत असे.

मी जेव्हा फिरोजला प्रत्यक्ष भेटलो तेव्हा मी भलताच उत्तेजित झालो होतो. कोठडीबाहेर असं अगदी पहिल्यांदाच मी त्याला पाहत होतो. तसं बघता फिरोज अगदी नेहमीसारखा वाटत होता. आम्ही दोघं नंतर एका कोरियन रेस्टॉरंटमधे गेलो अन् तिथे तारिकबरोबर जेवण घेतलं. हा तारिकसुद्धा त्या पिंजऱ्यातल्या कैदेत पूर्वी होता. सी.आय.ए.चे लोक त्याच्या पाठी लागले असल्यामुळे जाम वैतागला होता. सी.आय.ए.चे लोक 'त्या' घटनेनंतर मुस्लिमांना बकरा बनवत होते. सरळसरळ स्वीडन किंवा इटलीसारख्या देशांमधून त्यांचं अपहरण करून त्यांना त्यांच्यावर कुठलेही आरोप न ठेवता किंवा खटलासुद्धा दाखल न करता सिरिया, इजिप्त किंवा जॉर्डनसारख्या देशातल्या तुरुंगांमधून डांबून त्यांचा अनन्वित छळ करत असल्याच्या बातम्या होत्या. कुठे नि कसं बसायचं याविषयी फिरोज फार दक्ष असे. विशेषत: रेस्टॉरंटमधे दाराकडे पाठ करून तो कधीही बसत नसे. आम्ही रेस्टॉरंटमधे बसलो असताना तो मला म्हणाला, "तुला झालंय तरी काय, तुझ्या ही गोष्ट लक्षात येत नाहीये का, की कुठल्याही क्षणी ते लोक इथे येतील आणि आपल्याला घेऊन जातील."

आम्ही काही वेळ बोलत बसलो अन् मला जाणवलं की, अंगावरचे कपडे सोडले तर बाकी सगळ्याबाबतीत ग्वांटानामोत फिरोज जसा वाटत होता तसाच अजूनही आहे. तरीही त्याच्यातली ती सूक्ष्म अस्वस्थता मला जाणवली. आता पुढे काय करायचं, एखादं काम स्वीकारायचं की एखाद्या अभ्यासाला सुरुवात करायची याविषयी तो सतत चाचपणी करत होता. माझ्यामागे माझी बायको, लहान मुलं होती. त्यांची जबाबदारी मला इथून पुढे पार पाडायची होती. त्याच्याबाबतीत तसा कुठलाच पाश नव्हता.

त्यानं मला सांगितलं की, अमेरिकन्सनी त्याची काही कागदपत्रं काढून घेतली असल्यामुळे त्याला त्याची उरलेली कागदपत्रं व्यवस्थित लावता येत नाहीयेत. त्या वेळी मी त्याला म्हणालो की, संध्याकाळी पाच वाजता मी गारेथला भेटायला जाणार आहे, तेव्हा त्यानंसुद्धा माझ्याबरोबर तिथे यावं. ऑफिसमधल्या एका मुलीशी या बाबतीत मी बोललो. ती अरेबिक बोलू शकत असे. शिवाय बेलमार्शमधल्या कैद्यांसाठी दुभाष्याचं काम तिनं केलेलं होतं आणि नुकतीच त्यांची सुटका सुद्धा झालेली होती. या सुटका झालेल्यांपैकी एक जण होता अबू कसादा. अबू कटादा[१]

---

१. अबू कटादा हा जॉर्डन बरोबरच्या गुन्हेगारांचे हस्तांतरण करण्याच्या कराराचा बळी आहे. जो जेव्हा तिथे जाईल तेव्हा त्याला छळाला, किंवा अगदी फाशीच्या शिक्षेलाही तोंड द्यावं लागेल.

हा एक पॅलेस्टिनियन शेख होता. मी तिथून बाहेर पडतापडता अचानक त्याला इथे भेटलो. आम्ही एकमेकांना अभिवादन केलं अन् मग कुठलाही आरोप न ठेवता डांबलं गेल्यानंतर, शिवाय खटला उभा राहत नसताना होणाऱ्या यातनांबद्दल आम्ही काही वेळ बोललो. तिथून निघण्यापूर्वी मी त्याला शेवटचा एक प्रश्न विचारला, "शेख, ११ सप्टेंबरला जो हल्ला झाला त्याबद्दलचं तुझं मत काय आहे?"

त्यावर तो म्हणाला, "मित्रा, ऐक! हे असं काही ते लोक करणार आहेत याचा जरा जरी वास मला लागला असता, तरी माझ्या हातातल्या सत्तेचा वापर करून मी त्यांना रोखलं असतं."

मला पुन्हा एकदा लंडनला जाणं भाग होतं. २००१ मधे काबूलला ज्या घरात आम्ही राहात होतो, त्याच घरात सौदी अरेबियातून आलेला माझा मित्र शाकर आमीरसुद्धा त्याच्या कुटुंबासह राहात असे. मला आता असं कळलं होतं की, त्याचं कुटुंब सध्या लंडनमधे राहात होतं. त्या लोकांना भेटायला म्हणून मला लंडनला यायचं होतं. ग्वांटानामोतल्या 'पाच' या विभागात शाकर आमीर अजूनही होता. खरं तर मला तिथे त्यांना भेटायला जायला हवंच होतं, पण मी ते टाळत होतो. तिथे गेल्यावर मी त्यांच्याशी नेमकं काय बोलायचं तेच मला सुचत नव्हतं. फोनवरून माझं त्याच्या बायकोशी बोलणं झालं होतं. त्या वेळी ती नुकतीच इस्पितळातून परत आलेली असल्यामुळे अतिशय अशक्त झालेली होती. त्यामुळे मीच बोलत राहिलो होतो. दक्षिण लंडनमधे असलेल्या त्यांच्या घरी माझा एक मित्र मला घेऊन गेला. रस्त्यातून त्या घरी जाताजाता अचानक माझ्या लक्षात आलं, हे असं रिकाम्या हातांनी मी त्यांच्या घरी जाऊ शकत नाही. काहीतरी विकत घेण्यासाठी म्हणून मग मी मित्राच्या गाडीतून वाटेत उतरलो. त्या भागाची मला तशी फारशी माहिती नव्हती. खेळणी विकणारी दुकानं मला कुठे दिसेनात. सरतेशेवटी मी 'न्यूजएजंट' पाशी गेलो अन् काही चॉकलेट्स खरेदी केली.

शाकर पूर्वी इंग्लंडमधे असताना मी त्याच्या सासऱ्यांना अन् मेहुणा आदिल याला भेटलो होतो. आदिल म्हणाला, "मी दर दिवशी तुमच्यासाठी प्रार्थना करीत असे."

शाकर माझा खूप जवळचा मित्र होता. आम्ही एकमेकांना चांगले ओळखत होतो. त्याच्या कुटुंबानं एवढे हाल सोसल्यावर त्यांना लंडनमधे भेटल्यावर माझा ऊर अगदी भरून आला. मला काय बोलावं ते सुचेना पण तेवढ्यात मला पाहून शाकरची मोठी मुलगी जुह्माना एकदम रडायला लागली.

मग आदिलकडे वळून मी म्हणालो, "ती अशी एकदम का रडायला लागली, काय घडलंय?"

"काबूलमधे तिचे वडील तिच्याबरोबर असताना तू काबूलमधून बाहेर पडलास

तेव्हा तुला तिनं शेवटचं पाहिलं. तिला ते आठवतंय, म्हणून तिला एकदम रडायला आलं.''

त्यावर काय बोलावं मला सुचेना. क्षणभर शांतता पसरली. पण मग मी तिच्याशी, तिच्या भावाशीही बोलायला लागलो. त्या दिवशी संध्याकाळी तिथून बाहेर पडेपर्यंत ती मुलं माझ्याशी दंगामस्ती करत राहिली. कोणी माझ्या अंगावर उड्या मारत होतं, कोणी मारामारी तर कोणी माझे केस ओढत होतं. मग त्यांनी त्यांच्या शाळेची पुस्तकं बाहेर काढली... मला कविता म्हणून दाखवल्या... कुराणाचं पठण करून झालं. मग आत्तापर्यंत ते काय काय शिकले ते सगळं त्यांनी मला सांगितलं. जड अंत:करणानं मी तिथून बाहेर पडलो. झैनाब त्यांना जाऊन नेहमी भेटत असे आणि ती मंडळीसुद्धा तिला भेटायला येत असत. त्यामुळे ती एकमेकांच्या संपर्कात होती.

तिथून बाहेर पडण्यासाठी मी उठलो तेव्हा त्या मंडळींशी निरोपाचं काय बोलावं तेच मला समजेना... मला त्यांना उगाच खोटी आशा दाखवायची नव्हती. तसंच त्यांना वाऱ्यावरही सोडायचं नव्हतं. मला या दोन्हीतला सुवर्णमध्य साधायचा होता. शाकरचे सासरे तिथून जवळच असलेल्या मशिदीत इमाम होते. त्यांना बराच मानही होता. त्यांच्या जावयाबद्दल सगळं काही मला त्यांना सांगायचं होतं. मला त्यांना हे सांगायचं होतं की, मी ग्वांटानामोत असेपर्यंत त्याला कधीही भेटलो नव्हतो, पण त्याच्याबद्दलच्या दोन गोष्टी मला त्यांना सांगायच्या होत्या. कंदाहारमधे असताना शाकरच्या वागणुकीमुळे एक अमेरिकन सैनिक एवढा प्रभावित झाला होता की, त्यानं इस्लाम धर्म स्वीकारण्याचं जवळजवळ ठरवलं होतं आणि दुसरी गोष्ट म्हणजे शाकरनं त्याच्या आयुष्यात असलेल्या अत्यंत प्रिय गोष्टींबद्दल जेव्हा सांगितलं तेव्हा एका अमेरिकन सैनिकाच्या डोळ्यांत अक्षरश: अश्रू उभे राहिले होते. ती गोष्ट त्या सैनिकानं मला सांगितली होती.

शाकरच्या कुटुंबाला तो कसा आहे ते अर्थातच माहीत होतं. त्याचं मन अतिशय मोठं होतं. तो सतत बोलत असे. तो उदार अंत:करणाचा... अत्यंत दयाळू... दुसऱ्यावर चटकन छाप पडेल असाच होता. मी त्याची नेहमी थट्टामस्करी करीत असे. आमच्यात तसलंच नातं निर्माण झालेलं होतं. जी गोष्ट मी या लोकांना सांगू धजलो नाही ती म्हणजे दिवसेंदिवस ग्वांटानामोत त्याची परिस्थिती अधिकाधिक कठीण होत चालली होती. याचं महत्त्वाचं कारण म्हणजे, अमेरिकन्सना तो भलताच प्रभावशाली वाटत होता आणि याच कारणानं धोकादायकही. तो अरेबिक तसं इंग्रजीमधूनही बोलत असे आणि त्याला न्याय मिळावा म्हणून त्यानं उग्र रूप धारण केलेलं होतं. पहारेकऱ्यांनी त्याचं टोपणनाव 'प्रोफेसर' असं ठेवलं असल्याचं माझ्या कानावर आलं होतं. खरंतर शाकर मुळीच प्रोफेसर नव्हता पण त्यावरून

अमेरिकन्सची मनोवृत्ती मात्र दिसून येत होती. त्यामुळेच सर्वांत जास्त बंदोबस्त असलेल्या 'पाच' या विभागात त्याला त्यांनी ठेवलेलं होतं.

मी त्याचा आणि त्याच्या कुटुंबाचाच सतत विचार करीत राही आणि मी जसा माझ्या घरी परत आलो, तसा तो त्याच्या घरी परत येईपर्यंत माझं हे असंच चालणार याची मला खात्री होती.

ग्वांटानामोत मागे राहिलेल्यांबद्दलही माझ्या मनात सतत विचार येत राहात. त्यात जमाल-अल् बन्ना होता, शिवाय रशियाचा सईद होता आणि उथमान तर होताच होता. मला त्यांच्या कुटुंबांबद्दल फार आस्था वाटे आणि कुठल्या कठीण परिस्थितीतून ते जाताहेत हेही मनात आल्याशिवाय राहात नसे. हे विचार माझ्या मनातून दीर्घ काळ जाणार नव्हते. विशेषत: मी घरी परत आल्यापासून तर नाहीच नाही.

अनेक गोष्टी गोंधळात टाकणाऱ्या होत्या. बर्मिंगहॅममधल्या रस्त्यांवरून मुलांबरोबर चालताना, दुकानात जाऊन काही खरेदी केल्यावर त्यांना माझं क्रेडिट कार्ड दाखवताना किंवा लंडनच्या ट्युब्जमधून, भुयारांमधून जाताना लोक मला ओळखत असत. त्यांना माझ्याशी निदान हस्तांदोलन तरी करण्याची इच्छा असे. मशिदीत लोक आवर्जून मला आलिंगन देत. मी त्यांचं स्फूर्तिस्थान आहे असंही ते मला सांगत.

मी एकदा 'अम्नेस्टी इंटरनॅशनल'च्या विभागीय बैठकीला गेलो होतो. त्या वेळी त्या सभागृहातल्या लोकांनी उभं राहून माझं स्वागत केलं आणि त्यानंतर लोकांच्या झुंडीच्या झुंडी माझ्याशी बोलण्यासाठी म्हणून येऊ लागल्या, त्यातल्या कोणी माझे हात ओढले... एकूणच ती सगळी जणं त्यांना माझ्याबद्दल किती आपुलकी वाटते ते दर्शवत होते. पण ही मंडळी नेमकी कोण आहेत याची मला मुळीच कल्पना नव्हती. ती मंडळी सगळीच्या सगळी मुस्लीम नव्हती. त्या सभेत मी एका अमेरिकन माणसाला भेटलो तेव्हा तो म्हणाला, "माझ्या देशानं तुमच्याबाबतीत जे काही केलं, त्याबद्दल मी तुमची क्षमा मागतो. त्या लोकांच्या त्या कृत्याची मला खरोखर लाज वाटतेय." त्यानंतर आपला हात पुढे करत तो म्हणाला, "मला तुमच्याशी हस्तांदोलन करायचंय. बियरचा एखादा ग्लास घेण्यासाठी आपण एकत्र बसलो तर मला खूप आनंद होईल."

हे असं निमंत्रण कितीतरी दिवसात मला कोणी दिलंच नव्हतं. मी ठरवून त्या सद्गृहस्थाला म्हणालो, "तुमच्या निमंत्रणाबद्दल मनापासून धन्यवाद, पण मी खरंच ड्रिंक्स घेत नाही."

त्याला त्याची चूक लक्षात आली तशी दिलगिरी व्यक्त करून तो म्हणाला, "आता तुम्ही म्हणणार, आणखी एक अज्ञानी अमेरिकन भेटला!"

‘‘छेऽ छेऽ तसं काही नाही...’’ असं मी त्याला म्हणालो पण खरंतर मला तो जे बोलला ते मनापासून पटलं होतं. मला ॲम्नेस्टीच्या कामाविषयी आदर होता, अन्यायाविरुद्ध ते देत असलेली लढत वाखाणण्यासारखी होती. खरं तर या कशाचीही फिकीर न करता ते मजेत आपापलं आयुष्य सुखानं जगू शकत होते; पण पॅलेस्टाईन, इराक, ग्वांटानामोमधल्या घटनांनी ते अस्वस्थ झाले. त्यांनी लढण्याचं शस्त्र उगारलं. मोआइझम बेग ही व्यक्ती नेमकी कोण आहे हे माहीत नसतानासुद्धा ही व्यक्ती ग्वांटानामोत अडकली हे त्याला माहीत होतं... त्यांनी माझं नाव ऐकलेलं होतं.

माझी मुलाखत घेण्यासाठी प्रसारमाध्यमांचे लोक सतत माझ्या मोबाइलवर फोन करून विचारीत. पण मी चॅनेल फोर या वाहिनीच्या जॉन स्वोला इंग्लंडमधे दूरदर्शनवर एकच सविस्तर मुलाखत देण्याचं ठरवलं होतं. त्यानंतर थोड्याच दिवसांनी वृत्तपत्रांनी मला मुलाखतीसाठी गळ घातली. त्यांनी त्यासाठी माझे वडील, गारेथच्या ऑफिसातले लोक... माझे मित्र आणि नातेवाईक यांच्यामार्फत मला गळ घालण्याचा प्रयत्न चालवला होता. सार्वत्रिक निवडणुका जवळ आलेल्या असताना मी देखील त्या धामधुमीत देशभर भाषणं करत राहिलो. लोकांशी बोलत राहिलो. मुसलमानांच्या एकता रॅलीत लंडनमधे मी बोललो. मी ही संधी साधून ग्वांटानामोत जे मागे राहिलेले होते, त्यांच्यासाठी बोलण्याचा प्रयत्न केला. त्यामुळे तर प्रसारमाध्यमांचा माझ्यातला रस आणखीनच वाढला. बाबर अहमद या ब्रिटिश मुसलमानाला अमेरिकन्सनी त्यांच्या ताब्यात देण्याची केलेली मागणी ऐकून मी अगदी हादरून गेलो. ते ऐकल्यापासून मला चैन पडेना. त्याच्या वडिलांनी आणि बायकोनं त्याच्या ताबडतोब सुटकेसाठी अक्षरश: रान उठवलं. माझ्या वडिलांनी ज्या धैर्यानं माझ्या सुटकेसाठी जे रान उठवलं होतं, त्यामुळेच त्यांना स्फूर्ती मिळाल्याचं त्यांनी मला सांगितलं.

स्थानिक तसंच राष्ट्रीय पातळीवर या घटनांविषयी जेवढी उत्सुकता होती तेवढीच किंबहुना काकणभर जास्तच उत्सुकता आंतरराष्ट्रीय पातळीवर होती. मी याविषयी ब्राझिलियन, इराणीयन, पाकिस्तानी, कॅनेडियन, साऊथ अफ्रिकन, इटालियन, जर्मन लोकांशी बोललो; तसंच मी ए.बी.सी. आणि अल्-जझिरा यांच्याबरोबरही बोललो. इस्लाम धर्मातला पवित्र ग्रंथ, कुराण त्याची बेअदबी, धर्माच्या नावावर छळ या संबंधीच्या कथा देखील आता हळूहळू बाहेर येऊ लागल्या होत्या. प्रसारमाध्यमांनी मला पुन्हा एकदा बोलावण्याचा घाट घातला, कारण सरतेशेवटी बाग्राममधे अफगाण कैद्यांचा मृत्यू त्यांच्या ढिसाळपणामुळे झाल्याचं अमेरिकेनं कबूल केलं होतं. वातावरण इतकं तापलं होतं की, शेवटी मी मुलाखतीला नकार दिला. ग्वांटानामोत असतानाच मी स्वत:च स्वत:ला असं वचन दिलं होतं की, इथून पुढे

माझं कुटुंब हेच माझं सर्वस्व असेल, त्यालाच मी नेहमी प्राधान्य देईन.

काही महिन्यांनंतर माझं जगणं आता सुरळीत झाल्याची मला जाणीव झाली. जुने सुखाचे दिवस पुन्हा परतून आले होते जणू... मुलांना घेऊन आम्ही बागेत जाऊ लागलो होतो... दर शुक्रवार आम्ही माझ्या आईवडिलांना भेटायला जात होतो... माझ्या भावाबरोबर मी बॅडमिंटन किंवा फुटबॉल खेळू लागलो होतो. मी माझ्या मुलांसकट ज्युजित्सुच्या वर्गात नाव दाखल करून टाकलं. मग मुलांना कुराणाची पढंत देऊ लागलो... त्यांच्या अभ्यासात मदत करू लागलो...ती झोपताना त्यांना गोष्टी वाचून दाखवू लागलो. मी माझ्या कुटुंबाला घेऊन सहलीला म्हणून वुडविक कॅसलला गेलो... मग कधीतरी शेरवुडच्या जंगलात सुद्धा गेलो होतो. शिवाय मी त्यांना वेस्ट मिडलँड सफारी पार्कला देखील नेऊन आणलं आणि मी त्यांना कबूल केल्याप्रमाणे तंबू ठोकून कँपिंग करण्यासाठी स्नोडुनियाला सुद्धा घेऊन गेलो. हे सगळं असं करायचं हे मी एकांतवासात दिवस कंठत असताना स्वत:शीच ठरवलं होतं.

सात जुलैची लंडनमधल्या बॉम्बस्फोटाची घटना घडली, त्यानंतर फक्त दोन दिवसांनी माझा सदतिसावा वाढदिवस झाला. माझा भाऊ आझम यानं एवढंच विचारण्यासाठी फोन केला होता की, मी बातम्या ऐकल्यात की नाही. ताबडतोब मी दूरदर्शन सुरू केलं, तेव्हा प्रत्येक वाहिनीवर लंडनमधे भुयारी रेल्वेत बॉम्बस्फोट झाल्याचीच बातमी होती आणि त्याच सुमाराला बसवर अतिरेक्यांनी केलेल्या हल्ल्याचीही चौकशी चालूच होती. ते बघून अक्षरश: माझं हृदय विदीर्ण झालं... त्या बातमीनं मी भलताच अस्वस्थ झालो. ही बातमी म्हणजे जबरदस्त धक्काच होता. अमेरिकन चौकशी अधिकाऱ्यांनी माझ्या केलेल्या 'त्या' चौकशीची मला आठवण झाली. ते घडलं होतं २००४ मधे. ते त्या वेळी मला सतत म्हणत होते की, ब्रिटनवर होणारा संभाव्य हल्ला रोखण्यासाठी मी त्यांची काही मदत करू शकेन का? मी त्यांना त्या संदर्भात काही मदत करू शकेन असा खरोखर विश्वास त्यांना वाटत होता किंवा निदान ते त्या वेळी तसं दाखवत तरी होते. ब्रिटनवर अतिरेकी हल्ला करणार असं वाटत होतं, पण मी त्या वेळी त्यांच्यावर मुळीच विश्वास ठेवला नव्हता. मला वाटलं होतं, ते माझी परीक्षा बघताहेत. ही खरी चौकशी नाहीच आहे. तीन वर्षं तिथे खितपत पडलं असताना माझ्याजवळ विशेष अशी काय माहिती असणार होती? बॉम्बस्फोट ज्यांनी कोणी केले होते, त्यांच्याबद्दल मला काहीही माहीत नव्हतं.

टीव्हीवरील बातम्यांवरून बॉम्बस्फोटाची व्याप्ती लक्षात येत होती. एकसारखा मृतांचा, जखमींचा आकडा वाढत चालला होता. त्याच वेळी आपत्कालीन व्यवस्था बघणारे लोक कायदा व सुव्यवस्था प्रस्थापित करण्यासाठी जिवाचा आटापिटा करत

होते. त्या वातावरणात मला गुदमरल्यासारखं वाटायला लागलं. त्या भुयारी रेल्वेत त्या वेळी माझे मित्र, कुटुंबीय यांच्यापैकी कोणीही असण्याची शक्यता होती. मी त्यांच्यापैकी कोणाला काही झालेलं नाही ना हे तपासून पाहण्यासाठी एकसारखे फोन करत राहिलो. कोणीही त्यात सापडलेलं नव्हतं. माझ्या पुस्तकाच्या कामाच्या निमित्तानं माझं वारंवार लंडनला जाणं होत असे. त्यामुळे मी स्वत: त्या वेळी त्या भुयारी रेल्वेत सापडण्याची शक्यता होती. पण खरंच तसं काही झालं नव्हतं.

व्हाईटचॅपेल मॉस्कमधे हलवलेल्या, त्या घटनेत जखमी झालेल्यांची मुलाखत मी जेव्हा टीव्हीवर बघितली, तेव्हा माझे डोळे पाण्यानं भरून आले. हा अतिसामान्य दिसणारा माणूस त्या परिस्थितीत इस्लामच्या धिक्काराचं एक घाऊक विधान सहज करू शकला असता किंवा मुसलमानांनी देऊ केलेली मदत धाडदिशी नाकारू शकला असता आणि तसं करताकरता जनमत बनवण्याचं काम त्याच्या हातून झालंही असतं. त्या प्रसंगात जिवंत राहिलेल्या कोणाच्याही हातून हे घडू शकलं असतं. पण असं काही होण्याऐवजी भीतीची, आश्चर्याची एक मिश्र भावना पसरलेली होती. त्या प्रसंगातून सहीसलामत सुटलेल्यांना 'सुटलो एकदाचे' असंच वाटत होतं. मला स्वत:ला असं वाटत होतं की, धावत जाऊन मदतीचा हात पुढे करावा. पण म्हणजे नेमकं काय करायला हवं ते मात्र सुचत नव्हतं आणि खरंतर त्याहूनही जास्त भीती वाटत होती, ती म्हणजे कोणीतरी एकदम म्हणेल, 'चल निघ, अतिरेक्याची मदत नकोय आम्हाला.'

टीव्हीवरचं ते सगळं बघत बसलो असताना माझं मन ११ सप्टेंबरला घडलेल्या त्या घटनेमुळे माझ्या आयुष्यावर कसा अन् किती परिणाम झाला होता, त्या गोष्टींचा वेध घेऊ लागलं. माझ्या मनात आलं, घडलेल्या या घटनेमुळे आता तर ब्रिटनचा चेहरामोहराच बदलून जाईल.

ग्वांटानामोत मागे राहिलेल्या ब्रिटिश नागरिकांसंबंधी माझ्या मनात विचार येऊ लागले. आता त्यांच्या संदर्भात काही ऐकण्यात कोणाला रस असणार होता? आणि बाबर अहमदचं प्रकरण? या सगळ्या गोष्टी माझ्या मनात धुमाकूळ घालत होत्या. मनात विचार आला, कोणी महाभाग आता प्रयत्नपूर्वक या घटनेशी संबंध जोडून म्हणेल, 'अमेरिकन लोक कारणाशिवाय पकडणार नाहीत, तू त्याच प्रकारचा माणूस आहेस म्हणूनच तसं झालं.' या असल्या भीतीचं सावट पसरलेल्या वातावरणात मी त्यांना माझी बाजू कशी पटवून देणार होतो? विशेषत: सामान्य लोकांत विलक्षण प्रक्षोभ असताना? मग पुढे दोन दिवस मी घराबाहेर पडलोच नाही. क्षणाक्षणाला येणाऱ्या बातम्यांवर मी फक्त नजर ठेवून राहिलो.

मला भयंकर राग आला होता आणि मी भयंकर अस्वस्थसुद्धा झालो होतो. या घटनेत जी माणसं मेली त्यांच्यामुळे नाही, तर या कृत्यामुळे जगभर इस्लाम धर्माची

नाचक्की झाली होती. शिवाय खुद्द ब्रिटनमध्ये सुद्धा या धर्माला एक प्रकारची नामुष्की आली होती. बोस्निया, चेचेन्यात घडलेल्या घटनांपासून मी पाहत होतो, ब्रिटन ही एक अशी विशेष जागा होती की तिथे जगभरातले मुस्लीम येऊ शकत होते, आपले विचार मांडू शकत होते. कायद्याच्या चौकटीत राहून ते इथे जनमत तयार करून त्यांचा पाठिंबा मिळवू शकत होते. एवढंच नव्हे तर एखाद्याचा हेतू प्रामाणिक असेल तर ते देशासाठी ब्रिटिश सरकारवर टीका देखील अगदी राजरोसपणे करू शकत होते. ११ सप्टेंबरनंतर जसं घडलं तसं आता या दुर्दैवी घटनेनंतर मात्र एखाद्या सकारात्मक कारणासाठी सुद्धा केलेल्या जाऊ शकणाऱ्या इस्लामिक चळवळींची सुद्धा आता हानी होणार होती.

मी जेव्हा अफगाणिस्तानात गेलो तेव्हा मला असं वाटलं होतं की, तालिबाननं सामाजिक न्याय प्रस्थापित करण्याच्या दिशेनं थोडी का होईना प्रगती केलेली आहे. शिवाय इस्लाम धर्मातली जी मूलतत्त्वं अगदी इस्लामी राष्ट्रातही विसरली गेली होती. त्यांचं त्यांनी पुनरुज्जीवन केलेलं आहे. परंतु ११ सप्टेंबरच्या घटनेनंतर ते सगळं पार उद्ध्वस्त झालं आणि आता लंडनमधे घडलेल्या या भीषण घटनेनंतर तर अनेक ठिकाणी त्याचीच पुनरावृत्ती होईल.

वृत्तपत्रांचे प्रतिनिधी मी घटनेवर माझं मत व्यक्त करावं म्हणून माझ्यामागे लागले होते. त्या वेळी माझ्या मनात आलं, मी कदाचित या बॉम्बहल्ल्यांचा निषेध करणार नाही आणि मग ते माझ्यावरच उलटून मला अतिरेकी ठरवतील तसाच काहीसा त्यांचा विचार असावा. पण मी या बॉम्बहल्ल्यांचा विरोध केला. हे हल्ले कोणी अन् का केले असावेत या गोष्टींचं विश्लेषण करायचा मी प्रयत्न केला. जे घडलं ते सगळं समजून घ्यायच्या आत मला माझं मत द्यायचं नव्हतं. आणि हे कृत्य जर मुसलमानांनी केलं असेल तर ते तसं त्यांनी का केलं त्याचं विश्लेषण आपण सगळ्यांनी करायला हवं असं माझं म्हणणं होतं. या घटनेचा संदर्भ इराकमधे जे काही घडत होतं, घडलं होतं त्याच्याशी जोडण्याच्या जॉर्ज गेलोवेच्या साहसी विधानाशी मी सहमत होतो. त्यांनी ते विधान सर्वांत प्रथम केलं असल्यामुळे लोकांनी त्यांच्या या वक्तव्यावर हल्ले चढवले. त्यांना पार भंडावून सोडलं. पण वस्तुस्थिती अशी होती की ते जे म्हणाले होते, तेच नेमकं मलाही वाटत होतं. मग मीही नेमकं तेच वृत्तपत्रांना सांगितलं. त्या लोकांनी ते कृत्य का केलं याचं मला उमगलेलं उत्तर अतिशय स्पष्ट होतं. ते म्हणजे हा एक संतापाचा झालेला उद्रेक होता.

प्रसारमाध्यमांनी केलेला या घटनेचा सविस्तर वृत्तांत वाचताना मला अनेक वेळा असं वाटलं की, त्यांनी प्रतिक्रिया देण्यासाठी किंवा घडलेल्या घटनेवरची टिप्पणी देण्यासाठी जे कोणी आमंत्रित केले होते, ते समाजाचं प्रतिनिधित्व करणारे

नव्हते. ते ज्या गोष्टींबद्दल बोलत होते, त्या गोष्टींबाबत एक समज माझ्याकडे होती आणि त्यामुळेच मी आता बोललंच पाहिजे असं मला वाटायला लागलं. मी आता लोकांना योग्यप्रकारे विचार करायला शिकवायला हवं होतं. ही वेळ गप्प बसण्याची नव्हती. त्यामुळे प्रसारमाध्यमांशी मी सतत बोलत राहिलो. त्यामागे माझा असा उद्देश होता की, मी जे सांगतोय त्यावरून लोकांची समज वाढेल आणि खरं तर मी अशा लोकांपैकी होतो की अतिरेकी कारवायांविरुद्ध लढण्यासाठी काही प्रस्ताव पुढे मांडण्याची माझी जबाबदारी होती.

इस्लाम धर्माच्या नावावर मुस्लीम तरुणांना चुकीच्या मार्गानं नेलं जातंय आणि या विचारसरणीत निष्पाप जीवांचं काहीही मोल नाहीये. या तरुणांना या सगळ्यापासून परावृत्त करायला हवं अशा स्वरूपाचं बरंच काही बोललं जात होतं. मी परत आल्यावर काही महिन्यांनी आमचा मित्र सॅम वारला. त्या वेळी त्याच्या अंत्यविधीच्या प्रसंगी मी आमच्या लिंक्समधल्या काही जुन्या मित्रांना भेटलो होतो. आमच्या टोळीमधले बरेचसे आता चांगले स्थिरावले होते. काही जण अजूनही पोरींच्या मागे लागण्याचे उद्योग करत होते. बारमधे जात होते, मादक द्रव्यांचं सेवन करत होते आणि मारामाऱ्यासुद्धा करत होते. (खरं तर त्यांच्यापैकी एकानं सहानुभूती दाखवण्यासाठी तुरुंगातून फोन केला होता.) मुस्लिमांच्या एका स्तरातल्या दे मार संस्कृतीशी (फुटपाथ कल्चर) त्यांचे संबंध होते. हे मुस्लीम अजूनही लिंक्सचं कौतुक करीत असत. परंतु या मंडळींची राजकीय मतं मात्र अतिरेक्यांविरुद्ध उघडल्या गेलेल्या युद्धानंतर तयार झालेली होती. इस्लाम धर्माबद्दलची एक वेगळी भीतीची भावना त्यात होती. त्यातले काही जण कर्मठपणे मुस्लीम धर्माचरण करीत असत; पण ते मुस्लीम धर्मातल्या मूलतत्त्वांपासून खूपच दूर गेलेले होते आणि बरेचसे मुस्लीम कर्मठपणे धर्माचरण करणारे नव्हतेही. मूलतत्त्ववादी मुस्लीम धर्मगुरूंच्या बाजूनं बोलण्यासारखं त्यांच्यापाशी फारसं काही नव्हतंच; पण त्याच वेळी पंतप्रधान ब्लेअर आणि अमेरिकेचे राष्ट्राध्यक्ष बुश त्यांना मुळीच आवडत नव्हते.

मला वाटत होतं, मी माझ्या समाजातल्या लोकांशी बोलायला हवं. सात जुलैला घडलेल्या घटनेच्या संदर्भात स्थानिक लोकांची एक बैठक आम्ही थोड्याच दिवसांत बोलावली. त्या बैठकीत मुस्लीम समाज म्हणून आपली प्रतिष्ठा आपण कशी टिकवायची आणि त्याचबरोबर ही जी विध्वंसक कृत्यं घडताहेत त्याचाही निषेध करायचाच; शिवाय हे असं पुन्हा घडून येता कामा नये म्हणून काय करता येईल यावरही विचार करायचा असं ठरवण्यात आलं होतं. मी या बैठकीला गेलो होतो. बैठक चालू असताना मी सुरुवातीला बराच वेळ गप्पच बसलो होतो. लोकं मी बोलावं म्हणून वाट बघत होते. पण मला उद्धटपणानं काही करायचं नव्हतं आणि मी जेव्हा बोलायला उठलो तेव्हा सगळी जबाबदारी त्यांनी एक मताने

माझ्यावर टाकली. मी नुसतंच विश्लेषण करणं त्यांना पसंत नव्हतं. त्यांना कोणीतरी त्यांच्या वतीनं बोलणारं हवं होतं आणि ते काम मी करावं अशी त्यांची इच्छा होती.

एक गोष्ट मला माहीत होती की, आमच्या समाजाला या घडीला एखादा शूर असा नेता मुस्लीम समाजाचं प्रतीक म्हणून हवा होता. मी तिथे जेवढ्या लोकांशी बोललो त्या प्रत्येकानं आता मी बोलावं असं मला सांगितलं आणि मलाही असं वाटलं की मला जे काही आतून वाटतंय, त्याविषयी मी आमच्या समाजाशी बोलावं ज्यायोगे ब्रिटनमधे यापुढे आम्हाला योग्यतऱ्हेनं मार्गक्रमण करता येईल. परंतु मग नेमकं कसं अन् काय बोलावं हे मलाही सुचत नव्हतं म्हणून मी बोललो नाही. थोडक्यात सांगायचं तर मला एवढं नक्की माहीत होतं की, हे असं रेल्वेत बॉम्ब ठेवून त्यांचा उद्देश सफल होण्यासारखा नाही.

माझ्या मनात विचार आला, ही अशी घटना घडल्यावरच दर खेपेला ते कठोर उपाययोजना करणार आहेत का? आणि जर तसं ते करणार असतील तर हे असं कुठवर चालणार? आम्हाला इथून पुढे या देशात काय भवितव्य उरलंय? आणि मुस्लिमांच्या बाजूनं इतके दिवस असलेल्या अन्य धर्मियांनी आपली बाजू बदलली तर काय होईल? हे सगळं माझ्या मनात खदखदत राहिलं.

मानसिकदृष्ट्या मला पुन्हा एकदा सगळंच अवघड वाटायला लागलं होतं. मला लंडनला तसंच भुयारी मार्गानं कुठेही जाऊ नये असं वाटायला लागलं होतं. त्या वेळी माझ्या मनात असं येत होतं की, माझ्या हजेरीत तिथे काही घडलं तर लोक माझाच संशय घेतील. मीच या सगळ्याच्या मागे आहे असंच त्यांना वाटेल. फिरोज़सारखंच आता मलाही संशय पिशाच्चानं घेरून टाकलं होतं.

बॉम्बस्फोटानंतर तीन दिवसांनी एम-१५ मधल्या ल्युसीचा मला फोन आला. त्यामुळे माझ्या असं लक्षात आलं की, लंडनमधे जे काही घडलं त्याच्याशी माझा काहीही संबंध नाही असं म्हणून मी ते बाजूला सारू शकणार नाही.

फोनवर ती म्हणाली, "हॅलो! मी ल्युसी, तुम्हाला मी आठवतेय की नाही ते मला माहीत नाही." खरंतर मला आठवत होतं. ती पुढे म्हणाली, "आमच्या या जगतात आणखी कोण्या मुलीचं ल्युसी हे नाव असल्याचं मला माहीत नाही. कदाचित आमच्याकडून तुमच्यासाठी फोन येईल अशी तुमची अटकळ असेल."

मी म्हणालो, "हो, फेब्रुवारीत... त्या सुमाराला तुम्ही लोक मला फोन कराल असं वाटलं होतं."

"रेडिओवरून नेमकं काय घडलंय याविषयीची तुमची होणारी भाषणं आम्ही ऐकली. त्यामुळे तुम्ही आता याविषयी आमच्याशी बोलाल असं मला वाटलं म्हणून आम्ही तुमच्याशी संपर्क साधलाय."

"हो, मी नक्कीच बोलेन तुमच्याशी. कारण तुमच्याशी बोलायला मला खरोखरच काहीच अडचण कधीच आली नव्हती. प्रश्न होता तो तुमचा माझ्याकडे बघण्याचा जो दृष्टिकोन होता त्याचा."

मी त्यांना माझ्या घरी यायला सांगितलं. तेव्हा ती म्हणाली, "नको, त्यापेक्षा आपण बाहेर कुठेतरी भेटणं चांगलं." त्यानंतर काही वेळानं तिनं पुन्हा फोन केला आणि ती म्हणाली, "आपण बर्मिंगहॅमच्या विमानतळावर भेटू या." मी तिचा तो प्रस्ताव मान्य केला. पण मग मला काळजी वाटायला लागली आणि खरं बोलायचं तर काळजीपेक्षाही जास्त मला संशयानं अगदी ग्रासून टाकलं. मी विमानतळावर खरंच जाणार आहे का? किंवा विमानतळानजीकच्या रेल्वे स्थानकावर जाणार आहे का? जिथे मला सर्वांत सुरक्षित वाटत होतं. त्या आशियाई लोकांच्या वस्तीतून बाहेर पडणं माझ्या अगदी जिवावर आलं होतं.

शिखांवर हल्ले केले गेल्याच्या घटना माझ्या कानावर आल्या होत्या. त्यामुळे मला विमानतळावर जायची आणि तिथे इकडेतिकडे फिरायची मुळीच इच्छा नव्हती. तिथे गेल्यावर कदाचित कोणीतरी मला काहीतरी करील किंवा माझ्याविषयी बोलेल असाच विचार माझ्या मनात यायला लागला. संशय पिशाच्चानं माझा पुन्हा एकदा ताबा घेतला होता. मी शेवटी तिथे गेलो आणि वाहनतळावर माझ्या गाडीत बसून वाट पाहत राहिलो. मी गाडीतून खाली उतरलो नाही, पण मग असा तिथे बसलो असताना मला वाटायला लागलं, मी वाहनतळावर गाडीत बसून राहिलोय हे बघून त्याविषयी असं कोणी कळवेल तर? मी भयंकर अस्वस्थ झालो होतो. आता नेमकं काय करावं मला सुचत नव्हतं. माझ्याजवळ पुस्तक होतं मी ते वाचण्याचा प्रयत्न करू लागलो. मी काही संशयास्पद करतोय अशी कोणाला शंका येऊ नये असं मला एकसारखं वाटत होतं.

इतक्यात ल्युसीचा फोन आला. ती म्हणत होती, "आम्हाला विमानतळावर भेटण्यात थोडी अडचण वाटली म्हणून आम्ही एका हॉटेलमधे खोली आरक्षित करून ठेवली होती. पण तिथे काहीतरी गडबड झालीय. ते सगळं निस्तरून यायला थोडा वेळ लागेल. कृपा करून तू अजून थोडा वेळ तिथे थांबशील का?"

मी मुकाट्यानं गाडीत बसून राहिलो. गाडीतून बाहेर पडून इकडेतिकडे फिरून यावं किंवा काय ते मला समजत नव्हतं. मी असा कशासाठी फिरतोय असं कोणी विचारलं तर? छेऽ छेऽ मी तसा निरुद्देश्य फिरणार नव्हतो. तिचा पुन्हा फोन आला, तिनं मला विमानं जिथून सुटतात त्या जागेत यायला सांगितलं आणि तिथून रेल्वे पकडायला सांगितली.

मी विमानतळावर गेलो तेव्हा मला तिथे काही आशियाई लोक दिसले. त्यांना बघितल्यावर माझ्या जिवात जीव आला. काहीही वेडवाकडं घडणार नव्हतं. सगळं

कसं सुरळीत चाललं होतं. मी जिन्यावरून जायला लागलो तेव्हा एक तरुण मुलगी मला थांबवून म्हणाली, "माफ करा, पण दुकानात खरेदी करायला तुम्ही मला मदत करू शकता?" ते ऐकून मी थक्क झालो. याचा अर्थ त्या मुलीला माझ्याशी बोलायचं होतं. म्हणजेच सगळं काही नेहमीसारखं सुरळीत चाललं होतं. मी तिच्याशी बोलायला सुरुवात केली. ती माझी सविस्तर माहिती घेऊ लागली. पण मग मी तिला म्हणालो, "मला आता जायला हवं. आधी ठरवलेल्या गोष्टीसाठी मला वेळेत पोहोचायला हवं. 'मोनोरेल'कडे जाण्याचा मार्ग कुठे आहे ते तू मला कृपया सांगतेस का?" ती गयावया करायला लागली. म्हणायला लागली, "काही झालं तरी हे मला आजच्या आज संपवायलाच हवं. आपण हे पटकन संपवून टाकू या." ती इतकी एकाकी पडली होती, मला तिच्याबद्दल खूपच वाईट वाटलं पण मला खरंच घाईनं जाणं भाग होतं. मी जेव्हा मोनोरेलमधे चढलो तेव्हा लोक माझ्याबद्दल काय म्हणत असतील या विचारानं मी अस्वस्थ झालो होतो. माझ्याजवळ बॅग नव्हती म्हणून मला त्यातल्या त्यात समाधान वाटत होतं. मी आता कुठे यायचंय हे विचारण्यासाठी त्यांना फोन केला.

ल्युसीनं त्या भल्या मोठ्या जागेतून कसं जायचं, कुठल्या दिशेनं जायचं ते सांगितलं. एरवी इथे यावेळेला माणसांची खचाखच गर्दी असे; पण आज ती जागा अगदी रिकामी होती. तिथे अगदीच शुकशुकाट होता. माझं काळीज आता धडधडायला लागलं. त्यांनी हा मार्ग का निवडला असावा, मी स्वत:शीच विचार करायला लागलो. इथे इतकी शांतता होती की मला माझ्या बुटांचा चालतानाचा आवाज ऐकू येत होता. कॅमेरे आणि इतर काही माझ्यावर रोखलेलं होतं. जर काही अघटित घडलं तर.... एकदाचा तो प्रवास संपवून मी बाहेर आलो आणि मला माझ्या दिशेनं एक गाडी येताना दिसली. गाडीत वाहनचालकाबरोबर ल्युसी होती. मी गाडीत जाऊन बसलो आणि मग आम्ही एका हॉटेलमधे गेलो.

तिथे मी आत शिरताच मला माझा जुना काळा मुस्लीम मित्र दिसला. खरंतर त्याला मी कित्येक वर्षांत भेटलो नव्हतो. त्यानं मुस्लीम धर्म कुठे स्वीकारला होता ते मला माहीत होतं. 'सेंट्रल मास्क'मधून त्यानं मुस्लीम धर्म स्वीकारला होता. तो थेट माझ्याकडे आला. मला घट्ट मिठी मारत तो म्हणाला, "अस्सलाम आलेकुम मोआइझम, तू कसा आहेस?" आणि मग तो पुढे असंही म्हणाला, "अल्-हमदू लिल्लाह! माझं छान चाललंय. मी इथे नोकरी करतो."

ल्युसी कडेला उभी राहून ते सगळं पाहत होती. त्या क्षणी माझ्या मनात आलं, या बाईबरोबर मी इथे काय करतोय असं या माणसाला वाटतंय की काय कोण जाणे...

आणि घाईनं तो म्हणाला, "दोस्ता, तू खूप गडबडीत आहेस असं दिसतंय?"

मी हसून ल्युसीबरोबर चालू लागलो तेव्हा मला किंचित ताण आल्यासारखं वाटत होतं. शेवटी मी तिला म्हणालो, ''हे सगळं घडतंय ते तुझ्या अति सावध राहण्याच्या धोरणामुळे...''

आम्ही वरच्या मजल्यावरच्या खोलीत गेलो तेव्हा तिचा एक सहकारी तिथे वाटच पाहत होता. तिथे अँड्र्यू, मार्टिन आणि एकूणच एम-१५ चे लोक कसे आहेत या विषयी आम्ही थोडा वेळ गप्पा मारल्या. मी परत आल्यापासून परिस्थिती कशी आहे यावर त्यांनी मला विचारलं. मी काय करतो त्याची चौकशी केली. मी ल्युसीबरोबर माफक विनोद केला, म्हटलं आत्ताच माझं ल्युसीबरोबर गुफ्तगू करून झालंय. ते ऐकून ल्युसीला जरा गंमत वाटली. तिला तिचं विशेष कौतुक झाल्यासारखं वाटलं. माझ्या त्या बोलण्यामुळे माझी ही थट्टा तिला फारशी सोसायची नाही असंही मी तिला म्हणालो.

त्यानंतर त्यांनी मला बॉम्बस्फोटांबद्दल विचारायला सुरुवात केली. या मागे कोणाचा हात असावा असं मला वाटतं याविषयी त्यांनी माझ्याकडे चौकशी केली. शिवाय त्याबद्दल माझा दृष्टिकोन काय आहे हे त्यांनी विचारून घेतलं.

त्याच्या त्या असल्या प्रश्न विचारण्याचा मला भयंकर राग आला होता. पण तसं काहीही न दाखवता मी उत्तर दिलं, ''मी माझा बराचसा वेळ माझी मुलंबाळं, माझं कुटुंब यांच्याबरोबर घालवत असतो. मला जवळचे असे मित्र नाहीत. मला अनेक माणसं माहीत आहेत, पण तसा मी कोणाच्यातही मिसळत नाही. माझा उरलेला वेळ माझं जे पुस्तकाचं काम चाललंय ते करण्यासाठी लंडनला येण्यात जातो.''

या बॉम्बस्फोटांमागे नेमका कुणाचा हात आहे, त्यांचा उद्देश नेमका काय असावा या संबंधी विश्लेषण करण्यासाठी मी त्यांना मदत करावी म्हणून त्यांनी माझ्यावर खूप दबाव आणला. या सगळ्याचा फायदा नेमका कुणाला होणार आहे आणि मला या सगळ्याबद्दल काय वाटतं याविषयी मी त्यांच्याशी बोललो. मी माझ्या परीनं या सगळ्या घटनेचं विश्लेषण करायचा प्रयत्न केला. मी त्यांना म्हणालो, ''आता उजव्या विचारसरणीचे लोक म्हणतील 'आम्ही तुम्हाला पूर्वीपासून सांगत होतो, या लोकांची राहणी आणि सगळंच आपल्यापेक्षा खूपच वेगळं आहे. खरं तर ते अगदी आपल्या विरुद्ध पद्धतीचं आहे आणि आता त्याचा प्रत्यक्ष पुरावा समोर आलाय की नाही ते बघा.'' परंतु त्या वेळी वस्तुस्थिती लोकांच्या समोर पूर्णपणे आलेली नव्हती. मी त्यांना १९९६ मधे ओक्लाहोमामधे झालेल्या बॉम्बस्फोटांची आठवण करून दिली. त्या वेळी पहिल्यांदाच त्याचं खापर मुसलमानांवर फोडलं गेलं होतं. आम्ही असं तासभर बोलत राहिलो. मला काय वाटत होतं ते मी व्यवस्थितपणे व्यक्त केलं. मला वाटतंय, त्यांनी जे केलं ते गैरच आहे आणि ते

ब्रिटनमध्ये घडलं म्हणून नव्हे, तर निरपराध नागरिकांना लक्ष्य बनवून त्यांच्यावर हल्ले करणं ही गोष्टच मला कधीही पटली नव्हती. मग ते आत्मघातकी हल्ले असोत, इतर बी-५२ सारखे मार्ग असोत. ते कुठेही गैरच ठरत होतं.' इंग्लंडमधे झालेले ते दोन्ही हल्ले बेगुमानपणे केलेले होते. मी त्यांना म्हणालो, "या सगळ्यामागे कोणतं कारण आहे किंवा कोण लोक गुंतलेले आहेत ते सगळं शोधून काढण्याचा माझ्या परीनं मी नक्की प्रयत्न करीन; पण ते मी तुमच्यासाठी करणार नाही कारण त्यामुळे आमच्या मुस्लीम समाजावर त्याचे भलतेच खोलवर परिणाम होण्याची शक्यता आहे. पण मला जमलं तर ते सगळं प्रयत्नपूर्वक थांबवायचंय."

त्यानंतर मी त्यांना बिशर-अल्-रावी या ब्रिटिश नागरिकाबद्दल विचारलं. मी त्याला बाग्राममधे भेटलो होतो. "वृत्तपत्रात अशी बातमी होती की, त्याला अटक होण्यापूर्वी तो तुम्हा लोकांना मदत करीत होता आणि तरीही आज तो तिथे ग्वांटानामोत सडतोय. या सगळ्यात तुमचा हात आहे. तुम्हाला या सगळ्याची मुळी सुद्धा लाज वाटत नाही का?" त्यानंतर मी बोलतच राहिलो, म्हणालो, "तुमचे इतर सहकारी आणि ल्युसीसुद्धा तिथे आला होतात. ग्वांटानामो आणि बाग्राममधे जे काही घडत होतं त्यामध्ये तर तुम्हीही भागीदार आहात. याचा अर्थ अपहरण करण्यात, तसंच छळ करून माहिती काढून घेण्याच्या प्रकारात तुमचाही हात आहे. मला पोलीस कस्टडीत टाकण्यापूर्वी मी माझ्या मित्राला म्हणालो होतो की, त्यानं त्याच्या सहकाऱ्याला – इयानला – सांगावं की मी त्याच्याशी बोलायला तयार आहे. त्यानं केव्हाही माझ्या घरी जावं आणि पाकिस्तानी चहाचा आस्वाद घ्यावा. पण त्याच्यात तेवढं धाडस नव्हतं, पाकिस्तानी बंदूक रोखून माझं अपहरण करीपर्यंत तो नुसता बघत राहिला आणि मग माझ्या हातात बेड्या पडल्यावर तो मला भेटायला आला.

"तुम्ही कोण आहात त्याचं हेच वास्तव स्वरूप आहे. तुम्ही माझी काय अवस्था केली होतीत त्याची तुम्हाला सगळ्यांना पूर्ण कल्पना आहे. आणि तरीही मी एवढं अंतर तुडवून तुमच्याशी बोलायला इथवर आलो. तुम्ही जे काही केलंय त्याबद्दल तुम्हाला थोडीतरी शरम वाटली पाहिजे."

ल्युसीनं घेतलेली भूमिका संरक्षणात्मक होती. हे सगळं राजकीय धोरणांनुसार घडत गेलंय असं ती म्हणायला लागली. पण मी ज्या दिव्यातून गेलो, त्याची निदान कल्पना कशी करावी हेही तिला उमजत नव्हतं. अर्थातच संघटनेतील इतरांबद्दल ती काहीही बोलली नाही. तिनं ज्याचा उच्चार केला नव्हता ती गोष्ट म्हणजे माझ्याबाबतीत जे काही घडलं त्याबद्दल तिला खेद वाटत होता. क्षमायाचना न करता या प्रसंगातून कसं निभावून जायचं यासाठी कुठली तरी सापटी, कुठला तरी आधार ती शोधून काढतेय ते मला दिसत होतं.

मला इयानबद्दल जाणून घ्यायचं होतं. त्यांनी माझी इयानशी भेट घडवून आणावी असं मी त्यांना म्हणत होतो. आता आम्ही दोघंही तसे मुक्त झालो होतो. त्यामुळे आमनेसामने बसून आम्ही एकमेकांशी खुल्या मनानं बोलावं अशी माझी इच्छा होती. जे काही घडलं त्याबद्दल त्याला नेमकं काय वाटत होतं ते मला जाणून घ्यायचं होतं. मला वकील मिळत नव्हता तेव्हा त्याला काय वाटलं ते मला माहीत करून घ्यायचं होतं. माझा कुठल्याही प्रकारे ब्रिटिश वकिलातीशी संपर्क येऊ शकत नव्हता. मला माझं कुटुंब ठीकठाक आहे असं निश्चितपणे कोणीही सांगत नव्हतं आणि ते सगळे ब्रिटनचे नागरिक होते, तरीही त्यांच्या स्वास्थ्याबद्दल मला निश्‍चितपणे माहिती दिली गेली नाही. मी कोणी गोरा, पाकिस्तानमधे वास्तव्याला असलेला होतो का? हं! तसं असतं तर मला नक्की वाटतं खूपच वेगळं काही घडलं असतं.

मला ल्युसीच्या सहकाऱ्याला आणखी एक प्रश्न विचारायचा होता, "हे जे संभाषण चाललंय त्याचं तुम्ही रेकॉर्डिंग करून घेताय की काय?"

क्षणभर ल्युसी विचलित झाली. तिनं जरा इकडेतिकडे बघितलं अन् मग सरळ माझ्या डोळ्याला डोळा भिडवत ती म्हणाली, "नाही!" अर्थातच माझा तिच्या बोलण्यावर विश्वास बसला नाही.

आम्ही इतके वेळा आधीसुद्धा भेटलो होतो तेव्हाचे ते आणि आत्ता २००५ मधे भेटलेले ते, यात काहीही फरक नव्हता. एम-१५ चे लोक मुळीच बदललेले नव्हते. त्यांना माझ्याकडून काहीतरी हवं होतं, पण ते काय आहे तेच त्यांना माहीत नव्हतं. खरं त्यांना देण्यासारखं माझ्यापाशी काहीही नाही आणि पूर्वीही कधी नव्हतं. अल्-कायदाचे लोक कोण आहेत ते मला माहीत नाही. ते लोक त्यांचे कार्यक्रम कसे आखतात ते मला माहीत नाही किंवा ते गुप्त माहिती कशी मिळवतात तेही मला माहीत नाही. या संघटनेची बांधणी कशी आहे त्या विषयी देखील मला काहीही माहीत नाही. जर मला हे एवढं सगळं माहीत असतं... तर... तर मी नक्कीच कोणीतरी वेगळा माणूस झालो असतो.

उपसंहार

मी त्यावेळी लंडनमधे होतो नि याच पुस्तकाचं काम चाललं असताना एक दिवस मी आकाशवाणीच्या बातम्यांमध्ये ऐकलं की तीन आठवड्यांच्या आत पुन्हा बॉम्बस्फोटाचा प्रयत्न झाला पण तो अयशस्वी ठरला. त्यापाठोपाठ ब्राझीलच्या जेन चार्ल्स डी मेन्झेसचा खून झाला होता. बर्मिंगहॅममधे जिथे मी राहतो त्या ठिकाणापासून जेमतेम मैलभर अंतरावर बॉम्बस्फोटातील संशयिताला काही दिवसात अटक करण्यात आली. ज्यांना पकडून आरोप ठेवण्यात आला होता ते सगळेच्या सगळे मुस्लीम होते.

ही दुर्दैवी घटना घडण्यापूर्वी मोहम्मद सिद्दीकी खानानं दिलेल्या शेवटच्या संदेशाची चित्रफीत काही महिन्यांपूर्वी दाखवली गेली त्यात तो असं म्हणाला की, इराक व अफगाणिस्तानमधे छेडल्या गेलेल्या युद्धामुळे त्यानं हे कृत्य केलं. तो एक मुसलमाना होता.

या सगळ्यांमध्ये दुसऱ्याच कुणाचातरी हात असला पाहिजे. हे एक मोठं कारस्थान आहे अशा स्वरूपाचा जो सिद्धान्त मांडला जातो, त्यावर इतरांप्रमाणे आपणही विश्वास ठेवावा असं मला वाटत होतं, पण मी स्वत:ला मूर्ख बनवू शकत नव्हतो. या देशात यापुढे आमचं भविष्य काय असेल या विषयी माझ्या मनात चिंता दाटून आली नि माझं हृदय पुन्हा एकदा विदीर्ण झालं. पुस्तकांच्या संदर्भात काम करण्यासाठी प्रवास करून लंडनला व्हिक्टोरियाच्या घरी जाण्याचं शक्यतो मी टाळू लागलो. माझ्या मनाची उलघाल लक्षात घेऊन व्हिक्टोरियानं बरेच वेळा बर्मिंगहॅम जवळच्या एका खेड्यात राहणाऱ्या तिच्या मित्राच्या घरी या पुस्तकावर काम करण्यासाठी भेटण्याची व्यवस्था केली. ती मला सोयीस्कर वाटली. काही दिवसांनी मी पुन्हा नेहमीसारखा रेल्वेनं प्रवास करू लागलो होतो. मी योग्य प्रकारचं जाकीट घातलंय किंवा नाही, किंवा मी फार भरभर चालतोय की फार हळू चालतोय अशा तऱ्हेच्या एकूणच 'मी कसा दिसतो' या गोष्टीवरून माझ्या आजूबाजूचे लोक मी दहशतवादी आहे असा बहुदा समज करून घेतील आणि मला गोळ्या घालतील,

किंवा माझ्यावर बॉम्ब फेकतील अशी मला भीती वाटे.

ॲम्नेस्टी इंटरनॅशनल व क्लाईव्हची 'रिप्राइव्ह' ही संघटना, या दोन्ही संस्थांनी मिळून १९ नोव्हेंबर २००५ पासून सलग तीन दिवस परिषद भरवली होती. या परिषदेतील मुख्य विषय होता, 'ग्वांटानामो बे, बाग्राम आणि त्या पलीकडे चालणाऱ्या छळाविरुद्धची जागतिक धडपड.' मागे एकदा कॅम्प एकोमध्ये क्लाईव्ह्ज या शिबिराची मूळ कल्पना मांडली होती. तेव्हाही या कल्पनेतून होणाऱ्या फलनिष्पत्तीविषयी मला अनेक शंका होत्या. ग्वांटानामो आणि बाग्राममधे पूर्वी मला अनेक शंका होत्या. ग्वांटानामो आणि बाग्राममध्ये पूर्वी डांबून ठेवलेल्या ब्रिटिश नागरिकांना ब्रिटननं प्रवेश द्यावा, असं क्लाईव्हनं सुचवलं होतं. अजूनही कितीतरी असं क्लाईव्हनं सुचवलं होतं. पण अजूनही कितीतरी ब्रिटिश नागरिकांना डांबून ठेवलं असताना हे कसं शक्य होतं? आणि मला जे वाटत होतं नेमकं तसंच घडलं.

पहिल्या दिवशी वार्ताहर परिषद होती. या परिषदेत माझ्या वडलांच्या प्रेरणेनं मी एक साधंसं आवाहन केलं, 'आम्ही माफी मिळावी म्हणून बाजू मांडत नाही आहोत किंवा दयेची भीकही मागत नाही आहोत. आम्ही फक्त न्यायाची मागणी करतोय. जर एखाद्यानं गुन्हा केला असेल तर त्याच्यावर तसा आरोप ठेवा आणि त्याला पारदर्शक अशा न्यायव्यवस्थेसमोर हजर करा. पण माझ्या अनुभवासमोर असं काही घडण्याची सुतराम शक्यता नाही. तेव्हा या सगळ्यान नुकसानभरपाई देऊन त्यांच्या प्रेमाच्या माणसांकडे परत पाठवा. आणि ग्वांटानामो व तशाच स्वरूपाच्या डांबून ठेवण्याच्या सगळ्या काळ्या जागा साफ बंद करून टाका.'

तो दिवस संपायच्या बेताला आला असताना, विशेष वार्तांकन करणारा युनायटेड नेशन्सचा मनफ्रेड नोव्हाक आणि आरोग्य विषयक हक्कांचं वार्तांकन करणारा पॉल हंट यांना, अमेरिकेनं आता डांबून ठेवलेल्यांना भेटण्याची परवानगी नाकारल्यावर त्या दोघांनी या परिषदेला हजर असलेल्या पूर्वी डांबून ठेवलेल्या प्रत्येकाची मुलाखत घेतली. ॲम्नेस्टी इंटरनॅशनलनं आत्ता डांबून ठेवलेल्यांबद्दल म्हटलंय, "हे आजच्या कालखंडातील राजकीय कैदी आहेत."

जपानपासून अर्जेंटिनापर्यंत आणि युगांडापासून अमेरिकेपर्यंतच्या वकिलांना, मानवाधिकारांच्या संदर्भात काम करणाऱ्या कार्यकर्त्यांना आणि वार्ताहरांना त्या दिवशी संध्याकाळी मी भेटलो. ग्वाटांनामो प्रकरणानं या सगळ्याच्या आयुष्यातला मोठा कालखंड व्यापून टाकलेला होता. माझं जेवढं आयुष्य कुरतडलं गेलं त्याहूनही हा काळ जास्त मोठा होता. (माझ्या सुटकेनंतर) मी एका विद्यार्थिनीला भेटलो, तिला माझ्याबद्दल खडान्‌खडा माहिती होती. कारण, तिच्या कायदा या विषयाशी निगडित असलेल्या संशोधन प्रकल्पाचा विषय 'मी' होतो.

दुसऱ्या दिवशी पूर्वी डांबून ठेवलेल्या सगळ्या ब्रिटिशांनी परिषदेला हजेरी

लावली आणि त्यांच्यापैकी काहीजण व्यासपीठावरून ध्वनिक्षेपक हातात घेऊन बोलले किंवा त्यांच्या व्हिडिओद्वारा मुलाखती नोंदवण्यात आल्या. रसूल विरुद्ध बुश या खटल्यात अमेरिकेच्या सर्वोच्च न्यायालयानं दिलेल्या निकालाची गारेथनं सगळ्यात प्रथम आठवण करून दिली. खरं तर या निकालाचा डांबून ठेवलेल्यांवर अगदीच अल्प परिणाम होणार असला तरीही हा खटला रसूलनं जिंकल्याची कायमची नोंद झालेली होती. त्यानंतर आम जनतेसमोर पहिल्यांदाच शफीक रसूल वा असिफ इक्बाल या टिपटन कुटुंबातील मुलांनी आपल्या खेडवळ भाषेत त्यांच्या झालेल्या छळाची हकिकत सांगितली. अमेरिकेच्या गुप्तहेर खात्यानं व्हिडिओ चित्रफीतीत ती दोघं बिन लादेनबरोबर असल्याचं दिसतं असं दडपून सांगितलं होतं. तेव्हा एम १५ नं, त्या वेळी ती दोघं कॅरेमधे काम करत होती, ही वस्तुस्थिती पुढे आणली, हे ही त्यांनी नमूद केलं.

मी माझे विचार इतक्या सुस्पष्टपणे कसे मांडू शकतो, असं मला कुणीतरी विचारलं, तेव्हा मी त्या व्यक्तीला उत्तर दिलं, ''तुरुंगात जाण्यापूर्वी सगळ्यासमोर बोलण्याइतका आत्मविश्वास माझ्यात नव्हता. पण आता जो आत्मविश्वास माझ्यात निर्माण झालाय, त्याबद्दल खरं तर मी सीआयए, एम १५, एफबीआय आणि अमेरिकचं सैन्यदल यांना धन्यवाद दिले पाहिजेत. कारण त्यांनी मोजून तीनशे वेळा केलेल्या चौकशीमुळे मला जो अनुभव मिळाला, त्यामुळे माझी बोलण्याची शैली तर सुधारलीच, पण त्यामुळेच माझा आत्मविश्वासही वाढला.'' माझ्या या उत्तरामुळे श्रोत्यांमध्ये भलताच हशा पिकला.

मार्टीन मुबांगानं 'लिसन टू डेम बॉम्ब ड्रॉप' हे रॅप साँग म्हटलं तशी टाळ्यांचा कडकडाट झाला नि लोकांनी त्यानं ते गाणं पुन्हा म्हणावं म्हणून आग्रह केला. मी 'पापा ब्लॉक'मधे असताना हे गाणं ऐकलं होतं. अजूनही ते गाणं मला नीटसं समजलेलं नाही.

अमेरिकन लष्करानं मला ताब्यात घेऊन, अफगाणिस्तानातील कंदाहारमधे ज्या वेळी नेलं होतं, त्या वेळी तिथे मी एका रशियन माणसाला भेटलो होतो. तिथे पुढचे कितीतरी आठवडे त्या माळावर आएरात वाखितोव्ह हा माझा सोबती होता. इथे जुन्या मित्रांसारखे आम्ही एकमेकांना भेटलो. आम्ही एकमेकांना मिठ्या मारल्या नि आमच्या त्या तिथल्या भेटीबद्दल बोलत राहिलो. त्या माणसाची सुटका झालेली बघून इतकं बरं वाटतं होतं की काय सांगू! खरंतर या माणसाला मी तसा फारसा ओळखत नव्हतो. मी रसूलला सुद्धा भेटलो. या आणखी एका रशियन माणसाला खरंतर यापूर्वी कधी भेटलो नव्हतो, पण आपल्या हरवलेल्या भावाला भेटावं तशी त्यानं मला मिठी मारली. मी मोहम्मद सागीरलाही भेटलो, ग्वांटानामोमधून ज्यांची अगदी सुरुवातीला सुटका झाली, त्यात या पाकिस्तानी इसमाची गणना होती.

भूकंपात त्याचं पुरं घरच उद्ध्वस्त झालं होतं. आएरातनं त्याच्यासाठी मदत गोळा करायला सुरुवात केली.

मी अब्दुल्लाह अल्मालकीलाही भेटलो. तो कॅनेडियन-सिरियन होता. कॅनडाशी हातमिळवणी करून त्याचा सिरियात प्रचंड छळ करण्यात आला होता. अमेरिकन लष्कराच्या गुप्तहेर खात्यातल्या नाथाननं बाग्राममधे माझी रवानगी इजिप्तमध्ये होणार आहे असं सांगताना, तुझ्या संदर्भात (किंवा तुझा मित्र माहर अरार[१].) जे काही सांगितलं त्यावर आता माझा विश्वास बसला.

मला झालेल्या भयंकर यातनांमधून बाहेर पडायला अब्दुल्लाहबद्दलचं ऐकलेलं आधाराला सापडलं होतं. मला हे माहीत होतं की जरी मी भयंकर यातनाना सामोरं जात होतो, तरी काही लोकांची परिस्थिती माझ्यापेक्षा फारच वाईट होती.

या परिषदेतली ही गोष्ट आम्हा सगळ्यांना भलतीच जड गेली. ज्या वेळी अजूनही डांबून ठेवलेल्यांच्या नातेवाइकांनी मनाला घरं पाडणारी भाषणं केली. ते सगळं फारच मन हेलावून टाकणारं होतं. अल् जझिराचा कॅमेरामन सामी अल्-हाजला ग्वाटानामोत डांबून ठेवलं होतं. त्याच्या भावाला मी भेटलो. अरेबिक दूरदर्शन वाहिनीवर सूड घेण्यासाठीच अमेरिकेनं त्याला तिथे डांबून ठेवलंय, या मुद्द्यांवर बहुसंख्य लोकांचं एकमत झालं. मुरात कुरनाझची आई राबिये कुरनाझला मी भेटलो. हा एक जर्मनीत जन्मलेला नि तिथेच लहानाचा मोठा झालेला तुर्की होता, पण दोन्ही देशांच्या सरकारांना त्याचं प्रतिनिधित्व करण्यासाठी नाकारण्यात आलं होतं. मी तुरुंगात असताना माझ्या वडलांबरोबर जाऊन राबियेनं तिच्या मुलाला न्याय मिळण्यासाठी थेट व्हाइट हाऊसचे दरवाजे ठोठावले होते. स्वतःच्या मुलाला जवळ घ्यावं तशी तिनं मला मिठी मारली. मी अल हदज बाऊदेल्लाच्या बायकोला भेटलो. दहशतवादी कट रचल्याच्या सर्व आरोपांमधून न्यायालयानं निर्दोष मुक्तता केल्यानंतर, ज्या पाच बोस्नियन अल्जेरियनांचं सीआयएनं न्यायालयाच्या बाहेरून अपहरण करून त्यांना ग्वांटानामोला पाठवून दिलं; अल हदज बाऊदेल्ला हा त्यांच्यापैकी एक होता. त्यांचं अपहरण होताना ही गोष्ट सिद्ध करण्यासाठी तिनं अहमद अराचिद्दीच्या भावाला भेटलो. ब्रिटनचा रहिवासी असलेला अहमद अराचिद्दी मोरोक्कोत राहत होता, त्या वेळी एक मामुलीसा स्वयंपाकी होता. त्याचं अमेरिकनांना नामकरण केलं. 'जनरल!' अहमद अराचिद्दीच्या भावानं असरवलीत अरेबिकमधे

---

१. हा एक कॅनेडियन नागरिक, त्याला ऑक्टोबर २००१ मधे अमेरिकेनं सिरियाच्या स्वाधीन केलं. तिथे त्याला थडग्याच्या स्वरूपाच्या कोठडीत ठेवून त्याचा भयंकर छळ करण्यात आला. २००३मधे त्याची सुटका झाली. कॅनेडियन सरकारनं त्याला डांबून ठेवण्याशी संबंध असलेल्या अधिकाऱ्यांच्या चौकशीला आता सुरुवात केलेली आहे.

मन हेलावून टाकणारं असं उत्कृष्ट भाषण केलं. ओमर देघायेसच्या कुटुंबाला मी भेटलो. हा देखील ब्रिटनचाच रहिवासी होता, कर्नल गडाफीच्या राजवटीत याच्याच वडलांचा खून झालेला होता. एम १५ आणि सीआयएच्या लोकांनी दाखवलेल्या छायाचित्रात चेहऱ्यावर असंख्य जखमा असलेला आणि अत्यंत कृश दिसणारा त्यांचा भाऊ मी पाहिला होता. हे सगळं त्यांना सांगताना मला रडूच कोसळलं. बशेर अल्-रावीच्या आईनं तसंच मिसेस अल्-बन्नानं, भावनांनी ओथंबलेले दोन संदेश पाठवले होते. व्हिक्टोरियानं ते वाचून दाखवले. शिवाय जमील अल-बन्नाची मुलं व्यासपीठावर आली आणि त्यांनी आपल्या वडलांना लिहिलेली पत्रं वाचून दाखवली, तेव्हा प्रेक्षागृहात असा एकही जण नव्हता की ज्याचे डोळे पाणावले नव्हते.

सरतेशेवटी शाकर कुटुंबाकडून मला सर्वांत मोठा धक्का बसला. त्याचे सासरे भाषण करणार आहेत हे मला माहीत होतं पण त्याची बायको सुद्धा भाषण करणारेय हे मात्र माहीत नव्हतं. तिला नैराश्याचे जबरदस्त झटके येत असत आणि तेवढ्यासाठी ती इस्पितळातही काही काळ भरती झालेली होती. एवढं सगळं घडलं होतं तरी ती इतकं मनापासून आणि सडेतोड बोलली की, एका क्षणी मला असं वाटलं की शाकरच्या जागी ग्वांटानामेत मी जावं, म्हणजे मग त्याला परत येता येईल.

माझ्या असं वाचण्यात आलं होतं की, मी आणि ग्वांटानामोत असलेले इतर ब्रिटिश नागरिक याचं तुम्ही काय करायचं ठरवलंय, असा प्रश्न टोनी ब्लेअर यांना जेव्हा विचारण्यात आला होता, तेव्हा तो होता २००३ सालातला जुलै महिना. त्या वेळी टोनी ब्लेअर खूश होत म्हणाले होते, 'ग्वांटानामोबद्दल आम्हाला चांगली माहिती मिळालेली आहे' आणि याच महाशयांनी २२ नोव्हेंबर २००५ या दिवशी, तो दिवस नेमका परिषदेचा शेवटचा दिवस होता, लोकप्रतिनिधी गृहाच्या समितीपुढे कबूल केलं, 'ग्वांटोनामोमधे काही गैरप्रकार चाललेले आहेत त्यामुळे ते बंद करून टाकणं गरजेचं आहे.' या नंतर दोन दिवसांनी लोकप्रतिनिधी गृहातल्या काही खासदारांशी माझं बोलणं झालं तेव्हा ब्लेअर साहेबांचं ते बोलणं ऐकून मी जेव्हा खूश झालो नव्हतो, तेवढे ते खूश झालेले मला आढळले. ब्लेअर यांचं या विषयाच्या संदर्भातलं आजवरचं वागणंच याबद्दल मल्लिनाथी करण्यासाठी पुरेसं बोलकं होतं.

यथावकाश माझं इंग्लंडला परत येणं झालं, त्याचं श्रेय ब्लेअर सरकारनं जी यशस्वी बोलणी केली त्या गोष्टीला द्यायलाच हवं. हीच गोष्ट पाकिस्तान आणि अफगाणिस्तानच्या काही नागरिकांसाठी त्यांच्या त्यांच्या सरकारांनी केली होती, हेही तितकंच खरं आहे. परंतु माझ्या इथे परत येण्याबाबत जो काही घोळ झाला,

त्यामागे आमच्याच सरकारचा हात होता, हे कटू सत्य कितीही जड गेलं तरी मला स्वीकारलंच पाहिजे असं होतं.

माझ्यासाठी काही प्रश्न अनुत्तरितच होते. सर्वांत पहिला प्रश्न म्हणजे अमेरिकन सरकारला माझ्याविषयी खोटी माहिती कुणी पुरवली आणि मला तिथे डांबून ठेवायला कुणी परवानगी दिली? इस्लामाबाद, कंदाहार, बाग्राम आणि ग्वांटानामोमधे वेगवेगळ्या ठिकाणच्या प्रत्येक स्तरावर माझी जी भीषण अवस्था झाली, त्याचा जास्तीत जास्त फायदा उठवला? आता आणि तेव्हासुद्धा अमेरिकेशी अतिघनिष्ट संबंध कोण राखून होतं? माझ्या वडलांना आलेली परराष्ट्रखात्याची पत्रं मी वाचली. या पत्रांमधे असं म्हटलं होतं की, अमेरिकनांनी अफगाणिस्तानमधे ब्रिटिश अधिकाऱ्यांना येण्याची परवानगी दिलेली नाही. आणि तरीही मग या प्रत्येक ठिकाणी ब्रिटिश गुप्तहेर खात्याच्या लोकांनी माझी चौकशी कशी केली? ही सगळी अशी ठिकाणं होती की त्या परिस्थितीत मी आणि माझ्यासारख्या अनेकांचा अमानुष छळ होत होता.

सगळ्यात दुःखाची बाब ही होती की ते दुटप्पीपणानं, अनैतिकतेनं आणि बेकायदेशीरपणे वागले. ती छळवादी परिस्थिती त्यांनी नुसतीच विनातक्रार स्वीकारली असं नव्हे, तर ती तसली परिस्थिती, छळवाद करणारी ती राजवट, त्यांचा तो भावनाशून्य व्यवहार आणि याहूनही अनेक वाईट गोष्टींपुढे त्यांनी मान तुकवली. हे त्यांनी त्यांच्या मर्जीनंच केलं. न्युरेंबर्गमध्ये गिरवलेले धडे हेच सांगतात की, त्या विशिष्ट परिस्थितीत तुम्ही केवळ उपस्थित राहू शकत नाही, पण तसं तुम्ही म्हणत राहिलात तरी तुम्ही तुमची जबाबदारी झटकून टाकू शकत नाही.

युनोच्या विचारसरणीनुसार त्यांनी 'छळ' या शब्दांची जी व्याख्या केलेली आहे त्यानुसार एखाद्या देशाच्या सरकारने व्यक्तींकडून माहिती मिळवण्याच्या उद्देशाने जर त्या व्यक्तीवर शारिरीक अथवा मानसिक असा जबरदस्त दबाव आणला तर त्या कृत्याला 'छळ' असेच समजले पाहिजे. अशा कृत्याला पाठिंबा देणं किंवा थेट बळाचा वापर करणं हे आंतरराष्ट्रीय कायद्याचा भंग करण्यासारखं आहे आणि व्याख्येनुसार ही गुन्हेगारी आहे. परिस्थितीतला विरोधाभास असा की, अशा तऱ्हेनं मिळवलेली माहिती वापरताना सरकारचं धोरण अगदीच थंडाईचं असेल. शिवाय त्या माहितीच्या विश्वासार्हतेवरही ते विसंबून असेल तर छळ करून सुद्धा अशा माहिती मिळवण्याला त्यांची मूक संमती असते असं मानायला हरकत नाही. पण जगण्याच्या ब्रिटिश पद्धतीनुसार तर हे असं जोरजबरदस्ती करणं अगदीच रानटीपणाचं मानलं जातं.

७ जुलैच्या टोनी ब्लेअर यांच्या म्हणण्यानुसार, 'अतिरेक्यांना आम्ही आमची जीवनशैली बदलू देणार नाही.' पण प्रत्यक्षात मात्र तसंच तर घडतंय. खरं तर

दहशतवादविरुद्धचा लढा पूर्णपणे वैचारिक आहे, परंतु तो निपटून काढण्यासाठी सरकार मरणाच्या घिसाडघाईनं काहीतरीच उपाय करतंय. त्यामुळे आता असं वाटायला लागलंय की ब्रिटन एक वेगळंच तत्त्वज्ञान आत्मसात करायला लागलंय. कुठलाही आरोप न ठेवता कायद्यानुसार व्यक्तीला डांबून ठेवण्याचा कालावधी आजपर्यंत २८ दिवसांचा होता. तो ९० दिवसांचा व्हावा म्हणून ब्लेअर यांनी बरीच धडपड केली. प्रार्थनास्थळं (मुख्यत: मशिदी) बंदच करून टाकण्याच्या योजना आखल्या जातायत. जे संशयित सतत एका ठिकाणाहून दुसऱ्या ठिकाणी फिरत राहतात, त्यांना ताब्यात घेण्यासाठी ज्या वेगवेगळ्या देशांबरोबर करार केले जातात. त्या देशांच्या संविधानानुसार नसलं तरीही तिथल्या अलिखित परंपरेनुसार अशा संशयिताचा छळ केला जात असतो आणि तरीही करारांवर स्वाक्षऱ्या होतच आहेत. आणि या सगळ्यावर कडी म्हणजे, 'बघताक्षणी गोळ्या घाला' या गोष्टीला दिली जाणारी मान्यता. मी मनापासून अशी प्रार्थना करतो की पुन्हा कधीही बॉम्बस्फोट व्हायला नकोत. कारण, जर तसं झालं तर पुन्हा एकदा आमची जगण्याची रीतच बदलून जाईल.

हे सगळं असं जरी असलं तरीही माझ्या तुरुंगवासाच्या काळात आणि तुरुंगातून सुटल्यावर मी अनेक गोष्टी शिकलो आणि अधिक परिपक्व झालो. या काळात मला मिळालेला सगळ्यात मोठा धडा हा की, या देशात न्यायाची चाड असलेले आणि न्यायासाठी ठामपणे उभं राहणाऱ्यांची संख्या खूपच मोठी आहे. आणि विशेष म्हणजे ते सगळेच्या सगळे मुस्लीम आहेत असं मुळीच नाही. ग्वांटानामोत असताना अमेरिकन पहारेकऱ्यांकडून मी जेव्हा हे ऐकलं की, लंडनमध्ये या लढ्याच्या विरोधात निदर्शनं करण्यासाठी लाखोंच्या संख्येनं लोक रस्त्यावर उतरलेत, जेव्हा ज्या देशाला मी माझं घर समजतो त्या देशाच्या रस्त्यांवर हे घडलं हे ऐकून माझा ऊर अभिमानानं भरून आलं. जो लढाई हरणारा आहे, त्याच्या पाठीशी उभं राहण्याची इंग्रजांची ताकद कुणीही कमी लेखू नये असं जे पॅक्समननं म्हटलंय, ते या अर्थानं खरंच आहे. असं जर असेल तर, 'मी ब्रिटिश असल्याचा मला अभिमान आहे,' हे म्हणणं मला नक्कीच आवडेल. आणि त्याच चालीवर मी हेही सांगेन की, मी मुस्लीम असल्याचाही मला अभिमान आहे. तरीही शेवटी खरं काय ते फक्त काळच ठरवेल.

ओढ

(एकांतवासात डांबलं गेलं असताना ही कविता लेखकानं लिहिली.)

दिशाहीन प्रवासाला आता सुरुवात झालीय
तुरुंगवास! कोणास ठाऊक कशासाठी,
पण हाच शेवटचा थांबा,
या मुक्कामावर, माझ्या कोठडीत,
मी टक्क जागा,
सगळाच खोटेपणा, माझं हसणं नि खेळकर वागणं,
स्वातंत्र्य खर्ची पडलं,
तेव्हाच माझी सद्दी संपल्याचं भान आलं,
माझी ओंजळ दु:खाची, अश्रूंनी भरलेली,
वास्तवाचा छान आभास,
तुरुंग हेच घर,
ते तर भक्कम पोलादी,
हा तर सत्याचाच अपलाप,
स्वप्नं भंगली, आशा तुटल्या,
हीच एक स्थिती, आता त्याचंच कौतुक,
त्यामुळेच तर मूर्ती लहान,
तरीही कीर्ती महान असं झालंय,
कष्टाचं गाणं तर रोजचंच, अश्रूंची सोबतही
तशी जुनीच, फारा वर्षांची,
इथे मात्र त्यांची जागा घेतलीय भीती आणि दहशतीनं,
एक जाणीव पक्की खरी,
हे सगळं दु:स्वप्न संपणार जरी,
चिवट घट्ट, पाय रोवून उभा राहा,

तरच... आणि तरच संपेल सारं,
लोखंडी कुंपण आहे भक्कम, त्याहून भक्कम तुझा धीर
तोच तुझा आधार,
मनातली कविता मात्र या सगळ्या पल्याड नेते.
(कदाचित म्हणूनच कवितेचं आपरूप मोठं)
ती पेनातून कागदावर, नाचत उतरते,
सांगून ठेवते, घडणार नक्की तसं ते,
अंधाराचं फिटेल जाळं! पण कधी? कधी?
मी तर आतुर... उत्सुक... नवोढेसारखी
घरची ओढ... अतूट... अतूट